AF766165

ഗ്രീൻ ബുക്സ്

വീണ്ടും ലജ്ജിക്കുന്നു

തസ്ലീമ നസ്റിൻ

1962 ഓഗസ്റ്റ് 25ന് ബംഗ്ലാദേശിലെ മെയ്മൊൻസിംഗിൽ ജനനം. മെയ്മൊൻസിംഗ് മെഡിക്കൽ കോളേജിൽനിന്ന് എം.ബി.ബി.എസ്. ബിരുദം. കവിതകളും ലേഖനങ്ങളുമെഴുതി സാഹിത്യരംഗത്തു പ്രവേശിച്ചു. *കൊടിയ വിശപ്പ്, ബഹിഷ്കൃതമനം, തിരസ്കൃതയുടെ കവിതകൾ, വേദനിക്കുന്ന ജീവിതം* എന്നിവയാണ് കവിതാഗ്രന്ഥങ്ങൾ. *തെരഞ്ഞെടുത്ത ലേഖനങ്ങൾ* ദേശത്തെ ആകെ ഉണർത്താൻ പ്രേരകമായി. ആദ്യനോവൽ *അപരപക്ഷം*.
ലജ്ജ, അന്തസ്സുള്ള നുണകൾ, ഫ്രഞ്ച് ലവർ എന്നീ നോവലുകൾ വിവിധ ലോകഭാഷകളിലേക്ക് വിവർത്തനം ചെയ്തിട്ടുണ്ട്.
എന്റെ പെൺകുട്ടിക്കാലം തസ്ലീമയുടെ ഓർമ്മക്കുറിപ്പുകളുടെ ആദ്യ ഭാഗമാണ്. *ലജ്ജ* ബംഗ്ലാദേശ് ഗവൺമെന്റ് നിരോധിച്ചു. ഈ പുസ്തകത്തിന്റെ പ്രസിദ്ധീകരണത്തെത്തുടർന്ന് മതമൗലികവാദികൾ തസ്ലീമയ്ക്കെതിരെ ഫത്വാ പുറപ്പെടുവിച്ചു.
ആനന്ദ് പുരസ്കാരം, സ്വീഡിഷ് പെൻ ക്ലബ്, കുട്തു ഖോലാസ്കി പുരസ്കാരം, ഫ്രാൻസിലെ എഡിക്ക് നാനത് പുരസ്കാരം എന്നിവ ലഭിച്ചു. ഇന്റർനാഷണൽ ഹ്യൂമനിസ്റ്റ് ആന്റ് എത്തിക്കൽ യൂണിയൻ 1995ലെ സന്മാനിത ഹ്യൂമനിസ്റ്റ് പുരസ്കാരം നൽകി ആദരിച്ചു. ബെൽജിയത്തിലെ ഗേന്റു സർവകലാശാലയിൽനിന്ന് ഓണററി ഡോക്ടറേറ്റ്.

എം.കെ.എൻ. പോറ്റി: അധ്യാപകൻ, അഭിഭാഷകൻ, വിവർത്തകൻ. കോട്ടയം ജില്ലയിലെ മേമുറിയിൽ 1944 നവംബറിൽ ജനനം. ഭുവനേശ്വർ പൂർവ ഭാഷാ കേന്ദ്രത്തിൽനിന്ന് ബംഗാളിയിൽ ഡിപ്ലോമ. ബംഗാളി സാഹിത്യത്തിൽനിന്ന് നിരവധി മികച്ച കൃതികൾ മലയാളത്തിലേക്ക് വിവർത്തനം ചെയ്തിട്ടുണ്ട്. നിയമഗ്രന്ഥങ്ങളും രചിച്ചിട്ടുണ്ട്.

വിലാസം: *മേമുറി, കോട്ടയം - 686 617*
www.bhagavathayajnam.com

നോവൽ

വീണ്ടും ലജ്ജിക്കുന്നു

തസ്ലീമ നസ്റിൻ

വിവർത്തനം:

എം.കെ.എൻ. പോറ്റി

ഗ്രീൻ ബുക്സ്

green books private limited
little road, ayyanthole, thrissur- 680 003
ph: 0487-2361038
website: www.greenbooksindia.com
e-mail: info@greenbooksindia.com

bengali title
saram

(malayalam)
veendum lajjikkunnu
(novel)
by
taslima nasrin

first published march 2009
reprinted september 2013

cover design : rajesh chalode

branches:
thrissur 0487-2422515
palakkad 0491-2546162
kannur 0497-2763038

isbn : 978-81-8423-131-1

GBPL/276/2009/X003

മുഖക്കുറി

ലജ്ജയെ ഭാവപൂർണ്ണമാക്കുന്നത് ബംഗ്ലാദേശുകാരായ തസ്ലീമയും ഡോ. സുധാമൊയ്ദത്തും കിരൺമയിയും സുരഞ്ജനും മായയുമെല്ലാം ചേർന്നാണ്. അവർ പിന്നീട് അയൽരാജ്യമായ ഇന്ത്യയിൽ അഭയം തേടുകയും മാറിയ ജീവിതത്തിന്റെ ഭാഗധേയങ്ങൾ പങ്കിടുകയും ചെയ്യുന്നു.

ലജ്ജാകരമായ ഒരവസ്ഥയിൽനിന്ന് ഇന്ത്യയിലെത്തിയ എഴുത്തുകാരി കൂടുതൽ ലജ്ജാകരമായ ഒട്ടേറെ കാര്യങ്ങൾക്ക് സാക്ഷ്യം വഹിക്കേണ്ടി വരുന്നു. സ്ത്രീയുടെ ജീവിതാവസ്ഥ ബംഗ്ലാദേശിലായാലും ഇന്ത്യയിലായാലും ലോകത്തെവിടെയായാലും ഒരുപോലെയാണ് എന്ന തിരിച്ചറിവാണ് തസ്ലീമ നമ്മെ ബോധ്യപ്പെടുത്തുന്നത്. മറ്റൊന്ന് രാഷ്ട്രീയ പ്രസ്ഥാനങ്ങളുടെ അപചയമാണ്. അടിച്ചമർത്തലുകൾക്കും മതപരമായ ചൂഷണങ്ങൾക്കും അന്ധവിശ്വാസങ്ങൾക്കും എതിരെ രാഷ്ട്രീയ പ്രസ്ഥാനങ്ങൾ വച്ചുപുലർത്തിയ പുരോഗമന പാരമ്പര്യം ഈ മണ്ണിനിപ്പോൾ നഷ്ടമായിരിക്കുന്നു. രാഷ്ട്രീയപാർട്ടികൾ ഒത്തുതീർപ്പിന്റെയും വിട്ടുവീഴ്ചയുടെയും വക്താക്കളായി മാറിയിരിക്കുന്നു എന്നുവച്ച് നിസ്സഹായമായ ഒരവസ്ഥയ്ക്ക് കീഴടങ്ങുകയോ? അതു വയ്യ. ഈ നോവലിലെ സ്ത്രീകഥാപാത്രങ്ങളായ മായയും സുലേഖയും മയൂരയും അവരുടെ തിക്താനുഭവങ്ങളിലൂടെ കരുത്താർജ്ജിക്കുന്നു. അബലകൾ താൻപോരിമയുള്ള പ്രബലകളായി മാറുന്നു.

കൃഷ്ണദാസ്
മാനേജിങ് എഡിറ്റർ

ക്ലേശകരമായ ദിനങ്ങളിൽ
എനിക്ക് ആത്മധൈര്യം തന്ന
കേരളത്തിലെ പ്രിയങ്കരരായ
എല്ലാ വായനക്കാർക്കും

സ്നേഹാദരങ്ങളോടെ

തസ്ലീമ നസ്റീൻ

To all my
dear Keralite readers
who encouraged me
in my difficult days.

Warm regards

T Nasreen
16.02.2009

ഒന്ന്

ഒട്ടും പ്രതീക്ഷിച്ചതായിരുന്നില്ല. സുരഞ്ജനും ഞാനും തമ്മിൽ കണ്ടുമുട്ടി; സുരഞ്ജൻ ഒരു ദിവസം ലൗഡോൻ സ്ട്രീറ്റിലുള്ള എന്റെ വീടിന്റെ വാതില്ക്കൽ വന്നു കാളിംഗ് ബെല്ലടിച്ചു. വാതിൽ തുറന്നപ്പോൾ പരിചയമില്ലാത്ത ഒരു ചെറുപ്പക്കാരൻ!

"എന്തു വേണം?"

"താങ്കളെ വേണം"

"എന്നെയോ?"

"അത്യാവശ്യമാണ്."

"അത്യാവശ്യമാണെന്നു പറഞ്ഞാൽ എങ്ങനെ? നിങ്ങൾ എവിടെനിന്നു വരുന്നു, എന്തിനു വന്നു എന്നു പറയൂ."

എത്ര തിരഞ്ഞുനോക്കിയിട്ടും ഓർമ്മയിൽ ഇങ്ങനെ ഒരാളെ കണ്ടു കിട്ടാനായില്ല.

"ഇങ്ങനെ വന്നാൽ കാണാൻ പറ്റുകയില്ല. ഫോണിൽ വിളിച്ചു സമയം നിശ്ചയിച്ച ശേഷം വരൂ."

ഇത്രയും പറഞ്ഞിട്ടു കതക് അടച്ചു. അപ്പോൾ കതകിന്റെ അപ്പുറത്തു നിന്നു കേൾക്കാം:

"ഞാൻ സുരഞ്ജൻ ആണ്, സുരഞ്ജൻ ദത്ത. കതകു തുറക്കൂ. ഒരു കാര്യം പറയാനുണ്ട്."

കാറ്റിൽ പറന്നുപോകുന്ന ശബ്ദം. പരിചയമുള്ള പേര്. സുരഞ്ജൻ ദത്ത. വളരെ അടുത്തു പരിചയമുള്ള പേര്. പക്ഷേ ആ യുവാവിന്റെ മുഖം ഒട്ടും പരിചയം തോന്നിക്കുന്നതല്ല. ഓർമ്മിക്കത്തക്കവിധം എവിടെയോ കണ്ടിട്ടുണ്ട്. വാതിൽ പകുതി തുറന്നു വീണ്ടും നോക്കി. ഇല്ല. ഒട്ടും തിരിച്ചറിയാൻ കഴിയുന്നില്ല. ആളെ എവിടെയെങ്കിലും വച്ചു കണ്ടിട്ടുള്ളതായി ഓർക്കുന്നില്ല. ആ മുഖത്ത് ഉറപ്പില്ലാത്ത ഒരു ചിരി.

"ഞാൻ സുരഞ്ജനാണ്. എന്നെ തിരിച്ചറിയുന്നില്ലേ. താങ്കൾ എന്നെപ്പറ്റി ഒരു നോവൽ എഴുതിയിട്ടുണ്ട്."

"നോവലോ?"

"അതെ നോവൽ. ലജ്ജ എന്നൊരു നോവൽ എഴുതിയിട്ടുണ്ട്. ഓർക്കുന്നില്ലേ?"

എന്റെ ശരീരം അടിമുടി വിറച്ചു. മരിച്ചുപോയ ഒരാൾ വളരെ നാൾ കഴിഞ്ഞ് വീണ്ടും നടന്ന് എന്റെ അടുത്തേക്കു വരുന്നതുപോലെ തോന്നി. പുറകോട്ടു മാറാൻ കഴിയുന്നില്ല. മുൻപോട്ടു നീങ്ങാനും കഴിയുന്നില്ല. മിണ്ടാൻ കഴിയാതെ, അനങ്ങാൻ കഴിയാതെ ബുദ്ധി മന്ദിച്ച് ഞാൻ അങ്ങനെ നിന്നുപോയി.

കണ്ണിമയ്ക്കാതെ സുരഞ്ജന്റെ നേർക്കുതന്നെ നോക്കിക്കൊണ്ട് അങ്ങനെ നിന്നു. സുരഞ്ജൻ ഒരു പ്രാവശ്യം എന്നെ നോക്കി. എന്നിട്ടു താഴത്തേക്കു നോക്കി, കവിൾത്തടം ചൊറിഞ്ഞുകൊണ്ടു നിന്നു. കവിളിൽ പയർമണിപോലെ ഉരുണ്ട ഒരു മറുകുണ്ട്. ആ മറുക് പതുക്കെ നഖം കൊണ്ടു തടവുകയാണ്. തലോടലേറ്റ് അതിപ്പോൾ കവിളിൽ നിന്ന് അടർന്നു പോരുമെന്നു തോന്നി. മറുകിനെപ്പറ്റി ഇങ്ങനെ വിചാരിച്ചിരിക്കെ എന്റെ ശരീരത്തിലെ വിറയൽ മാറി. കുറെ കൊല്ലങ്ങളായി മറുകിനെപ്പറ്റി എനിക്കു ഭയമുണ്ട്. എന്റെ ഒരു കൂട്ടുകാരിയുടെ കൈയിലുണ്ടായിരുന്ന നിരുപദ്രവമായ ഒരു മറുകു വളർന്നു കാൻസറായിത്തീർന്നു. കൊച്ചായിരുന്നപ്പോൾ കവിളത്ത് ഒരു ചെറിയ മറുക് ഉണ്ടാകാൻ എന്തു കൊതിയായിരുന്നു. വളരെക്കാലം കവിളിൽ ചുണ്ടിനടുത്തായി ഐബ്രോ പെൻസിൽകൊണ്ടു ചെറിയ ഒരു മറുകു വരച്ചു വയ്ക്കുമായിരുന്നു. എന്നാൽ ഇപ്പോൾ എവിടെയെങ്കിലും മറുകു കണ്ടാൽ ഭയമാകുന്നു. സുരഞ്ജന്റെ കവിളിലെ മറുക് മൂഢമായ അവസ്ഥയിൽ നിന്നും എന്നെ ഉണർത്തി. ഞാൻ കതകു പൂർണ്ണമായും തുറന്നു സുരഞ്ജനെ അകത്തേക്കു വിളിച്ചു. വാതില്ക്കൽ തോക്കു പിടിച്ച രണ്ടു പോലീസുകാർ കാവൽ നില്പുണ്ടായിരുന്നു. അകത്തേക്കു കടക്കുന്ന ഈ യുവാവിന്റെ കൈയിൽ ബോംബുണ്ടോ, തോക്കുണ്ടോ എന്നൊന്നും പോലീസുകാർ നോക്കിയില്ല. വാസ്തവത്തിൽ പോലീസ് എന്തിനാണ് എന്റെ വീടിന്റെ മുമ്പിൽ ഇങ്ങനെ പാറാവിരിക്കുന്നതെന്ന് എനിക്കറിഞ്ഞുകൂടാ. എത്രയോ പേർ വരുന്നു, പോകുന്നു. ആരോടും ഇവർ ഒന്നും ചോദിക്കുന്നില്ല. ഇന്നു ഞാനാണു കതകു തുറന്നത്. സാധാരണ സുജാതയാണു വാതിൽ തുറക്കുന്നത്. ചിലപ്പോൾ മിനതി. പരിചയമില്ലാത്തവർ വന്നാൽ വാതിൽ തുറന്നു കൊടുക്കരുതെന്നു പറഞ്ഞിട്ടുണ്ടെങ്കിലും, ഗ്രാമത്തിൽ എപ്പോഴും വാതിൽ തുറന്നു കിടക്കുന്ന വീട്ടിൽ വളർന്ന സുജാത അതു മറക്കുകയാണു പതിവ്. എന്റെ വീട്ടിലെ ഇന്റർകോം ഫോൺ രണ്ടു വർഷമായി കേടാണ്. നന്നാക്കി വയ്ക്കാൻ പറഞ്ഞിട്ടുണ്ടെങ്കിലും മെയിന്റനൻസു കമ്മിറ്റിയുടെ കൈ ഇതുവരെ ഇവിടെ എത്തിയിട്ടില്ല. എനിക്ക് ഇന്റർകോം ഇല്ലാത്തതുകൊണ്ട് അവർക്കു വിഷമമൊന്നുമില്ലല്ലോ. പരിചയമില്ലാത്തവർ വീട്ടിൽ വന്നു കയറുകയും പോലീസ് മിണ്ടാതെ നോക്കി നില്ക്കുകയും ചെയ്യുക എന്ന സ്ഥിതി പലപ്പോഴും ഉണ്ടായിട്ടുണ്ട്. പോലീസിനെ കണ്ടിട്ടു സുരഞ്ജന് കുറെശ്ശെ പേടി തോന്നിയിട്ടുണ്ടോ? ഉണ്ടെന്നാണു തോന്നുന്നത്. മുഖത്ത് ഒരുമാതിരി അമ്പരപ്പാർന്ന ഭാവം. അകത്തേക്കു വരാൻ ഞാൻ വിളിച്ചു. ഇരിക്കുന്ന പോലീസുകാരുടെയും നില്ക്കുന്ന എന്റെയും നടുക്കുകൂടി വേണം അകത്തു വരാൻ. അതിനെക്കുറിച്ചാലോചിച്ചുകൊണ്ടു സുരഞ്ജൻ കവിളിലെ മറുകിൽ മൂന്നാലു പ്രാവശ്യം ശക്തിയായി തിരുമ്മി. ആദ്യത്തെ ചുവടിനെക്കാൾ ശക്തി കുറഞ്ഞതായി അവന്റെ

രണ്ടാമത്ത ചുവട്. മൂന്നാമത്തെ ചുവടുറക്കുന്നതിനു മുൻപുതന്നെ നിലത്തു നിന്നും മറ്റേ ചുവട് ഉയർന്നു. നാലാമത്തെ ചുവടോടെ ശരീരം വാതിലിന് ഇപ്പുറത്തെത്തി. വാതിൽ വീണ്ടും അടഞ്ഞു. സുരഞ്ജൻ സോഫയിലിരുന്നു. ഞാൻ എതിർവശത്തെ മറ്റൊരു സോഫയിലും.

സുജാതയോടു ചായ വേണം എന്നു പറഞ്ഞിട്ടു ഞാൻ സുരഞ്ജന്റെ നേരെ മുഖം തിരിച്ചു. അപ്പോൾ സുരഞ്ജൻ മുഖം കുനിച്ചു. മിഴികൾ താഴ്ത്തി. മനസ്സ് ഒരു അത്ഭുതവസ്തുവാണ്. ഇതു സുരഞ്ജനാണെന്നാരു പറഞ്ഞു? സുരഞ്ജൻ എന്ന പേരും പറഞ്ഞുകൊണ്ട് ആരെങ്കിലും ചതിക്കാൻ വന്നതാണെങ്കിലോ? ഇങ്ങനെ ഒരു തോന്നൽ ഉള്ളിലുണ്ടായി.

"എന്നിട്ട് പറയൂ. എന്തൊക്കെയുണ്ടു വിശേഷങ്ങൾ" ഞാൻ ചോദിച്ചു. അടച്ചിട്ടിരുന്ന വാതിൽ ഞാൻ പകുതി തുറന്നിട്ടു. സുരഞ്ജൻ എന്ന പേരും പറഞ്ഞുവന്ന ഇയാൾ വല്ല ദുരുദ്ദേശ്യവുമായി വന്നിരിക്കുകയാണെങ്കിൽ, കതകിനപ്പുറത്തു പോലീസ് ഉണ്ട് എന്ന് അയാൾ ഓർത്തുകൊള്ളട്ടെ. എന്തെങ്കിലും സംശയം തോന്നിയാൽ, ഉറക്കെ ഒന്നു നിലവിളിച്ചാൽ ഉടൻ പോലീസ് പാഞ്ഞുവന്ന് എന്നെ കൊലയാളിയിൽനിന്നു രക്ഷിക്കും. അങ്ങനെ സംഭവിച്ചാൽ അയാളുടെ സ്ഥിതി എന്താകും എന്ന് അയാളും ആലോചിക്കട്ടെ. അയാൾക്ക് അതിനുള്ള സമയം കൊടുത്തുകൊണ്ടു ഞാൻ മിണ്ടാതിരുന്നു.

സുരഞ്ജൻ ആലോചിക്കാൻ സമയമെടുക്കുന്നു. തല അല്പം കുനിഞ്ഞിരുന്നു. തലമുടി കുറെശ്ശെ നരച്ചുതുടങ്ങിയിട്ടുണ്ട്. വയസ്സെത്രയായിക്കാണും? കണക്ക് കൂട്ടിനോക്കി. എന്നെക്കാൾ കുറവായിരിക്കും. എങ്കിലും വളരെ കുറവല്ല. എന്റെ തലയിലും നര കടന്നുവന്നിട്ടുണ്ട്. കണ്ണു ചിമ്മുമ്പോഴേക്കും ജീവിതം എടുത്തുകൊണ്ടോടിക്കളയുന്ന ഒരു ഏർപ്പാടാണ് പ്രായം എന്നു തോന്നി. ജീവിതത്തിൽ പ്രായം ഓടുന്നതുപോലെ മറ്റൊന്നും ഓടുന്നില്ല. എന്റെ കാര്യത്തിൽ എങ്ങനെയായിരുന്നു? പെട്ടെന്നൊരു ദിവസം കണ്ണാടിയിൽ നോക്കിനില്ക്കുമ്പോൾ കാണാൻ കഴിഞ്ഞു, തലയിൽ കുറെ മുടികൾ നരച്ചിരിക്കുന്നു. എനിക്ക് എന്നെ തിരിച്ചറിയാതായി. ഇതു ഞാൻ തന്നെയാണോ? ഇന്നാളൊരിക്കൽ ബാലികയായിരുന്നു എന്ന കാര്യം ഞാൻ ഓർത്തു.

സുരഞ്ജൻ ഞാൻ ചോദിച്ചതിനുത്തരം പറഞ്ഞു.

"എന്തു വിശേഷം?"

ഞങ്ങൾ പരസ്പരം കണ്ണിൽക്കണ്ണിൽ നോക്കി. ആ രണ്ടു കണ്ണുകളും എനിക്കു സുപരിചിതം. ഞാൻ എപ്പോഴെങ്കിലും അയാളുമായി കണ്ടുമുട്ടിയിട്ടുണ്ടോ?

സുരഞ്ജന് വിശേഷം ഒന്നുമില്ല. എങ്കിൽ, അയാളുടെ കുടുംബത്തിൽ വിശേഷങ്ങൾ കാണുമല്ലോ. അതുപോലെ ഞാൻ എന്റെയും വിശേഷങ്ങൾ അയാളെ അറിയിക്കുന്നതാണു നല്ലത്. സുരഞ്ജൻ വിശേഷങ്ങൾ പറഞ്ഞുകൊണ്ടിരിക്കവെ ഇയാളെ എവിടെ വച്ച് എപ്പോൾ ഞാൻ കണ്ടു എന്നതായിരുന്നു എന്റെ ആലോചന.

"ആട്ടെ, നമ്മൾ തമ്മിൽ മുമ്പ് എന്നെങ്കിലും കണ്ടിട്ടുണ്ടോ?"

"ഇല്ല. ഒരിക്കലും കണ്ടിട്ടില്ല."

"കണ്ടുകാണും. തീർച്ചയായും കണ്ടുകാണും. കണ്ടില്ലെങ്കിൽ ഞാൻ എങ്ങനെയാണ് നോവൽ എഴുതിയത്."

"കേട്ടു മനസ്സിലാക്കി എഴുതി. കാജൾ ദേവനാഥ് എന്റെ കൂട്ടുകാരനാണ്. അവരെ താങ്കൾക്കറിയാം. അവനിൽനിന്ന് എന്റെ കഥ കേട്ടാണ് എഴുതിയത്."

"നെയ്ത്തുകാരുടെ വാർഡിലുള്ള നിങ്ങളുടെ വീട്ടിൽ ഞാൻ വന്നിരുന്നല്ലോ. അപ്പോൾ കണ്ടിരുന്നില്ലേ?"

"ഇല്ല. ഞാനുമായി കണ്ടുമുട്ടിയിട്ടില്ല. അമ്മയെക്കണ്ടിരുന്നു. താങ്കൾ തിരികെപ്പോയി കൃത്യം ഏഴു മിനിറ്റു കഴിഞ്ഞാണു ഞാൻ വന്നത്."

ഏഴുമിനിറ്റ് എന്നു കേട്ടു ഞാൻ ചിരിച്ചുപോയി.

"ഇത്ര കൃത്യമായി ഓർക്കുന്നുണ്ടോ."

സുരഞ്ജൻ തലകുലുക്കിക്കൊണ്ടു പറഞ്ഞു:

"ഓർമ്മയില്ലാതിരിക്കാൻ പറ്റുകയില്ലല്ലോ."

അയാളുടെ കണ്ണുകളിൽ ഓരോ പ്രാവശ്യവും എന്റെ കണ്ണുകൾ പതിഞ്ഞപ്പോൾ ഈ കണ്ണുകൾ ഞാൻ ഇതിനുമുൻപു കണ്ടിട്ടുണ്ട് എന്നു തോന്നി. എവിടെ വച്ച് എപ്പോഴാണ് എന്ന് ഒട്ടും ഓർമ്മയില്ല. പക്ഷേ ഞാൻ കണ്ടിട്ടുണ്ട് എന്ന കാര്യം സുരഞ്ജൻ സമ്മതിക്കുന്നില്ല. ഏഴുമിനിറ്റിന്റെ കാര്യം കൃത്യമായി ഓർമ്മിക്കുന്ന ഈ യുവാവ് ഞങ്ങൾ തമ്മിൽ കണ്ടിട്ടുണ്ടെങ്കിൽ അത് ഓർക്കാതിരിക്കുകയില്ല. സ്വന്തം വിശേഷങ്ങൾ എന്നോടു പറയാൻ സുരഞ്ജന് ഒട്ടും താത്പര്യമില്ലാത്തതുപോലെ തോന്നി.

സുജാത അപ്പോഴേക്കും ചായ കൊണ്ടുവന്നു. ഒപ്പം ഒരു കൂടു ടോസ്റ്റ് ബിസ്ക്കറ്റും ഉണ്ട്. ചായയോടൊപ്പം ബിസ്ക്കറ്റുകൂടി കൊടുക്കുന്നത് ഞങ്ങളുടെ പഴയ പതിവാണ്. ബിസ്ക്കറ്റു കൊടുത്താലും ആളുകൾ തിന്നാറില്ല. ചായ മാത്രം എടുത്തു കുടിക്കും.

സുരഞ്ജൻ ഒരു ബിസ്ക്കറ്റെടുത്തു ചായയിൽ മുക്കി കടിച്ചു. ഈ ടോസ്റ്റ് ബിസ്ക്കറ്റ് എന്റെ മനസ്സിലേക്കു ബാല്യത്തിന്റെ ഓർമ്മകൾ കൊണ്ടുവന്നു. ബാബാ രാത്രിയിൽ വീട്ടിലേക്കു വരുമ്പോൾ എന്നും എന്തെങ്കിലുമൊക്കെ കൊണ്ടു വരാറുണ്ട്. അതിന്റെ കൂടെ ടോസ്റ്റ് ബിസ്ക്കറ്റ് തീർച്ചയായും കാണും. ടോസ്റ്റ് ബിസ്ക്കറ്റു കൈയിലില്ലാതെ ഒരു രാത്രിയിലും ബാബയെ ഞാൻ കണ്ടിട്ടില്ല. ആ ബിസ്ക്കറ്റു തിന്നു തിന്നു മടുത്തു. അതു കൈയിലെടുക്കുമ്പോൾ ബാബയോടു ദേഷ്യം തോന്നാറുണ്ട്. മധുരമുള്ള ക്രീം ബിസ്ക്കറ്റ് വേണമെന്നായിരുന്നു മോഹം. ടോസ്റ്റ് അല്ലാതെ ഏതെങ്കിലും ബിസ്ക്കറ്റ്. ഇന്ന് ഇപ്പോൾ ആ ജീവിതത്തിൽനിന്നു കാതങ്ങളോളം അകലെയുള്ള ഒരു ജീവിതത്തിൽ, സ്വാദേറിയ പലതരം ബിസ്ക്കറ്റുകളുടെ നടുവിൽ, ഇരിക്കുമ്പോഴും

ഒരു കോണിൽ അവഗണിച്ചുതള്ളിയിരുന്ന ടോസ്റ്റു ബിസ്ക്കറ്റ് അതീവ സ്നേഹത്തോടെ എടുക്കുന്നു. ഈ ബിസ്ക്കറ്റിന്റെ ശരിയായ പേര് എന്താണ്?

വളരെ വേഗം തന്നെ സുരഞ്ജനെ ഞാൻ അടുപ്പമുള്ളവർ തമ്മിൽ വിളിക്കുന്നതുപോലെ താൻ എന്നു വിളിച്ചു തുടങ്ങി. മുൻപ് എന്നോ സുരഞ്ജനെ കണ്ടപ്പോൾ താൻ എന്നു വിളിച്ചിരുന്നുവോ? എത്രയോ വർഷങ്ങൾ എന്റെ തലയ്ക്കുള്ളിൽ നിന്നു പറന്നുപോയിരിക്കുന്നു. സുരഞ്ജൻ എന്ന യുവാവിനെ കണ്ടതായുള്ള ഓർമ്മയും പറന്നു പോയിരിക്കുന്നു. ഓർമ്മയുടെ ഒരു കോണിലും അങ്ങനെയൊരാളുമായി കണ്ടു സംസാരിച്ചതിന്റെ അവശിഷ്ടങ്ങളൊന്നും ഇല്ല.

"തൊണ്ണൂറ്റിമൂന്നിൽ ഈ രാജ്യത്തു വന്നതാണല്ലെ? വളരെക്കാലമായി."

സുരഞ്ജൻ തലയിളക്കി: "അതെ വളരെക്കാലമായി, പതിന്നാലു വർഷം."

"എന്നെ നാടുകടത്തിയിട്ടു പതിമൂന്നു വർഷമായി. ശരിക്കും നാടുകടത്തൽ എനിക്കാണ്."

"നിങ്ങൾ......." സുരഞ്ജൻ ചിരിച്ചു.

ആ ചിരി ഇപ്പോൾ ആരെയും വേദനിപ്പിക്കുന്നില്ല. അവന്റെ ജീവിതം എങ്ങനെ കടന്നുപോകുന്നു എന്നറിയാൻ എനിക്കു വളരെ താത്പര്യമുണ്ടായിരുന്നു. വളരെ നല്ലവനായ, ആദർശനിഷ്ഠനായ ഒരു യുവാവ് നശിച്ചുപോകുന്നു.

എങ്കിലും എനിക്കവനോടു കരുണയും സഹതാപവും അല്ലാതെ മറ്റൊന്നും തോന്നിയില്ല. താലിബാൻകാരെക്കുറിച്ചുള്ളതുപോലെ. എങ്കിലും താലിബാൻ കാരും സുരഞ്ജനും തമ്മിൽ വ്യത്യാസമുണ്ട്. താലിബാൻകാരുടെ മുമ്പിൽ മൗലികവാദമല്ലാതെ മറ്റൊന്നും ഇല്ലായിരുന്നു. സുരഞ്ജൻ സാധാരണ മനുഷ്യ നാകുന്നു. സുരഞ്ജനെക്കണ്ടപ്പോൾ അങ്ങനെ ഒരു നല്ല യുവാവാണു മനസ്സി ലേക്കു വന്നത്. അവനിൽ വന്ന മാറ്റങ്ങളൊന്നും ഒട്ടും ഓർമ്മയിൽ വന്നില്ല. സുരഞ്ജൻ മാമൂൽപ്രിയമുള്ള കുടുംബത്തിൽ ജനിച്ചെങ്കിലും അതിൽനിന്നു വിട്ടുമാറി മറ്റൊരു നല്ല വ്യക്തിത്വം ആർജിക്കാനുള്ള സാധ്യതയുണ്ടായിരുന്നു. എന്നാൽ സാഹചര്യങ്ങൾ അവനെ സങ്കുചിതചിന്തയുള്ള ഒരു ചെറിയ മനുഷ്യ നാക്കിക്കളഞ്ഞു. അതൊന്നും ഓർക്കാതെ സുരഞ്ജനിൽ ഞാൻ ഒരു നല്ല മനുഷ്യനെ കണ്ടു. ഉള്ളം നിറയെ അവനോടുള്ള സ്നേഹംകൊണ്ടു ഞാൻ ആർദ്ര യായി. സുരഞ്ജനു വളരെ കഷ്ടതകളുണ്ടാകും. വേദനകളുണ്ടാകും. സുരഞ്ജന്റെ അമ്മ കിരൺമയിക്ക് അതിലുമേറെ വേദന കാണും. സുരഞ്ജന്റെ പിതാവ് സുധാമൊയ്ദത്ത ജീവിച്ചിരിപ്പുണ്ടോ എന്നു ചോദിക്കണമെന്നു തോന്നിയെങ്കിലും അങ്ങനെ ചോദിച്ചില്ല. നിങ്ങൾ എവിടെ താമസിക്കുന്നു എന്നാണു ചോദിച്ചത്. തീരെ ക്ഷീണിച്ച ശബ്ദത്തിൽ മറുപടി വന്നു: "പാർക്ക് സർക്കസ് ഭാഗത്ത്."

"അടുത്താണല്ലോ".

"അതെ അടുത്തു തന്നെ."

"വീട്ടിൽ ആരൊക്കെയുണ്ട്?"

സുധാമൊയ്ദത്ത ജീവിച്ചിരിപ്പുണ്ടോ എന്നു നേരിട്ടു ചോദിക്കാതെ ഈ ചോദ്യത്തിന്റെ ഉത്തരത്തിലൂടെ അക്കാര്യം അറിയാൻ ആഗ്രഹിച്ചു. എന്നോടു നിന്റെ അച്ഛൻ ജീവിച്ചിരിപ്പുണ്ടോ എന്നു ചോദിച്ചാൽ എനിക്കുണ്ടാകാനിടയുള്ള വിഷമത്തെക്കുറിച്ചോർത്താണ് ചോദ്യം അങ്ങനെയാക്കിയത്. ഇങ്ങനെ ചോദ്യം വന്നാൽ ഞാൻ മിക്കപ്പോഴും അതു കേട്ടില്ല എന്ന ഭാവത്തിൽ മറ്റെന്തെങ്കിലും കാര്യം പറയും. ഉത്തരം പറയേണ്ടി വന്നാൽ ഉവ്വ് എന്നോ മറ്റോ സാധാരണ മട്ടിൽ പറഞ്ഞിട്ടു വിഷയം മാറ്റും.

സുരഞ്ജൻ പറഞ്ഞു:

“ഞാനും അമ്മയും.”

“അമ്മയും ഞാനും.” ഞാൻ ആവർത്തിച്ചു. അവന്റെ ഉത്തരത്തിൽനിന്ന് അച്ഛൻ മരിച്ചു, അവൻ വിവാഹം കഴിച്ചില്ല തുടങ്ങിയ കാര്യങ്ങളറിഞ്ഞ് ഉറപ്പാക്കാനാണ് അവന്റെ ഉത്തരം ഞാൻ ഏറ്റു പറഞ്ഞത്. അവൻ വിവാഹം കഴിച്ചെങ്കിൽ ഭാര്യ കൂടി കണ്ടേനെ. വിവാഹം കഴിഞ്ഞ ഉടൻതന്നെ വേർപിരിഞ്ഞു എന്നും വരാം.

“അമ്മയ്ക്കു സുഖമാണോ”? ഇതാണു നല്ല ചോദ്യം. അച്ഛൻ ഇല്ലേ, എങ്ങനെയാണു മരിച്ചത്, എന്നാണ് മരിച്ചത്, അച്ഛൻ ഇല്ലാത്തതുകൊണ്ടു പണത്തിനും മറ്റും വലിയ ബുദ്ധിമുട്ടുണ്ട് അല്ലേ എന്നൊക്കെ ചോദിക്കുന്നതിനെക്കാൾ എത്ര നല്ല ചോദ്യമാണിത്.

എന്നാൽ ചോദിക്കാൻ ആഗ്രഹിക്കാത്ത ചോദ്യങ്ങൾ, ജീവിതസൗകര്യങ്ങളെങ്ങനെ, പണത്തിനെന്താണു വഴി എന്നുള്ളതൊക്കെ പുറത്തു വന്നു. കൂടു തുറന്നു കിട്ടിയപ്പോൾ ചാട്ടൂളിപോലെ പറന്നുയർന്ന പക്ഷിയെപ്പോലെ.

“താൻ എന്തു ചെയ്യുന്നു. അതായതു ജോലിയോ പണിയോ വല്ലതും? ജീവിക്കാനുള്ള വഴി?”

സുരഞ്ജൻ പതുക്കെപ്പതുക്കെ കൈ തിരുമ്മിക്കൊണ്ടു പറഞ്ഞു:

“വാസ്തവത്തിൽ ഞാൻ ഒന്നും ചെയ്യുന്നില്ല.”

ഒന്നും ചെയ്യുന്നില്ല എന്ന ഈ മറുപടി നല്ല വാർത്തയല്ല തീർച്ച. ഒന്നും ചെയ്യുന്നില്ലെങ്കിൽ കുടുംബത്തിലെ ചെലവ് എങ്ങനെ നടന്നുപോകും എന്ന് എനിക്ക് അനുമാനിക്കാൻ കഴിഞ്ഞില്ല. എനിക്കു സ്വാഭാവികമായ രീതിയിൽ സുരഞ്ജനോടു സംസാരിക്കാൻ കഴിയുന്നില്ല. അവൻ ചീത്തയായിപ്പോയ കാര്യം അംഗീകരിക്കാതെ മനസ്സിലിട്ടുകൊണ്ടു സംസാരിക്കുന്നതിനാലാകണം. ബംഗ്ലാദേശിൽ സുരക്ഷിതത്വമില്ല എന്നു കണ്ട് ഇങ്ങോട്ടു പോന്നതാണെങ്കിൽ കുഴപ്പമില്ലായിരുന്നു. പക്ഷേ അവൻ വെറുപ്പു വർഷിച്ചുകൊണ്ടാണു പോന്നത്. സർക്കാരിനോടും മൗലികവാദികളായ മുസ്ലീങ്ങളോടും വെറുപ്പു തോന്നിയതു ശരിയാണ്, ഏതുവിധത്തിൽ നോക്കിയാലും യുക്തിപൂർവ്വമാണ്. എങ്കിലും സാധാരണ മനുഷ്യരെ മൊത്തം വെറുക്കുന്നതു ശരിയല്ല. ഹിന്ദുവായാലും നല്ല മനുഷ്യനാകാം. മുസൽമാനായാലും നല്ല മനുഷ്യനാകാം.

"താങ്കൾ ഇപ്പോൾ കുറെ ഏറെ നാളായി ഇവിടെ ഉണ്ട് അല്ലേ" സുരഞ്ജൻ വീണ്ടും ചോദിച്ചു.

ആ ചോദ്യം വാസ്തവത്തിൽ എന്നെ രക്ഷിച്ചു.

അതിഥിയെ സത്ക്കരിക്കുക എന്നാൽ കുടിക്കാൻ എന്തെങ്കിലും നല്കിക്കൊണ്ടു വിശേഷങ്ങൾ ചോദിക്കുകയാണല്ലോ. സുരഞ്ജൻ ഇങ്ങോട്ടൊരു ചോദ്യം ചോദിച്ചതുകൊണ്ട് ആ ബുദ്ധിമുട്ടിൽ നിന്നു മോചനം കിട്ടി. കസേരയിൽ ചാരിയിരുന്ന് ഒരു കുഷ്യൻ എടുത്തു മടിയിൽ വച്ചുകൊണ്ടു ഞാൻ പറഞ്ഞു:

"ഉവ്വ്. കുറച്ചുകാലമായി. ഏതാണ്ടു രണ്ടര വർഷമാകുന്നു."

"വിസയെപ്പറ്റി എന്തോ പ്രശ്നമുണ്ടായിരുന്നതു തീർന്നോ."

"ഇപ്പോൾ റസിഡന്റായി താമസിക്കാൻ അനുമതി കിട്ടി. ആറുമാസത്തേയ്ക്ക് വീതം നീട്ടിത്തരുന്നു."

"ഇന്ത്യയിലെ പൗരത്വത്തിന്റെ കാര്യം ശരിയായില്ലേ."

"ഇല്ല"

ഈ ഇല്ലയോടൊപ്പം ഒരു ദീർഘശ്വാസവും പുറത്തു ചാടിയതു ഞാൻ അറിഞ്ഞു. മറ്റൊന്നും പറയാൻ കിട്ടാത്തതുകൊണ്ടു ഞാൻ ചോദിച്ചു:

"താൻ വിവരങ്ങളൊക്കെ അറിയുന്നുണ്ടല്ലോ?"

"പത്രത്തിൽ കാണാറുണ്ട്. അങ്ങനെയറിയാൻ കഴിഞ്ഞു."

"പെട്ടെന്ന് ഇപ്പോൾ എന്നെ കാണണമെന്നു തോന്നിയതെന്താണ്?"

ഇങ്ങനെ ചോദിക്കരുതെന്നു വിചാരിച്ചിരുന്നെങ്കിലും ചോദ്യം കൗതുകത്തോടെ പുറത്തു ചാടി.

"കുറെ കൊല്ലങ്ങളായി കാണണമെന്നു വിചാരിക്കുന്നു. താങ്കൾ ഇടയ്ക്കിടയ്ക്കു വിദേശത്തു പോകുന്നു എന്നും കേൾക്കാറുണ്ട്. വന്നു കാണാൻ സത്യത്തിൽ, ധൈര്യമില്ലായിരുന്നു എന്നു പറയുന്നില്ല; എന്തോ ഒരു സങ്കോചമുണ്ടായിരുന്നു."

"സങ്കോചം എന്തിന്."

സുരഞ്ജൻ അതിനു മറുപടി പറയാതെ വേറൊരു കാര്യം ചോദിച്ചു:

"ഇനി കുറച്ചു ദിവസത്തേക്ക് ഇവിടെയുണ്ട് അല്ലേ."

"ഉണ്ട്. ഇവിടെ താമസിക്കുന്നു." ഞാൻ പതുക്കെപ്പതുക്കെ പറഞ്ഞു: "എത്ര ദിവസത്തേയ്ക്ക് അനുവാദം കിട്ടുമോ അത്രയും ദിവസം ഇവിടെ താമസിക്കും."

"വിദേശത്തേയ്ക്കു പോവൂല്ലേ."

"ഉവ്വ്. ഓരോരോ പരിപാടികൾക്കായി യൂറോപ്പിലും അമേരിക്കയിലുമൊക്കെ പോകും. പരിപാടി കഴിഞ്ഞു തിരികെ കല്ക്കത്തയിൽ വരും."

എനിക്ക് എന്റെ കാര്യങ്ങൾ പറയുന്നതിനെക്കാൾ സുരഞ്ജന്റെ കാര്യങ്ങൾ കേൾക്കാനായിരുന്നു താത്പര്യം. പാർക്ക് സർക്കസ് പ്രദേശത്താണു സുരഞ്ജൻ

താമസിക്കുന്നത്. അതു, ഞാൻ മനസ്സിലാക്കിയേടത്തോളം, മുസ്ലിങ്ങളുടെ പ്രദേശമാണ്. ആ പ്രദേശത്താണു സുരഞ്ജൻ താമസിക്കുന്നത്. അവൻ ഇപ്പോൾ തികഞ്ഞ ഹിന്ദുവാണ്. എനിക്ക് എന്തോ ബോധ്യമാകുന്നില്ല.

"ഒരിക്കൽ ഞങ്ങളുടെ വീട്ടിലേയ്ക്ക് വരൂ. അമ്മ ഇടയ്ക്കിടെ താങ്കളുടെ കാര്യം പറയാറുണ്ട്. അമ്മയ്ക്ക് താങ്കളുടെ കാര്യം ഓർത്തിട്ടു വളരെ ദുഃഖമുണ്ട്."

"ദുഃഖം എന്തിന്?"

"അമ്മ പറയുന്നു ഞങ്ങളുടെ കഥ എഴുതാൻ പോയതുകൊണ്ടാണ് താങ്കൾക്ക് ഈ കഷ്ടതയുണ്ടായതെന്ന്. ദേശത്തുനിന്നു പുറത്തായില്ലേ."

ഞാൻ രണ്ടു കപ്പു ചായ കൂടി വേണമെന്നു സുജാതയോടു നിർദ്ദേശിച്ചു. എന്നിട്ടു സുരഞ്ജനോടു പറഞ്ഞു:

"ലജ്ജ എഴുതിയതുകൊണ്ടല്ലേ ഞാൻ ദേശത്തിനു പുറത്തായത്. ലജ്ജ സർക്കാർ നിരോധിച്ചു. എനിക്കെതിരെ മതഭ്രാന്തന്മാർ തീ ചൊരിഞ്ഞു. ഞാൻ ഇസ്ലാം മതത്തെ വിമർശിച്ചു. എല്ലാ മതങ്ങളും സ്ത്രീസ്വാതന്ത്ര്യത്തിനെതിരാണ്. ഞാൻ പറയുന്നതു മതാന്ധന്മാർക്കും സാധാരണമതവിശ്വാസികൾക്കും ബോധ്യമായില്ല."

മതത്തിന്റെ കാര്യം ഞാൻ മനഃപൂർവ്വം തന്നെ പറഞ്ഞതാണ്. സുരഞ്ജൻ ഇപ്പോൾ കടുത്ത ഹിന്ദുവായിരിക്കയാണ്. എന്റെ നിലപാടിൽ ഇപ്പോഴും മാറ്റം ഇല്ല എന്നു സുരഞ്ജൻ അറിയട്ടെ.

വരാന്തയിൽ വെയിൽ വന്നുവീഴുന്നു. എന്റെ വളർത്തുമകൾ മീനു എന്ന പൂച്ചക്കുട്ടി കസേരയിൽ വളഞ്ഞുകൂടിക്കിടന്നു ഗാഢനിദ്രയിലാണ്. വരാന്ത നിറയെ ചട്ടികളിൽ വളർത്തിയിട്ടുള്ള ചെടികളുണ്ട്. വരാന്തയിലേക്കുള്ള ചില്ലുവാതിൽ തുറന്നു വച്ചിരിക്കുന്നു. അതുകൊണ്ട് മുറി വളരെ വിശാലമായി തോന്നുന്നു. ദിഗന്തങ്ങളെ ഉരുമ്മുന്നുണ്ടെന്നു തോന്നും. ഇവിടെ ഈ വരാന്തയിൽ നിന്നാൽ കടലും പർവ്വതവും കാണാം. പ്രകൃതിയുടെ ഭംഗി കാണുന്നതിന് എനിക്ക് ഒരു തരം ഭ്രാന്തുതന്നെയുണ്ട്. ഞാൻ പ്രകൃതി ദൃശ്യങ്ങളുടെ മുമ്പിൽ മതിമറന്നു നിന്നിട്ടുണ്ട്. മനുഷ്യനെ എത്ര കണ്ടാലും എനിക്കു മതിയാവുകയില്ല. സുരഞ്ജനെ ഞാൻ ആ മനുഷ്യരുടെ കൂടെ ഉൾപ്പെടുത്തുന്നു. ഇനിയും പലതവണ സുരഞ്ജനെ കാണാൻ എനിക്കു മോഹമുണ്ട്.

സുരഞ്ജനെക്കാണുമ്പോൾ ദേഷ്യം തോന്നേണ്ടതിനു പകരം എനിക്കു കാരുണ്യമാണ് തോന്നുന്നത്. എത്ര വലിയ കൊടുങ്കാറ്റുകളാണ് ആ പാവത്തിന്റെ ജീവിതത്തിലുണ്ടായത്. അതിൽ വളരെ കുറച്ചു മാത്രമേ എഴുതാൻ കഴിഞ്ഞുള്ളൂ.

"വാസ്തവമെന്താണെന്നോ, ലജ്ജയിൽ നിങ്ങളുടെ കാര്യം എഴുതിയില്ല. യാഥാർത്ഥ്യങ്ങൾ നിറഞ്ഞ നോവൽ എഴുതണമെന്നു വിചാരിച്ചതുകൊണ്ടു സംഭവങ്ങളാണു കൂടുതൽ."

സുരഞ്ജൻ വീണ്ടും ആ പഴയ ചിരി ചിരിച്ചു. പെട്ടെന്ന് ഓർമ്മയിൽ വന്നതുകൊണ്ടു ഞാൻ പറഞ്ഞു:

“ലജ്ജയിൽ പേരുള്ളതുകൊണ്ടു പലർക്കും വിദേശങ്ങളിൽ അഭയം കിട്ടി. പല മുസ്ലീങ്ങളും, അഭയം കിട്ടാൻ എളുപ്പമായതുകൊണ്ടു, മുസ്ലീം പേരു മാറ്റി ഹിന്ദു പേരു സ്വീകരിച്ചു. സുരഞ്ജൻ ദത്തയുടെ ബന്ധുവാണെന്നു പറഞ്ഞു പലരും അഭയം നേടിയിട്ടുണ്ടെന്നാണെന്റെ അറിവ്. തനിക്കും എവിടെ വേണമെങ്കിലും അഭയം കിട്ടിയേനെ. നിങ്ങൾക്കു പക്ഷേ ഇൻഡ്യയിലേയ്ക്കു വരാനായിരുന്നു താത്പര്യം. അല്ലേ.”

സുരഞ്ജന്റെ കണ്ണുകളിൽനിന്ന് എന്റെ കണ്ണുകൾ മനസ്സിലാക്കിയ കാര്യം. ദേശം വിടുന്ന നിലയ്ക്ക് മറ്റു ദേശങ്ങളിലേയ്ക്കൊന്നും പോകേണ്ട, ഭാരതം ഹിന്ദുക്കളുടെ രാജ്യമായതുകൊണ്ടു ഭാരതത്തിലേയ്ക്കു പോകാം എന്നവർ നിശ്ചയിച്ചു എന്നാണ്. ഭാരതം ഹിന്ദുക്കളുടെ രാജ്യമാണ് എന്നു കടുത്ത ഹിന്ദുക്കളൊക്കെ വിശ്വസിക്കുന്നു. സുരഞ്ജൻ ഇപ്പോൾ അങ്ങനെ ഉറച്ച ഹിന്ദുവാണ്.

“അമ്മയെ ഒരു ദിവസം ഇവിടെ കൂട്ടിക്കൊണ്ടുവരാം.”

സുരഞ്ജന്റെ മുഷിഞ്ഞ ഷർട്ടും ജീൻസും തുറന്നുകിടക്കുന്ന ഷൂസും, പോക്കറ്റിൽ കിടന്നു മുരണ്ടപ്പോൾ പുറത്തെടുത്തു നിശ്ശബ്ദമാക്കപ്പെട്ട മുഷിഞ്ഞ മൊബൈൽ ഫോണും കണ്ടപ്പോൾ അയാളുടെ സാമ്പത്തികനില തീരെ മെച്ചമല്ലെന്ന് എനിക്കു മനസ്സിലായി. എന്തെങ്കിലും സാമ്പത്തികസഹായം തേടിയാണോ എന്റെ അടുത്തു വന്നത്. അതോ വല്ല ജോലിക്കും ഉത്സാഹിക്കാനാണോ. എനിക്ക് ഇതിനൊന്നും കഴിവില്ലെങ്കിലും ഉണ്ടെന്നാണ് ആളുകളുടെ വിശ്വാസം. എനിക്കു വലിയ സ്വാധീനശക്തിയുണ്ടെന്നാണു ചിലരുടെ വിചാരം. ചിലർ കരുതുന്നത് എടുത്താൽ തീരാത്തത്ര പണം എനിക്കു സമ്പാദ്യമായുണ്ടെന്നാണ്.

രണ്ടാമത്തെ കപ്പ് ചായ കുടിച്ചുകൊണ്ടു സുരഞ്ജൻ എന്റെ മുറി ശ്രദ്ധിക്കുകയാണ്. ഭിത്തിമേലുള്ള ചിത്രങ്ങളിലേക്കു സൂക്ഷിച്ചുനോക്കുന്നു. പുസ്തകഷെൽഫും, ഫ്രിഡ്ജും, ഫ്രിഡ്ജിൽ ഒട്ടിച്ചിരിക്കുന്ന സ്റ്റിക്കറും മാറിമാറി കുറച്ചു നേരം നോക്കിയിരുന്നു. ഇത്രയുംകാലം വിദേശത്തു കഴിഞ്ഞതിന്റെ ഒരു ലക്ഷണവും മുറിയിലില്ല എന്നു മനസ്സിലായി.

“അമ്മയെ ഒരുദിവസം കൂട്ടിക്കൊണ്ടുവരൂ.”

“തീർച്ചയായും കൊണ്ടുവരും.”

കാലിയായതിനുശേഷവും കുറെ നേരം കൈയിൽ പിടിച്ചുകൊണ്ടിരുന്ന ചായക്കപ്പു താഴെ വച്ചിട്ടു സുരഞ്ജൻ പറഞ്ഞു:

“എനിക്കു പോകണം.”

സുരഞ്ജൻ വാതിലിനുനേരെ നടന്നു.

പുറത്തേക്കുള്ള കതകു തുറക്കുന്നതിനു സുരഞ്ജനെ സഹായിച്ചുകൊണ്ടു ഞാൻ പറഞ്ഞു:

“താൻ എന്റെ ഫോൺ നമ്പർ വച്ചുകൊള്ളൂ. അമ്മയെയുംകൊണ്ടു വരുന്നതിനുമുൻപു വിളിച്ചിട്ടു വരാമല്ലോ.”

ഇങ്ങനെ പറഞ്ഞുകൊണ്ടു ഫോൺ നമ്പർ കൊടുത്തു.

സുരഞ്ജൻ ലിഫ്റ്റിൽ കയറി പൂജ്യം ഞെക്കിക്കൊണ്ടു നിന്നു. ഞാൻ വാതില്ക്കൽ അയാളെത്തന്നെ നോക്കി നിന്നു. മറ്റുള്ളവരെ യാത്രയാക്കുമ്പോൾ ഞാൻ ഇങ്ങനെ വന്നുനില്ക്കാറില്ല. എന്റെ നോവലിലെ നായകനായതുകൊണ്ടോ, അയാളുടെ ദാരിദ്ര്യം എന്റെ മനസ്സിൽ തട്ടിയതുകൊണ്ടോ എനിക്കു സുരഞ്ജനോടു വലിയ മമതാബന്ധം തോന്നി.

സുരഞ്ജൻ ലിഫ്റ്റിൽ കയറുംമുൻപ് എന്നോടു ചോദിച്ചു:

"മായ കൂടി വരാൻ ആഗ്രഹിക്കുന്നു. അവളെയും കൂടി കൊണ്ടുവരട്ടെ?"

"മായയോ?"

എന്റെ കണ്ണുകൾ അത്ഭുതംകൊണ്ടു വിടർന്നു എന്നു ഞാൻ അറിഞ്ഞു.

"അതെ മായ"

"മായയോ, ഏത്"

"അതെ മായ, മായ തന്നെ."

എന്റെ നെഞ്ചിൽ വളരെക്കാലമായി കയറ്റിവച്ചിരുന്ന വേദനയുടെ ഒരു മുഴുത്ത പാറക്കല്ല് എടുത്തു താഴെയിട്ടതുപോലെ തോന്നി.

ലിഫ്റ്റ് താഴേക്കു പോയി. ഇരുപ്പുമുറിയിൽ വന്നു, സുരഞ്ജൻ ഇരുന്ന ആ കസേരയിൽത്തന്നെ ഞാൻ കണ്ണടച്ചുകൊണ്ടു ചാരിയിരുന്നു. ഈ കസേരയിൽ സുരഞ്ജൻ ദത്ത ഇരുന്നിരുന്നു; മായ ജീവിച്ചിരിപ്പുണ്ട്. ഇതൊന്നും വിശ്വാസമാകുന്നില്ല.

കുറെ ഏറെ നേരം അങ്ങനെ ഇരുന്നു. യാഥാർത്ഥ്യത്തിന്റെ കൂടെ കഥകൾ ഒട്ടിച്ചേരുന്നതു നേരിട്ടു കണ്ടതുപോലെ. കഥ എഴുതിക്കൊണ്ടിരുന്നപ്പോഴൊക്കെ ഞാൻ സങ്കല്പിച്ചിരുന്നതുപോലെയല്ല ഈ സുരഞ്ജൻ. കാഴ്ചയിൽ, സംസാരത്തിൽ, നോട്ടത്തിൽ ഒന്നും കഥയിലെ സുരഞ്ജനും ഈ സുരഞ്ജനും തമ്മിൽ യോജിക്കുന്നില്ല. സുരഞ്ജൻ സമ്മതിക്കുന്നില്ലെങ്കിലും ഒരു കാര്യം തീർച്ച. ഞാൻ സുരഞ്ജനെ എവിടെയോ ഇതിനു മുൻപു കണ്ടിട്ടുണ്ട്. അയാൾ ശാന്തിബാഗിലുള്ള വീട്ടിൽ ഒന്നല്ല രണ്ടുതവണ വന്നിട്ടുണ്ട്. അതെന്തുകൊണ്ടു സുരഞ്ജൻ ഓർമ്മിക്കുന്നില്ല എന്ന് എനിക്കറിഞ്ഞുകൂടാ. യഥാർത്ഥ സുരഞ്ജനെക്കാൾ അയാളെ നോക്കി വരച്ച ഒരു സുരഞ്ജനചിത്രത്തിലേക്കാണ് ഞാൻ വളരെക്കാലമായി നോക്കിയിരുന്നത്. ആ ചിത്രം യഥാർത്ഥ സുരഞ്ജനെക്കാൾ എനിക്കു യാഥാർത്ഥ്യമുള്ളതായിത്തോന്നുന്നു. രണ്ടുപ്രാവശ്യം അയാളുമായി നേരിൽക്കണ്ടെങ്കിലും എത്രയോ തവണ അനവധി കാര്യങ്ങൾ ഭാവനയിൽ കണ്ടിരുന്നു. സംഭവങ്ങൾ മെനഞ്ഞെടുത്തില്ല എങ്കിലും സംഭവങ്ങളുടെ ശാഖകളും ഉപശാഖകളും കല്പനയിൽ നെയ്തെടുത്തു. ഉദാഹരണം പുളകനോടു സുരഞ്ജൻ പണം ചോദിക്കുന്നത്, പുളകന്റെ വീട്ടിൽ ചെന്നല്ല, അടുത്തുള്ള ഒരു പീടികയുടെ മുമ്പിൽ വച്ചാണ്. എന്നിട്ടു രണ്ടുപേരും കൂടി പുളകന്റെ വീട്ടിൽ പോകുന്നു.

എന്നാൽ ഞാൻ സുരഞ്ജനെ ആദ്യം തന്നെ പുളകന്റെ വീട്ടിലേക്കു കൊണ്ടുചെല്ലുകയാണ്. അതിനു മുൻപ് അവർ പീടികയുടെ മുമ്പിൽ വഴിയിൽവച്ചു കണ്ട കാര്യം നോവൽ എഴുതുമ്പോൾ എനിക്ക് ഓർമ്മയില്ലായിരുന്നു. എനിക്ക് അറിവുള്ളത്രയും കാര്യങ്ങൾ നോവലിൽ എഴുതുകയായിരുന്നു. പുസ്തകത്തിലെഴുതിയത് അച്ചടിക്കുന്നതിനു മുൻപു പലവട്ടം വായിച്ചു. അച്ചടിച്ചുവന്നതിനുശേഷവും പലവട്ടം വായിച്ചു. ഇങ്ങനെ വായിച്ചിട്ടുള്ളതുകൊണ്ടു യഥാർത്ഥത്തിൽ നടന്ന സംഭവങ്ങളെക്കാൾ ഞാൻ പുസ്തകത്തിലെഴുതിയതു സത്യമായി മനസ്സിൽ തെളിഞ്ഞുനിന്നു. വാസ്തവസംഭവങ്ങളെപ്പറ്റിയല്ല പുസ്തകത്തിലുള്ളതിനെപ്പറ്റിയാണു ഞാൻ കൂടുതൽ ആലോചിച്ചിട്ടുള്ളതും. അതുകൊണ്ടു യഥാർത്ഥസംഭവം ഓർമ്മയിൽ വളരെ മങ്ങിക്കിടന്നു. സുരഞ്ജനും പുളകനും വഴിയിൽവച്ചു കണ്ട സംഭവം അപ്രകാരം മങ്ങിമങ്ങി ക്രമേണ മനസ്സിൽനിന്നു മാഞ്ഞുപോയി.

ഞാൻ വിചാരിച്ചിരുന്നതു മായ മരിച്ചുപോയി എന്നാണ്. തടാകത്തിലെ വെള്ളത്തിൽ താണുപോയ പെൺകുട്ടി ജീവിച്ചിരിപ്പുണ്ടെന്ന് എങ്ങനെ വിചാരിക്കും. എന്റെ മനസ്സിൽ രണ്ടു മായ ഉണ്ട്. തടാകത്തിലെ വെള്ളത്തിൽ മുങ്ങിമരിച്ചു ശരീരം അഴുകിപ്പോയ ഒരു മായ. കല്ക്കത്തയിൽ ജീവിച്ചിരിക്കുന്ന മിടുക്കിയായ മറ്റൊരു മായ.

ലജ്ജയിലെ സുരഞ്ജനെ കണ്ട കാര്യം കല്ക്കത്തയിൽ ആരോടും പറഞ്ഞില്ല. മായ എന്ന ആ പെൺകുട്ടി ജീവിച്ചിരിപ്പുണ്ടെന്നും ആരോടും പറഞ്ഞില്ല; ജീവിച്ചിരിക്കാനിടയില്ലാത്ത ആ മായ ജീവിച്ചിരിപ്പുണ്ടെന്ന്!

രണ്ട്

ലൗഡൻ സ്ട്രീറ്റിൽനിന്നു പാർക്ക് സർക്കസിലേക്കു പോകാം എന്നു വിചാരിച്ചല്ല സുരഞ്ജൻ ഇറങ്ങി നടന്നത്. പാർക്ക് സ്ട്രീറ്റിലേക്കു പോകേണ്ടെന്നുവച്ചു നടന്നു. പ്ലാനട്ടോറിയം കടന്നപ്പോൾ അക്കാദമി വഴി പോകാമെന്നു വിചാരിച്ചു. ചിത്രപ്രദർശനം ഉണ്ടാകും; കാണാം എന്നു വിചാരിച്ചു പോയതല്ല. ഒന്നും ഓർക്കാതെ നടന്നു നടന്നു മൈതാനത്തിന്റെ നടുക്കു ചപ്രത്തലമുടിയും പറപ്പിച്ചു നില്ക്കുന്ന ഒരു മരത്തിന്റെ തണലിൽ ചെന്നിരുന്നു. ശരീരത്തിനു നല്ല ക്ഷീണം. ഷൂസ് ഊരിയിട്ടു. കാറ്റു കാലിൽ തലോടി നല്ല സുഖം തോന്നി. മരത്തിൽനിന്ന് ഇടയ്ക്കിടയ്ക്ക് ഇലകൾ വീണുകൊണ്ടിരുന്നു. വെയിലത്തു നടന്നപ്പോൾ പുറം നന്നായി വിയർത്തു. ഷർട്ടു പുറത്ത് ഒട്ടിപ്പിടിച്ചു കിടന്നു. ഷർട്ട് ഊരി വിടർത്തി വെയിലത്തിട്ടു; ബനിയൻ മാത്രം ഇട്ടുകൊണ്ടു പുല്ലിന്റെ പുറത്തു കിടന്നു.

ഈ നഗരത്തിൽ അധികമാരും സുരഞ്ജനെ തിരിച്ചറിയുകയില്ല. ജനിച്ചത് ഇവിടെയല്ല. വളർന്നതും ഇവിടെയല്ല. കൈയിൽ വിലകുറഞ്ഞ ഒരു വാച്ച്, പോക്കറ്റിൽ മുപ്പതുരൂപ. ഈ സമ്പത്തുംകൊണ്ട് ഉറങ്ങുന്നതിൽ അത്രയേറെ ശങ്കിക്കാനില്ല. കള്ളന്റെ പോക്കറ്റിന് ഇതിൽക്കൂടുതൽ കനംകാണും. അവന്റെ

കൈയിലെ വാച്ചും ഇതിനെക്കാൾ വില കൂടിയതായിരിക്കും. സുരഞ്ജൻ പലപ്പോഴും കൈയിൽ കിടക്കുന്ന വാച്ചിലേക്കു നോക്കാറുണ്ട്. അപ്പോഴൊക്കെ വാസ്തവത്തിൽ താൻ വാച്ചുകെട്ടി നടക്കേണ്ട കാര്യമുണ്ടോ എന്നു സ്വയം ചോദിക്കും. സ്വയം ഉത്തരവും പറയും. സമയം വെറുതെ പൊയ്ക്കൊണ്ടിരിക്കുന്നു. ദിവസം രണ്ടുനേരം പൂജിച്ചാലും ആ വാച്ച് പിറ്റേ ദിവസത്തേയ്ക്ക് ഉണർന്നിരിക്കുകയില്ല. കഴിഞ്ഞുപോയ ദിവസം തിരികെ തരികയുമില്ല. സമയം പോവുകയും അക്കൂട്ടത്തിൽ തന്നെക്കൂടി കൊണ്ടുപോവുകയും ചെയ്യുന്നു. ഇരുട്ടിലേയ്ക്ക്, അനിശ്ചിതത്വത്തിലേയ്ക്ക്, മരണത്തിലേയ്ക്ക് തന്നെ ഇത്ര സ്നേഹത്തോടെ പിടിച്ചുവലിച്ചുകൊണ്ടിരിക്കുന്നത് എന്തിനാണ്? ഏതെങ്കിലും തടാകത്തിലെ ജലത്തിൽ, വിക്ടോറിയായിലെ ജലത്തിൽ വേണമെങ്കിൽ മുക്കിക്കളയാവുന്നതേ ഉള്ളൂ.

അയാൾക്കൊന്നുറങ്ങണം. പക്ഷേ കഴിയുന്നില്ല. അന്നവന്റെ ജീവിതത്തിലെ അവിസ്മരണീയമായ ദിവസമായിത്തീരേണ്ടതായിരുന്നു. സുരഞ്ജൻ ദത്തയെപ്പറ്റി നോവൽ എഴുതി ലോകപ്രസിദ്ധയായിത്തീർന്ന എഴുത്തുകാരി തസ്ലീമനസ്റീനുമായി കല്ക്കത്ത നഗരത്തിൽ വച്ചു കണ്ടുമുട്ടിയ ദിവസം. ഇന്ന് അവർ തമ്മിൽ കണ്ടുമുട്ടി എന്ന് ആരും അറിഞ്ഞില്ല. അവർ രണ്ടുപേരും ഇരുന്നു സംസാരിച്ച ആ മുറിയിൽ ടെലിവിഷൻകാരും പത്രപ്രതിനിധികളും തിങ്ങിനിറയേണ്ടതായിരുന്നു. മിന്നി വിടരുന്ന ക്യാമറക്കണ്ണുകൾക്കു മുമ്പിൽ ചുമന്ന പരവതാനി ഉണ്ടായിരുന്നെങ്കിൽ മേൽ മുറിയുടെ നടുക്കു നില്ക്കാൻ തനിക്ക് ആഗ്രഹമുണ്ടായിരുന്നോ? ഇല്ലായിരുന്നു എന്നു മനസ്സു പറയുന്നു. ഉണ്ടായിരുന്നെങ്കിൽ താൻ ആകെ സംഭ്രമിച്ചു പോയേനെ. അതിനെക്കാളൊക്കെ സുഖം ഇപ്പോൾ കഴിയുന്നതുപോലെ തുടരുകയാണ്. ബംഗ്ലാദേശിൽ നിന്നു പോന്നു കഴിഞ്ഞു. ആദ്യമൊക്കെ ഒരു സംഭ്രമം ഉണ്ടായിരുന്നു. കുറേക്കാലം ആ സംഭ്രമം തുടർന്നുകൊണ്ടിരുന്നു. പിന്നീട് അതില്ലാതായി. പത്രറിപ്പോർട്ടർമാരുടെ ശ്രദ്ധയിൽ അങ്ങനെ ചെന്നുപെടാറില്ല. സുധാമൊയ് ദത്ത മരിച്ചപ്പോൾ കുറച്ചൊരു തിരക്കുണ്ടായി. ക്യാമറകൾ കണ്ണുചിമ്മുന്ന വെളിച്ചമുണ്ടായി. സുരഞ്ജന് ക്യാമറ മിന്നുന്ന വെളിച്ചവും, പത്രക്കാരുടെ കല്ലിച്ച മുഖവും കാണുന്നത് ഇഷ്ടമല്ല.

ലജ്ജയെപ്പറ്റി നൂറുകണക്കിനു ലേഖനങ്ങൾ വന്നിട്ടുണ്ട്. കല്ക്കത്തയിൽ നിന്നു സോനാർപൂർ വരെ പോയി വരുന്നതിനിടയ്ക്ക് എന്നും കാണുന്നുണ്ട് ട്രെയിനിൽ ലജ്ജ വില്ക്കുന്നത്. ലജ്ജ ലജ്ജ എന്ന് ഉറക്കെ വിളിച്ചുപറഞ്ഞുകൊണ്ടു നടക്കുന്ന കച്ചവടക്കാരെ കാണാറുണ്ട്.

കല്ക്കത്തയിലേക്കു വന്നയിടയ്ക്കുണ്ടായ സംഭവങ്ങൾ മറന്നിട്ടില്ല. മേല്ഘൊറിയായിലുള്ള അകന്ന ഒരു ബന്ധുവിന്റെ വീട്ടിലാണു വന്നു കയറിയത്. അവിടെ താമസിക്കുമ്പോൾ സോനാപൂരിലേക്ക് ഇടയ്ക്കിടയ്ക്ക് പോകാറുണ്ട്. അകന്ന ബന്ധുവിന്റെ ഒരു അകന്ന ബന്ധു ജോലി സംഘടിപ്പിച്ചുകൊടുക്കാം എന്നു പറഞ്ഞിരുന്നു. ജോലി തരപ്പെട്ടില്ലെങ്കിൽ വാഗൺ ഫാക്ടറിയിൽ പണിക്കാരനായി കേറ്റിവിടാമെന്നും പറഞ്ഞിരുന്നു. ആ ഒരു പ്രതീക്ഷയിൽ വളരെ നാൾ കറങ്ങി നടന്നു. അക്കാലത്തെ സംഭവങ്ങളൊക്കെ മുമ്പിൽ തെളിഞ്ഞു

വന്നു. കണ്ണടച്ചു തുറന്നപ്പോൾ എത്ര വർഷങ്ങൾ കടന്നുപോയി. പക്ഷേ ആ സംഭവങ്ങൾ മാഞ്ഞുപോവുകയില്ല. ലജ്ജ എന്ന നോവലിലെ സുരഞ്ജനാണ് എന്നതിന്റെ പേരിൽ എത്ര സ്ഥലത്തു വച്ച് അടി കിട്ടിയിട്ടുണ്ട്. ചീത്ത കേട്ടതിനു കണക്കില്ല. പിന്നെ താൻ സുരഞ്ജനാണ് എന്നു പറയാതെയായി. പലരും ആ പേരും, ബംഗാളി സംസാരത്തിലെ ഇഴഞ്ഞ താളവും കേട്ടിട്ട് നിങ്ങൾ ബംഗ്ലാദേശിൽനിന്നു വന്നതാണല്ലേ. നിങ്ങളാണോ ലജ്ജ എന്ന നോവലിൽ പറയുന്ന സുരഞ്ജൻ എന്നു ചോദിച്ചിരുന്നു. സുരഞ്ജൻ ശക്തിയായി തലയാട്ടി, അതു താനല്ല എന്നു നിഷേധിക്കാറുണ്ട്. ഇല്ലെങ്കിൽ ഏതു ഭാഗത്തു നിന്ന്, എന്താണു വരിക എന്ന് ആർക്കറിയാം. ആപത്തില്ലാതിരിക്കാൻ അകന്നു നില്ക്കുന്നതാണു നല്ലത്. അങ്ങനെ അകന്നു നിന്നിട്ടും ആപത്തുകൾ കുറച്ചൊന്നുമല്ല വന്നുകൂടിയത്. രണ്ടുമാസത്തോളം കണ്ണിനു ചുവടെ മുറിവും വച്ചുകെട്ടി കിടക്കേണ്ടി വന്നു. മിക്ക സ്ഥലത്തും ആളുകൾക്ക് അയാളെ വിശ്വാസമില്ല. എന്നാൽ ചില സ്ഥലങ്ങളിൽ വിശ്വാസവും ആദരവും പുരസ്കാരവും കിട്ടുന്നുണ്ട്. പ്രാദേശികപ്രാധാന്യമുള്ള ചടങ്ങുകളിൽ വേദിയിൽ സ്ഥാനം കിട്ടുന്നു. ഒരു ജോലിയും സംഘടിപ്പിച്ചു കിട്ടി. എന്നിട്ടും തനിക്ക് ഒരു രാഷ്ട്രം ഉണ്ടായതായി തോന്നിയില്ല. അകന്ന ബന്ധുവിന്റെ വീട്ടിൽ, ഒരു മുറിയിൽ, അമ്മയും സഹോദരിയുമൊത്തു കഴിയുന്നു. രാഷ്ട്രം ഉണ്ട് എന്നു പറഞ്ഞാൽ ചില സൗകര്യങ്ങളൊക്കെ പ്രതീക്ഷിക്കും. ഇവിടെ ആ വക സൗകര്യങ്ങളൊന്നും അവനു കിട്ടുന്നില്ല. ഇതൊക്കെ വിചാരിച്ച് ആകാശത്തിലേക്കു നോക്കിക്കിടന്നപ്പോൾ ആകാശത്തിന്റെ നീലിമ അമ്പുപോലെ കണ്ണിൽ തുളച്ചു കയറി.

ഉച്ചയ്ക്ക് തിരികെ വീട്ടിൽ വന്നു. ഊണു കഴിച്ചു. ഉറങ്ങി. ഉച്ചകഴിഞ്ഞ് രണ്ട് ആൺകുട്ടികൾ പഠിക്കാൻ വരും. വൈകുന്നേരം രണ്ടു പെൺകുട്ടികൾ. ആഴ്ചയിൽ ഓരോ ദിവസം ഓരോ വീട്ടിൽ പഠിപ്പിക്കാൻ പോകുന്നുണ്ട്. എത്ര കഷ്ടപ്പെട്ടാലും ഈ ട്യൂഷൻകൊണ്ടു കുടുംബച്ചെലവ് നടന്നു പോകുകയില്ല. അതുകൊണ്ടു കിരൺമയി സാരി വില്ക്കാൻ പോകും. സാരി വാങ്ങിച്ച് എംബ്രോയിഡറി ചെയ്തു വില്ക്കും. ഈ കച്ചവടം തുടങ്ങിയിട്ട് അധികം നാളായില്ല. സാരി കച്ചവടം ചെയ്യുന്ന ഒരു സ്ത്രീയുമായി പരിചയപ്പെട്ടു. അതു സൗഹൃദമായി വളർന്നു. അങ്ങനെയാണ് ഈ കച്ചവടത്തിൽ ഇറങ്ങിയത്. ദാരിദ്ര്യമുള്ള കുടുംബത്തിലേക്ക് അങ്ങനെയും ഇത്തിരി വരുമാനമാകട്ടെ എന്നു കരുതി. പഴയതുപോലെ ഓരോന്ന് ഒരുക്കൂട്ടി വച്ചുവിളമ്പുന്നു; മകനെ കാത്തിരിക്കുന്നു.

അന്നു സുരഞ്ജൻ ഊണു കഴിച്ചുകൊണ്ടിരിക്കുമ്പോൾ അമ്മയോടു പറഞ്ഞു:

"ഇന്നു രാവിലെ തസ്ലീമാ നസ്റിനുമായി കണ്ടു."

കിരൺമയി കുറെ സമയത്തേക്ക് ഹാ എന്ന ഭാവത്തിൽ സ്തംഭിച്ചിരുന്നു. വികാരത്തള്ളൽകൊണ്ട് ഒന്നും പറയാൻ കഴിയാതായി. പിന്നീടു വെള്ളം കുടിച്ചു, മനസ്സു ശാന്തമാക്കിയിട്ടു സുരഞ്ജനോടു ചോദിച്ചു:

"എങ്ങനെ കണ്ടു? എവിടെ താമസിക്കുന്നു എന്ന് എങ്ങനെ അറിഞ്ഞു? നിന്നോട് എന്തു പറഞ്ഞു? എന്നെപ്പറ്റി വല്ലതും ചോദിച്ചോ? ഇവിടെ താമസിക്കാൻ സർക്കാർ അനുവാദം കൊടുത്തോ, കൊടുക്കുമോ?"

ആ ചോദിച്ചതിനൊന്നും സുരഞ്ജൻ ഉത്തരം പറഞ്ഞില്ല. ഇത്രയേ പറഞ്ഞുള്ളൂ:

"മായ ജീവിച്ചിരിപ്പുണ്ടെന്ന് അറിഞ്ഞിരുന്നില്ല. മായയുടെ കാര്യം പറഞ്ഞപ്പോൾ അത്ഭുതപ്പെട്ടുപോയി."

"അത്ഭുതം തോന്നും. പിന്നീടു വിവരം ഒന്നും അന്വേഷിച്ചിരുന്നില്ലല്ലോ. നാടു വിട്ടു പോകേണ്ടിയും വന്നില്ലേ പാവം." കിരൺമയി ദീർഘശ്വാസം വിട്ടു.

കുറെ ഏറെ നേരത്തേക്ക് പിന്നെ രണ്ടുപേരും ഒന്നും പറഞ്ഞില്ല.

ചീരയും മീനും പരിപ്പുംകൂട്ടി ഊണ് അവസാനിപ്പിച്ചു. ഒടുവിൽ മുഷുരി പരിപ്പിന്റെ ചാറ് കൂട്ടി ഉണ്ണുകയും കുടിക്കുകയും ചെയ്ത് ഊണ് അവസാനിപ്പിച്ചു. ഇതു ബംഗ്ലാദേശിലെ രീതിയാണ്. അവിടത്തുകാർ പരിപ്പ് കറി ആദ്യമാണു കൂട്ടുന്നത്. ഇവിടെ വന്നെങ്കിലും നാട്ടിലെ ശീലം തുടരുന്നു. പരിപ്പുകറി കൂട്ടുന്നത് ആദ്യമല്ലെന്നു മാത്രം. പരിപ്പ് അവസാനം കൂട്ടിയാൽ വറുത്തിട്ടതിന്റെ നല്ല സ്വാദും ഗന്ധവും വായിൽ തങ്ങി നില്ക്കും.

സ്വർണ്ണക്കരണ്ടിയും വായിൽവച്ചു പിറന്നതല്ല. സാധാരണ ഇടത്തരം കുടുംബത്തിൽ ജനിച്ചു. ദാരിദ്ര്യത്തെപ്പറ്റി കേട്ടിട്ടുണ്ട്. ദാരിദ്ര്യം കണ്ടിട്ടുണ്ട്. പക്ഷേ സ്വയം ദാരിദ്ര്യം അനുഭവിച്ചിട്ടില്ല. എന്നാൽ നാട് ഉപേക്ഷിച്ചു പോന്നതിനുശേഷം ദാരിദ്ര്യം മുപ്പത്തിരണ്ടു പല്ലുംകൊണ്ടു മനുഷ്യനെ കടിച്ചു പറിക്കുന്നത് എങ്ങനെയെന്ന് അറിഞ്ഞു. പ്രഫുല്ല നഗറിൽ അവർ വന്നുകയറിയതു ബന്ധത്തിൽ വളരെ അകന്ന ഒരു ചേട്ടന്റെ വീട്ടിലാണ്. വാടകയ്ക്ക് ഒരു വീടു കിട്ടുന്നതുവരെ ആ ബന്ധുവിന്റെ വീട്ടിൽ അഭയം തേടി താമസിക്കാം എന്നാണു വിചാരിച്ചിരുന്നതും പറഞ്ഞിരുന്നതും. ഇതിനിടെ സുധാമൊയ് ദത്ത ഒരു ക്ലിനിക് തുടങ്ങും. സുരഞ്ജൻ ജോലി തേടും. മായ നല്ല ഒരു ജോലി കിട്ടുന്നതുവരെ ട്യൂഷനെടുക്കും. ആശ്രയം കൊടുത്തെങ്കിലും ആ അകന്ന ബന്ധുവിന്റെ പുരികം ചുളിഞ്ഞിരുന്നു. എപ്പോഴും ഇരിക്കുമ്പോഴും കിടക്കുമ്പോഴും അയാൾ സ്വന്തം കുടുംബത്തിലെ ദാരിദ്ര്യത്തിന്റെ കാര്യം അതിഥി കുടുംബത്തോടു പറഞ്ഞുകൊണ്ടിരുന്നു. വരാന്തയിലെ പത്തടിനീളവും പത്തടി വീതിയുമുള്ള ഒരു മുറി അതിഥി കുടുംബത്തിലെ എല്ലാവർക്കും കൂടി കൊടുത്തു. മുറ്റത്ത് അടുപ്പുകൂട്ടി ആഹാരം വേറെ പാകം ചെയ്യണം. ശങ്കർഘോഷിന്റെ വീട്ടിൽ മത്സ്യവും മാംസവും പാകം ചെയ്യുന്നുണ്ട്. ദത്തിന്റെ കുടുംബം ചോറും പരിപ്പും ഉരുളക്കിഴങ്ങും പച്ചക്കറിയും മുറയ്ക്കു വയ്ക്കും. സുധാമൊയ്ദത്ത ആത്മാഭിമാനം രക്ഷിക്കാൻവേണ്ടി നാടു വിടാൻ തീരുമാനിച്ചതു നന്നായി എന്ന തോന്നൽ നിലനിർത്തിപ്പോന്നു. പക്ഷേ അത് ഈ വീട്ടിൽ വന്നു കയറിയ ഓരോ ദിവസവും കുറെശ്ശെ കുറെശ്ശെ അടർന്നു പോകാൻ തുടങ്ങി. എന്നാലും സ്വയം അടിഞ്ഞുവീഴാൻ അദ്ദേഹം തയ്യാറല്ലായിരുന്നു. ശങ്കർഘോഷിന്റെ വരാന്തയിൽ ഒരു മേശയും മേശപ്പുറത്ത് ഒരു പെട്ടിയും വച്ചുകൊണ്ടു സുധാമൊയ് ദത്ത രോഗികളെ പരിശോധിക്കാൻ തുടങ്ങി.

ബംഗ്ലാദേശിൽ നിന്നു വന്നു ചേംബർ തുറന്ന ഈ ഡോക്ടർ നല്ല ഡോക്ടറാണെന്നോ, ഡോക്ടർ തന്നെയാണെന്നോ ആരും വിശ്വസിച്ചില്ല. ഈ ദേശത്തുള്ള

മരുന്നുകളുടെ പേര് അറിഞ്ഞുകൂട. മരുന്നിന്റെ പേര് അറിയാത്തതുകൊണ്ടു മരുന്നിന്റെ വർഗ്ഗപ്പേരെഴുതി ഈ വർഗ്ഗത്തിൽപ്പെട്ട മരുന്നു തരാൻ ഫാർമസിയിൽ പറഞ്ഞാൽ മതി എന്നു പറഞ്ഞു കുറിപ്പു കൊടുക്കും. രോഗികൾക്ക് ഇതൊന്നും മനസ്സിലാകുന്നില്ല. ഡോക്ടറായാൽ മരുന്നിന്റെ പേരറിയേണ്ടെ എന്നായിരുന്നു അവരുടെ ചോദ്യം. ശരിയായ ചോദ്യം. എത്ര രോഗികൾ വരും അദ്ദേഹത്തിന്റെ അടുത്ത്. ദിവസം മുഴുവൻ ഇരുന്നാൽ അഞ്ചോ ആറോ രോഗികൾ വരും. അയ്യഞ്ചുരൂപ കൊടുക്കും. കൈയിൽ കിട്ടുന്നത് അദ്ദേഹം ഭക്ഷണച്ചെലവിനായി വീട്ടിൽ കൊടുക്കും.

സുധാമൊയ്ദത്തിന്റെ കൈയിൽ പണം ഒന്നും ഉണ്ടായിരുന്നില്ല. നാടുവിട്ടു പോരുന്നവരുടെ കൈയിൽ പണം ഉണ്ട് എങ്കിൽ ആരെങ്കിലും കൊള്ളയടിക്കും എന്ന ഭയംകൊണ്ടു യാത്രച്ചെലവിനുള്ള പണവുംകൊണ്ടു പുറപ്പെടുകയായിരുന്നു. ഒരു വീടു വാടകയ്ക്കെടുക്കാൻ ധൈര്യമില്ല. പുതിയ ദേശത്തുവന്ന് ക്ലിനിക് നടത്തി വാടക നല്കാനുള്ള പണം പോലും ഉണ്ടാക്കാൻ കഴിയുകയില്ല എന്നു വേഗം തന്നെ മനസ്സിലായി.

കൈയിൽ പണം ഇല്ലാത്തതുകൊണ്ടു ഡോക്ടറുടെ ജോലി ചെയ്യുകയല്ലാതെ മറ്റൊരു വഴിയും ഉണ്ടായിരുന്നില്ല സുധാമൊയ്ദത്തിന്. ബംഗ്ലാദേശിലെ വിട്ടു പോന്ന നാലുലക്ഷത്തിന്റെ ഫിക്സഡ് ഡിപ്പോസിറ്റു പിൻവലിച്ചിട്ട് എന്തു ചെയ്യും. കൈയിൽ കൊണ്ടുവരാൻ പറ്റുകയില്ല. ബാങ്കുവഴി അയയ്ക്കാനും നിവൃത്തിയില്ല. അപ്പോഴാണു കുഴൽപ്പണത്തിന്റെ ഉപദേശം കിട്ടിയത്. അതെങ്ങനെയാണെന്നു സുധാമൊയ്ദത്തിന് അറിഞ്ഞുകൂടായിരുന്നു. ശങ്കർഘോഷുമായി കല്ക്കത്തയിലേക്കു പോകുന്ന കാര്യം ഫോണിൽ സംസാരിച്ചു. ശങ്കർഘോഷാണു വിദ്യ ഉപദേശിച്ചത്. നാരായൺ ഗഞ്ജിലെ ഗൗതംസാഹ ഇടയ്ക്കിടെ കല്ക്കത്തയിലേക്കു പോകുന്ന ആളാണ്. തുണിക്കച്ചവടമുണ്ട്. കല്ക്കത്തയിലും നാരായൺ ഗഞ്ജിലും കടകളുണ്ട്. നാലുലക്ഷം രൂപ ഗൗതംസാഹയ്ക്ക് ബംഗ്ലാദേശിൽ കൊടുത്താൽ സുധാമൊയ്ദത്ത കല്ക്കത്തയിൽ വരുമ്പോൾ കല്ക്കത്തയിൽ വച്ചു നാലേകാൽ ലക്ഷം രൂപ കൈയിൽ കിട്ടും. ശങ്കർഘോഷ് നല്കിയ ഉറപ്പിൽ വിശ്വസിച്ചു നാരായൺഗഞ്ജിൽ ആ കച്ചവടക്കാരനെ തിരഞ്ഞു കണ്ടുപിടിച്ചു. നാലുലക്ഷം രൂപ കൊടുത്തു. പക്ഷേ ശങ്കർഘോഷ് വാക്കു പാലിച്ചില്ല. കല്ക്കത്തയിൽ വന്നു പണം ചോദിച്ചപ്പോൾ പറഞ്ഞതു ഗൗതം സാഹയ്ക്കു കൊടുത്ത പണം പ്രതാപമണ്ഡലാണു തരുന്നത്. പ്രതാപ്മണ്ഡൽ ബംഗ്ലാദേശിലെ കച്ചവടക്കാരനാണ്, ഇപ്പോൾ ഭോപ്പാലിൽ പോയിരിക്കുന്നു, ഉടൻ വരും, വന്നാൽ പണം കിട്ടും എന്നാണ്. സുധാമൊയ്ദത്ത കഷ്ടപ്പെട്ടു, ശ്വാസം വിടാതെ പ്രതാപ്മണ്ഡൽ ഭോപ്പാലിൽ നിന്നു വരുന്നതും കാത്തിരുന്നു. കിരൺമയി തന്റെ അമ്മാവന്റെ മകന്റെ ബന്ധുവായ ശങ്കർഘോഷിനോട് ആ പണം കിട്ടിയാൽ വേറൊരു വീട് വാടകയ്ക്കെടുക്കാമായിരുന്നു, അവർക്കും മറ്റുള്ളവർക്കും ബുദ്ധിമുട്ടുണ്ടാകാതെ കഴിക്കാമായിരുന്നു എന്നൊക്കെ മയത്തിലും നയത്തിലും പല സ്വരത്തിലും പറഞ്ഞുനോക്കി. ശങ്കർഘോഷ് ഇന്ന് ഭോപ്പാൽ എന്നു പറയും.

നാളെ ബോംബെ എന്നു പറയും. വാഗ്ദാനം ഒന്നും പാലിക്കപ്പെടുകയില്ലെന്നും തന്റെ നാലുലക്ഷം പോയെന്നും ഒടുവിൽ സുധാമൊയ്ദത്തിനു മനസ്സിലായി. ഇവിടെ ഒരു വിദേശി മാത്രമായ താൻ ശങ്കർഘോഷിനോടും പ്രതാപമണ്ഡലിനോടും എതിർത്ത് എന്തു ചെയ്യാൻ. സുധാമൊയ്ദത്തിന് അടുപ്പമുള്ള തനീ ഗോപാൽ ദംദമിൽ താമസമുണ്ട്. അവിടെയും ചെന്നു സുധാമൊയ്ദത്ത് പണം കിട്ടാൻ ശ്രമം നടത്തി, അതും ഫലിച്ചില്ല.

സുരഞ്ജൻ ഭ്രാന്തനെപ്പോലെ ജോലി തിരഞ്ഞു നടന്നു. കളിമൺ ഫാക്ടറിയിൽ പണി അന്വേഷിച്ചു. ബേൽഘാഡിയായിൽ സ്കൂൾ അദ്ധ്യാപകന്റെ ജോലി അന്വേഷിച്ചു. ഒന്നും കിട്ടിയില്ല. ഇതുപോലൊരു നിസ്സഹായതാബോധം ഒരിക്കലും തോന്നിയിട്ടില്ല. ഒരു ദിവസം രാത്രി മൂക്കറ്റം കുടിച്ചു വന്നു ശങ്കർഘോഷിനെ ഷർട്ടിന്റെ കോളറിൽ പിടിച്ചു പൊക്കിക്കൊണ്ടു കഴുവർടമകനേ, മര്യാദയ്ക്കു പണം തന്നില്ലെങ്കിൽ നിന്നെ ഇന്നു ഞാൻ കൊല്ലും എന്നു പറഞ്ഞു ബഹളം ഉണ്ടാക്കി. പക്ഷേ സുരഞ്ജന് ആരെയും കൊല്ലാൻ പറ്റുകയില്ല. കൈ അതിനു വഴങ്ങുകയില്ല.

സുരഞ്ജനും കുടുംബത്തിനും ജീവിതം ഇങ്ങനെ ദുസ്സഹമായിരിക്കുമ്പോൾ ലജ്ജയുടെ വില്പന കൊണ്ടുപിടിച്ചു നടക്കുന്നു. ഇപ്പോൾ സുരഞ്ജൻ പറയാറില്ലെങ്കിലും സുധാമൊയ്ദത്ത ആളുകളെ വിളിച്ചുനിർത്തി ലജ്ജയിൽ ഞങ്ങളുടെ കുടുംബത്തിന്റെ കഥയാണ് എഴുതിയിരിക്കുന്നതെന്നു പറയും. അതു കേൾക്കുമ്പോൾ ചിലർക്കു കണ്ണു നെറ്റിയിലാകും, ചിലർ കടുപ്പിച്ചു നോക്കി സംശയിക്കും, ചിലർ ചിരിക്കും. ചിലർ വിശ്വസിക്കും. ചിലർ ആഹാ ഊഹൂ... വിശ്വസിക്കുന്നവർ കുറവായിരുന്നു. വിശ്വസിച്ചതുകൊണ്ട് ആർക്കും എന്തെങ്കിലും നേട്ടം ഉണ്ടാകാനില്ലല്ലോ. ബേൽഘാഡിയായിലെ ആളുകൾ സുധാമൊയ്ദത്തിനെ അത്ഭുതത്തോടെ നോക്കിനിന്നു. സുധാമൊയ്ദത്ത വലത്തോട്ടെങ്കിൽ വലത്തോട്ട്. ഇടത്തോട്ടെങ്കിൽ ഇടത്തോട്ട്. കാഴ്ചബംഗ്ലാവിൽ പുതിയ ഒരു ഇരുകാലിമൃഗം വന്നതുപോലെ അവർ സുധാമൊയ്ദത്തിനെ നോക്കിനിന്നു. അവരിൽ രോഗികൾ രണ്ടോമൂന്നോ മാത്രം. ഇത് ആദ്യമൊക്കെ, ലജ്ജ ആളുകൾ ഇഷ്ടപ്പെട്ടിരുന്ന കാലത്ത്. അതു കഴിഞ്ഞ് ലജ്ജയ്ക്കു ഡിമാന്റില്ലാതായപ്പോൾ സുധാമൊയ് താൻ ലജ്ജയിലെ സുധാമൊയ്ദത്താണെന്നു പറയാതായി. ആരെങ്കിലും കൃത്തിച്ചു ചോദിച്ചാൽ ഒഴിഞ്ഞു മാറും. അതു ഞാനല്ല. വേറെ ഏതോ ഡോക്ടർ സുധാമൊയ് ദത്ത് ആണ്.

അതൊരു വശം.

വിശ്വസിച്ചവർ വീട്ടിൽ മധുരം കൊണ്ടു ചെന്നു കൊടുത്തു. അവരുടെ വീട്ടിലേക്ക് എല്ലാവരേയും ക്ഷണിച്ചു. ബേൽഘാഡിയായിൽ അപ്പുറത്തെ ബംഗാളിലെ ആളുകൾ വളരെ കൂടുതൽ ഉണ്ട്. അതുകൊണ്ടു മിക്ക വീട്ടിലും അപ്പുറത്തു നിന്നുള്ള ബംഗാളി സംഭാഷണം കേൾക്കാം. അപ്പോൾ ജന്മനാടിന്റെ ഓർമ്മയിൽ ഗൃഹാതുരത്വം മനസ്സിനെ ആർദ്രമാക്കും.

സുധാമൊയ്ദത്തിന്റെ കൈയിൽ ലജ്ജയുടെ ഒരു കോപ്പി ഉണ്ട്. സുരഞ്ജനും കുറച്ചു കോപ്പികൾ കൊണ്ടുവന്നിരുന്നു. ഒരു കോപ്പി തലയിണച്ചുവട്ടിൽ

വച്ചിരുന്നെങ്കിലും സുധാമൊയ്ദത്ത ലജ്ജ വായിച്ചിട്ടില്ല. ബംഗ്ലാദേശിൽ ഇറങ്ങിയ കോപ്പി, കനംകുറഞ്ഞ മോശം കടലാസ്സിൽ അച്ചടിച്ച, തളർന്ന പുസ്തകം. ലജ്ജയുടെ പേരിൽ എന്തെല്ലാം ഭ്രാന്താണ് അരങ്ങേറിയത്.

സുധാമൊയ്ദത്ത എല്ലാം നേരിട്ടു കണ്ടതാണ്. പാർക്ക് സർക്കസ് പ്രദേശത്തു പുറത്തൊക്കെ ഇറങ്ങി നടക്കാറുണ്ട്. പത്രങ്ങൾ വായിക്കും. നേരിട്ടു കണ്ടും പത്രത്തിൽ വായിച്ചും എല്ലാം അറിഞ്ഞു. ഒരു തവണ വ്യാജമായി അച്ചടിച്ച പുസ്തകം വച്ചു വില്ക്കുന്ന ഒരാളെ പോലീസ് പിടിച്ചുകൊണ്ടുപോയി. ആ വാർത്ത പത്രത്തിൽ വായിച്ചപ്പോൾ സുധാമൊയ്ദത്ത സുരഞ്ജനെക്കുറിച്ചാണോർത്തത്. മകനെ അടുത്തു വിളിച്ചു പലതവണ ഉപദേശിച്ചു.

“നോക്ക് നീ നല്ലവണ്ണം കരുതലോടെ നടക്കണം. ആരുമായും അങ്ങനെ ഇടപഴകേണ്ട. പുതിയ ദേശം. അറിവും പരിചയവുമുള്ള ആളുകളില്ല. ഇനി ആപത്തിൽ ചെന്നുചാടരുത്. ലജ്ജ നോവലിനെപ്പറ്റി ആര് എന്തുവേണമെങ്കിലും ചെയ്യട്ടെ. നീ കുഴപ്പങ്ങളിൽനിന്ന് അകന്നു പൊയ്ക്കൊള്ളണം.” ഇതു കേട്ടിട്ടു സുരഞ്ജൻ ഒന്നും മിണ്ടിയില്ല. സുധാമൊയ്ദത്തിന്റെ സംശയവും സംഭ്രമവും നിറഞ്ഞ മുഖത്തേക്കു നോക്കാൻ താത്പര്യം തോന്നിയില്ല. ശങ്കർഘോഷിന്റെ വീട്ടിൽനിന്നു മാറി സ്വന്തമായി ഒരു വീടു വാടകയ്ക്കെടുത്ത് അങ്ങോട്ടു മാറുന്നതുവരെ മനഃശാന്തി കിട്ടുകയില്ല. രാത്രി വീട്ടിലേയ്ക്കു തിരിച്ചുവരാൻ താത്പര്യം തോന്നിയില്ല. കൊതുകുകടികൊണ്ട് വരാന്തയിൽ കിടക്കണം. അതിലും സുഖം വഴിയരുകിൽ കിടക്കുന്നതാണ്.

സുരഞ്ജൻ ഒരു നഗരത്തെ ഇഷ്ടപ്പെടുന്നു. തനിക്കു കൂട്ടുകാരായി ആരുമില്ല. ബന്ധുക്കളെന്നോ സ്വജനങ്ങളെന്നോ പറയാൻ ആരുമില്ല. ഹിന്ദുസ്ത്രീകളും പുരുഷന്മാരും ശിശുക്കളും മാത്രം അങ്ങുമിങ്ങും നടക്കുന്നു. ആരെയും പരിചയമില്ലെങ്കിലും അവരെ സുരഞ്ജൻ സ്വജനങ്ങളായി, ഏറ്റവും അടുപ്പമുള്ളവരായി കരുതുന്നു. സഹായിക്കാൻ ആരുമില്ല. ശങ്കർഘോഷിന്റെ ദുഷിച്ച പെരുമാറ്റം. അരവയർ ഭക്ഷണം. വീട്ടുവേലക്കാരിയെപ്പോലെയുള്ള കിരൺമയിയുടെ ദയനീയത. നാട്ടിൽ ഇട്ടിട്ടുപോന്നതൊക്കെ വിറ്റു പണമാക്കാനുള്ള പരിശ്രമത്തിന്റെ പരാജയം. നാലുലക്ഷം രൂപ പൂർണ്ണമായും നഷ്ടപ്പെട്ടത്. എല്ലാം ഓർത്തു സുരഞ്ജൻ പലതവണ ആത്മഹത്യചെയ്യാൻ ആലോചിച്ചു. ഏതായാലും ആത്മഹത്യ ചെയ്യുകയുണ്ടായില്ല. ലജ്ജ നോവൽ ഇറങ്ങിയിട്ടു വളരെ വർഷങ്ങളായി. സുരഞ്ജൻ ഇപ്പോഴും പുസ്തകമെടുത്തു തിരിച്ചും മറിച്ചും നോക്കും. ആ പുസ്തകത്തോട് എന്തോ ഹൃദയബന്ധമുണ്ട്. ഇടയ്ക്കിടയ്ക്ക് ലജ്ജയിൽ സുരഞ്ജനെപ്പറ്റി പറയുന്ന ഭാഗം വായിക്കും. ആ സുരഞ്ജൻ താനല്ല മറ്റൊരാളാണ് എന്ന ഭാവത്തോടെ. അകന്നുനിന്ന് ആ സുരഞ്ജനെ ഉറ്റുനോക്കും. സുധാമൊയ്ദത്ത സംശയിക്കുന്നുണ്ടെങ്കിലും ലജ്ജയുടെ കള്ളക്കോപ്പികൾ ഉണ്ടാക്കി വില്ക്കുന്നവരുമായി സുരഞ്ജന് ഒരു ബന്ധവുമില്ല. പട്ടിണിയും ഉറക്കമില്ലായ്മയും അവഗണനയും എല്ലാം നിമിത്തം സുരഞ്ജൻ ഒടുവിൽ ബി.ജെ.പിയിൽ ചേരാൻ നിശ്ചയിച്ചു. ലജ്ജയിലെ സുരഞ്ജൻ എന്നു പറഞ്ഞ് അവനെ

വേദിയിൽ കയറ്റി മാലയിട്ടതും ആദരിച്ചതും മധുരം കൊടുത്തതും ജോലി നേടിക്കൊടുക്കാമെന്നു പറഞ്ഞ് ആശ്വസിപ്പിച്ചതും റേഷൻ കാർഡ് ഉണ്ടാക്കിക്കൊടുത്തതും എല്ലാം അവരാണ്. ഞാൻ സുരഞ്ജനാണ്, ലജ്ജയിലെ സുരഞ്ജൻ എന്നു പറഞ്ഞത് അവർ ആരും അവിശ്വസിച്ചില്ല. അവരുടെ പെരുമാറ്റത്തിലും ആദർശത്തിലും സുരഞ്ജനും താത്പര്യം തോന്നി. പല പ്രാവശ്യം ബി.ജെ.പി ഓഫീസിൽ പോയി. വളരെ നേരം ഇരുന്നു. അവിടെ നിന്നാണറിഞ്ഞതു ലജ്ജ പുസ്തകം വ്യാജമായി അച്ചടിച്ചു വില്ക്കുന്നുണ്ടെന്ന്. വിലകുറഞ്ഞ രീതിയിൽ അച്ചടിച്ച് അഞ്ചോ പത്തോ രൂപയ്ക്ക് എവിടെയും കിട്ടും എന്ന നിലയ്ക്ക് വില്പന നടത്താൻ ആരോ ഏർപ്പാടു ചെയ്തിട്ടുണ്ട്. വളരെയധികം ശ്രമിച്ചിട്ടും ആരാണ് ഇത് ഏർപ്പാടു ചെയ്തിരിക്കുന്നതെന്ന് അറിയാൻ കഴിഞ്ഞില്ല. സുരഞ്ജൻ സ്വയം ഈ കച്ചവടത്തിൽ ഏർപ്പെട്ടെങ്കിൽ വലിയ ഒരു തുക കൈയിൽ വന്നേനെ. എങ്കിലും എത്ര ആലോചിച്ചിട്ടും ശ്രമിച്ചിട്ടും സത്യമല്ലാത്ത ഒരേർപ്പാടിൽ പങ്കു ചേരേണ്ടെന്നാണു തീരുമാനിച്ചത്. രാഷ്ട്രീയ പാർട്ടികളുടെ ഇടയിൽ ഒരു ബി.ജെ.പി മാത്രമേ ബംഗ്ലാദേശിലെ ഹിന്ദുക്കളുടെ ദൗർഭാഗ്യത്തെപ്പറ്റി ഉറക്കെ പറയുകയും ആക്രമണത്തെ എതിർക്കുകയും ചെയ്യുന്നുള്ളൂ എന്നു മനസ്സിലായി. ആ പാർട്ടി അയാളുടെ ഏറ്റവും വലിയ ആശ്രയസ്ഥാനമായി. അയാളുടെ അസഹ്യമായ മാനസികവേദന ശമിപ്പിക്കുവാൻ ആ പാർട്ടിയിലെ ആളുകൾ മാത്രമേ മുൻപോട്ടു വന്നുള്ളൂ. ശങ്കർഘോഷിന്റെ വീട് അവന് ഒരുതരത്തിലും ആശ്രയസ്ഥാനമല്ല. അഭയം ഇവിടെയാണ്. രാഷ്ട്രീയ സേവക്സംഘത്തിന്റെയും ബിജെപിയുടെയും പ്രവർത്തകരുടെ ആലിംഗനത്തിലാണ്. എന്നാൽ അയ്യായിരം രൂപ കടം ചോദിച്ചിട്ടു കിട്ടാതെ വന്ന അന്നു പാർട്ടി അംഗത്വത്തിൽ നിന്നു തന്റെ പേരു വെട്ടിക്കളയാൻ സുരഞ്ജൻ ആവശ്യപ്പെട്ടു. എവിടെയെങ്കിലും ഒരു വീടു വാടകയ്ക്കെടുക്കണം. അഡ്വാൻസു കൊടുക്കണം. പുതിയ വീട്ടിലേയ്ക്കു, തീരെ വില കുറഞ്ഞതാണെങ്കിലും, പാത്രങ്ങളും മറ്റും മേടിക്കണം. സുരഞ്ജൻ കരഞ്ഞു പോയി. ജോലിയോ വരുമാനമോ ഇല്ലാത്ത അവനു പണം ആരു കൊടുക്കും? എന്നു മാത്രമല്ല അവന്റെ മുമ്പിൽ വച്ച് അതിനെച്ചൊല്ലി തർക്കവുമായി. ഞാൻ കൊടുക്കുകയില്ല എന്നു പറഞ്ഞ് അവനെ എല്ലാവരും ഒഴിവാക്കി.

സുരഞ്ജൻ പഴയ ഈ സംഭവങ്ങളൊക്കെ ഓർത്തു. ലജ്ജ എഴുതിയ സാഹിത്യകാരിയോട് ഇതൊക്കെ പറയണമെന്നാഗ്രഹിച്ചു. പറയാൻ കഴിയുന്നില്ലല്ലോ എന്നു പരിതപിച്ചു. കല്ക്കത്തയിൽ വന്നതിനുശേഷം സുരഞ്ജൻ എങ്ങനെ ജീവിക്കുന്നു എന്നറിയാൻ ആ ലേഖികയ്ക്കു താത്പര്യമുണ്ട്. ലജ്ജയെപ്പോലെ ഒരു നോവൽ അവർ ഇനി എഴുതുകയില്ല എന്നറിഞ്ഞുകൊണ്ടുതന്നെ അവരെ കാണാൻ ആഗ്രഹിച്ചു. കാണാഞ്ഞിട്ടു ശ്വാസം മുട്ടുന്നതുപോലെ തോന്നി. ഗാഢമായ ഹൃദയബന്ധമുള്ള ഒരു കൂട്ടുകാരനെപ്പോലെ, ആ പുസ്തകം നിമിത്തമുള്ള ബന്ധം കൊണ്ടുമാത്രം, എഴുത്തുകാരിയുമായി ഇങ്ങനെ അടുപ്പമുണ്ടാകുമോ. അവർ തന്റെ ബന്ധുവല്ല, കുടുംബക്കാരിയല്ല. ആ കഥ വേറെ ഏതെങ്കിലും ഹിന്ദുകുടുംബത്തിന്റെ കഥ ആകാമായിരുന്നു. സുരഞ്ജന്റെ കഥ മറ്റു ഹിന്ദുക്കളുടെ കഥയിൽനിന്നു വ്യത്യസ്തമായ ഒന്നല്ല. സുരഞ്ജൻ എന്നതു

കറുത്ത മഷിയിൽ അച്ചടിച്ച ഒരു പേരുമാത്രം. അതു രക്തമാംസങ്ങളുള്ള മനുഷ്യനല്ല. സുരഞ്ജന് ഇപ്പോൾ ആ കറുത്ത അക്ഷരങ്ങളിൽനിന്നു പുറത്തു കടക്കണം. ആ എഴുത്തുകാരിയുടെ മുമ്പിൽ തന്റെ യഥാർത്ഥജീവിതം തുറന്നു കാണിക്കണം. അവരോടു പറയണം. സുരഞ്ജന്റെ ജീവിതം നിങ്ങൾ കണ്ടില്ല. അവന്റെ ദാരിദ്ര്യത്തിന്റെ, വേദനയുടെ, പാർദിനുമായുള്ള പഴയ പ്രേമത്തിന്റെ, അവളെ ലഭിക്കാത്തതിലുള്ള നിരാശയുടെ കഥ താങ്കൾ എഴുതിയില്ല. നോവലിൽ ഒരുപാടു സത്യങ്ങൾ നിരത്തിയിട്ടുണ്ട്. പക്ഷേ സുരഞ്ജന്റെ കഥയില്ല. ഹൃദയമില്ലാത്തവളെപ്പോലെയാണ് നിങ്ങൾ സുരഞ്ജന്റെ കഥയെഴുതിയത്. ഒരു ഉണക്ക കഥ. ഹിന്ദുക്കൾക്ക് എവിടെയൊക്കെ എന്തൊക്കെ പറ്റി എന്നെഴുതി. ആരുടെയൊക്കെ വീടു കത്തി, ആരെയൊക്കെ ആരൊക്കെ പിടിച്ചുകൊണ്ടുപോയി. ആരെയൊക്കെ ഭീഷണിപ്പെടുത്തി. കാജൾ ദേവനാഥ് നിങ്ങൾക്കു പുസ്തകം തന്നു എന്നെനിക്കറിയാം - സുരഞ്ജൻ കിടക്കുന്നിടത്തു നിന്നെഴുന്നേറ്റു ലേഖികയെ നേരിൽ കണ്ടുകൊണ്ടെന്നവണ്ണം പറഞ്ഞു. വീടുതോറും നടന്ന് ഒരു സംഭവവും കണ്ടില്ല. വീണ്ടും വിചാരിച്ചു. പുസ്തകത്തിലെ സുരഞ്ജൻ നിർജ്ജീവനാണ്. അവന്റെ ഹൃദയത്തിലെ അനുഭൂതികൾ പ്രകാശിപ്പിക്കുന്നതിനു ലേഖികയ്ക്കു കഴിഞ്ഞിട്ടില്ല. ജാൻനഗറിലെ ചിതലുപിടിച്ച പഴയ ഒരു വീട്ടിലെ ഇരുളടഞ്ഞ മുറിയിൽ ഒറ്റയ്ക്കിരിക്കുന്ന തൊഴിൽരഹിതനായ സുരഞ്ജൻ ദത്തയെ ആരറിയാൻ. തന്നെ യുവാവ് എന്നു പറയാൻ ഇപ്പോൾ സുരഞ്ജനു മടിയാണ്. പ്രായം കടന്നുപോയി. ലജ്ജയിലെ ആ സുരഞ്ജൻ ആ പ്രായത്തിൽത്തന്നെ കിടക്കുകയില്ലെന്നു ലേഖികയ്ക്ക് അറിഞ്ഞുകൂടേ. അറിഞ്ഞിട്ടെന്തു കാര്യം? സുരഞ്ജന്റെ പ്രായത്തിന്റെ കണക്കുംവച്ച് അവർ എന്തുചെയ്യാനാണ്?

അവന്റെ വയസ്സ്, പ്രായം, മേൽവിലാസം, ജീവിതകഥ ഇതൊക്കെ അറിഞ്ഞിട്ട് ആർക്കെന്തു ലാഭം. ലോകത്തിൽ അയാൾ ആരുമല്ല. കേവലം ഉണക്കപ്പുല്ലിന് അവനെക്കാൾ വിലയുണ്ട്. ഈ നഗരത്തിൽ അവനു കൂട്ടുകാർ ആരുമില്ല. അതാണ് ഏറ്റവും വലിയ സത്യം.

സുരഞ്ജൻ നടത്തത്തിന്നിടയിൽ ആത്മസല്ലാപം പോലെ സ്വയം ചോദിച്ചു.

സുരഞ്ജൻ, എങ്ങനെയുണ്ട്. സുഖമാണോ? സുഖമായിരുന്നോ? പലതരത്തിലും ആയിരുന്നു. പറഞ്ഞറിയിക്കാൻ കഴിയാത്ത ഏറ്റവും വലിയ കാര്യം എന്തുകൊണ്ടു ജീവിച്ചിരിക്കുന്നു എന്നാണ്.

പിന്നെ. പിന്നെയെന്ത്?

വളരെ ഏകാന്തത തോന്നുന്നു.

എന്തുകൊണ്ട്? കൂട്ടുകാരാരുമില്ല. സ്വദേശത്ത് അനവധി കൂട്ടുകാരുണ്ടായിരുന്നോ? ഉണ്ടായിരുന്നു. അവരുമായി ഇപ്പോൾ സമ്പർക്കമില്ലേ? ആരുമായിട്ടും ഒരു സമ്പർക്കവുമില്ല.

അങ്ങോട്ടു പോകാത്തതെന്ത്? ചെല്ല്, കൂട്ടുകാരുമായി ഒത്തുകൂടാമല്ലോ.

പോകാൻ തോന്നുന്നില്ല.

എന്തുകൊണ്ട്?

അറിഞ്ഞുകൂടാ. എന്താണു ചെയ്യേണ്ടത് എന്ന് എനിക്കറിഞ്ഞുകൂടാ. നിങ്ങൾക്കു തീർച്ചയായും അറിയാമായിരിക്കും. എനിക്കു ലജ്ജ തോന്നുന്നു.

എന്തു തോന്നുന്നു.

ലജ്ജ.

സുരഞ്ജനു രാത്രി വളരെ വൈകിയിട്ടും ഉറക്കം വന്നില്ല. സിഗററ്റു വലി നിർത്തിയതായിരുന്നു. ഇന്ന് പുതിയ ഒരു പായ്ക്കറ്റു മേടിച്ചു. ഓരോന്നായി ആ പായ്ക്കറ്റു മുഴുവൻ വലിച്ചു തീർത്തു. ഭിത്തിയിലേക്കു നോക്കുമ്പോൾ എന്തൊക്കെയോ ചില പാടുകൾ കാണുന്നു. ചിലതു മനുഷ്യന്റെ മുഖംപോലെ. ചിലത് ഒരു മുറിപോലെ. ചിലത് ആൽമരംപോലെ. ഈ ചിത്രങ്ങളും ഓരോ ദിവസം കഴിയുമ്പോൾ മാറിമാറി വേറെ ഓരോന്നായിത്തീരുന്നു. രണ്ടു തലയിണകൾ കയറ്റി വച്ച് അതിൽ തല ചായ്ച്ചുവച്ചു. ഒരു കാലിൽ മറ്റേക്കാലു കയറ്റിവച്ച് സിഗററ്റു വലിച്ചുതീർത്തും, ഭിത്തിയിലേക്കു വീണ്ടും വീണ്ടും നോക്കിയും തിരിഞ്ഞും മറിഞ്ഞും കിടന്നും ഒടുവിൽ ഒന്നുറങ്ങിയപ്പോൾ സമയം നാലുമണി. ചില രാത്രികൾ ഒന്നും ചെയ്യാനില്ലാത്ത രാത്രികൾ, ചിലവ ഒന്നും ചെയ്യാൻ തോന്നാത്ത രാത്രികൾ. വീണ്ടും വീണ്ടും ദീർഘശ്വാസം വിട്ടുകൊണ്ടിരിക്കുന്ന രാത്രികൾ. ചില രാത്രികളുടെ കാര്യം ആരെയും പറഞ്ഞു മനസ്സിലാക്കാൻ കഴിയുകയില്ല.

മൂന്ന്

"**ആ**രാണു വന്നത് ?"

"സുരഞ്ജൻ ദത്ത." മിനതി പറഞ്ഞു.

"സുരഞ്ജൻ ദത്തയോ."

"അതെ അങ്ങനെയാണു പറഞ്ഞത്. നേരത്തെ ഒരു ദിവസം വന്നിരുന്നു എന്നു പറഞ്ഞു."

കതകു തുറന്നു, സ്വീകരണമുറിയിൽ ഇരുത്താൻ പറഞ്ഞു. സാധാരണ നേരത്തെ പറയാതെ ആരും ഓടിക്കയറി എന്റെ വീട്ടിൽ വരാറില്ല. കൊച്ചുന്നാളിൽ ഇങ്ങനെയൊക്കെ പതിവുണ്ട്. ആരും ആരുടെ വീട്ടിലും ഓടിച്ചെന്നു കയറും. കതകിൽ മുട്ടും. അകത്തുനിന്നും കതകു തുറക്കും. വിളിക്കാതെ വന്ന വിരുന്നുകാരനെ ആദരപൂർവ്വം ഇരുത്തും. ചായയും ബിസ്ക്കറ്റും സേമിയപായസവും കൊടുക്കും. മുതിർന്നതിനുശേഷം അങ്ങനെ കാണുന്നില്ല. വിശേഷിച്ചും പന്ത്രണ്ടു വർഷത്തോളം യൂറോപ്പിലും അമേരിക്കയിലും കഴിഞ്ഞതിനുശേഷം; കല്ക്കത്തയിലും താമസിച്ചിരുന്നു. കല്ക്കത്തയിലും ഇങ്ങനെ നേരത്തെ പറയാതെ ആരും ആരുടെയും വീട്ടിൽ ചെല്ലുകയില്ല. സുരഞ്ജൻ ഇപ്പോഴും ബംഗ്ലാദേശിലെ പഴയ സ്വഭാവം നിലനിർത്തുന്നുണ്ടായിരിക്കുമോ? ഉണ്ടായിരിക്കുമെന്നു തോന്നുന്നു. ഒരാഴ്ച മുൻപ് അയാൾ ഇതുപോലെ വന്നിരുന്നു. ഇപ്പോൾ വീണ്ടും വന്നതെന്തിനാണാവോ? അന്നു വന്നിട്ട് ഒന്നും പറഞ്ഞില്ല. ഇന്നും വർത്തമാനം

ഞാൻ തന്നെ പറയേണ്ടി വരും. അല്ലെങ്കിൽ വാക്കുകളില്ലാത്ത നിശ്ശബ്ദതയുടെ നടുവിൽ അസ്വസ്ഥതയോടെ ഇരിക്കേണ്ടിവരും.

കമ്പ്യൂട്ടറിൽ എഴുതിക്കൊണ്ടിരിക്കുകയായിരുന്നു. പതിനാറുവർഷത്തോള മായി കമ്പ്യൂട്ടറിലാണ് എഴുതുന്നത്. എഴുത്ത് അവസാനിപ്പിച്ചിട്ടു ഡ്രായിംഗ് റൂമിൽ വന്നപ്പോൾ സുരഞ്ജൻ. അന്നത്തെക്കാൾ ആകെ മെച്ചപ്പെട്ടിട്ടുണ്ട്. ഒരു നീല ഫുൾഷർട്ട്. ഇത്തരം ഷർട്ട് ആരേയും കാഴ്ചയ്ക്ക് സുന്ദരനാക്കും. ഇതിനുമുൻപ് അതു മനസ്സിലാക്കിയിരുന്നില്ല. കറുത്ത പാന്റ്. ഷൂസും അന്നത്തെക്കാൾ നല്ലത്. കുറ്റിരോമങ്ങളില്ല. ഷേവു ചെയ്ത് ഇളം നീലനിറം തോന്നിക്കുന്ന കവിൾ. കണ്ണുകൾ താണും കുനിഞ്ഞുമല്ല. തുറന്നു പിടിച്ചിരിക്കുന്നു. മുഖത്തു പുഞ്ചിരിയുടെ തെളിച്ചം. കൈവിരലിൽ അന്നുണ്ടായിരുന്ന കല്ലുവച്ച ഒരു മോതിരം കാണുന്നില്ല. കൈയിൽ ചുവന്ന ചരടുമില്ല. അത്ഭുതം തോന്നി. കല്ക്കത്തയിൽ ധനികനോ ദരിദ്രനോ, പഠിപ്പുള്ളവനോ പഠിപ്പ് ഇല്ലാത്തവനോ, എൻജിനിയറോ ഡോക്ടറോ ആരുമാകട്ടെ കൈയിൽ ചുവന്ന ചരടു കാണും. അതില്ലാതെ ഒരാളെക്കണ്ടാൽ സംശയം തോന്നും. സുരഞ്ജൻ മതത്തിലുള്ള വിശ്വാസം വെടിഞ്ഞോ? അടുത്തൊന്നും ഒരു പൂജയിലും പങ്കെടുത്തില്ലേ? നാസ്തികനായിരുന്ന സുരഞ്ജൻ പിന്നീടു മതവിശ്വാസത്തിലേയ്ക്കു വരികയായിരുന്നു. ലജ്ജയിലെ ഒരു ലജ്ജാവിഷയം അതായിരുന്നു. പൗരബോധമുള്ള നല്ല ആളുകൾക്കു സുരക്ഷിതത്വം ഉറപ്പു വരുത്താത്തതിനാൽ, മാമൂലുകളിൽ വിശ്വാസമില്ലാത്ത ആദർശവാദിയായ ഒരു തലമുറ രാഷ്ട്രത്തിന്റെ ഉദാസീനതകൊണ്ടു നഷ്ടപ്പെട്ടു. സ്ഥിതിസമത്വത്തിൽ വിശ്വസിച്ചു കമ്മ്യൂണിസ്റ്റു പാർട്ടി ഉണ്ടാക്കാൻ ശ്രമിച്ചിരുന്ന സുരഞ്ജൻ കടുത്ത ഹിന്ദുവായി മാറി. മുസൽമാന്മാരോടുള്ള മതിപ്പ് മുഴുവൻ നഷ്ടപ്പെട്ടു. ഇനി ആരോടും ക്ഷമിക്കുകയില്ല, തസ്ലീമയോടു ക്ഷമിച്ചു. അതോ തസ്ലീമ മുസ്ലീം മതം ത്യജിച്ചതുകൊണ്ടു സുരഞ്ജൻ മാപ്പു കൊടുത്തതാണോ? ചുവന്ന രക്ഷാ ചരടില്ലാത്ത കൈകളിലേക്കു നോക്കിക്കൊണ്ടു ഞാൻ പറഞ്ഞു:

"ഇരിക്കൂ. പിന്നെ എന്തൊക്കെ വിശേഷങ്ങൾ? ഇവിടെ എങ്ങോട്ടു വന്നതാണ്?"

സുരഞ്ജൻ എന്റെ നേർക്കു തന്നെ നോക്കിക്കൊണ്ടു പറഞ്ഞു:

"താങ്കളെ കാണാൻ തന്നെ വന്നതാണ്."

സുരഞ്ജൻ എന്തോ പറയാൻ വന്നിരിക്കുകയാണ്. എന്താണ് സുരഞ്ജനു പറയാനുള്ളത്?

"പറയൂ എന്താണു വാർത്ത. സുഖമാണോ." സുരഞ്ജൻ തലയിളക്കി. ഒരിക്കൽ പോലും എനിക്കു സുഖമാണോ എന്ന് ഇങ്ങോട്ടു ലോഹ്യം ചോദിച്ചില്ല. ഈ ടൗണിൽ മിക്ക ആളുകളോടും എന്തൊക്കെയുണ്ടു വിശേഷം, സുഖമാണോ എന്നൊക്കെ ലോഹ്യം ചോദിച്ചാൽ മറുപടി പറഞ്ഞിട്ട് ഇരിക്കും. തിരികെ ഇങ്ങോട്ടു താങ്കൾക്കു സുഖമല്ലേ, എന്താണു വിശേഷങ്ങൾ എന്ന് എന്തെങ്കിലും കുശലാന്വേഷണം നടത്തുന്ന പതിവില്ല. ഇരിക്കുന്നതിനു മുൻപു നന്ദി പറയുന്ന ശീലവും ഇല്ല. ഞാൻ ഫോൺ നമ്പർ എഴുതിക്കൊടുത്തു. ഒരു നന്ദി കിട്ടാൻ

അർഹതയുള്ളതാണ് ആ പ്രവൃത്തി. ബംഗാളികൾ വിചാരിക്കുന്നതു നന്ദി പറഞ്ഞാൽ അപ്രീതിയാകും എന്നാണ്. അതുകൊണ്ടായിരിക്കും നന്ദി പറഞ്ഞു എന്നെ വിഷമിപ്പിക്കേണ്ട എന്നു വച്ചത്.

തല ഇളക്കിയതല്ലാതെ ഒന്നും പറഞ്ഞില്ല. ഇപ്പോൾ സോഫയിൽ മുഖാമുഖം ഇരിക്കണം. എനിക്ക് അതു പറ്റുകയില്ല. പറയാൻ ഒന്നുമില്ലെങ്കിൽ പോകണം. അങ്ങനെ ഒരു തരം ദേഷ്യം എനിക്കുണ്ട്.

"സുരഞ്ജൻ ഇങ്ങനെ തീരെക്കുറച്ചേ സംസാരിക്കുകയുള്ളോ. അതോ എന്നോടു മാത്രമേ സംസാരിക്കാതുള്ളോ. മുൻപ് ഇങ്ങനെ മിണ്ടാത്ത പ്രകൃത മല്ലായിരുന്നു. ആൾ ആകെ മാറിപ്പോയല്ലോ."

സുരഞ്ജൻ ചിരിച്ചു. ഇതൊരു ലളിതമായ ചിരിയല്ല. ആ ചിരി തർജ്ജമ ചെയ്യാൻ എളുപ്പമല്ല. ഇതെങ്ങനെ കൈകാര്യം ചെയ്യണം എന്ന് എനിക്കു മനസ്സി ലായില്ല.

"തനിക്ക് എന്നൊടെന്തെങ്കിലും പറയാനുണ്ടോ." ഞാൻ ചോദിച്ചു.

സുരഞ്ജൻ തല കുനിച്ചു. തല കുനിക്കുന്ന ആളുകളെപ്പറ്റി എനിക്ക് അത്ര നല്ല അഭിപ്രായമില്ല. മിക്കവാറും സുരഞ്ജൻ എന്നോട് എന്തോ പറയാൻ ആഗ്രഹിക്കുന്നു. ഞാൻ എന്റെ ആഗ്രഹം പറഞ്ഞു. എനിക്ക് ഒരു ദിവസം അവന്റെ അമ്മയെ കാണാൻ അവരുടെ വീട്ടിൽ ചെല്ലണമെന്നുണ്ട്.

സുരഞ്ജൻ തല നിവർത്തി. അനുകൂലഭാവത്തിൽ ചലിപ്പിച്ചു സമ്മതം അറിയിച്ചു.

"പോകാം. ഇന്ന് എന്റെ കൂടെ ഭക്ഷണം കഴിക്കാം. സമയം ഉണ്ടല്ലോ. വേറെ ജോലിത്തിരക്കൊന്നും ഇല്ലല്ലോ. അല്ലേ."

ഞാൻ പറഞ്ഞതു സുരഞ്ജൻ അംഗീകരിച്ചു.

സുരഞ്ജനെയുംകൂട്ടി ഉച്ചഭക്ഷണത്തിനു മാർക്കോപോളോയിൽ പോയി. ബുഫേ ഭക്ഷണം കഴിക്കാൻ. ഭക്ഷണം കഴിച്ചുകൊണ്ടു സംസാരിച്ചു. സുരഞ്ജൻ സ്വന്തം കഥ പറഞ്ഞു. തൊണ്ണൂറ്റാറിൽ സുരഞ്ജൻ സുദേഷ്ണ എന്ന ഒരു പെൺകുട്ടിയെ വിവാഹം കഴിച്ചു. രണ്ടുപേരും ദംദമിൽ ഒരു പ്രൈവറ്റ്കോളേജിൽ ജോലി ചെയ്തിരുന്നു. സുരഞ്ജൻ ചരിത്രമാണു പഠിപ്പിച്ചിരുന്നത്.

"എന്നിട്ട്?"

"എന്നിട്ടെന്തായി? വേർപിരിഞ്ഞു."

തണുത്ത ചോദ്യം. തണുത്ത ഉത്തരം.

ഇതിനു നേരായ ഉത്തരം ഇല്ല. എഴുന്നേറ്റുപോയി പിന്നേയും ഭക്ഷണം എടുത്തുകൊണ്ടുവന്നു. കുറെ നാളുകൾക്കുശഷം സുരഞ്ജന് നല്ല ഭക്ഷണം കിട്ടുകയാണെന്നു തോന്നി. എടുത്തുകൊണ്ടുവന്ന ഭക്ഷണം മുറിച്ചു തിന്നാനുള്ള കത്തിയും മുള്ളും ഉപയോഗിച്ചുകൊണ്ടു സുരഞ്ജൻ പറഞ്ഞു: "നാനൂറ്റിത്തൊ ണ്ണൂറ്റിഎട്ട്, അതായത് ഭാര്യയെ വധിച്ച കുറ്റത്തിനുള്ള കേസ്സിൽ ഞാൻ പ്രതിയായി."

ഞാൻ സുരഞ്ജനെ തീക്ഷ്ണമായി നോക്കി. ഇവൻ സ്വന്തം ഭാര്യയെ കൊന്നവനാണ്. എന്നിട്ട് ഞാൻ അവനെ ക്ഷണിച്ചുകൊണ്ടു വന്നു ഭക്ഷണം കഴിപ്പിക്കുന്നു. എന്റെ ഉള്ളിൽനിന്ന് ഒരു നിശ്വാസം പുറത്തു ചാടി. എനിക്ക് ഒരിക്കലും ശിക്ഷ കിട്ടുകയില്ലായിരിക്കും. ഞാൻ ജീവിതകാലം മുഴുവൻ നിരപരാധികളെ രക്ഷിച്ചു പോന്നിരുന്നു. ബംഗ്ലാദേശിൽ അന്യായത്തിന് ഇരയായവർ ധാരാളമുണ്ട്. മാമൂൽപ്രിയന്മാരുടെ അതിക്രമത്തിനു വിധേയരായവർ മാമൂൽപ്രിയന്മാരായിത്തീരുന്നു. സുരഞ്ജനു സംഭവിച്ച പതനത്തിൽ എനിക്ക് അവനോടു സഹതപിക്കാൻ കഴിയും. ആലോചിച്ചു നോക്കിയപ്പോൾ ഒന്നും സാരമില്ലെന്നു തോന്നി. സുരഞ്ജന് ഒരു ഭൂതകാലമുണ്ട്. ആ ഭൂതകാലത്തിൽ അവന് ഹിന്ദു, മുസൽമാൻ എന്നൊന്നും ഭേദം ഉണ്ടായിരുന്നില്ല. എല്ലാവരേയും മനുഷ്യരായി കണക്കാക്കിയിരുന്നു. മതത്തെ അംഗീകരിച്ചിരുന്നില്ല. മതനിയമങ്ങളെ നിന്ദിച്ചിരുന്നു. പക്ഷേ, സുരഞ്ജന്റെ ആ കാലം ഭൂതകാലമാണ്. യഥാർത്ഥത്തിൽ മനുഷ്യവാദിയും നാസ്തികനുമായ ഒരാൾക്കു തികഞ്ഞ ഹിന്ദുവായിത്തീരാൻ കഴിയുകയില്ല. അതുകൊണ്ടു സുരഞ്ജന്റെ ഉള്ളിന്റെയുള്ളിൽ ശരിക്കും ഒരു നാസ്തികനുണ്ടായിരുന്നോ എന്ന കാര്യത്തിൽ ഇപ്പോൾ സംശയം തോന്നുന്നു. ഉണ്ടായിരിക്കില്ല. ഉണ്ടായിരുന്നെങ്കിൽ ഇങ്ങനെ തികഞ്ഞ ഹിന്ദു ആയിത്തീരുകയില്ലായിരുന്നു. എങ്കിൽ പിന്നെ സുരഞ്ജനെക്കുറിച്ച് എനിക്കിത്ര സഹാനുഭൂതി തോന്നാൻ എന്തെങ്കിലും കാരണമുണ്ടോ. ഞാൻ ഭക്ഷണം വേഗം കഴിച്ചുതീർത്തു. എഴുന്നേല്ക്കാം. വാച്ചു നോക്കി. സ്ത്രീഹത്യ ചെയ്ത ഒരുവന്റെ കൂടെ ഞാൻ സമയം ചെലവഴിക്കുന്നതു ശരിയല്ല. അയാളുടെ ജീവിതത്തെ ആസ്പദമാക്കി ഒരു നോവൽ എഴുതി എന്നു വച്ച് അയാളുടെ എല്ലാ പ്രവൃത്തികളെയും ഞാൻ അംഗീകരിക്കണമെന്നുണ്ടോ. ഇല്ല തന്നെ. സുരഞ്ജൻ ക്ഷീണിച്ച ശബ്ദത്തിൽ പറഞ്ഞു:

"ഞാൻ സുദേഷ്ണയെ കൊല്ലുകയായിരുന്നു."

"ഭംഗിയായി. നല്ല കാര്യമാണു ചെയ്തത്." ഞാൻ ശകാരസ്വരത്തിൽത്തന്നെ പറഞ്ഞു:

"അന്നു ഞാൻ മദ്യപിച്ചിരുന്നു." സുരഞ്ജന്റെ ശബ്ദം കൂടുതൽ തളർന്നു.

"ധാക്കയിലെ ആ പെൺകുട്ടിയെ കൊന്ന അന്നോ"

"ഇല്ല. അന്നു മദ്യപിച്ചിരുന്നില്ല."

"അതിനു മദ്യത്തെ പഴിചാരുകയില്ലല്ലോ."

സുരഞ്ജൻ മിണ്ടാതിരുന്നു.

ഞാൻ അതിയായ കോപത്തോടെ പല്ലുകടിച്ചുകൊണ്ടു പറഞ്ഞു:

"ഒന്നും മദ്യത്തിന്റെ കുറ്റമല്ല. നിന്റെ കുറ്റം തന്നെയാണ്. വേറെ എത്രയോ പേർ മദ്യം കഴിക്കുന്നുണ്ട്. അവർ ആരെയും കൊല്ലുന്നില്ലല്ലോ. ജയിലിൽ കിടക്കേണ്ടി വന്നില്ലേ?"

"ജയിലിൽ കുറേ ഏറെക്കാലം കിടന്നു. ജോലിയും പോയി."

"നന്നായി." തൃപ്തിയായതുപോലെ ഞാൻ പറഞ്ഞു.

"ശരിയായ ശിക്ഷ തന്നെയാണു കിട്ടിയത്. സുദേഷ്ണ അതേ കോളേജിൽ ത്തന്നെയല്ലേ ജോലി ചെയ്തിരുന്നത്."

സുരഞ്ജൻ തലയിളക്കി അതേ എന്നു പറഞ്ഞു.

സത്യം പറഞ്ഞാൽ എനിക്കും ഇഷ്ടമായി. അയാൾ എന്റെ നോവലിലെ നായകനായിരിക്കട്ടെ, എനിക്കു വളരെക്കാലം പരിചയമുള്ളവനായിരിക്കട്ടെ, അയാൾ ഒരു സ്ത്രീയോട് അന്യായം ചെയ്തു. അതിന് ഉചിതമായ ശിക്ഷയും കിട്ടി. അതുകൊണ്ട് എനിക്ക് ഇഷ്ടമായി.

"എന്തിനാണ് സുദേഷ്ണയെ കൊന്നത്."

ഞാൻ ചോദിച്ചു. സുരഞ്ജൻ ദീർഘശ്വാസം വിട്ടുകൊണ്ടു പറഞ്ഞു:

"മായയെ അവൾക്കു സഹിക്കാൻ കഴിഞ്ഞില്ല."

"എന്തുകൊണ്ടാണു സഹിക്കാൻ കഴിയാഞ്ഞത്."

"മായയുടെ വിവാഹം നടക്കാത്തതെന്ത്, അവൾ ഈ വീട്ടിൽ നിന്നു പോകാത്തതെന്ത്, ഇതൊക്കെയായിരുന്നു ചോദ്യം. വയസ്സനായാലും വേണ്ടില്ല, തെമ്മാടിയായാലും വേണ്ടില്ല. ആരെക്കൊണ്ടെങ്കിലും അവളെ കെട്ടിച്ചയയ്ക്കണമെന്നായിരുന്നു സുദേഷ്ണയുടെ അഭിപ്രായം. എനിക്കതു സമ്മതമല്ലായിരുന്നു."

"എന്നിട്ടോ"

"എന്നിട്ടെന്ത്? മായയുടെ വിവാഹം പിന്നീടു നടന്നു."

സുരഞ്ജൻ എന്റെ കണ്ണിൽത്തന്നെ നോക്കി നിന്നു. കണ്ണുകളിൽ വേദന നിറഞ്ഞു. ഞാൻ പറഞ്ഞു:

"മധുരപലഹാരങ്ങളുണ്ട്. എടുത്തുകൊണ്ടു വരട്ടെ. ഐസ്ക്രീം ഇഷ്ടമല്ലേ?"

സുരഞ്ജൻ ഐസ്ക്രീം വേണ്ടെന്നു പറഞ്ഞു.

ബില്ലു കൊടുത്തശേഷം ഹോട്ടലിൽ വച്ചു തന്നെ സുരഞ്ജനുമായി പിരിയാം എന്നാണു വിചാരിച്ചിരുന്നത്. പക്ഷേ കാറിനടുത്തേക്കു നടക്കുമ്പോൾ പറഞ്ഞു:

"ഞാൻ വീട്ടിലേക്കു പോകുന്നു. സുരഞ്ജൻ എന്തു ചെയ്യും."

"ബുദ്ധിമുട്ടാവുകയില്ലെങ്കിൽ ഞാനും കൂടെ വരട്ടെ."

"ഇല്ല ഇല്ല. ബുദ്ധിമുട്ടെന്ത്."

സുരഞ്ജൻ എന്റെ കൂടെ വന്നു. എനിക്ക് ഊണു കഴിഞ്ഞ് ഉറങ്ങുന്ന ശീലമില്ല. ഇത്തിരിനേരം കിടക്കണമെന്നു തോന്നുന്നുണ്ടോ എന്നു സുരഞ്ജനോടു ചോദിച്ചു. ഇല്ല ഇല്ല എന്നു പറഞ്ഞുകൊണ്ട് എഴുന്നേറ്റു. എന്തായിരിക്കും സുരഞ്ജന് എന്നോടു പറയാനുള്ളത്. അതിനായിരിക്കണമല്ലോ കൂടെ വന്നത്. അയാളെയും കുടുംബത്തെയും പറ്റിയുള്ള ഒരു കഥ എഴുതി. അതിനു പ്രതിഫലം ചോദിക്കാനാണോ വന്നിരിക്കുന്നത്? നല്ല ഒരു റെസ്റ്റോറന്റിൽ കൊണ്ടുപോയി ഭക്ഷണം കഴിപ്പിച്ചു. അയാൾ വേഗം വീട്ടിലേക്കു പോയാൽ മതിയായിരുന്നു.

എനിക്ക് ഇനിയും അയാളോടു സംസാരിച്ച് എന്തെങ്കിലും കഥകൾ മനസ്സിലാക്കി എഴുതണമെന്ന മോഹമില്ല. എനിക്ക് എഴുതാൻ ഇഷ്ടംപോലെ കഥകളുണ്ട്. ഇവിടെ മറ്റ് ഏതു മനുഷ്യരെയും പോലെ അവർക്കും ഒന്നുകിൽ സുഖമായിരിക്കും. അല്ലെങ്കിൽ കഷ്ടപ്പാടായിരിക്കും. എനിക്ക് അവരെപ്പറ്റി കഥ എഴുതേണ്ട കാര്യമില്ല. ഞാൻ അവരെപ്പറ്റി ഒരു നോവൽ എഴുതി എന്നതുകൊണ്ട് ഏതു സമയത്തും എന്റെ വീട്ടിൽ വന്നിരിക്കാനൊന്നും സുരഞ്ജന് അവകാശമില്ല. അതറിയാനുള്ള ബുദ്ധി അയാൾക്കുണ്ടാകും. ഉണ്ടാകണം. എന്നാലും ഞാൻ സുരഞ്ജന്റെ ജീവിതം മുതലെടുത്തു ഖ്യാതി ഉണ്ടാക്കുകയാണ് എന്ന് ആളുകൾ പറഞ്ഞുകൊണ്ടിരിക്കും. പക്ഷേ സുരഞ്ജനിൽ പ്രത്യേക വ്യക്തിത്വമോ മഹത്ത്വമോ ഇല്ലെങ്കിൽ അയാളെപ്പറ്റി എഴുതി എത്രനാൾ കീർത്തി നേടും? വരാന്തയിലെ ചുവന്ന നിറമുള്ള കസേരയിൽ ഇങ്ങനെയൊക്കെ ചിന്തിച്ചുകൊണ്ട് ഞാൻ ആകാശത്തിലേക്കു നോക്കിയിരുന്നു. ഡ്രോയിംഗ് റൂമിലെ സോഫയിൽ നിന്നെഴുന്നേറ്റ് എന്റെ കസേരയുടെ അടുത്തു വന്നുനിന്നുകൊണ്ടു സുരഞ്ജൻ പറഞ്ഞു:

"ഞാൻ താങ്കൾക്ക് ഒരു ബുദ്ധിമുട്ടായോ? വിശ്രമിക്കുകയോ എന്തെങ്കിലും ജോലി ചെയ്യുകയോ വേണമെങ്കിൽ ആയിക്കൊള്ളൂ. എന്നെക്കുറിച്ച് ചിന്തിക്കേണ്ട."

"അപ്പോൾ താനോ."

"ഞാൻ ഇവിടെ ഇരുന്നുകൊള്ളാം. ഞാൻ തനിച്ചാണല്ലോ എന്നു വിചാരിക്കണ്ട. എനിക്ക് ആതിഥ്യം നല്കാനായി ഒന്നും ചെയ്യേണ്ടതില്ല."

"എന്തെങ്കിലും പറയാനുണ്ടെങ്കിൽ പറയൂ. ഇങ്ങനെ പ്രതിമ പോലെ ഇരിക്കുന്നതെന്ത്. പറയാൻ വല്ലതുമുണ്ടെങ്കിൽ പറയൂ."

"ഇല്ല. എനിക്കൊന്നും പറയാനില്ല"

"എങ്കിൽപ്പിന്നെ?"

"എങ്കിൽപ്പിന്നെ എന്തിനാണിരിക്കുന്നതെന്നല്ലേ അറിയേണ്ടത്."

ഞാൻ ഉത്തരമൊന്നും പറഞ്ഞില്ല. തല കുലുക്കിയുമില്ല.

സുരഞ്ജൻ എന്റെ കണ്ണിലേക്കു തന്നെ നോക്കിക്കൊണ്ടു പറഞ്ഞു:

"ഇരിക്കാൻ ആഗ്രഹിക്കുന്നു. കാരണം ഞാൻ താങ്കളെ അത്രമേൽ സ്വന്തമായി കരുതുന്നു."

നിങ്ങളെ സ്നേഹിക്കുന്നു. സ്വന്തമായി കരുതുന്നു. നിങ്ങളെക്കൂടാതെ ജീവിക്കാൻ വയ്യ - ഇങ്ങനെയൊക്കെയുള്ള വാക്കുകൾ മനസ്സിൽ മാത്രമല്ല ശരീരത്തിലും ചില ഓളങ്ങളുണ്ടാക്കും. സുരഞ്ജന്റെ വാക്കുകൾ ശരീരത്തിൽ കുളിരു കോരിയിട്ടു. ശക്തി ചോർന്നുപോയി. ആ കസേരയിൽ നിന്ന് എഴുന്നേല്ക്കാൻ തന്നെ കുറേ നേരമെടുത്തു. മനസ്സിനും ഇളക്കം തട്ടി. ആ വാക്കുകൾ എനിക്ക് എന്തുകൊണ്ടാണ് ഇത്ര പ്രിയങ്കരമായത് എന്നു കൃത്യമായി എനിക്കറിഞ്ഞുകൂടാ. ഇങ്ങനെ ഇതുവരെ ആരും പറഞ്ഞിട്ടില്ലാത്തതുകൊണ്ടായിരിക്കും. ഞാൻ സ്വന്തമെന്നു വിചാരിക്കുന്ന കുറേപ്പേർ ഉണ്ട്. എന്നാൽ അവർ ആരും എന്നെ സ്വന്തം

എന്നു വിചാരിക്കുന്നില്ല. എനിക്ക് അസുഖമെന്നുകേട്ടാൽ മനസ്സു നൊമ്പരപ്പെടുന്ന ഒരു സഹോദരി ദൂരെ അന്യദേശത്തുണ്ട്. അതല്ലാതെ നാട്ടിലുള്ള സ്വജനങ്ങളോ ബന്ധുക്കളോ എത്ര അടുപ്പമുള്ളവരായാലും എന്നെക്കാണാൻ വരാറില്ല. ജീവിച്ചിരിപ്പുണ്ടോ മരിച്ചുപോയോ എന്നുപോലും അവരൊന്നും അന്വേഷിക്കാറില്ല. സുരഞ്ജന് എതിരായും ഞാൻ പലതും വിചാരിച്ചെങ്കിലും അവന്റെ വാക്കുകൾ എന്നെ അത്യധികം ആനന്ദിപ്പിച്ചു. എന്നെ സ്വന്തമെന്നു വിചാരിക്കുന്നു. ആർത്തിയും സ്വാർത്ഥതയും പെരുത്ത ഈ ലോകത്തിൽ ആരും ആരെയും സ്വന്തമായി കരുതുന്നില്ല. ഇവിടെ മനുഷ്യർ സ്വന്തം ഉത്തരവാദിത്തവും ജോലിയും നിർവ്വഹിക്കുന്നതിനെ നമ്മൾ സ്നേഹത്തോടെ ചെയ്യുന്ന സഹായവും ഉപകാരവുമായി കണക്കാക്കുകയാണ്. വാസ്തവത്തിൽ സ്നേഹം കൊണ്ട് ആരും ഒന്നും ചെയ്യുന്നില്ല. ചെയ്യാതെ നിവൃത്തിയില്ലാത്തതുകൊണ്ടു ചെയ്യുകയാണ്.

സുരഞ്ജനു വിശ്രമിക്കാൻ ഒരു മുറി കാണിച്ചു കൊടുത്തു. ഞാൻ കിടക്കുന്ന മുറി തന്നെ. ചായയോ മറ്റോ വേണമെങ്കിൽ കൊടുക്കാൻ മിനതിയോടു പറഞ്ഞു.

ഞാൻ പഠനമുറിയിൽ ചെന്ന് ഒരു പുസ്തകമെടുത്തുകൊണ്ടു കിടക്കയിൽ കിടന്നു. ഞാൻ ആ പുസ്തകം വായിക്കാൻ ആഗ്രഹിക്കുന്നു. എന്നാൽ ഏതാനും താളുകൾ മറിച്ചപ്പോൾ ഞാൻ ഓരോ വാക്കും അക്ഷരവും നോക്കി നോക്കി വായിക്കുന്നുണ്ടെങ്കിലും ആ വാക്കുകളും അക്ഷരങ്ങളും കണ്ണിൽക്കൂടി നടന്നു മറയുന്നതല്ലാതെ മനസ്സിലേക്കു കടന്നു ചെല്ലുന്നില്ലെന്ന് എനിക്കു മനസ്സിലായി. അതുകൊണ്ട് ഇത്രയും നേരം വായിച്ചതെന്താണെന്നു മനസ്സിലായില്ല. എന്താണു മനസ്സിലാകാത്തത്. മനസ്സ് എവിടെയാണ്? സുരഞ്ജനിൽ. എനിക്ക് സുരഞ്ജനോട് ഒരുപാടു ദേഷ്യമുണ്ട്. എന്നാൽ ഞാൻ അവനെ ഏറക്കുറെ സ്വന്തമെന്നു കരുതുന്നുമുണ്ട്. എനിക്കു പരിചയമില്ലാത്ത ഒരാൾ. കണ്ടിട്ടുണ്ട്. വളരെ സാധാരണപോലെ കണ്ടിട്ടുണ്ട്, സംസാരിച്ചിട്ടുണ്ട്. വളരെ കുറച്ചു മാത്രം സാധാരണനിലയിൽ സംസാരിച്ചിട്ടുണ്ട്. അങ്ങനെയുള്ള ഒരാളെ ഇങ്ങനെ സ്വന്തമായി കാണാൻ കഴിയുന്നതിന്റെ രഹസ്യം എത്ര ആലോചിച്ചിട്ടും പിടികിട്ടിയില്ല. എത്ര തുഴഞ്ഞിട്ടും ആ രഹസ്യത്തിന്റെ അക്കരെ എത്തുന്നില്ല. ഒട്ടും പരിചയമില്ലാത്ത ഒരു ചെറുപ്പക്കാരനെ എത്ര നിസ്സാരമായാണ് സ്വന്തം കിടപ്പു മുറിയിൽ കൊണ്ടുചെന്നു കിടത്തിയത്. അവൻ എനിക്ക് ഒരു ദോഷവും വരുത്തുകയില്ലെന്നാണെന്റെ വിശ്വാസം. വല്ല ദോഷവും വരുത്തിയാൽ അതെനിക്ക് അപകാരമല്ല ഉപകാരമായിരിക്കും.

വൈകിട്ട് അഞ്ചുമണിക്ക് ഒരു വെടിക്കു രണ്ടു പക്ഷി എന്ന മട്ടിൽ സുരഞ്ജനെ കൊണ്ടുവിടാനും കിരൺമയിയെക്കാണാനുമായി ജാൻനഗറിലേക്കു പുറപ്പെട്ടു. കല്ക്കത്തയിൽ ഞാൻ എങ്ങോട്ടു പോയാലും അഞ്ചുപേരുള്ള ഒരു പോലീസ് സംഘം എന്റെ കൂടെ ഉണ്ടാകും. കല്ക്കത്തയ്ക്ക് പുറത്താണെങ്കിൽ സർവ്വസന്നാഹങ്ങളോടും കൂടിയ ഒരു പോലീസുവാൻ ഒപ്പമുണ്ടാകും. പുറകിൽ എസ്കോർട്ടു കാർ. എസ്കോർട്ടു കാറിൽ നാലുപേർ. എന്റെ കാറിൽ ഒരു പേഴ്സണൽ സെക്യൂരിറ്റി ഓഫീസർ - പി.എസ്.ഒ. ഞാൻ പാർക്ക് സർക്കസിലേക്കു

പോകുന്നു എന്നത് അവർക്ക് ഇഷ്ടമായില്ല. കാരണം മുസ്ലീം പ്രദേശങ്ങളിലേക്ക് ഞാൻ പോകുന്നതു സുരക്ഷിതമല്ല. തീവ്രവാദികൾ ഏതു നിമിഷവും എന്നെ ആക്രമിക്കാം. എന്നാൽ അവരുടെ അനിഷ്ടത്തെ നിസ്സാരമാക്കി ഞാൻ പറഞ്ഞു:

"ഏയ്, ഒന്നും സംഭവിക്കുകയില്ല."

"ഒന്നും ഇല്ലെന്നു പറഞ്ഞാൽ ഏതു സമയത്തും എന്തെങ്കിലും സംഭവിക്കാം." പോലീസ് ഓഫീസർ പറഞ്ഞു.

"എവിടെവച്ചു വേണമെങ്കിലും സംഭവിക്കാം. അതിനു പാർക്ക് സർക്കസിൽ പോകണമെന്നില്ല. അവിടെ എന്നെ കൊല്ലാൻ വല്ലവരും കാത്തുനില്പുണ്ടോ? ഉണ്ടെങ്കിലും നിങ്ങളൊക്കെയില്ലേ? ഞാൻ തന്നെയല്ലല്ലോ പോകുന്നത്."

പോലീസ് പിന്നെ ഒന്നും പറഞ്ഞില്ല. ഞാൻ കൂട്ടിച്ചേർത്തു:

"അതുതന്നെയല്ല, എനിക്കു പോകേണ്ട അത്യാവശ്യവും ഉണ്ട്."

അതെ കിരൺമയിയുടെ വീട്ടിൽ പോകണം. കല്ക്കത്തയിൽ വന്നിട്ട് ഇതുവരെ അത്തരം ഇടവഴികളിലേക്കു പോയിട്ടില്ല. ഗ്രേറ്റ് മെഡിക്കൽ സ്റ്റോർസ്, ഹോട്ടൽ ഷാൻ ഫർദൗസ്, ഇൻഡ്യൻ സൈക്കിൾ സ്റ്റോർ, ജഗന്നാഥ് ജ്വല്ലേഴ്സ് തുടങ്ങിയവയുടെയൊക്കെ മുന്നിലുള്ള ഇടവഴികളിൽക്കൂടി പോകണം. ഒരു വണ്ടി വന്നാൽ എതിരെ വരുന്ന ഒരു വണ്ടി എന്നല്ല ഒരു സൈക്കിൾറിക്ഷ പോലും കടന്നുപോവുകയില്ല. ഏതെങ്കിലും ഒന്നു പുറകോട്ട് എടുക്കണം. അത്ര ഇടുങ്ങിയ ഗലി, വീടുകളിലൊക്കെ വൃത്തിയില്ലായ്മയുടെ പ്രകടനം. ഭിത്തികൾ ചെളിയും കരിയും പുരണ്ടത്. വഴിയരുകിൽ വേയ്സ്റ്റ് ഇടാനുള്ള വീപ്പ നിറഞ്ഞിരിക്കുന്നു. എനിക്കു ശരീരമാകെ ചൊറിയുന്നതുപോലെ തോന്നി. നാലുപാടും അത്രയ്ക്കു മലിനം.

കിരൺമയി എന്നെക്കണ്ടതും ഓടിവന്നു കെട്ടിപ്പിടിച്ചു. കുറേ ഏറെ നേരം അങ്ങനെ നിന്നു. എന്നിട്ടു പറഞ്ഞു തുടങ്ങി: "മോളേ നിനക്കു സുഖമാണോ, എന്തൊക്കെയുണ്ട് വിശേഷങ്ങൾ. നിന്റെ കാര്യം ആലോചിച്ച് എത്രമാത്രം വേദന തോന്നാറുണ്ടെന്നോ. ഇത്രകാലം കഴിഞ്ഞിട്ടും ഞങ്ങളെ ഓർമ്മിച്ചു വന്നല്ലോ."

കെട്ടിപ്പിടുത്തം പതുക്കെ അയച്ച് കിരൺമയിയുടെ മുഖത്തു നോക്കി. കണ്ണുനീർ ചാലിട്ട് ഒഴുകുന്നു. എന്നെക്കുറിച്ചോർത്തു കണ്ണീർ പൊഴിക്കുന്ന ഒരു മുഖം. അമ്മയുടെ അല്ലാതെ മറ്റാരുടെയും മുഖം അങ്ങനെ കണ്ടിട്ടില്ല. ശരീരം വികാരഭാരം കൊണ്ടു വേച്ചുപോയി. മനസ്സു വല്ലാതെ ഇളകി. എനിക്ക് ഒരിടത്തു നിന്നും ഇത്ര ഗാഢമായ സ്നേഹം കിട്ടിയിട്ടില്ല. ഓരോ ദിവസവും എത്രയോ ആളുകൾ സ്നേഹപൂർവ്വം എന്റെ അടുത്തുവരുന്നു. എന്റെ വിദ്യാഭ്യാസവും വീക്ഷണവും ധൈര്യവും കണ്ടിട്ടാണവർ അങ്ങനെ സ്നേഹിക്കുന്നത്. ആ സ്നേഹം എന്നും കിട്ടാറുണ്ട്. എന്നാൽ ഇങ്ങനെ ഒരു സ്നേഹം!

കിരൺമയിയെ എന്താണു വിളിക്കേണ്ടത്. ചിറ്റയെന്നോ ചിറ്റമ്മയെന്നോ. വിദേശത്തു വളരെക്കാലം ജീവിച്ച് എല്ലാവരേയും പേരുവിളിക്കുന്ന ഒരു ദുശ്ശീലം എനിക്കുണ്ട്. ഇപ്പോൾ ഇരട്ടി പ്രായമുള്ളവരെപ്പോലും വെറും പേരു വിളിക്കുന്നു.

നേരത്തെ ചേച്ചീ, ചേട്ടാ എന്നൊക്കെ വിളിച്ചിരുന്നവരെ അങ്ങനെത്തന്നെ വിളിക്കുന്നു. വിളി മാറ്റിയില്ല. എന്നാൽ പുതിയതായി പരിചയപ്പെടുന്നവരുടെ പേരിന്റെ കൂടെ ചേട്ടാ എന്നോ ചേച്ചീ എന്നോ കൂട്ടിച്ചർക്കാറില്ല. ചിലരൊക്കെ ഇഷ്ടപ്പെടാതെ തുറിച്ചുനോക്കുമ്പോൾ വല്ലാതാകും. കിരൺമയിയെ തികച്ചും നാടൻ ഈണത്തിൽ ചിറ്റേ എന്നു തന്നെ വിളിച്ചു.

"ചിറ്റേ എങ്ങനെ, സുഖമല്ലേ." ധാക്കയിൽ വച്ചു കണ്ടപ്പോഴും ചിറ്റേ എന്നാണു വിളിച്ചിരുന്നത് എന്നോർത്തു.

"ഞങ്ങൾ എങ്ങനെയിരിക്കുന്നു, ഞങ്ങൾക്കു സുഖമാണോ എന്നു സുരൻ പറഞ്ഞു കേട്ടില്ലേ മോളേ. നീ വന്നല്ലോ. എന്താ കുറേക്കൂടി നേരത്തെ വരാഞ്ഞത്? സുരന്റെ ബാബാ നിന്റെ കാര്യം എപ്പോഴും പറയുമായിരുന്നു. നിന്നെക്കുറിച്ചുള്ള വാർത്ത എവിടെക്കണ്ടാലും വെട്ടിയെടുത്തു സൂക്ഷിച്ചുവയ്ക്കുമായിരുന്നു. പുറത്തെടുത്ത് എത്ര തവണയാണു വായിക്കുക. എന്നിട്ടു വേദനയോടെ പറയും. ആ പാവം പെൺകുട്ടി നമുക്കുവേണ്ടി എന്തെല്ലാം കഷ്ടതകളാണു സഹിക്കുന്നത്. അമ്മയേയും ബാബയേയും വിട്ടു വിദേശത്തുപോയി ജീവിക്കുന്നു. എന്തു ചെയ്യുന്നു എങ്ങനെയിരിക്കുന്നു എന്ന് ആർക്കറിയാം. സുരന്റെ ബാബ നിന്നെയോർത്ത് എത്രമാത്രം കണ്ണീരൊഴുക്കിയിരിക്കുന്നു. നീ വന്നല്ലോ മോളേ. എന്നാലും അദ്ദേഹത്തെ കണ്ടു സംസാരിക്കാൻ പറ്റിയില്ലല്ലോ."

കിരൺമയി പറഞ്ഞു പറഞ്ഞു വീണ്ടും തേങ്ങിക്കരയാൻ തുടങ്ങി. ഞാൻ കൈനീട്ടി അവരുടെ ഒരു കൈ പിടിച്ചു; പിടിച്ചുകൊണ്ടേ ഇരുന്നു. കരച്ചിലിന്റെ തള്ളൽ ഒന്നു കുറഞ്ഞപ്പോൾ കണ്ണു തുടച്ചിട്ടു വീണ്ടും പറയാൻ തുടങ്ങി:

"നിന്നെപ്പറ്റി വല്ല വാർത്തയും ടെലിവിഷനിൽ വന്നാൽ കണ്ണിമയ്ക്കാതെ അതു നോക്കി ഇരിക്കും. നീയുമായി അഭിമുഖം ഉണ്ടെന്നു കേട്ടാൽ രണ്ടു മണിക്കൂർ മുമ്പു തന്നെ ടി.വിയുടെ മുമ്പിൽ വന്നിരിക്കും. നിന്റെ ലേഖനം, നിന്നെപ്പറ്റിയുള്ള ലേഖനം, നിന്നെക്കുറിച്ചുള്ള വാർത്ത ഇതൊന്നും ഒരിക്കലും വിട്ടുകളയുകയില്ല. നിന്നെപ്പറ്റി എഴുതിവച്ച ധാരാളം നോട്ടുബുക്കുകൾ ഉണ്ടായിരുന്നു. എല്ലാം അലമാരിയിൽ അദ്ദേഹം സൂക്ഷിച്ചു വച്ചിരുന്നു. ഇടയ്ക്ക് അലമാരിയിൽ നിന്നും എടുത്തു വായിക്കും. ഞങ്ങൾ പത്രം വരുത്തുന്നില്ല. അദ്ദേഹം പത്രഏജന്റുമാരുടെ അടുത്തു പോയി എല്ലാ പത്രവും എടുത്ത് നിന്നെപ്പറ്റിയുള്ള വാർത്തകളുണ്ടോ എന്നു നോക്കും. ബംഗ്ലാ, ഹിന്ദി, ഇംഗ്ലീഷ് പത്രങ്ങളൊക്കെ നോക്കും. നിന്നെപ്പറ്റി വാർത്തയോ ലേഖനമോ ഉള്ള പത്രം മേടിച്ചുകൊണ്ടു വരും. ദാരിദ്ര്യം ഉള്ള വീടാണെങ്കിലും അതിനുള്ള ചെലവു ചെയ്യാൻ മടിയില്ല. അവയൊന്നും പൊടിപിടിച്ചു നശിക്കാതെ സൂക്ഷിച്ചിരുന്നു. എപ്പോഴും പറയാറുണ്ട്, നോക്കിക്കോ അവൾക്കു വേഗം നാട്ടിൽ തിരിച്ചെത്താൻ കഴിയും."

"അദ്ദേഹത്തിനു പ്രിയപ്പെട്ട സാധനങ്ങളൊക്ക ചിതയിൽ അർപ്പിച്ചിരുന്നു. ആ പത്രങ്ങളും പത്രികകളും നോട്ടുബുക്കുകളും എല്ലാം അർപ്പിച്ചു. അദ്ദേഹം എങ്ങോട്ടാണു പോകുന്നതെന്നറിഞ്ഞുകൂടാ. എവിടെപ്പോയാലും അവിടേയ്ക്ക് അവയും ചെല്ലട്ടെ. പിന്നെ ദേശത്തു നിന്നും അദ്ദേഹത്തിനു പ്രിയപ്പെട്ട

സാധനങ്ങൾ. ഏറ്റവും പ്രിയപ്പെട്ടത് എന്നു പറഞ്ഞാൽ ആരും വിശ്വസിക്കുകയില്ല, ബംഗ്ലാദേശിന്റെ ദേശീയപതാകയും സ്വാതന്ത്ര്യ സമരഭടൻ എന്ന സർട്ടിഫിക്കറ്റും നിന്നെക്കുറിച്ചുള്ള വാർത്തകളുള്ള പത്രികകളും ആയിരുന്നു അവ. ഇടയ്ക്കിടയ്ക്ക് ബംഗ്ലാദേശിലുണ്ടാക്കിയ മധുരപലഹാരങ്ങൾ ആരെക്കൊണ്ടെങ്കിലും കൊണ്ടുവരീക്കും. അത് കുറേശ്ശെ പൊട്ടിച്ചു തിന്നും. എത്ര പഴകിയാലും കളയുകയില്ല. ചിതയിൽ കിടത്തിയപ്പോൾ ആ പ്രിയപ്പെട്ട സാധനങ്ങളൊക്കെ മാറത്തു വച്ചു കൊടുത്തു. അവ ഒന്നും വേണ്ടതുപോലെ ബഹുമാനിച്ചു സൂക്ഷിക്കാൻ ഞങ്ങൾക്കു കഴിയുകയില്ല. നീ വന്നല്ലോ. നിന്നെ കാണാൻ കഴിഞ്ഞെങ്കിൽ അദ്ദേഹത്തിന് എന്തു സന്തോഷമായേനെ." പറയുമ്പോഴേക്കും കിരൺമയി വീണ്ടും വാവിട്ടു കരയാൻ തുടങ്ങി. ഒരു പാടുനേരം കരഞ്ഞു. ഞാൻ തൂണുപോലെ അടുത്ത് അനങ്ങാതിരുന്നു. എന്റെ ശരീരം അയഞ്ഞു. എന്റെ കൈ കിരൺമയിയുടെ കൈയിൽനിന്ന് അയഞ്ഞ് ഊർന്നു വീണു. ഒന്നും പറഞ്ഞില്ല. വളരെനേരം അങ്ങനെ ഇരുന്നു. കരച്ചിൽ ഒരു പക്ഷേ ചിലപ്പോൾ വേഗം പടർന്നു കയറുന്നതായിരിക്കും.

സുധാമൊയ്ദത്ത എങ്ങനെ മരിച്ചു എന്ന കഥ കേൾക്കാൻ എനിക്കു താത്പര്യം തോന്നിയില്ല. നിഷ്ഠുരതയാലായിരിക്കാം, എന്നെപ്പറ്റി അത്രമേൽ വിചാരിച്ച ആളുടെ മരണത്തെപ്പറ്റി കേൾക്കാൻ ഞാൻ ആഗ്രഹിക്കാത്തത്. എനിക്കു മരണത്തെപ്പറ്റി കേൾക്കുന്നതിനെക്കാൾ ജീവിതത്തെപ്പറ്റി കേൾക്കുന്നതിനാണു താത്പര്യം, പറയുന്നതിനും. അതുകൊണ്ടു ചുറ്റുപാടും നോക്കിക്കൊണ്ടു ചോദിച്ചു.

"മായ എന്തിയേ?"

"മായ ഭർത്താവിന്റെ വീട്ടിൽ."

"ഓ, മായ എന്തു ചെയ്യുന്നു."

ഏതു പെൺകുട്ടിയുടെ കാര്യം പറഞ്ഞാലും അവൾ എന്തു ചെയ്യുന്നു എന്നു ചോദിക്കുന്നത് എന്റെ ശീലമാണ്. പെൺകുട്ടികൾ എന്തെങ്കിലും ജോലി ചെയ്യുന്നുണ്ട് എന്നു കേൾക്കാനാണ് എനിക്കിഷ്ടം. ഇന്നയാളുടെ ഭാര്യയാണ്, ഇന്നയാളുടെ മകളാണ് എന്നത് പെൺകുട്ടിക്കു സ്വന്തമായ ഒരു മേൽവിലാസമല്ല. പെൺകുട്ടി സാമ്പത്തികമായി സ്വന്തം കാലിൽ നില്ക്കണം. ഉദ്യോഗമോ, കച്ചവടമോ എന്തെങ്കിലും. ജീവിതച്ചെലവിനുള്ള വരവിന് ഒരു വഴി വേണം. അങ്ങനെ അവർക്കു സ്വാശ്രയത്വവും സ്വാശ്രയബോധവും ഉണ്ടാകണം. അവൾ ഒന്നും ചെയ്യുന്നില്ല, ഹൗസ് വൈഫാണ് എന്നു കേൾക്കാൻ എനിക്കു തീരെ താത്പര്യമില്ല. പ്രായപൂർത്തിയായ പെൺകുട്ടികൾക്കൊക്കെ ജീവിതച്ചെലവു നേരിടാനുള്ള ഒരു തൊഴിൽ വേണം. മറ്റുള്ളവരുടെ ചെലവിൽ കഴിയുന്ന സ്ത്രീകളോട് എനിക്കു കരുണ തോന്നുന്നു. സ്വന്തം കാലിൽ നില്ക്കാൻ ശ്രമിക്കാത്തവരോടു ദേഷ്യവും. ജീവിതം ഒന്നേയുള്ളൂ, ഒരു തവണയേയുള്ളൂ. തടസ്സങ്ങളും ആപത്തുകളും ദുഃഖങ്ങളും ഉണ്ടാകും. അതും പറഞ്ഞു കണ്ണീരും കൈയും നിലവിളിയുമായിരുന്നിട്ടെന്തു കാര്യം. തടഞ്ഞു വീണെന്നു വരും. ഒന്നോ

രണ്ടോ മൂന്നോ തവണ. പെണ്ണിന്റെ വഴി ആരും നിരപ്പാക്കിത്തരുകയില്ല. പാറകൾ സ്വയം തന്നെ പൊട്ടിക്കണം.

കിരൺമയിയുടെ നിറുകയിൽ തലമുടി കുറേശ്ശേ നരച്ചിട്ടുണ്ട് എന്നല്ലാതെ വയസ്സായതിന്റെ മറ്റു ലക്ഷണങ്ങൾ ഒന്നും കാണാൻ ഉണ്ടായിരുന്നില്ല. കായികാധ്വാനം ചെയ്യുന്നവരിൽ പ്രായം അങ്ങനെ ഓടിക്കയറിയിരിക്കുകയില്ല. ഞാൻ ഇരുന്നുകൊണ്ടു പണിയെടുക്കുന്ന ആളാണ്. ഇപ്പോൾ നാല്പത്തൊന്നു വയസ്സാകുന്നു. ശരീരത്തിൽ മേദസ്സ് അടിഞ്ഞു കൂടി. തലമുടി നരച്ചിട്ടുണ്ട്. രൂപ ഭംഗി നഷ്ടപ്പെട്ടു. ലജ്ജ എഴുതിയ കാലത്തു നഗരത്തിലെ ഒന്നാം നമ്പർ സുന്ദരി ഞാനാണെന്നു പറയുമായിരുന്നു. മെലിഞ്ഞു സുന്ദരമായിരുന്ന ശരീരം ഇക്കാലം കൊണ്ടു വണ്ണിച്ചു പളുങ്കൂസു തടിയായി. കിരൺമയി അന്നത്തെപ്പോലെ ത്തന്നെയിരിക്കുന്നു. സുരഞ്ജൻ നന്നായി തടിച്ചിട്ടുണ്ട്. എന്നാലും മുഖം അതു പോലെത്തന്നെയുണ്ട്. വയസ്സു കൂടിയെങ്കിലും മുഖത്തേക്കു വയസ്സ് കടന്നുചെന്നി ട്ടില്ല. കണ്ണുകളുടെ താഴെ എന്തോ ഒരു ഗംഭീരത. ചിലപ്പോൾ എനിക്കു തോന്നിയ തായിരിക്കും. മായയെ കണ്ടാൽ എങ്ങനെയായിരിക്കുമോ? പണ്ടത്തെപ്പോലെ ത്തന്നെയായിരിക്കുമോ? ഞാൻ ആരോടും ഇങ്ങനെ ചോദിച്ചില്ല. കിരൺമയി എനിക്ക് ചായ ഉണ്ടാക്കാൻ പോയ സമയത്ത് ഇങ്ങനെയൊക്കെ ആലോചിച്ചു എന്നു മാത്രം. രണ്ടു മുറി, ഒരറ്റത്ത് അടുക്കള. മുറികളുടെ നടുക്കാണ് ഇരിക്കാനുള്ള ഇടം. വലിയ കട്ടിലാണ്. കട്ടിലിൽത്തന്നെ അതിഥികളെയും ഇരുത്തുന്നു. രണ്ടു സ്റ്റീൽ അലമാരികളുണ്ട്. വസ്ത്രങ്ങൾ അതിൽ വയ്ക്കുന്നു. ജനലിൽ നേരിയ കർട്ടൻ ഉണ്ട്. ഒരു അയ കെട്ടിയിട്ടുണ്ട്. അതിൽ തുണികൾ കിടക്കുന്നു. ഭിത്തിയിൽ ഗോപുരാകൃതിയിൽ ഒരു തടിക്കൂടുണ്ട്. അതിൽ ദേവീദേവന്മാരുടെ വിഗ്രഹങ്ങൾ. വിഗ്രങ്ങൾക്കുമുമ്പിൽ ചെമ്പരത്തിപ്പൂക്കൾ. മുറിയുടെ മൂലയിൽ ഒരു മേശ. മേശമേൽ ടെലിവിഷൻ. മറ്റേ മുറിയിൽ ഒരു കട്ടിൽ. ഒരു തടി അലമാരി. അതിന്റെ മുകളിൽ ഏതാനും പുസ്തകങ്ങളും ഒരു ഹെൽമറ്റും. ഊൺമുറി, ഡൈനിംഗ് ടേബിൾ ഇതൊന്നും ഇല്ല. കട്ടിലിൽ ഇരുന്നുതന്നെയാണ് അവർ ഭക്ഷണം കഴിക്കുന്നതെന്ന് ഊഹിച്ചു. കാരണം കട്ടിലിന്മേൽ ഒരു പത്രക്കടലാസിനു മുകളി ലാണ് ചായ കൊണ്ടു വന്നു വച്ചത്. ധാക്കയിൽ സുധാമൊയ് ദത്തിന്റെ വീട് ഇതിനെക്കാളൊക്കെ വളരെ മെച്ചമായിരുന്നു. ജീവിതരീതിയും ഇതിലും ഉയർന്ന തായിരുന്നു. തീർച്ചയായും ദാരിദ്ര്യം ഇവരെ കടിച്ചു മുറിക്കുന്നുണ്ട്. ദാരിദ്ര്യം ഉണ്ടെങ്കിലും ഒരുതരം സുരക്ഷിതത്വം ഇവർ അനുഭവിക്കുന്നു. മുസ്ലീം തീവ്രവാദി കളുടെ അജ്ഞതയ്ക്കും ആക്രമണത്തിനും ഇരയായിത്തീരുന്നില്ല. എന്നാൽ ദംദമിലെ ബേൽഘാഡിയായിൽനിന്നും മുസ്ലിംപ്രദേശമായ പാർക്ക് സർക്കസിൽ വന്നു വീട് വാടകയ്ക്കെടുത്തു താമസിക്കേണ്ട കാര്യമുണ്ടായിരുന്നോ? ചോദ്യം എന്റെ ഉള്ളിൽക്കിടന്ന് എന്നെ ഉന്തുകയും തള്ളുകയും ചെയ്തുകൊണ്ടിരുന്നു.

മായ എന്തുചെയ്യുന്നു എന്ന അന്വേഷണത്തിന് കിരൺമയി മറുപടി പറഞ്ഞ പ്പോഴാണ് ചിന്തയിൽനിന്ന് ഉണർന്നത്. "ഒരു ചെറിയ ജോലിയുണ്ട്. ഇവിടെ അടുത്ത് ബണ്ടേൽ ഗേറ്റിലാണ്. ഒരു മരുന്നു കമ്പനിയിൽ."

“നല്ല ശമ്പളമുണ്ടോ”?

“നല്ല ശമ്പളം എന്നു പറയാൻ ഇല്ല. ഏഴായിരത്തിനടുത്ത്.”

“ആ രൂപകൊണ്ട് ഇക്കാലത്ത് എന്താകാൻ.”

“അവളുടെ ശമ്പളം കൊണ്ടുതന്നെ അവൾക്കു കഴിയണം. അവൻ അവളെ ഇനി നോക്കുകയില്ല.”

“എവിടെപ്പോയി.”

“എവിടെപ്പോകാൻ.”

കിരൺമയിയുടെ കണ്ണുകളിൽ കണ്ണീർ തുളുമ്പി. സുരഞ്ജൻ ചായ കൈയിൽ എടുത്തുകൊണ്ടു മറ്റേ മുറിയിലേക്കു പോയി.

“സുരഞ്ജനോ? അവന് എന്തെങ്കിലും?”

“കോളേജിലെ ജോലി പോയതിനുശേഷം വേറൊരു ജോലിക്കു പോയിരുന്നു. ഇഷ്ടം തോന്നുന്നില്ല എന്നു പറഞ്ഞ് അവിടെനിന്നു പോന്നു. ഇപ്പോൾ ഞാൻ സാരിയുടെ ബിസിനസ്സു ചെയ്തു കുടുംബം പോറ്റുന്നു. അവനു നാലഞ്ചു ട്യൂഷനുണ്ട്. അവന്റെ കൈച്ചെലവിനുള്ളതു കിട്ടും. കുടുംബത്തിലേക്കും കുറച്ചൊക്കെ തരും. കുടുംബം. എന്തു കുടുംബം! ഇതിന്റെ പേരു കുടുംബം എന്നാണോ. സുരഞ്ജന്റെ ബാബാ മരിച്ചതിനുശേഷം ഇതിന് കുടുംബം എന്നു പറയാനുള്ള യോഗ്യത ഇല്ല. എങ്ങനെയോ കഴിയുന്നു. ഭഗവാൻ എത്ര നേരത്തേ കൊണ്ടുപോകുമോ അത്രയും നല്ലത്.”

അവരുടെ തേങ്ങൽ അടങ്ങുന്നതു വരെ മിണ്ടാതെ കാത്തുനിന്നു. പിന്നെ ഞാൻ ചോദിച്ചു:

“ബന്ധുക്കൾ നിങ്ങളെപ്പറ്റി അന്വേഷിക്കാറുണ്ടോ. വല്ല സഹായവും ചെയ്യുമോ.”

“ഇല്ല. ഇല്ല. ഇല്ല.” കിരൺമയി ശക്തിയായി തലയാട്ടി.

“നമ്മുടെ നാട്ടിലെപ്പോലെ ഒന്നും ഇവിടെ ഇല്ല. എല്ലാവരും വളരെ സ്വാർത്ഥരാണ്. സുരഞ്ജനു നല്ല ഒരു ജോലി കൊടുക്കാൻ കഴിയുന്ന പലരും ഉണ്ട്. ആരും കൊടുക്കുന്നില്ല. പിന്നെ ഞങ്ങൾ താമസിച്ചിരുന്ന വീട്ടിലെ അവരില്ലേ. ബന്ധുക്കൾ എന്ന പേരിനു തന്നെ കളങ്കമാണ്. അവരാണ് ഞങ്ങളെ നശിപ്പിച്ചത്.”

“അവർ എന്നു പറയുന്നത് ആരാണ്.”

“ഞങ്ങൾ ഈ രാജ്യത്തു വന്ന് ആദ്യം ഒരു വീട്ടിൽ താമസിച്ചില്ലേ, ആ വീട്ടുകാർ.”

എന്തു നാശമാണ് അവർ ഉണ്ടാക്കിയതെന്നു ഞാൻ ചോദിച്ചില്ല. നാശം എന്താണെന്നറിയാൻ ആഗ്രഹം ഉണ്ടായിരുന്നു. എങ്കിലും സർവ്വനാശത്തെക്കാൾ സദ്ഭാവനയുടെ കാര്യം കേൾക്കാനാണ് എനിക്കു കൂടുതൽ ഇഷ്ടം.

അവർ കരുണാമയമായ രീതിയിൽ എന്നെ നോക്കി. ഈ നഗരത്തിൽ എനിക്ക് അറിവും പരിചയവുമുള്ള ഒരുപാടു വലിയ ആളുകൾ ഉണ്ട്. ഞാൻ മുഖേന

സുരഞ്ജനു വല്ല ജോലിയും കിട്ടിയാൽ കൊള്ളാം എന്ന ഭാവത്തിലാണ് കിരൺമയി എന്നെ പ്രത്യാശാപൂർവ്വം നോക്കുന്നതെന്നു ഞാൻ വിചാരിച്ചു. നല്ല കമ്പനിയിൽ ഒരു ജോലി, അല്ലെങ്കിൽ നല്ല ഓഫീസിൽ ഒരുദ്യോഗം മേടിച്ചുകൊടുക്കാനുള്ള കഴിവ് എനിക്കില്ല എന്ന് അവർക്ക് അറിഞ്ഞുകൂട. എന്റെ കാൽച്ചുവട്ടിൽത്തന്നെ മണ്ണില്ല. ഏതു ദിവസം വേണമെങ്കിലും മുകളിൽ ഉള്ളവർ എന്നെ പുറത്താക്കിയേക്കും. ഞാൻ തന്നെ കെട്ടും ഭാണ്ഡവും എടുത്തു നാടുവിടണം.

ചായ ഏറക്കുറെ കുടിച്ചുതീർന്നപ്പോൾ കിരൺമയിയോട് അവരുടെ സാരിക്കടയിലെ സാരികൾ ഒന്നു കാണിച്ചു തരാൻ പറഞ്ഞു. സാരിക്കട എന്നു പറയാനില്ല. ആളുകൾ ഈ വീട്ടിൽത്തന്നെ വന്നു മേടിച്ചുകൊണ്ടു പോകും. സാരി മാത്രമല്ല സാൽവാർ കമ്മീസും ഉണ്ട്. സാരികളിൽ അവർ തന്നെ ഡിസൈൻ ചെയ്ത എംബ്രോയിഡറിത്തയ്യൽ. തിൽജലാറിലെ ചില പെൺകുട്ടികളെക്കൊണ്ടു തയ്പിച്ചുകൊണ്ടുവരുകയാണ്. അതുകൊണ്ടു സാരിയുടെ വില അല്പം കൂടുതലാകും. അവർ ഉത്സാഹത്തോടെ അലമാരി തുറന്നു സാരികൾ എടുത്തു കട്ടിലിൽ വിടർത്തിയിട്ടു. കൂടുതലും ഹാൻഡ്‌ലൂം കോട്ടൺസാരികൾ, പട്ടുസാരികളും ഉണ്ട്. ചില സാരികളിൽ ഡിസൈൻ പ്രിന്റാണ്. ചിലതിൽ കൈത്തയ്യൽ. സത്യം പറഞ്ഞാൽ ഒന്നും എനിക്ക് ഇഷ്ടപ്പെട്ടില്ല. എങ്കിലും അവയിൽ നിന്നും ഏഴു സാരി മാറ്റിവച്ചുകൊണ്ടു ഞാൻ പറഞ്ഞു:

"ഇതു ഞാൻ മേടിക്കാം."

കിരൺമയിക്കു വിഷമമായി. സാധാരണ ഏഴു സാരി ഒരുമിച്ച് ആരും മേടിക്കാറില്ല. ഞാൻ പറഞ്ഞു:

"വില എത്രയായി എന്നു കൂട്ടിപ്പറയൂ."

"നീ മേടിക്കുന്നതെന്തിന്? നിനക്ക് ഇഷ്ടപ്പെട്ടത് ഏതാണെന്നു പറഞ്ഞാൽ ഞാൻ തരാം."

"ഞാൻ മേടിക്കുക തന്നെ വേണം. വെറുതെ തരേണ്ട. അതെല്ലാം എനിക്ക് ഇഷ്ടമായി."

കിരൺമയി സങ്കോചത്തോടെ ചോദിച്ചു: "ഇതൊക്കെ നീ ഉടുക്കുമോ. ഇതൊക്കെ വില കുറഞ്ഞ....."

ഞാൻ വളരെ വില കൂടിയ സാരി ഉടുക്കാറില്ല. വില കുറഞ്ഞതു തന്നെയാണ് ഉടുക്കാറ്. ദക്ഷിണാപൺ ബസ്സാറിൽനിന്നു വില കുറഞ്ഞ സാരികൾ മേടിക്കും. വില കുറഞ്ഞ ഹാൻഡ്‌ലൂം സാരിയാണ് എനിക്ക് ഇഷ്ടം. ചൂടു കൂടുതലുള്ള സ്ഥലത്ത് അതുടുക്കുന്നതാണ് സുഖം.

കിരൺമയിക്കു വല്ലാത്ത കുണ്ഠിതമായി. എനിക്കറിയാം. ആ സാരികളൊക്കെ എനിക്ക് ഉപഹാരമായിത്തരണമെന്ന് അവർക്കു മോഹമുണ്ട്. സാമ്പത്തികാവസ്ഥ അങ്ങനെ ചെയ്യാൻ അനുവദിക്കുന്നില്ല താനും. കൈയിൽ പണമുണ്ടെങ്കിൽ

അവർ അങ്ങനെത്തന്നെ ചെയ്തേനെ. ബംഗ്ലാദേശുകാർ രണ്ടുകൈകൊണ്ടും വാരിക്കോരി ദാനം ചെയ്തു ശീലമുള്ളവരാണ്. ഈ ദേശത്ത് അങ്ങനെ ഒരു ശീലം ആർക്കുമില്ല. അവർ എന്നോട് ചോദിച്ചു: "നിങ്ങൾക്കു സുഖമല്ലേ." ചോദിക്കുമ്പോൾ അവരുടെ കണ്ണുകൾ ഈറനായിരുന്നു.

"ശരീരത്തിനു കുഴപ്പമൊന്നുമില്ല. മനസ്സിലാണു കുഴപ്പം."

"ഉറക്കം വരാറില്ല?"

"അങ്ങനെയൊന്നുമില്ല."

"ഉറക്കം വരുന്നില്ലെങ്കിൽ മരുന്നു കഴിച്ച് ഉറങ്ങണം."

"സുരഞ്ജന്റെ കാര്യത്തിൽ മാറ്റമൊന്നും വന്നില്ല. പണ്ടത്തെപ്പോലെത്തന്നെ. അലസനായി അങ്ങുമിങ്ങും അലഞ്ഞു നടക്കും. കോളേജിൽ ജോലി കിട്ടിയപ്പോൾ അവന് ഒരു ഗതിയായല്ലോ എന്നു ഞാൻ സമാധാനിച്ചു. അവൻ ഇങ്ങനെ വകയ്ക്കു കൊള്ളാത്തവനായിത്തീരുമെന്ന് ആരെങ്കിലും വിചാരിച്ചിരുന്നോ."

"അവനു കൂട്ടുകാർ ആരുമില്ലേ?"

മറ്റേ മുറിയിലേക്കു നോക്കിക്കൊണ്ടു ഞാൻ ചോദിച്ചു:

"അങ്ങനെ ആരെയും കാണാറില്ല."

അപ്പോൾത്തന്നെ സൈഡു റൂമിലേക്ക് ഒരാൾ വന്നു കയറി. വർത്തമാനം കേട്ടതിൽനിന്നു സുരഞ്ജന്റെ ബൈക്കു തിരികെ കൊണ്ടു വന്നു കൊടുക്കാൻ വന്ന ആംജാദ് എന്നയാളാണെന്നു മനസ്സിലായി. ആംജാദുമായി വളരെ അടുത്ത സൗഹൃദമുണ്ടെന്ന് അവരുടെ സംഭാഷണത്തിൽ നിന്നു വ്യക്തമായി.

സുരഞ്ജൻ ആ മുറിയിലേക്കു ചിരി വിരിഞ്ഞ മുഖത്തോടെ വന്നു പറഞ്ഞു:

"അമ്മേ രണ്ടു കപ്പു ചായ തരാമോ."

"ചായ തരാമോ എന്നു ചോദിച്ചാൽ നീ തന്നെ രണ്ടു കപ്പു ചായ ഉണ്ടാക്കിയെടുക്ക്." ഞാൻ പറഞ്ഞു. ഞാൻ ഇങ്ങനെ പറഞ്ഞപ്പോൾ സുരഞ്ജനും കിരൺമയിയും അത്ഭുതപ്പെട്ടുപോയി. മകൻ വന്ന് അമ്മയോടു ചായ ചോദിക്കുന്നു. അതിഥിയായ ഞാൻ ഉണ്ടാക്കിത്തരുകയില്ല. തനിയെ ഉണ്ടാക്കി എടുക്കാൻ പറയുന്നു. അതും വളരെ അടുപ്പമുള്ളവരെയെന്നപോലെ നീ എന്നു വിളിച്ചുകൊണ്ട്.

അവരുടെ അത്ഭുതം വിടർന്ന മുഖത്തുനോക്കി ഞാൻ പറഞ്ഞു:

"ഞാൻ പറഞ്ഞതുകൊണ്ട് ഒന്നും തോന്നരുത് കേട്ടോ."

സുരഞ്ജനാണ് അതിനു മറുപടി പറഞ്ഞത്. എന്നെ പ്രശംസിക്കുന്ന മട്ടിലാണ് പറഞ്ഞത്.

"ഞങ്ങളുടെ ഈ കുടിലിലും സ്ത്രീവാദം വന്നുചേർന്നല്ലോ."

"എന്റെ സ്ത്രീവാദം കൊട്ടാരങ്ങളിലേയ്ക്കു മാത്രമല്ല കുടിലുകളിലേയ്ക്കും കൂടിയുള്ളതാണ്. നിങ്ങൾക്കും കൂടി ഉള്ളതാണ്."

സുരഞ്ജന്റെ ചുണ്ടിലെ ചിരി ശരിക്കും തെളിഞ്ഞു. എന്നോട് അവൻ ഇതുവരെ ഇങ്ങനെ ചിരിച്ചിട്ടില്ല. ഇതാദ്യമായാണ് ഇങ്ങനെ. എന്തോ അവന്റെ മനസ്സു നിറഞ്ഞിരിക്കുന്നു.

അപ്പുറത്തു സുരഞ്ജൻ ആംജാദുമായി സി.പി.എം, നന്ദിഗ്രാം, സിംഗൂർ തുടങ്ങിയ വിഷയങ്ങളെപ്പറ്റി സംസാരിക്കുന്നു. സുരഞ്ജൻ സിപിഎമ്മിനെ കഠിനമായി കുറ്റപ്പെടുത്തുന്നു. അതു കഴിഞ്ഞ് ആംജാദിന്റെ ഖിദിർപ്പൂരിലുള്ള കച്ചവടത്തെപ്പറ്റിയായി സംസാരം. സുരഞ്ജന് വലിയ ഉത്ക്കണ്ഠയുണ്ട്. ബേഗ്ബാഗനിൽ ചിലരോടു സംസാരിച്ചതിൽനിന്ന് അവിടെനിന്നു മാറുന്നതാണ് നല്ലതെന്നു മനസ്സിലായി. അവിടം ഭീകരവാദികളുടെ ഉപദ്രവമുള്ള സ്ഥലമാണ്. ജീവനുതന്നെ ഭീഷണിയുണ്ട്. എന്തിനാണ് റിസ്ക് എടുക്കുന്നത്. കിരൺമയിയോടു സംസാരിക്കുന്നതിന്നിടയിൽ അടുത്ത മുറിയിലെ സംഭാഷണം എനിക്ക് ഏറക്കുറെ നന്നായി കേൾക്കാം. അതുകൊണ്ടു ഞാൻ ചോദിച്ചു:

“ഏറെ സ്ഥലങ്ങളുണ്ടായിട്ടും ഇവിടെത്തന്നെ വന്നു താമസിച്ചതെന്ത്?”

ഞങ്ങൾ ബേൽഘാഡിയായിലാണല്ലോ താമസിച്ചിരുന്നത്. ഇവന്റെ ബാബ മരിച്ചതിനുശേഷം അവിടെ താമസിക്കാൻ ഇവന് ഒട്ടും ഇഷ്ടമല്ലാതായി. എങ്കിലും വീടു മാറിയില്ല. ഈ വർഷം പറഞ്ഞു ഇനി യാതൊരു കാരണവശാലും അവിടെ താമസിക്കുകയില്ലെന്ന്. എന്തു പറ്റി എന്ന് ആർക്കറിയാം. വീടു മാറണം പാർക്ക് സർക്കസിലേക്കു തന്നെ മാറണം. കഴുത്തിൽ കയറിട്ടു വലിച്ചാലും മറ്റ് എങ്ങോട്ടുമില്ല. അവന്റെ ഉദ്ദേശ്യം എന്താണോ! ഇതിനടുത്ത് എവിടെയെങ്കിലും അവനു വല്ല ജോലിയുമുണ്ടായിരുന്നെങ്കിൽ മനസ്സിലാക്കാമായിരുന്നു.”

“പിന്നെ എന്തായിരിക്കും കാരണം?”

ആ ചോദ്യത്തിൽ ഉദ്വേഗം നിറഞ്ഞിരുന്നു. സുരഞ്ജൻ ഒരു മുസ്ലീം യുവാവുമായി ഇങ്ങനെ സൗഹൃദത്തിലായത് എനിക്ക് ഇഷ്ടമായില്ല. സുരഞ്ജൻ എന്തിനാണ് ഇങ്ങനെ അവന്റെ പുറകേ നടക്കുന്നത്. എനിക്കു പല ആശങ്കകളും സംശയങ്ങളുമുണ്ടായി. അവൻ ബിജെപിയുടെയും ആർഎസ്സ്എസ്സിന്റെയും ചാരനായി മുസ്ലീങ്ങൾ താമസിക്കുന്ന ഈ പ്രദേശത്തേക്കു വന്നിരിക്കുകയാണോ? ആംജാദ്മായുള്ള ചങ്ങാത്തത്തിലൂടെ വിവരങ്ങൾ ചോർത്തിയെടുത്തിട്ടു മുസ്ലീങ്ങളെ ഓരോരുത്തരെയായി നശിപ്പിച്ചു കളയുമോ?

ഞാൻ ആരുടെ പക്ഷം പിടിക്കും. പാവം, ആംജാദിന്റെയോ ഹിന്ദുവാദിയായ സുരഞ്ജന്റെയോ. ആംജാദ് തന്നെ തീവ്രവാദിയാണോ എന്നാർക്കറിയാം. എനിക്ക് ഇവിടെ ഇരുന്നാൽ ആംജാദിനെ കാണാൻ കഴിയുകയില്ല. മനഃപൂർവ്വമാണോ എന്നറിയില്ല. മറഞ്ഞാണ് അവൻ നില്ക്കുന്നത്. അവൻ തീവ്രവാദിയാണെങ്കിൽ ഇപ്പോൾത്തന്നെ ഒരുപക്ഷേ എന്റെ കഥ കഴിച്ചേക്കും. സുരഞ്ജൻ എന്നെ ഒരു രഹസ്യത്തിന്റെ നടുക്കു നിർത്തി തീ തീറ്റിക്കുകയാണ്. എന്റെ സംശയം നിറഞ്ഞ മുഖത്തേക്ക് അവൻ ഒന്നു രണ്ടു തവണ ഒളികണ്ണിട്ടു നോക്കുന്നതു ഞാൻ കണ്ടു. ആ കണ്ണുകളിൽ വേറെയും രഹസ്യങ്ങൾ അടിഞ്ഞുകിടപ്പുണ്ടെന്ന് എനിക്കു തോന്നി. അവന് എന്താണു വേണ്ടത്? പ്രതികാരം ചെയ്യത്തക്കവിധം അവനോടു

ഞാൻ അന്യായമൊന്നും ചെയ്തിട്ടില്ല. അതല്ല അവൻ ഭാരതത്തെ ഹിന്ദുരാഷ്ട്ര മാക്കാൻ വേണ്ടി പടക്കളത്തിലിറങ്ങിയിരിക്കുകയാണ് എന്നാണെങ്കിൽ എന്തു കൊണ്ട് എന്നോടതു പറഞ്ഞുകൂടാ. എന്നെ സംശയത്തിന്റെ കുരുക്കിൽ നിർത്തി യിട്ട് അവന് എന്ത് ആനന്ദം നേടാനാണ്. ഞാൻ കിരൺമയിയോടു ചോദിച്ചു:

"തമ്മിൽ അടുത്ത് ഇടപഴകുന്നുണ്ടോ?"

"ഉണ്ടുണ്ട്. അവൻ വളരെ നല്ലവനാണ്."

"നല്ലവൻ!"

"അതെ. തീർച്ചയായും."

"ഇവിടത്തുകാരനാണോ."

"അതെ. ബംഗാളിയാണ്."

കിരൺമയി ബംഗ്ലാദേശുകാരിയായതുകൊണ്ടു തെറ്റു പറ്റുകയില്ല. ബംഗാളി സംസാരിക്കുന്ന മുസൽമാനെ മുസൽമാൻ എന്നും ബംഗാളി സംസാരിക്കുന്ന ഹിന്ദുവിനെ ബംഗാളിയെന്നും പറയുന്ന തെറ്റായ ഒരു രീതി പശ്ചിമബംഗാളിലുണ്ട് അതു തികഞ്ഞ അജ്ഞതയുടെ ഫലമായുണ്ടായതാണ്. ബംഗ്ലാദേശിൽ ബംഗാളികളായ ഹിന്ദുക്കളും മുസ്ലീങ്ങളും, അടുത്തടുത്തു താമസിക്കുന്നവർ, വളരെ അടുപ്പത്തോടെ 'സ്വജനങ്ങളെപ്പോലെ' പെരുമാറും. ഇവിടെ അങ്ങനെയല്ല. ഓരോ കൂട്ടർക്കും ഓരോ കോളനിയാണ്. ഹിന്ദുക്കളുടെ പ്രദേശത്തു മുസ്ലീം വീടുകൾ കാണുകയില്ല. ഇവിടെ മൊത്തം മുസ്ലീം വീടുകളാണ്. മൂന്നോ നാലോ ഹിന്ദു വീടുകളേ ഉള്ളൂ. ഇത് അറിഞ്ഞുകൊണ്ടു ഹിന്ദുക്കളാരും ഇവിടെ താമസിക്കാൻ വരികയില്ല. എന്നാൽ സുരഞ്ജൻ പ്രത്യേകതാത്പര്യമെടുത്ത് വാശി പിടിച്ച് ഇവിടെ വന്നു വീടു വാടകയ്ക്കെടുത്തു. തന്റെ സ്വന്തം രാജ്യം മുസൽമാന്മാരുടെ രാജ്യമായിത്തീർന്നതുകൊണ്ടു നഷ്ടവും കഷ്ടവും സഹിച്ച് ആ നാടു വിട്ടു പോന്നിട്ട് ഇവിടെ വന്നു ഹിന്ദുക്കളുടെ പ്രദേശത്തു താമസിക്കാൻ ശ്രമിക്കാതെ മുസ്ലീം പ്രദേശത്തു വന്നു വീടു വാടകയ്ക്കെടുത്തിരിക്കുന്നു. അത് എന്തുകൊണ്ടാണ് എന്നറിയുന്നതുവരെ എനിക്കു സമാധാനമാവുകയില്ല. സുരഞ്ജന്റെ രഹസ്യം രണ്ടു കൈ കൊണ്ടും കിള്ളിപ്പൊളിക്കാൻ മോഹം തോന്നി. ഏഴു സാരിക്കു വില മൂവായിരത്തി അഞ്ഞൂറു രൂപ. വളരെ മടിച്ചും കൈവിറച്ചും ആണ് രൂപ മേടിച്ചത്. എന്നിട്ട് അവർ വേറെ നല്ല ഒരു സാരി എനിക്ക് ഉപഹാരമായി തന്നു.

സൈഡ് റൂമിൽ സുരഞ്ജനുമായി സംസാരിക്കുന്ന ആംജാദ് ഞാൻ അവിടെയുള്ള കാര്യം അറിഞ്ഞിട്ടില്ല എന്നു തോന്നുന്നു. എന്റെ സുരക്ഷാ ഉദ്യോഗസ്ഥർ എന്നെ ഈ വീട്ടിൽ കയറ്റിവിട്ടിട്ടു പുറത്തു കാത്തു നില്ക്കുന്നു ണ്ടായിരുന്നു. ഈ വീടിനകത്തേക്ക് പുതിയ ഒരാൾ വന്നു കയറി എന്നോ, അയാളുടെ പേര് ആംജാദ് എന്നാണെന്നോ അവർ അറിഞ്ഞിട്ടേയില്ല. ആംജാദി ന്റെ മനസ്സിൽ എന്താണെന്ന് ആംജാദിനു മാത്രമേ അറിയുകയുള്ളൂ. സുരഞ്ജന് എങ്ങനെ അറിയാം. സംശയം എന്റെ സ്വസ്ഥത നഷ്ടപ്പെടുത്തി.

"ആ വന്ന ആളെ അറിയാമോ." ഞാൻ കിരൺമയിയോടു കുശ്കുശ് ശബ്ദത്തിൽ ഇങ്ങനെ ചോദിക്കുമ്പോൾ എന്റെ മുഖത്തു സംഭ്രമം നിറഞ്ഞിരുന്നു.

കിരൺമയി ചിരിച്ചുകൊണ്ടു ചോദിച്ചു:

"നിനക്കു പേടിയാകുന്നുണ്ടോ? അവൻ ഒരു നല്ല പയ്യൻ. ആംജാദ്. എനിക്ക് എന്റെ വീട്ടിലെ കുട്ടിയെപ്പോലെയാണ്. അവൻ മേദിനീപൂരിൽ ജോലിക്കു പോയിരുന്നതാണ്. സുരഞ്ജന്റെ ബൈക്കും കൊണ്ടുപോയിരുന്നു. അതു തിരികെ കൊണ്ടുവന്നതാണ്."

ഒരു മാസത്തേക്ക് സ്വന്തം ബൈക്ക് ഒരാൾക്കു കൊടുക്കണമെങ്കിൽ തീർച്ചയായും നല്ല അടുപ്പം കാണും. ഞാൻ ഇരിപ്പുറയ്ക്കാതെ നടക്കുന്നതു കണ്ടു കിരൺമയിയും ആലോചിച്ചു. പുറത്തുപോകാൻ നിവൃത്തിയില്ല. പോകണമെങ്കിൽ ആ മുറിയിൽക്കൂടി വേണം. ആ മുറിയിൽ കടന്നാൽ ആംജാദ് എന്നെക്കാണും. തിരിച്ചറിയും. തിരിച്ചറിഞ്ഞാൽ എന്നെ തടഞ്ഞു നിർത്തുമോ, അതോ മറ്റു വല്ലവിധവും ഉപദ്രവിക്കുമോ എന്നൊക്കെ ആലോചിച്ചപ്പോൾ ശരീരം മരവിച്ചുപോയി. അവൻ വല്ലതും ഉപദ്രവം ചെയ്താൽ സുരഞ്ജൻ എന്നെ രക്ഷിക്കുമോ?

ഇന്നു രാവിലെ ഏറ്റവും സ്വന്തമായി കരുതിയിരുന്ന ആളെ ഇതാ ഉച്ച കഴിഞ്ഞപ്പോൾ ഞാൻ സംശയിക്കുന്നു. കിരൺമയി എന്റെ അസ്വസ്ഥത കാണുകയും മനസ്സിലാക്കുകയും ചെയ്തു. അവർ ജനലിന്റെ കർട്ടൻ ലേശം വകഞ്ഞുമാറ്റി സുരഞ്ജനെ അടുത്തേക്കു വിളിച്ചു. ആംജാദിനെ പറഞ്ഞയയ്ക്കാൻ നിർദ്ദേശിച്ചു. എന്തിനാണ് തന്റെ കൂട്ടുകാരനെ വേഗം പറഞ്ഞയയ്ക്കുന്നത് എന്നു സുരഞ്ജനു മനസ്സിലായില്ല. മായ വീട്ടിലുണ്ടായിരുന്നെങ്കിൽ അതു കൊണ്ടാണ് എന്നു തോന്നിയേനെ. സുരഞ്ജൻ സംശയിക്കുന്നതു കണ്ടു കിരൺമയി എന്റെ നേരെ കണ്ണെറിഞ്ഞു കാണിച്ചു. ആംജാദ് ആളെ തിരിച്ചറിഞ്ഞാൽ കുഴപ്പമായാലോ എന്ന ആശങ്കയാണു കാരണം എന്നു ഭാവങ്ങൾകൊണ്ടു സുരഞ്ജനെ മനസ്സിലാക്കി.

സുരഞ്ജൻ എന്റെ നേരെ തറപ്പിച്ചു നോക്കി. ഞാനും. രണ്ടുപേരും പരസ്പരം മനസ്സിലാക്കാനും മനസ്സിലാക്കിക്കാനും ശ്രമിച്ചു. എന്റെ കാര്യം മനസ്സിലാക്കാൻ അവനു പ്രയാസമുണ്ടാകേണ്ട കാര്യമില്ല. മുസ്ലീം തീവ്രവാദികൾ എന്നെ കൊല്ലാൻ നടക്കുകയാണെന്ന് എല്ലാവർക്കും അറിയാം. ബംഗ്ലാദേശിൽ മാത്രമല്ല, ഇവിടെയും. എന്റെ മുഖത്തു ചുണ്ണാമ്പു കലക്കി ഒഴിക്കുകയോ, കഴുത്തിൽ ചെരുപ്പുമാല ഇടുകയോ ചെയ്താൽ ഇരുപതിനായിരം രൂപ കൊടുക്കുമെന്നു ടിപ്പുസുൽത്താൻ മസ്ജിദിലെ ഇമാം ഫത്വാ ഇറക്കിയിട്ടുണ്ട്. കുറെ നാൾ മുമ്പാണ് എന്നെ കൊല്ലുന്നവർക്ക് അമ്പതിനായിരം രൂപ ഇനാം പ്രഖ്യാപിച്ചുകൊണ്ട് ഫത്വാ ഇറക്കിയത്. അവർ എന്തെല്ലാം അതിക്രമങ്ങളാണ് എന്നോടു ചെയ്യുന്നതെന്നു സുരഞ്ജന് അറിഞ്ഞുകൂട. അതുമല്ല ആരുടെ മനസ്സിൽ എന്താണുള്ളതെന്ന് ആർക്കറിയാം?

അടക്കി വച്ച ക്രോധത്തോടെ സുരഞ്ജൻ ചോദിച്ചു:

"ലോകത്തിൽ കുറച്ചുപേരെങ്കിലും നല്ലവർ കാണും. ഇല്ലേ?"

"കാണും. പക്ഷേ വർഗ്ഗീയവാദികളുടെ പ്രവർത്തനങ്ങൾ വേറൊരു തരത്തിലാണ്."

"ഉം. ആട്ടെ." സുരഞ്ജൻ പുറത്തേയ്ക്കു ചെന്ന് ആംജാദിനെ പറഞ്ഞയച്ചു.

"ഒരിക്കൽ മായയെ കാണാൻ പോകാം."

കട്ടിലിന്റെ കൈവരിയിൽ പിടിച്ചുകൊണ്ടു നീലനിറമുള്ള കൊതുകുവലയ്ക്കുള്ളിൽ ശൈശവദിനങ്ങൾ തേടിച്ചെല്ലുന്നതുപോലെ പറഞ്ഞു:

"മായയോ"

കിരൺമയി അത്ഭുതത്തോടെ പറഞ്ഞു:

"അവൾ ഭർത്താവിന്റെ വീട്ടിലല്ലേ?"

"അതിനെന്താ."

"നീ അവളുടെ വീട്ടിൽ പോകുമോ?"

"എന്താ പൊയ്ക്കൂടെ. ആരുടെ വീടായാലെന്താ. ഞാൻ മായയെ കാണാനല്ലേ പോകുന്നത്."

"അവളോടു നിന്റെ വീട്ടിലേക്കു വരാൻ പറയാം. അവിടെ അസൗകര്യമാണെങ്കിൽ ഇവിടെ വരാൻ പറയാം. ഇവിടെ വച്ചു കാണാം."

കിരൺമയി എന്നെ കൈപിടിച്ചു കസേരയിൽ ഇരുത്തിക്കൊണ്ടു പറഞ്ഞു:

"എന്റപ്പാ നീ ഒട്ടും കഷ്ടപ്പെടരുത്. ഇവിടെ വന്നല്ലോ. എനിക്കിതു വിശ്വസിക്കാൻ കഴിയുന്നില്ല. സ്വപ്നം കാണുകയാണെന്നു തോന്നുന്നു. എന്തു കഴിക്കും. ഊണു കഴിക്കാതെ പോകല്ലേ."

എന്റെ മനസ്സിൽ തീനും കുടിയൊന്നും ഇല്ല. തലയ്ക്കുള്ളിൽ ഓടി നടക്കുന്നത് സുരഞ്ജനും ആംജാദും തമ്മിലുള്ള സൗഹാർദ്ദത്തിന്റെ സങ്കീർണ്ണഭാവമാണ്. അതിനിടയ്ക്ക് ഇപ്പോൾ മായയുടെ ഭർത്തൃഗൃഹത്തിലെ ദുരവസ്ഥയും കടന്നു വന്നിരിക്കുന്നു. മായയ്ക്ക് അവിടെ സുഖവും സന്തോഷവുമാണെങ്കിൽ ഞാൻ മായയെക്കാണാൻ പോകുന്നതു കിരൺമയിക്കു സന്തോഷമായിരുന്നേനെ. കൂട്ടിക്കൊണ്ടു പോകാം എന്നു പറഞ്ഞേനെ.

ഒരു കപ്പു ചായ കൂടി കുടിക്കണമെന്നു തോന്നി. കിരൺമയി ചായ കൊണ്ടു വന്നു തന്നപ്പോൾ ഞാൻ ചോദിച്ചു:

"മായയെക്കാണാൻ നിങ്ങളോ സുരഞ്ജനോ പോകാറില്ലേ?"

"മായ ഇങ്ങോട്ടു വരാറുണ്ട്. രണ്ടു കുട്ടികളുണ്ട്. അവരെയും കൊണ്ടുവരും."

"ഒറ്റയ്ക്കാണോ വരാറ്."

"ഒറ്റയ്ക്ക്, ചിലപ്പോൾ കുട്ടികളെയും കൊണ്ട്. ഇടയ്ക്കിടയ്ക്കു വരും."

"ഭർത്താവ് കൂടെ വരാറില്ലേ."

കിരൺമയിക്കു മിണ്ടാൻ കഴിഞ്ഞില്ല. അവർക്കല്ല എനിക്കാണു ദീർഘശ്വാസം വിടേണ്ടി വന്നത്. കിരൺമയി പറയുമെന്നു വിചാരിച്ചു.

മരുമകനു ജോലി ഉണ്ട്. ലീവു കിട്ടാൻ ബുദ്ധിമുട്ടാണ്. കല്ക്കത്തയ്ക്കു പുറത്ത് ഇത്രയും ദൂരം വരേണ്ടേ. സമയം കിട്ടുകയില്ല. അതുകൊണ്ടു മായ ഓഫീസിൽ നിന്നു തിരികെപ്പോകുന്ന വഴിക്ക് എന്നെ കാണാൻ വരും.

അങ്ങനെയൊന്നും അവർ പറഞ്ഞില്ല. അങ്ങനെയൊന്നുമല്ല ഉണ്ടായതും.

രണ്ടാമത്ത കപ്പു ചായ കുടിച്ചിട്ടു ഞാൻ പുറത്തേക്കു പോകാൻ ഒരുങ്ങിയപ്പോഴേക്കും സുരഞ്ജന്റെ മുറിയിൽ ഒരു യുവതി വന്നു കയറി. പച്ചനിറമുള്ള ഹാൻഡ്ലൂം സാരി ഉടുത്തിട്ട്. ലേശം കറുത്തു, ലേശം മെലിഞ്ഞ ഒരു യുവതി. പുഞ്ചിരിയിൽ ഒരു സ്നിഗ്ധതയുണ്ട്. വയസ്സ് എത്രയെന്ന് അറിയാൻ ഉപായമില്ല. മുപ്പതാകാം. മുപ്പത്തിമൂന്നും ആകാം. വിശാലമായ കണ്ണുകൾ. സ്വല്പം പകച്ച നോട്ടം. മുഖത്ത് ഇത്തിരി എന്തു ചെയ്യേണ്ടു എന്നറിയായ്ക. തല അല്പം കുനിച്ചിട്ട്. സുരഞ്ജൻ വാതിലിനടുത്തു വന്നു, പരിചയപ്പെടുത്തിത്തരണമല്ലോ എന്നു വിചാരിച്ചു, പറഞ്ഞു:

“ഓ, സുലേഖ”

എന്റെ ചുണ്ടിൽ ചെറിയ ഒരു പുഞ്ചിരി. ആ ചിരി ഉണ്ടാകാൻ കാരണം എന്താണെന്ന് എനിക്കു മനസ്സിലായില്ല. ഞാൻ പോവുകയായിരുന്നു. സുലേഖയെ മുറിയിൽ കൊണ്ടുചെന്നിരുത്തിയിട്ട് സുരഞ്ജൻ എന്റെ കാറിന്റെ അടുത്തുവരെ വന്നു. പിന്നാലെ ഇടയ്ക്കിടയ്ക്കു കണ്ണീർ തുടച്ചുകൊണ്ടു കിരൺമയിയും. അവരെ വേർപിരിയലിന്റെ ആലിംഗനത്തിൽ അമർത്തിക്കൊണ്ടു ഞാൻ പറഞ്ഞു:

“കരയുന്നോ, കരയരുത്.”

“ഇവിടെ ശരിയാവുകയില്ല മോളേ, എനിക്കു തിരികെ നാട്ടിലേക്കു പോകണമെന്നു തോന്നുന്നു.”

അതിനു മറുപടി ഒന്നും പറയാതെ ഞാൻ വണ്ടിയിൽ കയറി. കാറിന്റെ പിന്നിലെ ചുവന്ന വെളിച്ചം ഇരുട്ടിൽ അലിഞ്ഞുകൊണ്ടിരുന്നു.

നാല്

സുരഞ്ജൻ അന്നു പിന്നെ പുറത്തേക്കു പോയില്ല. സന്ധ്യയ്ക്ക് ആംജാദിന്റെ കൂടെ ഖിദിർപൂരിലേയ്ക്കു പോകണമെന്നു വിചാരിച്ചിരുന്നതാണ്. പോകാൻ തോന്നാതിരിക്കാൻ കാരണം സുലേഖയായിരുന്നു. സുലേഖയെ ഒരാഴ്ചയ്ക്കു ശേഷമാണ് അവൻ കാണുന്നത്. അതിനാൽ അവളോടൊത്തു കുറെ സമയം ചെലവഴിക്കണം. സുലേഖ ഈ വീട്ടിൽ കാറ്റിളക്കം ഉണ്ടാക്കുന്ന ഒരു പങ്കപോലെയാണ്. അവൾ വരുമ്പോൾ വീട്ടിൽ വിങ്ങി നില്ക്കുന്ന ചൂട് അസഹ്യമായി തോന്നാതാകും. സുലേഖയോടു നിന്നെ ഞാൻ പ്രേമിക്കുന്നു എന്ന് സുരഞ്ജൻ ഒരിക്കലും പറഞ്ഞിട്ടില്ല. മുഖം പിടിച്ചുയർത്തി ചുംബിക്കുന്നതിനു മുൻപു മാത്രമാണ് പറഞ്ഞത്: “നീ ഒട്ടും ഒരുങ്ങാത്തതുകൊണ്ടാണു നിന്നെ എനിക്കു കൂടുതൽ ഇഷ്ടം.”

സുലേഖയ്ക്ക് ഇനിയും കൂടുതൽ കേൾക്കാൻ ഇഷ്ടമുണ്ട്. അതുകൊണ്ട് അവളുടെ ശരീരം അനാവരണം ചെയ്തുകൊണ്ടു സുരഞ്ജൻ പറഞ്ഞു: "നീ മത്സ്യകന്യകയെപ്പോലിരിക്കുന്നു." സുരഞ്ജന്റെ വലത്തു കൈയിലെ നടുവിരൽ സുലേഖയുടെ നഗ്നശരീരത്തിലെ ചുഴികളിലും ചാലുകളിലും ചുറ്റി നടന്നു. ശരീരത്തിനുമേൽ സർപ്പക്കളം എഴുതുന്നതുപോലെ നെറ്റിയിൽ നിന്നു മൂക്കിനെ ഉരുമ്മി കവിളിലൂടെ താടിയെ സ്പർശിച്ചുകൊണ്ടു കഴുത്തിലേയ്ക്കിറങ്ങി രണ്ടു മുലക്കണ്ണുകളിലും കയറിച്ചെന്ന് അതിൻ മധ്യത്തിലൂടെ പൊക്കിൾക്കുഴിയിലേയ്ക്കു ഇഴഞ്ഞു തുടകൾ തമ്മിൽച്ചേരുന്നിടത്തു ചുറ്റിക്കറങ്ങി ഇടത്തേത്തുടയിലൂടെ താഴോട്ടു ചെന്നു കണങ്കാലും കടന്നു തള്ളവിരലിൽനിന്നു വലത്തേക്കാലിന്റെ തള്ളവിരലിലേക്കു കയറി തിരിച്ച് അതേ വഴി ചെന്നു നെറ്റിയിലെത്തി. നെറ്റിയിൽനിന്ന് ആ വിരൽ കിഴിഞ്ഞു പതിഞ്ഞിരിക്കുന്ന കൺപോളകളിൽ തൊട്ടപ്പോഴാണു സുലേഖ കണ്ണുതുറന്നത്.

ഒരിക്കൽ ഭർത്താവു ജോലിക്കും കുട്ടി സ്കൂളിലും പോയിരുന്നപ്പോൾ സുലേഖയുടെ വീട്ടിലെ കട്ടിലിൽ വച്ചുതന്നെയാണ് ഈ ലീലകൾ അരങ്ങേറിയത്. സുരഞ്ജൻ വന്നു കയറിയപ്പോൾ ആ പ്രദേശത്തെ ഒരു തെരുവുനായ ജനലിങ്കൽ വന്നു നിന്നു കുരച്ചുകൊണ്ടിരുന്നു. ഒടുവിൽ ശല്യം സഹിക്കാതെ, തുടർച്ചയായ കുരകേട്ട്, ആരെങ്കിലും വന്നു നോക്കിയാലോ എന്നു സംശയിച്ചു സുരഞ്ജനു കാര്യം മുഴുവനാക്കാതെ തന്നെ ഇറങ്ങിപ്പോകേണ്ടി വന്നു. ആ നായയ്ക്ക് ഇതിലെന്തു കാര്യം എന്നാർക്കറിയാം. നായയുടെ കുര കേട്ട് ആരും വരുമായിരുന്നില്ല. അടുത്ത വീട്ടിലെ എന്തു കാര്യത്തിലും തലയിടുന്ന അത്യുത്സാഹിയായ ചെറുപ്പക്കാരൻ പോലും സുരഞ്ജൻ സുലേഖയുടെ ബാപ്പയുടെ വീട്ടിൽ നിന്നു വന്ന ഒരാളാണെന്നേ കരുതിയുള്ളൂ. സുലേഖയുടെ ബാപ്പയുടെ വീടു ബീർഭൂമിയിലാണ്. അനേകവർഷങ്ങളായി ബീർഭൂമിയിൽനിന്ന് ആരും ഇങ്ങോട്ടു എത്തിനോക്കാറുപോലും ഇല്ല. വന്നാൽ നടക്കാൻ വയ്യാത്ത ബാപ്പയെക്കാണാൻ സുലേഖയ്ക്കും പോകേണ്ടിവന്നേനെ. സുരഞ്ജനാണ് ബാപ്പയുടെ വീട്ടിൽ നിന്നുള്ള വിരുന്നുകാരൻ. സുലേഖയുമായുള്ള ഈ ലീല മാസങ്ങളായി തുടർന്നുവരികയായിരുന്നു. ആളൊഴിഞ്ഞ ഉച്ചവേളകളിൽ സുരഞ്ജനിൽ നിന്നാണ് അവൾ ശരീരത്തിൽ ചുഴിഞ്ഞിറങ്ങുന്ന പ്രേമത്തിന്റെ സുഖം അനുഭവിച്ചത്. അനേകവർഷങ്ങളായി എന്നും നടത്താറുള്ള ഭർത്തൃസേവയിൽനിന്ന് ഈ സുഖം അവൾക്കു കിട്ടിയിരുന്നില്ല.

എങ്ങനെയാണ് താനും സുലേഖയുമായി അടുത്തത്? ഈ ചോദ്യത്തിന്റെ ഉത്തരം കണ്ടുപിടിക്കുക എളുപ്പമല്ല. വളരെ നാളത്തെ അടുപ്പമാണോ, അല്പദിനം കൊണ്ടു വളർന്ന ബന്ധമാണോ. ഈ ചോദ്യത്തിനും എളുപ്പം ഉത്തരം കിട്ടുകയില്ല. സുരഞ്ജന് മുസ്ലീം യുവാവായ ആംജാദിനെ പരിചയമുണ്ടായിരുന്നു. അയാളെ കാണാൻ വരുമ്പോഴും, അയാളുടെ കൂടെ ചായക്കടയിൽ വർത്തമാനം പറഞ്ഞിരിക്കുമ്പോഴും മറ്റു ചില മുസ്ലീം യുവാക്കളെയും പരിചയപ്പെടുകയുണ്ടായി. ആംജാദിന്റെ ബന്ധുവാണ് സുലേഖ. എങ്കിലും സുലേഖയെ അങ്ങനെ പരിചയപ്പെടുന്നതും, അവളുമായി അടുക്കുന്നതും സുരഞ്ജന് ഇഷ്ടമായിരുന്നില്ല.

സുലേഖയെ ആദ്യമായി കണ്ട അന്നു സുരഞ്ജന്റെ ഉള്ളിൽ കടന്നുകൂടിയ ഒരു നല്ല സങ്കല്പമുണ്ട്. ശരീരകോശങ്ങളിലോരോന്നിലും വിത്തു കിളിർത്തു വരുന്നതുപോലെ ആ സങ്കല്പം മുളയെടുത്തിരിക്കുന്നു. നോക്കിക്കൊണ്ടിരിക്കെ ആ മുളകൾ വളരുന്നു. വളർന്നു വള്ളിയായി പൂത്തു കായ്ച്ചു സുരഞ്ജനെത്തന്നെ ഇലകൾകൊണ്ടു പൊതിഞ്ഞിരിക്കുന്നു. സുലേഖയുമൊത്തു വളരെ അടുപ്പത്തോടെ പെരുമാറി ഇടപഴകുമ്പോൾ സുരഞ്ജന്റെ ഉള്ളിൽ താൻ ആദ്യം വിതച്ച ആ സങ്കല്പമല്ല ഉയർന്നുവരുന്നത്, അല്പ ദിവസങ്ങൾക്കു മുൻപു നടന്ന മറ്റൊരു സംഭവമാണ്. ക്ഷണനേരത്തേക്ക് ആ സങ്കല്പവും മിന്നിത്തെളിഞ്ഞേക്കാം. അപ്പോൾ അതാണു സത്യമെന്നു തോന്നുകയും ചെയ്യും.

സുരഞ്ജന്റെ ബുദ്ധിയിലെ ഈ വികല്പം ഏതെങ്കിലും ഡോക്ടറോ കുടുംബത്തിലെ അംഗമോ സുലേഖയോ അറിഞ്ഞിരുന്നില്ല. പക്ഷേ വലിയ ഒരു നുണ തന്റെ ഉള്ളിൽ അസുരനെപ്പോലെ വളരുന്നുണ്ടെന്ന് സുരഞ്ജന് അറിയാം. സുലേഖയോടുള്ള അവന്റെ യഥാർത്ഥ മനോഭാവം അവനു തന്നെ ഇഷ്ടമല്ല. ഭ്രമാത്മകമായ മറ്റൊരു മനോഭാവം; തികച്ചും അസാധാരണവും. ആ ഭാവമനുസരിച്ചു താൻ ഒരു വീരനായകനാണ്. ഈ നഗരത്തിൽ ആരും സുരഞ്ജനെ അറിയുകയില്ല. പക്ഷേ ഭ്രമാത്മകമായ ഒരു ധാരണ അവനെ വീരനും അഹങ്കാരിയുമാക്കുന്നു. ചിലപ്പോൾ വല്ലാതെ ലജ്ജാലുവുമാക്കുന്നു. അവന്റെ ജീവിതം രഹസ്യത്തിൽ പൊതിഞ്ഞതാണ്. ഒരേ സമയം അവനെ അഹങ്കാരത്തിലും അപമാനത്തിലും എത്തിക്കുന്ന രഹസ്യം. അതു മിഥ്യയാവാം. സുരഞ്ജന്റെ അബോധത്തിലാണ്ടു കിടക്കുന്ന സത്യവുമാവാം.

പിന്നീടു കുറെപ്പേർ ചേർന്നാണ് ഒരാളെ വധിക്കാൻ പ്ലാനിട്ടത്. അക്കൂട്ടത്തിൽ സുരഞ്ജനും അവന്റെ കൂട്ടുകാരൻ അചിന്ത്യനും ഉണ്ടായിരുന്നു. ആ വധം കൊണ്ടു പെട്ടെന്ന് ആർക്കാണ് പ്രയോജനമുണ്ടായത്. എന്തായിരുന്നു പ്രയോജനം എന്ന് ആർക്കും മനസ്സിലായില്ല. രണ്ടു യുവാക്കളെ ഉപദ്രവിച്ച മഹബ്ബത്ത് ഹസ്സനെയായിരുന്നു വധിക്കേണ്ടത്. വധിച്ചില്ലെങ്കിലും കൈയോ കാലോ വെട്ടിക്കളയുകയെങ്കിലും വേണം. ഇനി എത്ര നാൾ ജീവിച്ചാലും അംഗഹീനനായി വേദന തിന്നുതിന്നു ജീവിക്കണം. ഹസ്സനു ന്യൂമാർക്കറ്റിൽ പാത്രക്കട. സ്റ്റീൽ സ്ഫടികം പ്ലാസ്റ്റിക് പാത്രങ്ങൾ, ടീസെറ്റ്, ഡൈനിംഗ് സെറ്റ്, ഇലക്ട്രിക് കെറ്റിൽ, നോൺസ്റ്റിക് പാനുകൾ എല്ലാം അവിടെ ഉണ്ട്. ഈ ഹസ്സന് എന്താണു കുഴപ്പം? കുടിച്ചു ലക്കില്ലാതെ വന്നു ഗുണ്ടാപ്പിരിവു ചോദിച്ച രണ്ടു ചെറുപ്പക്കാരെ ശരിക്കും കൈകാര്യം ചെയ്തിട്ടു പോലീസിൽ ഏല്പിച്ചതാണ് കുഴപ്പം. തല്ലിയവർ മുസൽമാന്മാരും തല്ലുകൊണ്ടവർ ഹിന്ദുക്കളും ആണ്. ഈ ദുരന്തവാർത്ത പുകപോലെ പടർന്നു. ബേൽഘാഡിയായിലെ ചെറുപ്പക്കാർ, അതായത് സുരഞ്ജന്റെയും അചിന്ത്യന്റെയും കൂട്ടുകാരാണു തല്ലുകൊണ്ടു പോലീസിന്റെ പിടിയിലായത്. ഒരു ദിവസം ഒരു ടാറ്റാസുമോ സംഘടിപ്പിച്ചു കുറച്ചു കൂട്ടുകാരെയും കയറ്റി സുരഞ്ജന്റെ വീട്ടിൽ വന്ന് അവനെയും കൂട്ടി അവർ നേരെ പാർക്ക് സർക്കസിലെത്തി. സുമോയിൽ കാർപ്പെറ്റിന്റെ ചുവട്ടിൽ

കത്തിയും കഠാരയും വടിവാളും ഒക്കെ ഒളിപ്പിച്ചുവച്ചിരുന്നു. അന്നു ഞായറാഴ്ചയായിരുന്നു. കടയില്ലായിരുന്നു. ഹസ്സൻ വീട്ടിൽ കാണും എന്നു വിചാരിച്ചു. പക്ഷേ സർവ്വസന്നാഹങ്ങളോടെ ഹസ്സന്റെ വീട്ടിൽ ചെന്നപ്പോൾ ആൾ അവിടെ ഇല്ല. അയാളുടെ ഭാര്യ മാത്രമേ വീട്ടിലുണ്ടായിരുന്നുള്ളൂ. അവരെ ബലമായി പിടിച്ചു സുമോയിൽ പിൻസീറ്റിൽ കയറ്റി. അചിന്ത്യൻ പറഞ്ഞതനുസരിച്ചു കാർ ഗഡിയാ ഹട്ടിലേക്കു വിട്ടു. ഗഡിയാഹട്ടിൽ പി.കെ. മജുംദാറിന്റെ റസ്റ്റോറന്റിന്റെ മുകളിലുള്ള ചെറിയ ഒരു മുറിയിൽ അവളെയും കൊണ്ടു വന്നു. ആ മുറി അത്യാവശ്യം ചെറിയ മീറ്റിംഗുകൾ കൂടാനോ ഇരുന്നു കണക്കു നോക്കാനോ ഉള്ളതാണ്. അചിന്ത്യനും സുരഞ്ജനും മുറിയിൽക്കയറി. പത്തുമിനിട്ടിനകം വരാം എന്നു പറഞ്ഞു മറ്റുള്ളവർ പുറത്തുപോയി. ഒരു കട്ടിലും എണ്ണ പുരണ്ട മുഷിഞ്ഞ ഒരു തലയിണയും ഒരു മേശയും ഏതാനും പ്ലാസ്റ്റിക് കസേരകളും മേശപ്പുറത്തു അടുക്കി വയ്ക്കാതെ കിടക്കുന്ന കുറെ കടലാസ്സുകളും - ഇതൊക്കെയാണ് ആ മുറിയിൽ ഉള്ളത്. അചിന്ത്യൻ വെള്ളക്കുപ്പിയിൽ വിസ്കി ഒഴിച്ചു രണ്ടുമൂന്നു കവിൾ മടുമടാ കുടിച്ചു.

"ഹസ്സൻ എവിടെ. എവിടെ ആ നാറി?"

സുലേഖ ശാന്തസ്വരത്തിൽ പറഞ്ഞു:

"ഇന്നു കട അടച്ചിട്ട് ഒരു കൂട്ടുകാരന്റെ വീട്ടിൽ പോകുമെന്നു പറഞ്ഞിട്ടുണ്ട്."

"എന്താണു കൂട്ടുകാരന്റെ പേര്."

സുലേഖയുടെ ശാന്തസ്വരം: "തൗക്കീർ"

"തൗക്കീറിന്റെ വീടെവിടെ."

"റായ് ബഹദൂർ റോഡിൽ"

"അതെവിടെ?" സുരഞ്ജൻ ചോദിച്ചു.

അചിന്ത്യനാണ് അതിനു മറുപടി പറഞ്ഞത്:

"എനിക്കറിയാം. ചണ്ടിത്തലാ ബസ്സ്സ്റ്റാന്റിന്റെ അടുത്താണ്."

സുലേഖ തല ഇളക്കി ശരിവച്ചു.

സുരഞ്ജന് ഇതൊരു കിഡ്നാപ്പിംഗ് കേസ്സാകും എന്നു മനസ്സിലായില്ല. സുരഞ്ജൻ അചിന്ത്യനോടു ചോദിച്ചു:

"ഇവളെ എന്തിനാണു പിടിച്ചുകൊണ്ടുവന്നത്. വിവരം അറിഞ്ഞിട്ടു നമുക്കു റായ്ബഹദൂർ റോഡിൽ പോകാമായിരുന്നു."

അചിന്ത്യൻ ഒരു കവിൾ കൂടി കുടിച്ചിട്ട് പാന്റിന്റെ ബൽറ്റ് അഴിച്ചു. സുരഞ്ജന് സംഗതി മറ്റൊരു വഴിക്കു തിരിയുകയാണെന്നു മനസ്സിലായി. ഇപ്പോൾ ലക്ഷ്യം മഹബ്ബത് ഹസ്സനല്ല. ഹസ്സന്റെ ഭാര്യ സുലേഖയാണ്.

അചിന്ത്യന്റെ കൈയ്യിൽ നിന്നു കുപ്പി മേടിച്ചു സുരഞ്ജനും കുടിച്ചു. അപ്പോഴേക്കും കതകു തുറന്നു മറ്റു മൂന്നുപേരും കൂടി അകത്തു കടന്നു. സുവ്രത്, വിശ്വാസ്, ഗോപാൽ. സുവ്രതിന്റെ കൈയിൽ ഒരു കുപ്പി വിസ്കി. ഗോപാലിന്റെ

കൈയിൽ വെള്ളക്കുപ്പിയും പ്ലാസ്റ്റിക് ഗ്ലാസ്സും. അകത്തു കടന്നതും മൂന്നുപേരും കൂടി അട്ടഹസിച്ചു. എല്ലാവരുടെ കണ്ണുകളും സുലേഖയുടെ മെയ്യിലാണ്. സുലേഖ ഒരു കസേരയിൽ പുറകോട്ടു ചാരിയിരിക്കുന്നു. പെട്ടെന്നു വിശ്വൻ കസേരയുടെ പിന്നിൽ ചാരിനിന്ന് സുലേഖയുടെ മുലകൾ കൈയിലെടുത്തു ഞെരടി. സുരഞ്ജൻ ശ്രദ്ധിച്ചു. സുലേഖ കൈ തട്ടിമാറ്റാൻ ശ്രമിക്കുന്നില്ല. പല്ലു കടിച്ചുപിടിച്ച് ഇരിക്കുകയാണ്. അപ്പോഴേക്കും അചിന്ത്യൻ ചാടി വീണു:

"എന്റെ ചരക്കിനെ എന്നെക്കാൾ മുൻപെ കൈവച്ചത് ഏതു തെണ്ടിയാടാ."

ഇവരെല്ലാം സുരഞ്ജന്റെ കൂട്ടുകാരാണ്. ഇവരോടൊന്നിച്ച് അവൻ കുടിച്ചു കൂത്താടിയിട്ടുണ്ട്. രാഷ്ട്രീയം പറഞ്ഞിട്ടുണ്ട്. മുസൽമാന്മാർ ഇവരെ എല്ലാം ഒന്നിച്ചു കഴുത്തിനു പിടിച്ചു തള്ളിയിട്ടുണ്ട്.

സുരഞ്ജന്റെ പാന്റിന്റെ ബെൽറ്റും അഴിച്ചിട്ടുണ്ട്. അവനാണോ അചിന്ത്യനാണോ ആദ്യം. അതോ മൂന്നുപേരിൽ ആരെങ്കിലുമാണോ. സുവ്രതും ഗോപാലും ആദ്യം ചെന്നാൽ അടവേ തിന്നാം എന്നു പറഞ്ഞുകൊണ്ടു കുപ്പി കൈമാറി കുടിച്ചുകൊണ്ടിരുന്നു. സുരഞ്ജൻ ഒരുതവണ അവരുടെ മദ്യത്തിലും ഒരുതവണ അചിന്ത്യന്റെ മദ്യത്തിലും പങ്കുപറ്റി ഓരോ കവിൾ കുടിച്ചു. ഇതിനിടെ സുവ്രത് സുലേഖയെ പിടിച്ചുവലിച്ചു കിടക്കയിൽ കൊണ്ടുചെന്നു കിടത്തി. ഒറ്റ വലിക്കു സാരി കുത്തഴിച്ചു മാറ്റി. ബ്ലൗസും ബ്രായും അഴിച്ചു. അഞ്ചു പുരുഷന്മാരുടെ മുമ്പിൽ ഒരു യുവതിയുടെ നഗ്നശരീരം. സുരഞ്ജൻ കണ്ണിമയ്ക്കാതെ ആ നഗ്നശരീരത്തിലേക്കു നോക്കി. സുദേഷ്ണയുമായി വേർപിരിഞ്ഞതിനുശേഷം ഒരു യുവതിയുടെ നഗ്നമേനി കണ്ടിട്ടില്ല. നഗ്നയായ ഒരു യുവതിയുടെ ശരീരം. ഭാരിച്ച മുലകൾ. കുഞ്ഞുങ്ങൾ കുടിച്ചതാണെന്നു തോന്നുന്നില്ല. വശങ്ങളിൽ ഇത്തിരി മേദസ്സ്. സ്ത്രീ ശരീരത്തിന്റെ വശങ്ങളിൽ മടങ്ങിക്കിടക്കുന്ന മേദസ്സ് കാണാൻ സുരഞ്ജനു വളരെ ഇഷ്ടമാണ്. അതാണു സ്വാഭാവികമെന്ന് അവൻ കരുതുന്നു. ഭക്ഷണം കുറച്ചുകൊണ്ടും ഓടിയും മറ്റും മേദസ്സില്ലാതെ മെലിഞ്ഞിരിക്കുന്നതു കൃത്രിമത്വമാണ്. സുരഞ്ജനിലെ ദാഹം ഉണർന്നോ? ഉണർന്നു കഴിഞ്ഞു. തുടകൾക്കിടയിൽ കൊടുങ്കാറ്റ് ഉയർന്നു. സുലേഖയുടെ കാലുകൾ ചേരുന്നിടത്ത് ഉടക്കി നിന്ന കണ്ണുകൾ അവൻ ഊരിയെടുത്തു ദൂരേക്ക് എറിഞ്ഞു. അചിന്ത്യൻ ചുണ്ടുകളിൽ പുരണ്ട മദ്യം ചുണ്ടുകൊണ്ടുതന്നെ സുലേഖയുടെ മെയ്യിൽ പുരട്ടി. എന്നിട്ട് മുഖമുയർത്തി ഹാഹാ എന്ന് ഉരുവിട്ടു. അത്ഭുതം, സുലേഖ കരയുന്നില്ല. സാരി വലിച്ചു മുഖത്തിട്ടു മുഖംമറച്ചു കിടന്നു. അചിന്ത്യൻ സാരി അവളുടെ വായിൽ തിരുകിവച്ചു. അത് അവൾ വായിൽ നിന്നെടുത്തു കളയാതിരിക്കാൻ ശരീരം അമർത്തിപ്പിടിച്ചു. ഇതിനിടെ വിശ്വൻ പാന്റ് ഊരിക്കളഞ്ഞു. അവന്റെ ബലം വച്ച പുരുഷലിംഗം കുതിച്ചു ചാടിക്കൊണ്ടിരുന്നു. നേരത്തെ തന്നെ അവൻ നന്നായി മദ്യപിച്ചിരിക്കണം. ഈ മുറിയിൽ വന്നതിനു ശേഷമുള്ള രണ്ടുമൂന്നു കവിൾകൊണ്ട് ഇങ്ങനെ പിടിവിട്ടുപോവുകയില്ല. വിശ്വൻ നൃത്തം ചവിട്ടിച്ചവിട്ടി സുലേഖയുടെ കാലിനുമേൽ മുഖം അമർത്തിക്കിടപ്പായി. പെട്ടെന്നു വിശ്വനെ തള്ളിമാറ്റിയിട്ടു സുരഞ്ജൻ പറഞ്ഞു:

“ചെറ്റേ, ഇനി ഒരടി മുന്നോട്ടു വച്ചു പോകരുത്.”

“എടാ തെണ്ടീ, നിനക്കു വാശി കേറിയല്ലേ. എന്നാൽ ആദ്യം ചെയ്തോ, എനിക്ക് അതു കഴിഞ്ഞു മതി.”

“എനിക്ക് ഒന്നും ചെയ്യേണ്ട?” സുരഞ്ജൻ പറഞ്ഞു.

“ഒന്നും ചെയ്യേണ്ടെ.”

അചിന്ത്യൻ കണ്ണു കുമ്പിൾപോലെയാക്കിക്കൊണ്ടു പറഞ്ഞു:

“പേടിത്തൊണ്ടാ എന്താ? കേസ്സാകുമെന്നോ.”

“അതൊരു മനുഷ്യജീവിയല്ലേ.”

“ഓഹോ മനുഷ്യനോ, ചരക്കിനെ ആരെടാ മനുഷ്യൻ എന്നു പറയുന്നത്.”

ഹോ ഹോ ഖിൽഖിൽ ച്യാക് ച്യാക്’ - അവർ നാലുപേരും കൂടി തുള്ളിക്കളിച്ചു.

“എന്നാടാ നാറീ നീ ഇത്ര അധഃപതിച്ചത്.”

“ഞാൻ നിന്റെ പെങ്ങളെ ചെയ്യാൻ വന്നില്ലല്ലോ. ഇത്ര തെറിക്കാൻ.”

സുരഞ്ജൻ കൈവീശി നാലുപേരെയും അടിച്ചു. എന്നിട്ടു കുടിച്ചുകൊണ്ടിരുന്ന ഗ്ലാസ്സ് കൈയിൽ എടുത്തു. അപ്പോൾ മൂന്നുപേരും കൂടി അവന്റെ മേൽ ചാടിവീണു. സുരഞ്ജൻ മറിഞ്ഞു വീണു. വിശ്വൻ അവന്റെ ശരീരത്തിൽ ചവിട്ടി നിന്നുകൊണ്ട് അവന്റെ ശരീരത്തിലേക്ക് മൂത്രം ഒഴിച്ചു. ഗോപാലൻ കിടക്കയിൽ കിടക്കുന്ന പെണ്ണിന്റെ മേൽ കയറി പണി തുടങ്ങാൻ ശ്രമിച്ചു. സുരഞ്ജൻ കിടന്നുകൊണ്ടുതന്നെ കാലുകൾ ഗോപാലന്റെ കാലുകൾക്കിടയിലിട്ട് ആഞ്ഞു വലിച്ചു. ഗോപാലൻ മറിഞ്ഞു വീണു.

സുരഞ്ജൻ ഒരു തരത്തിൽ എഴുന്നേറ്റു, വിശ്വന്റെ മേൽ ചാടി വീണു. അവനു വിശ്വനെ കീഴടക്കാൻ കഴിഞ്ഞു. എങ്കിലും സുവ്രതനും അചിന്ത്യനും വിശ്വനെ സഹായിക്കാൻ വന്നപ്പോൾ സുരഞ്ജൻ മൂന്നുപേരുടെയും അടികൊണ്ടു നിലത്തു വീണുപോയി. തോളിലും കാലിലും പുറത്തും അടിയും ചവിട്ടുമേറ്റു. സുരഞ്ജന് അവയൊന്നും അസഹ്യമായിത്തോന്നിയില്ല. അവർ പുറത്തേക്കു പോകാൻ തുടങ്ങി. പോകാൻ നേരത്ത് അചിന്ത്യൻ സുരഞ്ജന്റെ ഷർട്ടിന്റെ കോളറിൽ പിടിച്ചുപൊക്കി, തല പൊന്തിച്ചു നിർത്തിക്കൊണ്ടു പറഞ്ഞു:

“അവളെ ചെയ്തിട്ടു വന്നേക്ക്. വൈകരുത്.”

പറഞ്ഞു കഴിഞ്ഞു അചിന്ത്യൻ പിടിവിട്ടു. സുരഞ്ജന്റെ തല നിലത്തേക്കു ചാഞ്ഞു. സുരഞ്ജൻ ആ കിടപ്പിൽ കുറേനേരം കിടന്നു. കതകു മലർക്കെ തുറന്നു കിടക്കുകയാണ്. ആരെങ്കിലും കടന്നുവന്നാൽ എന്താണ് അവിടെ നടന്നതെന്നു മനസ്സിലാകും. ആരുടെയോ അരയിലെ ഒരു ബൽറ്റ് നിലത്തു വീണു കിടക്കുന്നു. ഒഴിഞ്ഞ രണ്ടു മദ്യക്കുപ്പികളും പ്ലാസ്റ്റിക് ഗ്ലാസ്സും. സുരഞ്ജൻ എഴുന്നേറ്റിരുന്നു പറഞ്ഞു:

“എഴുന്നേല്ക്കൂ.”

സുലേഖ തളർന്ന ശബ്ദത്തിൽ ചോദിച്ചു:

"ആരും ഒന്നും ചെയ്യുന്നില്ലേ."

"ഇല്ല."

"എഴുന്നേല്ക്കട്ടെ."

എഴുന്നേല്ക്കട്ടെ എന്നു പറഞ്ഞെങ്കിലും അവൾക്ക് എഴുന്നേല്ക്കാനുള്ള കരുത്തില്ല. സുരഞ്ജൻ എഴുന്നേറ്റ് അവളുടെ തോളിൽ പിടിച്ചുകൊണ്ടു സഹായിക്കേണ്ടി വന്നു. അവനും ശരീരം ആകെ വേദനിക്കുന്നു. അവിടവിടെ ചോര പൊടിയുന്നു. അതു വച്ചുകൊണ്ടുതന്നെ സുലേഖയെ പിടിച്ച് എഴുന്നേല്പിച്ചു. ബ്ലൗസ് ഇടുവിച്ചു, സാരി ഉടുപ്പിച്ചു. അവൾക്കു തല കറങ്ങുന്നുണ്ട്. വീഴാൻ തുടങ്ങിയപ്പോൾ സുരഞ്ജൻ അവളെ താങ്ങിപ്പിടിച്ചു കോണിയിറക്കിക്കൊണ്ടുവന്നു. ടാക്സി വിളിച്ച് അതിൽ പിടിച്ചു കയറ്റിയിരുത്തി. പാർക്ക് സർക്കസിലെ ഇടുങ്ങിയ തെരുവിലൂടെ ചെന്നു വീടിന്റെ കോണിപ്പടിക്കു ചുവട്ടിൽ അവളെ എത്തിച്ചു. ഭർത്താവോ മറ്റ് ആരെങ്കിലുമോ വന്നു കതകു തുറന്നു കൊടുക്കും എന്ന പ്രതീക്ഷയിൽ തിരികെപ്പോന്നു.

സത്യത്തിൽ അന്ന് അവിടെ ബലാത്സംഗം ഒന്നും നടന്നിരുന്നില്ല. എങ്കിലും സുരഞ്ജന്റെ തലയ്ക്കകത്ത് അതു നടന്നിരിക്കുന്നു. എന്നും നടന്നുകൊണ്ടിരിക്കുന്നു. ഈ ഭീതി അവനെ വീട്ടിലേയ്ക്കു പോകാൻ അനുവദിക്കുന്നില്ല. രാത്രി സുരഞ്ജൻ വീട്ടിലേക്കു മടങ്ങിയില്ല. നേരെ സിയാൽദാ സ്റ്റേഷനിൽ ചെന്നു. എവിടേക്കു പോകണം എന്നു നിശ്ചയമില്ല. സിലിഗുഡിക്കുള്ള ഒരു ടിക്കറ്റെടുത്തു. രാത്രിവണ്ടിയിൽ കയറി. സുരഞ്ജൻ പോലീസിനെ പേടിച്ച് ഒളിച്ചോടിയതല്ല. തന്നെപ്പേടിച്ചാണ്. മായയെപ്പോലെയുള്ള ഒരു യുവതിയെ വീട്ടിൽനിന്നും തട്ടിക്കൊണ്ടുപോയി കൂട്ടബലാത്സംഗം ചെയ്യിച്ചതു താനല്ലേ. ഒരു തവണ ഷാമിമായുടെ കാര്യമോർത്തു. അവളെ അന്നു ബലാത്ക്കാരം ചെയ്തതു തികച്ചും ഒരു മാനസികവ്യാപാരമായിരുന്നു. ശരീരമല്ല അതു ചെയ്തത്. ഷാമിമായുടെ സമ്മതത്തോടെത്തന്നെയാണ് അവളുടെ ശരീരത്തിനുമേൽ കയറിയത്. ഒരു തവണ ഷാമിമാ മനസ്സിൽ വന്നു. പക്ഷേ അന്ന് അവളുടെ ശരീരത്തെക്കാൾ ഏറെ മായയെ തട്ടിക്കൊണ്ടുപോയ മുസൽമാന്മാരായിരുന്നു മനസ്സിൽ. അവരോടുള്ള പ്രതികാരമായിരുന്നു അന്നു ചെയ്തത്. ഇന്ന് അവർ ഇവിടെയില്ല. സുലേഖയിലൂടെ അവരോടു പ്രതികാരം ചെയ്യാൻ തോന്നിയില്ല. സുലേഖയുടെ സ്ഥാനത്ത് അവരെയല്ല, മായയെ ആണു കണ്ടത്. സുലേഖയെ മനുഷ്യരൂപമായിക്കണ്ടു. സുന്ദരിയായ ഒരു പാവം പെണ്ണ്. അവൾ മുസൽമാൻ ആണെന്ന തോന്നൽ ഒരിക്കൽപ്പോലും, അല്പംപോലും ഉണ്ടായില്ല. ഒരിക്കൽപ്പോലും അവളോടു വെറുപ്പു തോന്നിയില്ല. തന്നോടു തന്നെ വെറുപ്പു തോന്നി. അവളെ ബലാത്ക്കാരം ചെയ്ത നാലു മുഠാളന്മാരോടും വെറുപ്പു തോന്നി.

ട്രെയിനിലിരുന്ന് ഒട്ടും ഉറങ്ങിയില്ല. ജനലിലൂടെ പുറത്തേക്കു നോക്കിയിരുന്നാണു സുരഞ്ജൻ സിലിഗുഡിയിലെത്തിയത്. യാത്രയ്ക്കിടയിൽ ആരോടും സംസാരിച്ചില്ല. ഒന്നും കഴിച്ചുമില്ല. പിറ്റേന്ന് അതുപോലെത്തന്നെ മടങ്ങി വന്നു. അചിന്ത്യന്റെ കൂട്ടുകാരൻ വിശ്വരൂപമിത്രയ്ക്കു ബി.ജെ.പി.യും ആർ.എസ്.എസ്സുമായി വല്ല ബന്ധവും ഉണ്ടോ. ഈ ചോദ്യം പെട്ടെന്നു മനസ്സിൽ

ഉയർന്നുവന്നു. വിവരം അറിയാനായി സിലിഗുഡിയിൽനിന്നു വരുംവഴി കല്ക്കത്തയിൽ ഇറങ്ങി ബി.ജെ.പി ആഫീസിൽ ചെന്നു. ഓഫീസിൽ തിരക്കിയിട്ട് അവിടത്തെ ഒരു ലിസ്റ്റിലും അവന്റെ പേരില്ല. ഒന്നുരണ്ടു പേരോടു ചോദിച്ചപ്പോൾ ഹിന്ദുപരിഷത്തുമായിട്ടും അവന് ഒരു ബന്ധവും ഇല്ലെന്നു മനസ്സിലായി.

ഓഫീസിൽ ഉണ്ടായിരുന്ന ആൾ സുരഞ്ജനെ പുറത്തേക്കു വിളിച്ചു പതുക്കെ പറഞ്ഞു:

"ആരോടെങ്കിലും ദേഷ്യപ്പെട്ടു പാർട്ടി വിട്ടുപോകരുത്. നിങ്ങളുടെ ആപത്തുകാലത്തു പാർട്ടി നിങ്ങളുടെ കൂടെ ഉണ്ടായിരുന്നു. ഇനിയും ഉണ്ടായിരിക്കും. അതുകൊണ്ടു പാർട്ടി വെടിയുന്നതു അബദ്ധമായിരിക്കും."

സുരഞ്ജന് അതറിയാം. കോളേജിലെ ജോലി പാർട്ടിയുമായുള്ള ബന്ധത്തിന്റെ ഫലമായി കിട്ടിയതാണ്. ഒന്നും പറയാതെ ഇറങ്ങിപ്പോന്നു.

രണ്ടു ദിവസം കഴിഞ്ഞു സുരഞ്ജൻ സുലേഖയുടെ വീട്ടിൽ ചെന്നു. ഉച്ചസമയം. സുലേഖയും ഒരു വേലക്കാരിയുമേ ഉണ്ടായിരുന്നുള്ളൂ. പനികൊണ്ട് അവൾ വിറയ്ക്കുന്നു. ഒരു മരുന്നും ഇല്ല. ഡോക്ടറെ കാണിച്ചിട്ടില്ല. സുരഞ്ജൻ ടാക്സി വിളിച്ചു സുലേഖയെ കാറിൽ കയറ്റി ഇരുത്തി. നാലാം നമ്പർ പാലത്തിനടുത്ത് എം.സി. ഹോസ്പിറ്റലിൽ കൊണ്ടു ചെന്നു കാണിച്ചു മരുന്നു മേടിച്ചുകൊടുത്തു. ഫോൺ നമ്പർ എഴുതിക്കൊടുത്തു. എന്തെങ്കിലും ആവശ്യമുണ്ടെങ്കിൽ വിളിക്കണം എന്നു പറഞ്ഞു.

വേലക്കാരി ചോദിച്ചു ഇതാരാണെന്ന്. എന്റെ നാട്ടുകാരനാണ്, ബീർഭൂമിയിൽ നിന്നു വന്നതാണ്. വകയിൽ ഒരു സഹോദരൻ. സഫിക്കുൽ എന്നാണ് അയാളുടെ പേര് - സുലേഖ സുരഞ്ജനെ ഇങ്ങനെ പരിചയപ്പെടുത്തി.

സഫിക്കുൽ പുറത്തേയ്ക്കിറങ്ങി. ഭ്രാന്തനെപ്പോലെ അന്നു നഗരത്തിലാകെ അലഞ്ഞുനടന്നു. ഏതോ ഒരു പാർക്കിലെ ബഞ്ചിൽ കുറച്ചുനേരം ആകാശത്തേക്കു നോക്കിക്കൊണ്ടിരുന്നു. ഒന്നോ രണ്ടോ മണിക്കൂർ ഇടവിട്ടു സുലേഖയ്ക്ക് ഫോൺ ചെയ്തു. തന്നെക്കൊണ്ടു വല്ല ആവശ്യവും ഉണ്ടോ എന്നു ചോദിച്ചു. രാവും പകലും സുലേഖയുടെ ദീനത നിറഞ്ഞ മുഖമാണു മനസ്സിൽ തെളിയുന്നത്. അന്നു രാത്രി തിരികെ വന്ന് ഭർത്താവിന്റെ വകയും മർദ്ദനം ഏറ്റു. കണ്ണിനു ചുവട്ടിലും കവിളത്തും ചുണ്ടിലും മുറിവുകളുണ്ട്. കൈയിലും തുടയിലും പൊട്ടി ചോര വന്നിട്ടുണ്ട്. പക്ഷേ ഒരിക്കൽപ്പോലും ഭർത്താവു തല്ലി എന്നു പറഞ്ഞില്ല. സുരഞ്ജൻ ചോദിച്ചു:

"എന്തിനാണു നിന്നെ തലാക് ചൊല്ലി ഉപേക്ഷിച്ചത്?"

"വേറെ എന്തു കാരണം. ഭർത്താവു വന്നപ്പോൾ ഞാൻ വേദനകൊണ്ടു പുളഞ്ഞുകിടക്കുകയായിരുന്നു."

"അവളെ ഹിന്ദുക്കൾ പിടിച്ചുകൊണ്ടു പോയിരുന്നു." അടുത്ത വീട്ടിൽനിന്ന് ഒരാൾ വന്നു പറഞ്ഞിട്ടുപോയി.

സുലേഖ ഒന്നും പറഞ്ഞില്ല. മഹബ്ബത് ഹസ്സന്റെ കണ്ണിൽനിന്നു തീപ്പൊരി പറന്നു. നെറ്റിയിലെ ഞരമ്പുകൾ കൂടുതൽ തടിച്ച് എഴുന്നു നിന്നു.

ഹാലിളകിയതുപോലെ അങ്ങോട്ടുമിങ്ങോട്ടും നടന്നുകൊണ്ടു ഹസ്സൻ അലറി: "ഹറാം പിറന്നവളേ നിന്റെ സമ്മതത്തോടെയല്ലേ അവർ നിന്നെ ഉപയോഗിച്ചത്."

സുലേഖ മിണ്ടാതിരുന്നതേയുള്ളൂ. മഹബ്ബത് ഹസ്സൻ കരടിയെപ്പോലെ അവളുടെ മേൽ ചാടി വീണു. കണ്ണിൽ കണ്ടതും കയ്യിൽ കിട്ടിയതും എടുത്ത് അവളെ എറിഞ്ഞു. ഒടിഞ്ഞു നുറുങ്ങിയ കസേരക്കാലുകൊണ്ട്, മേശപ്പുറത്തിരുന്ന ചില്ലു ഫ്ളവർവേസുകൊണ്ട്, കാലിലെ ചെരുപ്പുകൊണ്ട് എല്ലാം അവളെ എറിഞ്ഞു. സുലേഖ പറഞ്ഞു:

"ഉവ്വ്. അവർ ചെയ്യാവുന്നതൊക്കെ ചെയ്തു."

"നീ എന്തു പറഞ്ഞു."

"എന്തൊക്കെ പറയാമോ അതൊക്കെപ്പറഞ്ഞു."

"ഒന്നുകൂടെപ്പറഞ്ഞേ."

"എന്തു പറയാൻ."

സുലേഖ പിന്നെ അലറിക്കൊണ്ടു ചോദിച്ചു:

"എന്റെ കുറ്റമാണോ? എന്നെ എന്തിനാണു തല്ലുന്നത്? അവരിൽ നിന്നും എന്നെ രക്ഷിക്കാൻ എനിക്കു കരുത്തുണ്ടോ."

സുലേഖയുടെ ചോദ്യത്തിനൊന്നും മഹബ്ബത് ഹസ്സൻ മറുപടി പറഞ്ഞില്ല. സുലേഖ അന്നത്തെ സംഭവങ്ങളെപ്പറ്റി പറഞ്ഞപ്പോൾ ആ ചോദ്യങ്ങൾ സുരഞ്ജൻ സ്വയം ചോദിച്ചു. അവയ്ക്ക് ഉത്തരം മഹബ്ബത്തിന്റെ കൈയിൽ ഇല്ല. തന്റെ കൈയിൽ അവയ്ക്ക് ഉത്തരങ്ങൾ ഉണ്ടോ?

അടുത്ത ദിവസം സുരഞ്ജൻ സുലേഖയോടു ചോദിച്ചു: "അന്നെന്താണ് ഉറക്കെ കരയാഞ്ഞത്. കരഞ്ഞുവിളിച്ച് ആളെ കൂട്ടാൻ ശ്രമിക്കാഞ്ഞത്? കടിച്ചോ മാന്തിയോ ആ മുഠാളന്മാരെ ഓടിക്കാൻ ശ്രമിക്കാതിരുന്നതെന്ത്?" സുരഞ്ജന്റെ തോളിൽ തല ചായ്ച്ചുകൊണ്ടു സുലേഖ താൻ എന്തുകൊണ്ട് എതിർത്തില്ല, പ്രത്യാക്രമണം ചെയ്തില്ല എന്നു പറഞ്ഞു. സുരഞ്ജന്റെ തുറന്ന മാറിലേക്ക് സുലേഖയുടെ കണ്ണിൽനിന്നു കണ്ണീർത്തുള്ളികൾ അടർന്നുവീണുകൊണ്ടിരുന്നു. സുരഞ്ജന്റെ ഇടത്തുകൈ അവളെ ചുറ്റിവരിഞ്ഞു. വലത്തുകൈയിൽ സിഗരറ്റ് എരിഞ്ഞുകൊണ്ടിരുന്നു.

സുരഞ്ജൻ ഒന്നു മയങ്ങിയതുപോലെ. വാക്കുകൾ ഓരോന്നായി തലയ്ക്കുള്ളിൽനിന്ന് ആരോ പുറത്തേയ്ക്കു തട്ടിയിടുകയാണ്. ആ സംഭവങ്ങൾ ഓരോന്നും തലയ്ക്കുള്ളിൽ തെളിഞ്ഞുവരുന്നു. സുലേഖയെ നാലഞ്ചു ദുർവൃത്തന്മാർ ചേർന്നു തട്ടിക്കൊണ്ടുപോയത്. സുരഞ്ജൻ അവരുടെ കൈയിൽനിന്ന് അവളെ മോചിപ്പിച്ചത്. എല്ലാം ഓരോന്നായി സുരഞ്ജൻ സുലേഖയോടു മെല്ലെ മെല്ലെ പറഞ്ഞുകൊണ്ടിരുന്നു. അവൾക്കതു വിശ്വസിക്കാൻ കഴിയുന്നില്ല. പക്ഷേ വിശ്വസിക്കാനാണ് അവൾക്കിഷ്ടം. സുരഞ്ജൻ എന്ന യുവാവുമായി അവൾക്കുണ്ടായിട്ടുള്ള ബന്ധത്തിന്റെ പിന്നിൽ സുരഞ്ജന്റെ മഹാമനസ്ക്കത എന്നൊന്നുണ്ടെന്നു വിശ്വസിക്കാൻ അവൾ കൊതിക്കുന്നു. സുലേഖ പറഞ്ഞു:

"എനിക്കൊന്നും കാണാൻ കഴിഞ്ഞിരുന്നില്ല. എന്റെ കണ്ണുകൾ തുറക്കാൻ കഴിയാത്തവിധം മുറുക്കിക്കെട്ടിയിരിക്കുകയായിരുന്നു."

"ആര്?"

"ആംജാദ് എന്നൊരുത്തൻ"

"ആംജാദാണെന്നെങ്ങനെ അറിഞ്ഞു."

"എനിക്ക് അറിയാം."

"ആംജാദ് എന്റെ കൂട്ടുകാരനാണ്."

"അപ്പോൾ എല്ലാവരും നിങ്ങളുടെ കൂട്ടുകാരായിരുന്നോ?"

"അതെ, കൂട്ടുകാരായിരുന്നു. പക്ഷേ കൂട്ടുകാർ എന്ന വാക്കിനുതന്നെ കളങ്കമാണവർ. ഞാൻ അവരെ മനസ്സുകൊണ്ടു തള്ളിക്കളഞ്ഞിരിക്കുന്നു. പക്ഷേ നിനക്കറിയാമോ?"

"എന്ത്"

"ആംജാദ് എന്നൊരുത്തൻ അക്കൂട്ടത്തിൽ ഇല്ലായിരുന്നു."

"ഉണ്ടായിരുന്നു. എനിക്കറിയാം. അവൻ ഈ പ്രദേശത്തുകാരൻ തന്നെയാണ്."

"അല്ല. അവൻ ഇവിടത്തുകാരനല്ല."

"അവരെല്ലാം മുസൽമാന്മാരായിരുന്നു."

"അല്ല, അവരാരും മുസൽമാന്മാരല്ല. എല്ലാവരും ഹിന്ദുക്കളായിരുന്നു."

"അല്ല. ഹിന്ദുക്കൾക്ക് ഇത്ര ധൈര്യം ഇല്ല. ആംജാദാണ് അവരുടെ നേതാവെന്നും എനിക്കറിയാം."

"നീ തെറ്റിദ്ധരിച്ചിരിക്കുകയാണ്."

"എന്റെ കണ്ണ് അടച്ചുകെട്ടിയിരിക്കുകയായിരുന്നു. എപ്പോഴാണു കെട്ടഴിച്ചതെന്നറിഞ്ഞുകൂടാ."

"ഇല്ല. നിന്റെ കണ്ണു തുറന്നിരിക്കുകയായിരുന്നു. നീ എല്ലാം കാണുന്നുണ്ടായിരുന്നു. നീ എന്നെയും കാണുന്നുണ്ടായിരുന്നു."

"ഞാൻ നിങ്ങളെ അക്കൂട്ടത്തിൽ കണ്ടില്ല."

"ഞാൻ അവരുടെകൂടെ ഉണ്ടായിരുന്നു."

"നിങ്ങൾ എങ്ങനെ അവരുടെകൂടെ ഉണ്ടാകും. നിങ്ങൾ അവരെപ്പോലെ ചീത്ത മനുഷ്യനല്ലല്ലൊ."

"ചീത്ത മനുഷ്യനല്ലാത്തതുകൊണ്ടു ചീത്ത പ്രവൃത്തി ചെയ്തില്ല. ആ തെമ്മാടികളുടെ കൈയിൽ നിന്നു നിന്നെ രക്ഷിച്ചു."

"നിങ്ങളെന്താണു സുരഞ്ജൻ ഇങ്ങനെയൊക്കെ പറയുന്നത്. ആംജാദുമായി നിങ്ങൾക്കൊരു ബന്ധവുമില്ല. നിങ്ങൾ അവരുടെ കൂടെ അവിടെയില്ലായിരുന്നു."

"എങ്ങനെയറിഞ്ഞു? നീയല്ലേ പറഞ്ഞതു നിന്റെ കണ്ണ് അടച്ചുകെട്ടിയിരിക്കുകയായിരുന്നു എന്ന്."

“പക്ഷേ നിങ്ങൾ പറഞ്ഞല്ലോ എന്റെ കണ്ണുകൾ തുറന്നിരിക്കുകയായിരുന്നെന്ന്. ഞാൻ നിങ്ങളെ കണ്ടില്ലല്ലോ.”

“നീ കള്ളം പറയുന്നു.”

“എന്തിന്?”

“എന്നെ നല്ല പിള്ളയാക്കി രക്ഷിക്കാൻ.”

“എന്തിന്. നിങ്ങളെന്നെ രക്ഷിച്ചതിനോ?”

“ആയിരിക്കാം.”

“വൃത്തികേടു പറയരുത്.”

“ഞാൻ ഒരു വൃത്തികേടും പറയുന്നില്ല.” സിഗരറ്റിന്റെ തുമ്പത്തു ചാരം തെളിയുമാറ് ആഞ്ഞു വലിച്ചു പുകയെടുത്തു. സുലേഖയെയും ആഞ്ഞു വലിച്ചു ശരീരത്തോടടുപ്പിച്ചു. സുലേഖ ലഹരി പിടിച്ചതുപോലായി. രണ്ടു പേരുടെയും കണ്ണുകൾ വെട്ടിത്തിളങ്ങി. വാക്കുകൾ വാക്കുകളെ വരിഞ്ഞുമുറുക്കി. സുരഞ്ജന്റെ വാക്കുകൾ തിളച്ചുപൊങ്ങി. സുരഞ്ജന്റെ വാക്കുകളുടെ തിളയ്ക്കുന്ന കുമിളകൾക്കിടയിൽ സുലേഖയുടെ വാക്കുകൾ അപ്രത്യക്ഷമായി.

സുരഞ്ജൻ സുലേഖയെ അന്നു മുതല്ക്കാണോ അറിയാൻ തുടങ്ങിയത്? ആ സംഭവം മുതല്ക്ക്? അല്ലെങ്കിൽ ആപത്തുണ്ടായതു മുതല്ക്ക്. സുലേഖ പറയുന്നു:

“അല്ല. വളരെ നാളുകൾക്കു മുമ്പുതന്നെ എനിക്ക് അംജാദിനെ അറിയാം. അമ്മാവനാണു കാരണം. അമ്മാവന്റെ വീട്ടിൽ വച്ചാണു കണ്ടത്. എന്നെ ഏതോ മുസൽമാന്മാർ പിടിച്ചുകൊണ്ടു പോയി. അമ്മാവൻ എന്നെ പുറന്തള്ളി. സ്വീകരിക്കാൻ കൂട്ടാക്കിയില്ല. ഹിന്ദുക്കളാണെന്നെ പിടിച്ചുകൊണ്ടുപോയതെന്നു പറഞ്ഞു. ഹിന്ദുക്കളൊന്നുമല്ല. ആംജാദാണു തട്ടിക്കൊണ്ടുപോയത്.”

“ആംജാദ് എന്നൊരാൾ അക്കൂട്ടത്തിൽ ഇല്ലായിരുന്നു. ആംജാദ് എന്റെ ഉത്തമ സുഹൃത്താണ്.” സുരഞ്ജൻ വീണ്ടും പറഞ്ഞു.

“അല്ല. ഈ ആംജാദ് വേറൊരാളാണ്. ആംജാദെന്നു വിളിക്കും. ശരിക്കുള്ള പേരു ബാദ്ഷാഹ് എന്നാണ്.”

“അല്ല.”

“എന്തല്ല.”

“നീ എന്റെ കൂട്ടുകാരൻ ആംജാദിനെ അറിയുമോ. അറിയുകയില്ലല്ലൊ.”

“ഇതൊരു താടിക്കാരൻ ആംജാദാണ്. നിങ്ങളുടെ കൂട്ടുകാരനു താടിയില്ലല്ലൊ.”

“എങ്ങനെ അറിയാം.”

“എനിക്കറിയാം.”

“നിന്റെ കണ്ണു കെട്ടിയിരുന്നെന്നല്ലേ പറഞ്ഞത്.”

“ഉവ്വ്. എന്നാലും എനിക്കറിയാം.”

"എന്തിനാണു നിന്നെ അവർ പിടിച്ചുകൊണ്ടുപോയത്."

"കാരണമുണ്ട്."

"കാരണമെന്തെന്നു പറയ്."

"പറയുകയില്ല."

"മഹബ്വത്താണോ കാരണംയ"

"അല്ല."

"മഹബ്വത്തിനോടു പ്രതികാരം ചെയ്തതാണോ?"

"അല്ല... അല്ല... അല്ല."

"പിന്നെ?"

"ആംജാദ് എന്നെ വിവാഹം കഴിക്കാൻ ആഗ്രഹിച്ചിരുന്നു. ഞാൻ സമ്മതിച്ചില്ല."

"കള്ളം."

"ഞാൻ എന്തിനു കള്ളം പറയുന്നു. വാസ്തവം."

"കള്ളം."

"അല്ല. എന്നെ കൊന്നുകളയുമെന്നു പറഞ്ഞിരുന്നു."

"എന്നിട്ടെന്താ പോലീസിൽ പരാതിപ്പെടാത്തത്."

"പൊല്ലാപ്പൊന്നും വേണ്ടെന്നു വച്ചു. ഇതൊക്കെ ഒറ്റയ്ക്കു ചെയ്യാൻ പറ്റുമോ. അല്ലെങ്കിൽ പരാതി കൊടുത്താൽത്തന്നെ എനിക്കു രക്ഷയുണ്ടോ. നിങ്ങൾക്ക് ഈ സമൂഹത്തെ അറിഞ്ഞുകൂട. ഞാൻ ഈ സമൂഹത്തിനു പറ്റിയവളല്ല. അതു കൊണ്ടല്ലേ എനിക്കു നിങ്ങളോടൊത്തു എന്റെ ഇഷ്ടംപോലെ ഇടപെടാൻ കഴിയുന്നത്."

"ഇഷ്ടം പോലെയോ?"

"അതെ. എനിക്കു തോന്നിയപോലെ."

"ഞാൻ ഒരു കൊള്ളരുതാത്തവനായിരുന്നു സുലേഖ. ഞാൻ തീർച്ചയായും ആ അക്രമികളുടെ കൂടെയുണ്ടായിരുന്നു. നിനക്കെല്ലാവരെയും അറിയാമല്ലൊ. വിശ്വൻ, അചിന്ത്യൻ."

"നിങ്ങൾക്കു ഭ്രാന്താണ്. നിങ്ങൾ ഹിന്ദുവായതുകൊണ്ടു ഹിന്ദുക്കളെ കുറ്റപ്പെടുത്തുകയാണ് എന്നെനിക്കറിയാം."

"നീ മുസൽമാനായതുകൊണ്ടു മുസൽമാനെ കുറ്റപ്പെടുത്തുകയാണ്."

"മുസൽമാന്മാരാണ് എന്നെ ആപത്തിൽപ്പെടുത്തിയത്. അതുകൊണ്ട് അവരെ കുറ്റപ്പെടുത്തുന്നു."

"അല്ല. ആരാണിതു ചെയ്തതെന്ന് എനിക്കറിയാം. ഞാനാണ് നിന്നെ വീട്ടിൽ എത്തിച്ചത്. അതെങ്കിലും ഓർമ്മയുണ്ടല്ലോ."

"ഇല്ല. എന്റെ കണ്ണു മൂടിക്കെട്ടിയിരിക്കയായിരുന്നു. ആരാണ് എന്നെ വീട്ടി ലെത്തിച്ചത് എന്ന് എനിക്കറിഞ്ഞുകൂടാ."

"ഞാൻ, ഞാനാണ് വീട്ടിൽ എത്തിച്ചത്."

"എന്തോ. എനിക്കെല്ലാം കുഴപ്പമായി തോന്നുന്നു."

"ഇല്ല സുലേഖ. ഒരു കുഴപ്പവുമില്ല. നിനക്കിപ്പോൾ സുഖമായി. നിനക്കാരെക്കുറിച്ചും പരാതിയില്ല. നീ എല്ലാം മറന്നേക്ക്. പഴയ കഥകളൊക്കെ പോട്ടെ. നല്ലതു മാത്രം ഓർക്കുക. നല്ല വാക്കു മാത്രം പറയുക. സ്നേഹത്തിന്റെ വാക്കുകൾ മാത്രം. കിഡ്നാപ്, റേയ്പ്പ് ആ വാക്കുകളെയൊക്കെ ഞാൻ വെറുക്കുന്നു."

സുലേഖ പറഞ്ഞു തുടങ്ങി:

"ഞാൻ എല്ലാ രാത്രിയിലും ബലാത്സംഗം ചെയ്യപ്പെടുകയായിരുന്നു. എന്റെ സോഹാഗിന്റെ ബാബ ഒരിക്കലും എന്നെ സ്നേഹപൂർവ്വം പുണർന്നിട്ടില്ല. ഓരോ രാത്രിയിലും കരുത്തു തീരുന്നതുവരെ എന്റെമേൽ പരാക്രമം കാണിച്ചതേയുള്ളൂ. എന്റെ കുട്ടി ബലാത്സംഗത്തിൽ പിറന്നതാണ്. പ്രണയസംഗമത്തിൽ ജനിച്ചതല്ല. എനിക്ക് ഒരിക്കലും സംഗമത്തിന്റെ സുഖവും ആനന്ദവും കിട്ടിയിട്ടില്ല. അതു നിന്നിൽനിന്നാണ് എനിക്കു കിട്ടിയത്. ജീവിതത്തിലാദ്യമായി പുരുഷസുഖം എന്താണെന്നു നീയാണ് എനിക്കു കാണിച്ചുതന്നത്. ഇതുവരെ എനിക്കു കിട്ടിയത് കൈയേറ്റവും ബലാത്ക്കാരവും മാത്രമായിരുന്നു."

ഒന്നു നിർത്തി സുരഞ്ജന്റെ മാറിൽ വീണ കണ്ണീർ തുടച്ചുകൊണ്ടു പറഞ്ഞു:

"അന്നു നിങ്ങൾ എന്നെ പിടിച്ചുകൊണ്ടുപോകുമ്പോൾത്തന്നെ എനിക്കറിയാമായിരുന്നു. ഞാൻ ഉറക്കെ കരഞ്ഞെങ്കിൽ എന്റെ വായ പൊത്തിപ്പിടിച്ചേനെ. കത്തിയെടുത്ത് എന്റെ കഴുത്തു മുറിച്ചേനെ. ഞാൻ മരിച്ചുപോയേനെ. ബലാത്ക്കാരം എനിക്കു പുതിയ അനുഭവമല്ല. എനിക്കു മരിക്കാൻ മനസ്സില്ലായിരുന്നു. അതാണു ഞാൻ സഹിച്ചത്. നിങ്ങളെ ദേഷ്യം പിടിപ്പിക്കുന്നതൊന്നും ചെയ്യാഞ്ഞത് അതുകൊണ്ടാണ്. ദേഷ്യം പിടിപ്പിച്ചാൽ നിങ്ങൾ എന്നെ കൊന്നുകളഞ്ഞെന്നു വരും."

ഈ സംഭവത്തിനുശേഷം എന്നും മഹബ്ബത് ഹസ്സൻ വെറുപ്പോടെയാണു വീട്ടിൽ വരാറ്. സുലേഖ ആ വീട്ടിലെ ഒരു മലിനപദാർത്ഥമായി. നശിച്ച പെണ്ണ്. അവളെ മഹബ്ബത്തിനു വേണ്ട. കൺമുമ്പിൽനിന്ന് ആ പെണ്ണ് അകന്നു പോകട്ടെ. സുലേഖ ബാപ്പയുടെ വീട്ടിലേക്കും മാമന്റെ വീട്ടിലേക്കും വിവരം അറിയിച്ചെങ്കിലും ആരും തിരിഞ്ഞുനോക്കിയില്ല. ആരും അവളെ കൂട്ടിക്കൊണ്ടു പോകാനുണ്ടായില്ല. മഹബ്ബത് പലവട്ടം കഴുത്തിനു പിടിച്ചു തള്ളി. വീടിനു പുറത്താക്കി. സുലേഖ പിടിച്ചുനിന്നു. പോലീസിൽ പരാതിപ്പെടുമെന്നു പറഞ്ഞു. ഞാൻ പോവുകയാണെങ്കിൽ സോഹാഗിനെയും കൊണ്ടേ പോവുകയുള്ളൂ എന്നു പറഞ്ഞു. മഹബ്ബത്തിനു സോഹാഗിനെ വളരെ ഇഷ്ടം. മകനെ ഉപേക്ഷിച്ചിട്ടു ജീവിക്കാൻ കഴിയുകയില്ല. ഇങ്ങനെ ആറുമാസം കഴിഞ്ഞു. ആറുമാസം കഴിഞ്ഞപ്പോൾ മഹബ്ബത് അന്വേഷിച്ചു പിടിച്ച് ഒരു സ്ത്രീയെ വിവാഹം ചെയ്തു. ഏഴാം ക്ലാസ്സുവരെ പഠിച്ചതാണ്. പുതിയ ഭാര്യയും മഹബ്ബതും പഴയ കിടപ്പു മുറിയിൽ കിടന്നു. സുലേഖ മറ്റൊരു മുറിയിൽ സോഹാഗിനെയും

മാറത്തടുക്കിപ്പിടിച്ചു വേദനിക്കുന്ന ഓർമ്മകളുമായി കഴിച്ചുകൂട്ടി. മഹബ്ബത്തിന്റെ വീട്ടിലെ ഒരു കീറത്തുണിപോലെ കഴിഞ്ഞുകൂടി. ഒരു ദിവസം സുരഞ്ജൻ വീട്ടിലുള്ളപ്പോൾ മഹബ്ബത് വന്നു കയറി. അന്നു തന്നെ മഹബ്ബത് മൂന്നു തലാക്കും ചൊല്ലി സുലേഖയെ ഉപേക്ഷിച്ചു. സുരഞ്ജൻ സുലേഖ കിടക്കുന്ന കട്ടിലിൽ ഇരിക്കുകയായിരുന്നു. ജനലിന്റെ കർട്ടൻ നിവർത്തിയിട്ടു വെളിച്ചം കുറച്ചിരുന്നു. മഹബ്ബത് വന്നുകയറുമ്പോൾ സുലേഖ ഒരു ട്രേയിൽ രണ്ടു കപ്പു ചായയും കൊണ്ട് മുറിയിലേക്കു വരുകയായിരുന്നു. ചായ മേശപ്പുറത്തു വച്ചതും സുലേഖ കേട്ടു:

"തലാക് തലാക് തലാക്." മഹബ്ബത് സുലേഖയെ ഉപേക്ഷിച്ചുകഴിഞ്ഞു. തലാക് കഴിഞ്ഞാൽ സുലേഖ വീട്ടിൽനിന്ന് ഇറങ്ങിപ്പോകണം. പക്ഷേ മകനേയും കൊണ്ടു പോകാൻ മഹബ്ബത് സമ്മതിച്ചില്ല. അവൾ മാത്രം പോകണം. ഒറ്റയ്ക്ക് എവിടെയെങ്കിലും പോയിത്തുലയണം. സുലേഖ ഇറങ്ങി നടന്നു. ബേനെ പുക്കൂർ റോഡിൽ മാമന്റെ വീട്ടിൽ ചെന്നു കയറി. അടുത്തു തന്നെയാണു മഹബ്ബത്തിന്റെ വീട്. സോഹാഗ് മഹബ്ബത്തിന്റെ പുതിയ ഭാര്യയെ അമ്മ എന്നു വിളിക്കണം. സുലേഖ വസ്തുതകൾ മനസ്സിലാക്കാൻ കഴിവുള്ള സ്ത്രീയാണ്. കരഞ്ഞുവിളിച്ച് ആത്മഹത്യ ചെയ്തു ജീവൻ ഒടുക്കാനൊന്നും അവൾ തയ്യാറല്ല. ഇത്രയും കാലത്തെ അനുഭവത്തിൽനിന്ന് സ്ത്രീകൾക്കു ജീവിക്കണമെങ്കിൽ, വിശേഷിച്ചും മുസൽമാൻ സ്ത്രീകൾക്കു ജീവിക്കണമെങ്കിൽ കഷ്ടതകൾ സഹിക്കേണ്ടിവരും എന്ന് അവൾ മനസ്സിലാക്കിയിരിക്കുന്നു. മഹബ്ബത് തലാക് ചൊല്ലി ഉപേക്ഷിച്ചപ്പോൾ ഒരു തുള്ളി കണ്ണീർപോലും പൊഴിച്ചില്ല. സുരഞ്ജനു നേരെ തന്നെ ഉപേക്ഷിച്ചിട്ടുപോകുമോ എന്നു ചോദിക്കുന്നതുപോലെ നോക്കി. സുലേഖയ്ക്ക് അറിയാമായിരുന്നു ഒരു ദിവസം ഏതായാലും മഹബ്ബത് തന്നെ ഉപേക്ഷിക്കുമെന്ന്. സോഹാഗിനെ ഓർത്താണ് ഇത്രയും നാൾ വൈകിച്ചത്. അല്ലെങ്കിൽ അന്നുതന്നെ വീട്ടിൽനിന്ന് ഇറക്കിയേനെ.

മഹബ്ബത് പോലീസിൽ പരാതിപ്പെട്ടില്ല. പരിശ്രമിച്ചാൽ സുലേഖയെ തട്ടിക്കൊണ്ടുപോയവരെ പിടികൂടാമായിരുന്നു. മഹബ്ബത്തിന് അതിനുള്ള ചുറ്റുപാടുണ്ട്. ആളുകളുണ്ട്. അങ്ങനെ അന്വേഷിച്ചിട്ട് ഒരു കാര്യവുമില്ല എന്നു ചിലരൊക്കെ പറഞ്ഞു. അതു ജീവിതത്തെ പ്രയാസത്തിലാക്കുകയേ ഉള്ളൂ. ഈ നിസ്സഹായാവസ്ഥയിൽ സുരഞ്ജനും ഒഴിഞ്ഞുപോകുമെന്നു സുലേഖയ്ക്ക് അറിയാമായിരുന്നു. ആണുങ്ങൾ അങ്ങനെയാണ്. ആപത്തിലേക്കു വലിച്ചിഴക്കും. ആപത്തു സംഭവിച്ചു കഴിഞ്ഞാൽ കയറു പൊട്ടിച്ച് ഓടിക്കളയും.

സുരഞ്ജൻ അങ്ങനെ ചെയ്യാതെ ഈ അവസ്ഥയിൽ വീണ്ടും വീണ്ടും തന്നെ വന്നുകാണുന്നത് അവൾക്ക് ആശ്വാസം പകർന്നു. അശാന്തി നിറഞ്ഞ ജീവിതത്തിൽ സുരഞ്ജൻ മാത്രമാണ് ഒരു തണൽ. ആനന്ദം. സുരഞ്ജൻ തന്നിൽ നിന്നും ഓടിയകന്നില്ല. മഹബ്ബത് തലാക് പറഞ്ഞതേയുള്ളൂ. സുരഞ്ജന്റെ നേർക്കു ചെന്നില്ല. സുലേഖയെയും തൊട്ടില്ല. സുലേഖ കരഞ്ഞില്ല. പാറപോലെ, തേജസ്സറ്റ് ഇരുന്നു. സുരഞ്ജനോടു പുറത്തുപോകാൻ പറഞ്ഞു. എന്നിട്ടും സുരഞ്ജൻ ഒരു ചുവടു വച്ചില്ല. സോഹാഗിനെയുംകൊണ്ട്

ഇറങ്ങണമെന്നു വിചാരിച്ചു. തീരുമാനത്തിനു ശരിയായ രൂപം കൊടുക്കാൻ കഴിയുന്നില്ല.

ഈ വീട്ടിൽ എന്തു നടക്കുന്നു എന്ന് അടുത്തുള്ള വീടുകളിലെ ആർക്കും അറിഞ്ഞുകൂടാ. അയൽപക്കത്തുള്ള ആരുമായും ഒരു ബന്ധവും ഇല്ല. ഒരു വീടുമായും പോക്കുവരവു ബന്ധങ്ങളുമില്ല. സുലേഖ വീട്ടിൽ ഒറ്റയ്ക്കാണ്. മഹബ്ബത്തിന്റെ ബന്ധുക്കളും വീട്ടുകാരും മുർഷിദാബാദിലെ ജംഗിപൂരിലാണ്. മാസംതോറും അവിടെനിന്ന് ആരെങ്കിലും വരും. മഹബ്ബത് മാസാവസാനം ജംഗിപൂരിൽ പോകും. ചിലപ്പോൾ പുതിയ ഭാര്യയെയും മകനെയും കൊണ്ടുപോകും. ചിലപ്പോൾ ഒറ്റയ്ക്കു പോകും. തലാക് ചൊല്ലി, ഉടുത്തിരിക്കുന്ന വസ്ത്രമല്ലാതെ മറ്റൊന്നും എടുക്കാതെ വീടുവിട്ടിറങ്ങാൻ പറഞ്ഞിരിക്കുകയാണ്. സോഹാഗിനെ അവൾക്കു കിട്ടുകയില്ലെന്നും പറഞ്ഞു. അവൾ സോഹാഗിനെ അന്വേഷിച്ചില്ല. ആറുവർഷം ജീവിച്ച വീടും കുടുംബവും വെടിഞ്ഞു സുലേഖ ഇറങ്ങി. സുരഞ്ജൻ കൂടെയുണ്ടായിരുന്നു. സുരഞ്ജനെയും കൂട്ടി അവൾ നടന്നു.

സുലേഖ സി.യു.ടി കോളേജിൽ പഠിച്ച് ബി.എ. പാസ്സായതാണ്. വിദ്യാഭ്യാസ യോഗ്യതയ്ക്കു നല്കേണ്ട അംഗീകാരം ആരും നല്കിയില്ല. സ്വന്തം ഉത്സാഹം കൊണ്ടു മാത്രമാണ് പഠിച്ചത്. രബിഉൽ റഹ്മാൻ എന്ന പ്രൊഫസ്സർ അവളെ നന്നായി പഠിക്കാൻ പ്രോത്സാഹിപ്പിച്ചിരുന്നു. കാണുമ്പോഴൊക്കെ പറയുമായിരുന്നു:

“പെൺകുട്ടികളുടെ ജീവിതത്തിൽ വിദ്യാഭ്യാസത്തിനാണ് ഏറ്റവും കൂടുതൽ വില. ഇപ്പോൾ നന്നായി പഠിച്ചാൽ ജീവിതത്തിൽ ഏതെങ്കിലും കാര്യത്തിന് ആ പഠനം ഉപകരിക്കും. അറിവ് ഒരിക്കലും വെറുതെ ആവുകയില്ല. നിനക്കു നല്ല ബുദ്ധിയുണ്ട്. പഠിച്ചാൽ നീ വലിയ ആളാകും.”

പക്ഷേ സുലേഖ വലിയ ആളായില്ല. മഹബ്ബത്തിന് സമ്പത്തുണ്ടായിരുന്നതു കൊണ്ടു കുടുംബത്തിൽ ബുദ്ധിമുട്ടില്ലായിരുന്നു. പക്ഷേ ആ കുടുംബം തന്റേതാണെന്ന തോന്നൽ ഒരിക്കലും ഉണ്ടായില്ല. അവൾ ബി.എ. പാസ്സായതിൽനിന്ന് എന്തെങ്കിലും അറിയാൻ മഹബ്ബത് ആഗ്രഹിച്ചില്ല. സുലേഖയ്ക്കു പല ഗുണങ്ങളും ഉണ്ടായിരുന്നു. എന്നാൽ സ്ത്രീ എന്ന നിലയ്ക്ക് അവളുടെ ഏറ്റവും വലിയ ദുർഗുണം ആ ബി.എ. പാസ്സ് ആയിരുന്നു. ഭർത്തൃഗൃഹത്തിലുള്ളവരാരും അവളുടെ വിദ്യാഭ്യാസ യോഗ്യതയെ നല്ല കണ്ണുകൊണ്ടു കണ്ടില്ല. മഹബ്ബത് പ്രീഡിഗ്രി തോറ്റതാണ്. ഭാര്യയുടെ ബി.എ. അയാളുടെ ദേഹത്തു മുള്ളുപോലെ കുത്തിക്കൊണ്ടു. പണം ഉണ്ടാക്കാനുള്ള മോഹംകൊണ്ടു ജംഗിപൂരിൽ പൈതൃകമായുണ്ടായിരുന്ന തടിക്കച്ചവടം ഉപേക്ഷിച്ചു കല്ക്കത്തയിൽ വന്നു പാത്രക്കച്ചവടം തുടങ്ങി. തടിക്കച്ചവടം, മൂത്ത സഹോദരനെ ഏല്പിച്ചു. മഹബ്ബത്തിനു പണം ഉണ്ടാക്കുക എന്നതല്ലാതെ ജീവിതത്തിൽ മറ്റൊരു സ്വപ്നവും ഇല്ല. വിവാഹം കഴിച്ച് ഒരു പെണ്ണിനെ കൊണ്ടുവന്നു എന്നു പറഞ്ഞാൽ വീടുപണിക്കു ദാസി വന്നു എന്നർത്ഥം. മക്കളുണ്ടായാൽ വയസ്സുകാലത്ത് അവർ നോക്കിക്കൊള്ളുകയും ചെയ്യും. മഹബ്ബത് നമാസു ചെയ്യുകയോ മതത്തെ അനുസരിക്കുകയോ ചെയ്തിരുന്നില്ല. റംസാൻ മാസത്തിൽ സമൂഹത്തിന്റെ നിർബന്ധം കൊണ്ടു

നൊയമ്പു പിടിക്കും. രണ്ടു പെരുന്നാളിനും മറ്റുള്ളവരെ ബോധിപ്പിക്കാൻ നമാസും ചെയ്യും. മദ്യവും സിഗററ്റും വേണ്ട. ലഹരിയെന്നു പറയാൻ പാൽ മാത്രമേ ഉള്ളൂ.

സുലേഖ ബി.എ. ജയിച്ചപ്പോഴേക്കും ആലോചന വന്നു. കല്ക്കത്തയിൽ കച്ച വടമുണ്ട്. ജംഗിപൂരിൽ വീടുണ്ട്. സ്വഭാവം നല്ലത്. അതുകൊണ്ടു പിന്നെ താമ സിച്ചില്ല. സുലേഖയെ ബാബയും ബന്ധുക്കളും ഉത്സാഹപൂർവ്വം വിവാഹം കഴിപ്പി ച്ചു. അമ്മ മരിച്ച കുട്ടി എന്ന നിലയ്ക്കു ബാബയ്ക്ക് ഇത്തിരി വാത്സല്യമുണ്ടാ യിരുന്നു. അയാൾ പക്ഷേ ജന്മനാ മുടന്തനായിരുന്നതു കൊണ്ടു കഴിവതും വേഗം മകളെ പറഞ്ഞയയ്ക്കണം എന്ന വിചാരമായിരുന്നു മനസ്സിൽ. മകൾ വിവാഹം തലയിലേറ്റി ബാബയുടെ ഉത്ക്കണ്ഠ ഒഴിവാക്കി. ഈ നഗരത്തിലുണ്ടോ ഇനി അവൾക്കു വല്ല ജോലിയും കിട്ടുന്നു!

അവൾ ഇപ്പോഴും ജോലിക്കു ശ്രമിക്കുന്നുണ്ട്. സുരഞ്ജനും അവൾക്കു വേണ്ടി ജോലി അന്വേഷിക്കുന്നുണ്ട്. ജോലി കിട്ടട്ടെ, കിട്ടാതിരിക്കട്ടെ. ബേൽഘാഡിയാ നന്ദൻനഗർ വെടിഞ്ഞ് ഈ പാർക്ക് സർക്കസിൽ എത്തിയിരി ക്കുകയാണ്. ജോലി കിട്ടുന്നതിനെക്കാൾ ഒട്ടും കുറഞ്ഞ നേട്ടമല്ലല്ലോ ഇത് - സുരഞ്ജൻ പറഞ്ഞു. ചുരുങ്ങിയ പക്ഷം രണ്ടുപേർക്കും ട്യൂഷനെടുത്തു ജീവിക്കാം. പിന്നെ എന്തെങ്കിലും കിട്ടുന്നെങ്കിൽ കിട്ടട്ടെ. സുരഞ്ജനെപ്പോലെ ഉദാസീനനായിരിക്കാൻ സുലേഖ തയ്യാറല്ല. ചെറുതായാലും അവൾക്ക് ഒരു ജോലി വേണം. ട്യൂഷൻ അവൾക്കു തീരെ പറ്റുകയില്ല. കുറെ നാൾ ചുറ്റിക്കറങ്ങി അന്വേഷിച്ചിട്ട് ആയിനക്സ് ഷോപ്പേഴ്സിൽ സെയിൽസ് ഗേളായി ഒരു ജോലി കിട്ടി. സുലേഖ ഒരു കുട്ടിയുടെ അമ്മയാണെന്ന് ആരും അറിഞ്ഞില്ല. വിവാഹംപോലും കഴിഞ്ഞിട്ടില്ലെന്നാണു പലരും വിചാരിച്ചത്. സുരഞ്ജന് ആ ജോലി ഒട്ടും ഇഷ്ടമായില്ല. സുരഞ്ജൻ പറഞ്ഞു:

“നിങ്ങൾ പണി എടുത്തു മരിക്കും. പൈസ കിട്ടുകയില്ല. ഇത്ര കുറച്ചു ശമ്പളം കൊണ്ട് എങ്ങനെ ജീവിക്കും.”

സുലേഖ സമ്പാദിക്കുന്നതു മിക്കവാറും മാമന്റെ വീട്ടിൽ ചെലവു ചെയ്യേണ്ടി വരും. പിന്നെ മിച്ചം വല്ലതുമുണ്ടെങ്കിൽ മകനുവേണ്ടി എന്തെങ്കിലും മേടിക്കും. സുരഞ്ജന്റെ അടുത്തു വരുമ്പോൾ കൈയിൽ ഒന്നും കാണുകയില്ല. തികച്ചും നിസ്വ. സുരഞ്ജൻ പറയാറുണ്ട്:

“അതു നന്നായി. നിന്റെ കൈയിൽ ഒന്നുമില്ല. എന്റെ കൈയിലുമില്ല. നമ്മളിൽ ആരും വലിയ ആളുമല്ല. ചെറിയ ആളുമല്ല. നമ്മൾ തമ്മിൽ ഒരു അസമത്വവും ഇല്ല.”

സുലേഖയുടെ മാമന്റെ വീട്ടിൽ സുരഞ്ജൻ അങ്ങനെ പോകാറില്ല. പോകാൻ ഇഷ്ടമില്ല. എങ്കിലും ഇപ്പോൾ പോയും വന്നുമിരിക്കുന്നു. സുലേഖയെക്കാ ണാനാണു വരുന്നത്. സുലേഖ ചിലപ്പോൾ ജാൻനഗറിലെ സുരഞ്ജന്റെ വീട്ടി ലേക്കു വരാറുണ്ട്. സുരഞ്ജൻ ഇല്ലെങ്കിൽ കിരൺമയിയെക്കണ്ടു സംസാരിക്കും.

മാമന്റെ വീട്ടിലെ കാര്യം സുലേഖ സുരഞ്ജനോടു വിസ്തരിച്ചു പറയാറില്ല. അവൾ അവിടെ അത്ര സുഖമായല്ല കഴിയുന്നതെന്നു സുരഞ്ജന് അറിയാം.

സോഹാഗ് വല്ലപ്പോഴും ബാബയുടെ കണ്ണുവെട്ടിച്ച് അവളെ കാണാൻ വരുന്നുണ്ടെന്നതാണ് ആകെയുള്ള ഒരു സുഖം. സുലേഖ മകനുവേണ്ടി ചോക്ലേറ്റ്, ബിസ്കറ്റ്, ചെരുപ്പ്, കുപ്പായം ഇതൊക്കെ മേടിച്ചു വച്ചേക്കും. വരുമ്പോഴേ അതൊക്കെ കൈയിൽ കൊടുക്കും. കെട്ടിപ്പിടിച്ച് ഉമ്മ വയ്ക്കും. സ്കൂൾ എങ്ങനെയുണ്ട്, ബാബ ഓമനിക്കുന്നുണ്ടോ, പുതിയ അമ്മ എല്ലാ കാര്യവും നോക്കുന്നില്ലേ എന്നൊക്കെ ചോദിച്ചറിയും. ഈ ചെറുപ്രായത്തിൽത്തന്നെ തനിക്ക് അമ്മയുടെ കൂടെ ജീവിക്കാൻ കഴിയുകയില്ലെന്ന യാഥാർത്ഥ്യം സോഹാഗിനു മനസ്സിലായിക്കഴിഞ്ഞു. അമ്മ ചോദിക്കുന്നതിനെല്ലാം ഉത്തരമായി അവൻ ഓരോതരത്തിൽ തലകുലുക്കും. സുലേഖയ്ക്കു തന്നെക്കുറിച്ചല്ല, മകനെക്കുറിച്ച് ഓർത്തിട്ടാണ് വേദന തോന്നുന്നത്. സോഹാഗിനെക്കുറിച്ചുള്ള ചിന്തയാണു സിരകളിൽ. ശരീരവും മനസ്സും കൊണ്ട് പൂർണ്ണമായും അവൾക്കു സോഹാഗിനെ വേണം. സുരഞ്ജനെ സുലേഖയുടെ അമ്മവീട്ടിൽനിന്നു വന്ന സഫീക്കുൽ എന്നാണ് അത്രയും കാലം ആ പരിസരത്തുള്ളവർ അറിഞ്ഞിരുന്നത്. മാമന്റെ വീട്ടിലും ബീർഭൂമിയിൽനിന്നു വന്ന കസിൻ എന്നാണു പരിചയപ്പെടുത്തിയിരുന്നത്. ആ വീട്ടിൽ സുലേഖയ്ക്കു പ്രത്യേക മുറിയില്ലായിരുന്നു. മാമിയും മാമിയുടെ പെൺമക്കളും കിടക്കുന്ന മുറിയിൽ, തറയിൽ പായ വിരിച്ചു കിടക്കാറാണു പതിവ്. സുരഞ്ജൻ ആ വീട്ടിൽ വന്നാൽ മാമന്റെ മുറിയിൽ ഇരുത്തി ചായയും ബിസ്ക്കറ്റും കൊടുത്തു വേഗം പറഞ്ഞയയ്ക്കാനേ പറ്റുകയുള്ളൂ. മാമന്റെ വീട്ടുകാർക്കു ഭവാനിപൂരിൽ ഒരു പീടികയുണ്ട്. അത്ര ദാരിദ്ര്യമൊന്നുമില്ല. എങ്കിലും ചെലവു ചെയ്തു ശീലമില്ലാത്തതുകൊണ്ടു ജീവിതരീതി താണതരത്തിലുള്ളതായിരുന്നു. സുലേഖ ബാബയുടെ വീട്ടിൽ ഡർബാറടിച്ചല്ല ജീവിച്ചിരുന്നത്. അതുകൊണ്ടു കുറഞ്ഞ ചെലവിലുള്ള ജീവിതവും അവൾക്ക് അറിയാമായിരുന്നു. വലിയ ശൈലിയിലുള്ള ജീവിതവും അറിയാമായിരുന്നു. കോളേജിൽ പഠിക്കുമ്പോൾ പണക്കാരികളായ കൂട്ടുകാരികളുടെ കൂടെ അങ്ങനെയും ജീവിച്ചിരുന്നു. യാഥാസ്ഥിതികത ഒട്ടുമില്ല. ഗുരുനാഥനായിരുന്ന റബിഉൽറഹിമാന്റെ സംസ്കാരസമ്പന്നമായ പെരുമാറ്റവും ആദർശവും സൗമനസ്യവും നാലുവർഷത്തെ കോളേജുജീവിതംകൊണ്ട് അവൾക്കും പകർന്നു കിട്ടിയിട്ടുണ്ട്. അതുകൊണ്ട് അവൾ സുരഞ്ജനെ ഒരു മനുഷ്യനായിട്ടല്ലാതെ ഹിന്ദുവായി കണക്കാക്കിയില്ല. തന്നെയുമല്ല ബലാത്ക്കാരം നടന്ന ആ ദിവസം തന്നെ രക്ഷിക്കാൻവേണ്ടി, അക്രമികളെ തടയുന്നതിനു വേണ്ടി സുരഞ്ജൻ സ്വയം തല്ലുകൊണ്ട രംഗം ഒരിക്കലും മനസ്സിൽനിന്നു മാഞ്ഞിട്ടില്ല. അത്തരമൊരു സംഭവം, ഒരു നാടകം, ജീവിതത്തിൽ മുമ്പ് ഒരിക്കലും സംഭവിച്ചിരുന്നില്ല. അമ്പുകൊണ്ടു മുറിവേറ്റ മൃഗത്തിനുവേണ്ടി നായാട്ടുകാരൻ കണ്ണീർ പൊഴിച്ച അവിശ്വസനീയമായ ഒരു രംഗം. ആ കൃപയും കണ്ണീരും ഇസ്ലാമികമോ ഹൈന്ദവമോ അല്ല. അതു മതവിശ്വാസത്തിനു മുകളിലുള്ള ഒരു മഹത്ത്വമാണ്.

സുലേഖ കണ്ടുശീലിച്ചിട്ടുള്ളത് ക്രൂരതയാണ്, കഠോരതയാണ്. ആറുവർഷമായി മഹബ്ബത്തിന്റെ ധിക്കാരവും ക്രൂരതയും നിറഞ്ഞ മുഖം കാണുന്നു. ഒരിക്കൽപ്പോലും രണ്ടുപേരും ഒരുമിച്ചു പുറത്തു പോയിട്ടില്ല. വല്ല

ബന്ധുക്കളുടെയും വീട്ടിൽ എന്തെങ്കിലും ചടങ്ങുകളോ വിശേഷങ്ങളോ ഉണ്ടെങ്കിൽ മാത്രം പോകും. വീട്ടിൽ കൂട്ടുകാരോ വിരുന്നുകാരോ വന്ന് ഒന്നിച്ചിരുന്നു സംസാരിച്ചും സ്നേഹം പങ്കിട്ടും കഴിയുക - അതും ഉണ്ടായിട്ടില്ല. കല്ക്കത്തയിൽ ചെന്നു കച്ചവടം ചെയ്തു പണം ഉണ്ടാക്കും. ജംഗിപൂരിലെ തടിക്കച്ചവടത്തിന്റെ കാര്യത്തിന് അങ്ങോട്ടു പോകും. ഇതല്ലാതെ സ്നേഹത്തിന്റെ കാര്യത്തിൽ നിർജ്ജീവമായ വെറും ഒരു അസ്ഥികൂടം.

അന്ന് ഉച്ചകഴിഞ്ഞു സുലേഖയുടെ നഗ്നമേനിയിൽ വിരലുകൊണ്ടു കളം വരച്ച് ഇക്കിളി ജനിപ്പിച്ചുകൊണ്ട് സുരഞ്ജൻ ചോദിച്ചു:

"ആ വന്നിരുന്നതാരാണെന്നറിയാമോ."

"ആരാണ്."

"ഇല്ല."

"തീർച്ചയായും അറിയുന്ന ആളാണ്."

"ഊഹും." സുലേഖ തലയാട്ടി നിഷേധിച്ചു.

"തസ്ലീമാ നസ്റിൻ!"

സുരഞ്ജൻ സിഗററ്റു കൊളുത്തി. ഒരു പുകയെടുത്തിട്ടു കട്ടിലിന്റെ കൈവരിയിൽ വച്ചു. സുലേഖ അപ്രിയത്തോടെ സിഗററ്റിനു നേരെ നോക്കി. സിഗററ്റിന്റെ മണം സഹിക്കാൻ കഴിയുന്നില്ല.

"അവരുടെ പുസ്തകം വായിച്ചിട്ടില്ലേ."

"വളരെ നാൾ മുമ്പു വായിച്ചിട്ടുണ്ട്. നിർവ്വാചിതകോളം."

"ലജ്ജ വായിച്ചിട്ടില്ലേ."

"ഇല്ല"

"എന്താ വായിക്കാത്തത്."

"എന്നു ചോദിച്ചാൽ."

"ലജ്ജ എല്ലാവരും വായിച്ചിട്ടുണ്ട്. ഒരുപക്ഷേ താൻ ഒഴികെ എല്ലാവരും."

സുലേഖ ഉറക്കെ ചിരിച്ചു.

"എന്നിട്ട് ആ സാഹിത്യകാരി തന്റെ വീട്ടിൽ."

"നാട്ടിൽ വച്ചേ പരിചയമുണ്ടായിരുന്നു."

"അയല്ക്കാരായിരുന്നോ."

സുലേഖയുടെ കഴുത്തിൽ ഒരുമ്മ കൊടുത്തുകൊണ്ടു പറഞ്ഞു:

"താൻ എന്റെ അയല്ക്കാരിയല്ലേ അതുപോലെ."

"ഊം."

അമ്മാവന്റെ വീട്ടിൽ താമസിക്കുന്നതിനു പകരം സുരഞ്ജന്റെ വീട്ടിൽ വന്നു താമസിക്കാമെന്നു സുരഞ്ജൻ ഒരിക്കലും പറഞ്ഞിട്ടില്ല. സുലേഖയോട് ഒരുമിച്ചു താമസിക്കുന്ന കാര്യമേ പറഞ്ഞിട്ടില്ല. വളരെ നാളായി മോഹമുണ്ട്, ഈ

വീട്ടിൽക്കിടന്നു കഷ്ടപ്പെടേണ്ട, വരൂ എന്റെ വീട്ടിലേക്കു പോരൂ, നമുക്ക് ഒരുമിച്ചു താമസിക്കാം എന്നു സുരഞ്ജൻ എന്നെങ്കിലും പറയും എന്ന മോഹം. മനസ്സുകൊണ്ട് ഒന്നാകുകയും ശരീരം ഒന്നിക്കുകയും ചെയ്യുന്നവർ ഒന്നിച്ചു താമസിക്കാതെ ഒറ്റയ്ക്കു വേറെ വേറെ കഴിയുന്നതെന്തിന്? അതിന്റെ അർത്ഥം സുലേഖയ്ക്കു മനസ്സിലാകുന്നില്ല. എന്താണു സുരഞ്ജന് ബുദ്ധിമുട്ട്. സുലേഖയ്ക്കു മനസ്സിലായില്ല. ബുദ്ധിമുട്ട് എന്താണെന്നു സുലേഖ ചോദിച്ചതുമില്ല. സുലേഖ ഇപ്പോൾ ഒന്നും ആഗ്രഹിക്കാതിരിക്കാൻ പഠിച്ചിരിക്കുന്നു. ആഗ്രഹമില്ലെങ്കിൽ അല്പം എന്തെങ്കിലും കിട്ടിയാൽപോലും അതീവ സന്തോഷം തോന്നും. ഇങ്ങോട്ടു പോരുക എന്നു സുരഞ്ജൻ എന്നു പറയുന്നുവോ അന്ന് അവൾ വരും. ഒരു നിമിഷം വൈകുകയില്ല. എന്താണു സുലേഖയോട് വരാൻ പറയാത്തത് എന്നു സുരഞ്ജനു മാത്രമേ അറിയാവൂ. ബേൽഘാഡിയാ വെടിഞ്ഞ് ഈ പാർക്ക് സർക്കസിൽ വന്നു താമസിക്കുന്നതു പ്രേമിക്കാൻ വേണ്ടി മാത്രമാണോ. മനസ്സിൽ മറ്റൊരു സ്വപ്നവും ഇല്ലേ. സുലേഖയോടു സ്നേഹമുണ്ട്, കരുണയുണ്ട്. പിന്നെ സ്വപ്നങ്ങൾ ഇല്ലാതെ അകം പൊള്ളയായിരിക്കുമോ. ഒന്നിലും താത്പര്യമില്ലാത്ത പാപചിന്ത തീണ്ടാത്ത ഒരു പെണ്ണായിരുന്നോ സുദേഷ്ണ. അതാണോ സുരഞ്ജൻ ഇങ്ങനെയായത്. സുദേഷ്ണയെ പ്രേമിച്ചു വിവാഹം കഴിച്ചതാണ്. സുലേഖയുടെ കാര്യത്തിലാണെങ്കിൽ അടിസ്ഥാന കാരണം കുറ്റബോധമാണ്. ഭയാവഹമായ ഒരു കുറ്റബോധം. ആ കുറ്റബോധത്തിൽനിന്നു കരുണ. കരുണയിൽനിന്ന് അടുപ്പം. അടുപ്പത്തിൽ നിന്നു സ്നേഹം. സുരഞ്ജന് മായയോട് എപ്പോഴും ഉള്ള മാതിരി ഒരു സ്നേഹമാണ് സുലേഖയോട് ആദ്യമൊക്കെ തോന്നിയിരുന്നത്. പിന്നെയാണു ശരീരങ്ങൾ കൈമാറിത്തുടങ്ങിയത്. അതു ശരീരത്തിനുവേണ്ടി മാത്രമായിരുന്നില്ല. അതു മനസ്സിന്റെ കൂടി ആവശ്യമായിരുന്നു. എന്നാൽ പെട്ടെന്ന് സുലേഖയെ വിവാഹം ചെയ്ത് ഈ കൊച്ചുവീട്ടിലേക്കു കൂട്ടിക്കൊണ്ടു വരുക എന്നതു സുരഞ്ജന് ആലോചിക്കാൻ കഴിഞ്ഞില്ല. സുരഞ്ജന് മുസൽമാന്മാരായ കുറേ കൂട്ടുകാരുണ്ട്. സുലേഖയെ വിവാഹം കഴിച്ചാൽ എന്തായിരിക്കും അവരുടെ മനോഭാവം എന്നറിഞ്ഞുകൂട. അവനു പേടിയുണ്ട്. മുൻപുണ്ടായിരുന്ന ആ ധൈര്യം ഇപ്പോഴില്ല. ഉള്ളിൽ ശേഷിച്ചിരുന്ന ധൈര്യം അന്നു കാണിച്ചു. അചിന്ത്യന്റെ കൈയിൽനിന്നു സുലേഖയെ രക്ഷിച്ചത് ആ ധൈര്യം കൊണ്ടാണ്. രക്ഷിച്ചു എന്നു പറയാമോ. നാലുപേർ ബലാത്ക്കാരം ചെയ്തു. അതു തടയാൻ കഴിഞ്ഞില്ല. ആദ്യഘട്ടത്തിൽ എതിരു നിന്നതുമില്ല. മറിച്ച് ആദ്യം താൻ അതു ചെയ്യണം എന്ന് ആഗ്രഹിച്ചിരുന്നു. സുലേഖയുടെ ജീവിതത്തിൽ വന്ന മാറ്റത്തിന് അവനാണ് ഉത്തരവാദി. തട്ടിക്കൊണ്ടുപോകൽ, ബലാത്ക്കാരം, തലാക്. മാമന്റെ വീട്ടിലെ ജീവിതം എല്ലാത്തിനും നിമിത്തമായി. മഹബ്ബത്തിന്റെ വീട്ടിൽ ഭാര്യ എന്ന ഒരു അധികാരം ഉണ്ടായിരുന്നു; ഭർത്താവിനുള്ള അധികാരത്തിന്റെ മുൻപിൽ നിസ്സാരമാണെങ്കിൽപോലും. ഏറ്റവും വലിയ സാന്ത്വനം സോഹാഗായിരുന്നു. ബലാത്ക്കാരത്തിന് ഇരയായതിനെക്കാൾ, വിവാഹബന്ധം ഉപേക്ഷിച്ചതിനെക്കാൾ, വീടുവിട്ടിറങ്ങേണ്ടി വന്നതിനെക്കാൾ സുലേഖയ്ക്കു വേദനാകരമായത് സോഹാഗിനെ നഷ്ടപ്പെട്ടതാണ്.

സുരഞ്ജൻ കട്ടിലിൽനിന്നു പെട്ടെന്ന് എഴുന്നേറ്റു ഷർട്ടിട്ടുകൊണ്ടു പറഞ്ഞു:

"വേഗം ഡ്രസ്സു ചെയ്തു വാ. പോകാം."

"എവിടെ പോകാൻ."

"നിന്നെ ഒരു കൂട്ടുകാരന്റെ വീട്ടിൽ കൊണ്ടു ചെന്നാക്കിയിട്ടു പോകാം."

"ഏതു കൂട്ടുകാരൻ?"

"പറഞ്ഞാൽ അറിയുകയില്ല."

"പറയൂ. അറിയുമോ എന്നു നോക്കട്ടെ."

സുരഞ്ജൻ ഒന്നും പറഞ്ഞില്ല. സുലേഖയുടെ മുഖം വിവർണ്ണമായി. അവൾക്കു മനസ്സിലായി, സുരഞ്ജൻ ആ വീട്ടിൽ നില്ക്കുകയില്ല.

അഞ്ച്

സുരഞ്ജന്റെ ജീവിതം രഹസ്യമയമാണ്. കിരൺമയി അങ്ങനെയല്ല. സാധാരണയായി പുരുഷന്മാർക്കാണു രഹസ്യം കൂടുതൽ. ഒരു സ്ത്രീയുടെ ജീവിതം മറ്റൊരു സ്ത്രീക്ക് എളുപ്പം വായിച്ചെടുക്കാൻ പറ്റും. എന്റെ ജീവിതത്തിൽ സംഭവിച്ചത് അങ്ങനെയാണ്. പുരുഷന്മാരെ അറിയുവാൻ എനിക്ക് ഇതുവരെ സാധിച്ചിട്ടില്ല. സുരഞ്ജനെ അറിയാൻ എത്രവട്ടം ശ്രമിച്ചിട്ടുണ്ടോ അപ്പോഴൊക്കെ അടിയേറ്റതുപോലെ തിരികെ പോരേണ്ടി വന്നിട്ടുണ്ട്.

കിരൺമയി കഷ്ടപ്പെട്ട് നിർബന്ധിച്ച് എന്നെ ഊണു കഴിപ്പിച്ചു. കണ്ണീരൊഴുക്കി. അമ്മാ, അമ്മാ എന്നു ശരിക്കും അമ്മയെ എന്നപോലെ എന്നെ വിളിച്ചുകൊണ്ടു വർത്തമാനം പറഞ്ഞു. അമ്മയായിത്തീരാൻ ആർക്കും കഴിയുകയില്ല. എന്നാലും അമ്മേ എന്ന ഉള്ളിൽത്തട്ടിയുള്ള ആ വിളി എത്രപേർ വിളിക്കും. ആ വിളി ഉണ്ടാക്കിയ സന്തോഷം ചില്ലറയല്ല. സുധാമൊയ്ദത്തിന്റെ മരണത്തോടെ വീട്ടിൽ ദാരിദ്ര്യമായി എന്നു മനസ്സിലാക്കിയതിനാൽ തരുണിന്റെ കൈയിൽ ഒരു കവർ കൊടുത്തയച്ചു. കിരൺമയിക്ക് ഒരു സമ്മാനം എന്ന നിലയിൽ ആ കവറിൽ പതിനായിരം രൂപ വച്ചിരുന്നു. തരുൺ സന്ധ്യയോടെ കവർ കൊടുത്തിട്ടു തിരികെ വന്നു. രാത്രി പതിനൊന്നുമണിക്ക് സുരഞ്ജൻ എന്റെ വീട്ടിൽ വന്നു. വാതില്ക്കൽ നിന്നുകൊണ്ടുതന്നെ പറഞ്ഞു:

"ഇതു തെറ്റായി കൊടുത്തയച്ചതാണ്."

ഞാൻ സുരഞ്ജനെ അകത്തേക്കു വിളിച്ചു. അവൻ അകത്തു വന്നു. മുറിയിൽ കുറേശ്ശെ മദ്യത്തിന്റെ മണം ഉണ്ടാക്കിക്കൊണ്ടു വായ് തുറന്നു:

"അവനവനെത്തന്നെ ഇങ്ങനെ കൊച്ചാക്കരുത്."

അതൃപ്തി കലർന്ന ശബ്ദത്തിൽ ഞാൻ ചോദിച്ചു:

"എന്നെത്തന്നെ കൊച്ചാക്കത്തക്കവിധത്തിൽ ഞാൻ എന്താണു ചെയ്തത്. ഒരു ഗിഫ്റ്റ് കൊടുക്കാൻ പാടില്ലേ?"

“പാടില്ല. ഇത്ര വലിയ തുക ഗിഫ്റ്റ് തരാൻ പാടില്ല. ഞങ്ങളുടെ കുടുംബവും കഴിയുന്നു. താങ്കളുടെ കുടുംബത്തെപ്പോലെ നല്ല രീതിയിലല്ലെങ്കിലും ഞങ്ങളും ജീവിക്കുന്നു. വെള്ളപ്പൊക്കത്തിൽ ഒഴുകിപ്പോവുകയൊന്നുമല്ലല്ലോ.”

അവൻ പറഞ്ഞതു ശരിയാണ്. സുരഞ്ജന്റെ കുടുംബം ജീവിക്കുന്നതു പോലെ അനവധി കുടുംബങ്ങൾ ജീവിക്കുന്നുണ്ട്. മാത്രമല്ല ഇതിനെക്കാൾ മോശമായ രീതിയിലും മനുഷ്യർ കഴിയുന്നുണ്ട്. പണം തിരികെ തന്നതിന്റെ അർത്ഥം ഇതുകൊണ്ടൊന്നും അവർ തകർന്നു പോവില്ല എന്നാണ്. കിരൺമയിയോടും സുരഞ്ജനോടും ഉള്ളിൽ ഒരു ബഹുമാനം തോന്നി. പണം തിരികെ തന്നപ്പോൾ എന്നെ അപമാനിച്ചു എന്ന തോന്നൽ എനിക്കുണ്ടായില്ല. അവർ ഈ അവസ്ഥയിൽനിന്നു കരകയറി നല്ല നിലയിൽ ജീവിച്ച് എന്നോടു മധുരമായ പ്രതികാരം ചെയ്യണമെന്ന ആഗ്രഹമാണ് ഉണ്ടായത്. എനിക്കു പണം തിരികെ കിട്ടാതിരിക്കുകയായിരുന്നു ഇഷ്ടം. ആർക്കെങ്കിലും എന്നോടു കടപ്പാടുണ്ടാകണമെന്നായിരിക്കാം എന്റെ ഉള്ളിലെ മോഹം. ആരോടെങ്കിലും എനിക്കു കടപ്പാടുണ്ടായാൽ ഒരു അസ്വസ്ഥത തോന്നും. തിരികെ അവർക്ക് എന്നോടും കടപ്പാടു തോന്നത്തക്ക വിധത്തിൽ എന്തെങ്കിലും ചെയ്താലേ സ്വസ്ഥത കിട്ടുകയുള്ളൂ. ഒരുപക്ഷേ തല ഉയർത്തി നില്ക്കാനും, അതിന്നായി തിരികെ എന്നോടു കടപ്പാടു സൃഷ്ടിക്കാനും, സ്വയം കടപ്പാടുള്ളവളാകാതിരിക്കാനും ഉള്ള കൗശലമായിരിക്കാം ഈ മോഹത്തിന്റെ പിന്നിൽ. ഉപബോധമനസ്സിൽ ഞാൻ ഇങ്ങനെ ഒരു കൗശലം വളർത്തിയെടുത്തിട്ടുണ്ടോ. ഉണ്ടായിരിക്കാം. അല്ലെങ്കിൽ എന്റെ മേൽ സ്വയം സഹതാപം തോന്നാൻ ഞാൻ ഒരു മുറിവുണ്ടാക്കുകയില്ലായിരുന്നു. ഒടുവിൽ ആ കത്തി വലിച്ചെറിഞ്ഞുകൊണ്ടു സുരഞ്ജനോടു പറഞ്ഞു:

“ഇരിക്കൂ.”

“ഇല്ല.” സുരഞ്ജന്റെ മറുപടി.

“ശെടാ.. ഇത്തിരിനേരം ഇരിക്കാനും പാടില്ലേ.”

നിവൃത്തിയില്ലാതെ സുരഞ്ജൻ ഇരുന്നു.

“അത്താഴം കഴിച്ചോ.”

“ചായ കുടിച്ചു.”

“കുടിച്ചേ ഉള്ളോ. ആഹാരം ഒന്നും കഴിച്ചില്ലേ.”

“ഇല്ല”

“എന്നാൽ കഴിച്ചിട്ടു പോകാം.”

“വേണ്ട”

“എന്താ.”

“വീട്ടിൽച്ചെന്നു കഴിച്ചോളാം.”

“ഇത്ര രാത്രിയായില്ലേ. ഇനി ചെന്ന് അമ്മയെ ഉണർത്തേണ്ട.”

"എല്ലാ ദിവസവും ഇങ്ങനെയാണ്."

"കൊള്ളാം. വയസ്സായ ആ സ്ത്രീയെ ഇങ്ങനെ കഷ്ടപ്പെടുത്തണോ."

"അവർക്കതു സന്തോഷകരമാണെങ്കിലോ."

ഞാൻ ഉറക്കെ ചിരിച്ചു. സുരഞ്ജനും ചിരിച്ചു. ചിരിച്ചുകൊണ്ടു തന്നെ പറഞ്ഞു:

"ചോറു വേണ്ട. വിസ്കി ഉണ്ടെങ്കിൽ കഴിക്കാം."

ഞാൻ വിസ്കി കുടിക്കാറില്ല. എങ്കിലും ചില കൂട്ടുകാർക്കുവേണ്ടി വാങ്ങിച്ചു വയ്ക്കാറുണ്ട്. ഒരു ബ്ലാക് ലേബൽ ബോട്ടിൽ സുരഞ്ജന് എടുത്തുകൊടുത്തിട്ടു പറഞ്ഞു:

"സ്വയം പൊട്ടിച്ചു കുടിച്ചോ."

മിനതി ഗ്ലാസ്സും വെള്ളവും ഐസും മറ്റും കൊണ്ടുവന്നു വച്ചു. സുരഞ്ജൻ ചോദിച്ചു:

"ഇതിനെക്കാൾ വില കുറഞ്ഞതൊന്നുമില്ലേ. എനിക്ക് ഇത്ര വില കൂടിയതു കഴിച്ചു ശീലമില്ല."

"നല്ല സാധനം കഴിക്കാൻ ഇഷ്ടമല്ലേ? അങ്ങനെ വിപ്ലവകാരിയായി അഭിനയിക്കുകയൊന്നും വേണ്ട. താണതരം ഭക്ഷണം കഴിക്കുക, മുഷിഞ്ഞ വേഷം അണിയുക, ചേരിയിൽ താമസിക്കുക, അരാജകവാദിയാവുക, തൊഴിൽ ചെയ്യാതിരിക്കുക, എസ്റ്റാബ്ലിഷ്മെന്റിനെ എതിർക്കുക ഇതൊക്കെ ചെയ്താൽ വലിയ വിപ്ലവകാരിയാകാം. എന്തെളുപ്പം."

"ചീത്ത ഭക്ഷണം കഴിക്കുകയും ചീത്ത സ്ഥലത്തു താമസിക്കുകയും ചെയ്യുന്നത് എളുപ്പമാണെന്നു പറഞ്ഞില്ലേ. അത്ര എളുപ്പമല്ല. ഈ ചൂടത്തു ഫാനില്ലാതെ, എസിയില്ലാതെ കഴിയാൻ പറ്റുമോ. ആയിരക്കണക്കിന് ആളുകൾ അങ്ങനെ കഴിയുന്നുണ്ട്. രണ്ടുനേരവും പച്ചക്കറി മാത്രം കൂട്ടി ഊണുകഴിക്കാൻ പറ്റുമോ."

"പച്ചക്കറി എനിക്ക് ഇഷ്ടമാണ്. പച്ചക്കറി മോശം ഭക്ഷണമാണെന്ന് ആരു പറഞ്ഞു?"

"മീനും ഇറച്ചിയും ഇഷ്ടത്തിനു തിന്നാൻ കിട്ടുന്നതുകൊണ്ടാണ് പച്ചക്കറി നല്ലതാണെന്നു തോന്നുന്നത്. ന്യൂട്രീഷൻ, വിറ്റാമിൻ എന്നൊക്കെ ഘോഷിച്ച്, ഈയിടെ വലിയ ആളുകൾ പച്ചക്കറി നല്ലതാണെന്നു പറഞ്ഞു തിന്നു തുടങ്ങിയിട്ടുണ്ട്. അവർ ചെറുമീനുകൾ ഇഷ്ടപ്പെട്ടുതുടങ്ങിയപ്പോൾ ചെറു മീനുകൾക്കു വിലകൂടി. ശരി നിങ്ങൾക്ക് ഏറെ ഇഷ്ടമില്ലാത്ത ഒരു മീനിന്റെ പേരു പറയൂ."

"ചാള."

"ചാളക്കറി കൂട്ടി എന്നും ഉണ്ണാൻ പറ്റുമോ."

"നോക്കൂ. ഞാൻ നല്ല ഭക്ഷണം കഴിക്കുന്നു, നല്ല വീട്ടിൽ താമസിക്കുന്നു എന്നുവച്ചു കുറഞ്ഞ നിലവാരത്തിൽ ജീവിക്കുന്നവരെ ഞാൻ അപമാനിക്കുന്നു

എന്നു വിചാരിക്കരുത്. എല്ലാവരുടേയും ജീവിതനിലവാരം ഉയരണം എന്നാണ് എന്റെ മോഹം. എല്ലാവർക്കും സുഖമായിരിക്കട്ടെ."

"ഇതൊക്കെ ഭംഗിയായി പറയാൻ പറ്റും. പറയുന്നതുപോലെ എളുപ്പമായി ഒന്നുമില്ല. എല്ലാവർക്കും താങ്കളെപ്പോലെ സൗകര്യം ഉണ്ടാകുന്നതു താങ്കൾ ഇഷ്ടപ്പെടുകയില്ല. അങ്ങനെയായാൽ താങ്കൾക്കു വീട്ടുജോലിക്കു വേലക്കാരിയെ കിട്ടുകയില്ല. ചെടി നനയ്ക്കാൻ തോട്ടക്കാരൻ വരുകയില്ല. കാറോടിക്കാൻ ഡ്രൈവറെ കിട്ടുകയില്ല."

"കിട്ടിയാലും പ്രയാസം ഉണ്ടാകില്ലേ."

"കിട്ടാതിരിക്കാൻ ഏർപ്പാടു ചെയ്തോ."

"ഇതെല്ലാം തന്റെ കമ്മ്യൂണിസമല്ലേ. ഇതൊക്കെ നീ വിശ്വസിക്കുന്നുണ്ടോ. ഈ രാജ്യത്തു വന്നിട്ടു കമ്മ്യൂണിസ്റ്റ് പാർട്ടിയിൽ ചേർന്നില്ലേ."

"ഇല്ല"

"എന്താ ചേരാത്തത്."

"കമ്മ്യൂണിസം ലോകത്ത് ഒരിടത്തുമില്ല. അവർ ഇന്ന് മുതലാളിമാരെക്കാൾ വലിയ മുതലാളിമാരാണ്."

"മാറ്റങ്ങൾ ഏതു പ്രസ്ഥാനത്തിലും കാണും."

"അതൊരു എക്സ്യൂസല്ലേ. അന്നന്നത്തെ രീതിയോടു പൊരുത്തപ്പെട്ടു സുഖമായിക്കഴിഞ്ഞുകൂടുന്നതു വലിയവരുടെ സ്വാർത്ഥതയല്ലേ."

വളരെ നേരത്തേയ്ക്ക് ഒരു സ്തംഭനം. പിന്നീടു ഞാൻ തന്നെ ചോദിച്ചു:

"നീ പ്രായശ്ചിത്തം ചെയ്തോ."

"ഇല്ല"

"പിന്നെ എന്തു ചെയ്തു."

"ഞാൻ പ്രായശ്ചിത്തം ചെയ്യുന്നില്ല."

"സുലേഖയെ നീ എന്താണു ചെയ്യുന്നത്."

സുരഞ്ജൻ മിണ്ടിയില്ല.

"അവളെ നീ സ്നേഹിക്കുന്നില്ല. പിന്നെ എന്തിനാണു പാവം പെൺകുട്ടിയെ ഇങ്ങനെ നശിപ്പിക്കുന്നത്?"

"സ്നേഹിക്കുന്നില്ല എന്നാരു പറഞ്ഞു?"

"സ്നേഹിക്കുന്നില്ല."

സുരഞ്ജൻ പല്ലുകടിച്ച് എന്റെ നേരെ അമർഷത്തോടെ നോക്കിക്കൊണ്ടു ചോദിച്ചു:

"സ്നേഹിക്കുന്നില്ലെന്നാരു പറഞ്ഞു."

"സുലേഖയെ നീ സ്നേഹിക്കുന്നുണ്ടെന്നോ സുരഞ്ജൻ". ഞാൻ പൊട്ടിച്ചിരിച്ചു. സുരഞ്ജന്റെ നെറ്റിയിൽ ചുളിവുകൾ.

"ഒരു മുസൽമാൻ യുവതിയെ നീ സ്നേഹിക്കുമോ."

"സ്നേഹിക്കുന്നു."

"എനിക്കു വിശ്വാസമാകുന്നില്ല."

"വിശ്വാസമാകാത്തത് എന്തുകൊണ്ട്."

"വിശ്വാസമില്ല."

"കാരണം."

"നീ മുസ്ലീങ്ങളെ വെറുക്കുന്നു. ഇല്ലേ."

"തസ്ലീമാ, ജീവിതം അത്ര ലളിതമായ ബ്ലാക് ആന്റ് വൈറ്റ് അല്ല."

ഒരിക്കലും സുരഞ്ജൻ എന്നെ തസ്ലീമാ എന്നു വിളിച്ചിട്ടില്ല. ഇതാദ്യമാണ്. തസ്ലീമാ ദീദി എന്നാണ് വിളിക്കാറ്.

"തസ്ലീമാ, പെട്ടെന്നെന്താണു മുസൽമാനോടു സഹതാപം തോന്നിയത്. ഇങ്ങനെ ഒരു സഹതാപം ഇല്ലായിരുന്നല്ലോ. ലജ്ജയുടെ പേജുകളിലൊക്കെ മുസൽമാൻമാർ ഹിന്ദുക്കളോടു കാണിച്ച ക്രൂരതയല്ലേ വർണ്ണിച്ചിരിക്കുന്നത്."

"വാസ്തവത്തിൽ സംഭവിച്ച കാര്യങ്ങളാണ്. ഞാൻ പറഞ്ഞതൊക്കെ."

"ശരി. സത്യങ്ങൾ പറഞ്ഞല്ലോ. ഇവിടത്തെ സത്യമെന്താണു കാണാത്തത്. അല്ലെങ്കിൽ കണ്ടിട്ടും അങ്ങോട്ടു നോക്കാത്തതെന്താണ്."

"നിങ്ങൾ എന്നെ ബോധ്യപ്പെടുത്താൻ ആഗ്രഹിക്കുന്നതെന്താണ്."

"താങ്കൾക്കു മനസ്സിലായല്ലോ."

"ഇല്ല. ഒന്നുകൂടി വ്യക്തമായിപ്പറയൂ. ഇവിടത്തെ സത്യം ബംഗ്ലാദേശിലെ സത്യത്തിനു വിപരീതമാണോ."

"അല്ല. മുസൽമാന്മാരുടെ മേൽ ഹിന്ദുക്കളുടെ അതിക്രമമോ, അങ്ങനെ ഒന്നും ഇതുവരെ ഞാൻ കണ്ടിട്ടില്ല. മുസൽമാന്മാരുടെ ഇടയിൽ ഒന്നിച്ചു ജീവിക്കാത്തതു കൊണ്ട് ഇവിടത്തെ ഹിന്ദുക്കൾക്കു മുസൽമാന്മാരെപ്പറ്റി കൂടുതൽ അറിഞ്ഞുകൂടാ. ഗുജറാത്തിൽ മുസ്ലീങ്ങൾക്കെതിരെ ഹിന്ദുക്കൾ അക്രമം പ്രവർത്തിച്ചു. പക്ഷേ ഹിന്ദുക്കളാണ് അതിനെ എതിർത്തുകൊണ്ടു പ്രവർത്തിച്ചവരിൽ അധികവും. ഞാനും എതിർത്തു."

"അതു ചെയ്തില്ലെങ്കിൽ ബുദ്ധിജീവി ആവുകയില്ല എന്നുവച്ചു ചെയ്തതല്ലേ. വിടുവായ് പറയല്ലേ സുരഞ്ജൻ. ഹിന്ദുവായാലും മുസ്ലിമായാലും ക്രിസ്ത്യനായാലും അവരെയെല്ലാം മനുഷ്യരായി ഞാൻ ഗണിക്കുന്നു. അതല്ലാതെ മറ്റൊരു വിശേഷണവും ഞാൻ അംഗീകരിക്കുന്നില്ല. മനുഷ്യരിൽ നല്ല ആളുകളും ചീത്ത ആളുകളും കാണും. ചിലർ രക്ഷാകർത്താക്കളായി പെരുമാറി ശീലിച്ചവർ. ചിലർ അങ്ങനെയല്ല, വർഗ്ഗീയവാദികളായിരിക്കും. ചിലർ മനുഷ്യത്വവാദികളായിരിക്കും ചിലർ ..."

സുരഞ്ജൻ ഞാൻ പറഞ്ഞതു മുഴുവനാക്കാൻ സമ്മതിച്ചില്ല.

"വീട്ടിൽ നിന്നിറങ്ങി ചേരിയിലേക്കു വന്നവരാണവർ. അവർ എങ്ങനെ ജീവിക്കുന്നു."

"അവർ എന്നു പറഞ്ഞാൽ ആര്?"

"മുസൽമാന്മാർ."

"ചേരികളിൽ ഹിന്ദുക്കളില്ല. ഹിന്ദുക്കൾ അങ്ങനെ ദാരിദ്ര്യം അനുഭവിക്കുന്നില്ല. മനുഷ്യരിൽ ചിലർ ധനികരാണ്. ചിലർ ദരിദ്രരാണ്. ധനികരും ദരിദ്രരും തമ്മിൽ വലിയ അന്തരം ഉണ്ട്. ഇതു ഹിന്ദു-മുസൽമാൻ പ്രശ്നമല്ല. രാഷ്ട്രീയ പ്രശ്നമാണ്. മുസൽമാന്മാർ ധനികരാകുന്നില്ലേ. ഭാരതത്തിൽ ധനികരായ എത്രയോ മുസൽമാന്മാർ ഉണ്ട്, അറിയാമോ. എന്നാൽ താരതമ്യം ചെയ്യുമ്പോൾ മുസൽമാന്മാർ വളരെ പിന്നിലാണ്. അവർ ഇപ്പോഴും മതത്തെ നിയമമാക്കി മാറ്റി മദ്രസയിൽ പഠിച്ചും പഠിപ്പിച്ചുംകൊണ്ടിരിക്കുകയാണ്. പഠനംകൊണ്ടു യഥാർത്ഥ വിജ്ഞാനത്തിലേക്ക് എത്തിയില്ലെങ്കിൽ സ്ത്രീകളെ ബുർഖയിൽ മൂടിയിട്ടു കൊണ്ടിരിക്കും. ഒരിക്കലും സ്ത്രീകൾ സ്വാശ്രയശീലരാവുകയില്ല. ഞാൻ ഒരു സംഘടനയുണ്ടാക്കിയിട്ടുണ്ട്. മതനിർമ്മുക്ത മനുഷ്യസംഘം. ഈ സംഘടനയിൽ മുസ്ലീം കുടുംബത്തിൽ ജനിച്ചെങ്കിലും നാസ്തികരായി ജീവിക്കുന്നവരുണ്ട്. മതനിയമങ്ങളിൽനിന്നു തികച്ചും മോചനം നേടിയവർ. വിദ്യാഭ്യാസവും നിയമവും സമത്വവും സമാധാനാധികാരവും, സ്ത്രീകൾക്കും പുരുഷന്മാർക്കു തുല്യമായ പദവിയും കിട്ടാൻ വേണ്ടി സംഘടന സമരം ചെയ്യുന്നു. പിന്നാക്കം നില്ക്കുന്ന മനുഷ്യരെപ്പറ്റി സഹാനുഭൂതിയുണ്ടെങ്കിൽ ഇതൊക്കെയാണു ചെയ്യേണ്ടത്. ദാരിദ്ര്യം കണ്ടു കണ്ണീരൊഴുക്കിയതുകൊണ്ട് അവർക്ക് ഒന്നും കിട്ടുകയില്ല."

സുരഞ്ജൻ ഒരു സിഗററ്റു കൊളുത്തി. എന്റെ ഫ്ളാറ്റിൽ സിഗററ്റു നിരോധിച്ചിരിക്കുകയാണ്. വലിക്കണമെങ്കിൽ പുറത്തു വരാന്തയിൽ പോയി നിന്നു വലിക്കണം. അവിടെ ഒരു കസേരയും ആഷ്ട്രേയും ഉണ്ട്. അത് ഉപയോഗിക്കണം. അതുകൊണ്ടു സുരഞ്ജന്റെ കൂടെ ഞാനും വരാന്തയിൽ ചെന്നു. വരാന്തയിൽ പാലപ്പൂവിന്റെ മണം. സുരഞ്ജൻ വിസ്കി കുടിച്ചുകൊണ്ടിരിക്കുകയായിരുന്നു. അതിന്റെ കൂടെത്തന്നെ സിഗററ്റും വലിച്ചു. എനിക്കു വിസ്കിയും വേണ്ട സിഗററ്റും വേണ്ട. സുരഞ്ജൻ സിഗററ്റിന്റെ പുക ഊതിവിട്ടുകൊണ്ടു സ്വാതന്ത്ര്യത്തിന്റെ സ്വാദറിഞ്ഞു.

"ആട്ടെ. സുരഞ്ജൻ താൻ ഒരു ഹിന്ദുവർഗ്ഗീയവാദി ആയിരുന്നില്ലേ."

"ആയിരുന്നു. കടുത്ത വർഗ്ഗീയവാദി ആയിരുന്നു. അങ്ങനെ ആയിരിക്കാൻ ആഗ്രഹിക്കുകയും ചെയ്തിരുന്നു."

"എന്നിട്ട് എന്തുപറ്റി?"

"എന്തുപറ്റി എന്നെനിക്കറിഞ്ഞുകൂട."

"തീർച്ചയായും നിനക്കറിയാം. അവനവന്റെ ഉള്ളിൽ എന്തു നടക്കുന്നു എന്ന് ആർക്കെങ്കിലും അറിയാതിരിക്കുമോ."

"ഇങ്ങനെയാകും എന്നറിഞ്ഞിരുന്നില്ല."

"ഇപ്പോൾ വർഗ്ഗീയവാദിയല്ലേ."

"അറിഞ്ഞുകൂട."

"ഇങ്ങനെ വിടുവാക്കു പറയരുത്. ആണെന്നോ അല്ലെന്നോ തീർത്തു പറയൂ."

"ഞാൻ തീർത്തു പറയുന്നു. എനിക്ക് അറിഞ്ഞുകൂട."

"നീ സംശയത്തിൽ കുടുങ്ങിയിരിക്കുകയാണോ. കൺഫ്യൂസ്ഡ്."

"ആയിരിക്കാം."

"കല്ക്കത്ത ഇത്ര വലിയ നഗരമായിട്ടും നീ ഈ പാർക്ക് സർക്കസിൽ താമസിക്കുന്നതിന്റെ കാരണം എന്താണ്. പറയൂ."

ഇരുളും വെളിച്ചവും പങ്കിട്ടെടുത്ത വരാന്തയിലിരുന്നു കൊണ്ടു സുരഞ്ജൻ പറഞ്ഞു: "സുലേഖ"

"സുലേഖയോ"

"അതെ, സുലേഖ"

എരിഞ്ഞുകൊണ്ടിരുന്ന സിഗററ്റു തീർന്നപ്പോൾ സുരഞ്ജൻ പുറപ്പെട്ടു. അവൻ പറഞ്ഞതു കേട്ടു സ്തംഭിച്ചിരിക്കുന്ന എന്നെ അങ്ങനെത്തന്നെ വിട്ടിട്ടു കതകു തുറന്നു കൊണ്ടു സുരഞ്ജൻ പുറത്തേയ്ക്കു കടന്നു. ഞാൻ വളരെ നേരം അവിടെത്തന്നെ ഇരുന്നു. കൈയിൽ ആ വെളുത്ത കവർ. കവറിൽ സുരഞ്ജൻ തിരികെ തന്ന പതിനായിരം രൂപ.

ആറ്

അവൾക്ക് അതുപോലെ അമ്മാവന്റെ വീട്ടിൽ തലയും താഴ്ത്തി അടങ്ങി ഒതുങ്ങിക്കഴിഞ്ഞാൽ പോരായിരുന്നോ. സുലേഖയുടെ മാമൻ, മാമി, ചിറ്റ, ചിറ്റപ്പൻ തുടങ്ങിയ ബന്ധുക്കളൊക്കെ പറഞ്ഞു.

ഛീഛീ! അവൾ എന്താണ് ചെയ്തത്.

കുടുംബത്തിന്റെ മുഖത്തു കരിതേച്ചില്ലേ.

ഇതിനു മുൻപു കുടുംബമഹത്ത്വത്തെപ്പറ്റി ഒന്നും കേട്ടിരുന്നില്ല. തന്റെ വംശത്തെപ്പറ്റി അഭിമാനിക്കാൻ എന്തെങ്കിലും ഉണ്ടെന്ന് അവൾക്ക് അറിഞ്ഞുകൂടായിരുന്നു. മഹബ്ബത്തിനെ ആരും നിന്ദിച്ചില്ല. സുലേഖയെ എല്ലാവരും നിന്ദിച്ചു. സുലേഖയെ പിടിച്ചുകൊണ്ടുപോയി മാനഭംഗപ്പെടുത്തി. മഹബ്ബത് മഹാപ്രതാപവാനായിട്ടും മാനഭംഗത്തിന്റെ പേരിൽ ഭാര്യയെ തലാക് ചൊല്ലി ഉപേക്ഷിക്കുകയാണ് ചെയ്തത്. ഇപ്പോൾ ഒരു ഹിന്ദു യുവാവ് വീട്ടിൽ വന്ന് അവളുടെ മാന്യത നഷ്ടപ്പെടുത്തിയിരിക്കുന്നു. മാമൻ തല ചായ്ക്കാൻ ഇടം കൊടുത്തു. പക്ഷേ രാവും പകലും പറഞ്ഞുകൊണ്ടേയിരുന്നു:

"നടക്കുകയില്ല. എനിക്ക് ഈ പ്രദേശത്തു ജീവിക്കാൻ വയ്യാതായി. ഈ പെണ്ണിനു നാണവും മാനവും ഇല്ല. എന്നാൽ എനിക്ക് ഒരു മാന്യതയും സത്പേരും ഉണ്ട്."

ആ പ്രദേശത്ത് മാമന് സത്പേരുണ്ട് എന്നതു സുലേഖ ഇതിനുമുമ്പ് അറിഞ്ഞിരുന്നില്ല.

സുലേഖയുടെ ഏറ്റവും വലിയ പ്രശ്നം ആ ബി.എ. ഡിഗ്രിയുള്ളതാണ്. ആ പരീക്ഷായോഗ്യത തനിയെ ജീവിക്കാൻ വകയും അവകാശവും കൊടുക്കും എന്ന് അവൾ കരുതുന്നു. പിന്നെ അവളുടെ മനസ്സും. മനസ്സു സ്വയം ചോദിക്കുന്നു. എനിക്ക് ഈ നഗരത്തിൽ ഒരു വീടു വാടകയ്ക്കെടുത്തു തനിയെ താമസിക്കണം എന്നു തോന്നിയാൽ എന്തുകൊണ്ട് അങ്ങനെ ചെയ്തുകൂട. ഈ പരീക്ഷാ യോഗ്യതയും ഈ മനസ്സും ഇല്ലായിരുന്നെങ്കിൽ സുലേഖയ്ക്ക് ഏതു ഭർത്താവിന്റെ വീട്ടിലും ഏതു ബന്ധുവിന്റെ വീട്ടിലും ഏതെങ്കിലും വേശ്യയുടെ വീട്ടിലെങ്കിലും സമാധാനമായി ജീവിക്കാമായിരുന്നു. മാലിന്യങ്ങൾ നീക്കം ചെയ്യാനോ മണ്ണു ചുമക്കാനോ ഹോസ്റ്റലിൽ വയ്ക്കാനോ വിളമ്പാനോ ഏതെങ്കിലും വീട്ടിൽ കുട്ടി കളെ നോക്കാനോ അങ്ങനെ എന്തെങ്കിലും ജോലിക്കു പോകാമായിരുന്നു. പക്ഷേ ബി.എ. ഡിഗ്രി പറയുന്നു, നീ ആ ജോലിക്കൊന്നും പോകേണ്ട. നിനക്ക് ഇതിനെ ക്കാൾ നല്ല ജോലി കിട്ടും. പക്ഷേ കിട്ടുന്നില്ല. മാമന്റെ വീട്ടിലെ നിരന്തരമായ അപമാനത്തിൽനിന്നു രക്ഷപ്പെട്ടു പുറത്തുപോകണമെന്ന് സുലേഖയ്ക്ക് ആഗ്രഹമുണ്ട്. പക്ഷേ എങ്ങോട്ടു പോകും. പോകാൻ ഒരിടമുണ്ടായിരുന്നെങ്കിൽ ഇവിടെ കിടന്നു സ്വയം അപമാനിതയാകേണ്ടിവരുമായിരുന്നില്ല. അന്യന്റെ മൂർച്ചയേറിയ നാക്കുകൊണ്ട് സ്വന്തം ആത്മാഭിമാനത്തിൽ നിരന്തരം മുറിവേല് പിക്കേണ്ടി വരുമായിരുന്നില്ല.

അവൾ അത്ര എളുപ്പം മരണത്തിന് അടിയറ വയ്ക്കാൻ തയ്യാറല്ല. അതുകൊ ണ്ടാണു കൂട്ടബലാത്സംഗം ചെയ്തപ്പോൾ എതിർക്കാതെ കിടന്നുകൊടുത്തത്. ബലം പ്രയോഗിച്ചാൽ അവർ കഴുത്തു ഞെരിച്ചു കൊന്നു കളഞ്ഞേനെ. തനിക്കു പിടിച്ചുനില്ക്കാൻ താങ്ങുമരം ഒന്നും ഇല്ലെന്ന് അറിയാവുന്നതുകൊണ്ടാണു വർഷങ്ങളോളം ഭർത്താവിന്റെ ഭർത്സനവും ആക്രമണവും സഹിച്ചത്. ഒട്ടും എതിർത്തില്ല. പക്ഷേ ഇപ്പോൾ എവിടെ പോകും. ഈ ചോദ്യം എല്ലായ്പ്പോഴും അവളെ ഭയപ്പെടുത്തിക്കൊണ്ടിരുന്നു. പോകാൻ ഒരിടം കണ്ടുവയ്ക്കാതെ ആരും ഇരിക്കുന്നിടത്തുനിന്നും ഇളകുകയില്ല. പക്ഷേ ഇളകേണ്ടി വന്നാൽ വഴി അന്വേ ഷിച്ചു കണ്ടുപിടിച്ചു ചേക്കേറാൻ മനുഷ്യൻ പഠിക്കും. ഭർത്താവ് ഉപേക്ഷിച്ചപ്പോൾ കേറിക്കിടക്കാൻ ഒരു ഇടവും, ജീവിക്കാൻ ഒരു തൊഴിലും അവൾ തന്നെ തേടി പ്പിടിച്ചു. സുലേഖയ്ക്കു ജീവിതത്തിൽ ഒരു കാലത്തെക്കുറിച്ചും നല്ല കാലം എന്നു പറയാനാവില്ല. ബാബ നടക്കാൻ കഴിയാത്ത വികലാംഗനായതുകൊണ്ട് ബന്ധു ക്കൾ ആരും അങ്ങനെ വരവും പോക്കും ഇല്ലായിരുന്നു. അതുകൊണ്ടു തീ പിടിപ്പിക്കാൻ സഹായിച്ചുമില്ല തീകെടുത്തി ആരും ഉപദ്രവിച്ചുമില്ല. എല്ലാവരും സുരക്ഷിതമായ അകലം പാലിച്ചു. ചേച്ചിയുടെ ഭർത്തൃഗൃഹത്തിൽ മിക്കവാറും വാക്കുതർക്കം പതിവുണ്ട്. ചേച്ചി ഫോണിൽ വിളിച്ചപ്പോൾ പറഞ്ഞു, ഇപ്പോൾ സുലേഖയുടെ പേരു പറഞ്ഞും ബന്ധുക്കളൊക്കെ അവരെ സ്വൈരം കെടുത്തു ന്നുണ്ട്. മുസൽമാൻ ഭർത്താവിന്റെ വീട്ടിൽ താമസിച്ചുകൊണ്ടു ഹിന്ദു യുവാവുമായി സ്നേഹബന്ധത്തിലായ ചരിത്രം ഭാരതത്തിൽ ഇല്ലത്രെ. മഹബ്ബത്

നല്ല മനുഷ്യനായതുകൊണ്ടു തലാക് ചെയ്തല്ലേ ഉള്ളൂ. മറ്റു വല്ലവരുമാണെങ്കിൽ വെട്ടിനുറുക്കി ഗംഗയിൽ ഒഴുക്കിയേനെ. നാലുപേരുടെ മുഖത്തു നോക്കാൻ വയ്യാതായി എന്നു ചേച്ചിയുടെ ഭർത്തൃഗൃഹത്തിലും പറച്ചിലുണ്ടായത്രെ.

സുലേഖ പറഞ്ഞു:

ഞാൻ ഇനി തിരിയെ എങ്ങോട്ടും പോകുന്നില്ല. അവർ വേണമെങ്കിൽ അന്വേഷിച്ചു വിവരം അറിഞ്ഞുകൊള്ളട്ടെ. ഞാൻ ഒളിച്ചോടി എന്നു കരുതിക്കൊള്ളട്ടെ. പെൺകുട്ടികൾ ഒളിച്ചോടാറില്ലേ. എത്രയോ പെൺകുട്ടികളെ ഗ്രാമത്തിൽ കാണാതാകുന്നു. ഒളിച്ചോടുന്നു. ഒളിച്ചു കടത്തി വില്ക്കുന്നു. സുലേഖ ബൂത്തിൽ നിന്നു ഫോൺ ചെയ്യുമ്പോൾ പുറംകൈ കൊണ്ടു കണ്ണു തുടച്ചുകൊണ്ടിരുന്നു. സുലേഖ സുരഞ്ജനോട് അപവാദത്തിന്റെ കാര്യമൊന്നും പറഞ്ഞില്ല. പറയുക എന്നതിനർത്ഥം എന്തെങ്കിലും ചെയ്യാൻ സമ്മർദ്ദം ചെലുത്തുക എന്നാണ്. കുടുംബത്തെയും ബന്ധുക്കളെയും സ്വജനങ്ങളെയും എല്ലാം രക്ഷിക്കാൻ ഇപ്പോഴുള്ള ഒരുപായം സുരഞ്ജൻ മതംമാറി മുസ്ലിമായിട്ടു സുലേഖയെ വിവാഹം കഴിക്കുകയാണ്. പക്ഷേ സുരഞ്ജന്റെ മുഖത്തുനിന്നു വിവാഹം എന്ന വാക്കുപോലും ഇതുവരെ പുറത്തു വന്നിട്ടില്ല. ഒരാൾ ചെയ്യാൻ ആഗ്രഹിക്കാത്ത കാര്യം അയാളെക്കൊണ്ടു ചെയ്യിച്ചിട്ട് അതിൽനിന്ന് ആനന്ദം അനുഭവിക്കാൻ സുലേഖ ആഗ്രഹിക്കുന്നില്ല. സുരഞ്ജനെ ഒരു ഭീകരനായാണു സുലേഖ പരിചയപ്പെട്ടത്. ആ ഭീകരൻ ഒരു നിരപരാധിപ്പെണ്ണിനെ തട്ടിക്കൊണ്ടുപോയി ബലാത്ക്കാരം ചെയ്തു മറ്റൊരുത്തനോടു പക വീട്ടാൻ ശ്രമിച്ചു. ആ സുരഞ്ജൻ സുലേഖയിൽ ആകൃഷ്ടനായിട്ടുണ്ട് എന്നു പറയാം. അതു വാസ്തവത്തിൽ പ്രേമം കൊണ്ടാണോ അപരാധബോധം കൊണ്ടാണോ. ഞാൻ കാരണം നിനക്കു നാലുപേരുമായി പ്രേമരഹിതമായി സംഗമം ചെയ്യേണ്ടി വരുമായിരുന്നു. അതിന്റെ സ്ഥാനത്തു പ്രേമപൂർവ്വം അനവധി സംഗമം നടത്തി നിന്നോടു പ്രായശ്ചിത്തം ചെയ്യും എന്നാണോ സുരഞ്ജന്റെ ഭാവം. പക്ഷേ അതിൽനിന്ന് അവർ ഇരുവരും തമ്മിൽ പ്രേമത്തിന്റെയോ സൗഹൃദത്തിന്റെയോ കുളിരുള്ള ഒരു സമ്പർക്കം ഉടലെടുത്തു എന്നു പറയുവാൻ കഴിയുകയില്ല.

സുലേഖ ഇടയ്ക്കിടെ തന്നോടു തന്നെ ചോദിക്കാറുണ്ട്. സത്യത്തിൽ ഞാൻ സുരഞ്ജനെ പ്രേമിക്കുന്നുണ്ടോ ? പ്രേമിക്കുന്നുണ്ടെന്നതു ശരിയാണ്, പക്ഷേ അവനെ താൻ സംശയിക്കുന്നും ഉണ്ട് എന്നാണ് ഉത്തരം കിട്ടിയത്. ഒരാളെ വിശ്വസിക്കുന്നില്ലെങ്കിൽപ്പിന്നെ അയാളെ എങ്ങനെ സ്നേഹിക്കും. വിശ്വസിക്കുന്നില്ല. പക്ഷേ താൻ സ്നേഹിക്കുന്നു. ആകട്ടെ. ആ പ്രേമം കേവലം ശരീരത്തിനുവേണ്ടി ഉള്ളതാണോ. സുലേഖ അതു കണക്കിലെടുക്കുന്നില്ല. ശരീരത്തിനുവേണ്ടിയുള്ള സ്നേഹം സുഖപ്രദമാണെങ്കിൽ മഹബ്ബത്തുമായുള്ള സംഗമത്തിൽ നിന്നു തനിക്കു രതിനിർവൃതി കിട്ടാത്തതെന്തുകൊണ്ടാണ്. മഹബ്ബത്തിനെ ഒരിക്കലും താൻ തൃപ്തിപ്പെടുത്തിയിട്ടുമില്ല. ആദ്യദിനം മുതൽ ഒരു ദിവസവും ആ സംഗമത്തിൽ ഒരു വികാരത്തള്ളിച്ച ഉണ്ടായിട്ടില്ല. അയാൾ ഒരു യന്ത്രം പോലെയായിരുന്നു. ശബ്ദത്തിൽ ആർദ്രതയോ മുഖത്തു ചിരിയോ ഉണ്ടാകാറില്ല.

വിളിക്കുമ്പോൾ യന്ത്രമനുഷ്യൻ വായ തുറക്കുന്നതുപോലെ ഒരു ശബ്ദം പുറത്തു വരുന്നു.

"എടീ ഇവിടെ വന്നേ. വിളിക്കുന്നതു കേൾക്കുന്നില്ലേ. വാ കെടക്ക്."

കിടന്നു കഴിഞ്ഞാൽ സാരി ഉടുത്തുകൊണ്ട് തടിപോലെ കിടക്കുന്ന സുലേഖയുടെ ശരീരം കുറച്ചുനേരം നോക്കിയിരിക്കും. എന്നിട്ട്, ഉടുത്തിരിക്കുന്ന സാരി അരയോളം തെറുത്തു കേറ്റി സ്വന്തം ലുങ്കിയും ചുരുട്ടിക്കയറ്റും. പിന്നീടു, വായ പൊളിച്ചു നാക്കിൻ തുമ്പിൽ നിന്നു വലത്തുകൈയിലെ നാലുവിരലിൽ തുപ്പൽ കോരിയെടുത്തു സ്വന്തം ലിംഗാഗ്രത്തിനു ചുറ്റും പുരട്ടിയ ശേഷം ലിംഗം യോനിയിൽ ബലമായി കടത്തുകയാണു പതിവ്. എല്ലാ രാത്രിയിലും സുലേഖ ഇതു സഹിക്കുന്നു. കുട്ടികൾ പാവയുടെ സാരി പൊക്കുന്നതുപോലെ മഹബൂത് സാരി പൊക്കി അവയവം കടത്തി രണ്ടു മിനിട്ടു നേരം കിടന്നു കുതിച്ച ശേഷം കിതച്ചുകൊണ്ട് എഴുന്നേറ്റു പോകും. താൻ പെണ്ണായിപ്പോയതിന്റെ പ്രായശ്ചിത്തമോ ശിക്ഷയോ എന്നോർത്തു സുലേഖ ഇതൊക്കെ സഹിക്കും. പെണ്ണായിപ്പിറന്നാൽ ആർക്കാണോ പിടിച്ചുകൊടുക്കുന്നത് അയാളുടേ തായിത്തീർന്നു ശരീരം. ആ ശരീരത്തിൽ അയാൾ തോന്നിയതുപോലെയൊക്കെ ചെയ്യും. കമാ എന്നു മിണ്ടിപ്പോകരുത്. സുലേഖയ്ക്ക് അതിലപ്പുറം ഒന്നും ചെയ്യാൻ കഴിയുകയില്ല. വിപ്ലവകാരിയാകാൻ കഴിയുമായിരുന്നെങ്കിൽ അവൾ ഈ പാത്രക്കച്ചവടക്കാരനെ വിവാഹം കഴിക്കുമായിരുന്നില്ല. ബാബയുടെ അടുത്ത് ആലോചന വന്നു. ബാബ അതു കാര്യമായെടുത്തു നടത്തി. വേറെ ബന്ധുക്ക ളാരും വന്ന് ഈ വരൻ യോഗ്യനല്ല എന്നു പറഞ്ഞില്ല. അവർ ആരും ഡോക്ടർ, എൻജിനീയർ, അധ്യാപകർ ഇങ്ങനെയുള്ള ആരുടെയും ആലോചന കൊണ്ടു വന്നില്ല. ഇതു നല്ല ഒരു ആലോചനയാണെന്ന് അവർക്കു തോന്നിയതു കൊണ്ടാകാം. സുലേഖ കോളേജിൽ പഠിക്കുന്ന കാലത്തു പ്രേമിക്കാൻ പറ്റിയ ആരുമായും അടുത്തിടപഴകിയിരുന്നില്ല. സ്ത്രീകൾക്കു, വിശേഷിച്ചും മുസ്ലീം സ്ത്രീകൾക്കു വിദ്യാഭ്യാസം വളരെ അത്യാവശ്യമാണ് എന്ന് നോൾഹാട്ടി സ്കൂളിലെ ടീച്ചർ സുൽത്താനാ കബീർ നിരന്തരം പറഞ്ഞു പ്രോത്സാഹിപ്പി ച്ചിരുന്നില്ലെങ്കിൽ സുലേഖയുടെ പഠനം തന്നെ നിന്നു പോയേനെ. വിദ്യാഭ്യാസമി ല്ലെങ്കിൽ വെറും വേലക്കാരിയെപ്പോലെ ജീവിക്കേണ്ടിവരും. സുലേഖയുടെ ബാബ പെൺകുട്ടികളെ പഠിപ്പിക്കണമെന്നില്ല നല്ല ചെക്കന്മാരെ കണ്ടുപിടിച്ചു വിവാഹം കഴിപ്പിച്ചാൽ മതി എന്ന അഭിപ്രായക്കാരനായിരുന്നു. എങ്കിലും സ്വന്തം മകൾ വേലക്കാരിയെപ്പോലെ കഴിഞ്ഞാൽ മതി എന്ന അഭിപ്രായം ഇല്ലായിരുന്നു. റോബി ഉൽ ഇസ്ലാം മുഖേന ബാബ സുൽത്താനാ കബീർ ടീച്ചറെ പരിചയപ്പെട്ടിരുന്നു. അതുകൊണ്ടാണ് സുലേഖ പഠിച്ചു ബി.എ. പാസ്സായത്.

തല ഉയർത്തിപ്പിടിക്കാനുള്ള പ്രേരണ ഈ പഠനത്തിൽ നിന്നു കിട്ടി. പക്ഷേ അന്തിമമായി അവൾ അതുകൊണ്ടു രക്ഷപ്പെട്ടില്ല. വിവാഹം കഴിച്ചയച്ചു. വിവാഹം കഴിച്ചയക്കുകയല്ലാതെ ഒന്നും ചെയ്യാനില്ലായിരുന്നു. അടുത്തുള്ളവർ പറയാൻ തുടങ്ങി. മകൾ തൈക്കിഴവിയായി പോകും കല്യാണം കഴിപ്പിക്കുന്നില്ലേ.

ധാരാളം കാത്തിരുന്നു. കാത്തിരുന്നിട്ടും ദല്ലാൾ ശിരോമണിമാരെ ആരെയും കണ്ടുകിട്ടിയില്ല. ഒരു ശുഭകാംക്ഷിയെയും കണ്ടില്ല. മഹബ്ബത്തിന്റെ ആലോചന വന്നപ്പോൾ ചേച്ചിയുടെ ഭർത്താവു തലകുലുക്കി. രണ്ടു ചിറ്റപ്പന്മാർ തലകുലുക്കി, മതി കാജിയെ വിളിച്ചു കല്യാണം ഉറപ്പിച്ചു. അത്രയേ ഉണ്ടായുള്ളൂ.

സുലേഖയ്ക്ക് ജീവിതം അത്ഭുതകരമായിത്തോന്നി. സോഹാഗ് കാഴ്ചയിൽ മഹബ്ബത്തിനെപ്പോലെ ഇരുന്നു. സുലേഖയ്ക്ക് ആശങ്കയുണ്ടായി. സ്വഭാവവും ബാബയെപ്പോലെയാകുമോ. അമ്മ വീട്ടിൽനിന്നു പോകുന്നു എന്നു കേട്ടിട്ട് ഒരു ദിവസം പോലും കൈയും കാലും പിടിച്ചു കരഞ്ഞില്ല. അമ്മയുടെ കൂടെ പോകും എന്നു പറഞ്ഞു വാശി പിടിച്ചില്ല. മഹബ്ബത്തിന്റെ സമ്പത്താണവൻ. അമ്മയെക്കാൾ ബാബയെ ആണ് അവന് ഇഷ്ടം. ബാബയ്ക്കു പണമുണ്ട്, കഴിവുണ്ട്. കുട്ടിപ്രായം മുതല്ക്കു തന്നെ മനുഷ്യൻ കഴിവുള്ളവരെ ആണ് ആശ്രയിക്കുന്നത്. ദുർബ്ബലൻ ആയിത്തീരാൻ ആരാണ് ആഗ്രഹിക്കുന്നത്. തളർന്നു വേച്ചുവേച്ച് ഇരുട്ടത്തു നടക്കാൻ ആരാണ് ആഗ്രഹിക്കുന്നത്. ആരെപ്പോലെ ആയാലാണു സുഖം അനുഭവിക്കാൻ കഴിയുന്നത് എന്നു കുട്ടികൾക്കു മനസ്സിലാകും. അവരിലേക്ക് ഉള്ള ചായ്‌വ്, ആകർഷണം ചെറുപ്പത്തിൽത്തന്നെ ജനിക്കും. സുലേഖ സോഹാഗിനോടു ചോദിച്ചു:

"നീ ബാബയുടെ ഭാര്യയെ എന്തു വിളിക്കും."

"അമ്മാ എന്നു വിളിക്കും."

"എന്തിനാണ് അമ്മാ എന്നു വിളിക്കുന്നത്. അവൾ നിന്റെ അമ്മയല്ലല്ലോ. ഞാനല്ലേ അമ്മ."

"ബാബ പറഞ്ഞു അമ്മാ എന്നു വിളിക്കണമെന്ന്."

സോഹാഗ് കാരണം പറഞ്ഞു.

"എന്നാൽ ഞാൻ പറയുന്നു, അമ്മാ എന്നു വിളിക്കരുത്. ഞാൻ പറയുന്നതു കേൾക്കുകയില്ലേ, അനുസരിക്കുകയില്ലേ."

സോഹാഗ് മിണ്ടിയില്ല. സുലേഖയ്ക്കു മനസ്സിലായി അവൻ അനുസരിക്കുകയില്ല. ബാബയുടെ വാക്കേ അവൻ കേൾക്കുകയുള്ളൂ.

"ഞാൻ പറഞ്ഞതു നീ ഓർക്കുമോ."

അവൻ തലകുലുക്കി. ഓർക്കും എന്നു സമ്മതിച്ചു.

"എന്റെ കൂടെ താമസിക്കണം. വാ നമുക്ക് ഒന്നിച്ചു താമസിക്കാം."

സോഹാഗ് ചോദിച്ചു.

"ആബ്ബു ഇല്ലേ."

"ഇല്ല.ആബ്ബു ഇല്ല. നീയും ഞാനും മാത്രം."

സോഹാഗ് മിണ്ടിയില്ല.

"ആബ്ബു ഇല്ലാതെ താമസിക്കുകയില്ലേ?"

അവൻ തലയാട്ടി: "ഇല്ല."

പെട്ടെന്നു സോഹാഗ് അമ്മയുടെ പിടിവിടുവിച്ച് മാമന്റെ വീട്ടിലെ മുറ്റത്തേക്കോടി. മഹബ്ബത്തിന്റെ വീട്ടിലെ വേലക്കാരി അവന്റെ കൈപിടിച്ചു കൊണ്ടു നടന്നുപോയി. അവൻ കണ്ണിൽനിന്നു മറയുന്നതുവരെ സുലേഖ നോക്കിനിന്നു. ഇനി ഒരിക്കലും സോഹാഗും അവളും തമ്മിൽ കൂടിക്കാണുക പോലും ഉണ്ടാവുകയില്ലെന്ന് അവൾക്കു തോന്നി. ഒരുപക്ഷേ അമ്മയുടെ സ്വഭാവം മോശമാണ്, അമ്മ ഹിന്ദുവിന്റെ കൂടെ ഒളിച്ചോടി, എന്നൊക്കെ വേലക്കാരി മറിയം പറഞ്ഞ് അവൻ കേട്ടുകാണും. മഹബ്ബത്തും അയാളുടെ പുതിയ ഭാര്യയും സുലേഖയുടെ കുറ്റം പറഞ്ഞു നടക്കാതിരിക്കുകയില്ല. അതെല്ലാം സോഹാഗിന്റെ തലയിൽക്കയറിയിട്ടുണ്ടാകും. അവൻ ഇനി എത്ര വളർന്നാലും അമ്മയെ വെറുക്കും. സുലേഖയ്ക്കു താൻ ഒറ്റപ്പെട്ടതായി തോന്നി. ഹൃദയത്തിൽ ചുളുചുളെ ക്കുത്തുന്ന വേദന. മാമന്റെ വീട്ടിലെ മുൻവാതിലിൽ പിടിച്ചുകൊണ്ടു പുറത്തേ യ്ക്കു നോക്കിനിന്നു. വിശാലമായ ആകാശം. ശൂന്യത തിരതല്ലുന്നു. ഇങ്ങനെ യുള്ള സമയത്താണ് പെൺകുട്ടികൾ ആത്മഹത്യ ചെയ്തുപോകുന്നത്. സുലേഖ ആത്മഹത്യ ചെയ്യുകയില്ല. അവൾക്കു ജീവിക്കണം. അതനുസരിച്ചു പ്രവർത്തി ക്കുന്നു. പക്ഷേ ജീവിക്കാൻ കഴിയുന്നില്ല. എങ്കിലും ഈ ലോകവും സമൂഹവും എത്രമാത്രം അനുവദിക്കുമോ അത്രമാത്രമെങ്കിലും, എങ്ങനെ ജീവിക്കാൻ അനുവദിക്കുമോ അങ്ങനെയെങ്കിലും ജീവിക്കണം. ആ പരിധിക്കുള്ളിലെങ്കിലും അവൾക്കു ജീവിക്കണം. അധികമൊന്നും അവൾ ആഗ്രഹിക്കുന്നില്ല. വലിയ സ്വപ്നങ്ങളൊന്നും അവൾക്കില്ല. സുരഞ്ജൻ പ്രതികാരപ്രിയരായ ആക്രമണ കാരികളിൽനിന്ന് അവളെ മോചിപ്പിച്ചു. ആ ബന്ധത്തിന്റെ അടിസ്ഥാനത്തിൽ വലിയ സ്വപ്നങ്ങളൊന്നും പടുത്തുയർത്തിയിട്ടില്ല. ഇന്നു മനസ്സു സങ്കല്പി ക്കുകയും ശരീരം വിളിക്കുകയും ഹൃദയം കൊതിക്കുകയും ചെയ്തപ്പോൾ സുരഞ്ജൻ അതിനു പറ്റിയവിധം അടുത്തു നില്ക്കുന്നു. തോന്നുന്നത്ര സമയം അവൻ അടുത്തു കാണും. വരും എന്നു പറയുമ്പോൾ വരുകയില്ല.. വീട്ടിൽ കാണും എന്നു പറഞ്ഞാൽ കാണുകയില്ല. എത്രയോ തവണ അങ്ങനെ ഉണ്ടായിട്ടുണ്ട്. സുലേഖ കാത്തിരിക്കും. സുരഞ്ജനു മൊബൈൽ ഫോൺ ഇല്ലാ ത്തതുകൊണ്ടു വിളിച്ചു വിവരം അറിയിക്കാൻ പറ്റുകയില്ല. പിന്നെ ചെയ്യാവുന്നതു കിരൺമയിയോടു സംസാരിച്ചിരിക്കുകയാണ്. കിരൺമയി സുലേഖയെ സ്നേഹിക്കുന്നു. സുലേഖയുടെ ദുഃഖങ്ങളിൽ സഹതപിക്കുന്നു. എങ്കിലും സുരഞ്ജനും അവളും തമ്മിലുള്ള ബന്ധം കൂടുതൽ ആഴത്തിൽ വേരൂന്നാൻ അവർ ആഗ്രഹിക്കുന്നില്ല എന്നു സുലേഖയ്ക്ക് അറിയാം. ഒരിക്കൽ കിരൺമയി പറഞ്ഞു:

"നോക്ക്, കാലം മഹാമോശമാണ്. നീ ഡോക്ടറെ കണ്ടു കുഴപ്പമില്ലാതെ നോക്കണം."

"എനിക്കു അസുഖമൊന്നുമില്ല." സുലേഖ പറഞ്ഞു.

"ഞാൻ പറഞ്ഞതു മാസമുറയിൽ എന്തെങ്കിലും വ്യത്യാസം കണ്ടാൽ വയറു പരിശോധിപ്പിക്കണം എന്നാണ്."

സുലേഖ നാണിച്ചു തലകുനിച്ചു. ഒന്നും മറുപടി പറഞ്ഞില്ല. പറയാൻ കഴിഞ്ഞില്ല.

സുരഞ്ജനുമായുള്ള ബന്ധത്തിനു വളർച്ചയും വികാസവും ഒന്നും ഉണ്ടാകാനില്ലെന്ന് സുലേഖയ്ക്കറിയാം. എത്രകാലം മനസ്സിനും ശരീരത്തിനും പരസ്പരാകർഷണം കാണുമോ അത്രയും കാലം നിലനില്ക്കും. അതിനപ്പുറം ഒന്നും പ്രതീക്ഷിച്ചില്ല. ഒരുമിച്ചു താമസിക്കുക എന്നതു നടക്കുകയില്ല. വിവാഹം കഴിച്ചില്ലെങ്കിലും ഒന്നിച്ചു താമസിക്കാൻ കഴിഞ്ഞെങ്കിൽ, മാമന്റെ വീട്ടിലെ വേദനാപൂർണ്ണമായ ജീവിതം ഒഴിവായെങ്കിൽ, ഈ കല്ക്കത്താ നഗരത്തിൽ അഭിമാനത്തോടെ ജീവിക്കാൻ കഴിയുന്ന ഒരു ജോലി കിട്ടിയെങ്കിൽ എന്നൊക്കെ മോഹമുണ്ട്. കാരണം ഇനി തിരികെപ്പോകാൻ അവൾക്ക് ഒരിടമില്ല. സിലിഗുഡിയിലെ ജന്മഗൃഹത്തിലേയ്ക്കു തിരികെപ്പോകുന്ന കാര്യം ആലോചിക്കാൻ പോലും വയ്യ. അവിടുത്തെ കഷ്ടപ്പാടുകൾ നിറഞ്ഞ ജീവിതത്തെപ്പറ്റി നല്ലവണ്ണം സങ്കല്പിക്കാൻ സാധിക്കും. ആ ജീവിതത്തിലേയ്ക്കു ചെന്നാൽ ആളുകൾ തന്നെ പിച്ചിക്കീറും. ആത്മഹത്യയിൽ രക്ഷ തേടേണ്ടി വരും. താൻ ആത്മഹത്യ ചെയ്താൽ എല്ലാവർക്കും സന്തോഷമാകും. എന്തിനധികം തന്റെ ബാബയ്ക്കുപോലും സന്തോഷമായിരിക്കും. പക്ഷേ അങ്ങനെ ആത്മഹത്യ ചെയ്ത് ആരെയും സന്തോഷിപ്പിക്കാൻ അവൾ തയ്യാറല്ല. അവളുടെ ജീവിതം മറ്റാരുടെയുമല്ല. പൂർണ്ണമായും അവളുടേതാണ്. തരം കിട്ടിയാൽ ഈ ജീവിതത്തെ കാലുവാരി വീഴ്ത്താൻ ആളുകൾ ശ്രമിക്കും. അതവൾ എന്തിന് അനുവദിക്കണം. അവൾ ഒരന്യായവും ചെയ്തിട്ടില്ല. അവളുടെ ഭർത്താവ് ചെയ്ത അന്യായത്തിന് ആളുകൾ അവളോടു പകരം വീട്ടിയതാണ്. അവളോടു കൂടുതൽ സഹതാപവും കാരുണ്യവും കാണിക്കേണ്ട സമയത്ത് അതിനു വിപരീതമായി അവളെ കുതികാലിട്ടു വീഴിക്കാനാണു സ്വജനങ്ങൾ പോലും ശ്രമിച്ചത്. ബന്ധുക്കളാരും, ബാബപോലും സമാശ്വസിപ്പിക്കാനോ സഹായിക്കാനോ വന്നില്ല. ഭർത്താവു കുറ്റം ചെയ്തതിനുള്ള ശിക്ഷയായി തന്നെ തട്ടിക്കൊണ്ടുപോയി ഉപദ്രവിച്ച വിവരം തേങ്ങിക്കരഞ്ഞുകൊണ്ടു ഫോൺ ചെയ്തു ബാബയെ അറിയിച്ചതാണ്. തന്നെ ശുശ്രൂഷിക്കേണ്ടതിനു പകരം ഭർത്താവു തന്നോടു ക്രൂരത കാട്ടുകയാണുണ്ടായത്.

"ഭർത്താവിന്റെ കാലുപിടിച്ചു മാപ്പു ചോദിക്ക്, സുലേഖ."

"മാപ്പു ചോദിക്കുന്നത് എന്തു തെറ്റിനാണ്. ഞാൻ തെറ്റൊന്നും ചെയ്തിട്ടില്ലല്ലോ."

"മാപ്പു ചോദിക്കൂ മോളെ. നിന്റെ ഭർത്താവിനു വേണമെങ്കിൽ നിന്നെ കൊല്ലാൻ കഴിയും. "

"എന്തിനു മാപ്പു ചോദിക്കണം. ഞാൻ ഭർത്താവിനോട് എന്തു തെറ്റാണു ചെയ്തതെന്നു പറയൂ. കുറേ പേർ എന്നെ ബലാത്സംഗം ചെയ്തു. അത് എന്റെ കുറ്റമാണോ. എന്നെക്കുറിച്ചു നിങ്ങൾക്കു വേദന തോന്നുന്നില്ലേ. നിങ്ങളെങ്കിലും എന്നോടു സാന്ത്വനം പറയാതെ എന്നെ ശകാരിക്കുകയാണോ."

ബാബ ഫോണിന്റെ അങ്ങേത്തലയ്ക്കൽ നിന്നു ജ്വലിക്കുകയായിരുന്നു. ഭർത്താവിനോടു മാപ്പു ചോദിച്ചില്ലെങ്കിൽ മകളോടു ബാബയും ക്ഷമിക്കുകയില്ല!

സുലേഖ മാപ്പു ചോദിച്ചില്ല. എന്തു തെറ്റിനാണു മാപ്പു ചോദിക്കുന്നതെന്ന് അവൾക്ക് അറിഞ്ഞുകൂടായിരുന്നു. എന്തെങ്കിലും തെറ്റുചെയ്തതായി അവൾക്കു തോന്നിയില്ല. സുരഞ്ജനും കൂട്ടുകാരും ആണു കുറ്റം ചെയ്തത്. മഹബ്ബത്താണു കുറ്റം ചെയ്തത്. മഹബ്ബത് ഹിന്ദു യുവാവിനെ തല്ലിയതാണു എല്ലാത്തിനും കാരണം.

താൻ എന്താണു ചെയ്യേണ്ടതെന്നു സുലേഖയ്ക്കു നിശ്ചയമില്ലായിരുന്നു. സിലിഗുഡിയിലുള്ള ജന്മഗൃഹത്തിലേക്കും ചേച്ചിയുടെ ഭർത്തൃഗൃഹത്തിലേക്കും സുലേഖ ചെന്നു. ചേച്ചിയുടെ വീട്ടിൽ ഒരു മാസം കഴിഞ്ഞാണു ചെന്നത്. സംഭവം കേട്ട ഉടനെയുള്ള ഞെട്ടലും സംഭ്രമവും ഒന്നടങ്ങിയിട്ടു പോകാമെന്നു വച്ചാണു വൈകിച്ചത്. അന്തരീക്ഷം ഒന്നു ശാന്തമാകട്ടെ എന്നു വിചാരിച്ചു. റോബി ഉൽ റഹ്മാന്റെ വീട്ടിലും സുൽത്താനാ ബീഗത്തിന്റെ വീട്ടിലും പോയിരുന്നു. ഉച്ച കഴിഞ്ഞാണു പോയത്. ചായയും ബിസ്ക്കറ്റും കൊടുത്ത് അവളെ വേഗം യാത്രയാക്കാനായിരുന്നു എല്ലാവർക്കും ഉത്സാഹം. അധികസമയം സുലേഖ അവരുടെ വീട്ടിലിരിക്കുന്നത് ആർക്കും ഇഷ്ടമല്ലായിരുന്നു. അവരുടെ പിന്തുണ നേടാനും, ആശ്രയം ഉറപ്പു വരുത്താനുമാണു പോയത്. പക്ഷേ ഒരിടത്തുനിന്നും അവൾക്ക് ഒരാശ്രയവും ലഭിച്ചില്ല. രണ്ടുപേരും ഉപദേശിച്ചതു ബാബയുടെ വീട്ടിൽ ചെല്ലാനാണ്. അവിടെച്ചെന്നിട്ടെന്തായി. എല്ലാവരും അവളെ വെറുക്കുകയായിരുന്നു. പിന്നെ ചെയ്യേണ്ടത് എന്താണ്? ആത്മഹത്യ ചെയ്യുക അല്ലെങ്കിൽ ഇതുപോലെ വേറൊരു കൊള്ളരുതാത്തവനെ വിവാഹം കഴിക്കുക. യോഗ്യനും വിദ്യാസമ്പന്നനുമായ ആരും അവളെ വിവാഹം ചെയ്യുകയില്ല. മൊഴി ചൊല്ലപ്പെട്ടവൾ എന്നതിനെക്കാൾ വലിയ അയോഗ്യതയാണ് ഹിന്ദുക്കൾ തട്ടിക്കൊണ്ടു പോയവൾ എന്നത്. അതിനെക്കാളും വലിയ അയോഗ്യതയാണ് ഇപ്പോൾ ഹിന്ദുയുവാവുമായി പ്രേമബന്ധത്തിലാണെന്നത്.

സുലേഖയ്ക്കു വീട്ടിൽ പോയി ബാബയെ കാണാൻ മോഹമുണ്ടായിരുന്നു. തളർവാതം പിടിപെട്ടു കിടക്കുന്ന ബാബ. ഒരു വേലക്കാരനും അകന്ന ബന്ധത്തിലുള്ള ഒരു സഹോദരനുമാണുണ്ടായിരുന്നത്. അത്രയുമാണ് ബാബയുടെ കുടുംബം. ബാബയുടെ ആദ്യത്തെ വിവാഹത്തിൽ ഒരു മകനുണ്ടായിരുന്നു. പത്തുപതിനെട്ടുവർഷം മുൻപു, സുലേഖ കൊച്ചുകുട്ടിയായിരുന്നപ്പോൾ, കാഷ്മീരിലേക്കു പോയ റഹ്മാൻ പിന്നെ തിരികെ വന്നില്ല. ആദ്യമൊക്കെ കത്തുകളയച്ചിരുന്നു. പിന്നെ അതും നിന്നു. അവൻ എന്തിനാണു പോയതെന്നും എന്താണു തിരികെ വരാത്തതെന്നും സുലേഖയ്ക്ക് അറിഞ്ഞുകൂട. കാഷ്മീരിൽ വച്ച് എടുത്ത ഫോട്ടോ ഫ്രെയിം ചെയ്തു ഭിത്തിയിൽ വച്ചിട്ടുണ്ട്. ആ മകനെക്കുറിച്ചോർത്തു ബാബ അത്രയൊന്നും ദുഃഖിക്കുന്നുണ്ടെന്നു തോന്നുന്നില്ല. ബാബ ആ ചിത്രം കണ്ടു നിശ്വസിച്ചു കണ്ണു തുടക്കുന്നത് ഒരിക്കൽപോലും കണ്ടിട്ടില്ല.

ബാബയുടെ ആദ്യഭാര്യ നേരത്തെ മരിച്ചു. രണ്ടാമത്തെ ഭാര്യയായ അമ്മ രണ്ടു പെൺകുട്ടികൾക്കു മാത്രമേ ജന്മം കൊടുത്തുള്ളൂ എന്നതിനു ചില്ലറ ഉപദ്രവമൊന്നുമല്ല സഹിച്ചത്. റെയിൽവേസ്റ്റേഷനിലേക്കു നടക്കുമ്പോൾ

സുലേഖ ആ സ്ത്രീ സഹിച്ച പീഡനങ്ങളെക്കുറിച്ചാണോർത്തത്. ദിവസം മുഴുവൻ നീണ്ടുനിന്ന ചീത്തവിളി, അടി. അർദ്ധരാത്രിയിൽ പോലും അമ്മയുടെ കരച്ചിൽ അടങ്ങാറില്ല. സുലേഖയ്ക്ക് ഇതൊന്നും മറക്കാൻ കഴിയുന്നില്ല. എന്തസുഖം വന്നാണ് സുലേഖയുടെ അമ്മ മരിച്ചത് എന്ന് ഇന്നും സുലേഖയ്ക്ക് അറിഞ്ഞുകൂട. ആർക്കും അറിഞ്ഞുകൂട. ചികിത്സിക്കാൻ കൊണ്ടുപോയെങ്കിൽ അറിഞ്ഞേനെ. ചികിത്സയേ ചെയ്തില്ല. വയറ്റിൽ അസഹ്യമായ വേദനയുണ്ടായി. ബാബ പറഞ്ഞതു തിന്നതു കൂടിപ്പോയിട്ടാണ് സൂക്കേടു വന്നതെന്നായിരുന്നു. പതിനൊന്നുവർഷവും ബാബ അതു തന്നെ പറഞ്ഞുകൊണ്ടിരുന്നു. കൈയിൽ കിട്ടുന്നതൊക്കെ തിന്നും. ഒരു വീണ്ടുവിചാരവുമില്ല!

സുലേഖ വേഗം നടന്നു. താൻ ജനിച്ചു വളർന്ന വീട് പിന്നിൽ ഉപേക്ഷിച്ചിട്ടു പോന്നു. വിവാഹം നടക്കുന്നതുവരെ ആ വീടായിരുന്നു അവളുടെ മേൽവിലാസം. സ്കൂൾമാസ്റ്ററായിരുന്ന ബാബ മുറ്റത്ത് ഒരു കട്ടിലിൽ കിടക്കുന്നു. ഭിത്തിയിൽ റഹ്മാന്റെ ഫോട്ടോ തൂക്കിയിട്ടിരിക്കുന്നു. വേണ്ടതൊക്കെ പറഞ്ഞാൽ വേലക്കാരൻ ഉടൻ കൊണ്ടു ചെന്നു കൊടുക്കും. സുലേഖയെ ഉപേക്ഷിച്ച മകളായി കണക്കാക്കാൻ തീരുമാനിച്ചിരിക്കുന്നു. സുലേഖ മരിച്ചെങ്കിൽ എന്നു രഹസ്യമായി മനസ്സിൽ മോഹിക്കുന്നും ഉണ്ട്. സുലേഖ റെയിൽവേസ്റ്റേഷനിലേക്കു നടക്കുകയാണ്. കൂടെക്കൂടെ വിയർക്കുന്നുണ്ട്. ഒരു പുതിയ ജീവിതത്തിലേക്കാണു താൻ നടന്നടുക്കുന്നത് എന്നു സുലേഖയ്ക്കു തോന്നി. ഈ ജീവിതത്തിൽ അവൾക്കു താനല്ലാതെ മറ്റാരും ഉണ്ടായിരിക്കുകയില്ല. സമുദായം അവളെ കബറടക്കിക്കഴിഞ്ഞു. മറ്റൊരു സമുദായത്തിലേക്കാണു നടക്കുന്നത്. ആ സമുദായം അവളെ സ്വീകരിക്കും. കാരണം ആ സമൂഹത്തിൽ നിന്നും ആർക്കും പുറത്തുകടക്കാൻ കഴിയുകയില്ല. സമുദായത്തിന്റെ പച്ചത്തുരുത്തിൽ കഴിയുന്നവരുടെ ശരീരം തണുപ്പിക്കാനായി സ്വയം ചുവന്ന തെരുവിലേക്കു പോകാൻ അവൾ തയ്യാറല്ല. അങ്ങനെ പോകേണ്ട ഒരു ദിവസം വന്നാൽ ജീവൻ ഒടുക്കും.

സിലിഗുഡിയിലെ അനുഭവത്തെപ്പറ്റി സുരഞ്ജനോട് ഒന്നും പറഞ്ഞില്ല. സുരഞ്ജൻ ചോദിച്ചു:

"എന്തു ചെയ്യുകയായിരുന്നു."

"ഓരോന്നങ്ങനെ."

"ഓരോന്നങ്ങനെ എന്നു പറഞ്ഞാൽ? പഴയ കാമുകനെക്കണ്ടോ."

"കണ്ടു. അവന്റെ കൂടെ ഒളിച്ചോടാൻ പോവുകയാണ്. നിങ്ങളെക്കാളൊക്കെ സുന്ദരനാണ്."

"പിന്നെ എന്തിനാണ് വന്നത്."

"ഒന്നു കാണാൻ വേണ്ടി വന്നു."

"ആരെ കാണാൻ."

"വേറെ ആരെ, നിങ്ങളെത്തന്നെ."

"എന്തു കാണാൻ. നിന്നെക്കാണാഞ്ഞു കരയുന്നതു കാണാനോ."

"അല്ലല്ല. അതുകാണാനുള്ള ഭാഗ്യം എനിക്കില്ല."

"സിലിഗുഡിയിൽ എന്തെങ്കിലും കുഴപ്പം ഉണ്ടാക്കിയോ?"

"കുഴപ്പം ഉണ്ടാക്കാനുള്ള കഴിവ് എനിക്കുണ്ടോ. എനിക്ക് സാക്ഷിയാകാനോ, ഇരയാകാനോ മാത്രമേ കഴിവുള്ളൂ."

ആ കടുത്ത വാക്കുകൾ സുരഞ്ജന്റെ ഹൃദയത്തിൽ തറച്ചുവോ എന്ന് സുലേഖയ്ക്ക് അറിയില്ല.

സുരഞ്ജൻ സിലിഗുഡിയെപ്പറ്റി ഇനി ഒന്നും അറിയാൻ ആഗ്രഹിക്കുന്നില്ല. സുലേഖയ്ക്കും തീപ്പിടിപ്പിക്കുന്ന വാർത്തയൊന്നും പറയാനില്ല. മറ്റാരോടു പറഞ്ഞാലും ഇപ്പോൾ സുരഞ്ജനോട് അതൊന്നും പറയാൻ പാടില്ല. അവൾ സുരഞ്ജനെ ആശ്രയിക്കാനും സുരഞ്ജന്റെ സഹായം സ്വീകരിക്കാനും വന്നതാണ്. അതുകൊണ്ടു ചീത്തയായി ഒന്നും സംഭവിച്ചിട്ടില്ല എന്ന ഭാവത്തിൽ ഇരുന്നു. താൻ ചെയ്യുന്നതിനൊക്കെ എല്ലാവരുടെയും സമ്മതവും അംഗീകാരവും ഉണ്ട് എന്ന ഭാവത്തിൽ ഇരുന്നു. ബന്ധുക്കളും കൂട്ടുകാരും ആശ്വസിപ്പിച്ചു. അവൾ ആഗ്രഹിക്കുന്നതുപോലെ ഒരു ജീവിതം നയിക്കാൻ പറഞ്ഞു. അവൾക്ക് എല്ലാവരുടെയും ശുഭേച്ഛയും അനുഗ്രഹവും ഉണ്ട്. കുടുംബത്തിൽ നിന്നും ഗോത്രത്തിൽ നിന്നും മതത്തിൽ നിന്നും ഒക്കെ എല്ലാവരും സുലേഖയെ പുറംതള്ളിയിരിക്കുകയാണ്. അതൊക്കെ എങ്ങനെ സുരഞ്ജനോടു പറയും. ആത്മാഭിമാനം എന്നൊന്ന് ഇപ്പോഴും കുറച്ചൊക്കെ ബാക്കിയുണ്ട്. സത്യത്തിൽ ആത്മാഭിമാനത്തോടെ ജീവിക്കാൻ അവൾക്ക് ആഗ്രഹവും ഉണ്ട്. എന്തെങ്കിലും ജോലി നേടണം. വല്ല സ്കൂളിലും ടീച്ചർ ജോലി കിട്ടിയാൽ നന്നായിരുന്നു. സുരഞ്ജനു വേണമെങ്കിൽ അക്കാര്യത്തിൽ അവളെ സഹായിക്കാമായിരുന്നു. സുലേഖ ആരിലും ഒരു പ്രതീക്ഷയും അർപ്പിച്ചിരുന്നില്ല. എങ്കിലും മനസ്സിന്റെ ഏതോ ഒരു കോണിൽ ഒരു പ്രത്യാശ ഒളിഞ്ഞിരിക്കുന്നുണ്ട്. സുരഞ്ജനിൽ ആശ വച്ചതുപോലെ, മൂത്ത ചേച്ചിയുടെ അടുത്തേക്കു പോവുകയില്ലെന്നു തീരുമാനിച്ച തുപോലെ, റോബിയുടെയും സുൽത്താനയുടെയും പേരിൽ ചില സങ്കല്പങ്ങളു ള്ളതുപോലെ. ഒരുപാട് ആളുകളൊന്നുമില്ല. വിരലിൽ എണ്ണാവുന്ന ചിലരേ ഉള്ളൂ സുലേഖയുടെ ജീവിതവുമായി നേരിട്ടു ബന്ധമുള്ളവർ. ജീവിതത്തിൽനിന്നു പ്രത്യാശകളെ ഒഴിവാക്കിയാൽ കൂടുതൽ സുഖം കിട്ടും എന്ന തോന്നൽ സുലേ ഖയ്ക്കുണ്ട്.

ആരോരുമില്ലാത്തവരായി, സ്വപ്നങ്ങളൊന്നുമില്ലാത്തവരായി പലരും ഈ നഗരത്തിൽ ജീവിക്കുന്നില്ലേ. ഒന്നിലേക്കും നോക്കാതെ ശൂന്യമായ മനസ്സോടെ അതിരില്ലാത്ത ശൂന്യതയിലേക്കു നോക്കി കഴിയുന്ന അവരിൽ ഒരാളായിത്തീ രുകയാണു സുലേഖ. അവരിൽ ഒരാളെപ്പോലെയാണവൾ.

മാമന്റെ വീട്ടിൽ എണ്ണമണമുള്ള തലയിണയിൽ മുഖം അമർത്തി, മൂത്രം മണക്കുന്ന കിടക്കയിൽ, കക്കൂസിന്റെ വാതിലിലേക്കു നോക്കി നാറ്റമുള്ള പുതപ്പിനടിയിൽ കിടക്കുന്നു. അവൾ ഈ വീട്ടിൽ ഏതു പ്രകാരത്തിലാണു ജീവിക്കുന്നതെന്നു സുരഞ്ജൻ കണ്ടിരുന്നെങ്കിൽ. ഒരു പക്ഷേ ഉള്ളിന്റെയുള്ളിൽ

മൗനമായ ഒരു മമത രൂപപ്പെട്ടേക്കാം. അല്ലെങ്കിൽ മനസ്സിൽ ചുളചുളെക്കുത്തുന്ന വേദന തോന്നിയേക്കാം. അതിലപ്പുറം ഒന്നുമില്ല. സുലേഖ സ്വയം സാന്ത്വനപ്പെടുത്തി. സുരഞ്ജൻ വിചാരിച്ചാൽ എന്താണു ചെയ്യാൻ കഴിയുക. പാവം. അവനു തന്നെ ദുരിതവും കഷ്ടപ്പാടുമാണ്. സാമ്പത്തികമായി എന്നേ അവന്റെ നട്ടെല്ലൊടിഞ്ഞിരിക്കുന്നു. തന്റെ ഈ ദുരവസ്ഥ കണ്ടാൽ മനസ്സലിഞ്ഞു സുരഞ്ജൻ തന്നെ ഇവിടെനിന്നും ഇറക്കിക്കൊണ്ടുപോകുമോ? അതോ കൊണ്ടുപാകുകയില്ലേ. ഇങ്ങനെ ആലോചിക്കുമ്പോൾ സുരഞ്ജൻ തന്റെ ഈ ദുരിതം കാണല്ലേ എന്നു തോന്നും. ഇപ്പോഴുള്ള പരസ്പര സ്നേഹവും ആകർഷണവും നിലനില്ക്കാൻ അതാണു നല്ലത്. അത് ഇപ്പോൾ സുലേഖയ്ക്ക് എല്ലാ ദുഃഖങ്ങളിൽനിന്നും മോചനം നല്കുന്ന വസ്തുതയായിരിക്കുന്നു. സുരഞ്ജൻ ഇല്ലായിരുന്നെങ്കിൽ സുലേഖയുടെ ജീവിതം തകർന്നു തരിപ്പണമാകും. ചുരുങ്ങിയപക്ഷം തന്നെ ജീവിതത്തിൽ ഒരിക്കലും അപമാനിച്ചിട്ടില്ലാത്ത ഒരാളെ അവൾക്കു കിട്ടിയിട്ടുണ്ട്. സുലേഖ ആഗ്രഹിക്കുന്നില്ലെങ്കിൽ തൊടുകപോലും ചെയ്യുകയില്ല. പതുക്കെപ്പതുക്കെ സുലേഖയുടെ ജീവിതത്തിലെ ഒരേ ഒരു സുഖം സുരഞ്ജൻ എന്നായിത്തീർന്നിരിക്കുന്നു. സുരഞ്ജനെ ബാദ്ധ്യതയുടെയും കടമയുടെയും വക്കത്തു കൊണ്ടുചെന്നുനിർത്താൻ സുലേഖ ആഗ്രഹിക്കുന്നില്ല. ജീവിതത്തിൽ ബന്ധങ്ങൾ എന്നതു മോചനത്തിനുള്ളതാണ്. മോചനമല്ല ബന്ധനമാണ് നല്കുന്നതെങ്കിൽ അതിൽ എന്ത് ആനന്ദമാണുള്ളത്. പാറപോലെയുള്ള ബന്ധം ഒരു സുഖവും തരുകയില്ല.

മാമന്റെ വീട്ടിൽ സുഖമാണെന്നും, ജോലി നല്ലതാണെന്നും, അയ്യായിരം രൂപ ശമ്പളമുണ്ടെന്നും, ശമ്പളം വർഷംതോറും കൂടുമെന്നും ഒക്കെ സുരഞ്ജൻ കരുതിക്കൊള്ളട്ടെ. എല്ലാ രാത്രികളിലും കണ്ണീരൊഴുക്കുന്നത് അവനെക്കുറിച്ചുള്ള സ്നേഹം കൊണ്ടുമാത്രമാണെന്നു വിചാരിച്ചുകൊള്ളട്ടെ. സുലേഖയെക്കുറിച്ചു കുറെ നല്ല കാര്യങ്ങൾ സുരഞ്ജൻ അറിയട്ടെ. അല്ലെങ്കിൽ കൂട്ടബലാത്സംഗത്തിനിരയായ, ഭർത്താവിന്റെ തല്ലു കൊള്ളാറുള്ള, ഭർത്താവ് ഉപേക്ഷിച്ച ഒരു സ്ത്രീ എന്ന ധാരണ മാത്രമേ സുരഞ്ജന് അവളെക്കുറിച്ചു ഉണ്ടായിരിക്കുകയുള്ളൂ. രണ്ടാമതൊരിക്കൽക്കൂടി അവൾക്കു സുരഞ്ജന്റെ കാരുണ്യം വേണ്ട. കാരുണ്യത്തിന്റെ സ്ഥാനത്തു കടന്നുവന്ന സ്നേഹത്തെ പുറന്തള്ളി അവിടെ വീണ്ടും കരുണയെ പ്രതിഷ്ഠിക്കാൻ സുലേഖ ആഗ്രഹിക്കുന്നില്ല.

യഥാർത്ഥത്തിൽ സുരഞ്ജന് തന്നോടു സ്നേഹമുണ്ടോ അതോ പണം ചെലവാക്കാതെ ഭോഗിക്കാനുള്ള സൗകര്യം എന്ന നിലയ്ക്ക് അവൻ തന്നെ ഉപയോഗിക്കുന്നതേ ഉള്ളോ എന്നു സുലേഖയ്ക്ക് ഇടയ്ക്കിടയ്ക്കു സംശയം തോന്നാറുണ്ട്. ഈ നഗരത്തിൽ ഒരു യുവതിയോടും ഇത്തരം ഒരു ബന്ധം സ്ഥാപിക്കാൻ പറ്റുകയില്ല. ആരായാലും പലതും ചോദിക്കും. അല്ലെങ്കിൽ വിവാഹം കഴിക്കാൻ ആവശ്യപ്പെടും. അതുമല്ലെങ്കിൽ സോനാഗച്ഛിയിൽ പോകണം. അവിടെ കൃത്യമായ റേറ്റു വച്ചുള്ള പണം കൊടുക്കണം. സുലേഖ സുരഞ്ജന് സാമ്പത്തികമോ, സാമുദായികമോ കുടുംബപരമോ ആയ യാതൊരു

അസൗകര്യവും ഉണ്ടാക്കുന്നില്ല. മറിച്ചു സുഖവും സൗകര്യവും നല്കുകയാണ്. ഹൃദയത്തിനും ശരീരത്തിനും സുഖം പകർന്നു നല്കുന്നു. മനുഷ്യന് ഇപ്രകാരം കൊടുക്കുകമാത്രം ചെയ്തുകൊണ്ടു ജീവിക്കാൻ പറ്റുമോ.

ഒറ്റയ്ക്ക് ആകുന്നതിൽ ഗുണങ്ങളുണ്ട്. കണ്ണിൽ നിന്നും കണ്ണീരൊഴുകുമ്പോൾ സുലേഖയ്ക്ക് ആ ഗുണം അനുഭവപ്പെടാറുണ്ട്. അവൾ കണ്ണീർ അടക്കും. പാടില്ല. സുലേഖയുടെ കണ്ണിൽനിന്ന് അശ്രുക്കൾ അടർന്നു വീഴാൻ പാടില്ല. എല്ലാ ദിവസവും പത്രം മേടിച്ചു തൊഴിൽ പരസ്യങ്ങൾ നോക്കും. യൂനിഫോമിട്ടുകൊണ്ടു ചെയ്യുന്ന ജോലിയെക്കാൾ വലിയ ഒരു ജോലി കിട്ടാൻ തനിക്ക് അർഹത യുണ്ടെന്ന് സുലേഖ വിശ്വസിക്കുന്നു. അങ്ങനെ വല്ല ജോലിയും കിട്ടിയാൽ ഈ പ്രദേശത്തു നിന്ന് എങ്ങോട്ടെങ്കിലും പോകാം. സോഹാഗിനു സുഖമാണ്. അവൻ വളരുമ്പോൾ സ്നേഹമുണ്ടെങ്കിൽ അമ്മയെ തിരഞ്ഞു വരും. സുരഞ്ജൻ തനിക്കു വേണ്ടി മാത്രം ജൽഘുസിയായിൽനിന്ന് പാർക്ക് സർക്കസിൽ വന്നു താമസിക്കും എന്നവൾ കരുതുന്നില്ല. മറ്റെന്തെങ്കിലും വഴി കാണും, തീർച്ച.

ഏഴ്

ഈ ബന്ധം തുടരുകയാണെങ്കിൽ നീയുമായി എനിക്ക് ഒരു ബന്ധവും ഉണ്ടായിരിക്കുകയില്ല. മായ സുരഞ്ജനോടു തീർത്തു പറഞ്ഞിട്ടുണ്ട്. രണ്ടിൽ ഏതെങ്കിലും ഒന്നു തിരഞ്ഞെടുക്കണം. ദാദാ, ദാദാ എന്ന വാത്സല്യം നിറഞ്ഞ വിളി ഇനി ഒരിക്കലും കേൾക്കുകയില്ല എന്നു സുരഞ്ജന് ഓർക്കാൻ കൂടി വയ്യ. ഈ ഭൂമി ഒഴുകിപ്പൊയ്ക്കൊള്ളട്ടെ. മായയ്ക്കു വേണ്ടി എന്തും ഉപേക്ഷിക്കാൻ അവൻ തയ്യാറാണ്. സുരഞ്ജൻ സുലേഖയെ വിവാഹം കഴിക്കുന്നത് കിരൺ മയിക്കും ഇഷ്ടമല്ല. കിരൺമയിക്കു സുലേഖയെ ഇഷ്ടമാണ്. സ്വഭാവം വളരെ നല്ലത്. അവളുമായി സംസാരിക്കാനും ഇഷ്ടമാണ്. കിരൺമയിക്ക് ഏറ്റവും വലിയ കാര്യം സുരഞ്ജനു സന്തോഷമായിരിക്കുക എന്നതാണ്. കൂട്ടുകാർ രണ്ടുപേരും കൂടി കതകടച്ചിട്ടു മണിക്കൂറുകൾ കഴിഞ്ഞു കതകു തുറന്നു പുറത്തു വരാറുണ്ട്. കിരൺമയി ഒന്നും പറയാറില്ല. നല്ല ഒരു കുട്ടി പുറത്തുപോയി മുഠാളന്മാരോടു കൂട്ടുകൂടുന്നതിനേക്കാൾ കതകടച്ചിരുന്നു പ്രേമിക്കുന്നതാണു നല്ലത്. കിരൺ മയിക്ക് അതു സ്വയം ബോധ്യപ്പെട്ടു. മായയെ ബോധ്യപ്പെടുത്തി. എന്നാൽ വിവാഹത്തിന്റെ കാര്യം അങ്ങനെയല്ല. നല്ല പെൺകുട്ടിയാണ്. പക്ഷേ അവളെ വിവാഹം കഴിക്കുക, അതു നടപ്പില്ല. അതു നടന്നാൽ മായയുമായി ഒരു ബന്ധവും ഉണ്ടായിരിക്കുകയില്ല തീർച്ച.

മായ വെറുതെ പറയുന്നതാണോ? ധാക്കയിലെ ആ സംഭവം അവളെങ്ങനെ മറക്കും? മുസൽമാൻ തെമ്മാടികൾ അവളെ വലിച്ചുകീറിത്തിന്നുകയല്ലായിരുന്നോ. മായയ്ക്ക് ലോകത്തിൽ ആരോടും ക്ഷമിക്കാൻ പറ്റും. മുസൽമാന്മാരോടു ക്ഷമിക്കുകയില്ല. മായയ്ക്കു വേണ്ടിയാണ് സുരഞ്ജൻ സുദേഷ്ണയെ ഉപേക്ഷിച്ചത്. സുരഞ്ജൻ വിവാഹം കഴിക്കാൻ മറ്റൊരു പെണ്ണിനെ സ്വീകരിക്കട്ടെ.

ഇതാണു മായയുടെ നിലപാട്. എന്തായാലും ഈ മുസ്ലീം പെണ്ണുമായുള്ള സകല ബന്ധവും സുരഞ്ജൻ ഈ നിമിഷം അറുത്തു മുറിക്കണം. ഇതാണു മായയുടെ നിലപാട്.

കിരൺമയിയുടെ കാല്ക്കൽ ഇരുന്നു തേങ്ങിക്കരഞ്ഞുകൊണ്ടാണു മായ ഇതൊക്കെപ്പറഞ്ഞത്. കിരൺമയി കസേരയിൽ ഇരിക്കുന്നു. സുരഞ്ജൻ വാതിലിക്കൽ നില്ക്കുന്നു. ജനലിലെ കർട്ടൻ ഇളകിപ്പറക്കുമ്പോൾ പൈപ്പിൽ നിന്നു വെള്ളം എടുക്കുന്നതിന്റെ ബഹളം കാണാം. അടുത്തുള്ള വീടുകൾ ഹിന്ദുക്കളുടെയാണ്. അവർ കാതോർത്താൽ കരച്ചിലിന്റെ ശബ്ദം കേൾക്കാം.

കിരൺമയി ദീർഘശ്വാസം വിട്ടുകൊണ്ടു പറഞ്ഞു: "എന്റെ ജീവിതത്തിൽ ഇനി സ്വസ്ഥതയുണ്ടാവുകയില്ല."

മായ തറച്ചു നോക്കിക്കൊണ്ടു ചോദിച്ചു:

"ഞാൻ സ്വസ്ഥത തരുന്നില്ല. നിങ്ങളുടെ കണ്ണിലുണ്ണിയായ മകനുണ്ടല്ലോ. അവനെന്താ സ്വസ്ഥത തരാത്തത്. എത്ര സ്ഥലങ്ങൾ ഉണ്ടായിട്ടും ഇവിടെത്തന്നെ വന്ന് അടിഞ്ഞതെന്തിന്. തീവ്രവാദികളുമായാണു കൂട്ടുകെട്ട്. രണ്ടു വീടു കഴിഞ്ഞാൽ പിന്നെ നിരനിരയായി മുസ്ലീങ്ങളുടെ വീടാണ്. ഇവിടെ നിങ്ങൾക്ക് എങ്ങനെ സുരക്ഷിതത്വം കിട്ടും."

മായ ഏങ്ങലടിച്ചു കരഞ്ഞുകൊണ്ടു പോയി. ആ കരച്ചിൽ കണ്ടപ്പോൾ സുരഞ്ജന് കഷ്ടം തോന്നി. എന്തു ചെയ്യണം എന്ന് അവന് അറിഞ്ഞുകൂട. മായ അവന്റെ ഒരേ ഒരു പെങ്ങൾ. ഓമനയായ പെങ്ങൾ. താംതിബസാറിലെ വീട്ടിൽ ഒരുമിച്ചു കളിച്ചു വളർന്നു. ചേട്ടനെക്കൂടാതെ അവൾക്ക് ഒന്നുമില്ല. അങ്ങനെയുള്ള അനിയത്തി വേദന സഹിക്കാതെ കരയുകയാണ്. അവന് അത് അറിയാം. മായ ഓരോ വാക്കും പറയുന്നത് എന്തുകൊണ്ടാണ്, പറയാത്തത് എന്തുകൊണ്ടാണ്. അവളുടെ ഓരോ നിശ്വാസവും നോട്ടവും ചിരിയും എല്ലാം അവനു മനസ്സിലാകും. കഴിയുമെങ്കിൽ മായ പറഞ്ഞതുപോലെ സുലേഖയുമായുള്ള ബന്ധം ഈ ക്ഷണം അവസാനിപ്പിച്ചേനെ. സുലേഖ മുസ്ലീം ആയതുകൊണ്ടല്ല. മായയ്ക്കുവേണ്ടി. മായ അത് ആവശ്യപ്പെടുന്നതുകൊണ്ട്. മറ്റു കാരണങ്ങളൊന്നുമില്ല.

സുദേഷ്ണയുടെ കൂടെ ജീവിക്കുന്നതിനെക്കാൾ ഒറ്റയ്ക്കു ജീവിക്കുന്നതാണു നല്ലതെന്ന കാര്യം പറയുമ്പോഴൊക്കെ സുരഞ്ജൻ മായ പറഞ്ഞത് ഓർക്കാറുണ്ട്: "ശരിയാണു ചേട്ടാ. അതിനെക്കാൾ ഭേദം ഒറ്റയ്ക്കു കഴിയുന്നതാണ്. അങ്ങനെ ആളുകൾ ജീവിക്കുന്നില്ലേ. എന്റെ ജീവിതം ഒരു തരത്തിൽ ഒറ്റയ്ക്കുള്ള ജീവിതം തന്നെയല്ലേ?" പറഞ്ഞപ്പോഴേക്കും മായ കരഞ്ഞുപോയി. കിരൺമയിയുടെ തോളിൽ തല ചായ്ച്ചുകൊണ്ടു കരഞ്ഞു. അവളുടെ കരച്ചിലല്ലാതെ വീട്ടിൽ മറ്റൊരു ശബ്ദവും ഇല്ല. മായയോട് ആരും കരയല്ലേ എന്നു പറഞ്ഞില്ല. കാരണം ആരു പറഞ്ഞാലും മായയ്ക്കു കരച്ചിലടക്കാൻ കഴിയുകയില്ല. തന്റെ ജീവിതത്തിലെ കഷ്ടപ്പാടുകളെപ്പറ്റി പറഞ്ഞു ഹൃദയം തുറന്നു കരയുവാനാണു മായ ഇടയ്ക്കൊക്കെ വീട്ടിൽ വരുന്നത്. ഇങ്ങനെ വന്നു കരഞ്ഞില്ലെങ്കിൽ ബാക്കി

ദിവസങ്ങൾ മായയ്ക്കു കരയാതെ കഴിച്ചുകൂട്ടാൻ പറ്റുകയില്ല. ഹൃദയത്തിൽ അനവധി ദുഃഖങ്ങൾ പാറപോലെ ഉറച്ചുകിടക്കുകയാണ്. അമ്മയുടെയും ജ്യേഷ്ഠന്റെയും അടുത്തു വരുമ്പോഴേ പാറ പൊട്ടി വെള്ളം കാണുകയുള്ളൂ. സുരഞ്ജനു കഴിവുണ്ടായിരുന്നെങ്കിൽ നല്ല ഒരു പ്രദേശത്തു വലിയ ഒരു വീടു വാടകയ്ക്കെടുത്തു മായയെയും അവളുടെ രണ്ടു കുട്ടികളെയും കൂട്ടിക്കൊണ്ടു വന്നേനെ. മായയ്ക്കു വേണ്ടി. അമ്മയ്ക്കുവേണ്ടിയോ സുലേഖയ്ക്കു വേണ്ടിയോ അല്ല. മായയ്ക്ക് ഈ ദുഃഖാവസ്ഥയിൽ ആശ്വാസം പകരാൻ വേണ്ടി മാത്രം. എനിക്കു നല്ല ഒരു ജോലി കിട്ടിയിരുന്നെങ്കിൽ നിനക്ക് ആ ചെയ്ത്താന്റെകൂടെ ജീവിക്കേണ്ടിവരുമായിരുന്നില്ല. മായ ഇതുകേട്ടപ്പോൾ ജ്യേഷ്ഠനെ കെട്ടിപ്പിടിച്ചു. സുരഞ്ജൻ കണ്ണീർ തുടച്ചുകൊണ്ടു കഴിവില്ലാത്ത ഈ ചേട്ടനോടു ക്ഷമിക്കുകയില്ലേ എന്നു ചോദിച്ചു.

മായ ഇങ്ങനെ ആഴ്ചതോറും എന്നവണ്ണം വരാറുണ്ട്. അവൾക്ക് ഇങ്ങനെ കരയേണ്ടി വരാത്ത വിധം സുഖമുള്ള ജീവിതം കിട്ടിയിരുന്നെങ്കിൽ.

"ഇല്ല ചേട്ടാ, എനിക്കതിനുള്ള ഭാഗ്യമില്ല."

സുരഞ്ജൻ ഭാഗ്യത്തിൽ വിശ്വസിക്കുന്നില്ല. എല്ലാം നേരത്തെ എഴുതി വച്ചിട്ടുണ്ട് എന്നു വിശ്വസിക്കുന്നില്ല. വേണ്ടത്ര പണം ഉണ്ടെങ്കിൽ എല്ലാം ശരിയാക്കാവുന്നതേയുള്ളൂ. പണം ആണ് സുഖം നല്കുന്നത് എന്ന് അവൻ വിശ്വസിക്കുന്നില്ല. കാരണം പണം വേണ്ടത്രയുള്ള എത്രയോ പേർ യാതൊരു സുഖവും അനുഭവിക്കാത്തവരായി ഉണ്ട്. ഇപ്പോഴത്തെക്കാൾ എത്രയോ കൂടുതൽ പണം കൈയിലുള്ള കാലമുണ്ടായിരുന്നു. തീർച്ചയായും സുരഞ്ജന് അന്നത്തെക്കാൾ സുഖം ഇപ്പോഴാണ്. അന്നു സുദേഷ്ണയുമൊത്തു വീട്ടിൽ വന്നാൽ മദ്യക്കുപ്പിയുംകൊണ്ടിരിക്കേണ്ട സ്ഥിതിയായിരുന്നു, നന്ദൻനഗരത്തിൽ താമസിച്ചിരുന്ന കാലത്ത്. സുദേഷ്ണ ഒരു മുറിയിലും സുരഞ്ജൻ മറ്റൊരു മുറിയിലും. കിരൺമയി മുറിയിൽ കടന്നുവന്നു മദ്യക്കുപ്പി പിടിച്ചു മേടിച്ചു പുറത്തേക്കു വലിച്ചെറിഞ്ഞിട്ടു പറയും: "നീ കുടിക്കുന്നതുകൊണ്ടു വേറെ ആർക്കും കേടില്ല. ആരോടു പകരം വീട്ടാനാണ് ഈ കുടിക്കുന്നത്. ഒന്നോർത്തോ നീ കുടിച്ചാൽ നിനക്കല്ലാതെ വേറെ ആർക്കും ഒരു കുഴപ്പവുമില്ല. മരിച്ചാൽ നീ മരിക്കും. വേറെ ആരും മരിക്കുകയില്ല." ഈ പറച്ചിൽകൊണ്ടൊന്നും പ്രയോജനം ഉണ്ടായില്ല. സുരഞ്ജൻ കുടിച്ചുകൊണ്ടേയിരുന്നു. വായിക്കാനിരിക്കുന്ന അതേ ചൂരൽക്കസേരയിലിരുന്നുകൊണ്ടുതന്നെ കുടിച്ചു കുടിച്ചു മയങ്ങി ഉറങ്ങും. സുദേഷ്ണ അങ്ങോട്ടൊന്നും വരാറില്ല. സുദേഷ്ണയ്ക്കു വിവാഹം കഴിഞ്ഞ ഉടൻ തന്നെ ഈ യുവാവിന്റെ ഉള്ളിൽ ലക്കുകെട്ട ആവേശമല്ലാതെ ഒന്നും ഇല്ലെന്നു മനസ്സിലായി. അത്യധികം സ്വാർത്ഥനും മടിയനുമാണ് ഇയാൾ. ഒരു പ്രകോപനവുമില്ലാതെ ഇയാൾക്ക് ഒരാളെ കൊല്ലാൻ കഴിയും. എന്നാൽ മുങ്ങിച്ചാകാൻ പോകുന്ന ഒരാളെ രക്ഷിക്കാൻ ഇയാൾ ചിലപ്പോൾ വെള്ളത്തിലേക്ക് എടുത്തു ചാടി എന്നും വരാം. പരസ്പര വിരുദ്ധങ്ങളായ രണ്ടു സ്വഭാവങ്ങൾ ഇയാൾക്കുണ്ട്. ഏതെങ്കിലും ഒന്നു കണ്ട് ഇയാളുടെ വ്യക്തിത്വത്തെ

തെറ്റിദ്ധരിക്കാൻ ഇടയാകും. ഏതായാലും ഇയാളോടൊത്തു സാധാരണ മനുഷ്യനു ജീവിക്കാൻ കഴിയുകയില്ല.

സുരഞ്ജനു മായയെ രക്ഷിക്കാൻ സാധിച്ചില്ല. മായയെ രക്ഷിക്കുക സുരഞ്ജന്റെ സ്വപ്നമായിരുന്നു. മായയെ മുസൽമാന്മാർ പിടിച്ചുകൊണ്ടു പോകാതെ രക്ഷിക്കാൻ മോഹമുണ്ടായിരുന്നു. ജീവൻ കളഞ്ഞും അവളെ മുസൽമാന്മാരുടെ വായിൽ നിന്നും രക്ഷിക്കാൻ ശ്രമിച്ചു. പക്ഷേ സാധിച്ചില്ല. ഹിന്ദു ആയിപ്പോയ ഒരുത്തനും സുരക്ഷിതത്വം ഇല്ലാത്ത, തന്റെ സഹോദരിക്കു സുരക്ഷിതത്വം ഇല്ലാത്ത ജന്മദേശം ഉപേക്ഷിക്കാൻ പാവം യുവാവു തീരുമാന മെടുത്തു. പിറ്റേന്നു രാവിലെ തന്റെ പെങ്ങളുടെ ശരീരം തളർന്നു കോണിച്ചുവട്ടിൽ കിടക്കുന്നതാണ് കണ്ടത്. സുരഞ്ജൻ ആകെത്തളർന്നു വാവിട്ടു കരഞ്ഞു കൊണ്ടാണ് അനിയത്തിയുടെ ശരീരം താങ്ങി ഉയർത്തിയത്. മരിച്ചു എന്നാണ് വിചാരിച്ചത്. അകത്തു കിടത്തി. സുധാമൊയ് സ്റ്റെതസ്കോപ്പു വച്ച് നോക്കിയ പ്പോൾ നേരിയ മിടിപ്പുണ്ട്. കിരൺമയി മകളുടെ തണുത്തുതുടങ്ങിയ ശരീരത്തിൽ പിടിച്ചുകൊണ്ടു വാവിട്ടു കരയുന്നു. അസ്പഷ്ടസ്വരത്തിലാണു സുധാമൊയ് പറഞ്ഞത്: വേഗം ആശുപത്രിയിൽ കൊണ്ടുപോകാം. ജീവനുണ്ട്. കിരൺമയി അതു കേട്ടിട്ട് ഉറക്കെയുറക്കെ കരഞ്ഞു. സുരഞ്ജൻ അങ്ങനെത്തന്നെ മായയെ തോളിലിട്ടുകൊണ്ടു നടന്നു. പിന്നാലെ കിരൺമയിയും. റിക്ഷയിൽ കയറ്റി നേരെ പി.ജി. ഹോസ്പിറ്റലിൽ കൊണ്ടുചെന്നു സലൈനും രക്തവും കൊടുത്തു. തുടരെത്തുടരെ ഇൻജക്ഷൻ കൊടുത്തു. രണ്ടു ദിവസം കഴിഞ്ഞു മായ കണ്ണു തുറന്നു. സംസാരിച്ചു. തീരുമാനം മാറ്റിയില്ല. മായ ആശുപത്രിയിൽ നിന്നു വന്ന ഉടൻ തന്നെ ഒരു ബന്ധുവിനെ വീട് ഏല്പിച്ചിട്ടു ഭാരതത്തിലേക്കു പോന്നു. മായയോട് ഒരിക്കലും ചോദിച്ചില്ല. എന്താണു സംഭവിച്ചത്? എന്താണവർ ചെയ് തത്? മായ ഒന്നും പറയാറില്ല. കരയും. എന്തിനാണു കരയുന്നത് എന്ന് ആരും ചോദിക്കാറില്ല. അവൾ പറയാറുമില്ല. മായ അങ്ങനെയിരിക്കുമ്പോൾ പൊടുന്നനെ പൊട്ടിക്കരയും. കിരൺമയിയോ സുരഞ്ജനോ അപ്പോൾ അവളെ കെട്ടിപ്പിടിച്ച് അവളുടെ തല പിടിച്ചു തോളിൽ ചായ്ചുവയ്ക്കും. എന്നിട്ടു പതുക്കെ പുറത്തു തലോടുകയും ആലിംഗനത്തിന്റെ ചൂടുകൊണ്ടു നിനക്കു ഞങ്ങളുണ്ട് എന്നു ബോധ്യപ്പെടുത്താൻ ശ്രമിക്കുകയും ചെയ്യും.

അകന്ന ബന്ധുക്കളാരെങ്കിലും വന്നാൽ മായയെ തട്ടിക്കൊണ്ടുപോയതും തിരിച്ചുകിട്ടിയതുമായ സംഭവങ്ങൾ അവരിൽനിന്നു മറച്ചുവയ്ക്കാറാണു പതിവ്. കാരണം പലതുമുണ്ടായിരിക്കാം. ഇതു പറഞ്ഞുകൊണ്ടുനടക്കാൻ കൊള്ളാവുന്ന ഒരു കാര്യമല്ലെന്നു കുടുംബത്തിൽ എല്ലാവരും കരുതുന്നു. മുസൽമാന്മാർ ആ കുടുംബത്തോടു കാണിച്ച ക്രൂരത വിസ്തരിച്ചു പറഞ്ഞാലും മായയുടെ കാര്യം ഒരക്ഷരംപോലും അവർ പറയുകയില്ല. ഹിന്ദുക്കൾക്കു ഭൂരിപക്ഷമുള്ള ഭാരതരാജ്യം, പശ്ചിമബംഗാൾ എന്ന മേൽവിലാസം, ഹിന്ദുക്കൾ തിങ്ങിപ്പാർക്കുന്ന പ്രദേശം. ബന്ധുക്കളുടെ വീട് സുരക്ഷിതസ്ഥാനം. ഇവിടെ ആരും മുസൽമാന്മാരെ ഭയപ്പെടുന്നില്ല. ബന്ധുക്കളുടെ സ്നേഹം ഇല്ലെങ്കിൽപ്പോലും സുരക്ഷിതത്വം ഉണ്ടല്ലോ എന്നാണു സുരഞ്ജൻ വിചാരിച്ചത്. അച്ഛനും അമ്മയും

അങ്ങനെ വിചാരിച്ചിരുന്നു. ആകെ സമ്പാദ്യമായി ഉണ്ടായിരുന്ന നാലുലക്ഷം രൂപ നഷ്ടപ്പെട്ടപ്പോൾ സുധാമൊയ്ദത്തിന്റെ തലയിൽ ആകാശം ഇടിഞ്ഞു വീണതുപോലെയായി. വല്ലപാടും തല ഉയർത്തി നില്ക്കാൻ ഈ ഒരു സമ്പാദ്യ ത്തെക്കുറിച്ചുള്ള വിചാരമാണ് ഉപകരിച്ചിരുന്നത്. പിന്നീട് ഈ വീട്ടിലെ ആശ്രയം സ്വീകരിക്കുകയല്ലാതെ മറ്റു മാർഗ്ഗവും ഇല്ലായിരുന്നു. മുറ്റത്തുള്ള ചാർത്തിൽ നിന്ന് ഒരു ദിവസം ശങ്കർഘോഷ് എല്ലാവരേയും മൂന്നുമുറിയുള്ള പ്രധാനവീട്ടിലേക്കു മാറ്റിപ്പാർപ്പിച്ചു. എന്തുകൊണ്ടോ പെട്ടെന്ന് ഉദാരത ഉണ്ടായിരിക്കുന്നു എന്നാണ് എല്ലാവരും വിചാരിച്ചത്. രാത്രികളിൽ ശങ്കർഘോഷ് മായയുടെ ശരീരത്തിൽ കൈവയ്ക്കുന്നുണ്ടെന്ന കാര്യം ആരും അറിഞ്ഞില്ല. ആദ്യമൊക്കെ ഒരു കൈകൊണ്ടു മായയുടെ വായ പൊത്തിപ്പിടിച്ചിരുന്നു. പിന്നെപ്പിന്നെ അതു വേണ്ടിവന്നില്ല. മായ ഒരു ശബ്ദവും പുറപ്പെടുവിച്ചില്ല. മിണ്ടിപ്പോയാൽ അപ്പോൾത്തന്നെ അല്ലെങ്കിൽ പിറ്റേന്നു നേരം പുലരുന്നതിനു മുൻപുതന്നെ അവരെ അവിടെനിന്ന് ഇറക്കിവിടും. പിന്നെ റെയിൽവേ ലൈനിലേക്കു പോവുകയല്ലാതെ മറ്റു വഴിയൊന്നുമില്ല. ശരീരത്തിനുമേൽ ഭീമാകാരമായ തീവണ്ടി കയറുന്നതും രക്തവും മാംസത്തരികളും ചിതറി ശരീരത്തിൽ വീഴുന്നതുമായ രംഗം ഉടൻ മനസ്സിൽ തെളിയും. ശരീരം മരവിച്ചു പോകും. മുസൽമാന്മാർ ചവിട്ടിമെതിച്ച മായ മരിച്ചു കഴിഞ്ഞിരിക്കുന്നു. കുടുംബത്തിനു രണ്ടുനേരം ചോറു കിട്ടാനും തല ചായ്ക്കാൻ ഒരിടം കിട്ടാനും വേണ്ടി ഈ ശരീരം ഒരു ഹിന്ദു ഉപയോഗിക്കുമെങ്കിൽ ഉപയോഗിക്കട്ടെ. എന്തിനാണു മടിക്കുന്നത്. എതിർക്കുന്നത്. അതുകൊണ്ട് എതിർത്തില്ല. എന്തോ നടക്കുന്നു ണ്ടെന്നും മായയുടെ ശരീരത്തിൽ എന്തോ സംഭവിക്കുന്നുണ്ടെന്നും സുരഞ്ജനു തോന്നി. സുധാമൊയിക്കും മനസ്സിലായിക്കാണണം. അമ്മയോടോ അച്ഛനോടോ സംസാരിക്കുമ്പോൾ മായ മുഖത്തു നോക്കാറില്ല. അവളുടെ പെരുമാറ്റം തീരെ അസ്വാഭാവികമായിത്തോന്നി. ചിലപ്പോൾ ചുണ്ടുകൾ വിടർന്നിരുന്നു. ചിലപ്പോൾ കഴുത്തിനു താഴെ തിണർപ്പു കാണാറുണ്ട്. ചോദിച്ചാൽ പറയും:

"നിങ്ങളെന്തിനാണ് അതറിയുന്നത്?"

ആ ചോദ്യത്തിൽ വെറുപ്പും ദേഷ്യവും പരിഭവവും നിറഞ്ഞിരുന്നു. എന്തിന്റെ പേരിൽ ആരോടാണ് അവൾക്കു പരിഭവം എന്ന് ആർക്കും മനസ്സിലായില്ല. മനസ്സിലാക്കിയില്ല. അല്ലെങ്കിൽ മനസ്സിലാക്കാൻ ആഗ്രഹിച്ചില്ല. നിലനില്പുതന്നെ അപകടത്തിലായ ആ സന്ദർഭത്തിൽ അവർക്കു കിട്ടാനോ കൊതിക്കാനോ ഒന്നും ഉണ്ടായിരുന്നില്ല. സുധാമൊയ് ദത്ത എവിടെ പ്രാക്ടീസ് തുടങ്ങുമെന്നോ, സുരഞ്ജന് എവിടെ ജോലി കിട്ടുമെന്നോ ആർക്കും അറിഞ്ഞുകൂടായിരുന്നു. സഹായിക്കാൻ ഒരു ജീവിയും ഇല്ലായിരുന്നു.

വിവരം മായയോടു ചോദിച്ച് ഉത്തരം കേൾക്കുവാനുള്ള ധൈര്യം സുരഞ്ജന് ഇല്ലായിരുന്നു. വിവരം അന്വേഷിച്ചാൽ ഈ നരകത്തിൽനിന്നു എല്ലാവരെയും രക്ഷപ്പെടുത്തിക്കൊണ്ടുപോകാനുള്ള ഉത്തരവാദിത്തം ഏറ്റെടുക്കേണ്ടി വരും.

മായ പറയാറുണ്ട്:

"ചേട്ടാ, ചേട്ടന് ഒരു ജോലി കിട്ടുകയില്ലേ. ഒരു ജോലി അന്വേഷിക്കാൻ കഴിയുകയില്ലേ. ഇല്ലെങ്കിൽ ഞാൻ നടന്ന് അന്വേഷിക്കാം. എനിക്കു ജോലി കിട്ടുന്നതിനെക്കാൾ എളുപ്പമാണു ചേട്ടനു ജോലി കിട്ടാൻ. എനിക്കു രണ്ടുമൂന്നു ട്യൂഷൻ ഏർപ്പാടു ചെയ്തുതന്നാൽ മതി. നമുക്കു സ്വന്തമായി ഒരു വീടു വാടകയ്ക്ക് എടുത്തു താമസിക്കാൻ കഴിയുകയില്ലേ?"

"ഞാൻ എന്നും ജോലി അന്വേഷിക്കുന്നുണ്ട്. കിട്ടുന്നില്ല."

"നുണ. അന്വേഷിക്കേണ്ടപോലെ അന്വേഷിക്കുന്നില്ല." സുരഞ്ജനോടുള്ള മായയുടെ വാക്കിലും നോട്ടത്തിലും വെറുപ്പു കലർന്നിരുന്നു. ദയയോ, സ്നേഹമോ ഇല്ലായിരുന്നു. അമ്മയുടെയും ബാബയുടെയും നേർക്കും കണ്ണിൽനിന്നു ചിതറിയിരുന്നതു വെറുപ്പു തന്നെയായിരുന്നു. എല്ലാവരും പാഴ്‌വസ്തുക്കളായിത്തീർന്നിരിക്കുന്നു. ഒന്നും ചെയ്യാൻ കഴിയാത്ത, ഒന്നിനും കൊള്ളാത്ത സുരഞ്ജൻ എന്ന ചേട്ടൻ. രാപ്പകൽ ചികിത്സിക്കാനിരുന്നാൽ അഞ്ചോ ആറോ രൂപ കിട്ടുന്ന ഡോക്ടർ സുധാമൊയ്ദത്ത. മായയ്ക്ക് വീടുവീടാന്തരം കയറിയിറങ്ങി ട്യൂഷൻ അന്വേഷിക്കേണ്ടിവന്നു. കുട്ടികളെ പഠിപ്പിക്കുകയല്ലേ, അത്ര എളുപ്പമല്ല. പഠനവിഷയങ്ങൾ ഒന്നും പരിചിതമല്ല. ബംഗ്ലാദേശിൽനിന്നു വന്നു കല്ക്കത്തയിൽ താമസിക്കുന്നവർക്ക് ഇവിടെ ട്യൂഷൻ ജോലി കിട്ടാൻ വിഷമമാണ്. പഠിപ്പിക്കാനുള്ള ജോലി തേടിയെങ്കിലും കിട്ടിയതു കുട്ടികളെ എണ്ണതേച്ചു കുളിപ്പിക്കുക, അവരുടെ യൂണിഫോം അലക്കി ഇസ്തിരിയിട്ടു കൊടുക്കുക തുടങ്ങിയ ജോലികളാണ്. മറ്റുള്ളവരോടും, വീട്ടിലുള്ളവരോടു പറയും:

"കുട്ടികളെ പഠിപ്പിക്കുന്ന ജോലിയാണ്. മുന്നൂറുരൂപ കിട്ടും."

മായ സന്ധ്യയ്ക്കു വീട്ടിലേക്കു വരുമ്പോൾ വഴിയിൽ ചുറ്റിക്കറങ്ങി പെൺകുട്ടികൾ കാത്തുനില്ക്കുന്നതു കാണാറുണ്ട്. യുവാക്കൾ പണം കൊടുത്ത് അവരുടെ ശരീരം ഉപയോഗിക്കും. ഒരു ദിവസം ഒരു പെൺകുട്ടിയുടെ അടുത്തു നിന്നു മായ ചോദിച്ചു:

"നിങ്ങൾക്ക് എത്ര രൂപ കിട്ടും."

അവൾ ചിരിച്ചുകൊണ്ടു കൈവിരൽ മടക്കിക്കാണിച്ചു. അഞ്ച് എന്നോ, അൻപതെന്നോ അഞ്ഞൂറെന്നോ അവൾ ഉദ്ദേശിച്ചതെന്നു മനസ്സിലായില്ല. ആ വീട്ടിൽനിന്ന് ഇറങ്ങാനുള്ള മോഹം ശക്തിപ്പെട്ടു. മാസം മുഴുവൻ മെനക്കെട്ടാൽ മുന്നൂറുരൂപ വരുമാനം ഉണ്ടാകുന്ന ജോലിയെക്കാൾ ഭേദം ഇതാണ്. ഒരു തവണ അൻപതു രൂപ കിട്ടുമെങ്കിൽ ആറുതവണ ശരീരം ഇളക്കിക്കൊടുത്താൽ മുന്നൂറുരൂപ കിട്ടും. മാസം മുഴുവൻ പാടുപെടുന്നതെന്തിന്. മായയുടെ തലയ്ക്കുള്ളിൽ സങ്കല്പങ്ങൾ വട്ടമിട്ടു പറന്നു. ഈ ശരീരത്തിന്റെ പരിശുദ്ധി കാക്കുക എന്നത് ഇനി നടപ്പില്ല. അതിനാൽ ശുദ്ധി നശിച്ച ഈ ശരീരം ഉപയോഗിച്ച് ഈ നരകത്തിൽനിന്നു പുറത്തു കടക്കുകയാണു നല്ലത്. പാഴ്‌വസ്തുക്കളായിക്കഴിഞ്ഞ ദാദയുടെയും ബാബയുടെയും മേൽ ആശ വയ്ക്കുന്നതുകൊണ്ട് ഒരു പ്രയോജനവും ഉണ്ടാകാനില്ല.

പാർട്ടി മുഖേന സാമ്പത്തികസഹായം കിട്ടാത്തതുകൊണ്ടു സുരഞ്ജൻ പാർട്ടിയിൽ നിന്നു രാജിവച്ചു. വികാരജീവിയായ ചെറുപ്പക്കാരൻ. മായയ്ക്കും അങ്ങനെയാണു തോന്നിയിട്ടുള്ളത്. ജ്യേഷ്ഠനെ ആശ്രയിക്കാമെന്നു കരുതുന്നതിൽ അർത്ഥമില്ല. എങ്കിലും അവനിൽ പ്രതീക്ഷകൾ അർപ്പിക്കുന്നു. സുരഞ്ജൻ നിസ്സഹായനാണെന്നു മായയ്ക്കറിയാം. തന്നെക്കാൾ കുറച്ചുവർഷം മൂത്തയാളാണെന്നു തോന്നുന്നില്ല. തന്റെ വാത്സല്യനിധിയായ ജ്യേഷ്ഠനാണെന്നു തോന്നുന്നില്ല. മായ നേരെ നോക്കുന്നില്ല. പക്ഷേ കണ്ണിൽ അനിശ്ചിതത്വവും ആശങ്കയും നിറഞ്ഞുതുളുമ്പുന്നതു കാണാമായിരുന്നു. ആ കണ്ണുകൾ ആരും കാണുന്നത് അവൾക്ക് ഇഷ്ടമല്ല.

കാൽച്ചുവട്ടിലെ മണ്ണിന് ഉറപ്പുണ്ടായാൽ അന്നു ശങ്കർഘോഷിനെ കൊല്ലും എന്നു മായ പലവട്ടം തന്നോടുതന്നെ പറഞ്ഞിട്ടുണ്ട്. എന്നും പറയാറുണ്ട്. ശങ്കർഘോഷിന്റെ വീട്ടിൽനിന്ന് എന്നാണു പുറത്തുകടക്കുകയെന്ന് ഇതുവരെ പറഞ്ഞില്ല. കാരണം അവർ വാടകയ്ക്കെടുത്തിരിക്കുന്ന വീട് ശങ്കർഘോഷിന്റെ വീട്ടിൽനിന്നു ദൂരത്തല്ല. പ്രഫുല്ലനഗറിൽനിന്നു നന്ദൻനഗറിലേക്ക് അധികം ദൂരമില്ല. ആക്രമണമുണ്ടായാലോ എന്നു ഭയന്നാണ് ആരോടും പറയാത്തത്. ചീത്ത മനുഷ്യന്റെ മനസ്സിൽ ഒരുപാടു ചീത്ത പദ്ധതികൾ രൂപംകൊള്ളും എന്നറിയാനുള്ള ബുദ്ധി മായയ്ക്ക് ഇല്ലേ? എപ്പോഴായിരിക്കും വീടിനു തീ വയ്ക്കുന്നത്, വിഷം തന്നു കൊല്ലുന്നത്, സ്വയം കട്ടിട്ടു കളവു കേസിൽ കുടുക്കുന്നത്. ശങ്കർഘോഷ് തട്ടിയെടുത്ത നാലുലക്ഷം രൂപ തിരിച്ചുതന്നില്ലെങ്കിൽ അയാളെ കൊല്ലും, അയാളുടെ രക്തത്തിൽ കുളിക്കും, എന്നിട്ട് ഈ വീട്ടിൽനിന്ന് ഇറങ്ങും എന്നൊക്കെ സുരഞ്ജൻ പറഞ്ഞപ്പോൾ മായ പറഞ്ഞിരുന്നു:

"ഒക്കെ മറന്നേക്കൂ ചേട്ടാ. ജീവിക്കണമെങ്കിൽ മറക്കണം."

മറക്കണം എന്നു പറഞ്ഞാൽ ക്ഷമിക്കണം എന്നല്ല അർത്ഥം. ശങ്കർഘോഷിനോടു മായ ക്ഷമിച്ചിട്ടില്ല. തീരെ ക്ഷമിക്കാത്തതു ധാക്കയിലെ ആ കശ്മലന്മാരോടാണ്. പിന്നെ ക്ഷമിക്കാത്ത ഒരാൾ തസ്ലീമാ നസ്റിൻ. ലജ്ജ എഴുതി മായയെ നശിപ്പിച്ചത് അവളാണ്. ലജ്ജയിൽ എഴുതിയിരിക്കുന്നത് ഈ കുടുംബത്തിന്റെ കഥയാണെന്നറിഞ്ഞപ്പോൾ വിവാഹമാലോചിച്ചുകൊണ്ടു വന്നവരൊക്കെ പിൻവാങ്ങി. മായയെ തട്ടിക്കൊണ്ടുപോയി, ബലാത്സംഗം ചെയ്തു. ഇനി ആരും വിവാഹം കഴിക്കുകയില്ല. മായയെ ആഗ്രഹിച്ചവരും, പ്രേമിച്ചവരും ഒക്കെ പിൻവാങ്ങിയതു ലജ്ജ എന്ന നോവൽ കാരണമാണ്. ബലാത്സംഗത്തിലൂടെ കന്യകാത്വം നഷ്ടപ്പെട്ടവളാണെന്നറിഞ്ഞതുകൊണ്ടാണ്. മുസൽമാന്മാർ ബലാത്സംഗം ചെയ്ത പെണ്ണാണ്. ഹിന്ദുക്കളാണു ബലാത്സംഗം ചെയ്തതെങ്കിൽ ഇത്രയും കുഴപ്പമില്ലായിരുന്നു. മായയുടെ വിവാഹം നടക്കുകയില്ലെന്നു തീർച്ച. ലജ്ജ നോവൽ പ്രസിദ്ധീകരിച്ചില്ലെങ്കിൽ അവൾ വിവാഹിതയായി കഴിഞ്ഞേനെ. മായ പൊട്ടിക്കരഞ്ഞുപോയി. വീട്ടിലുണ്ടായിരുന്ന ലജ്ജയുടെ കോപ്പികൾ പിച്ചിച്ചീന്തി ചുട്ടുകളഞ്ഞു. ഭ്രാന്തിയെപ്പോലെ ഉറഞ്ഞുതുള്ളിക്കൊണ്ടു വാവിട്ടു കരഞ്ഞു. വിദേശത്ത് അഭയാർത്ഥിയായി

കഴിയേണ്ടിവരുന്നതിനെക്കാൾ വേദനാകരമായി മറ്റെന്തുണ്ട്. കൈയിൽ പണമില്ലാതെ, ആരുടെയും സഹകരണമില്ലാതെ ജീവിക്കാൻ കഴിയുകയില്ല. ജീവിതം അവസാനിപ്പിക്കണം. പലതവണ ഒരുങ്ങിയെങ്കിലും ആത്മഹത്യ ചെയ്തില്ല. കുടുംബത്തിൽ ദാരിദ്ര്യം ആളിക്കത്തുകയാണ്. മായയ്ക്ക് സംഭ്രമമായി. ഒടുവിൽ തപൻമണ്ഡലിനെ വിവാഹം കഴിച്ചു. മദ്യപാനി. തൊഴിൽരഹിതൻ. താണ ജാതി. ജാതി താണതുകൊണ്ടു മായയ്ക്ക് ഒന്നും വരാനില്ല. വിവാഹം കഴിച്ച ആൾ മുസൽമാനല്ല ഹിന്ദുവാണ് എന്നതുതന്നെ ധാരാളം. അതുതന്നെ വലിയ കാര്യം. തപൻമണ്ഡൽ ആവശ്യപ്പെട്ട ഉടൻ മായ സമ്മതിച്ചു. വിവാഹം കഴിഞ്ഞു. ശിരോവസ്ത്രം അണിഞ്ഞു. ശ്വശുരഗൃഹത്തിൽ പ്രവേശിച്ചു. പത്തിരുപത്തഞ്ചുപേർക്ക് ആഹാരം പാകം ചെയ്യണം. വിളമ്പണം, എച്ചിലെടുക്കണം, രണ്ടുമൂന്നു പേർ സഹായിക്കാനുണ്ടെങ്കിലും പ്രധാനമായും ജോലി ചെയ്യുന്നതു മായ തന്നെ. മായ ഒരിക്കലും അടുക്കളപ്പണി ചെയ്തിട്ടില്ല. അറിഞ്ഞുകൂട. പാചകം വശമില്ല എന്നൊന്നും ഭർത്താവിന്റെ വീട്ടിൽ പറയാൻ പറ്റുകയില്ല. കുടിയൻ ചിലപ്പോൾ വീട്ടിൽ വരും. ചിലപ്പോൾ വരുകയില്ല. യാദവപൂരിലെ ഒരു വൃദ്ധയാണ് അയാളെ ഓമനിച്ചു വളർത്തുന്നത്. അവർക്കു പണത്തിനു പഞ്ഞമില്ല. ആ പണത്തിനു മുകളിൽ കിടന്നാണു തപൻമണ്ഡൽ സുഖിക്കുന്നത്. അവർക്കു ഭർത്താവില്ല. രണ്ടു മക്കൾ. ഒരു മകനും ഒരു മകളും വിദേശത്തു ജോലിചെയ്യുന്നു. കല്ക്കത്തയിൽ അവർ ഒറ്റയ്ക്കാണ്. കൂട്ടിനു തപനും. തപനെപ്പോലെ കുടിയനും തൊഴിലില്ലാത്തവനുമായ ഒരുവനെയാണ് അവർക്കു വേണ്ടത്. ശരിക്കു കുടിപ്പിച്ചാൽ നായയെപ്പോലെ കാല്ക്കൽ കിടന്നു മുരളും. വിവാഹം കഴിഞ്ഞാണ് ഈ വിവരമൊക്കെ അറിഞ്ഞത്. തിരികെ വരാനും കുടി നിർത്താനും ഒരുപാടു പരിശ്രമിച്ചു. പക്ഷേ അതു വിജയിച്ചില്ല. അങ്ങനെ പരിശ്രമിക്കുന്നതിനിടെ തന്റെ ശരീരം പലതവണ അടിയറ വച്ചു. ആ ശരീരത്തിനുമേൽ അയാൾ നൃത്തം ചവിട്ടി. രണ്ടു കുട്ടികൾക്കുള്ള വിത്തു വിതച്ചു എന്നതിനപ്പുറം അതുകൊണ്ട് ഒരു പ്രയോജനവും ഉണ്ടായില്ല. തപൻ തിരികെ വന്നില്ല. കല്യാണം കഴിക്കാൻ പറഞ്ഞു. കഴിച്ചു. സുഖമാണ് എന്നു തോന്നിയതുകൊണ്ടു ഭാര്യയുടെ കൂടെ കിടന്നു. ഭാര്യയോടും കുട്ടികളോടും ഒരു ആകർഷണവും തോന്നിയില്ല. വലിയ കുടുംബത്തിലെ കുട്ടികൾ തമ്മിലടിച്ചും ഇണങ്ങിയും പിണങ്ങിയും സ്വയം വളർന്നു. അച്ഛൻ അവരുടെ ഒരു കാര്യവും നോക്കിയില്ല. ശാസിച്ചുവളർത്തിയതു മുത്തച്ഛനും മുത്തശ്ശിയും. ഉത്തരവാദിത്തം മായയ്ക്കായിരുന്നു. അവൾ ആയിരത്തഞ്ഞൂറു രൂപ ശമ്പളത്തിൽ ഒരു മരുന്നു കമ്പനിയിൽ ജോലിക്കു ചേർന്നു.

ശമ്പളം കൂടിക്കൂടി ആറായിരത്തഞ്ഞൂറു രൂപയായി. കുടുംബത്തിൽ ഭക്ഷണച്ചെലവ് അറുന്നൂറു രൂപ കൊടുക്കണം. കുട്ടികൾക്കും തനിക്കുമുള്ള വസ്ത്രങ്ങൾ, ബേക്കറി, നിലക്കടല, സ്കൂൾ ഫീസ്, ബസ്സുകൂലി അങ്ങനെ ഓരോന്നായി മുഴുവൻ തീരും. കൈയിൽ ഒറ്റ പൈസ ബാക്കി കാണുകയില്ല. അമ്മയുടെയും അച്ഛന്റെയും മുമ്പിൽ കൈ നീട്ടുന്നില്ലെന്നു മാത്രം. ഭർത്താവിന്റെ വീട്ടിൽ താമസിച്ചു. നെറ്റിയിൽ കുങ്കുമം തൊട്ടു. സീമന്തരേഖയിലും നല്ല

വീതിയിൽ സിന്ദൂരം ചാർത്തി. കൈയിൽ ശംഖുവളയും അണിഞ്ഞു. വീട്ടിൽ പൂജയുണ്ട്. വലിയ കാളീഭക്തയാണവൾ. സൗകര്യം കിട്ടുമ്പോഴൊക്കെ ദക്ഷിണേശ്വറിലും കാളീഘട്ടിലും പോകും. സിനിമ, സംഗീതപരിപാടികൾ, ബന്ധുക്കളെ സന്ദർശിക്കൽ തുടങ്ങിയ പരിപാടികളിലൊന്നും താത്പര്യമില്ല. ദേശത്തു ജീവിച്ചിരുന്നപ്പോൾ ഇതൊക്കെ ഉണ്ടായിരുന്നു. ഇവിടെ വന്നപ്പോൾ എല്ലാം വേണ്ടെന്നു വച്ചു. അല്ലെങ്കിൽ വേണ്ടെന്നു വയ്ക്കേണ്ടി വന്നു. മായയ്ക്ക് കൂട്ടുകാർ ആരുമില്ല. അവളുടെ ജീവിതത്തിൽ ഭർത്താവ് എന്നു പറയുന്ന ജീവിക്ക് ഒരു പ്രസക്തിയുമില്ല. എന്നിട്ടും സിന്ദൂരം ധരിക്കുന്നു. എന്തിനാണത്? മായ സ്വയം ചോദിച്ചു. സ്വയം ഉത്തരവും പറഞ്ഞു. കിട്ടാൻ എളുപ്പമുള്ള പെണ്ണാണെന്നു കരുതരുത്. വീട്ടിലും വഴിയിലും ഒരു രക്ഷാകവചം. ഭർത്താവ്, കുടുംബം, ശ്വശുരഗൃഹം, സന്താനങ്ങൾ ഇതൊന്നും ഇല്ലെങ്കിൽ ലോകർ പിച്ചിക്കീറിത്തിന്നു കളയും. മായയ്ക്ക് ശ്വശുരഗൃഹം നരകമായി തോന്നിയില്ല. ജീവിക്കാനുള്ള ഇടം അതായിരുന്നു. ഭർത്താവ് രണ്ടാഴ്ചയോ ഒരു മാസമോ ഒക്കെയാകുമ്പോൾ ഒരിക്കൽ കുടിച്ചു ലക്കില്ലാതെ വരും. വീടിനടുത്തു ഫുട്പാത്തിൽ കിടക്കുന്നു എന്നു കേട്ടു മായ പിടിച്ചുകൊണ്ടു വരുകയാണ് പതിവ്. തോളിൽ തല ചായ്ചുകൊണ്ടു വരുമ്പോൾ സാരിയും ശരീരവും ഛർദ്ദിലിൽ നനയും. എന്നാലും ഭർത്താവിനെ ഉപേക്ഷിച്ചു പോയേക്കാം എന്നു മായ വിചാരിച്ചില്ല. എവിടെ പോകാനാണ്. അവൾക്കു പോകാൻ ഒരിടമില്ല. എവിടെയെങ്കിലും പോയി ഇനി പുതിയ അപഖ്യാതി ഉണ്ടാക്കാൻ ആഗ്രഹിക്കുന്നില്ല. കൊടുങ്കാറ്റുണ്ടാക്കാൻ വിചാരിക്കുന്നില്ല. പത്തടി നീളവും പത്തടി വീതിയുമുള്ള ഒരു മുറിയിൽ കുട്ടികളെയും വച്ചു കിടക്കുകയാണ്. ഭക്ഷണം കഴിക്കുന്നതും പഠിക്കുന്നതും വായിക്കുന്നതും ഒക്കെ കട്ടിലിൽത്തന്നെ. രണ്ടു കുട്ടികൾ വളർന്നു സ്വന്തം കാലിൽ നില്ക്കാറായാൽ ഈ വീട്ടിൽനിന്ന് അവർ തന്നെ കൂട്ടിക്കൊണ്ടുപോകും, തനിക്കു ശാന്തി നല്കും എന്ന പ്രതീക്ഷയിലാണ് മായ ആശ്വാസം കണ്ടെത്തു ന്നത്.

കുറച്ചു മാസങ്ങൾ കഴിഞ്ഞ് മായ സുരഞ്ജന് ഒരു ഷർട്ടു മേടിച്ചുകൊടുത്തു. കിരൺമയിക്ക് ഒരു സാരിയും. അനിയത്തിയുടെ കൈയിൽനിന്ന് ഒരു ഷർട്ടു കിട്ടുന്നതു സന്തോഷം തന്നെ. പക്ഷേ താൻ അവൾക്ക് എന്തു കൊടുക്കും. കൊടുക്കാൻ ഒന്നുമില്ല. മായ തന്നോടു കോപിക്കുകയും കയർക്കുകയും ഒക്കെ ചെയ്യുമെങ്കിലും അവൾ തന്നെ അങ്ങേയറ്റം സ്നേഹിക്കുന്നു എന്ന് സുരഞ്ജന് അറിയാം. താൻ എത്രമാത്രം സ്നേഹിക്കുന്നു എന്നറിയുന്നതിനെക്കാൾക്കൂടുതൽ എത്രമാത്രം സ്നേഹിക്കപ്പെടുന്നു എന്ന് അറിയാൻ സുരഞ്ജനു കഴിയും.

കിരൺമയി വല്ലപ്പോഴും ജന്മദേശത്തെപ്പറ്റി പറയുകയോ കണ്ണീരണിയുകയോ ചെയ്താൽ മായ പൊട്ടിത്തെറിക്കും. ആ ദേശത്തിന്റെ പേരു പറയരുത്. ആ ദേശമാണു നമ്മളെ നശിപ്പിച്ചത്. എന്റെ ജീവിതത്തിലെ സ്വപ്നങ്ങളെ മുഴുവൻ തകർത്തത് ആ ദേശമാണ്. ദേശത്തിന്റെ കാര്യം സുരഞ്ജനോടു പറഞ്ഞാണു കിരൺമയി ദുഃഖം പോക്കുന്നത്. മകൻ എല്ലാം കേട്ടു മിണ്ടാതിരിക്കുകയേ ഉള്ളൂ. ബംഗ്ലാദേശിൽ ഉണ്ടായതാണ് എന്നു പറഞ്ഞ് കായും കിഴങ്ങും ഒക്കെ മേടിച്ചുകൊണ്ടുവന്നു പാകം ചെയ്തു മകനു കൊടുക്കും. ബേൽഘാഡിയായിൽ

ബംഗ്ലാദേശികൾ ധാരാളം ഉണ്ടായിരുന്നു. പാർക്ക് സർക്കസിൽ വന്നതിനുശേഷം ബംഗ്ലാദേശികൾ ആരെയും കണ്ടിട്ടില്ല. എല്ലാം ഈ നാട്ടുകാരാണ്. ഘോട്ടികൾ. ദേശം എന്നതു ദേസം എന്നും പൈസ എന്നതു പൈശ എന്നും ഉച്ചരിക്കുന്നവർ. ഉത്തര കല്ക്കത്തയിൽനിന്നു ചിലരൊക്കെ സുരഞ്ജന്റെ അടുത്തു വരാറുണ്ട്. അവരും ഇങ്ങനെത്തന്നെ. 'ബശ്ശിൽ' കയറി 'സസാങ്കന്റെ സോഭ' എന്നൊക്കെയാണു പറയുന്നത്. നാട്ടിൽ സന്തോഷിച്ച ദിവസങ്ങളെപ്പറ്റിയാണു കിരൺമയി പറയാറ്. സുധാമൊയ്ദത്തിന്റെ കൂട്ടുകാരന്റെ ചട്ടഗ്രാമത്തിലുള്ള വീട്ടിലേക്കു പോയ കാര്യം. രാങ്ങാമാട്ടിയിൽ ചുറ്റിക്കറങ്ങി; മായയ്ക്ക് തിരികെ വരാൻ ഇഷ്ടമില്ലായിരുന്നു. എല്ലാവരും കൂടി ബോട്ടിൽ സുന്ദർബൻ തടാകത്തിൽ സഞ്ചരിച്ചത്. അന്നത്തെ സന്തോഷം, 'മഴ', വീട്ടിൽ വന്നു ഖിച്ചഡിയും ഇലീഷ് മീൻകറിയും കൂട്ടിയുള്ള ഭക്ഷണം, മഴ നനഞ്ഞുകൊണ്ട് മായ മുറ്റത്തു തുള്ളിക്കളിച്ചത്. വൈകുന്നേരം എല്ലാവരും ഒത്തുകൂടി വട്ടത്തിലിരുന്നു സംസാരിച്ചത്. ഇതൊക്കെ സുഖത്തിനുവേണ്ടി കിരൺമയി ഓർമ്മിക്കാറുണ്ട്. കിരൺമയി ദുഃഖവും വേദനയും നിറഞ്ഞ ദിവസങ്ങൾ മറക്കാനാണു ശ്രമിക്കാറ്. മായ നേരെ മറിച്ചാണ്. തട്ടിക്കൊണ്ടു പോയതും ഒരു ഭാഷകൊണ്ടും വർണ്ണിക്കാനാകാത്തവിധം ബീഭത്സമായി ഒരു കൂട്ടം മുസൽമാന്മാർ കടിച്ചുചീന്തി പീഡിപ്പിച്ചതും മാത്രമേ ബംഗ്ലാദേശിനെപ്പറ്റി പറയുമ്പോൾ അവൾ ഓർക്കുന്നുള്ളൂ. കിരൺമയി ജനലിൽക്കൂടി കല്ക്കത്തയിലെ മഴ ഉത്സാഹരഹിതയായി നോക്കിക്കണ്ടു. ആ മഴ നനയാൻ മായ ഇല്ല. പത്മാനദിയിൽനിന്നു പിടിച്ച ഇലീഷു മത്സ്യം മേടിച്ചുകൊണ്ടുവരാൻ സുധാമൊയ് ദത്ത ഇല്ല. ഇലീഷുപോലുള്ള വിലകൂടിയ മത്സ്യം മേടിക്കാറേ ഇല്ല. വില ഇത്തിരി കുറഞ്ഞെങ്കിൽ കിരൺമയി അല്പസ്വല്പമൊക്കെ മേടിച്ചേനെ. എന്നിട്ട് അതു നന്നായി പാകം ചെയ്തു മായയെ ഉണ്ണാൻ വിളിച്ചേനെ. വിളമ്പിക്കൊടുത്തിട്ടു സന്തോഷത്തോടെ അവർ കഴിക്കുന്നതും നോക്കി നിന്നേനെ. ഇലീഷു എന്ന പേരോടു കൂടിച്ചേർന്നാണു പത്മാനദിയുടെ പേര്. പത്മാനദിയോടു ചേർന്നു ബംഗ്ലാദേശിന്റെ പേര്. ഓർമ്മകൾ അങ്ങനെ പിന്നിയിട്ടിരിക്കുകയാണ്. മായയ്ക്ക് ഇതൊന്നുമില്ല. വിളമ്പിക്കൊടുത്താൽ അവൾ ഒരുപക്ഷേ ഇലീഷുമത്സ്യം കൂട്ടുമായിരിക്കും. ഈ സുഖം അനുഭവിക്കുകയില്ല. എങ്കിലും എപ്പോൾ ഇലീഷു മത്സ്യം കൂട്ടിയാലും കിരൺമയിക്കു കണ്ണുകൾ ഈറനാകും. സുധാമൊയ്ദത്ത ജീവിച്ചിരുന്നെങ്കിൽ കുടുംബത്തിന് ഈ നില വരുമായിരുന്നില്ല. മക്കളുടെ ചുണ്ടിൽ വല്ലപ്പോഴും ലേശം ചിരി വിടർന്നാൽ കിരൺമയി സുധാമൊയ്ദത്തിനെക്കുറിച്ചോർത്തു കണ്ണീർ പൊഴിക്കും. സുധാമൊയ് പോയിട്ട് ഏറെ വർഷങ്ങളായി. എന്നാലും സുധാമൊയ്ദത്തയ്ക്കു അർപ്പിക്കാൻ കിരൺമയിക്കു കണ്ണീർത്തുള്ളികളുണ്ട്. ദാരിദ്ര്യം ഉണ്ടാകട്ടെ, സഹിക്കും. പട വെട്ടേണ്ടി വന്നാൽ അതും ചെയ്യും. എല്ലാം ഒറ്റയ്ക്കു നേരിടും. അനിശ്ചിതത്വം കടിച്ചു കാർന്നാലും കിരൺമയി കണ്ണീർ വാർക്കുകയില്ല. സുരഞ്ജൻ അമ്മയെ കെട്ടിപ്പിടിച്ചുകൊണ്ട് അമ്മേ നോക്കിക്കോ ഞാൻ അമ്മയ്ക്കു ഗംഗാ തീരത്തു നല്ല ഒരു വീടു വച്ചുതരും, നിലാവുള്ള രാത്രിയിൽ ഗംഗയിലെ ഓളങ്ങൾക്കു മുകളിലൂടെ ഞാനമ്മയെ നൗകയിൽ കയറ്റിക്കൊണ്ടു

ചുറ്റിക്കറങ്ങും എന്നു പറഞ്ഞപ്പോൾ, മായ മേടിച്ചുകൊടുത്ത സാരി ഉടുത്തതു കണ്ട് എന്റെ അമ്മയ്ക്കു നന്നായി ചേരും, അമ്മ എത്ര സുന്ദരിയായിരിക്കുന്നു എന്നു പറഞ്ഞപ്പോൾ, കിരൺമയിക്കു കണ്ണീരടക്കാൻ കഴിഞ്ഞില്ല. ഈ സുഖനിമിഷങ്ങൾ പങ്കുവയ്ക്കാൻ ഭർത്താവിനു കഴിഞ്ഞില്ലല്ലോ.

ഇടയ്ക്ക് ഓരോരോ ബുദ്ധിമുട്ടുകൾ ഉണ്ടാകുമ്പോൾ കിരൺമയി സുരഞ്ജനെ അടുത്തു വിളിച്ചിരുത്തിക്കൊണ്ടു പറയും:

“പോകാം, നമുക്ക് തിരികെ പോകാം.”

ഇതു കേട്ടാൽ സുരഞ്ജൻ ഒന്നും പറയുകയില്ല. മിണ്ടാതെ എഴുന്നേറ്റു പോകും. കിരൺമയി കരച്ചിലടക്കി പുറകേ ചെല്ലും. പാർക്ക്സർക്കസിൽ വന്നതിനുശേഷം ഇടയ്ക്കിടയ്ക്ക് കിരൺമയി പറയുന്നുണ്ട്:

“നേരത്തെ താമസിച്ചിരുന്നിടത്തേക്കു തന്നെ പോകാം. ഇവിടെ വാടകയും കൂടുതലാണ്.”

സുരഞ്ജൻ അതും സമ്മതിച്ചില്ല.

അവിടെ അടുപ്പമുള്ളവരും കൂട്ടുകാരുമൊക്കെ ശത്രുക്കളായി. അവിടം വിടുന്നതായിരുന്നു ബുദ്ധി.

സുരഞ്ജൻ കള്ളം പറയുകയേ ഇല്ല. അതുകൊണ്ടു കിരൺമയി മകൻ പറഞ്ഞതു വിശ്വസിച്ചു.

എങ്ങനെയാണു ശത്രുക്കളുണ്ടായത്. എന്തിനാണു ശത്രുക്കളാക്കിയത്. ഇവിടെയുള്ളവരും ശത്രുക്കളായാലോ? നീ കാരണം ഇങ്ങനെ എന്നും ഒരു സ്ഥലത്തുനിന്നു മറ്റൊരു സ്ഥലത്തേക്കു മാറേണ്ടിവരുമോ?

കിരൺമയിക്കു സുരഞ്ജനോടു പറയുന്നതുപോലെ മായയോടു ഉള്ളിലു ള്ളതു തുറന്നു പറയാൻ കഴിയുകയില്ല.

പേടിച്ചു പേടിച്ചാണു പറഞ്ഞത്: “തസ്ലീമയ്ക്ക് നിന്നെ കാണാൻ വളരെ ആഗ്രഹമുണ്ട്.”

“ഏതു തസ്ലീമ? തസ്ലീമ ആരാണ്?” മായ പുരികം ചുളിച്ചുകൊണ്ടു ചോദിച്ചു.

“തസ്ലീമാ നസ്റിൻ.”

“അവൾക്കെന്തു വേണം. ആ രാക്ഷസിക്ക് എന്താണു വേണ്ടത്. ഇനിയും ദ്രോഹിക്കാനാണോ. ഉപദ്രവിച്ചതു പോരേ. മതിയായില്ലേ. ആ പിശാചിന്റെ കാര്യം നിങ്ങൾ എങ്ങനെ അറിഞ്ഞു. ആ പിശാച് എന്നെ കാണാൻ ആഗ്രഹിക്കുന്നു ണ്ടെന്നു നിങ്ങൾ എങ്ങനെ അറിഞ്ഞു?” കിരൺമയി പിന്നെ വായ തുറന്നില്ല. മായ സുരഞ്ജന്റെ മുമ്പിൽ ചെന്ന് എളിക്കു കൈ കൊടുത്തു നിന്നുകൊണ്ടു ചോദിച്ചു:

“നിങ്ങളാരെങ്കിലും ആ രാക്ഷസി തസ്ലീമാ നസ്റിനുമായി സംസാരിച്ചോ. അവളെക്കണ്ടോ?”

സുരഞ്ജൻ ഒരു പുസ്തകത്തിന്റെ താൾ മറിച്ചുകൊണ്ടിരിക്കുകയായിരുന്നു. ഭാവഭേദമില്ലാതെ, പുസ്തകത്താളുകൾ മറിച്ചുകൊണ്ടു തന്നെ പറഞ്ഞു:

"ഉവ്വ്, കണ്ടു."

"എവിടെ വച്ച്."

"ഞാൻ അവരുടെ വീട്ടിൽ പോയിരുന്നു."

"അമ്മയോ? അമ്മ എങ്ങനെ കണ്ടു." സുരഞ്ജന് അപ്പോൾ ദേഷ്യം വന്നു.

"ഇത്ര കൃത്യം അറിഞ്ഞിട്ടു നിനക്കെന്തു വേണം. നീ അവരെ കാണുന്നില്ല. കഴിഞ്ഞില്ലേ ?"

"ഇല്ല. കഴിഞ്ഞില്ല. നിങ്ങൾ ആർക്കും അവരോട് ഒരിക്കലും ഒരു തരത്തിലുമുള്ള ബന്ധവും ഉണ്ടാകാൻ പാടില്ല. ഉണ്ടായാൽ....."

മായ വിതുമ്പിക്കരഞ്ഞുപോയി. കരച്ചിൽ നിയന്ത്രിച്ചുകൊണ്ട് അവൾ തുടർന്നു:

"ഉണ്ടായാൽ ബംഗ്ലാദേശിൽ എന്റെ മേൽ നടന്ന ആക്രമണം, എന്റെ ജീവിതം എനിക്കു നഷ്ടമായത് എല്ലാം അക്സെപ്ററു ചെയ്തു എന്നു ഞാൻ വിചാരിക്കും. തസ്ലീമയെ അക്സെപ്റ്റു ചെയ്യുക എന്നു പറഞ്ഞാൽ എന്റെ ദുരവസ്ഥ, എനിക്കു നേരെയുണ്ടായ അതിക്രമം, അപമാനം, ബലാൽസംഗം, ഒരു കുടിയൻ ഇഡിയറ്റുമായുള്ള എന്റെ വിവാഹം, എന്റെ മരണം എല്ലാം അക്സെപ്റ്റു ചെയ്തു എന്നാണർത്ഥം. വേറൊന്നുമില്ല."

മായ ദേഷ്യത്തോടെ പെട്ടെന്നു വീടിനു പുറത്തിറങ്ങി നടന്നു. പിന്നിൽ കിരൺമയിയും സുരഞ്ജനും സ്തംഭിച്ചു നിന്നു.

എട്ട്

സുരഞ്ജൻ പുരുഷനാണ്. താൻ ആഗ്രഹിക്കുന്നതുപോലെ ജീവിക്കും. ആഗ്രഹിക്കുന്നതു നടത്താനുള്ള കഴിവുണ്ട്. ഇന്നു ജോലിക്കു പോകും. നാളെ വേണ്ടെന്നു വയ്ക്കും. ഇന്ന് ഒന്നും ചെയ്യാൻ താത്പര്യമില്ലെങ്കിൽ ചെയ്യുകയില്ല. അവന്റെ സുരക്ഷയ്ക്ക് അമ്മയുണ്ട്. സാരി കച്ചവടം ചെയ്തു കുടുംബം പുലർത്തിക്കൊള്ളും. ഷർട്ടും പാന്റും അലക്കിക്കിട്ടും. കിടക്കയിലെ വിരിപ്പു കഴുകിക്കിട്ടും. വിശക്കുമ്പോൾ ഭക്ഷണം കിട്ടും. പിന്നെ എന്തു വേണം. കിരൺമയിക്ക് ഒരു തരത്തിൽ സുഖം തന്നെ. ഭർത്താവില്ലെങ്കിലും ഓമന മകൻ അടുത്തുണ്ട്. പുത്രവധു ഇല്ല. സുദേഷ്ണ ഉള്ളപ്പോൾ മകന് അവളുടെ കാര്യങ്ങൾ നോക്കേണ്ടതുണ്ടായിരുന്നു. അമ്മയുടെ അടുത്തിരിക്കാനോ, അമ്മയുടെ ഇഷ്ടാനിഷ്ടങ്ങൾ അറിയാനോ സമയം ഇല്ലായിരുന്നു. അവളെയുംകൊണ്ടു കോളേജിൽ പോകണം. ഒന്നിച്ചു വരണം. സന്ധ്യയാകുമ്പോഴേക്കും പുറത്തു പോകണം. അതും ഒന്നിച്ചാണ്. അതുകൊണ്ടു മിക്കവാറും കിരൺമയി ഒറ്റയ്ക്കായിരിക്കും. മകനു കുട്ടികളുണ്ടായിരുന്നെങ്കിൽ വീട്ടിൽ അതിന്റെ ആനന്ദം കണ്ടേനെ. അതുമില്ല. ഇപ്പോൾ സുരഞ്ജൻ മുഴുവൻ സമയവും അമ്മയ്ക്കു വേണ്ടി ചെലവാക്കുന്നു. അമ്മയ്ക്കു വിഷമമുണ്ടാക്കുന്ന രീതിയിൽ ഒരിക്കലും

സംസാരിക്കുകയില്ല. വല്ല അസുഖവും ഉണ്ടായാൽ ഓടിച്ചെന്നു ഡോക്ടറെ വിളിച്ചുകൊണ്ടുവരും. പനി വന്നാൽ രാത്രി മുഴുവൻ അടുത്തിരിക്കും. സുഖക്കേടു വന്നാൽ കൂടുതൽ സന്തോഷമാണ്. കാരണം മകനെ കൂടുതൽ അടുത്തു കിട്ടുന്നു. വാർദ്ധക്യത്തിൽ മകനെ അടുത്തു കിട്ടാനുള്ള ഭാഗ്യം എത്ര പേർക്കുണ്ട്. സാധാരണ ഗതിയിൽ വിവാഹത്തോടെ മകൻ അകലെയാകുന്നു. ഭാര്യയുമൊത്തു വിദേശത്തേക്കു പോകും. അല്ലെങ്കിൽ ഭാര്യയെ പിരിഞ്ഞ് അമ്മയുടെ അടുത്തേക്കു വരാൻ ധൈര്യം കാണുകയില്ല. സുരഞ്ജൻ ചിലപ്പോൾ പഴവും ഓറഞ്ചും മറ്റും കൊണ്ടുവന്നുകൊടുത്തിട്ടു കഴിക്കാൻ നിർബന്ധിക്കും. ശരീരത്തിനു നല്ലതാണമ്മേ എന്നു പറയും. കിരൺമയിക്കു വളരെ സന്തോഷമാകും. മകൻ അങ്ങനെ പറയുന്നതും കൊണ്ടുവരുന്നതും ശാന്തി പകരുന്നു. ട്യൂഷൻ കൊടുക്കുന്നതിനു കിട്ടുന്ന ഫീസിൽ നിന്നു കുറച്ചു കൈയിൽ വച്ചിട്ടു ബാക്കി വീട്ടുചെലവിനായി അമ്മയുടെ കൈയിൽ കൊടുക്കും. തുക ചെറുതാണെങ്കിലും അതും കിരൺമയിയെ ആനന്ദിപ്പിക്കുന്നു. ഇതുപോലെ മകന്റെ സ്നേഹം കിട്ടുമ്പോൾത്തന്നെ മരിക്കണം എന്നാണു മോഹം.

എനിക്കു കിരൺമയിയെയോ സുരഞ്ജനെയോ കുറിച്ചല്ല വിചാരം. മായയെക്കുറിച്ചാണ്. സ്ത്രീകൾക്കു സുഖമായി കഴിയാൻ പറ്റുകയില്ല. സ്ത്രീകളെ സുഖമായി കഴിയാൻ ഈ സമുദായം അനുവദിക്കുകയില്ല. മായയ്ക്കു വേണ്ടി എന്റെ ഹൃദയം പിടച്ചുകൊണ്ടിരിക്കുന്നു. കിരൺമയി സുരഞ്ജന് ഒരു മൊബൈൽ ഫോൺ മേടിച്ചുകൊടുത്തിട്ടുണ്ട്. സുരഞ്ജൻ മിക്കവാറും അതുംകൊണ്ടു നടക്കാറില്ല. അമ്മയുടെ അടുത്തു തന്നെ വച്ചിട്ടു പോകും. ഒരിക്കൽ ഞാൻ ആ ഫോണിൽ സംസാരിച്ചു:

“മായ എങ്ങനെ? എനിക്കു മായയെ കാണണമായിരുന്നു. മായ അവിടെ എത്തിയാൽ ഞാൻ അവിടെ വന്നു കണ്ടുകൊള്ളാം. വരുമെങ്കിൽ ഇങ്ങോട്ടു വന്നു കാണട്ടെ. അല്ലെങ്കിൽ ഞാൻ മായയുടെ വീട്ടിൽ ചെന്നു കണ്ടുകൊള്ളാം.”

കിരൺമയി ഒന്നും പറഞ്ഞില്ല.

സുരഞ്ജൻ പിന്നീടു വിവരം അറിയിക്കാം എന്നു പറഞ്ഞു. അന്നു കാത്തിരുന്നു. സുരഞ്ജൻ വിളിച്ചില്ല. പിറ്റേന്നും വിളിച്ചില്ല. ആശ്ചര്യം! എന്തായിരിക്കും അവന് ഇത്ര തിരക്ക്. എനിക്ക് ഒന്നും അനുമാനിക്കാൻ കഴിഞ്ഞില്ല. ഞാൻ ഒരു എസ്.എം.എസ് അയച്ചു.

എന്നെ അറിയിക്കാമെന്നു പറഞ്ഞിരുന്നല്ലോ. മറുപടി കിട്ടിയില്ല.

പുരുഷന്മാരെ വിശ്വസിച്ചുകൂടാ. കിരൺമയിക്കു ഫോണില്ല. അല്ലെങ്കിൽ അവരോടു സംസാരിക്കാമായിരുന്നു. മായയോട്, മായയോട് മാത്രമല്ല മുഴുവൻ കുടുംബത്തോടുള്ള സ്നേഹംകൊണ്ടു ഞാൻ ഗരിയാഹട്ടിലെ ട്രേസൽ ഐലന്റിൽനിന്ന് ഉപഹാരങ്ങൾ മേടിച്ചുവച്ചു. കിരൺമയിക്കു രണ്ടും മായയ്ക്ക് നാലും സാരി. സുരഞ്ജന് ഒരു പഞ്ചാബിയും. എല്ലാം കൂടി ഏഴായിരം രൂപയുടെ ഡ്രെസ്സ്. എന്നിട്ടു കാറിൽ കയറി പാർക്ക് സർക്കസിൽ അവരുടെ വീട്ടിലേക്കു ചെന്നു. സുരഞ്ജൻ അവിടെ ഇല്ലായിരുന്നു. കൊണ്ടു ചെന്ന സമ്മാനം

കിരൺമയിയുടെ കൈയിൽ കൊടുത്തിട്ടു യാത്ര പറഞ്ഞു. കിരൺമയി കൈക്കു പിടിച്ചുകൊണ്ടു തടഞ്ഞു. ഒന്നും കഴിക്കാതെ പോകരുത്. ഞാൻ ആ വീട്ടിൽ നിന്നും എപ്പോൾ ഊണു കഴിക്കും എന്നു പറയാൻ നിർബന്ധിച്ചു. അവരുടെ ഊണ് അപ്പോൾ കഴിഞ്ഞതേയുള്ളൂ. അല്ലെങ്കിൽ ഒന്നിച്ചു കഴിക്കാമായിരുന്നു. അത്തരം ഊണൊന്നും എനിക്കു തരാൻ കൊള്ളുകയില്ല. എന്നു ചെല്ലാമെന്നു പറയണം. വിശേഷപ്പെട്ട മീനൊക്കെ മേടിച്ചു നല്ല ഊണു തയ്യാറാക്കി എനിക്കു വിളമ്പണമെന്ന് അവർ മോഹിക്കുന്നു. വലിയ മോഹം. മായയുടെ കാര്യം ഞാൻ ചോദിച്ചപ്പോഴേക്കും കിരൺമയി കരഞ്ഞുകൊണ്ടു പറഞ്ഞു: "അവളുടെ കാര്യം പറയല്ലേ മോളേ. അവളുടെ ബുദ്ധി ശരിയല്ല. ബുദ്ധി തന്നെ നശിച്ചിരിക്കുന്നു. അവളെ ഇനി ആരു കാണും, അവളെ കണ്ടാൽ ശരിയാവുകയില്ല. നിനക്കതു നല്ലതല്ല."

ഞാനും നെടുവീർപ്പിട്ടുകൊണ്ടു പറഞ്ഞു: "നിങ്ങളുടെ ഈ അവസ്ഥ കാണുന്നത് എനിക്കു നല്ലതാണോ. മായ വിഷമിക്കുന്നുണ്ട് എന്ന് എന്റെ മനസ്സു പറയുന്നു. മായയെ ചെന്നു കാണണമെന്നു പറഞ്ഞത് അതുകൊണ്ടാണ്."

കിരൺമയി പറഞ്ഞു:

"ഞാൻ അവളെ പറഞ്ഞു മനസ്സിലാക്കാം. നിന്നെ ഒന്നു കാണണമെന്നു പറയാം. അവൾക്കു കൂട്ടുകാരായി ആരുമില്ല. സാധാരണ മട്ടിലുള്ള ജീവിതമില്ല. ബംഗ്ലാദേശിൽ വച്ച് ആ തെമ്മാടികൾ അത്യാചാരം ചെയ്തില്ലേ. ജീവൻ കിട്ടിയതു തന്നെ ഭാഗ്യം. അതൊക്കെ അവളുടെ തലയിൽനിന്ന് ഇറങ്ങിപ്പോകുമോ. ഇപ്പോഴും അതൊക്കെ അവൾ ഒരു ദുഃസ്വപ്നം പോലെ കാണുന്നു. ഒരു നോർമൽ ലൈഫ് വേണമെന്ന് അവൾക്കു വളരെ ആഗ്രഹമുണ്ട്. ആഗ്രഹിച്ചാൽ കിട്ടുമോ. നല്ലതല്ലെങ്കിലും ഒരു പണി കിട്ടിയിട്ടുണ്ട്. പേടിയാകുന്നു. എപ്പോഴാണോ അവളുടെ ജോലി പോകുന്നത്. ജോലി സ്ഥലത്തും അവൾ ആളുകളോടു തട്ടിക്കയറും. ബംഗ്ലാദേശ് എന്നു പറഞ്ഞാൽ കലിയാണ്. ബംഗ്ലാദേശിൽനിന്നു വന്നവരെ ക്കണ്ടാൽ ഇളകും. ആ രാജ്യത്തോടുതന്നെ ദേഷ്യമാണ്. ഞാൻ പലതവണ പറഞ്ഞു മനസ്സിലാക്കാൻ നോക്കി. ആ രാജ്യത്തിലും നല്ല മനുഷ്യർ ഉണ്ട് എന്ന്. പക്ഷേ അവൾ കൂട്ടാക്കുന്നില്ല."

ഞാൻ മിണ്ടാതെ കേട്ടു നിന്നു. മായയുടെ ദേഷ്യത്തിന്റെ കാരണം മനസ്സിലാക്കാൻ ശ്രമിച്ചു. മായയോട് എനിക്കു മുമ്പുണ്ടായിരുന്നതിനെക്കാൾ കൂടുതൽ മമതാബന്ധം തോന്നി.

"എന്നാലും എനിക്കു മായയെ കാണണം ചിറ്റമ്മേ."

എന്റെ വികാരവും മായയുടെ വികാരവും വ്യത്യസ്തമായിരുന്നു. കിരൺമയി പറഞ്ഞില്ലെങ്കിലും എന്നോടു കടുത്ത ദേഷ്യമുണ്ട് മായയ്ക്കെന്നു മനസ്സിലായി. ചിലപ്പോൾ അവളെ തട്ടിക്കൊണ്ടുപോയ കാര്യം ലജ്ജയിൽ എഴുതിയതു കൊണ്ടായിരിക്കാം. ഞാൻ അറിഞ്ഞതു മായയെ അവർ കൊന്നു കളഞ്ഞു എന്നാണ്. പക്ഷേ ഒടുവിൽ മായയ്ക്കു ജീവൻ കിട്ടിയതു ഞാൻ അറിഞ്ഞില്ല. ജീവിക്കുന്നു എങ്കിലും അവൾ മരണവേദന അനുഭവിച്ചുകഴിഞ്ഞു. മരിച്ചു

കൊണ്ടാണവൾ ജീവിക്കുന്നത്. സ്ത്രീകൾക്കു മരിച്ചാലേ രക്ഷ കിട്ടുകയുള്ളൂ. മായയെക്കുറിച്ചോർത്ത് എന്റെ കണ്ണുകൾ ഈറനായി. ചായക്കപ്പു താഴെ വച്ചിട്ടു ഞാൻ വേഗം ഇറങ്ങി. കിരൺമയി അവിടെയങ്ങനെയിരുന്നു. എന്നെ തെറ്റിദ്ധരിച്ച് എന്റെ മുഖം കാണേണ്ട എന്നു വാശി പിടിച്ചിരിക്കുന്നവരുടെ വാതില്ക്കൽ ചെന്നു മുട്ടേണ്ട ആവശ്യമില്ല എന്നു ഞാൻ തീരുമാനിച്ചു. ഞാൻ എന്നെപ്പോലെ ത്തന്നെ ജീവിക്കും. എന്റെ ജീവിതത്തെ ചൊല്ലിത്തന്നെ ധാരാളം ആശങ്കകൾ എനിക്കുണ്ട്. കുടുംബബന്ധങ്ങളൊക്കെ ഉപേക്ഷിച്ചിട്ടു കല്ക്കത്തയിൽ വന്നു താമസിക്കുന്നു. എനിക്ക് ഇവിടെ തുടർന്നു താമസിക്കാൻ കഴിയുമോ എന്ന് ഇപ്പോഴും അറിഞ്ഞുകൂടാ. ഏതു സമയവും എനിക്ക് ഇവിടെനിന്നു കെട്ടുകെട്ടേണ്ടി വരും. എവിടെ പോകും എന്നതിനെപ്പറ്റി ഒരു ധാരണയുമില്ല. കല്ക്കത്തയിൽ താമസം തുടങ്ങിയതിനുശേഷം ഇവിടെ അനേകം സുഹൃ ത്തുക്കൾ ഉണ്ടായിട്ടുണ്ട്. അവരിൽ പലരും യഥാർത്ഥത്തിൽ ബന്ധുക്കളല്ല എന്നും എനിക്കു മനസ്സിലായി. ഓരോരുത്തരും സ്വന്തം കാര്യം നേടാൻ വന്നവരാണ്. സുരഞ്ജനോടു പരിഭവം തോന്നി. ഫോൺ ചെയ്തില്ല. എസ്.എം.എസ് മെസ്സേജിനു മറുപടി അയച്ചില്ല. ഫോൺ ചെയ്യാമെന്നു പറഞ്ഞിട്ടു ചെയ്തില്ല. നല്ല ഒരു പഞ്ചാബി സമ്മാനം കൊടുത്തിട്ട് ഒരു നന്ദിവാക്കുപോലും പറഞ്ഞില്ല.

പതിനഞ്ചുദിവസം കഴിഞ്ഞപ്പോൾ ഒരു ഫോൺ. കാണാൻ വരട്ടെ എന്ന്. ഞാൻ തിരക്കിലാണ് എന്നു പറയണമെന്നു വിചാരിച്ചു. പക്ഷേ അങ്ങനെ പറയാൻ കഴിഞ്ഞില്ല. അതങ്ങനെയാണ്, കൃത്രിമമായി ഒന്നും ചെയ്യാൻ എനിക്കു കഴിയുകയില്ല. പരിഭവം എത്ര നാൾ പിടിച്ചു നിർത്തിക്കൊണ്ടിരിക്കും?

വരാൻ പറഞ്ഞു.

എന്തിനായിരിക്കും സുരഞ്ജൻ വരുന്നത്. ഒരുപക്ഷേ ഞാൻ കൊടുത്തേ ല്പിച്ച സാരിയും പഞ്ചാബിയും അടങ്ങിയ പായ്ക്കറ്റു തിരികെ തരാനായിരി ക്കുമോ. എങ്കിൽ തിരികെ സ്വീകരിക്കാൻ തയ്യാറാണ്. അതു മറ്റേതെങ്കിലും സുഹൃത്തുക്കൾക്കു കൊടുക്കാം എന്നും വിചാരിച്ചു. അല്ലാതെന്തു ചെയ്യും. പക്ഷേ സുരഞ്ജൻ വന്നപ്പോൾ കൈയിൽ പായ്ക്കറ്റില്ല. പകരം വലിയ ഒരു ചോറ്റുപാത്രമാണ്. കിരൺമയി എനിക്കുവേണ്ടി സ്വന്തം കൈകൊണ്ടു പാകം ചെയ്തു ഭക്ഷണം കൊടുത്തയച്ചിരിക്കുകയാണ്.

ഇതെല്ലാമെന്തിനാണു കൊണ്ടുവന്നത്. ഫ്രിഡ്ജിൽ നിറയെ ഓരോന്നിരി ക്കുന്നു. എല്ലാം ബാക്കിയാകുമല്ലോ എന്നു പറഞ്ഞുകൊണ്ട് അടുക്കളയിൽ ചെന്നു മിനതിയോടു വിളിച്ചു പറഞ്ഞു:

"ഇതെല്ലാം എടുത്തുവച്ചിട്ടു പാത്രങ്ങൾ കഴുകിക്കൊടുക്ക്."

ഇങ്ങനെ പറഞ്ഞ ശേഷം ഞാൻ അടുക്കുപാത്രം തുറന്നു ഭക്ഷണ സാധന ങ്ങൾ എന്തൊക്കെയാണെന്നു നോക്കി. വിശിഷ്ടമായ നെയ്ച്ചോറ്, മുസുരി ദാൾ, മീൻ തലകൊണ്ടുള്ള തിയ്യൽ, പൊരിച്ച മീൻ, മത്തങ്ങയിലയും മീനും ചേർത്തു ണ്ടാക്കിയ പൊരിയൽ, ഏറെ നേരം നോക്കി നിന്നു. നോക്കി നില്ക്കവേ അവരുടെ സ്നേഹത്തെക്കുറിച്ചോർത്തു കരഞ്ഞുപോയി. കണ്ണുകൾ കണ്ണീരുകൊണ്ടു തിളങ്ങുന്നതു ശരിക്കും അനുഭവപ്പെട്ടു.

ഒരു ചെറിയ ഡപ്പയ്ക്കകത്ത് ഒരു കുറിപ്പ്. മോളേ തസ്ലീമാ, എന്റെ സ്നേഹം സ്വീകരിക്കൂ. ഈ ഭക്ഷണം നീ കഴിക്കണം. എന്റെ കൈകൊണ്ടു നിനക്കു വേണ്ടി ഉണ്ടാക്കിയതാണെല്ലാം. ഇതൊക്കെ പാകം ചെയ്തു നിന്നെ കഴിപ്പിക്കണം എന്ന് എനിക്കു മോഹമുണ്ടായിരുന്നു. നിന്റെ കാര്യം ആലോചിക്കുമ്പോഴൊക്കെ കരഞ്ഞുപോകാറുണ്ട്. സമാധാനമായിരിക്ക് മോളെ. ശ്രദ്ധിക്കണം. ധൈര്യം സംഭരിക്കണം.

കുറിപ്പ് എന്റെ കൈയിലിരുന്നു. കണ്ണുനീർ അതിൽ തുരുതുരെ വീണു അക്ഷരങ്ങൾ കലങ്ങി. എനിക്ക് അപ്പോൾ ഡ്രായിംഗുറൂമിൽ സുരഞ്ജന്റെ മുമ്പിൽ ചെല്ലാൻ കഴിയുമായിരുന്നില്ല. കണ്ണീരടക്കാനും കണ്ണു തുടയ്ക്കാനും കുറെ നേരം കൂടി വേണ്ടിവന്നു. തൊണ്ട ഇടർച്ച മാറി ശബ്ദം പുറപ്പെടും എന്ന് ഉറപ്പു വരുത്താൻ പിന്നെയും കുറെ നേരം കാത്തുനില്ക്കേണ്ടി വന്നു.

സുരഞ്ജന്റെ വീട്ടിൽ ആദ്യം പോയപ്പോൾ അവിടെ സുരഞ്ജന്റെ മുറിയിൽ കണ്ട ആ പെൺകുട്ടിയെയും കൂട്ടിയാണു സുരഞ്ജൻ വന്നത്. പുറകിൽ പോണിടെയിൽ പോലെ കെട്ടിയ തലമുടി. മഞ്ഞ ബ്ലൗസ്, ഇളം പച്ചസാരി, മുഖത്തു നനുത്ത പുഞ്ചിരി, വിടർന്ന കണ്ണുകൾ, മധുരമായ മുഖശ്രീ. വളരെ മെലിഞ്ഞിട്ടല്ല. മേദസ്സു ഞൊറി വച്ചിട്ടുള്ള ശരീരം. സുരഞ്ജൻ അവളോടു ചേർന്നു നില്ക്കുന്നു. സുരഞ്ജന്റെ പപ്രശ്ശ കിടക്കുന്ന തലമുടി. വിടർന്ന നെറ്റി. ദീപ്തമായ കണ്ണുകൾ. മുഖത്തു നിറഞ്ഞു നില്ക്കുന്ന അത്ഭുതഭാവം. ഏറ്റവും മനോഹരമായതു ചുണ്ടും താടിയുമാണ്. കിരൺമയിയുടെ ചുണ്ടും താടിയും അതേപടി എടുത്തുവച്ചിരിക്കുന്നതുപോലെ. കഴുത്തിൽ ആ മറുകും. ആ ഒരു മറുക് മുഖത്തെ ആകെ മറ്റൊരു തരത്തിലാക്കിയിരിക്കുന്നു. സുരഞ്ജന് ഞാൻ നല്കിയ ആ ജൂബ്ബ ധരിക്കാമായിരുന്നു. ധരിച്ചില്ല. വെള്ള ഷർട്ടും കറുത്ത പാന്റുമാണു ധരിച്ചിരിക്കുന്നത്. വെള്ള ഷർട്ടു ധരിച്ചാൽ പുരുഷന്മാർക്കു പ്രത്യേകിച്ച് ഒരു സൗന്ദര്യം കാണുമെന്നാണ് എനിക്കു തോന്നിയിട്ടുള്ളത്. ഡോക്ടർ സുബ്രതമാലാകാർ അദ്ദേഹത്തിന്റെ കളർ ഷർട്ടുകൾ ഒഴിവാക്കി വെള്ള ഷർട്ടുമാത്രം ധരിച്ചു തുടങ്ങിയപ്പോൾ ഏറ്റവും കൂടുതൽ സുന്ദരനായി. മാലാകാർ എന്റെ ഡോക്ടറാണ്. കുറച്ചു ദിവസമായി എന്റെ കൈയിൽ വെളുത്ത പാട്. കൈയിന്റെ പുറകിൽ ഇപ്പോഴും ഉണ്ട്. മാലാകാറിന്റെ ചികിത്സയാണ്. ഭേദമാകുന്ന ലക്ഷണമൊന്നും കാണുന്നില്ല. പക്ഷേ ഇതിനിടെ ഡോക്ടറുമായി നല്ല ഒരു സൗഹൃദം വളർന്നുവന്നു. നല്ല മനുഷ്യരുമായി വളരെ വേഗം നല്ല സൗഹൃദം വളർന്നുവരും. ചീത്ത മനുഷ്യരുമായും സൗഹൃദമുണ്ടാകും. എന്നാൽ നല്ലതോ ചീത്തയോ എന്നറിയുവാൻ തന്നെ വർഷങ്ങൾ വേണ്ടി വരും.

സുരഞ്ജൻ പറഞ്ഞു:

"സുലേഖയെ പരിചയമുണ്ടല്ലോ, അല്ലേ."

"ഉണ്ട്, പരിചയമുണ്ട്."

താങ്കൾ ഇരിക്കൂ എന്നു സുലേഖയെ ഉദ്ദേശിച്ചു പറഞ്ഞു.

"അവളോട് ഇരിക്കു എന്നു പറഞ്ഞാൽ മതി. നിങ്ങളെക്കാൾ വളരെ ചെറുതല്ലേ, നീ എന്നു വിളിച്ചാൽ മതി."

പ്രായംകൊണ്ട് ഇളയതാണെങ്കിലും ഞാൻ അവളെ നീ എന്നു പറയുന്നില്ല. പരിചയപ്പെട്ട ഉടൻ ഒരാളെ എങ്ങനെ നീ എന്നു പറയും? അതുമല്ല.......

എന്റെ ശബ്ദത്തിനു കനം കൂടുതലാണെന്നു തോന്നി. ഞാൻ ചോദിച്ചു:

"പഞ്ചാബി ഇഷ്ടപ്പെട്ടോ."

"ഉവ്വ്" വളരെ കുറിയ ഉത്തരം.

"ഇട്ടു നോക്കിയില്ലേ."

"അത്ര വിലകൂടിയത് ഇട്ടു ശീലമില്ല. അതു കൊടുത്തിട്ടു വില കുറഞ്ഞതു വാങ്ങണമെന്നു വിചാരിച്ചിരിക്കുകയാണ്."

"അതെന്തിന്. തന്നതു തന്നെ ഇരിക്കട്ടെ. ഇടയ്ക്കിടയ്ക്കു വല്ലപ്പോഴും ഇട്ടാൽ മതി."

"എന്നാൽ കല്യാണത്തിന്റെ അന്ന് ഇടാം."

അതും പറഞ്ഞു സുരഞ്ജൻ സുലേഖയുടെ നേരെ നോക്കി ചിരിച്ചു. ചുണ്ടുകൾ കൂട്ടിപ്പിടിച്ചുകൊണ്ടു സുലേഖയും ചിരിച്ചു. സുരഞ്ജൻ ചിരിച്ചതിന്റെ അർഥം എനിക്കു മനസ്സിലായില്ല. അവൻ സുലേഖയെ ഇഷ്ടപ്പെടുന്നു. വിവാഹം കഴിക്കാൻ ആഗ്രഹിക്കുന്നു എന്നു പറയാനാണോ ഉദ്ദേശിക്കുന്നത്. എനിക്ക് എന്റെ കണ്ണുകളെ വിശ്വസിക്കാൻ കഴിഞ്ഞില്ല. എന്തായാലും സുരഞ്ജൻ ഒരു മുസ്ലീം പെൺകുട്ടിയെ പ്രേമിക്കുകയോ വിവാഹം കഴിക്കുകയോ ചെയ്യുക എന്നതിനെക്കാൾ അസംഭവ്യമായി മറ്റൊന്നുമില്ല. പെട്ടെന്ന് എല്ലാം മാറിമറിഞ്ഞുപോയത് എങ്ങനെ. എന്താണു പറയേണ്ടതെന്ന് എനിക്കു തീർച്ചയില്ലാതായി. സുലേഖയെ സുരഞ്ജൻ കുടുക്കിൽപ്പെടുത്തിയിരിക്കുകയാണോ. അതോ സത്യസന്ധമായ പ്രേമമാണോ. ഇതെല്ലാം ഓർത്ത് എന്റെ തലയ്ക്കുള്ളിൽ പിരുപിരുപ്പ്. മിനോതിയോടു ചായ ഉണ്ടാക്കാൻ പറഞ്ഞാൽ മതിയോ, ഞാൻ തന്നെ ചെന്ന് ഉണ്ടാക്കണോ എന്നാലോചിച്ചു. അവരുടെ മുമ്പിൽ ഇരിക്കാൻ ഇഷ്ടം തോന്നുന്നില്ല. എന്താണ് ഇഷ്ടം തോന്നാത്തത്. അവർ പരസ്പരം സ്നേഹിക്കുന്നുണ്ടെങ്കിൽ ഏറ്റവുമധികം സന്തോഷിക്കേണ്ട ആൾ ഞാനല്ലേ. സുരഞ്ജൻ തീവ്രഹിന്ദുത്വം ഉപേക്ഷിച്ചു. ഉദാരനായി. മതം നോക്കാതെ പ്രേമിച്ചു എന്നല്ലേ ഇതിന്റെ അർത്ഥം. ചായ ഉണ്ടാക്കാൻ കൂടുതൽ സമയമെടുത്തു. പെട്ടെന്നാണു സുരഞ്ജൻ അടുക്കളയുടെ വാതില്ക്കൽ വന്നു നില്ക്കുന്നതു കണ്ടത്.

"നിങ്ങൾക്ക് ഇതെന്തു പറ്റി?"

ഒരു വളച്ചുകെട്ടുമില്ലാതെ സുരഞ്ജൻ ചോദിച്ചു.

"എന്താ ചോദിച്ചത്. ഒന്നും പറ്റിയില്ല. എഴുന്നേറ്റു പോന്നത് ചായ ഉണ്ടാക്കാനാണ്."

"ചായ ഉണ്ടാക്കേണ്ട. വരൂ. അല്പനേരം സംസാരിച്ചിട്ടു പോകണം."

"ചായ കുടിച്ചിട്ടു പോകാം."

സുരഞ്ജൻ വളരെ സൂക്ഷ്മമായി എന്നെ നോക്കി. എന്റെ അന്തരാത്മാവിനെ തുളച്ചുകയറുന്നത്ര മുനകൂർപ്പിച്ച നോട്ടം. എന്റെ ഒരു വിചാരവും രഹസ്യമാക്കി വയ്ക്കാൻ അനുവദിക്കാത്തതുപോലെ. വിചാരത്തിന്റെ ഇഴകളെല്ലാം അവനു കാണണം.

"അവളുമായി നിനക്കെന്താണു ബന്ധം."

"ആരുമായി."

"കൂടെക്കൊണ്ടുവന്നിരിക്കുന്ന പെൺകുട്ടിയുമായി."

"ഓ സുലേഖയുമായിട്ടോ."

"അതെ."

"എന്തു പറയണം."

"എന്തായാലും പറയ്."

"സൗഹാർദ്ദം"

"വെറും സൗഹാർദ്ദം."

"സത്യത്തിൽ ഈ ഹൃദയത്തെക്കാൾ വലിയ ബന്ധം."

"പ്രേമം?"

"പ്രേമം എന്നു തന്നെയാണു പറയേണ്ടത്."

"ഓ ശരി."

"എന്താ? അതിനെപ്പറ്റി കഥ എഴുതുമോ."

"ഇല്ല. ഇല്ല."

"നിങ്ങൾക്കു കണ്ടതും കേട്ടതും ഒക്കെ എഴുതുന്നതല്ലേ ശീലം."

"എന്താ നിങ്ങളുടെ കഥ എഴുതിയതു തെറ്റായിപ്പോയോ."

"ഞങ്ങൾക്ക് അതുകൊണ്ട് എന്തു ഗുണമുണ്ടായി?"

"ലാഭത്തിനു വേണ്ടിയാണോ എഴുതുന്നത്. ഇൻഫർമേഷൻ നൽകുന്നു. അതു പോരേ."

"അറിവു നല്കിയിട്ടെന്തു കാര്യം? ഗുണം ഉണ്ടാകുന്നില്ലെങ്കിൽ, പരിവർത്തനം സംഭവിക്കുന്നില്ലെങ്കിൽ."

"നീ പറയുന്നത് എനിക്കു മനസ്സിലാകുന്നില്ല."

"നോക്കൂ. എന്റെ കാല് ഒടിഞ്ഞു എന്നു വിചാരിക്കുക. നിങ്ങൾ അതിനെപ്പറ്റി വിസ്തരിച്ച് എല്ലാവരെയും വിവരം അറിയിച്ചു. ആളുകൾ അതു കേട്ടിട്ടു പോകുന്നു. എന്റെ കാല് അതേപടി ഒടിഞ്ഞുതന്നെ ഇരിക്കുന്നു. അതു കൊണ്ടെന്തു മെച്ചം. എന്റെ കാല് ചികിത്സിക്കാൻ എന്തെങ്കിലും ഏർപ്പാടുണ്ടായാൽ കൊള്ളാം. അല്ലാതെ വെറുതെ അറിയിച്ചിട്ടെന്തു ഗുണം?"

"ദോഷം ഇല്ലല്ലോ." ദേഷ്യം എന്റെ ശബ്ദത്തിൽ ഒളിഞ്ഞിരുന്നു.

അതിനെക്കാൾ ദേഷ്യം കലർന്ന സ്വരത്തിൽ സുരഞ്ജൻ പറഞ്ഞു:

"ഉണ്ട്, ദോഷം ഉണ്ട്"

"എന്തു ദോഷം."

"എന്നെ ആരും കളിക്കാൻ കൂട്ടുകയില്ല. ആരും എണ്ണത്തിൽപ്പെടുത്തുകയില്ല. മുടന്തനായി കണക്കാക്കും. ഞാൻ എല്ലാ കാര്യത്തിലും പുറത്തായിരിക്കും. കാലു സുഖമായാൽ മാത്രമേ എന്നെ ഒരാളായി പരിഗണിക്കുകയുള്ളൂ. ശക്തനും സമർത്ഥനുമായി കണക്കാക്കുകയുള്ളൂ."

സുരഞ്ജനെ തടഞ്ഞുകൊണ്ടു ഞാൻ പറഞ്ഞു:

"ഇതൊന്നും വാസ്തവമല്ല."

എന്നെ തടഞ്ഞുകൊണ്ടു സുരഞ്ജനും പറഞ്ഞു:

"ഇതാണു വാസ്തവം."

"ഇതിനെപ്പറ്റി പിന്നീടു സംസാരിക്കാം." സുരഞ്ജന്റെ മുഖത്തേക്കു കണ്ണു പറിക്കാതെ നോക്കിക്കൊണ്ടു ഞാൻ പറഞ്ഞു. ഞാൻ ചായയും എടുത്തുകൊണ്ടു ഡ്രായിംഗ് റൂമിൽ വന്നു. സുലേഖ തിളക്കമാർന്ന കണ്ണുകളോടെ എന്നെ നോക്കി. ഞാൻ സുലേഖയോട് എവിടെ താമസിക്കുന്നു, വീട്ടിൽ ആരൊക്കെയുണ്ട്, എന്താണു ജോലി തുടങ്ങിയ കാര്യങ്ങളൊക്കെ ചോദിച്ചു. യഥാർത്ഥത്തിൽ മനസ്സിൽ കടിച്ചുകൊണ്ടിരുന്ന ചോദ്യം ചോദിച്ചില്ല. നിങ്ങൾ സുരഞ്ജനെ പ്രേമിക്കുന്നുണ്ടോ എന്ന ചോദ്യം.

സുലേഖ ഞാൻ ചോദിച്ചതിനൊക്കെ പതുക്കെ പതുക്കെ ഉത്തരം പറഞ്ഞു. ഒരു ഗ്രാമീണദരിദ്രകുടുംബത്തിലെ പെൺകുട്ടി. ഇവളുമായി സുരഞ്ജൻ ചേർന്നു പോകുമോ. ചേർന്നുപോകുന്നതു മനസ്സുകൊണ്ടാണ്. പുറമേ കാണുന്നതിനു വലിയ പ്രാധാന്യമൊന്നും കൊടുക്കുന്ന ആളല്ല ഞാൻ. മനുഷ്യരുടെ ഉള്ള് എങ്ങനെയാണെന്നാണു നോക്കേണ്ടത്. കല്ലിനുമേൽ കല്ലു ചേർന്നിരിക്കണമെങ്കിൽ അവയുടെ ഉള്ളു യോജിക്കണം.

അവർ തമ്മിലുള്ള ബന്ധം എങ്ങനെയും ആയിരിക്കട്ടെ. ഞാൻ എന്തിന് അതോർത്തു തല വിയർക്കണം! സുരഞ്ജൻ എന്റെ ഒരു നോവലിലെ കഥാനായകനാണ്. അതിലപ്പുറം ഒന്നും ഇല്ലല്ലോ. എങ്ങനെയാണു ജീവിതം, എന്തു ചെയ്യുന്നു എന്നൊക്കെ സന്മനോഭാവം കൊണ്ട് അറിയുന്നു. ബംഗ്ലാദേശിലെ സുരഞ്ജനും ഇവിടത്തെ സുരഞ്ജനും തമ്മിൽ ആകാശവും പാതാളവും തമ്മിലുള്ളത്ര വ്യത്യാസം ഉണ്ട് എന്നതു ഞാൻ മറന്നാൽ പറ്റില്ല. രാഷ്ട്രീയ പശ്ചാത്തലം വളരെ വ്യത്യസ്തമാണ്. അവിടെ ന്യൂനപക്ഷമായിരുന്നു. ഇവിടെ ഭൂരിപക്ഷത്തിൽപ്പെട്ടയാളാണ്. ഭൂരിപക്ഷത്തിൽപ്പെട്ടവന്റെ പിന്നിൽ ഒരു സാമൂഹ്യ ശക്തിയുണ്ട്. അവന്റെ ദാരിദ്ര്യത്തെക്കുറിച്ചോർത്തു കണ്ണീരൊഴുക്കേണ്ട കാര്യമില്ല. ശ്രമിച്ചാൽ സ്ഥിതിക്കു മാറ്റം വരാനുള്ള സന്ദർഭം കിട്ടാവുന്നതേയുള്ളൂ. സുലേഖയുമായുള്ള ബന്ധം പൂർണ്ണമായും അവന്റെ വ്യക്തിഗതമായ കാര്യമാണ്.

ഒരു മുസ്ലീം യുവതിയുമായുള്ള ബന്ധം നല്ലതാണെന്ന് അവനു തോന്നിയാൽ അതിലെന്താണു തെറ്റ്?

സുരഞ്ജൻ സുലേഖയുടെ അടുത്തിരിക്കുന്നു; വളരെ അടുപ്പത്തിലെന്നതുപോലെ അടുത്തിരിക്കുന്നു. അവരിവിടെ വന്നതുതന്നെ അങ്ങനെ അടുപ്പത്തോടെ സമയം കഴിച്ചുകൂട്ടാനാണോ എന്ന് എനിക്കു മനസ്സിലാക്കാൻ കഴിഞ്ഞില്ല. ആയിരിക്കാം. രണ്ടുപേരുടെ വീട്ടിലും ഇതിനെച്ചൊല്ലി അഭിപ്രായവ്യത്യാസമുണ്ട്. അതുകൊണ്ട് അടുപ്പത്തോടെ കഴിയാൻ ഇടം തേടുന്നുണ്ടാകാം, അതോ എന്നോടു സംസാരിക്കാൻ വേണ്ടി മാത്രം വന്നതാണോ. അത്യാവശ്യമായ എന്തെങ്കിലും കാര്യം അവർക്കു തമ്മിൽ പറയാനുണ്ടെന്നു തോന്നിയില്ല. ഞാൻ എഴുന്നേറ്റു പഠനമുറിയിലേക്കു പോയി. അത്യാവശ്യമായി എഴുതുകയോ വായിക്കുകയോ ചെയ്യാനല്ല. അലമാരിയിൽ അടുക്കി ഒതുക്കി അലങ്കരിച്ചുവച്ചിരിക്കുന്ന പുസ്തകങ്ങൾ എന്നു വായിച്ചു തീർക്കുമെന്നറിയില്ല. തലയ്ക്കുള്ളിൽ കൊണ്ടുനടക്കുന്ന കാര്യങ്ങൾ എന്ന് എഴുതിത്തീർക്കുമെന്ന് അറിഞ്ഞുകൂടാ. ഇപ്പോൾ പഠനമുറിയിലേക്കു പോന്നതു സുരഞ്ജനും സുലേഖയും സൗകര്യമായി മുട്ടിമുട്ടി ഇരുന്നുകൊള്ളട്ടെ എന്നു വിചാരിച്ചാണ്.

കമ്പ്യൂട്ടറിനുടത്തിരുന്നുകൊണ്ടു യാഹൂ മെസ്സൻജറിൽ ഇയാസ്മിന്റെ 'നീ എവിടെയാണ്? എന്തെടുക്കുന്നു?' എന്ന അന്വേഷണത്തിനു 'സുരഞ്ജൻ വന്നിട്ടുണ്ട്. സംസാരിക്കുകയാണ്' എന്നു മറുപടി എഴുതി.

"ഹൂ ഈസ് സുരഞ്ജൻ (സുരഞ്ജൻ ആരാണ്)?"

"ലജ്ജയിലെ സുരഞ്ജൻ"

ഞാൻ പറയുന്നതിന് ഉത്തരമായി ഇയാസ്മിൻ ഇരുപത്തിയഞ്ച് ആശ്ചര്യ ചിഹ്നങ്ങളിട്ടു! "അവരെങ്ങനെ?"

"സുഖമായിരിക്കുന്നു. ആട്ടെ നീ ഓർക്കുന്നുണ്ടോ സുരഞ്ജൻ എന്റെ ശാന്തിബാഗിലെ വീട്ടിൽ എത്ര തവണ വന്നിട്ടുണ്ടെന്ന്."

"രണ്ടുപ്രാവശ്യം എന്നാണു നീ പറഞ്ഞിരുന്നത്."

"എന്താ നീ കണ്ടില്ലേ."

"ഇല്ല. എങ്ങനെ കാണും."

"ഡിസംബറിൽ നീ ശാന്തിബാഗിലുണ്ടായിരുന്നില്ലേ."

"ഇല്ല ബുബു. നിനക്കിത്ര ഓർമ്മയില്ലേ. ആ ഡിസംബറിലല്ലേ പ്രേമം തുടങ്ങിയത്. അന്നു ഞാൻ മെയ്മൊൻസിംഗിലല്ലായിരുന്നോ."

"ഓ. അതുശരി. അങ്ങനെയാണല്ലേ."

ഇത്രയും പറഞ്ഞു കഴിഞ്ഞപ്പോഴേക്കു മിനോതി വന്നു പറഞ്ഞു:

"അവർ പോകുകയാണ്."

ഞാൻ വേഗം എഴുത്തു നിർത്തി. പെട്ടെന്നു വന്നു ചോദിച്ചു:

"ഇത്ര വേഗം പോകുന്നതെന്തിന്? എന്തു സംഭവിച്ചു?"

"പോകണം."

"ഇനി ഒട്ടും ഇരിക്കുന്നില്ലേ. എന്തുപറ്റി, പിണങ്ങിയോ."

"ഇല്ല ഇല്ല"

"എന്ത് ഇല്ല." ഞാൻ സുരഞ്ജന്റെ കൈ പിടിച്ചു ബലമായി സോഫയിൽ ഇരുത്തി.

സുലേഖ മിനുത്ത ശബ്ദത്തിൽ പറഞ്ഞു:

"ഞങ്ങൾക്കു പോകണം."

സുലേഖ പറഞ്ഞതു കേട്ടപ്പോൾ സുരഞ്ജൻ എഴുന്നേറ്റു. അവൻ ഉടൻ പോകാൻ ആഗ്രഹിച്ചില്ലെങ്കിലും സുലേഖയുടെ തീരുമാനമനുസരിച്ചാണ് ഇപ്പോൾ പോകുന്നതെന്നു മനസ്സിലായി.

"നിങ്ങളുടെ കഥ ഒന്നും ഇതുവരെ കേട്ടില്ലല്ലോ സുലേഖ."

സുലേഖ ചെറുതായി പുഞ്ചിരിച്ചുകൊണ്ടു പറഞ്ഞു:

"ഞാൻ അത്ര പ്രസിദ്ധയൊന്നും അല്ലല്ലോ. എന്റെ കഥ എഴുതിയിട്ടെന്തു ലാഭം?"

"ഞാൻ നിങ്ങളുടെ കഥ എഴുതാൻ പോകുന്നു എന്നാരു പറഞ്ഞു."

സുലേഖ വീണ്ടും ചിരിച്ചു.

ഞാൻ തന്നെ പറഞ്ഞു:

"കഥ എഴുതിയാലുള്ള ലാഭത്തെപ്പറ്റി പറഞ്ഞല്ലോ. ആരുടെ ലാഭത്തിന്റെ കാര്യമാണു പറഞ്ഞത്."

സുലേഖ ഉത്തരമൊന്നും പറഞ്ഞില്ല.

"ഞാൻ പ്രസിദ്ധരായ ആളുകളെപ്പറ്റി കഥ എഴുതുന്ന ആളാണെന്നാണോ വിചാരം?"

"എഴുതിയിട്ടു നിങ്ങൾ വിഖ്യാതയാകും. ആരെപ്പറ്റി എഴുതുന്നോ അവരും രാത്രിക്കു രാത്രി വിഖ്യാതരാകും." സുലേഖ ചുണ്ടിന്നടിയിൽ അടക്കിപ്പിടിച്ചു ചിരിച്ചു.

"ഞാൻ അതു സമ്മതിക്കുകയില്ല. സുരഞ്ജൻ വിഖ്യാതനായില്ലല്ലോ."

സുലേഖ രഹസ്യമായി പുഞ്ചിരിച്ചു. സരളമായൊരു പുഞ്ചിരിയായേ എനിക്കു തോന്നിയുള്ളൂ. സങ്കീർണ്ണഭാവമൊന്നും തോന്നിയില്ല. സുരഞ്ജൻ സുലേഖയുടെ കൈപിടിച്ചു. ചൂടുള്ള കൈയിൽ ചൂടു പകർന്നു. മറ്റൊരു കൈ കൂട്ടിപ്പിടിച്ച ആ കൈകകളിൽനിന്നു പിൻതിരിയാൻ എന്റെ കണ്ണുകൾ വിസമ്മതിച്ചു. ആ കൈകൾ രണ്ടും രണ്ടു കഥാപാത്രങ്ങളായി എന്റെ മുന്നിൽ നിന്നു. അവർ മെല്ലെ നടന്നു പോകുന്നതു കണ്ണിമയ്ക്കാതെ ഞാൻ നോക്കിയിരുന്നു.

അവർ പോയിക്കഴിഞ്ഞപ്പോൾ കിടക്കയിൽ ചെന്നുകിടന്നു. ഒരു തലയിണ എടുത്തു മുഖത്തോടു ചേർത്തുവച്ചു. അവരുടെ കൂടെ കുറെക്കൂടി സമയം

ചെലവഴിക്കേണ്ടതായിരുന്നു. സുരഞ്ജനു ഞാൻ വലിയ ഒരാളാണ്. അതുകൊണ്ടാണു കാമുകിയെ എന്റെ അടുത്തു കൂട്ടിക്കൊണ്ടു വന്നത്. ഞാൻ വേണ്ടതുപോലെ താത്പര്യം കാണിക്കാത്തതുകൊണ്ടാണ് അവർ ഇത്ര വേഗം പോയത്. ഞാൻ സുരഞ്ജന് ഒരു വിലയും കല്പിച്ചില്ലെന്ന് അവനു തോന്നിയിരിക്കുമോ. എന്നാൽ അവൻ ഒറ്റയ്ക്കു വന്നിരുന്നെങ്കിൽ കാണാമായിരുന്നു അവനു ഞാൻ എത്ര വില കല്പിച്ചിട്ടുണ്ടെന്ന്. എന്തുകൊണ്ടെന്നറിയില്ല, സുരഞ്ജന്റെ കൂടെ സുലേഖയെക്കാണുന്നത് എനിക്കിഷ്ടമല്ല.

ഒൻപത്

ബേനേപൂർ ലേനിലുള്ള മാമന്റെ വീട്ടിൽ സുലേഖയെ കൊണ്ടുചെന്നാക്കിയിട്ടു സുരഞ്ജൻ ജൻനഗർ റോഡിലൂടെ അവന്റെ വീട്ടിലേയ്ക്കു വന്നു. ഒന്നും കഴിക്കാതെ കിടന്നു. കിരൺമയി പറഞ്ഞു:

"നീ തസ്ലീമയുടെ വീട്ടിൽനിന്നു ഭക്ഷണം കഴിച്ചിട്ടാണു വന്നത്, തീർച്ച."

സുരഞ്ജൻ ഉത്തരമൊന്നും പറഞ്ഞില്ല.

സുലേഖയുടെ പ്രതികരണങ്ങൾ അവൻ ഓർത്തു:

സുലേഖ പറഞ്ഞു: "സ്ട്രേയ്ഞ്ച്."

"എന്താണു സ്ട്രേയ്ഞ്ച്?"

"എന്താണെന്നോ. അവർ എഴുതിയതു വായിച്ചാൽ ഇങ്ങനെയല്ല തോന്നുക." സുലേഖ വളരെ സാവധാനം ചുണ്ടു കോട്ടിക്കൊണ്ടു പറഞ്ഞു.

"എന്തു തോന്നുന്നു."

"ഇങ്ങനെയല്ല. അവർ ഒട്ടും സാധാരണക്കാരിയല്ല. പെരുമാറ്റവും അസാധാരണം. പെട്ടെന്നു മുറിയിലേക്കു കയറിപ്പോയി. തിരികെ വന്നതേയില്ല. അതിഥികളെ തനിച്ചാക്കിയിട്ട്. നിങ്ങൾക്കെന്തു തോന്നുന്നു. അവർ ചെയ്തതു ശരിയാണോ?"

സുരഞ്ജൻ തല ഇളക്കിക്കൊണ്ടു പറഞ്ഞു:

"ചിലപ്പോൾ ജോലിത്തിരക്കു കൊണ്ടായിരിക്കും. എഴുതിത്തീർക്കാൻ ഉണ്ടായിരിക്കും. അവരുടെ നിലയ്ക്കു നമുക്ക് അത്ര സമയം തന്നതു തന്നെ കൂടുതലാണ്."

"കേട്ടോ സാറേ, നിങ്ങൾ കുറച്ചു കൂടുതൽ തസ്ലീമ തസ്ലീമ ജപിക്കുന്നുണ്ട്. എനിക്ക് അത് ഇഷ്ടമല്ല."

സുരഞ്ജൻ ആലോചിച്ചു. ഞാൻ തസ്ലീമ ജപിക്കുന്നുണ്ടോ. ഇല്ല ജപിക്കുന്നില്ല. തസ്ലീമയ്ക്കു വേണ്ടി ഒന്നും ചെയ്യുന്നില്ല. ഒരു സ്ത്രീ ഇവിടെ വന്നു കല്ക്കത്തയിൽ, കല്ക്കത്തയെ സ്നേഹിച്ചുകൊണ്ടു ജീവിക്കുന്നു. ആരെങ്കിലും ആ സ്നേഹത്തിന് അർഹിക്കുന്ന വില കല്പിക്കുന്നുണ്ടോ. ഇല്ല, കൊടുക്കുന്നില്ല.

ഇതുവരെ ഞാൻ സ്നേഹം പ്രകടിപ്പിച്ചിട്ടില്ല. അവർക്കു മായയെ കാണാൻ എന്തൊരാഗ്രഹം. മായ ഇടഞ്ഞു നില്ക്കുകയാണ്. തസ്ലീമയ്ക്കുവേണ്ടി എന്തെങ്കിലും ചെയ്യാൻ ആർക്കെങ്കിലും കഴിയുമോ. അവരാണെങ്കിൽ മനുഷ്യനെ സ്നേഹിച്ചുകൊണ്ടേ ഇരിക്കുന്നു. സ്നേഹം കൊടുക്കുന്നവർ കൊടുത്തുകൊണ്ടേ ഇരിക്കുന്നു. അതു സ്വീകരിക്കുന്നവർ ഒരു കാര്യം മറന്നു പോകുന്നു. സ്നേഹം കൊടുക്കുന്നവർക്കു സ്നേഹം സ്വീകരിക്കാനും ഇഷ്ടമായിരിക്കും. തസ്ലീമ സുരഞ്ജന് എന്തോ കൊടുക്കാൻ ആഗ്രഹിക്കുന്നുണ്ട്. എന്തായിരിക്കും? ആലോചിച്ചിട്ടു പിടികിട്ടുന്നില്ല.

സുരഞ്ജൻ, എനിക്കെന്തു തരും? തരാൻ അവന്റെ പക്കൽ എന്താണുള്ളത്. ജീവിതം അവിശ്വസനീയമാംവിധം മാറിക്കഴിഞ്ഞിരിക്കുന്നു. ഇതൊരു പുതിയ ജീവിതമാണ്. ഈ ജീവിതത്തിനു നേരത്തെ ഉണ്ടായിരുന്ന ജീവിതവുമായി ഒരു ബന്ധവുമില്ല. ബംഗ്ലാദേശിൽ അവന് ഒരു ജീവിതമുണ്ടായിരുന്നു. സ്വപ്നസമ്പന്നമായ ഒരു ജീവിതം. ആ ജീവിതത്തിൽ വിദ്യാസമ്പന്നരും ആദർശവാദികളും പ്രബുദ്ധരുമായ മനുഷ്യരായിരുന്നു അവനു ചുറ്റും. വർഗ്ഗസമരം, വർഗ്ഗശത്രുവിവേചനം, അടിസ്ഥാനവർഗ്ഗങ്ങളുടെ മേല്ക്കോയ്മ എന്നിവ ഇപ്പോൾ ഹാസ്യപദപ്രയോഗങ്ങളായിത്തീർന്നെങ്കിലും അന്ന് ആ പദങ്ങളുടെ പൊരുളും അന്തസ്സും അവന് അർത്ഥപൂർണ്ണമായ ഒരു ജീവിതം നല്കിയിരുന്നു. അവയ്ക്കു നടുവിൽ തന്റെ ജീവിതം അർത്ഥപൂർണ്ണവും പ്രസക്തവും അത്യാവശ്യമുള്ളതുമായി ത്തോന്നിയിരുന്നു. പക്ഷേ ഈ രാജ്യത്തു വന്നതിനുശേഷം അവന്റെ വിഹാരവും വ്യവഹാരവും മറ്റൊരുതരത്തിലായി. നിന്ദ്യവും ദരിദ്രവും പ്രയാസപൂർണ്ണവുമായ ജീവിതം. ഇവിടെ സുരഞ്ജനെ ആരും അറിയുകയില്ല. അവന് എവിടെ വേണമെങ്കിലും പോകാം. എന്തു വേണമെങ്കിലും ചെയ്യാം. സോനാഗച്ഛിയിലെ വേശ്യത്തെരുവുകളിൽ എത്ര രാത്രി വേണമെങ്കിലും കഴിച്ചുകൂട്ടാം. ഖാലാസിടോലയിലെ വഴിവക്കത്തു മദ്യപിച്ചു ലക്കില്ലാതെ കിടക്കാം. അവനെ പിടിച്ചുകൊണ്ടു പോകാനോ ഛീഛീ എന്നു പറഞ്ഞ് ആക്ഷേപിക്കാനോ ആരും ഇല്ല. സുദേഷ്ണയെ വിവാഹം കഴിക്കുകയും രണ്ടുപേരും കോളേജിൽ ജോലി ചെയ്യുകയും ചെയ്തിരുന്നപ്പോൾ പഴയ സ്വപ്നങ്ങൾക്കു പുത്തൻ തളിരുകളുണ്ടായി. പക്ഷേ ആ ബന്ധം ഇല്ലാതായതോടെ എല്ലാം കടപുഴകിപ്പോയി. അവൻ ഇപ്പോൾ ആരാണ്. സ്വപ്നഹീനത അവനെ വിഴുങ്ങിയിരിക്കുന്നു. എന്തു ചെയ്യുന്നു, എന്തുകൊണ്ടു ചെയ്യുന്നു എന്ന് ഒരു കണക്കും സൂക്ഷിക്കുന്നില്ല. രാഷ്ട്രീയത്തിലിറങ്ങി. പക്ഷേ നിശ്ശേഷം അതിൽ നിന്നും പിൻവാങ്ങി. മുസ്ലീം മതമൗലികവാദികളും ഹിന്ദു മൗലികവാദികളും തമ്മിൽ ഒരു വ്യത്യാസവും അവൻ ഇപ്പോൾ കാണുന്നില്ല. ഒരു രാഷ്ട്രീയകക്ഷിയും അവനിൽ ഇപ്പോൾ ഒരു പ്രതീക്ഷയും സൃഷ്ടിക്കുന്നില്ല. ഒരിടയ്ക്കു മാവോതീവ്രവാദികളുമായി അടുപ്പമുണ്ടായിരുന്നു. ആ ഉത്സാഹവും നശിച്ചു. മനുഷ്യനെക്കൊന്നിട്ടു ക്ഷേമം ഉണ്ടാക്കുന്ന പ്രത്യയശാസ്ത്രത്തിൽ അവനു വിശ്വാസമില്ല. അവനിലെ രാഷ്ട്രീയപ്രവർത്തകൻ എപ്പോഴാണു രാഷട്രീയസ്വപ്നങ്ങൾക്ക് അവധി കൊടുത്തതെന്ന് അവന് അറിയില്ല. ജീവിതം അർത്ഥരഹിതമാകുമ്പോൾ, ലോകം തന്നെ അർത്ഥ

ശൂന്യമാകുമ്പോൾ ഒന്നിലും ആഗ്രഹം സൃഷ്ടിക്കാൻ കഴിയുകയില്ല. ജീവിതം കൊത്തിയരിഞ്ഞതുപോലാകും. ഭൂതകാലത്തിന്റെയോ ഭാവികാലത്തിന്റെയോ ബലത്തിൽ ഒന്നും നിലനില്ക്കുകയില്ല. വർത്തമാന കാലത്തിനു മാത്രമേ കർമ്മശേഷിയുള്ളൂ. ഇപ്പോൾ സുലേഖയാണ് അവനെ പ്രവർത്തിപ്പിക്കുന്നത്. രാത്രിയിൽ വീട്ടിൽ വന്നത് കിരൺമയി വീട്ടിൽ ഉള്ളതുകൊണ്ടാണ്. അല്ലെങ്കിൽ രാത്രി എവിടെയെങ്കിലും എങ്ങനെയെങ്കിലും കഴിച്ചുകൂട്ടിയേനെ. എങ്ങനെ യെങ്കിലും കഴിയാം എന്ന ആശ ബംഗ്ലാദേശിൽ വച്ചുതന്നെ അവനെ വിഴുങ്ങിയ താണ്. അത് ഇനിയും അവനെ വിട്ടിട്ടില്ല. ദേശം വെടിഞ്ഞുപോന്നപ്പോൾ ഒരു പ്രതീക്ഷ ഉണ്ടായിരുന്നു. ജീവിതം പരമാവധി സുരക്ഷിതമായിത്തീരും. ശാന്തിയും സ്വസ്ഥതയും ചുറ്റിലും വന്നു നിന്നു താങ്ങിപ്പിടിക്കും. കല്പനാമധുരവും സ്വപ്നമയവുമായ പുതിയ ഒരു ജീവിതം കൈപ്പിടിയിൽ ഒതുങ്ങും. ഇതൊക്കെ യായിരുന്നു പ്രതീക്ഷ. ഭാരതത്തിൽ വന്നാലുണ്ടാകുന്ന സുഖത്തെപ്പറ്റിയുള്ള സങ്കല്പത്തിനുമേൽ ആദ്യത്തെ അടിയേറ്റത് നാലുലക്ഷം രൂപ വഞ്ചിക്കപ്പെട്ട പ്പോഴാണ്. ശങ്കർഘോഷിനെ സുരഞ്ജനും അച്ഛനും അമ്മയും എന്തുമാത്രം വിശ്വസിച്ചിരുന്നു! ആ മനുഷ്യനാണു നാലുലക്ഷം രൂപ തിരികെ കൊടുക്കാതെ ചുവടു മാറ്റിച്ചവിട്ടിയത്. ബന്ധുവിന്റെ വീട്ടിൽനിന്നുണ്ടായ ദുരനുഭവങ്ങൾ അടുത്ത ആഘാതം. പാർട്ടി ആഫീസിൽ നിന്നുണ്ടായ നിസ്സഹകരണം അടുത്തത്. മായയുടെ ശരീരത്തിൽ അടുത്ത ബന്ധു കൈവച്ചത്. അതെല്ലാം മറന്നും സഹിച്ചും കുടുംബം കൊണ്ടുനടന്നേനെ. പക്ഷേ സുദേഷ്ണയ്ക്കു സുധാമൊയ്ദത്ത, മായ എന്നീ രണ്ടു പാവം ജീവികളെ സഹിക്കാൻ വയ്യ എന്ന അവസ്ഥയുണ്ടായത് വലിയ ആഘാതമായി. സുദേഷ്ണയുടെ കാര്യത്തിലുണ്ടായ 498-ാം വകുപ്പു കൊലപാതകകേസ് മറ്റൊരു വലിയ ആഘാതം. ഓരോ തവണ അടിയേറ്റു വീഴുമ്പോഴും സുധാമൊയ്ദത്തനുവേണ്ടി, മായയ്ക്കുവേണ്ടി പിടഞ്ഞെഴുന്നേല്ക്കാൻ ശ്രമിച്ചു. വകയ്ക്കു കൊള്ളാത്ത ഒരു ജീവിതം ജീവിച്ചു. അതുകൊണ്ടും തീർന്നില്ല. ഏറ്റവും വലിയ ആഘാതം സ്വയം ഏല്പിച്ചു. മായയെ പ്പോലെ കരുതേണ്ടുന്ന ഒരു പാവം പെണ്ണിനെ തട്ടിക്കൊണ്ടു വന്നു. തന്റെ കൂട്ടു കാരായ മനുഷ്യരുടെ ഭയാവഹമായ നിർല്ലജ്ജത കാണാനിടയായി. തന്റെ തന്നെ ഭീകരമുഖം അവരിലൂടെ കണ്ടു. തന്നോടുതന്നെ വെറുപ്പു തോന്നി. തന്നോടു തോന്നുന്നത്ര വെറുപ്പു സുരഞ്ജന് ലോകത്തിൽ ആരോടും തോന്നിയിട്ടില്ല.

ലജ്ജയുടെ ലേഖികയ്ക്കു കൊടുക്കാൻ എന്താണു തന്റെ കൈയിലുള്ളത്. ഒന്നും കൊടുക്കാനുള്ള യോഗ്യത തനിക്കില്ല. അതിനുള്ള കഴിവുണ്ടായിരു ന്നെങ്കിൽ സുലേഖയെ ആ ദുസ്സഹജീവിതത്തിൽനിന്നു രക്ഷപ്പെടുത്തിക്കൊണ്ടു വന്നേനെ. അവളുടെ ജീവിതം ദുസ്സഹമായതും താൻ കാരണം തന്നെ. സുലേ ഖയെ മൊഹബ്ബത്തിന്റെ വീട്ടിൽ നിന്നു തട്ടിക്കൊണ്ടു വന്നില്ലായിരുന്നെങ്കിൽ ഈ സംഭവങ്ങൾ ഒന്നും ഉണ്ടാകുമായിരുന്നില്ല. താൻ സുലേഖയ്ക്കു വേണ്ടി ചെയ്യുന്ന തൊക്കെ പാപത്തിന്റെ പ്രായശ്ചിത്തമാണ്. പ്രേമം കൊണ്ടു ചെയ്യുന്നതല്ലെന്നു സുരഞ്ജനു തോന്നി. ഇന്നല്ലെങ്കിൽ എന്നെങ്കിലും ഒരു ദിവസം സുലേഖയ്ക്ക് ഇതെല്ലാം മനസ്സിലാകും. അന്നു സുലേഖയും തന്നെ വെടിയും. മായയോടുള്ള

തുപോലെ ഒരു മമത പതുക്കെപ്പതുക്കെ സുലേഖയോടും ഉണ്ടായി. രണ്ടു പേരെയും മാറോടണയ്ക്കാൻ തോന്നുന്നു. ഓരോ കൈകൊണ്ട് ഓരോരുത്തരേയും.

ഒന്നിനും കൊള്ളാത്ത സുരഞ്ജനെ മൂന്നുപേർ കഠിനമായി സ്നേഹിക്കുന്നു. കിരൺമയി, മായ, സുലേഖ. അവരുടെ കൂടെ ഒരാളെക്കൂടി അവൻ കൂട്ടിച്ചേർത്തു. തസ്ലീമ. സുലേഖ ഒരു ദിവസം അവനെ വെടിഞ്ഞു പോകും. പക്ഷേ തസ്ലീമ. തസ്ലീമയുടെ സൃഷ്ടിയാണവൻ. സൃഷ്ടിയെ വെടിഞ്ഞു സ്രഷ്ടാവിന് ദൂരെയെങ്ങും പോകാൻ കഴിയുകയില്ല. ഇതൊക്കെയായിരുന്നു ഉറക്കം വരാത്ത ആ രാത്രിയിൽ സുരഞ്ജന്റെ വിചാരങ്ങൾ. രാവിലെ കിടക്ക വിട്ടെഴുന്നേറ്റു. പക്ഷികളുടെ ചിലയ്ക്കൽ കേട്ടുകൊണ്ടു ജനാലയ്ക്കടുത്തു നില്ക്കുമ്പോൾ തോന്നി താൻ ആരുടെ സൃഷ്ടിയുമല്ല. സ്രഷ്ടാവുമല്ല. രക്തമാംസങ്ങളുള്ള വെറും മനുഷ്യനാണ്. തനിക്ക് ഒരു അസ്തിത്വമുണ്ട്. ഇടയ്ക്ക്, അങ്ങനെ ഒരു അസ്തിത്വമില്ലെന്നും തോന്നി. ലജ്ജയിലെ സുരഞ്ജൻ ചെയ്തതൊന്നും വാസ്തവത്തിലുള്ള സുരഞ്ജൻ ചെയ്തതല്ല എന്നു മനസ്സിലായിട്ടും അതൊക്കെ താൻ ചെയ്തതായി നടിക്കുന്നു. അതോർത്തു ലജ്ജ തോന്നി. ഉദാഹരണത്തിനു ലജ്ജയിലെ കഥാപാത്രങ്ങളെല്ലാം ശുദ്ധമായ ബംഗാളിയിൽ സംസാരിക്കുന്നു. എന്നാൽ സുരഞ്ജന്റെ കുടുംബത്തിൽ എല്ലാവരും പ്രാദേശികഭാഷയാണു സംസാരിക്കുന്നത്. ശുദ്ധ ബംഗാളിയല്ല. അടുത്ത ബന്ധുക്കളും നാടോടി ബംഗാളി പറയുന്നു. ഇതിൽ ചക്രവർത്തി, കബീർ ചൗധരി, സായിദർ റഹ്മാൻ എന്നിവർ മാത്രമാണു സാഹിത്യത്തിൽ ഉപയോഗിക്കുന്ന നിലവാരമുള്ള ബംഗാളി ഉപയോഗിക്കുന്നത്.

'ലജ്ജ' എന്ന നോവലിൽ സുധാമൊയ്ദത്തനും സുരഞ്ജനും തമ്മിലുള്ള സംഭാഷണം നല്ല ബംഗാളിയിലാണ്. ധാക്കാ ഭാഷയിലല്ല. പക്ഷേ അക്കാലത്തു സുരഞ്ജനോ സുധാമൊയ്ദത്തിനോ കല്ക്കത്തയിലെ സംസാരരീതി അറിയാൻ പോലും വയ്യായിരുന്നു. ഇപ്പോൾ സുരഞ്ജൻ ധാക്കാ ഭാഷ സംസാരിക്കാറില്ല. കൂട്ടുകാരൊക്കെ കല്ക്കത്താ ബംഗാളി സംസാരിക്കുന്നു. കൂട്ടുകാർ എന്നു പറയാൻ ഇപ്പോൾ അധികമാരുമില്ല. ബേൽഘാഡിയായിലെ കൂട്ടുകാരെയൊക്കെ ഉപേക്ഷിച്ചുകഴിഞ്ഞു. ധാക്കയിലെ ജീവിതവും കല്ക്കത്തയിലെ ജീവിതവും തമ്മിലുള്ളത്ര വ്യത്യാസം ബേൽഘാഡിയായിലെ ജീവിതവും പാർക്ക് സർക്കസിലെ ജീവിതവും തമ്മിലുണ്ട്. സുരഞ്ജൻ ഒരു ജീവിതത്തിൽ എത്ര ജീവിതം ജീവിച്ചിട്ടുണ്ട്. സാധാരണക്കാരനായ സുരഞ്ജനെ ലജ്ജയിൽ അസാധാരണ വ്യക്തിയാക്കിയിരിക്കുകയാണ്. എന്നാൽ സുരഞ്ജനു താൻ വെറും ഒരു സാധാരണക്കാരനാണെന്നറിയാം. ആരാണെന്നും എങ്ങനെയുള്ള ആളാണെന്നും അറിയാം. ബേഗ്ബാഗാൻ, ബേനേപാഡാ, താംതി ബാഗാൻ തുടങ്ങിയ സ്ഥലങ്ങളിലൊക്കെ അവനു പുതിയ കൂട്ടുകാർ ഉണ്ടായിട്ടുണ്ട്. ആഫ്താർ, ഹക്കീം, എനാമൂൽ, സോബ്ഹാൻ, സാധോൻ മുതലായവർ. ഇവരുടെ മാനസികാവസ്ഥ ബേൽഘാഡിയായിലെ കൂട്ടുകാരുടെ മാനസികാവസ്ഥയിൽ നിന്നു തികച്ചും

വ്യത്യസ്തമാണ്. വിപരീതമാണ്. സുരഞ്ജൻ എന്തെങ്കിലുമൊക്കെ ചെയ്യുന്നുണ്ട്. രക്തദാനക്യാമ്പ്, വയോജനപാഠശാല, പ്രാഥമികാരോഗ്യകേന്ദ്രത്തിൽ സേവനം തുടങ്ങിയ കാര്യങ്ങളിലൊക്കെ സഹായിക്കുന്നു. എല്ലായ്പ്പോഴും ഉത്സാഹം നിലനിർത്താനാകുന്നില്ല. പലപ്പോഴും നിരാശനാകും സുരഞ്ജൻ. നിരാശയുടെ ആശാനാണ്. ജീവിതത്തിൽ ഒന്നും നടന്നില്ല, നടക്കുകയുമില്ല എന്നാണവൻ പറയുന്നത്. ആശയും നിരാശയുമൊക്കെ ഉപേക്ഷിച്ച് കഞ്ചാവിന്റെ പുകയെടുക്കുന്നതാണു ബുദ്ധി. എന്തു സംഭവിച്ചു എന്നറിയാൻ ആഗ്രഹമില്ല. എങ്കിലും അവൻ പറയും, എന്തു സംഭവിക്കണമായിരുന്നു എന്നും എനിക്കറിയില്ല. പാർക്ക് സർക്കസ് റോഡിലെ മല്ലികാബസാറിലെ ചായക്കട, മോഡേൺ ഫാർമസി, മദ്യഷാപ്പ് - ഈ സ്ഥലങ്ങളിലൊക്കെയുള്ള ചർച്ചകളിൽ ലഹരിയുടെ തോതനുസരിച്ചു പങ്കുചേരും. ബേൽഘാഡിയായിൽ മീറ്റിംഗുകൾ തന്നെ ഉണ്ടാകാറുണ്ട്. ഫീസർ റോഡിലെ ക്ലബ്ബിൽ അവർ ഒത്തുചേരാറുണ്ട്. എല്ലാ ദിവസത്തെയും രാത്രി പരിപാടി മുഖ്യമായും മദ്യപാനം തന്നെ. ലഹരി പോരാ എന്നു തോന്നിയാൽ റെയിൽവേ സ്റ്റേഷനിൽ പോയി കഞ്ചാവിന്റെ പൊതി സംഘടിപ്പിക്കും. ഗൗതം, രൂപക്, മാനസ്, തന്മയ്, ജയദേവ്, അചിന്ത്യൻ ഇവരായിരുന്നു കൂട്ടുകാർ. സുരഞ്ജനും സോബ്ഹാനും ഒന്നിച്ചു കുറേ നാൾ ചുറ്റിക്കറങ്ങി നടക്കുന്നതു കണ്ടപ്പോൾ ഒരിക്കൽ സോബ്ഹാനെപ്പറ്റി കൂട്ടുകാർക്കിടയിൽ ചർച്ചയുണ്ടായി.

"എന്താണ് ഇവന്റെ പേര്."

"സോബ്ഹാൻ"

"എവിടെ താമസിക്കുന്നു."

"ഫീഡർ റോഡിൽ"

"ബംഗാളിയല്ലേ."

"ബംഗാളിയാണ്."

"പോക്കറ്റു തപ്പി നോക്കിയോ, ബോംബോ മറ്റോ ഉണ്ടോ? പിന്നെ......"

"ബംഗാളിയുടെ കൂടെ നടക്കുന്നു. മുസൽമാൻ കൂട്ടുകാരനായത് എന്തുകൊണ്ട്?"

"സോബ്ഹാൻ ബംഗാളിയാണല്ലോ."

"ബംഗാളിയാകുന്നതെങ്ങനെ? അവൻ മുസൽമാനല്ലേ."

"മുസൽമാന്മാർ ബംഗാളിയല്ലേ."

"അതെങ്ങനെ?"

"ഒരു ഹിന്ദു ബംഗാളിയാകുന്നതുപോലെത്തന്നെ. മുസ്ലീമും ബംഗാളിയാകും. ബുദ്ധമതക്കാരനും ക്രിസ്ത്യാനിയും ഒക്കെ അങ്ങനെത്തന്നെ. ബംഗാളിയാകുന്നു. ഒരു മതത്തിലും പെടാത്തവരും ബംഗാളിയാകുന്നു. വംശം വേറെ, മതം വേറെ. മതം വേറെവേറെയായാലും വംശം ഒന്നാകും." സുരഞ്ജൻ പറയുന്നതു കേട്ടു

ചിലർ പൊട്ടിച്ചിരിച്ചു. ചിലർ സുരഞ്ജന്റെ വയറിൽ കുത്തിപ്പിടിച്ചുകൊണ്ടു ചോദിച്ചു:

"കഴുതേ, മുസൽമാന്മാരുടെ ദ്രോഹമൊന്നും അനുഭവിച്ചിട്ടില്ലേ."

സുരഞ്ജൻ ചിരിച്ചുകൊണ്ടു പറഞ്ഞു:

"അനുഭവിച്ചിട്ടുണ്ട്. ധാരാളം അനുഭവിച്ചിട്ടുണ്ട്. ഇല്ലെങ്കിൽ ജന്മദേശം വിട്ട് ഇങ്ങോട്ട് പോരുമായിരുന്നോ. നിങ്ങൾ എന്താണു പറയുന്നത്! ബംഗാളി ഹിന്ദു ആകുന്നതുപോലെത്തന്നെയാണു ബംഗാളി മുസ്ലീം ആകുന്നതും. ബംഗാളി യല്ലാത്ത ഹിന്ദു ഉണ്ടാകുന്നതുപോലെ ബംഗാളിയായ ഹിന്ദുവും ഉണ്ടാകുന്നു. ഈ അറിവ് അവർക്ക് ഉണ്ടാകേണ്ടതാണ്."

"ആ അറിവ് കൊടുക്കുന്നില്ലല്ലോ" ഒരാൾ പറഞ്ഞു.

"ഇതൊന്നും കൊടുക്കേണ്ട അറിവ് അല്ല. ഇതു സാധാരണ അറിവാണ്."

"അവർക്കു പൊതുവേ പൊതുവിജ്ഞാനം കുറവാണ്."

"ത്ഫൂ."

"ചരിത്രം വായിച്ചുനോക്ക്."

"നിനക്കു ചരിത്രത്തെക്കുറിച്ച് എന്തറിയാം."

"ഞാൻ കോളേജിൽ ചരിത്രമാണു പഠിപ്പിച്ചിരുന്നത്."

"ഏതു കോളേജിൽ"

"ദംദം കോളേജിൽ"

"അത്തരം കോളേജുകളിൽ വഴിയിൽ കണ്ടവരെയൊക്കെ പിടിച്ചുകൊണ്ടു പോയി ടീച്ചറാക്കുമായിരിക്കും. ഞാൻ വേണമെങ്കിൽ ആ കോളേജിൽ ചെന്നു ഫിസിക്സ് പഠിപ്പിക്കാം. ഒരു പ്രശ്നവുമില്ല."

"സുരഞ്ജൻ ബംഗ്ലാദേശിലെ യുവാവാണ്."

പതിമൂന്നുകോടി ബംഗാളികളിൽ ബഹുഭൂരിഭാഗം വരുന്ന മുസൽമാന്മാരുടെ കൂടെ അവൻ ജീവിച്ചിട്ടുണ്ട്. ബംഗാളി എന്നാൽ എന്ത് എന്ന് അവന് അറിയാം. വിദ്യാഭ്യാസമില്ലാത്ത ബംഗാളി മുസ്ലീംപോലും ബംഗാളി എന്നാൽ ബംഗാളി മുസൽമാനാണ് എന്നു വിചാരിക്കുകയില്ല. എന്നാൽ വിദ്യാഭ്യാസം നേടിയ ബംഗാളി ഹിന്ദുപോലും ബംഗാളി എന്നാൽ ബംഗാളി ഹിന്ദുമാത്രമാണ് എന്നു വിചാരിക്കുന്നു.

തർക്കം തുടങ്ങിയപ്പോൾ സുരഞ്ജൻ ഒരുപക്ഷത്തും മറ്റുള്ളവരെല്ലാവരും മറുപക്ഷത്തുമായി. പിന്നീട് അവർ അങ്ങനെ വിചാരിക്കുന്നത് ചുറ്റും ബംഗാളിക ളല്ലാത്ത മുസൽമാന്മാർ താമസിക്കുന്നതുകൊണ്ടാണെന്നു മനസ്സിലാക്കി. സോബ്ഹാൻ തെളിഞ്ഞ ബംഗാളിയിൽ, സുരഞ്ജനെക്കാൾ നല്ല ബംഗാളി യിലാണു സംസാരിച്ചിരുന്നത്. കല്ക്കത്ത ഉച്ചാരണത്തിലുള്ള ബംഗാളിഭാഷ. എന്നിട്ടും അചിന്ത്യനും മാനസും രൂപനും മറ്റും സോബ്ഹാൻ ബംഗാളിയാണെന്ന് അംഗീകരിച്ചില്ല.

സുരഞ്ജനു ദേഷ്യം വന്നു. മുസൽമാന്മാരോടുള്ള സഹാനുഭൂതി കൊണ്ടല്ല, ഹിന്ദുക്കളുടെ അജ്ഞതയെക്കുറിച്ചോർത്തിട്ട്. സുരഞ്ജൻ, ബംഗാളി അബംഗാളി വ്യത്യാസം തന്റെ കൂട്ടുകാരെ പറഞ്ഞു മനസ്സിലാക്കിക്കാൻ ശ്രമിച്ചു. അവർക്കു മനസ്സിലായില്ല. ഹിന്ദുക്കൾ ഒഴികെ മറ്റാരെങ്കിലും ബംഗാളികളാകാമെന്ന ആശയം അവരുടെ തലയിൽ കയറിയില്ല. അഥവാ കയറിയാലും ഏതാനും നിമിഷങ്ങൾക്കകം അത് ഇറങ്ങിപ്പോകുന്നു.

ഫീഡർ റോഡിൽ എല്ലാവരും ബംഗാളികളാണ്. വിരലിൽ എണ്ണാൻ മാത്രം മുസൽമാന്മാർ. ആ മുസൽമാന്മാർ ബംഗാളികളാണെന്നറിഞ്ഞിട്ടും സുരഞ്ജന്റെ ഹിന്ദുകൂട്ടുകാർ അവർ ബംഗാളികളല്ലാത്തതുപോലെ പെരുമാറി. ബംഗാളി എന്നാൽ ബംഗാളി ഹിന്ദുക്കൾ എന്ന ആശയം വച്ചുപുലർത്തി.

സുരഞ്ജൻ പിന്നെ വാശിപിടിച്ചില്ല. വെറെ വേറെ പ്രദേശങ്ങളിൽ താമസിക്കുകയും വേറെ ആണെന്നു തോന്നുകയും ചെയ്താൽ ഭാഷയിൽ ചില വ്യത്യാസങ്ങൾ വരാവുന്നതേയുള്ളൂ. എങ്കിലും വിദ്യാസമ്പന്നരാണെങ്കിൽ ഭാഷ തെറ്റില്ലാതെ പ്രയോഗിക്കാൻ ശ്രദ്ധിക്കും.

സുലേഖയെ സുരഞ്ജന്റെ കൂടെ കണ്ടപ്പോൾ പലരും കണ്ണു ചെറുതാക്കി, നോട്ടം കൂർപ്പിച്ചു.

"ഇത് ആരാണെടോ. എവിടെ താമസിക്കുന്നു."

"കല്ക്കത്തയിൽ"

"ചരക്കു കൊള്ളാമല്ലോ. തെറ്റില്ല."

"മുഖശ്രീയുമുണ്ട്."

"തട്ടിക്കൊണ്ടുപോവുകയാണോ."

"അതേ."

"പേര്"

"സുലേഖ"

"അപ്പോൾ മുസ്ലീമാണ്."

"പേരുകേട്ടപ്പോൾ മനസ്സിലായില്ലേ."

സുരഞ്ജന്റെ കൂട്ടുകാരുടെ മുഖത്തു വല്ലാത്ത പടപടപ്പ്. പിന്നെ മുഖം കനത്തു. കഴിയുമെങ്കിൽ അവർ മുഖച്ഛായ തന്നെ മാറ്റിയേനെ.

സുരഞ്ജനും സുലേഖയും തമ്മിലുള്ള ബന്ധത്തെപ്പറ്റിയായി പിന്നെ ചർച്ച. അന്തരീക്ഷത്തിനു ചൂടുപിടിച്ചു.

കുറേ നാൾ സുലേഖയെ ബേൽഘാഡിയായിൽ കൂട്ടിക്കൊണ്ടു വന്നു. സ്വന്തം മുറിയിലിരുന്നു വളരെ നേരം സംസാരിച്ചിരുന്നു. നന്ദൻബാഗിലെ ചെറിയ മുറിയിൽ ജനലഴികളിലൂടെ പുറത്തേക്കു നോക്കിയിരുന്ന് എത്ര നേരം സംസാരിച്ചാലും മതി വരാറില്ല. കൂട്ടുകാർ സുരഞ്ജന് ലഹരി തന്നെയായിരുന്നു. മദ്യത്തിന്റെയും

നിർത്താത്ത സംഭാഷണത്തിന്റെയും തമാശകളുടെയും ശീലത്തിന്റെയും ലഹരി. അതൊക്കെ ഉപേക്ഷിച്ച് പാർക്ക് സർക്കസിൽ വന്നു താമസിക്കാൻ ഒരു രസവും തോന്നിയില്ല. കിരൺമയിക്കും ഒട്ടും ഇഷ്ടപ്പെട്ടില്ല. അതൊക്കെ അവഗണിച്ച് ജാനേൻനഗർ റോഡിലെ ഈ വീട് ആംജാദു മുഖേന അന്വേഷിച്ചു കണ്ടു പിടിക്കുകയായിരുന്നു. നന്ദൻബാഗിലെ വീടിന് 1500 രൂപയായിരുന്നു വാടക. ഇവിടെയും 1500 രൂപ തന്നെ. ടൗണിനു പുറത്തു താമസിക്കുന്നതിനെക്കാൾ അകത്തു താമസിക്കുന്നതിന്റെ സൗകര്യം അമ്മയെ പറഞ്ഞു മനസ്സിലാക്കി. പക്ഷേ ഉള്ളിലുണ്ടായിരുന്നതു സുലേഖയാണ്. സുലേഖയെപ്പറ്റി കൂട്ടുകാർ തോന്ന്യാസം പറയുന്നതു കേൾക്കണ്ടല്ലോ. അവർ പറയാത്ത ചീത്ത വാക്കുകളൊന്നുമില്ല. ആ മുസൽമാൻ പെണ്ണിനെയുംകൊണ്ട് ഇവിടെ ജീവിക്കാൻ സമ്മതിക്കുകയില്ലെന്നവർ തീർത്തുപറഞ്ഞിരുന്നു. കത്തിയും പോക്കറ്റിൽ ഇട്ടുകൊണ്ട് കറങ്ങി നടക്കുകയാണവർ. ഒരിക്കൽ ബേൽഘാഡിയാ സ്റ്റേഷനിൽ നിന്നും സുലേഖയെ ട്രെയിനിൽ കയറ്റി വിട്ടിട്ടു തിരികെ പോരാൻ തുടങ്ങുകയായിരുന്നു. മാനസ് ട്രെയിനിൽ കയറുന്നതു കണ്ടു. സുരഞ്ജൻ ട്രെയിനിൽ കയറാൻ ഉദ്ദേശിച്ചിരുന്നതല്ല. എങ്കിലും മാനസ് കയറുന്നതു കണ്ടു സുരഞ്ജനും കയറി. സുലേഖയെ ഒറ്റയ്ക്കു വിടേണ്ട എന്നു വിചാരിച്ചു. മാനസ് വിധാൻ നഗറിൽ ഇറങ്ങുന്നതുകണ്ട് സുരഞ്ജനും ഇറങ്ങി. പുറകിൽ നിന്നു മാനസിനെ പിടിച്ചു.

"എന്തുദ്ദേശിച്ചാണെടാ ട്രെയിനിൽ കയറിയത്."

"ഈ ബന്ധം അവസാനിപ്പിക്ക്, സുരഞ്ജൻ."

"എന്റെ ബന്ധമല്ലേ. അതിൽ നിനക്കെന്തു കാര്യം. "

"കാര്യമുണ്ട്. നിനക്ക് ഇപ്പോഴും മുസൽമാന്മാരെ മനസ്സിലായിട്ടില്ല. നീ അവരുടെ രാജ്യത്ത് ഉണ്ടായിരുന്നതല്ലേ."

"എന്താ മനസ്സിലാകാത്തത്. ശരിക്കും മനസ്സിലാക്കിയിട്ടുണ്ട്."

"മനസ്സിലാക്കിയിട്ടില്ല. അവരുടെ രക്തത്തിൽ അക്രമമുണ്ട്, വഞ്ചനയുണ്ട്."

"അറിയാം."

"അപ്പോൾ അറിഞ്ഞുകൊണ്ടാണോ ഇതൊക്കെ ചെയ്യുന്നത്."

"ഇഷ്ടമായിട്ടാണ്. നീ സിപിഎം അനുഭാവിയല്ലേ. എല്ലാ മീറ്റിംഗിലും പോകുന്നുണ്ട്. നിന്റെ അയൽക്കാരും സിപിഎം അല്ലേ. ആ വാർഡു തന്നെ സിപിഎം വാർഡ്. എന്നിട്ടെന്താ നിന്റെ മനോഭാവം ഇങ്ങനെയായത്. മനുഷ്യനെ മനുഷ്യനായി കാണാൻ നോക്ക്."

"നീ ആരുടെ കൂടെ വേണമെങ്കിൽ കൂടിക്കോ. പക്ഷേ മുസൽമാന്മാരുടെ കൂടെ കൂടാൻ ഞങ്ങൾ സമ്മതിക്കുകയില്ല."

"നിങ്ങൾ അംഗീകരിക്കേണ്ട. ഞാൻ ഒരു വ്യക്തിയല്ലേ. എന്റെ വ്യക്തിപരമായ കാര്യം ഞാൻ തീരുമാനിക്കും."

"നീ ഒരു വ്യക്തിതന്നെ. എന്നാൽ സമൂഹത്തിലല്ലേ ജീവിക്കുന്നത്. ഒറ്റയ്ക്ക് മനുഷ്യരാരുമില്ലാത്തിടത്തല്ലല്ലോ? മനുഷ്യരുടെ ഇടയിൽ ജീവിക്കുമ്പോൾ അവരുടെ നിയമങ്ങൾ പാലിക്കണ്ടേ."

"മനുഷ്യരുടെ നിയമം എന്താണ്? ഹിന്ദുക്കളും മുസ്ലീങ്ങളും തമ്മിൽ സൗഹാർദ്ദം പാടില്ലേ."

"ഇല്ല. പാടില്ല. മുസ്ലീങ്ങൾ ഭീകരന്മാരാണ്. തീവ്രവാദികളാണ്. അവർ ഹിന്ദുക്കളുടെമേൽ ആക്രമണം നടത്തുന്നു. അവർ നമ്മുടെ ദേശം വിഭജിച്ചു. മുസൽമാന്മാർ പാക്കിസ്താനിലേക്കു പോകട്ടെ. അവരുടെ രാജ്യം പാക്കിസ്താനാണ്. പാക്കിസ്താനിൽ പോകാത്തതെന്ത്. ഇപ്പോഴായാലും പൊയ്ക്കൊള്ളട്ടെ. നമ്മുടെ പൂർവ്വപുരുഷന്മാർ പാക്കിസ്താനിൽ നിന്നും പോന്നവരാണ്. ഇതു ഹിന്ദുക്കളുടെ രാജ്യമാണ്. മുസ്ലിങ്ങൾക്കു പാക്കിസ്താനും ഹിന്ദുക്കൾക്ക് ഭാരതവും കൊടുക്കാനാണു രാജ്യം വിഭജിച്ചത്. നമ്മൾ എന്തിനാണ് ഇവിടെ അവരെ സഹിക്കുന്നത്."

സുരഞ്ജൻ അത്ഭുതപ്പെട്ടുപോയി. മാനസ് എന്താണീ പറയുന്നത്. മുസൽമാന്മാർ സി.പി.എമ്മിന്റെ വോട്ടുബാങ്കാണ്. മദ്രസയും മസ്ജിദും ഉണ്ടാക്കിക്കൊടുത്ത് അവരെ തലയിൽവച്ചുകൊണ്ടു നടക്കുകയാണ്, എന്നിട്ട്?

"അതെല്ലാം രാഷ്ട്രീയക്കാരുടെ പണിയല്ലേ. ഞങ്ങൾ ചെയ്യുന്നതല്ലല്ലോ."

രണ്ടുപേരും നടന്നു രാമകൃഷ്ണമിഷൻ മൈതാനത്ത് എത്തി. അവിടെ ഇരുന്നു. രാത്രി വളരെ ഇരുട്ടുന്നതുവരെ സംസാരിച്ചുകൊണ്ടിരുന്നു.

മാനസ് സർക്കാർ ഉദ്യോഗസ്ഥനാണ്. എം.എ. വരെ പഠിച്ചെങ്കിലും പരീക്ഷ എഴുതിയില്ല. മാനസിന്റെ കൂടെ പല ദിവസവും നാടൻ കള്ളുഷാപ്പിൽ നിന്നു വയർ നിറയെ കുടിച്ചിട്ടുണ്ട്. മാനസ് പലതവണ ആവശ്യപ്പെട്ടിട്ടും സുലേഖയുമായുള്ള ബന്ധം ഉപേക്ഷിക്കാമെന്നു സുരഞ്ജൻ സമ്മതിച്ചില്ല. മാനസ് വീണ്ടും പറഞ്ഞു:

"സുരഞ്ജൻ നീ ചെയ്യുന്നതു നന്നല്ല. ശരിയല്ല."

"നല്ലതാണെന്നു പറഞ്ഞല്ലല്ലോ ചെയ്യുന്നത്. എനിക്കു നല്ലതെന്താണെന്നു മനസ്സിലാക്കിത്താ."

"ഇത്തരം കാര്യങ്ങളിൽ നല്ലതെന്താണ് എന്ന് അവനവന് അറിയാൻ പറ്റുകയില്ല. അതറിയിക്കാനുള്ള ചുമതല മറ്റാരെയെങ്കിലും ഏർപ്പാടാക്കാനേ പറ്റുകയുള്ളൂ."

"നോക്ക് എല്ലാവർക്കും ഓരോ ജീവിതമുണ്ട്. ഓരോരുത്തർക്കും അവരവരുടെ പ്രശ്നങ്ങളുണ്ട്. ആ പ്രശ്നങ്ങൾക്കു പരിഹാരം തേടിത്തേടി ജീവിതം അവസാനിപ്പിക്കുന്നു. ആർ ആരുടെ കൂടെക്കൂടി, ആരുടെയൊക്കെ മതം എന്താണ്, ജാതി എന്താണ് ഇതൊക്കെ നോക്കാൻ ആർക്കെങ്കിലും നേരമുണ്ടോ? നിനക്ക് ആരോടൊക്കെ ബന്ധം ഉണ്ടെന്നു ഞാൻ അന്വേഷിച്ചിട്ടുണ്ടോ."

മാനസ് രണ്ടുകൈ കൊണ്ടും സുരഞ്ജന്റെ കൈ സ്വന്തം കൈയിൽ ഒതുക്കിപ്പിടിച്ചുകൊണ്ടു പറഞ്ഞു:

"നീ നന്നാകാൻ നോക്ക്, ഇനിയും സമയമുണ്ട്. സ്വന്തം സമുദായത്തെ വഞ്ചിക്കരുത്. അവർ ലോകത്തെ മുഴുവൻ ഭീഷണിപ്പെടുത്തുകയാണ്. അവർ മുസ്ലീങ്ങളല്ലാത്തവരെ വെറുക്കുന്നു. നിനക്കു വിവാഹം കഴിക്കണമെങ്കിൽ

കഴിക്കുക. ഹിന്ദുവിനെ വേണ്ടെങ്കിൽ ക്രിസ്ത്യാനിയെ, അല്ലെങ്കിൽ ബുദ്ധമതക്കാരിയെ കഴിക്ക്. പക്ഷേ മുസ്ലീമിനെ വേണ്ട."

"നോ മുസ്ലിം നോ മുസ്ലീം നോ മുസ്ലീം."

പിറ്റേന്നു രാത്രി, സിസിആർ പാലത്തിനു ചുവട്ടിൽ വച്ചു സുരഞ്ജനെ അവന്റെ കൂട്ടുകാർ പൊതിരെ തല്ലി. അഞ്ചുദിവസം കഴിഞ്ഞിട്ടേ സുരഞ്ജന് എഴുന്നേല്ക്കാൻ കഴിഞ്ഞുള്ളൂ. സോബ്ഹാനാണ് സുരഞ്ജനെ ആശുപത്രിയിലാക്കിയത്. സുഖമായപ്പോൾ ആശുപത്രിയിലെ ബില്ലുകൊടുത്ത് സുരഞ്ജനെ വീട്ടിൽ കൊണ്ടു ചെന്നാക്കിയതും സോബ്ഹാൻ ആണ്. അഞ്ചുദിവസം ആശുപത്രിയിൽ ബന്ധുവായും കൂട്ടുകാരനായും സോബ്ഹാൻ മാത്രമേ ഉണ്ടായിരുന്നുള്ളൂ. സ്വന്തം വീടും ജോലിയും എല്ലാം ഉപേക്ഷിച്ചു സോബ്ഹാൻ ആശുപത്രിയിൽ സുരഞ്ജനെ ശുശ്രൂഷിക്കുകയായിരുന്നു. വിവരം അറിയാതെ കിരൺമയിയും മായയും സംഭ്രമിച്ചു. സുരഞ്ജൻ ഇടയ്ക്ക് ഫോൺ ചെയ്ത് ഒരു കൂട്ടുകാരന്റെ വീട്ടിലാണെന്നു പറഞ്ഞെങ്കിലും അവർക്കു സമാധാനമായില്ല. എന്തെല്ലാം ആപത്തുകൾ അവർ ശങ്കിച്ചു എന്നു പറയാനില്ല. സുരഞ്ജനെയും കൊണ്ടു വീട്ടിൽ ചെന്നപ്പോൾ മായ സോബ്ഹാനെ പതിഞ്ഞ ശബ്ദത്തിൽ ശകാരിച്ചു. മറ്റൊരു മുറിയിൽ നിന്നു സോബ്ഹാനെ മുഖത്തു നോക്കാതെയാണ് ചീത്ത വിളിച്ചത്. മുസൽമാന്മാർ സുരഞ്ജനെ തട്ടിക്കൊണ്ടു പോയതാണ്; കൊല്ലാനാണ് കൊണ്ടുപോയത് - മായ ആരോപിച്ചു. സുരഞ്ജൻ സോബ്ഹാനോടു പൊയ്ക്കൊള്ളാൻ ആംഗ്യം കാണിച്ചു. അവനു മറ്റൊന്നും ചെയ്യാൻ കഴിഞ്ഞില്ല. സോബ്ഹാനോടുള്ള നന്ദി പ്രകടിപ്പിക്കാൻ പോലും അവനു കഴിഞ്ഞില്ല. ആശുപത്രി ചെലവുകളെല്ലാം സോബ്ഹാനാണു ചെയ്തത്. സോഫ്ട്‌വെയർ എഞ്ചിനീയറാണ് സോബ്ഹാൻ. കമ്പ്യൂട്ടർ കച്ചവടം നടത്തുന്നു. സുരഞ്ജൻ ദംദം കോളേജിൽ പഠിപ്പിച്ചിരുന്ന കാലത്താണ് അവർ തമ്മിൽ പരിചയപ്പെട്ടത്. അവിടെ കമ്പ്യൂട്ടർ സ്ഥാപിക്കാനാണ് സോബ്ഹാൻ പോയത്. ശോഭൻ എന്നാണു സുരഞ്ജൻ അന്നു സോബ്ഹാനെ വിളിച്ചത്. ശോഭൻ ബാബു എന്ന്. സോബ്ഹാൻ അഹിതം കാണിച്ചില്ല. പിന്നീടു സുരഞ്ജൻ സ്വന്തം മുറിയിൽ ഒരു കമ്പ്യൂട്ടർ സ്ഥാപിച്ചപ്പോൾ അതിന്റെ ജോലികളും സോബ്ഹാനെയാണ് ഏല്പിച്ചത്. സോഫ്റ്റ് വെയർ കയറ്റിയതും സോബ്ഹാനാണ്. അതിനു വില മേടിക്കുകയില്ലെന്നും നല്ല സോഫ്റ്റ്‌വെയറാണെന്നും സുരഞ്ജൻ മനസ്സിലാക്കിയിരുന്നു. ഒരു ദിവസം സുരഞ്ജൻ ചോദിച്ചു: "ഒരുപാടു സാധനങ്ങൾ പകുതി വിലയ്ക്കാണല്ലോ എനിക്കു തന്നത്. അതെന്താണ്? സോഫ്റ്റ്‌വെയറിനു വിലയേ മേടിച്ചില്ലല്ലോ."

അപ്പോൾ സോബ്ഹാൻ പറഞ്ഞു:

"ശരിയായ വില മേടിച്ചിട്ടുണ്ട്. അതു മതി. സോഫ്റ്റ്‌വെയർ ഇവിടെയുണ്ടായിരുന്നതാണ്. അതിനു വില തരേണ്ട ആവശ്യമില്ല."

സുരഞ്ജൻ വീണ്ടും നിർബന്ധിച്ചു:

"നിങ്ങൾ സമയം ചെലവഴിച്ചു ജോലി ചെയ്തതല്ലേ? അതിന് എന്തെങ്കിലും ഒരു പ്രതിഫലം എടുക്കേണ്ടതല്ലേ."

സോബ്ഹാൻ അതു സമ്മതിക്കാതെ തലയാട്ടി.

"ജോലി എന്നൊന്നും പറയാനില്ല. എനിക്ക് ഈ പണികളൊക്കെ ചെയ്യുന്നത് ഇഷ്ടമാണ്."

സുരഞ്ജന് അത്ഭുതം തോന്നി. ഒരു ദിവസം ചായയ്ക്കു ക്ഷണിച്ചു, സന്തോഷമായി ചെന്നു. പിന്നീട് ഒരിക്കൽ ഫീഡർ റോഡിൽ ചെന്നു കമ്പ്യൂട്ടർ കട കണ്ടു. സോബ്ഹാൻ എത്രമാത്രം തിരക്കുള്ള ആളാണ് എന്നു നേരിൽക്കണ്ടു. അത്ര തിരക്കുള്ള സോബ്ഹാനാണ് ഒരു നിലയും വിലയുമില്ലാത്ത സുരഞ്ജൻ കണ്ണുകാണിച്ചപ്പോഴേക്കും ഓടി വന്നത്. സോബ്ഹാൻ സുരഞ്ജനെ ഒരിക്കൽ ഭക്ഷണത്തിനു ക്ഷണിച്ചു. രണ്ടുപേരും കമ്പ്യൂട്ടർ ടെക്നോളജി, ഭൂലോക പരിസ്ഥിതി, സ്പേസ് റിസർച്ച് തുടങ്ങിയ വിഷയങ്ങളെപ്പറ്റി ധാരാളം സംസാരിച്ചു. സോബ്ഹാൻ തല കുനിച്ചേ നടക്കുകയുള്ളൂ. അത്രമേൽ വിനയാന്വിതനാണ്. എന്നാൽ സയൻസു വിഷയങ്ങൾ സംസാരിക്കുമ്പോൾ ഉള്ളം തുളുമ്പുകയായി. സുരഞ്ജൻ നല്ല ഒരു ശ്രോതാവാണ്; സോബ്ഹാനും. ഇത്ര ശ്രദ്ധയും ബുദ്ധിയുമുള്ള ശ്രോതാവിനെ രണ്ടുപേർക്കും ഇതുവരെ കിട്ടിയിട്ടില്ല. അതുകൊണ്ടു രണ്ടുപേരും വളരെ വേഗം സുഹൃത്തുക്കളായിത്തീർന്നു.

ശോഭൻ ബാബു, ശോഭനായി, പിന്നെ സോബ്ഹാനായി. ഇങ്ങനെയാണു കുറേശ്ശെ കുറേശ്ശെ അടുപ്പത്തിലായത്. യഥാർത്ഥത്തിൽ സോബ്ഹാൻ എന്നറിഞ്ഞ ദിവസം സുരഞ്ജന്റെ അത്ഭുതഭാവം കണ്ടു സോബ്ഹാൻ തല കുനിച്ചു. സുരഞ്ജൻ ചോദിച്ചു:

"താങ്കൾ ഹിന്ദു അല്ലേ."

സുരഞ്ജന്റെ ചോദ്യത്തിനു മുമ്പിൽ സോബ്ഹാൻ തെറ്റുകാരനെപ്പോലെ നിന്നുകൊണ്ടു നിഷേധാർത്ഥത്തിൽ തലയാട്ടി.

"ശ്ശെ" സുരഞ്ജനിൽ നിന്നു ദുഃഖത്തിന്റെയും കോപത്തിന്റെയും ശബ്ദം തെറിച്ചുവീണു.

സോബ്ഹാൻ പെട്ടെന്നു മുന്നിൽ നിന്നു മറഞ്ഞു. സ്വന്തം കാര്യങ്ങളിൽ മുഴുകി.

വളരെ പതുക്കെ സംസാരിക്കുകയും തല കുനിച്ചു നടക്കുകയും ചെയ്യുന്ന വിനീതസ്വഭാവിയാണു സോബ്ഹാൻ. സോബ്ഹാനില്ലാതെ സുരഞ്ജനു കഴിയാം. സുരഞ്ജനില്ലാതെ സോബ്ഹാനും ജീവിക്കാം. പക്ഷേ അതു സാധ്യമാകാത്ത രീതിയിൽ അവർ ഒന്നായിപ്പോയി. രണ്ടുപേരും പരസ്പരം നല്ല ശ്രോതാക്കളായിരുന്നു. സുരഞ്ജൻ അച്ഛന്റെയും അമ്മയുടെയും മായയുടെയും കാര്യങ്ങൾ പറയാറുണ്ട്. മുസൽമാൻ വിദ്വേഷികളായ കൂട്ടുകാരുടെ കാര്യവും പറയാറുണ്ട്. എന്നാൽ സുലേഖയുടെ കാര്യം മാത്രം പറഞ്ഞില്ല. എന്തുകൊണ്ടു പറഞ്ഞില്ല എന്നു സുരഞ്ജൻ സ്വയം ചോദിച്ചപ്പോൾ കിട്ടിയ ഉത്തരം സോബ്ഹാൻ തല താഴ്ത്തി ജീവിക്കുന്നവനും, സുരഞ്ജൻ തല ഉയർത്തി ജീവിക്കുന്നവനും ആയതുകൊണ്ട് എന്നായിരുന്നു. സോബ്ഹാൻ മൈനോറിറ്റിയാണ്. സുരഞ്ജൻ

മെജോറിറ്റിയും. സുലേഖയുമായുള്ള ബന്ധത്തിന്റെ കാര്യം സോബ്ഹാനോടു പറയുക എന്നു പറഞ്ഞാൽ അതിനർത്ഥം സുരഞ്ജൻ വന്നു സോബ്ഹാന്റെ കാലുപിടിച്ചു എന്നാണ്. മൈനോറിറ്റിയുമായി സൗഹൃദവും മൈനോറിറ്റിയെ പ്രേമിക്കലും രണ്ടാണ്. പ്രേമിക്കൽ പലതുമാണ്. പ്രേമം, പ്രേമാനന്തരം വിവാഹം, വിവാഹാനന്തരം സന്താനപ്രാപ്തി. ആ സന്താനം തനി ഹിന്ദു ആവില്ല. മുസൽമാന്റെ ഗർഭത്തിലുണ്ടായ സന്താനം മുസൽമാൻ തന്നെയായിരിക്കും.

ശോഭൻ ബാബുവിന്റെ പിന്നിൽ ഒളിഞ്ഞിരിക്കുന്ന സോബ്ഹാനെ തിരിച്ചറിഞ്ഞശേഷം കുറെ കാലത്തേക്ക് അവർ തമ്മിൽ സമ്പർക്കം ഇല്ലായിരുന്നു. അവരുടെ സൗഹൃദം മുന്നോട്ടു പോവുകയില്ലെന്നു ശോഭനും സുരഞ്ജനും മനസ്സിലാക്കി. അതിനുശേഷം പരസ്പരം കാണലില്ല. അന്വേഷിക്കലില്ല. അവനവന്റെ ജീവിതം അവനവന് എന്ന മട്ടായി. പക്ഷേ സുരഞ്ജൻ തന്നെയാണ് ആദ്യം സോബ്ഹാനെ ചെന്നു കണ്ടത്. എന്തുകൊണ്ടെന്ന് അവനുതന്നെ അറിയില്ല. ഒന്നവന് അറിയാം സോബ്ഹാനെക്കൂടാതെ ജീവിക്കാൻ വയ്യ എന്നു തോന്നിക്കഴിഞ്ഞു. അത്യസാധാരണമായ ഒരു തീരുമാനമായിരുന്നു. വഞ്ചനയും ക്രൂരതയും ലയിച്ചുചേർന്ന രക്തം എന്ന് ആരുടെ രക്തത്തെപ്പറ്റി കരുതിയോ, ആ രക്തം ശരീരത്തിലോടുന്ന മുസൽമാനുമായി സൗഹാർദ്ദം പുനഃസ്ഥാപിക്കണമെന്നു തീരുമാനിച്ചു. നന്ദൻനഗർ പാർക്കിലെ കോൺക്രീറ്റ് അഴികൾക്കരുകിൽ, രാമകൃഷ്ണമിഷൻ ഗ്രൗണ്ടിൽ, കമ്പ്യൂട്ടർ പീടികയിൽ പഴയതുപോലെ പോയി വിശ്രമിച്ചു, ഉദ്ദേശ്യമില്ലാതെതന്നെ സുരഞ്ജനും സോബ്ഹാനും വളരെ നേരം സംസാരിച്ചുകൊണ്ടിരുന്നു. മനസ്സുകൾ തമ്മിൽ യോജിച്ചു, അല്ലാതെന്ത്. മറ്റു കൂട്ടുകാരില്ലാഞ്ഞിട്ടല്ല. ഈ കൂട്ട് സുരഞ്ജന് വളരെ ഇഷ്ടമായി. സോബ്ഹാന് ഇഷ്ടമായോ എന്നൊരിക്കലും പറഞ്ഞില്ല. പറയേണ്ട സന്ദർഭം ഉണ്ടായപ്പോൾ മുഖത്ത് ഒരു ചിരി വിരിയിച്ചുകൊണ്ടു സോബ്ഹാൻ ഒഴിഞ്ഞുമാറി.

സുരഞ്ജനും സോബ്ഹാനും തമ്മിലുള്ള ഈ സൗഹാർദ്ദം ബേൽഘാഡിയായിലെ കൂട്ടുകാർക്കിഷ്ടമായില്ല. ഒരു ദിവസം സുരഞ്ജൻ സോബ്ഹാന്റെ കമ്പ്യൂട്ടർ കടയിലിരിക്കുകയായിരുന്നു. അചിന്ത്യൻ അങ്ങോട്ടു കയറിച്ചെന്നു. ചെന്നപാടെ ചോദിച്ചു.

"എന്താടാ മേത്തന്മാരുമായി നിനക്കു കുറെ കൂടുതൽ ഇടപാടൊണ്ടല്ലോ. നിന്റെ ആ ചരക്കെന്ത്യേ."

സുരഞ്ജൻ ഒട്ടും ദേഷ്യം വരാതെ ശാന്തമായിപ്പറഞ്ഞു:

"വെറുതെ ഓരോന്നു പറയല്ലേ?"

"കുറെ പണം തരാൻ പറ."

"എന്നു പറഞ്ഞാൽ."

"ചരക്ക് ഹിന്ദുക്കളുടെ ദേശത്തു താമസിച്ചുകൊണ്ട് നന്നായിട്ടു പൈസ ഉണ്ടാക്കുന്നുണ്ടല്ലോ. അതുകൊണ്ട് ഇന്ന് ഒരു ആയിരം രൂപ തരാൻ പറ. ഇല്ലെങ്കിൽ ...."

"ഇല്ലെങ്കിൽ എന്തു ചെയ്യും."

"ഇല്ലെങ്കിൽ രാജാർഹാട്ടിൽ കൊണ്ടുപോയി കെട്ടിപ്പിടിച്ചു നെറുകയിൽ ഒരുമ്മ കൊടുത്തു കൊഞ്ചിക്കും."

അചിന്ത്യന്റെ ചുണ്ടിന്റെ കോണിൽ ഒരു ചിരി.

സുരഞ്ജൻ പല്ലു കടിച്ചിരുന്നു. അവന് എന്തെങ്കിലും പറയാൻ മടി തോന്നി.

ഇതിനുശേഷം പത്തുദിവസം കഴിഞ്ഞാണ് അചിന്ത്യൻ കുറെ അനുയായികളെയും കൂട്ടി സോബ്ഹാന്റെ കടയിൽ വന്നു കുഴപ്പം ഉണ്ടാക്കിയത്. അചിന്ത്യൻ കടയിൽ കയറി. കൂട്ടുകാർ പുറത്തു കാത്തുനിന്നു.

"സോബ്ഹാൻ സാഹിബ്, പിരിവ് തരൂ."

"എന്തിന്റെ പിരിവ്?"

"പൂജയുടെ"

"ഏതു പൂജ?"

"കാർത്തിക പൂജ"

"കാർത്തിക പൂജയോ."

"അതെ. അയ്യായിരത്തൊന്നു രൂപ തരണം. പൂജ നടത്തിയേക്കാം."

സോബ്ഹാൻ കുറെ ഏറെ സമയം മിണ്ടാതിരുന്നിട്ടു പറഞ്ഞു:

"ഞാൻ ദുർഗ്ഗാ പൂജ, കാളീപൂജ, സരസ്വതീ പൂജ ഇതിനൊക്കെ പിരിവ് തരുന്നുണ്ട്."

"താങ്കൾ ഇതിനും പിരിവ് തന്നേ പറ്റൂ."

"അതിനും മാത്രം പണം എന്റെ കൈയിൽ ഇല്ല."

"ഇല്ലെന്നു പറഞ്ഞാൽ പറ്റുകയില്ല."

"പിന്നെ എന്തു ചെയ്യും?"

"ഇപ്പോൾ, ഈ നിമിഷം തരണം സോബ്ഹാൻ."

സോബ്ഹാൻ മിണ്ടാതെ തലകുനിച്ചു നിന്നു.

സോബ്ഹാന്റെ മേശപ്പുറത്ത് ഒരു ചില്ലുഗ്ലാസ്സിൽ വെള്ളം ഇരിപ്പുണ്ടായിരുന്നു. അചിന്ത്യൻ അതെടുത്ത് മേശപ്പുറത്തേയ്ക്കുതന്നെ എറിഞ്ഞു. ഗ്ലാസ്സ് പൊട്ടിച്ചിതറി. വെള്ളം ചിതറി.

"ആയിരം രൂപ തന്നാൽ പൂജ നടക്കുമോ."

"ആയിരം രൂപകൊണ്ടു പൂജ നടക്കുകയില്ല."

"ഇപ്പോൾത്തന്നെ വേണോ."

അചിന്ത്യൻ സോബ്ഹാന്റെ ഷർട്ടിന്റെ കോളറിൽ പിടിച്ചു പൊക്കിയെടുത്തു ഭിത്തിയോടു ചേർത്തു നിർത്തി. സോബ്ഹാൻ, കടയിലെ സഹപ്രവർത്തകനോട് ഓടിച്ചെന്ന് അടുത്ത കടയിൽനിന്നു നാലായിരം രൂപ മേടിച്ചുകൊണ്ടുവരാൻ

പറഞ്ഞു. അചിന്ത്യൻ കോളർ വിട്ടിട്ടു കസേരയിലിരുന്നു. സുരഞ്ജന് അഭിമുഖമായിട്ടാണിരുന്നത്. സുരഞ്ജൻ ഒന്നും ഉരിയാടിയില്ല. വഴിയിലെ മനുഷ്യരുടെ മേൽ, സൈക്കിളിനു മേൽ, വാഹനങ്ങളുടെ മേൽ നോക്കിക്കൊണ്ടിരുന്നു. ചിലർ തെക്കോട്ടും വടക്കോട്ടും പോകുന്നു. കടം വാങ്ങാൻ പോയ ആൾ താമസിച്ചില്ല. വിയർപ്പിൽ കുളിച്ചു നാലായിരം രൂപയുംകൊണ്ട് ഓടിവന്നു. സോബ്ഹാൻ പോക്കറ്റിൽ ഉണ്ടായിരുന്ന ആയിരത്തൊന്നു രൂപയും കൂട്ടിച്ചേർത്ത് അയ്യായിരത്തൊന്നു രൂപ അചിന്ത്യന്റെ കൈയിൽ കൊടുത്തു. അചിന്ത്യൻ അതു മേടിച്ച് എണ്ണിനോക്കിയിട്ടു പോക്കറ്റിലിട്ടു. സോബ്ഹാന്റെ വയറ്റത്തു കൈ ചുരുട്ടി നല്ല ഒരു കുത്തു കൊടുത്തിട്ടു കടയ്ക്കകത്തു കാർക്കിച്ചു തുപ്പിക്കൊണ്ടു പറഞ്ഞു:

"മേത്തക്കഴുവേറീടെ മോനെ."

എന്നിട്ടിറങ്ങിപ്പോയി. സുരഞ്ജൻ ശിലയ്ക്കു തുല്യം കുറച്ചു സമയം കൂടി അവിടെ ഇരുന്നിട്ട് ഇറങ്ങി നടന്നു. സോബ്ഹാനോട് അവൻ ഒന്നും പറഞ്ഞില്ല.

വഴിയിൽ വച്ച് അചിന്ത്യനെ പിടിച്ചു. ഇടംകാലിട്ടു നിലത്തു വീഴിച്ചു. പോക്കറ്റിൽ നിന്ന് ആ പണം എടുക്കാൻ ശ്രമിച്ചുകൊണ്ടു ചോദിച്ചു:

"ആരോടാണെടാ നീ ഗുണ്ടായിസം കാണിച്ചത്?"

ചാടി എഴുന്നേറ്റു സുരഞ്ജന്റെ കരണത്ത് ആഞ്ഞൊരടി കൊടുത്തുകൊണ്ട് അചിന്ത്യൻ അലറി:

"മുസൽമാനോട്."

സുരഞ്ജൻ തിരിച്ചടിച്ചുകൊണ്ടു പറഞ്ഞു:

"നിന്റെ ഗുണ്ടായിസം ഇന്ന് എന്നോടും കാണിച്ചു അല്ലേ."

അചിന്ത്യൻ ശരീരത്തിലെ പൊടി തുടച്ചുകൊണ്ടു പറഞ്ഞു:

"സുരഞ്ജൻ നീ സൂക്ഷിച്ചോ. എന്നെ തൊട്ടുപോകരുത്. ഞാൻ നിന്നോട് ഒന്നും ചെയ്തിട്ടില്ല. ഞാൻ സംഭാവന പിരിക്കാൻ പോയതാണ്. അവൻ നിന്റെ കൂട്ടുകാരനാണെങ്കിൽ ഇറ്റ് ഈസ് യുവർ പ്രോബ്ലം, നോട്ട് മൈൻ."

സുരഞ്ജൻ പറഞ്ഞു:

"നിനക്കു പിരിക്കണോ. ഹിന്ദുക്കളുടെ അടുത്തു ചെന്നു പിരിക്ക്. മുസ്ലീങ്ങളെ പ്രഷർ ചെയ്യുന്നതെന്തിനാണ്. അവരുടെ ഈദു പെരുന്നാളിന് നിന്റെ അടുത്ത് അവർ പിരിവിനു വരുന്നുണ്ടോ. നീ അവർക്ക് ഇതുവരെ എത്ര രൂപ പിരിവു കൊടുത്തിട്ടുണ്ട്?"

അചിന്ത്യൻ ഉടൻ തന്നെ ഉറക്കെപ്പറഞ്ഞു:

"ഇപ്പോഴെങ്കിലും അവനുമായുള്ള ബന്ധം ഉപേക്ഷിക്ക് സുരഞ്ജൻ. അവരുടെ തനി സ്വഭാവം നിനക്കറിഞ്ഞുകൂട. അവരുടെ വിഷപ്പല്ലു നീ കണ്ടിട്ടില്ല. ബംഗ്ലാദേശിൽവച്ചു നീ അനുഭവിച്ചതല്ലേ. മതിയായില്ലേ. അനുഭവിച്ചിട്ടല്ലേ വന്നത്. അവർ ഭീകരന്മാരാണ്. ഈ രാജ്യത്തു നടക്കുന്ന അക്രമങ്ങളെല്ലാം ചെയ്യുന്നത്

അവരാണ്. നീ കണ്ണുംപൂട്ടിയിരിക്കുകയാണ്. അതുകൊണ്ടു കാണുന്നില്ല. അവർ ഇവിടെ താമസിച്ചുകൊണ്ടു നൂറുകണക്കിനു കുട്ടികളെ ജനിപ്പിക്കുന്നു. എന്തു വേഗതയിലാണു മുസ്ലീം ജനസംഖ്യ പെരുകുന്നത്, കാണുന്നുണ്ടോ. അവർ നമ്മളെയൊക്കെ ബോംബുവച്ചു കൊല്ലും. ഈ നാട് അവർ നശിപ്പിക്കും. അവർ പാക്കിസ്താനിൽ പോകാത്തതെന്ത്. ക്രിക്കറ്റിൽ പാക്കിസ്താൻ ജയിച്ചാൽ നിന്റെ കൂട്ടുകാരൻ പാക്കിസ്താൻ പതാകയും വീശിക്കൊണ്ടു ചെല്ലൂല്ലേ. നമ്മുടെ രാജ്യത്ത്, നമ്മുടെ രാജ്യത്തിനുള്ള ടാക്സ് കൊടുക്കാതെ കച്ചവടം നടത്തുന്നു. രഹസ്യമായി പാക്കിസ്താനിൽ വീടുണ്ടാക്കുന്നു. തീവ്രവാദിവർഗ്ഗം. കൊന്നു കളയണം. തെമ്മാടികളെ."

അചിന്ത്യൻ വിറയ്ക്കുകയും വിയർക്കുകയും ചെയ്തു. അവന്റെ കണ്ണിൽ നിന്നു തീ പറന്നു, വെള്ളം ഒഴുകി.

സുരഞ്ജന്റെ ഉള്ളിൽ ഇതേ വാക്കുകൾ മുഴങ്ങി. ബംഗ്ലാദേശിലെ മുസ്ലിങ്ങൾ ഹിന്ദുക്കളെപ്പറ്റിയും ഇങ്ങനെയാണ് പറയാറ്. അവർ ഭാരതത്തിൽ പോകാത്ത തെന്ത്. ഭാരതം കളിയിൽ ജയിച്ചാൽ അവർ ഭാരതപതാക വീശി നടക്കൂല്ലേ. നമ്മുടെ രാജ്യത്തു താമസിച്ചുകൊണ്ടു നമ്മുടെ രാജ്യത്തിനു കൊടുക്കേണ്ട ടാക്സ് കൊടുക്കാതെ അവർ കച്ചവടം ചെയ്തു കാശുണ്ടാക്കുന്നു. രഹസ്യമായി ഭാരതത്തിൽ പോയി വീടും ഉണ്ടാക്കുന്നു.

അചിന്ത്യൻ കുറച്ചുകാലം നക്സൽ വിപ്ലവകാരികളുമായി സഹകരിച്ചിരുന്നു. ഇപ്പോൾ ആരോടും ബന്ധമില്ല. ഒരു പാർട്ടിയിലും ചേർന്നിട്ടില്ല. ബജ്റംഗ്ദളിലെ കുറെ കുട്ടികളുടെ കൂടെ നടന്നിരുന്നു കുറേക്കാലം. പിന്നീടു സിപിഎം രജിസ്റ്ററിൽ പേരു ചേർത്തു. അവിടെനിന്നു പേരു വെട്ടിയതെന്തിനാണ് എന്ന് ആർക്കും അറിഞ്ഞുകൂടാ. ഇപ്പോൾ അചിന്ത്യൻ തന്റെ വിശ്വാസം മാത്രം അനുസരിച്ചു നടക്കുന്നു. ആരെയും മാതൃകയാക്കുന്നില്ല പിൻതുടരുന്നില്ല. ബിജെപി നേതാക്കന്മാരെ കണ്ടു പറഞ്ഞു:

"നിങ്ങൾ മുഖേന ഈ രാജ്യത്ത് ഒന്നും സംഭവിക്കാൻ പോകുന്നില്ല."

അചിന്ത്യന്റെ ഗുണങ്ങൾ അറിയാവുന്ന പലരും ഉണ്ടായിരുന്നു. അങ്ങനെ രാഷ്ട്രീയത്തിൽ നിന്നു മടുത്തു പിന്മാറിയ പലരും അചിന്ത്യന്റെ ശിഷ്യരായി. അചിന്ത്യൻ തീർത്തു പറഞ്ഞിട്ടുണ്ട്. അചിന്ത്യനുമായി ഉടക്കാൻ ചെല്ലുന്നവർ ജീവിക്കാൻ വേണ്ടി എങ്ങോട്ടും തിരിച്ചു പോവുകയില്ല.

സുരഞ്ജൻ ഒന്നും പറയാതെ തിരിച്ചുപോന്നു. അവന്റെ മനസ്സിൽ അചിന്ത്യൻ പറഞ്ഞ വാക്കുകൾ മുഴങ്ങിക്കൊണ്ടിരുന്നു. എന്തൊരു വെറുപ്പും അസഹിഷ്ണുതയുമാണ് ആ വാക്കുകളിൽ നിറഞ്ഞു നില്ക്കുന്നത്. മുസൽമാൻ വർഗ്ഗത്തോടുള്ള വെറുപ്പ്. ഇതുപോലെത്തന്നെ ഹിന്ദുവർഗ്ഗത്തോടുള്ള വെറുപ്പും കണ്ടിട്ടുണ്ട്. ഹിന്ദുക്കളും മുസ്ലീങ്ങളും തമ്മിൽ ഒരുപാടു വ്യത്യാസങ്ങളുണ്ട്. പക്ഷേ വെറുപ്പു വളർത്തിയെടുക്കുന്ന കാര്യത്തിൽ അവർ തമ്മിൽ ഒരു വ്യത്യാസവുമില്ല. എന്നുമാത്രമല്ല വലിയ സാമ്യവുമുണ്ട്. എന്നാൽ രണ്ടു സമുദായത്തിലെയും എല്ലാവരും അങ്ങനെയല്ല. എങ്കിൽ എല്ലാവരും എന്താണ്?

കിടക്കയിൽ അസ്വസ്ഥനായി കിടന്നുകൊണ്ടു വീണ്ടും വീണ്ടും ചോദിച്ചു. എല്ലാവരും ആരാണ്? സുരഞ്ജൻ എന്താണ്? തന്നോടു തന്നെ പലവട്ടം ചോദിച്ചു. സുരഞ്ജൻ എന്താണ്? ഞാൻ എന്താണ്? ശരീരം ആകെ വിയർത്തു കുളിച്ചു. ഒരു തവണ എഴുന്നേറ്റു വെള്ളം കുടിച്ചു. വീണ്ടും കിടന്നു. കുറച്ചു നേരം ജനാലയ്ക്കരുകിൽ നിന്നു. പിന്നെ ചെരിപ്പിട്ടുകൊണ്ടു പുറത്തിറങ്ങി നടന്നു. എങ്ങോട്ടെന്നില്ല. അങ്ങോട്ടും ഇങ്ങോട്ടും രണ്ടുമൂന്നു ചാൽ നടന്നിട്ടു തിരികെ വന്നു. പുസ്തകം തുറന്നു. ഉടൻ തന്നെ അടച്ചുവച്ചു. ചായയുണ്ടാക്കി, അത് അവിടെ ഇരുന്നു തണുത്തു. കൊളുത്തിയ സിഗററ്റു കൈയിലിരുന്നു ചാരമായി. വീണ്ടും കിടന്നു. തിരിഞ്ഞും മറിഞ്ഞും കിടന്നു. ഉറക്കം വന്നില്ല. ഒരു തലയിണയെടുത്തു മാറോടു ചേർത്തുപിടിച്ചു. പിന്നെ അതു മുഖത്ത് അമർത്തിപ്പിടിച്ചു. വീട്ടിൽ ഒരു ഉറക്കഗുളികയ്ക്കുവേണ്ടി തിരഞ്ഞു. കിട്ടിയില്ല. കതകു തുറന്ന് ഇറങ്ങി നടന്നു. ഫാർമസിയിൽ ചെന്നു ഗുളിക കിട്ടുമോ എന്നു നോക്കിയാലോ. വേണ്ട. പോകേണ്ട. തിരിച്ചു മുറിയിലേക്കു നടന്നു. വീണ്ടും സിഗററ്റു കൊളുത്തി. ശ്വാസം ദ്രുതഗതിയിലായി. നെഞ്ചിനുള്ളിൽ കടുത്ത വേദന തോന്നി. കുളിച്ചു. കുളി കഴിഞ്ഞുവന്നു പിന്നെയും സിഗററ്റു കൊളുത്തി. അങ്ങോട്ടും ഇങ്ങോട്ടും നടന്നു. വീണ്ടും ചായ ഉണ്ടാക്കി, കുടിച്ചു. ഫോൺ ബെല്ലടിച്ചു. ഫോൺ എടുത്തില്ല. കിരൺമയി എന്തോ പറയാനായി വന്നു. ശല്യപ്പെടുത്തരുത് എന്നു പറഞ്ഞു കിടന്നു. മണിക്കൂറിനുമേൽ മണിക്കൂറുകൾ കടന്നുപോയി. സുരഞ്ജൻ അങ്ങനെത്തന്നെ കിടന്നു. ബൽഘാഡിയാ വിട്ട് എങ്ങോട്ടെങ്കിലും പോകണമെന്നു തീരുമാനിച്ചു.

പതുക്കെപ്പതുക്കെ മനസ്സിലായി. മനസ്സിൽ മൂടൽമഞ്ഞു പടർന്നിരിക്കുന്നു. ചിത്രങ്ങൾ മാറിമാറി വരുന്നു. എന്തൊക്കെ ചിത്രങ്ങളാണു വന്നു മറഞ്ഞു കൊണ്ടിരിക്കുന്നതെന്നു മനസ്സിലായില്ല. പക്ഷേ നടന്നു നീങ്ങുമ്പോൾ കണ്ടതെല്ലാം നടുക്കമുണ്ടാക്കുന്ന കാഴ്ചകളായിരുന്നു. എല്ലാ മനുഷ്യരുടേയും വിരലുകളിൽ സംസ്കാരത്തിന്റെ മുദ്രമോതിരങ്ങൾ, മണിബന്ധത്തിൽ ചുവന്ന നൂൽ, മന്ദിരങ്ങളിലൊക്കെ ലഹരി പിടിച്ചു ലക്കുകെട്ട ഭക്തജനത്തിരക്ക്, കവലകൾ തോറും ശനിപൂജയുടെ ഉന്മാദം. അവൻ സ്വപ്നം കണ്ട കല്ക്കത്തയല്ല. ബന്ധപ്പെട്ടവർക്കൊക്കെ മതവിശ്വാസമുണ്ട്. അവരിൽ വിദ്യാസമ്പന്നനും നിരക്ഷരനും ഉണ്ട്. ആർ.എസ്.എസ്, ബജ്റംഗ്ദൾ, ബിജെപി പാർട്ടികളിൽപ്പെട്ടവർ ഉണ്ട്. കോൺഗ്രസ്, കമ്മ്യൂണിസ്റ്റ്, തൃണമൂൽ, ഫോർവേർഡ് ബ്ലോക്ക് പാർട്ടികളിൽപ്പെട്ടവരുടെ മതവിശ്വാസവും ഇതുപോലെത്തന്നെയാണ്. എല്ലാവരും പൂജ കഴിക്കുന്നു. ദേവതകളിൽ വിശ്വസിക്കുന്നു. അതിനെക്കാളൊക്കെ ഏറ്റവും വലിയ അത്ഭുതം, ഡോക്ടർ, എൻജിനീയർ, ശാസ്ത്രജ്ഞർ, സാഹിത്യകാരന്മാർ, ഉന്നതബിരുദമുള്ള മഹാപണ്ഡിതന്മാർ തുടങ്ങിയവരൊക്കെ മതത്തിൽ വിശ്വസിക്കുന്നു എന്നതാണ്. ധാക്കയിൽ കലാകാരന്മാർ, ശില്പികൾ, എഴുത്തുകാർ, ശാസ്ത്രജ്ഞർ മുതലായവർക്ക് ഏതു മതത്തിൽ ജനിച്ചവരായാലും മതവിശ്വാസം ഏറക്കുറെ ഇല്ല എന്നു തന്നെ പറയാം. ചുരുങ്ങിയ പക്ഷം, അക്കൂട്ടരിൽ മതവിശ്വാസികളായ ആരെയും താൻ കണ്ടിട്ടില്ല എന്നു സുരഞ്ജനു തീർച്ച

യുണ്ട്. സ്വന്തം വീട്ടിൽ അച്ഛൻ, ഡോക്ടർ സുധാമൊയ്ദത്ത ഒരിക്കൽപോലും മതവിശ്വാസമനുസരിച്ചു പ്രവർത്തിക്കുന്നതു കണ്ടിട്ടില്ല. തികഞ്ഞ നാസ്തിക നായിരുന്നു. സുരഞ്ജൻ കുട്ടിക്കാലം മുതല്ക്കേ നാസ്തികനായിരുന്നു. കുടുംബത്തിൽ കിരൺമയിക്കു മാത്രമേ ഈശ്വരവിശ്വാസമുണ്ടായിരുന്നുള്ളൂ. മായയ്ക്കും ഇല്ലായിരുന്നു ഈശ്വരവിശ്വാസം. കല്ക്കത്തയിൽ വന്നതിനുശേഷം മായയിൽ ഈശ്വരവിശ്വാസം ജനിച്ചു. കിരൺമയിയുടെ ഈശ്വരവിശ്വാസം കല്ക്കത്തയിൽ വന്നതിനുശേഷം വർദ്ധിച്ചിട്ടുണ്ടോ എന്നു തീർച്ചയില്ല. എന്നാൽ വിശ്വാസത്തിന്റെ പേരിലുള്ള അനുഷ്ഠാനങ്ങളിൽ കിരൺമയി മുമ്പത്തെക്കാൾ കൂടുതലായി സ്വയം മുഴുകിയിട്ടുണ്ട്. അതവന്റെ ശ്രദ്ധയിൽപ്പെട്ടിരിക്കുന്നു. അത് ഒരുപക്ഷേ സുധാമൊയ്ദത്തിന്റെ മരണവും, ദാരിദ്ര്യം, നിരാശ തുടങ്ങിയവയു മൊക്കെ മറക്കാനായിരിക്കും. കിരൺമയി ആപത്തു നിവാരണപൂജയ്ക്കായി നേരം വെളുക്കുംമുമ്പ് കാളിഘട്ടിൽ പോകുന്നു. വീട്ടിൽത്തന്നെ നിവേദ്യം വച്ചു നേദിക്കുന്നു. പിന്നെ സുരഞ്ജന് പേരറിഞ്ഞുകൂടാത്ത എന്തൊക്കെയോ പരിപാടി കളും ചെയ്യുന്നുണ്ട്. കൈയിൽ ചരടു കെട്ടുന്നു. കിരൺമയി സാരിക്കച്ചവടം കൊണ്ടു സമ്പാദിക്കുന്ന പണത്തിന്റെ കൂടുതൽ പങ്കും ദേവതകളുടെ പിന്നാലെ നടന്നാണു ചെലവാക്കുന്നത്. ഒരു ദിവസം സുരഞ്ജൻ ചോദിച്ചു: “എന്തിനാ ണമ്മേ ഇതൊക്കെ ചെയ്യുന്നത്? ആളുകളൊക്കെ ഇങ്ങനെ ചെയ്യുന്നതെന്തിനാണ്? വിവരക്കേടുകൊണ്ടുതന്നെ. ഈ ആളുകളൊക്കെ വിവരമില്ലാത്തവരാണ്. അതെ, വിവരംകെട്ടവരാണ്.”

കിരൺമയി ദീർഘശ്വാസം വിട്ടുകൊണ്ടു പറഞ്ഞു: “ഞാൻ വിചാരിച്ചത് ഈ രാജ്യത്തു വന്നാലെങ്കിലും നിന്റെ ബുദ്ധി നേരെയാകുമെന്നാണ്. ഭഗവാനിൽ വിശ്വസിക്കു മകനേ.”

“ഇത്രയൊക്കെ ഭഗവാനെ വിളിച്ചിട്ടും അമ്മയുടെ ഭഗവാൻ ദൗർഭാഗ്യമല്ലാതെ വല്ലതും അമ്മയ്ക്കു തന്നിട്ടുണ്ടോ.”

കിരൺമയി വീണ്ടും നെടുവീർപ്പിട്ടു. സുരഞ്ജന്റെ ഈ തർക്കുത്തരങ്ങൾ ക്കൊന്നും മറുപടി പറയാൻ കിരൺമയിക്കു താത്പര്യമില്ല.

സുരഞ്ജൻ വിചാരിച്ചു. കിരൺമയി മുൻപ് ഇത്ര മതാന്ധയായിരുന്നില്ല. മായ ഈശ്വരനിൽ വിശ്വസിച്ചിരുന്നില്ല. അവൾ അത്യത്ഭുതകരമാംവിധം ഇങ്ങനെ കാളീഭക്തയായത് എന്തുകൊണ്ടായിരിക്കും. പലപ്പോഴും അവളെ പറഞ്ഞു മനസ്സിലാക്കിക്കാൻ ശ്രമിച്ചു. മുസൽമാന്മാർ ചീത്തയാണ്, ശരി തന്നെ. പക്ഷേ നീ ഒരു ഹിന്ദുവാകാൻ... ഇത്രയൊന്നും അന്ധവിശ്വാസിയാകേണ്ട കാര്യമില്ല. ഹിന്ദുവിശ്വാസിയായിക്കോ. പക്ഷേ അതിന് ഇത്രമാത്രം മതാന്ധതയും അന്ധ വിശ്വാസവും വേണ്ട. ഇതുകൊണ്ടെന്തു പ്രയോജനം?

സുരഞ്ജന്റെ ഈ ഉപദേശമൊന്നും മായയുടെ തലയിൽ കയറിയില്ല. മായ ദിവസം ചെല്ലുന്തോറും മാനസികമായി അസുഖത്തിലേയ്ക്കു നീങ്ങുകയാണെന്നു സുരഞ്ജനു തോന്നി. മായയേയും കിരൺമയിയേയും അവരുടെ സന്തോഷം നിലനിർത്തിക്കൊണ്ടുതന്നെ ഇതിൽ നിന്നു പിന്തിരിപ്പിക്കാൻ ശ്രമിച്ചു. മനസ്സി

ലാക്കിക്കാൻ ശ്രമിച്ചു. പക്ഷേ അതുകൊണ്ടൊന്നും പ്രയോജനമുണ്ടായില്ല. ഉണ്ടാവുകയുമില്ല. എന്താണിത്ര വലിയ ആന്ധ്യം, അന്ധകാരം? ചുറ്റും ഈ അന്ധകാരത്തിന്റെ അട്ടഹാസമാണു കേൾക്കുന്നത്. വിരലിൽ എണ്ണാവുന്ന വളരെക്കുറച്ചു യുവതീയുവാക്കൾ മാത്രമാണു മതവിശ്വാസം ഒഴിവാക്കി ജീവിക്കുന്നത്. അവർക്കു പൂജകളും ആചാരങ്ങളും ഇല്ല. സയൻസ് ക്ലബ്ബിലെ അംഗങ്ങളും നേരായ കമ്മ്യൂണിസ്റ്റുകളുമാണവർ. സുരഞ്ജൻ ഒരു പ്രാവശ്യം ആലോചിച്ചതാണ്, കമ്മ്യൂണിസ്റ്റ് പാർട്ടിയിൽ ചേർന്നാലോ.

ബേൽഘാഡിയായിൽ വച്ചു പലരും പറഞ്ഞതുമാണ്. അന്നു ചേർന്നില്ല. പക്ഷേ ഇവിടത്തെ സിപിഎമ്മിന്റെ നീതിയും ആദർശവും കമ്മ്യൂണിസത്തിൽ നിന്നു വളരെ അകലെയാണ്. അതുകൊണ്ട് ഈ ആൾക്കൂട്ടത്തെ കമ്മ്യൂണിസ്റ്റു പാർട്ടിയായി കാണാൻ കഴിയുന്നില്ല. നാലുവശത്തും മതമാണ്. അമ്പലങ്ങളിൽ ഉറഞ്ഞുതുള്ളുന്ന ഭക്തന്മാർ, വഴിയരികിലൊക്കെ ശനിപൂജാമണ്ഡപം, ജ്യോതിഷം, മന്ത്രവാദം - ഗ്രാമത്തിലും നഗരത്തിലും പട്ടണത്തിലും ഒക്കെ ഇതുതന്നെ സ്ഥിതി. മുപ്പതു വർഷത്തെ കമ്മ്യൂണിസ്റ്റു വാഴ്ചയ്ക്കുശേഷവും ഇതെന്തു കൊണ്ട് ഇങ്ങനെത്തന്നെ തുടരുന്നു. ഇത്രയും വർഷം ഭരിച്ചാൽ സാമ്പത്തിക സമത്വവും ഉന്നതിയും കൈവരിച്ചില്ലെങ്കിലും മനുഷ്യരുടെ മനസ്സിനു തെളിച്ചമുണ്ടാക്കാനെങ്കിലും കഴിയേണ്ടേ. ദൈവവിശ്വാസത്തിന്റെയും മതവാദത്തിന്റെയും സ്ഥാനത്ത് മതത്തിൽനിന്നുള്ള മോചനവും മനുഷ്യത്വവാദവും എല്ലാവരുടെയും മനസ്സിൽ ഉണ്ടായാൽ പുരോഗതി നേടി എന്നു പറയാമായിരുന്നു. കമ്മ്യൂണിസത്തിൽ മതനിർമുക്തമായ മാനവികതാവാദത്തിനെതിരെ ഒന്നും തന്നെ ഉണ്ടാകാൻ പാടില്ല.

ഈ രാജ്യത്ത് ചിന്താപരമായ ദൈന്യത ഇത്ര പ്രകടമാംവിധം എങ്ങനെയുണ്ടായി എന്ന് സുരഞ്ജൻ അത്ഭുതപ്പെട്ടു. കോളേജിലും സർവ്വകലാശാലയിലും പഠിച്ചതുകൊണ്ടു മനുഷ്യന് വിദ്യാഭ്യാസമുണ്ട് എന്നു പറയാൻ കഴിയുകയില്ല. മതാന്ധതയുള്ള ഒരു രാജ്യത്തോടു വെറുപ്പു തോന്നിയപ്പോൾ എത്തിച്ചേർന്നതു മതാന്ധതയുള്ള മറ്റൊരു രാജ്യത്താണെന്നു സുരഞ്ജനു ശരിക്കും ബോധ്യമായി. വിധിയിൽ അവനു വിശ്വാസമില്ല. വിധിയെന്നു പറയാൻ പറ്റുകയില്ല. നാടുവിടാനുള്ള തീരുമാനം അവന്റേതു മാത്രമായിരുന്നു. അതിൽ പശ്ചാത്തപിക്കുന്നില്ല. സുരഞ്ജനും കുടുംബത്തിനും ഒരു കാര്യം കൂടി ബോധ്യമായി. ഇവിടെ ഒരു സുരക്ഷിതത്വം ഉണ്ട്. ഹിന്ദുക്കളായതുകൊണ്ട് ആരും അവരെ ആക്രമിക്കുകയില്ല. അവരുടെ മേൽ ഒരു മുസൽമാനും കുതിര കയറുകയുമില്ല. സുരക്ഷിതത്വത്തെപ്പറ്റി വിചാരിച്ചിരിക്കുമ്പോൾ ബോംബെയിലും ഗോധ്റയിലും ട്രെയിനിലുണ്ടായ സ്ഫോടനങ്ങളെക്കുറിച്ചോർത്തുപോയി. ശരീരമാകെ വിറച്ചു കുളിരു പൊങ്ങി. ആ ട്രെയിനുകളിലൊന്നിൽ താനുണ്ടായിരുന്നെങ്കിൽ. ഇവിടെ വന്നിട്ടായാലും മുസൽമാന്റെ കൈകൊണ്ടു മരിക്കേണ്ടി വന്നേനെ. കുറെക്കൂടി വ്യക്തമായി പറയണം. മുസ്ലീംമതമൗലികവാദിയായ ഒരു കാടൻ മുസ്ലീമിന്റെ കൈകൊണ്ടു മരിച്ചേനെ. ഭീകരപ്രവർത്തകർ, തീവ്രവാദികൾ, കാടന്മാർ, മൗലികവാദികൾ ഇവർ എല്ലായിടത്തുമില്ലേ? എല്ലായിടത്തും എല്ലാ

മതത്തിലും തീവ്രവാദികൾ സൈ്വരവിഹാരം നടത്തുന്നു എന്നതാണ് ഉത്തരം. നൂറുശതമാനം സുരക്ഷിതത്വം ആർക്കും ഒരിടത്തുമില്ല.

ഇതാദ്യമായി സുരഞ്ജൻ സ്വയം ചോദിച്ചു. ഈ രാജ്യത്തു മുസൽമാന്മാർ തികച്ചും സുരക്ഷിതരാണോ? അവനെക്കാൾ നന്നായി ആ ചോദ്യത്തിന് ഉത്തരം അറിയാവുന്നവർ ആരുണ്ട്. സത്യം പറഞ്ഞാൽ സുരഞ്ജന് സോബ്ഹാന്റെ നേരെ നില്ക്കാൻ തന്നെ നാണം തോന്നി.

മതത്തിന്റെ പ്രശ്നം ഒഴിവാക്കിയാലും, ഈ രാജ്യത്ത് ഒരിടത്തും ദരിദ്രനായ മനുഷ്യൻ സുരക്ഷിതനല്ല. ഏതു മതത്തിൽപ്പെട്ടവനായാലും ധനികനുമാത്രമേ ഇവിടെ സുരക്ഷിതത്വമുള്ളൂ. എന്തുകൊണ്ടാണിത്. ഇക്കാര്യം ബംഗ്ലാദേശിൽ ജീവിച്ചിരുന്ന കാലത്തു സുരഞ്ജനും മനസ്സിലായിരുന്നില്ല. അവൻ ധനികനായിരുന്നെങ്കിൽ അതറിഞ്ഞേനെ. ധനികനായിരുന്നെങ്കിൽ സുരഞ്ജൻ നാടുവിടേണ്ടി വരുമായിരുന്നില്ല. ഏതെങ്കിലും വലിയ പാർട്ടിയുടെ നേതാവായിരുന്നെങ്കിൽ നാടുവിടേണ്ടിവരുമായിരുന്നില്ല. കഴിവിനു ജാതിയോ മതമോ ഇല്ല.

ഉറപ്പുകളെയും ഉറച്ച തീരുമാനങ്ങളെയും അനിശ്ചിതത്വം കടിച്ചു കാർന്നു തിന്നുന്നു. സുരഞ്ജന്റെ മനസ്സ് അങ്ങോട്ടും ഇങ്ങോട്ടും ആടിയുലഞ്ഞു. സ്വപ്നവും ദുസ്സ്വപ്നവും അവനെ മുൻപോട്ടും പുറകോട്ടും വേഗത്തിൽ ആട്ടിക്കൊണ്ടിരുന്നു. അന്ധമായ അഭിമാനത്തിൽ താൻ ഉറച്ചു നിന്നതാണ്. തനിക്കെല്ലാം അറിയാമെന്ന ബോധം ഇപ്പോൾ കടപുഴകി വീണു.

ഹീനസംസ്കാരത്തിൽനിന്നു മുക്തമായ സമൂഹത്തെപ്പറ്റിയുള്ള സ്വപ്നങ്ങൾ സുരഞ്ജന്റെ മനസ്സിൽ ഒന്നൊന്നായി ഉയർന്നുവന്നിരുന്നു. ക്രമേണ നാലുവശവും തിളക്കമുള്ളതായിത്തീർന്നു. സുരഞ്ജന് ആ പ്രകാശധോരണിയിൽ തന്നെത്തന്നെ തിരിച്ചറിയാൻ കഴിഞ്ഞിരുന്നില്ല. അപ്രകാരം സ്വയം ഒരുക്കിയെടുത്തിരുന്നു. അങ്ങനെ ഒരുക്കിയെടുത്ത തന്നെ സ്വയം തകർത്തുകളഞ്ഞതെന്തിന്. എന്തായിത്തീരാനാണ് ആഗ്രഹിച്ചിരുന്നത്. ഇപ്പോൾ എന്തായിത്തീർന്നു? സുരഞ്ജനു തന്റെ ഉള്ളിൽ നടന്നുകൊണ്ടിരിക്കുന്ന എണ്ണമറ്റ സംഭവങ്ങളുടെ ഇടയിൽ സ്വയം പിടിച്ചുനില്ക്കാൻ പറ്റുന്നില്ല. അതുകൊണ്ടാണോ ആത്മഹത്യ ചെയ്യാനായി നന്ദൻനഗറിലേക്കു പോയത്?

പത്ത്

ഞാൻ സുരഞ്ജനുമായി ഇടയ്ക്കിടയ്ക്കു ഫോണിൽ സംസാരിക്കാറുണ്ട്. കാണാറില്ല. കാണാറുള്ളത് കിരൺമയിയെയാണ്. അവർ കാളീഭക്തയാണ്. ഞാൻ ഒരുദിവസം അവരെ ദക്ഷിണേശ്വരം കാളീക്ഷേത്രം കാണാൻ കൂട്ടിക്കൊണ്ടുപോയി. കുശൽചൗധരിയുടെ വളരെ നാളായുള്ള താത്പര്യം മാനിച്ച് ഏതാനും വർഷങ്ങൾക്കുമുൻപാണു ഞാൻ ദക്ഷിണേശ്വരത്ത് ആദ്യമായി പോയിരുന്നത്. യൂറോപ്പിലെ പ്രാചീന ഗിർജാകളെപ്പോലെ ക്ഷേത്രവും മസ്ജിദും ഒട്ടിപ്പിടിച്ചിരുന്നു. മന്ദിരനിർമ്മാണകല എന്നെ അത്യധികം ആകർഷിച്ചു. ഞാൻ ദക്ഷിണേശ്വരത്തെ

കാളീക്ഷേത്രത്തിനകത്തു കയറിയിട്ടുണ്ട് എന്നു കേട്ടപ്പോൾ കിരൺമയിക്ക് അത്ഭുതം അതിരുവിട്ടു പൊങ്ങി. അപ്പോഴാണ് ഒരു ദിവസം കാളീമാതാവിന്റെ മന്ദിരത്തിൽ കൊണ്ടുപോകണമെന്ന് അവർ ആവശ്യപ്പെട്ടത്. ദിവസവും സമയവും അപ്പോൾത്തന്നെ നിശ്ചയിച്ചു. എന്റെ സെക്യൂരിറ്റിക്കാരോടു രണ്ടു ദിവസം മുൻപുതന്നെ പറഞ്ഞേല്പിച്ചു. രാവിലെ പുറപ്പെട്ടു. എന്റെ പുറകിൽ സ്പെഷ്യൽ ബ്രാഞ്ചുകാർ കയറിയ എസ്കോർട്ടു കാർ. മുൻപിൽ ഘാംഗ്ഫ്യൂംഗ് എന്നു ഹോൺ മുഴക്കിക്കൊണ്ടു റൈഫിൾ ധാരികളായ പോലീസുകാർ കയറിയ, നീലനിറത്തിലുള്ള പോലീസ് വാൻ. ഇങ്ങനെ മുൻപിലും പുറകിലും പോലീസ് അകമ്പടിയോടെ പോയപ്പോൾ കിരൺമയിക്ക് അത്ഭുതം. ദക്ഷിണേശ്വരത്തു ചെന്നപ്പോൾ ലോക്കൽ പോലീസ് എന്നെ സ്വീകരിച്ച് ക്ഷേത്രത്തിലെ ഭരണാധികാരികളെ ഏല്പിച്ചു. അവർ എന്നെ കാളീമന്ദിരത്തിലേക്കു കൊണ്ടുപോയി. പൂക്കൾ നിറച്ച താലം പോലെയുള്ള ഒരു പാത്രവും പിടിച്ചുകൊണ്ട് ഭക്തന്മാർ നില്ക്കുന്നു. എന്റെ കൈയിലും ഒരു പൂത്താലം തന്നു. ഞാൻ അതു കിരൺമയിയുടെ കൈയിൽ കൊടുത്തു. പൂജാരി കിരൺമയിയുടെ കൈയിലിരുന്ന താലം മേടിച്ച് ആ താലത്തിൽ നിന്നു പൂക്കൾ എടുത്തു മന്ത്രം പറഞ്ഞുകൊണ്ട് അർപ്പിച്ചു. കിരൺമയിയുടെ കണ്ണിൽ അപ്പോൾ ആനന്ദക്കണ്ണീർ. രണ്ടു പൂജാരിമാർ ഞങ്ങളുടെ കയ്യിൽ ചരണാമൃതതീർത്ഥം ഒഴിച്ചു തന്നു. കിരൺമയി ആ തീർത്ഥം കൺപോളകളിൽ പുരട്ടി. അപ്പോൾ വികാരത്തള്ളൽകൊണ്ടു വിറയ്ക്കുന്നുണ്ടായിരുന്നു. പൂജാരിമാർക്ക് അഞ്ഞൂറു രൂപ വീതം ദക്ഷിണ കൊടുത്തിട്ടു പുറത്തു വന്നു. കിരൺമയിയുടെ വിറയ്ക്കുന്ന ശരീരത്തിൽ പിടിച്ച് അവരെ വണ്ടിയിൽ കയറ്റി. അവർ എന്റെ മാറത്തു തലചായ്ച്ചു കരഞ്ഞുകൊണ്ടു പറഞ്ഞു:

"മോളേ, നീ എന്റെ സ്വപ്നം സഫലമാക്കിത്തന്നു. കുശൽചൗധുരി എനിക്കു തന്ന സാരിയുടെ കാര്യം ഞാൻ ഓർത്തു. കാളീദേവിക്കു ചാർത്തിയ ഒരു ബനാറസ് സാരി അദ്ദേഹം എനിക്ക് പ്രസാദമായി തന്നിരുന്നു. അന്നു വീട്ടിൽ വന്ന ഉടൻ തന്നെ ഞാൻ അലമാരി തുറന്നു ആ സാരി പുറത്തെടുത്തു. അതു കിരൺമയിക്കു കൊടുത്തു. പുഷ്പങ്ങളുടെ സുഗന്ധം ആ സാരിയിൽനിന്നു മുറിയിൽ മുഴുവൻ നിറഞ്ഞുനിന്നിരുന്നു. കിരൺമയി വീണ്ടും കരഞ്ഞു. കരഞ്ഞുകൊണ്ടു തന്നെ പറഞ്ഞു: "കഴിഞ്ഞ ജന്മം നീ എന്റെ മകളായിരുന്നു." അടുത്ത ജന്മം ഉണ്ട് എന്നും കഴിഞ്ഞ ജന്മം ഉണ്ടായിരുന്നു എന്നും കിരൺമയി വിശ്വസിക്കുന്നുവെന്നത് ഞാൻ അറിഞ്ഞിരുന്നില്ല. അവർ കാളീമാതാവിന്റെ എത്ര വലിയ ഭക്തയാണ്. മായയും വലിയ ഭക്തയാണ്. ഈ വിവരം അറിഞ്ഞപ്പോൾ ആ സാരി തനിക്കു വേണമെന്നു മായ പറഞ്ഞു. തസ്ലീമാ കിരൺമയിക്കാണു സാരി കൊടുത്തതെന്നറിഞ്ഞുകൊണ്ടുതന്നെ മായ അത് ആഗ്രഹിച്ചു. കിരൺമയി അതു മായയ്ക്കു കൊടുത്തു. എനിക്കു തോന്നുന്നത് അവർ ആ സാരിയെ നമസ്കരിക്കുമ്പോഴൊക്കെ തസ്ലീമയെയും കൂടി ഓർക്കും എന്നാണ്. ഞാൻ ആണ് സാരി അവർക്കു കൊടുത്തത്. അതു കാളീമാതാവിനു ചാർത്തിയതാണെന്നു പറഞ്ഞതും ഞാനാണ്. അതിനു തെളിവൊന്നും ഇല്ല. എന്നിട്ടും മായ അതു വിശ്വസിച്ചു. എന്തുകൊണ്ടു വിശ്വസിച്ചു. കിരൺമയി പറഞ്ഞതുകൊണ്ട്. കിരൺമയി

പറയുന്നതെല്ലാം മായ വിശ്വസിക്കാറില്ല. ഞാൻ മായയുടെ കഥ എഴുതിയത് അവൾക്കു നന്മ വരണമെന്നു മോഹിച്ചാണെന്നും എനിക്ക് ഒരു ദുരുദ്ദേശ്യവും ഇല്ലെന്നും പറഞ്ഞത് മായ വിശ്വസിക്കുന്നില്ല. അവളുടെ നിസ്സഹായതയും വേദനയും എന്നെ തളർത്തിക്കളഞ്ഞിരുന്നു എന്നും അവൾ വിശ്വസിക്കുന്നില്ല. മായയുടെ വിവരങ്ങൾ കിരൺമയി പറഞ്ഞാണ് ഞാനറിയുന്നത്.

സുലേഖയും സുരഞ്ജനും കാഞ്ചൻജംഗ കാണാൻ പോയപ്പോൾ കിരൺമയിയെ എന്റെ വീട്ടിലാക്കിയിട്ടാണ് പോയത്. അവർ കുറെ ദിവസം എന്റെ വീട്ടിലുണ്ടായിരുന്നു. ഞാൻ എപ്പോഴും അവരെ കൂടെ കൊണ്ടുനടന്നിരുന്നു. നാടകം കാണാൻ തിയേറ്ററിൽ കൊണ്ടുപോയി. മാർക്കോപോളോയിൽ കൊണ്ടുപോയി സാരിയും, വീട് അലങ്കരിക്കാനുള്ള കൗതുകവസ്തുക്കളും മേടിച്ചുകൊടുത്തു. ഐടിസി സോനാർ ബംഗ്ലാഹോട്ടലിൽ കൊണ്ടുപോയി ബുഫേ വാങ്ങിക്കൊടുത്തു. എന്റെ വളരെ അടുത്ത ബന്ധുവിനെപ്പോലെ, അമ്മയെപ്പോലെ പരിചരിച്ചു. അവരുടെ കുളി, ഉറക്കം, ഭക്ഷണം, നടത്തം, ഉന്മേഷം, സംതൃപ്തി ഇക്കാര്യങ്ങളിലൊക്കെ ഇരുപത്തിനാലു മണിക്കൂറും ശ്രദ്ധിച്ചു. ഞാൻ എന്റെ പഠനമുറിയിൽത്തന്നെ കിടന്നു. കിടപ്പുമുറി അവർക്കായി ഒഴിവാക്കിക്കൊടുത്തു. ഈ സ്നേഹം കണ്ടിട്ട് അവർ പലതവണ പറഞ്ഞു, ഈ നഗരത്തിൽ എത്ര ബന്ധുക്കളുണ്ട്. അവരാരും ഒരു തവണപോലും വീട്ടിലേക്കു വിളിച്ചിട്ടില്ല. നീ എനിക്കു ബന്ധുക്കളെക്കാളൊക്കെ വേണ്ടപ്പെട്ടവളാണ്.

പെട്ടെന്നുണ്ടായ ആവേശം കൊണ്ടോ എന്തോ അവർ തന്റെ ജീവിതത്തിലെ ഒരുപാടു കാര്യങ്ങൾ എന്നോടു പറഞ്ഞു. കിരൺമയി കട്ടിലിൽ കിടക്കുന്നു. കട്ടിലിന്റെ കാല്ക്കലുള്ള മരച്ചായ്പിൽ സൗകര്യപൂർവ്വം ചാരിക്കിടന്നുകൊണ്ട് ഞാൻ അവരുടെ കഥകൾ കേട്ടു. ആ കഥകൾ കേട്ടപ്പോൾ എനിക്കു കൂടുതൽ കൂടുതൽ സംശയങ്ങളുണ്ടായി. സുധാമൊയ് ദത്തിന്റെ മരണത്തെപ്പറ്റി പറയേണ്ടി വന്നപ്പോഴൊക്കെ അവർ ഒഴിഞ്ഞുമാറി. സുധാമൊയ്ദത്ത എന്നാണു മരിച്ചത്, എങ്ങനെയാണ്, എന്നൊന്നും ഒരിക്കലും അവർ പറഞ്ഞില്ല. സുധാമൊയ്ദത്തിനെക്കുറിച്ച് അന്വേഷിക്കുമ്പോൾ വരണ്ട പാടത്ത് എന്തോ തൂത്തുവാരാൻ ശ്രമിക്കുന്നതുപോലെ ഒരു തോന്നൽ. കിരൺമയി എന്തോ ഒളിക്കുന്നുണ്ടെന്നു പിന്നെപ്പിന്നെ തോന്നി. പലവട്ടം ഞാൻ സുധാമൊയ്ദത്തിന്റെ കാര്യം അറിയാൻ ആഗ്രഹിച്ചു. അപ്പോഴൊക്കെ എല്ലാം ഒളിച്ചു വച്ചുകൊണ്ടിരുന്ന കിരൺമയി അറിയാതെ പറഞ്ഞുപോയ ശകലങ്ങൾ കൂട്ടിച്ചേർത്തു ഞാൻ മനസ്സിലാക്കി, സുധാമൊയ് ദത്തിനു ജീവിക്കാൻ ആഗ്രഹമില്ലായിരുന്നു എന്ന്. അദ്ദേഹം നാടുവിട്ടതു ശരീരം കൊണ്ടു മാത്രമാണ്. മനസ്സുകൊണ്ടു നാടു വെടിഞ്ഞു പോന്നിട്ടില്ല. ചില മരങ്ങൾ പറിച്ചു വച്ചാൽ വളരുകയില്ല. അതുപോലെയായിരുന്നു സുധാമൊയ്ദത്ത. അദ്ദേഹത്തിന് ഈ മണ്ണിൽ വേരുപിടിച്ചില്ല. ദാരിദ്ര്യം ഉണ്ടായിരുന്നു. പക്ഷേ ദാരിദ്ര്യത്തെക്കാൾ അദ്ദേഹത്തെ വേദനിപ്പിച്ചത് മനുഷ്യരുടെ ക്രൂരതയും സ്വാർത്ഥതയും കാപട്യവും ഒക്കെയാണ്. അതാണ് എന്നും കണ്ടിരുന്നത്.

ക്ഷമയോടെ കുറച്ചു ദിവസംകൂടി കാത്തിരുന്നെങ്കിൽ അദ്ദേഹത്തിനു രോഗികളെ കിട്ടിയേനെ. ദാരിദ്ര്യം ഇല്ലാതായേനെ. മായയെ ആ നിലയിൽ കണ്ടിട്ട് അദ്ദേഹത്തിനു പോകേണ്ടി വരുമായിരുന്നില്ല. പിന്നെ....

"അദ്ദേഹം ഒരിക്കൽപ്പോലും ഞങ്ങളെക്കുറിച്ച് ഓർത്തില്ല. ഞങ്ങളുടെ ജീവിതം ദുസ്സഹമായിത്തീരും എന്നൊരിക്കലും വിചാരിച്ചില്ല. കഷ്ടപ്പാടിന്റെ കാലം ഉണ്ടായിരുന്നു. അതൊക്കെ കഴിഞ്ഞു. ഇവിടെ വന്നവർ എല്ലാവരും തന്നെ ഓരോ തരത്തിൽ പച്ചപിടിച്ചു. ആദ്യം കുറച്ചു കഷ്ടപ്പാടൊക്കെ എല്ലാവർക്കും ഉണ്ടാകാതിരിക്കുകയില്ല. ഞാൻ പോയാൽ ഒക്കെ ശരിയായിക്കൊള്ളും എന്നദ്ദേഹം വിചാരിച്ചത് എന്തിനായിരുന്നു? ഞങ്ങളുടെ എല്ലാംതന്നെ അതോടെ പൊയ്പ്പോയില്ലേ."

പെട്ടെന്നു കരഞ്ഞുകൊണ്ട് അവർ തുടർന്നു:

"തടാകത്തിന്റെ കരയിൽ ഇരിക്കുകയായിരുന്നു. ആരെങ്കിലും ഓർത്തിരുന്നോ."

"എങ്ങനെയാണ് മരിച്ചത്?"

കിരൺമയി ഉത്തരം ഒന്നും പറഞ്ഞില്ല.

"ഹൃദയസ്തംഭനമായിരുന്നോ?"

'അതെ' എന്നു തല ഇളക്കി കാണിച്ചു.

അന്നു ഉറങ്ങാൻ കിടന്നപ്പോൾ എനിക്കു വീണ്ടും വീണ്ടും തോന്നി, സുധാമൊയ്ദത്തിന്റെ മരണം സ്വാഭാവിക മരണം ആയിരുന്നില്ല എന്ന്. സുധാമൊയ് ആത്മഹത്യ ചെയ്യുകയായിരുന്നു. നന്ദൻ നഗർ തടാകത്തിൽ ജീവൻ ത്യജിക്കുകയായിരുന്നു. ഉയർന്ന വിദ്യാഭ്യാസം നേടിയ ഒരാൾ. എന്തൊക്കെ കാരണം കൊണ്ട് അയാൾക്ക് ആത്മഹത്യ ചെയ്യാം?

ആളുകൾ വിശ്വാസവഞ്ചന ചെയ്തതിനാൽ, നാടുവിട്ടു പോന്നതു തെറ്റായി എന്നു തോന്നിയതിനാൽ, സുരഞ്ജന് നല്ല ഒരു ജോലി കിട്ടാത്തതിനാൽ, ചികിത്സിക്കാൻ രോഗികളെ കിട്ടാഞ്ഞതിനാൽ. ഇതൊക്കെയാവാം.

സുധാമൊയ്ദത്തിനെ ഞാൻ മനസ്സിലാക്കിയേടത്തോളം ഇതൊന്നും ആത്മഹത്യയ്ക്കു കാരണമാവുകയില്ല. മിക്കവാറും മായ ആയിരിക്കണം കാരണം. മായയെ ആരുടെയെങ്കിലും കൂടെ കിടക്കയിൽ കാണുകയോ, അവൾ ആരുടെയെങ്കിലും കൂടെ വണ്ടിയിൽ പോയത് അറിയുകയോ ചെയ്തിട്ടാകണം സുധാമൊയ്ദത്ത ആത്മഹത്യ ചെയ്തത്. ഇതല്ലാതെ മറ്റൊന്നും എനിക്ക് അനുമാനിക്കാൻ തോന്നിയില്ല.

ആ തടാകത്തെപ്പറ്റി സുരഞ്ജൻ പറഞ്ഞത് ഞാൻ ഓർത്തു. വേണമെങ്കിൽ ആ തടാകത്തിൽ ചാടി ആത്മഹത്യ ചെയ്യാമെന്നു സുരഞ്ജൻ പറഞ്ഞിരുന്നു. ടെലിഫോണിൽ പറയുകയാണുണ്ടായത്; അവൻ മറ്റൊരു വഴിയും കാണുന്നില്ലെന്ന്. ഇപ്പോൾ കുറച്ചു കുട്ടികൾ, ആൺകുട്ടികളും പെൺകുട്ടികളും, പഠിക്കാൻ വരുന്നുണ്ട്. അവരെ ഇഷ്ടപ്പെട്ടതിനാൽ ഉത്സാഹപൂർവ്വം പഠിപ്പിക്കുന്നു. അതിൽ നിന്ന് അല്പസ്വല്പം വരവുമുണ്ട്. ഏതായാലും ഇനി ജോലി തേടി അലയാൻ അവൻ തയ്യാറല്ല. അഞ്ചിന്റേയും പത്തിന്റേയും കൂലിപ്പണി അവന് ഇഷ്ടമല്ല. അതിനെക്കാൾ സ്വാതന്ത്ര്യം അനുഭവിച്ചു ശീലമായി. ഒരു മനുഷ്യനു ജീവിക്കാൻ

വേറെ എന്തെല്ലാം വഴികളുണ്ട്. ഈ വൃത്തികെട്ട ലോകത്തിൽ അത്ര വലിയ സമ്പത്തിന്റെ ആവശ്യമെന്ത്. എത്ര കോടി ആളുകളാണു ദരിദ്രമായ സാഹചര്യത്തിൽ ജീവിക്കുന്നത്. ഇപ്പോൾ കിരൺമയിയുടെ സാരിക്കച്ചവടമാണു കുടുംബം പുലർത്തുന്നത്.

''കിരൺമയി മരിച്ചാലോ? അപ്പോൾ എന്തുചെയ്യും? മരച്ചോട്ടിൽ പോയിരിക്കുമോ.''

സുരഞ്ജൻ ചിരിച്ചുകൊണ്ടു പറഞ്ഞു: "മരച്ചോട്ടിൽ ചെന്നിരിക്കുന്ന റൊമാന്റിക് പരിപാടിയൊന്നും ഇനി എനിക്ക് ഇണങ്ങുകയില്ല. അതിനെക്കാളൊക്കെ ഭേദം തടാകത്തിൽ ചാടി മുങ്ങിച്ചാകുന്നതാണ്."

"ഏതു തടാകത്തിൽ?"

മരിക്കാനുള്ള തടാകം ഏതെന്നു തീരുമാനിച്ചിട്ടില്ല. സുരഞ്ജൻ ഗൗരവത്തോടെ പറഞ്ഞു: "നന്ദൻ തടാകം."

ഇതൊന്നും തെളിവല്ല. എന്നിട്ടും എന്റെ സംശയം തീരുന്നില്ല. സുധാമൊയ് ദത്ത ഉണ്ടായിരുന്നെങ്കിൽ, ഒന്നുരണ്ടു കൊല്ലത്തിനകം ക്ലിനിക്കിൽ രോഗികൾ വന്നു തുടങ്ങുന്നതു കാണാമായിരുന്നു. ബംഗ്ലാദേശിൽ നിന്നും പശ്ചിമബംഗാളിൽ വരുന്ന ഡോക്ടർമാർക്കെല്ലാം ഈ പ്രശ്നമുണ്ട്. ആദ്യമൊക്കെ രോഗികൾ കുറവായിരിക്കും. രണ്ടുമൂന്നു കൊല്ലംകൊണ്ടു പതുക്കെപ്പതുക്കെ നല്ല പ്രാക്ടീസാകും. ഇന്നു സുധാമൊയ്ദത്ത ജീവിച്ചിരുന്നെങ്കിൽ ഈ ദുർഗ്ഗതി വരുമായിരുന്നില്ല. കിരൺമയിക്കറിയാം സുരഞ്ജനെ നമ്പാൻ പറ്റുകയില്ല. അതുകൊണ്ടാണു സാരിക്കച്ചവടം തുടങ്ങിയതും അതു കുറെക്കൂടി വിപുലമാക്കണമെന്ന് ആഗ്രഹിക്കുന്നതും. പക്ഷേ ബേൽഘാഡിയായിലെപ്പോലെ ഇവിടെ കച്ചവടം നടക്കുന്നില്ല. ഈ പാർക്ക് സർക്കസിലെ മുസൽമാൻ ഭവനങ്ങളിൽ കിരൺമയിക്ക് അങ്ങനെ പോക്കുവരവൊന്നുമില്ല. പിന്നെ ആര് അവരോടു സാരി മേടിക്കും. ആളുകൾ എന്തെങ്കിലും മേടിക്കണമെങ്കിൽ ന്യൂമാർക്കറ്റിലും ഗൊറിയാഘട്ടിലും പോകും. കിരൺമയിയുടെ അടുത്തു വരുന്നതു കുറഞ്ഞ വിലയ്ക്ക് കൂടുതൽ നല്ല സാധനം കിട്ടാനാണ്. സാരികളിലെ തുന്നൽവേല വളരെ നല്ലത്. വലിയ കടകളിലേതിനെക്കാൾ വിലയും കുറവ്. പക്ഷേ അവരുടെ സാരിക്കച്ചവടത്തിന്റെ കാര്യം അധികം പേർക്കും അറിഞ്ഞുകൂടാ. തീരെ പ്രചാരമില്ല. പ്രചാരമുണ്ടെങ്കിലും അവർക്കറിയാം, അധികം മുസൽമാൻ സ്ത്രീകൾ അവരോട് മേടിക്കാൻ ഇടയില്ല. മുസൽമാന്മാരുമായി ഇതുവരെ സമ്പർക്കം ഉണ്ടാക്കിയെടുത്തിട്ടില്ല. അതുകൊണ്ടു കച്ചവടത്തിന്നായി സമ്പർക്കം വർദ്ധിപ്പിക്കാൻ അവർക്ക് ആഗ്രഹമുണ്ട്. സാൽവാർ കമ്മീസും, എംബ്രോയിഡറി ചെയ്ത കുറച്ചു ബോർഖയും സ്റ്റോക്കു ചെയ്തിട്ടുണ്ട്. ബംഗ്ലാദേശ് എംബസിയിലെ ജോലിക്കാർ വന്നു സാൽവാറും കമ്മീസും ബോർഖയും മേടിച്ച കാര്യം നന്നായി പരസ്യപ്പെടുത്തുകയും ചെയ്തു. അവർ ഇനിയും വരാം എന്നു പറഞ്ഞിട്ടുണ്ട്. അവരുമായി മനസ്സു തുറന്ന് സ്വന്തം ജന്മദേശത്തിലെ ഭാഷയിൽ സംസാരിക്കാൻ കഴിഞ്ഞു. അവർക്കു ചായയും കൊടുത്താണു വിട്ടത്. നാട്ടിലെ വിശേഷങ്ങളും പറഞ്ഞ് കുറച്ചു നേരമിരുന്നു.

കിരൺമയി നല്ല ജീവിതം ആഗ്രഹിക്കുന്നു. നില അല്പം മെച്ചപ്പെട്ടാൽ മായയ്ക്കും സുരഞ്ജനും വേണ്ടി വല്ലതും ചെയ്യണമെന്നും ഉണ്ട്. സ്നേഹിക്കുന്നവർക്കുവേണ്ടി എന്തെങ്കിലും ചെയ്യുന്നതല്ലേ ജീവിതത്തിലെ ഏറ്റവും വലിയ സുഖം. സുരഞ്ജനനോടു സ്നേഹമുണ്ട്. എന്നാൽ സുരഞ്ജനെ ആശ്രയിച്ചു ജീവിക്കാം എന്നു പ്രതീക്ഷിക്കാൻ വയ്യ. കുടുംബത്തിലെ ഏറ്റവും ദുർബ്ബലയായിരുന്ന, എന്തു കാര്യത്തിനും അന്യരെ ആശ്രയിച്ചിരുന്ന ആൾ ഇതാ കുടുംബനാഥന്റെ മരണത്തിനുശേഷം കുടുംബഭാരം ഏറ്റെടുത്തിരിക്കുന്നു. കുടുംബത്തിൽ ഏറ്റവും യുക്തിബോധത്തോടെ ആലോചിക്കുന്നതും തീരുമാനമെടുക്കുന്നതും അവരാണ്. ഏറ്റവും കൂടുതൽ മിടുക്കോടെ കാര്യങ്ങൾ ചെയ്തിരുന്ന മായ യുക്തിഹീനതയിലും കെടുസംസ്കാരത്തിലും മുങ്ങിപ്പോയി. രാഷ്ട്രീയകാര്യങ്ങളിൽ ഭ്രമിച്ചു നടന്നിരുന്ന മകൻ അതേ കാര്യങ്ങളിൽ തീരെ താത്പര്യമില്ലാത്തവനായിരിക്കുന്നു. മുന്നേറിയും പിൻവാങ്ങിയും ജീവിതത്തിൽ പടവെട്ടി ജയിക്കുമെന്ന ആത്മവിശ്വാസമുണ്ടായിരുന്ന ഏറ്റവും ഉത്സാഹിയായി മനുഷ്യൻ. ഒന്നും ആലോചിക്കാതെ തനിക്കുശേഷം എന്തുണ്ടാകും, ആർക്ക് എന്തു പറ്റും എന്നൊന്നും തിരിഞ്ഞു നോക്കാതെ സ്വന്തം ജീവിതം ഒടുക്കിയിരിക്കുന്നു.

ഞാൻ ഈ പരിവർത്തനത്തെക്കുറിച്ചു തന്നെ ഓർത്തുകൊണ്ടിരുന്നു.

"സുരഞ്ജന്റെ ബാബ ഒരിക്കൽ നിന്നെക്കണ്ടിരുന്നെങ്കിൽ എന്തു ശാന്തി കിട്ടിയേനെ? അദ്ദേഹം എപ്പോഴും നിന്റെ കാര്യം പറയുമായിരുന്നു."

"ഞാൻ ഇതൊക്കെ എന്നോടു പലവട്ടം പറഞ്ഞിട്ടുണ്ട്" എന്നു പറഞ്ഞ് കിരൺമയിയെ തടഞ്ഞു. സ്വതേ വിളറിയ കിരൺമയി സുലേഖയുടെ കാര്യം ചോദിച്ചപ്പോൾ കൂടുതൽ വിളറി ക്ഷീണിച്ചു. സുലേഖ നല്ല കുട്ടിയാണെന്നവർ സമ്മതിക്കുന്നു. സുരഞ്ജനെക്കാൾ സുലേഖയെ ആണ് ആശ്രയിക്കാവുന്നത്. എന്നിട്ടും എന്താണ് കിരൺമയിക്കു തൃപ്തിയാകാത്തത്. മായയ്ക്ക് അവളുടെ ഭർത്താവിനെ മടുത്തിരിക്കുന്നു. ഇങ്ങനെ ഒരു ഭർത്താവ് ഉള്ളതിനെക്കാൾ നല്ലത് ഇല്ലാതിരിക്കുന്നതാണ്. സുലേഖയെ സുരഞ്ജൻ വിവാഹം കഴിച്ചാൽ ബന്ധുക്കളും അയൽക്കാരും എല്ലാം വെറുക്കുമെന്നതുകൊണ്ടു മാത്രമല്ല മായ ഒരു തരത്തിലും ആ വിവാഹം അംഗീകരിക്കുകയില്ല എന്നതുകൊണ്ടു കൂടിയാണ് കിരൺമയിക്കു കൂടുതൽ വിഷമം. തന്നെയുമല്ല, ആ വിവാഹം നിമിത്തം സുലേഖ സമൂഹഭ്രഷ്ടയുമാകും. വിവാഹം എന്നതു മറ്റൊന്നുമല്ല, ഒരു സാമൂഹ്യാചാരമാണ്. സാമൂഹ്യാചാരങ്ങളെ അവഗണിക്കുന്ന ഒരാളെ സമൂഹം പുറന്തള്ളും.

"വിവാഹം കഴിക്കാതെ അവർക്ക് ഒരുമിച്ചു താമസിച്ചുകൂടേ?"

ഞാൻ ചോദിച്ചു.

കിരൺമയി ശക്തിയായി തലയാട്ടി: "ഇല്ല."

"പിന്നെ ഇക്കാര്യത്തിൽ എന്തുചെയ്യും?"

കിരൺമയി മടുപ്പു നടിച്ചുകൊണ്ടു പറഞ്ഞു:

"എനിക്കറിഞ്ഞുകൂടാ. സുരഞ്ജനോടു പൊല്ലാപ്പിനൊന്നും പോകണ്ട എന്നു ഞാൻ പറഞ്ഞു മനസ്സിലാക്കി. അവൻ സമ്മതിക്കുന്നില്ല. നിന്നെ അവനു വലിയ ബഹുമാനമാണ്. നീ ഒന്ന് ഉപദേശിച്ചാൽ..."

ഒപ്പം തന്നെ ഞാൻ നിഷേധിച്ചു:

"ഇല്ല ഇല്ല. അങ്ങനെ ആലോചിക്കുകയേ അരുത്. ഞാൻ അവന് ആരുമല്ല."

കിരൺമയി പറഞ്ഞുകൊണ്ടേ ഇരുന്നു:

"നീ എത്ര വലിയ ആളാണ്. എന്നിട്ടും ഞങ്ങളെപ്പോലെയുള്ള സാധാരണ മനുഷ്യരോട് എന്തുമാത്രം അടുത്തു പെരുമാറുന്നു. ഞാൻ തസ്ലീമാനസ്റിന്റെ വീട്ടിലാണു താമസിക്കുന്നതെന്നു ബേൽഘാഡിയായിൽ ചെന്നപ്പോൾ പറഞ്ഞിട്ട് ആരും വിശ്വസിക്കുന്നില്ല. നീ ഞങ്ങൾക്കുവേണ്ടി എന്തുമാത്രം കഷ്ടപ്പെടുന്നു. നീ സാധാരണക്കാരോട് സ്വന്തക്കാരെന്നോണം സ്വതന്ത്രമായി പെരുമാറുന്നു വെന്നു പറഞ്ഞപ്പോൾ ഞാൻ വെറുതെ ഉണ്ടാക്കിപ്പറയുകയാണെന്ന് എല്ലാവരും വിചാരിക്കുന്നു. ഇതുപോലെ ആരാണ് ഇപ്പോഴത്തെ കാലത്തു മറ്റുള്ളവരോട് ഇടപഴകുന്നത്. ഞങ്ങളുടെ ബന്ധുക്കളോ സ്വജനങ്ങളോ ആരെങ്കിലും ഞങ്ങളെ വന്നന്വേഷിച്ചോ. നിനക്കറിയാമോ ആ ഹുണ്ടികക്കാരൻ ഞങ്ങളുടെ എത്ര രൂപയാണു തട്ടിയെടുത്തു കൊണ്ടുപോയതെന്ന്. ഞങ്ങൾക്കുള്ളതെല്ലാം നശിച്ചില്ലേ."

ഇപ്പോൾ ഞാൻ അവരെ ആശ്വസിപ്പിച്ചു:

"പോയതിനെക്കുറിച്ചോർത്തു ദുഃഖിച്ചിട്ടെന്തു കാര്യം. രൂപയിൽ മാത്രമല്ല സുഖം ഇരിക്കുന്നത്. ഞാൻ തന്നെ ജീവിതത്തിൽ എന്തുമാത്രം പണമുണ്ടാക്കി. ആ പണം എനിക്കു വല്ല സുഖവും തരുന്നുണ്ടോ. നാട്ടിൽ ആയിരുന്നപ്പോൾ നല്ല ജോലി ഉണ്ടായിരുന്നു. സാമാന്യം നല്ല വരുമാനം ഉണ്ടായിരുന്നു. അന്നൊക്കെ എന്തു സുഖമായിരുന്നു. പണത്തിനു ബുദ്ധിമുട്ടുള്ളപ്പോഴും ദാരിദ്ര്യം ഉണ്ടെന്നു തോന്നിയിരുന്നില്ല. വാസ്തവത്തിൽ സ്നേഹം ഉണ്ടെങ്കിൽ സുഖമുണ്ട്. സ്നേഹത്തെക്കാൾ വിലയേറിയതായി ഒന്നും തന്നെ ഇല്ല."

ഞാൻ പറഞ്ഞതൊക്കെ കിരൺമയി കേട്ടു. എന്താണ് അവർ അതിൽനിന്നു മനസ്സിലാക്കിയതെന്ന് എനിക്ക് അറിയില്ല.

സുരഞ്ജൻ കാഞ്ചൻജംഗ കാണാൻപോയിട്ടു തിരികെ വന്നപ്പോൾ നേരെ എന്റെ വീട്ടിൽ വന്നു. കിരൺമയിയെ കൂട്ടിക്കൊണ്ടുപോകാനാണ് വന്നത്. അന്നു സുരഞ്ജൻ വളരെ നേരം എന്റെ വീട്ടിൽ ഉണ്ടായിരുന്നു. ഉച്ചയ്ക്കുള്ള ഭക്ഷണം കിരൺമയി തന്നെയാണു പാചകം ചെയ്തത്. മീൻകറി, മീൻ വറുത്തത്, കോഴി പൊരിച്ചത്, വഴുതിനങ്ങയും വെണ്ടക്കയും കൊണ്ടുള്ള മെഴുക്കുപുരട്ടി, പരിപ്പ്, ചീരക്കറി, നല്ല പുഴുക്കലരി ചോറ് എല്ലാം ഉണ്ടാക്കി. സുരഞ്ജൻ വളരെ വളരെ സന്തോഷത്തിലാണ്. കാമുകിയുടെ കൂടെ മൂന്നുദിവസം ആനന്ദം അനുഭവിച്ചു കൊണ്ടു വന്നിരിക്കയാണ്.

ഞാൻ പറഞ്ഞു:

"കൂട്ടുകാരിയുമൊത്തു മൂന്നുദിവസം ഒറ്റയടിക്കു ചെലവഴിച്ചിട്ടു വന്നിരിക്കയല്ലേ."

സുരഞ്ജന്റെ ശബ്ദത്തിൽ ഒരു ക്ഷീണവുമില്ല: "വളരെ നന്നായിരുന്നു."

"നന്നായി എന്നു മാത്രം പറഞ്ഞാൽ മതിയോ."

സുരഞ്ജൻ എന്റെ മുഖത്തു തന്നെ നോട്ടം ഉറപ്പിച്ചുകൊണ്ടു പറഞ്ഞു:

"എ ബെസ്റ്റ് ടൈം ഇൻ മൈ ലൈഫ്."

ഞാൻ മുഖം താഴ്ത്തി ഭക്ഷണം കഴിക്കുന്നതിൽ ശ്രദ്ധിച്ചു. കിരൺമയിയും ഭക്ഷണം കഴിക്കുകയാണ്. അവർ കഴിക്കുന്നതിനിടയ്ക്ക് ഓരോരുത്തർക്കും ആവശ്യമുള്ളത് ഓരോരുത്തരുടെയും പ്ലേറ്റിൽ വിളമ്പിക്കൊടുക്കുന്നുമുണ്ട്. അതിന്നായി എഴുന്നേറ്റപ്പോൾ ഞാൻ കസേരയിൽ നിവർന്നിരുന്നുകൊണ്ട് പറഞ്ഞു:

"അതൊന്നും വേണ്ട. ഇവിടെ ഇങ്ങനെ വേലക്കാരിയെപ്പോലെ നില്ക്കേണ്ട. അവരവർക്കു വേണ്ടത് അവരവർ വിളമ്പി എടുത്തുകൊള്ളും. ഇവിടെ ആരും കൈയുംകാലും സ്വാധീനമില്ലാത്തവരല്ല."

ഇവിടെയുള്ള ചെറുപ്പക്കാരെപ്പോലെ സുരഞ്ജന് പ്ലേറ്റിൽനിന്നു സ്പൂണിലേക്ക് മാംസവും മത്സ്യവും ചോറും കയറുകയില്ല. അല്ലെങ്കിൽ സ്പൂണിൽ നിന്നു വായിലേക്ക് അവ വീഴുകയില്ല. അവൻ ഭംഗിയായി പ്ലേറ്റിൽ നിന്നും കൈകൊണ്ടെടുത്തു കഴിച്ചുകൊണ്ടിരുന്നു. ബംഗ്ലാദേശിലെപ്പോലെ ഇവിടെ പുരുഷന്മാർക്കു സ്ത്രീകൾ തന്നെ വിളമ്പിക്കൊടുക്കണം എന്ന ശാഠ്യമില്ല. സ്ത്രീകൾ പുറത്തു ചെന്നു വിളമ്പാറില്ല. പുറത്തു പോയി ഭക്ഷണം കഴിക്കുന്ന പുരുഷന്മാർക്കു സ്വയം വിളമ്പിക്കഴിച്ചു ശീലമുണ്ടാകും. ഞാൻ ഇതൊക്കെ വിചാരിച്ചിരിക്കുമ്പോൾ സുരഞ്ജൻ യാത്രയിലെ വിശേഷങ്ങൾ പറഞ്ഞു. കാഞ്ചൻജംഗയുടെ വെള്ളിത്തിളക്കം വർണ്ണിച്ചു കേൾപ്പിച്ചു. ഞാൻ മുഗ്ധയായി. സുരഞ്ജന്റെ മുഖത്തെ തിളക്കം ആസ്വദിച്ചിരുന്നു. തീർച്ചയായും മൂന്നു രാപകലുകൾ തീവ്രപ്രേമത്തോടെ കഴിച്ചിരിക്കുന്നു. എങ്ങനെയായിരിക്കും അവർ പ്രേമിച്ചിട്ടുണ്ടാവുക. എല്ലായ്പ്പോഴും ഉമ്മ വച്ചിരിക്കും. എല്ലായ്പ്പോഴും കൈ കോർത്തു പിടിച്ചിരിക്കും. എന്റെ കൈകൾ എത്ര സുന്ദരമായിരുന്നു. അതു നിവർത്തിപ്പിടിച്ച് അതിൽ ഉമ്മ തരാൻ എത്രപേർ കൊതിച്ചു. ആർക്കും കൊടുത്തില്ല. എന്റെ അഹങ്കാരമാണ് അന്ന് എന്നെ നയിച്ചിരുന്നത്. എന്നിട്ടെന്തായി? എല്ലാം പോയ്പ്പോയില്ലേ. ജീവിതം ഒഴുകിപ്പോയി. എല്ലാവരുടേയും ജീവിതം ഒഴുകുകയാണ്. ഇപ്പോൾ ആരും ഈ കൈകൾ നുകരാൻ കൊതിക്കുന്നവരായില്ല. എന്നിട്ടും എനിക്കു തോന്നി ഞാൻ കൈകൊടുത്തത് ശരിയായ ആൾക്കല്ലെന്ന്. തെറ്റായ കൈകൾ മുകർന്നാണു ജീവിതം വ്യർത്ഥമാക്കിയതെന്ന്.

"കൈ കോർത്തുപിടിച്ചുകൊണ്ടു പർവ്വതത്തിനു മുകളിൽ ഓടി നടന്നോ?"

ഞാൻ ചോദിക്കുന്നതുകേട്ട് സുരഞ്ജനും കിരൺമയിയും അത്ഭുതപ്പെട്ടു. സുരഞ്ജൻ ചിരിച്ചുകൊണ്ടു പറഞ്ഞു:

"പിന്നെയില്ലേ, ധാരാളം."

"വളരെ അഗാധമായ പ്രേമത്തോടെ?"

"വളരെ അഗാധമായ പ്രേമത്തോടെ."

ഇതു പറയുമ്പോൾ സുരഞ്ജൻ കഴുത്തിലെ ഉരുണ്ട മറുകിൽ തിരുമ്മി. ചെറുപ്പകാലത്തു കണ്ട അമേരിക്കൻ ടെലിവിഷൻ സീരിയലിലെ നായകൻ ജോൺറോയിയെപ്പോലിരുന്നു സുരഞ്ജൻ. അവനും ഇതുപോലെ ഒരു ഉരുണ്ട മറുകുണ്ടായിരുന്നു. സുരഞ്ജന്റെ ആ മറുകിൽ അമർത്തി ഒരുമ്മ കൊടുക്കാൻ തോന്നി. ആഗ്രഹം ഒളിച്ചുവച്ചുകൊണ്ടു പറഞ്ഞു:

"വേണ്ട. മറുക് ഇങ്ങനെ തിരുമ്മരുത്. നന്നല്ല. അങ്ങനെ പിടിച്ചു ഞെക്കി ത്തിരുമ്മിയാൽ അതു ചിലപ്പോൾ പഴുത്തു സുഖക്കേടുകൾ വരും." സുരഞ്ജൻ കഴുത്ത്, മറുക് ഇതൊന്നും കേൾക്കുന്നുണ്ടായിരുന്നില്ല. ഞാൻ പറഞ്ഞ അഗാധമായ പ്രേമം എന്ന വാക്കിൽത്തന്നെ തറച്ചു നില്ക്കുകയായിരുന്നു എന്നു മനസ്സിലായി. സുരഞ്ജന്റെ കൈ പ്ലേറ്റിൽ, കണ്ണ് എന്റെ മുഖത്ത്, മനസ്സ് ഇനിയും ഏതോ ഇടത്ത്.

സുരഞ്ജൻ പറഞ്ഞു:

"ജീവിതത്തിൽ സ്നേഹത്തെക്കാൾ വലുതായി ഒന്നുമില്ല. സ്നേഹത്തെക്കാൾ വിലയുള്ളതായി ഒന്നുമില്ല. ഞാൻ സ്നേഹത്തിനാണ് ഏറെ വില വയ്ക്കുന്നത്. അതാണു സുഖം നല്കുന്നത്. "

ഞാൻ മനസ്സിൽ വിചാരിച്ച കാര്യം സുരഞ്ജൻ എങ്ങനെ അറിഞ്ഞു? സുരഞ്ജൻ എന്റെ മനസ്സിൽ കയറിക്കൂടിയോ. എപ്പോഴായിരിക്കും അവൻ എന്റെ ഉള്ളിൽ കടന്നത്? എന്റെ കണ്ണുകൾ കൂടുതൽ ദീപ്തമായി.

"എന്താ പൈസയ്ക്കു വിലയില്ലേ. പൈസയില്ലെങ്കിൽ കാഞ്ചൻജംഗയ്ക്കു പോകാൻ കഴിയുമായിരുന്നോ. ഇങ്ങനെ ചുറ്റിനടന്നു പ്രേമം ആസ്വദിക്കാൻ പറ്റുമായിരുന്നോ. ആ അന്തരീക്ഷത്തിൽ കഴിയാൻ പറ്റുമായിരുന്നോ. ഏതു റിസോർട്ടിലാണു താമസിച്ചിരുന്നത്."

"സോനാർ ബംഗ്ലാ." പെട്ടെന്നു ഉത്തരം വന്നു.

ഓ? മുമ്പ് ഇങ്ങനെ പോയിരുന്ന അവസരത്തിൽ ഞാനും സോനാർ ബംഗ്ലായിലാണു താമസിച്ചിരുന്നതെന്നു ഞാൻ പറഞ്ഞില്ല.

"എന്തുചെയ്യാൻ തീരുമാനിച്ചു? സുലേഖയുടെ കാര്യത്തിൽ?"

"എന്തു ചെയ്യാനാണ്." കിരൺമയി എന്നെ നിശ്ശബ്ദയാക്കാൻ ശ്രമിച്ചു.

"പറയൂ, അവളെയുംകൊണ്ടു വനവാസത്തിനു പോകുമോ?"

എന്റെ ചുണ്ടിലും കണ്ണിലും നിറയെ ചിരി.

"പോകും."

"നാടുതോറും നടക്കുമോ."

സുരഞ്ജൻ ഹോ ഹോ എന്നു ചിരിച്ചുകൊണ്ടു പറഞ്ഞു:

"ഇല്ല ഇല്ല. അതിനു പരിപാടിയില്ല."

"വിവാഹം കഴിക്കുമോ."

"സുലേഖയ്ക്ക് ഇഷ്ടപ്പെടുന്നെങ്കിൽ"

"നീ സ്വന്തം നിലയ്ക്ക് ഇഷ്ടപ്പെടുന്നില്ലേ."

"എനിക്കു സുലേഖയെ വേണം. വിവാഹം ഇല്ലാതെ തന്നെ അവൾ ഒന്നിച്ചു താമസിക്കാൻ തയ്യാറാണെങ്കിൽ അങ്ങനെ താമസിക്കും. വിവാഹം ചെയ്യണമെന്നാണെങ്കിൽ രണ്ടുപേരുംകൂടെ വിവാഹം കഴിക്കും. വിവാഹം എന്നത് അർത്ഥമില്ലാത്ത ഒരേർപ്പാടാണ്. ഒരിക്കൽ ഞാനതു ചെയ്തതാണ്. ജാതകം നോക്കി, നാളും നക്ഷത്രവും നോക്കി, ഗോത്രപ്പൊരുത്തം നോക്കി. കൈരേഖ താരതമ്യപ്പെടുത്തി എന്തൊക്കെ ചെയ്തു! ചെയ്യാത്തതൊന്നുമില്ല. ഹോമം, യാഗം, യജ്ഞം, സാളഗ്രാമത്തെ സാക്ഷി നിർത്തി മന്ത്രം ചൊല്ലി പാണീഗ്രഹണം, സപ്തപദി, മാലയിടീൽ എല്ലാം ഉണ്ടായി. എന്നിട്ടെത്ര നാളുണ്ടായി?"

"ആട്ടെ. എന്തിനാണ് അതൊക്കെ ചെയ്യാൻ പോയത്. വിവാഹം രജിസ്റ്റർ ചെയ്താൽ പോരായിരുന്നോ?"

"എല്ലാവരും ചെയ്യുന്ന നാട്ടാചാരമനുസരിച്ചേക്കാം എന്നു വിചാരിച്ചു."

"എന്തിന്?"

"അതു സൗകര്യമായിരിക്കും എന്നു കരുതി."

"എന്നിട്ടെന്തുണ്ടായി. സൗകര്യമായില്ല. അല്ലേ."

"എന്തോ, അങ്ങനെയും കരുതാം."

"ഇപ്പോൾ എന്തു ചെയ്യും? കാജിയെ വിളിച്ചു ചടങ്ങു നടത്തുമോ. ഇസ്ലാം മതം സ്വീകരിക്കുമോ."

"ഷട്അപ്."

"മുസൽമാനാവുകയില്ലല്ലോ?"

സുരഞ്ജൻ പെട്ടെന്നുതന്നെ ഊണു മുഴുവനാക്കാതെ എഴുന്നേറ്റു കൈ കഴുകാൻ പോയി. സുരഞ്ജൻ ആരുമല്ല. ഒന്നുമല്ല. ഹോപ്‌ലെസ്. വർത്ത്ലസ്സ്. ഭാഗ്യഹീനൻ. ഒരു ആദർശവും ഇല്ല. ഒരു അഭിരുചിയുമില്ല. ആരോഗ്യകരമായ വിചാരശീലമില്ല. വിദ്യാഭ്യാസത്തിന്റെ മഹത്ത്വമില്ല. മുന്നിലും പിന്നിലും ഇരുട്ട്. നായാടിപ്പിടിച്ച മൃഗത്തെത്തന്നെ പിന്നെയും വേട്ടയാടിക്കൊണ്ടു നടക്കുന്നു. ആ പെൺകുട്ടി ബുദ്ധിമതിയാണ്. നല്ല ജോലി കിട്ടും. സുരഞ്ജന് മെജോറിറ്റി എന്ന നിലയ്ക്ക് സംരക്ഷണം കിട്ടും. ഇപ്പോൾ സുലേഖയ്ക്ക് ഒരു വീടുപോലും വാടകയ്ക്കു കിട്ടുകയില്ല. സുരഞ്ജനുമായി വിവാഹം കഴിച്ചാൽ സൗകര്യമായേനെ.

"സുലേഖ കുങ്കുമം തൊടുമോ. ശംഖുവള ഇടുമോ."

"അവൾക്ക് ഇഷ്ടമാണെങ്കിൽ ചെയ്യും."

സുരഞ്ജൻ കടുത്ത ശബ്ദത്തിൽ പറഞ്ഞു.

"കൊള്ളാം. നീയാണു ശരിക്കും സമത്വം അംഗീകരിക്കുന്നത്. അതിനുള്ള ചായ നിനക്കു കിട്ടും. ശരിക്കും നിന്റെ ഇഷ്ടം എന്താണെന്നു പറയൂ. കേൾക്കട്ടെ."

“എന്താണ് അറിയാൻ ഇത്ര താത്പര്യം.”

“ഒന്നുമില്ല. അറിയാൻ മാത്രം.”

“എന്താ നോവലെഴുതുന്നുണ്ടോ.”

“തീരുമാനിച്ചില്ല. ചിലപ്പോൾ എഴുതുകയില്ല. ചിലപ്പോൾ എഴുതിയെന്നു വരും.”

“ധാരാളം എഴുതിയല്ലോ.”

“എന്നു വച്ചാൽ”

“എന്നു വച്ചാൽ ധാരാളം എഴുതിയല്ലോ. ഇനി എന്നെ വിട്ടേക്കൂ.”

“നിന്നെ ഞാൻ പിടിച്ചുവച്ചിട്ടുണ്ടോ.”

“ഉണ്ടല്ലോ.”

“എങ്ങനെ”

“മാനസികമായി.”

എന്റെ നെഞ്ചിനകത്ത് ഒരു വിറയൽ. സുരഞ്ജനോടുള്ള താത്പര്യത്തെ നിയന്ത്രിച്ച് ഇല്ലാതാക്കാൻ എനിക്കു കഴിയുന്നില്ല. അതെന്തുകൊണ്ട്? ഞാൻ നിസ്സഹായയയാണോ. സുരഞ്ജന്റെ യുക്തിരഹിതമായ കോപവും വെറുപ്പും ദയയും സംഭ്രാന്തിയും ആശയും നിരാശയും വ്യർത്ഥതാബോധവും നിസ്സഹായതയും എല്ലാം കണ്ടിട്ട്, എല്ലാം കണ്ടുകൊണ്ട് അയാൾ നല്ലവനാണെന്നു കരുതുന്നതെന്തിന്.

“എന്റെ ജീവിതം ഞാൻ തന്നെ ജീവിച്ചുകൊള്ളട്ടെ. അതു പൂർണ്ണമായും എന്റെ കാര്യം. എന്റെയും സുലേഖയുടെയും കാര്യം. അതിനെക്കുറിച്ചു ദയവു ചെയ്ത് ഒന്നും എഴുതരുത്. ഓരോന്നൊക്കെ എഴുതിപ്പിടിപ്പിക്കും. പിന്നെ കുഴപ്പങ്ങൾ തുടങ്ങും.”

“എന്റെ എഴുത്തു നിമിത്തം കുഴപ്പങ്ങളോ.”

“കുഴപ്പങ്ങൾ തന്നെ.”

“കുഴപ്പങ്ങളെ പേടിയാണോ.”

ഞാൻ അത്ഭുതത്തോടെ ചോദിച്ചു.

“എന്നെക്കുറിച്ചെന്താണു വിചാരിച്ചിരിക്കുന്നത്. അതിമാനുഷനെന്നോ. ഭയമില്ലെങ്കിൽ ദേശം വെടിഞ്ഞു പോരുമായിരുന്നോ. ഇവിടെയും പേടിക്കുന്നില്ലേ. ഇവിടെ മുസ്ലീം ഫണ്ടമെന്റലിസ്റ്റുകളെ പേടിക്കുന്നു, ഹിന്ദു ഫണ്ടമെന്റ ലിസ്റ്റുകളെപ്പോലെത്തന്നെ. ജീവിക്കുന്നത്ര കാലം എന്റെ രീതിക്കു തന്നെ ജീവിക്കാൻ ആഗ്രഹിക്കുന്നു.”

കിരൺമയി എന്റെ കൈ എടുത്തു സ്വന്തം മാറിൽ ചേർത്തു. ഈ സ്നേഹവും വാത്സല്യവും ഹൃദയത്തിലെ ചൂടും എല്ലാവർക്കും മനസ്സിലാവുകയില്ല. എനിക്ക് ഇങ്ങനെയുള്ള സ്നേഹം കാണുന്നതു തന്നെ വളരെ ഇഷ്ടമാണ്. ഞാൻ പറഞ്ഞു:

“കാറു കൊണ്ടുപൊയ്ക്കൊള്ളൂ.”

അരുണിനോട് അവരെ പാർക്ക് സർക്കസിൽ കൊണ്ടുചെന്നു വിടാൻ പറഞ്ഞു.

സുരഞ്ജൻ കാറിൽ പോകാൻ തീരെ സമ്മതിച്ചില്ല. വഴിയിൽനിന്നു ടാക്സി വിളിച്ചുകൊള്ളാം എന്നു പറഞ്ഞു.

ഞാൻ അവരെ യാത്രയാക്കാൻ വരാന്തയിൽ ഇറങ്ങിനിന്നു. തണുത്ത കാറ്റ് എന്നെ വട്ടം പിടിച്ചു. ഞാൻ അവർക്ക് ആരാണ്. ആരുമല്ല. വെറും ഒരു നോവലിസ്റ്റ്. അസാധാരണക്കാരി എന്നെന്നെ കിരൺമയി പറഞ്ഞു. ഞാൻ അസാധാരണ ക്കാരിയും അവർ സാധാരണക്കാരിയുമാണോ. ഒരാളെ അസാധാരണക്കാരിയായി കരുതിയാൽ ആ ആളെ ദൂരത്താക്കി വേർതിരിച്ചുകാണുന്നു എന്നാണർത്ഥം. അസാധാരണക്കാരെ ദൂരെനിന്നു നോക്കിക്കാണാൻ കൊള്ളാം. അടുത്തു വന്നാലും ദൂരെ നില്ക്കുന്നവരായേ തോന്നുകയുള്ളൂ. ജാതിമതങ്ങൾ നോക്കാതെ ഹിന്ദുക്കൾക്കും മുസ്ലീങ്ങൾക്കും തമ്മിൽ സൗഹൃദം വളരും. എന്നാൽ ഒരേ മതത്തിലാണെങ്കിൽ പോലും ഒരാളെ അസാധാരണക്കാരൻ എന്നു കരുതിത്തുട ങ്ങിയാൽ സ്നേഹം വളരുകയില്ല. കിരൺമയിയും സുരഞ്ജനും ഇറങ്ങി നടക്കു മ്പോൾ അവരുടെ കണ്ണിൽ കൃതജ്ഞതാഭാവം കണ്ടു. പക്ഷേ സ്നേഹം കണ്ടില്ല. വളരെ അകൽച്ച തോന്നി; നിസ്സംഗത തോന്നി.

പതിനൊന്ന്

കിരൺമയി വിധവയായി. വളകളും കുങ്കുമവും വെടിഞ്ഞു. എങ്കിലും വെളുത്ത സാരി ഉടുക്കുകയോ മത്സ്യവും മാംസവും ഉപേക്ഷിക്കുകയോ ചെയ്തില്ല. താൻ മരിച്ചാൽ വിധവാവേഷം അണിയരുതെന്ന് സുധാമൊയ്ദത്ത മരിക്കുംമുൻപു നിർബന്ധപൂർവ്വം പറഞ്ഞിട്ടുണ്ടായിരുന്നു. ഇപ്പോൾ എങ്ങനെ നടക്കുന്നോ അങ്ങനെ നടക്കണം. നിന്റെ ഇഷ്ടംപോലെ ജീവിച്ചുകൊള്ളണം. വിധവയ്ക്ക് അതു പാടില്ല, ഇതു പാടില്ല എന്നൊക്കെപ്പറയുന്നത് ഗൗനിക്കേണ്ട. കിരൺമയി എന്നാൽ, ഭർത്താവ് പറഞ്ഞത് അനുസരിച്ചില്ല. വെളുത്ത സാരി ഉടുത്തു, മത്സ്യവും മാംസവും വെടിഞ്ഞു. ഹവിസ്സ് ഉണ്ട് തുടങ്ങി. അതുകണ്ടു സുരഞ്ജൻ പറഞ്ഞു: നിങ്ങൾ ഇതൊക്കെ നിർത്തിയില്ലെങ്കിൽ ഞാൻ ഈ വീട്ടിൽ നിന്നിറങ്ങി എങ്ങോട്ടെങ്കിലും പോകും. കിരൺമയിക്കു ജീവിതത്തിൽ ഇതിനെക്കാൾ വലിയ ഒരു ശാസനയും താക്കീതും കിട്ടാനില്ല. ഭർത്താവ് പോയി. മായ പോയി. ഇനി ആകെയുള്ള ധനമായ സുരഞ്ജൻ കൂടി പോയാൽ ആത്മഹത്യ ചെയ്യുക യല്ലാതെ അവർക്കു മറ്റു മാർഗ്ഗമില്ല. സുരഞ്ജൻ ആൾ ഒരു ചൂടനാണെന്നും അവൻ പോകാൻ തീരുമാനിച്ചാൽ ആർക്കും അവനെ തടഞ്ഞുനിർത്താൻ കഴിയുകയില്ലെന്നും കിരൺമയിക്കറിയാം. കിരൺമയി നിറമുള്ള സാരി ഉടുത്തു. എല്ലാത്തരത്തിലുള്ള ഭക്ഷണവും കഴിച്ചുതുടങ്ങി. എന്നാൽ അതോടൊപ്പം പൂജ കളും പ്രാർത്ഥനകളും ചെയ്യുന്നതു നിർത്താൻ ഒരിക്കലും വാശിപിടിക്കരുതെന്ന് അപ്പോഴേ മകനോടു പറഞ്ഞുവച്ചു. എത്രയോ ആളുകൾ പൂജ കഴിക്കുന്നു, മതത്തെ അംഗീകരിക്കുന്നു, അതുകൊണ്ട് ഈശ്വരൻ എന്നൊരാൾ എവിടെയോ

ഉണ്ടെന്നു കിരൺമയി വിശ്വസിക്കുന്നു. പക്ഷേ ഇപ്പോൾ സമയം ചെലവഴിക്കാനാണു ബുദ്ധിമുട്ട്. ഇത്രയേറെ സമയം കൊണ്ടെന്തു ചെയ്യാനാണ്. വീട്ടിലെ സകല ജോലികളും കഴിഞ്ഞാലും സമയം ബാക്കി. അതുകൊണ്ടു താൻ ഒറ്റയ്ക്കാണെന്നു തോന്നി. അവൾക്കുവേണ്ടി നീക്കിവയ്ക്കാൻ ആർക്കും സമയമില്ല. പ്രായം കൂടുന്തോറും കൂടുതൽ ഒറ്റപ്പെടുന്നതായി തോന്നുന്നു. സുരഞ്ജൻ വീട്ടിലുണ്ടെങ്കിലും മുറിയിൽ അവൻ ഒറ്റയ്ക്കിരിക്കും. വായിക്കും. കുട്ടികളെ പഠിപ്പിക്കും. കൂട്ടുകാർ വന്നാൽ അവരുടെ കൂടെ അല്ലെങ്കിൽ സുലേഖ വന്നാൽ അവളുടെ കൂടെ കഴിയും. വല്ലപ്പോഴുമെങ്ങാൻ കിരൺമയിയുടെ കിടക്കയിൽ വന്ന് ഇത്തിരിനേരം കിടക്കും. അപ്പോൾ അമ്മ തലമുടിക്കിടയിൽ വിരൽ ചലിപ്പിച്ചു കൊഞ്ചിക്കും. ആ വാത്സല്യം ശരീരം മുഴുവൻ ഏറ്റുവാങ്ങും. കിരൺമയി മുറുക്കാറുണ്ട്. അമ്മയുടെ വെറ്റിലച്ചെല്ലത്തിൽനിന്ന് ഇടയ്ക്കിടയ്ക്കു സുരഞ്ജനും മുറുക്കും. മുറുക്കാൻ ചവച്ചുകൊണ്ടു രണ്ടുപേരും പഴയ ദിനങ്ങളെക്കുറിച്ചു പറയും. നല്ല നാളുകൾ കൊഴിഞ്ഞു പോയ്ക്കഴിഞ്ഞു. ജീവിതം അർത്ഥഹീനമായിത്തീർന്നിരിക്കുന്നു. ഇരുട്ടു നിറഞ്ഞ ഇടവഴികളിൽ തപ്പിത്തടഞ്ഞുള്ള ജീവിതംകൊണ്ടു ലോകത്തിനോ സമുദായത്തിനോ കുടുംബത്തിനോ തനിക്കു തന്നെയോ എന്തു പ്രയോജനം. ആർക്കാണു സന്തോഷം. സുരഞ്ജന് ഇല്ല. തനിക്ക് ഇല്ല. വ്യക്തിപരമായ ജീവിതത്തിൽ രണ്ടുപേർക്കും ഒരു ആനന്ദവും ഇല്ല. സുലേഖയുടെ സ്ഥാനത്ത് ഏതെങ്കിലും ഹിന്ദു പെൺകുട്ടിയായിരുന്നെങ്കിൽ വിവാഹം കഴിപ്പിച്ചുകൊണ്ടു വരാമായിരുന്നു എന്ന് കിരൺമയി ഓർത്തു. സുലേഖയെ മനസ്സുകൊണ്ട് ഉപേക്ഷിക്കാൻ സുരഞ്ജനു കഴിഞ്ഞാലും മതിയായിരുന്നു. അതും ഇല്ല. അവളുടെ മനസ്സിലിരുപ്പ് എന്താണെന്നും അറിഞ്ഞുകൂട. ഒരു നല്ല ബന്ധുത്വം കിട്ടുക എന്നത് അത്ര എളുപ്പമല്ല. വിശേഷിച്ചും പണം കൈയിലില്ലാത്തവർക്ക്. അപ്രിയസത്യമാണെങ്കിലും പറയാതെ വയ്യ. പ്രേമവും വിലകൊടുത്തു മേടിക്കേണ്ട സാധനമായിത്തീർന്നിരിക്കുന്നു. ദരിദ്രരുടെ പ്രേമം ദരിദ്രരോടും ധനികരുടെ പ്രേമം ധനികരോടും ആണ്. പണ്ടൊക്കെ പ്രേമിച്ചിരുന്നത് ഇത്തരം വ്യത്യാസങ്ങൾ മാനിച്ചുകൊണ്ടായിരുന്നില്ല. വലിയ വീട്ടിലെ പെൺകുട്ടി ദരിദ്ര യുവാവിനെ പ്രേമിക്കുന്നതു കിരൺമയി ചെറുപ്പകാലത്തു കണ്ടിട്ടുണ്ട്. സിനിമകളിലും ഇങ്ങനെ ദരിദ്രരും ധനികരും തമ്മിലുള്ള പ്രേമം ധാരാളം കണ്ടിട്ടുണ്ട്. ഇപ്പോൾ അതൊക്കെ പഴയ കഥകളായിരിക്കുന്നു. പ്രേമത്തിലും നല്ല കണക്കു കൂട്ടലുണ്ട്. മാതാപിതാക്കൾ വിവാഹാലോചനയിൽ നല്ല ബന്ധം അന്വേഷിക്കുന്നതുപോലെ യുവതികളും യുവാക്കളും നല്ലവണ്ണം ആലോചിച്ചും അന്വേഷിച്ചും തന്നെയാണ് പ്രേമിക്കുന്നത്. സുരഞ്ജൻ സുലേഖയെയും, സുലേഖ സുരഞ്ജനെയും എങ്ങനെ ഇഷ്ടപ്പെട്ടു എന്നു കിരൺമയിക്ക് എത്ര ആലോചിച്ചിട്ടും പിടി കിട്ടുന്നില്ല. ബേൽഘാഡിയായിൽ താമസിക്കുന്ന ഹിന്ദുയുവാവ് പാർക്ക് സർക്കസിൽ താമസിക്കുന്ന മുസ്ലീം പെൺകുട്ടിയെ എങ്ങനെ കണ്ടു, പരിചയപ്പെട്ടു, ഇഷ്ടപ്പെട്ടു എന്ന് എത്ര ആലോചിച്ചിട്ടും പിടികിട്ടുന്നില്ല. മകനോടുപോലും ചോദിച്ചു. ഉത്തരം കിട്ടിയില്ല. സുലേഖയോടും ചോദിച്ചു. അവളും ഒഴിഞ്ഞുമാറി. സുരഞ്ജന് എന്തെങ്കിലും

ദോഷമുണ്ടാക്കാനാണ് അവൾ വന്നതെന്നു കിരൺമയി വിചാരിക്കുന്നില്ല. അവൾ ഒരിക്കലും ഈ വീടിന്റെ കാര്യത്തിൽ ശ്രദ്ധിച്ചിട്ടും ഇല്ല. സുലേഖ വരുമ്പോൾ കട്ടിലിന്റെ ചായ്പിലുള്ള ഷർട്ടും പാന്റും മടക്കിവയ്ക്കാനോ, കസേര, കർട്ടൻ, പായ, കിടക്ക, ചായക്കപ്പ് ഇതൊക്കെ ഒതുക്കിവയ്ക്കാനോ ഒന്നും ശ്രമിക്കാറില്ല. ഒരിക്കൽ കിരൺമയി അതു പറഞ്ഞു:

"എന്തൊരു പെണ്ണ്. ഇങ്ങനെ വൃത്തിയും വെടിപ്പും ചിട്ടയും ഇല്ലാത്ത വീട്ടിൽ വന്നിട്ടും ഒന്നു വൃത്തിയാക്കാനോ അടിച്ചുവാരാനോ അവൾക്കു തോന്നിയില്ലല്ലോ."

അപ്പോൾ സുരഞ്ജൻ പറഞ്ഞു:

"അതിന് അവൾ എന്റെ വേലക്കാരിയല്ലല്ലോ."

അപ്പോൾ കിരൺമയിക്കു തോന്നി. ഇതൊക്കെ ഞാൻ ചെയ്യുന്നുണ്ടല്ലോ. ഞാൻ വേലക്കാരിയാണോ. ഒരു തവണ ആ ചോദ്യം വായ തുറന്നു പുറത്തു വരുകയും ചെയ്തു.

"ഞാൻ എന്താ വേലക്കാരിയാണോ."

സുരഞ്ജന്റെ അന്നത്തെ മറുപടി കേട്ടതിനുശേഷം ആ ചോദ്യം മനസ്സിൽ ഒതുക്കുകയാണ്. മകന്റെ മുറി അടിച്ചു വൃത്തിയാക്കുമ്പോഴുണ്ടാകുന്ന സുഖം മറ്റെന്തു ചെയ്താലും കിരൺമയിക്കു കിട്ടുകയില്ല. മകൻ കൊള്ളരുതാത്തവ നാകട്ടെ, നിത്യവൃത്തിക്കുള്ളത് ഉണ്ടാക്കാത്തവനാകട്ടെ, കുടുംബവിചാരമില്ലാത്ത വനാകട്ടെ അവൻ മകനാണ്. അമ്മയെ സ്നേഹിക്കുന്നു. ഇടയ്ക്കിടയ്ക്ക് സുഖങ്ങളും ദുഃഖങ്ങളും പങ്കു വയ്ക്കുന്നു. മുറുകെപ്പുണർന്നു നെഞ്ചിന്റെ ചൂട് അറിയുന്നു. ഒരിക്കൽ മായയുടെ തോളിൽ തലചായ്ചു ബാബയെക്കുറിച്ചു പറഞ്ഞ് ഒരുപാടു കരഞ്ഞു. പുസ്തകങ്ങളുടെ ഇടയ്ക്കുനിന്നും ഒരു ഫോട്ടോ എടുത്തുകൊണ്ടു വന്നു. സുധാമൊയ്ദത്തും മായയും സുരഞ്ജനും. ആ ചിത്രം അന്നത്തെപ്പോലെ ഇന്നും ജീവൻ തുടിച്ചു നില്ക്കുന്നു. ധാക്കയിലെ വീട്ടിൽ വച്ച് എടുത്തതാണ്. സുരഞ്ജനെ ഒരിക്കലും ഇത്രമാത്രം വികാരഭരിതനായി കിരൺമയി കണ്ടിട്ടില്ല. ഇപ്പോൾ ആ മുഖം തണുത്ത പാറപോലെ ആയിരിക്കുന്നു. ധാക്കയിൽ വച്ച് ഒരിക്കലും ഇങ്ങനെ ആയിരുന്നില്ല. ദേഷ്യം വന്നാൽ ജ്വലിക്കു മായിരുന്നു. ഇപ്പോൾ എന്തു വന്നാലും ഒരു ഭാവഭേദവും ഇല്ല. സുലേഖയ്ക്കും സുരഞ്ജന്റെ കാര്യത്തിൽ പൂർണ്ണസുഖവും തൃപ്തിയുമാണ് എന്നു കിരൺ മയിക്കു തോന്നുന്നില്ല. അവൾ എപ്പോഴാണ് തന്നെ വെടിഞ്ഞു പോകുന്നതെന്ന് അറിഞ്ഞുകൂടാ. അതാണു കിരൺമയിയുടെ ആശങ്ക. സുരഞ്ജൻ അങ്ങനെ ആരുമായും ഇടപെടാറില്ല. ഇടപെട്ടാൽ അഗാധമായ സ്നേഹത്തോടെ ഇടപെടും. അങ്ങനെ സ്നേഹിച്ച ആൾ അകന്നു പോയാൽ അതു വല്ലാതെ നെഞ്ചിൽത്തട്ടും. സ്വന്തം സഖിയായി സ്വീകരിച്ചിട്ടില്ലാത്ത ഒരാൾ അകന്നുപോയാൽ അതു ഗണ്യമാക്കുകയുമില്ല.

സുരഞ്ജനു വേണ്ടി വേണമെന്നു വച്ചാൽ എന്തെങ്കിലും ചെയ്യാൻ തസ്ലീമയ്ക്കു കഴിയും എന്നാണ് കിരൺമയി വിചാരിക്കുന്നത്. കിരൺമയിയുടെ വലിയ ഒരാഗ്രഹമാണത്. മകൻ ഉത്തരവാദിത്തമുള്ളവനാകണം, മാന്യനാകണം,

സമ്പന്നനാകണം എന്നാണു മോഹം. അവനെപ്പോലെ മടിയനായ ഒരാളെ മനുഷ്യനാക്കാൻ ആർക്കും കഴിയുകയില്ല. യുവാവായി. എന്നിട്ടും പന്ത്രണ്ടു പതിമൂന്നു വയസ്സുള്ള കുട്ടികളെപ്പോലെ ജീവിതത്തെപ്പറ്റി നിറം പിടിപ്പിച്ച സ്വപ്നങ്ങളാണുള്ളത്. ഈ വൃത്തികെട്ട തെരുവിലേക്കാണു നീ എന്നെ കൊണ്ടുവന്നത് എന്ന് എത്രവട്ടം കിരൺമയി പരാതിപ്പെട്ടു. അപ്പോഴൊക്കെ സുരഞ്ജൻ പറയും, ബാബ നമ്മളെ തെരുവിൽക്കൊണ്ടു പോയിട്ടില്ലല്ലോ. ഒരു തവണ ആ അനുഭവ സമ്പത്തും ഒന്നു നേടാം. അവിടത്തെ ജീവിതം എങ്ങനെ എന്നറിയാമല്ലോ. പക്ഷേ ലക്ഷാധിപതിയോ കോടിപതിയോ ആയിരുന്നെങ്കിൽ അനുഭവം തേടി ഒരു തവണ പാവങ്ങളുടെ തെരുവിൽ കഴിയാമായിരുന്നു. ഇതങ്ങനെയല്ല. സുരഞ്ജനും കിരൺമയിയും കൂടി സമ്പാദിക്കുന്നതിന്റെ പത്തിരട്ടി ഉണ്ടെങ്കിൽപോലും ഈ തെരുവിൽ നിന്നു നല്ല ഒരു സ്ഥലത്തേക്ക് മാറാൻ കഴിയുമോ. തസ്ലീമ ധനികയാണ്. കണക്കില്ലാത്ത പണം ഉണ്ടാക്കിയിട്ടുണ്ട്. സുരഞ്ജന് ഒരു കച്ചവടം തുടങ്ങാനുള്ള പണം കൊടുക്കാൻ അവൾ വിചാരിച്ചാൽ കഴിയുകയില്ലേ. എവിടെയെങ്കിലും ഒരു ഫാർമസി തുടങ്ങാമായിരുന്നു. കുട്ടിക്കാലം മുതൽ ഇംഗ്ലീഷ് മരുന്നുകൾ കൈകാര്യം ചെയ്തിട്ടുണ്ടല്ലോ. അല്ലെങ്കിൽ എത്രയെത്ര വലിയ ആളുകളുമായി അവൾക്ക് അടുപ്പവും പരിചയവും ഉണ്ട്. വല്ല കമ്പനിയിലോ കോളേജിലോ അവനെ കയറ്റിവിടാൻ കഴിയുകയില്ലേ. എന്നാൽ കിരൺമയി വിചാരിക്കുന്നതുപോലെ എളുപ്പമാണോ കാര്യം. സുരഞ്ജൻ വല്ല നിയമവും അനുസരിക്കുമോ. എവിടെയെങ്കിലും അടങ്ങി നില്ക്കുമോ. ഒരു അസാധാരണ മനുഷ്യൻ. സ്വാതന്ത്ര്യം ഒരിക്കൽ അനുഭവിച്ചാൽ പിന്നെ കൈവിടാൻ കഴിയുകയില്ല. ഒന്നും ചെയ്യാതിരിക്കാനുള്ള സ്വാതന്ത്ര്യം. വീടും കുടുംബവുമുണ്ടാക്കാതിരിക്കാനുള്ള സ്വാതന്ത്ര്യം. സുരഞ്ജനെ ഒരു ജോലി നേടാൻ സഹായിക്കണമെന്ന് കിരൺമയി ഒരു ദിവസം തസ്ലീമയോടു പറഞ്ഞതാണ്. സുലേഖയും സുരഞ്ജനും തമ്മിൽ ചേരുമോ. തീരെ ചെറുപ്പം. പഠിച്ച കുട്ടി. ഒരു ജോലിയുണ്ട്. നാലയ്യായിരം രൂപ ശമ്പളമുണ്ട്. സുരഞ്ജന് എന്തു യോഗ്യതയാണുള്ളത്. സുരഞ്ജനെ വിവാഹം കഴിച്ചാൽ സുലേഖയെ അവരുടെ ആളുകൾ ഉപേക്ഷിക്കും. സുഹൃദ്ജനങ്ങളെയും ബന്ധുക്കളെയും വിഷമിപ്പിച്ചുകൊണ്ടു സുഖമായിരിക്കാൻ കഴിയുമോ. മായയെ കരയിപ്പിച്ചിട്ടു സുരഞ്ജന് സുഖമായിരിക്കുവാൻ കഴിയുമോ. സ്വന്തം പെങ്ങളെയും അമ്മയെയും ദുഃഖിപ്പിച്ചിട്ട് എങ്ങനെ സുഖമായിരിക്കും. ഒരു ബന്ധം സുഖം തരാത്തതാണെങ്കിൽ ആ ബന്ധത്തിൽ ഏർപ്പെടാതിരിക്കുന്നതു തന്നെയാണു സുഖം. സുദേഷ്ണയുമായുള്ള ബന്ധത്തിൽ സുരഞ്ജന് ഒട്ടും സുഖം ലഭിച്ചിരുന്നില്ല. സുദേഷ്ണ സുരഞ്ജനെ തന്റേതുമാത്രമാക്കി ബന്ധിച്ചു നിർത്താൻ എത്രമാത്രം ശ്രമിച്ചോ അത്രമാത്രം ആ കുടുക്കിൽ നിന്നും ഊരിപ്പോരാൻ സുരഞ്ജൻ ശ്രമിച്ചിരുന്നു. ആൺകുട്ടികൾ ബന്ധനം ഇഷ്ടപ്പെടുകയില്ല. കിരൺമയി എങ്ങനെ എങ്കിലും ആ ബന്ധം നിലനിന്നു കാണാൻ ആഗ്രഹിച്ചു. എന്നാൽ സുദേഷ്ണ ഒരു വിധത്തിലും സമ്മതിച്ചില്ല. ഒടുവിൽ വിവാഹബന്ധം വേർപെടുത്തി. സുധാമൊയ്ദത്തിന്റെ കൂടെ കിരൺമയി നയിച്ച ദാമ്പത്യജീവിത്തിൽ സുഖ

മുണ്ടായിരുന്നു. സ്വസ്ഥതയുണ്ടായിരുന്നു. പരസ്പരം ബഹുമാനമുണ്ടായിരുന്നു. പക്ഷേ രണ്ടുപേരുടെയും സന്താനങ്ങളായ സുരഞ്ജനും മായയ്ക്കും ജീവിതത്തിൽ ഒരു സുഖവും ഉണ്ടായിട്ടില്ല. കുടുംബബന്ധമേ ഇല്ലാതാകുന്ന താണു നല്ലതെന്ന് ഇടയ്ക്കു തോന്നും. മായയുടെ കുടുംബജീവിതത്തെക്കാൾ സുരഞ്ജന്റെ കുടുംബമില്ലാത്ത ജീവിതമല്ലേ നല്ലത്. അതെ. മായയെ എന്നും സാന്ത്വനപ്പെടുത്തണം. സുരഞ്ജനെ അങ്ങനെ പറഞ്ഞു സമാധാനിപ്പിക്കേണ്ട കാര്യമില്ല. അവൻ ചുമതലയൊന്നുമില്ലാതെ കുശാലായി നടക്കുന്നു. മായയ്ക്ക് ആ ബന്ധം പൊട്ടിച്ചു കളയാൻ കഴിയുന്നില്ല. പൊട്ടിച്ചുകളയാൻ കഴിയുന്നവരെ ക്കാൾ കൂടുതൽ വേദനിക്കേണ്ടിവരും അങ്ങനെയുള്ളവർക്ക്. അത്രയൊന്നും ആലോചിക്കാൻ നില്ക്കാതെ പൊട്ടിച്ചുകളയുന്നവർക്കാണു സുഖം. കിരൺ മയിക്കു തോന്നുന്നു, തോന്നുകയല്ല അവർ വിശ്വസിക്കുന്നു: കുടുംബത്തിൽ പുരുഷന്മാരെക്കാൾ സ്ത്രീകളാണു വേദന സഹിക്കുന്നതെന്ന്, തസ്ലീമയ്ക്കു സുഖമാണ്. ഒരു ഗുലുമാലുമില്ല. ഒറ്റയ്ക്കാണെങ്കിൽ മായയ്ക്കും സുഖമായി രുന്നേനെ.

കിരൺമയി ഒറ്റയ്ക്കിരുന്ന് ഇങ്ങനെയൊക്കെ ആലോചിക്കുകയാണ്. ആലോചനകൾ വീട്ടിലെ അന്തരീക്ഷത്തിൽ അപ്പൂപ്പൻതാടി പോലെ പറക്കുന്നു. അവ കിരൺമയിയുടെ കൂടെ വീടുവിട്ടു പുറത്തേയ്ക്കു കടന്നു. തൊട്ടുമുമ്പിൽ ചെറിയ ഒരു മൈതാനമാണ്. രണ്ടുമൂന്ന് ഉടുക്കാക്കുണ്ടന്മാരും തെണ്ടിപ്പട്ടികളും അലയുന്നു. ഒരു ചണസഞ്ചിയിൽ രണ്ടു സാൽവാർ കമ്മീസും മൂന്നു സാരിയു മെടുത്തുവച്ചുകൊണ്ട് മൈതാനം പിന്നിട്ടു കിരൺമയി നടന്നു. വീട്ടിൽ നിന്നിറങ്ങി യാൽ ഉടൻ രണ്ടുമൂന്നു സ്വർണക്കടകളാണ്. ജഗന്നാഥ് ജൂവലേഴ്സിൽ കിരൺമയി അവരുടെ സ്വർണ്ണമാല വിറ്റിട്ട് അധികദിവസമായിട്ടില്ല. മായ അറിഞ്ഞാൽ വീട് തലകുത്തി നിർത്തും. അതുകൊണ്ടു സുരഞ്ജനോടേ പറഞ്ഞുള്ളൂ. പൈസ സാരിക്കച്ചവടത്തിൽ മുടക്കിയിരിക്കുകയാണ്. ബേനേപുക്കൂർ റോഡിലെ ഒരു വീട്ടിൽ സാരി കാണിച്ചു. രണ്ടു സാരി വിറ്റു. പണം അടുത്ത ആഴ്ച കൊടുക്കാ മെന്നു പറഞ്ഞിരിക്കുകയാണ്. പാർക്ക് സ്ട്രീറ്റിന്റെ അങ്ങേത്തലയ്ക്കൽനിന്നു കിട്ടാനുള്ള ഇരുന്നൂറ്റമ്പതു രൂപയിൽ പകുതി കിട്ടി. അതും മേടിച്ചുകൊണ്ടു സിയാൽദാ സ്റ്റേഷനിലേക്കു പോയി. രണ്ടുമൂന്നു സ്റ്റോപ്പു കഴിഞ്ഞാണു ബേൽ ഘാഡിയാ. പണ്ടു താമസിച്ചിരുന്നിടത്തെ രണ്ടുമൂന്നു വീട്ടിൽനിന്നു ബാക്കി കിട്ടാനുണ്ടായിരുന്നതു മേടിച്ചു. പുതിയ രണ്ടു മൂന്നു വീട്ടിൽ സാരി കാണിച്ചു. മൂന്നു സാരി കൂടി ഓരോരുത്തർ ഇഷ്ടപ്പെട്ടു മേടിച്ചു. ബാക്കി സാരിയും സഞ്ചിയിലാക്കി രണ്ടു മൂന്നു പഴയ പരിചയക്കാരുടെ വീട്ടിൽ കയറി. ചായ കുടിച്ചു. ആശയുടെയും നിരാശയുടെയും കഥകൾ പറഞ്ഞു. ട്രെയിനിൽ കയറി സിയാൽദായിലും സിയാൽദായിൽ നിന്നു ബസ്സിൽ എൻടോലിയിലും അവിടെ നിന്നു റിക്ഷയിൽ ജൻനഗറിലും വന്നു. ഭിത്തിയിൽ ചെറിയ തകരത്തകിടിൽ ചുവന്ന മഷികൊണ്ടു 'മായാവൻ' എന്നെഴുതിത്തൂക്കിയ വീട്ടിലേക്കു തിരികെ വന്നു. കിരൺമയിയുടെ അദൃശ്യമായ സാരിക്കടയ്ക്ക് അങ്ങനെയാണു പേരിട്ടിരിക്കുന്നത്. രാവിലെ ഇറങ്ങിയാൽ ചുറ്റിക്കറങ്ങി തിരികെ വരുമ്പോൾ

വൈകുന്നേരമാകും. പിന്നെ അരിവയ്ക്കാൻ തോന്നുകയില്ല. ഉണ്ണാതെ തന്നെ കയറിക്കിടക്കും. സുരഞ്ജൻ വീട്ടിലില്ലെങ്കിൽ അന്നു വയ്ക്കാൻ തന്നെ തീരെ താത്പര്യം ഉണ്ടാകുകയില്ല. അടുക്കളപ്പണിയിൽ ഒട്ടും ഉത്സാഹമില്ല. മംഗല എന്ന ഒരു പാവപ്പെട്ട പെൺകുട്ടി വീട് അടിച്ചുതുടയ്ക്കാനും തുണി കഴുകിയിടാനും വരാറുണ്ട്. അവളെക്കൊണ്ടാണു കറിക്കുള്ളതു നുറുക്കിക്കുന്നതും മറ്റും. ആകെ ഒരു മടുപ്പും ക്ഷീണവും. പുറമേയ്ക്കു കാണാനില്ലെങ്കിലും വയ്യ എന്ന തോന്നൽ ഉള്ളിലുണ്ട്. ബേൽഘാഡിയായിലേക്കു പോയിവരുന്ന പണിയും മറ്റും ഉണ്ട്. അതിൽ എന്തെങ്കിലും സുരഞ്ജൻ ഏറ്റെടുക്കുമോ, ഇല്ല. ഇപ്പോൾ രണ്ടു വീടിന്റെ വാടകയും കൊടുക്കണം. ഈ ചെലവുകളൊക്കെ എങ്ങനെ നടക്കും എന്നു സുരഞ്ജൻ ഒരിക്കൽപോലും ചോദിച്ചിട്ടില്ല. ഇത്രമാത്രം നിർമ്മമനും ഉത്തരവാദിത്തബോധമില്ലാത്തവനുമാണു മകനെങ്കിലും അവനുവേണ്ടി കിരൺമയി എത്രമാത്രം ക്ലേശിക്കുന്നു. വിചാരപ്പെടുന്നു. വേവലാതിപ്പെടുന്നു. പക്ഷേ എത്രനാളത്തേയ്ക്ക്? സുധാമൊയ്ദത്തിന്റെ കണ്ണടഞ്ഞു. പെട്ടെന്നെങ്ങാൻ കിരൺമയിയുടെയും കണ്ണ് അടഞ്ഞുപോയാൽ മകന്റെ സ്ഥിതി എന്താകും എന്നോർക്കുമ്പോൾ ശരീരമാകെ വിറയ്ക്കുന്നു. സുലേഖ എന്തെങ്കിലും ഉത്തര വാദിത്തം ഏറ്റെടുക്കുമോ. ഇല്ല. അവൾ എന്തെങ്കിലും ചെയ്യുമെന്നു കിരൺമയിക്കു വിശ്വാസമില്ല. കിരൺമയിക്കു അറിയാവുന്നിടത്തോളം സുലേഖ ഭർത്തൃപരിത്യക്തയാണ്. പോരാത്തതിനു ഒരു കുട്ടിയുമുണ്ട്. കാണാനും കേൾക്കാനും കൊള്ളാവുന്ന ആ പെൺകുട്ടിക്ക് നല്ല ധനികനും ഹൃദയാലുവുമായ ഒരു നല്ല ഭർത്താവിനെ കിട്ടും. സുരഞ്ജൻ ആര്. സുലേഖയെപ്പോലെ ഒരു പെൺകുട്ടി കൂടെ വന്നു താമസിക്കാൻ അവന് എന്തു യോഗ്യത. പ്രേമം എന്നൊക്കെ പലരും പറയുന്നതിൽ കിരൺമയിക്ക് ഒട്ടും വിശ്വാസമില്ല. സുരഞ്ജനു കൂട്ടുകാരും സഹായികളുമായി മുസൽമാന്മാർ ചിലരുണ്ട്. ആ പ്രദേശമാണെങ്കിൽ തീവ്രവാദികളുടെ കേന്ദ്രമാണ്. അതുകൊണ്ടു സുരഞ്ജനെക്കുറിച്ചുള്ള ഉത്ക്കണ്ഠയ്ക്ക് അതിരില്ല. അവർ മാത്രമേ ഉള്ളൂ അവനെച്ചൊല്ലി ആധിപിടിക്കാൻ. ഭർത്താവുണ്ടായിരുന്നെങ്കിൽ അതിൽ പങ്കു ചേർന്നേനെ. അടുത്തും പറഞ്ഞും പെരുമാറുന്ന ബന്ധുക്കളെ ആരെയും അറിയിച്ചിട്ടില്ല. ഇപ്പോൾ അവരുടെ വീടുകളുമായി പോക്കുവരവുകളുമില്ല. നിരാശ കിരൺമയിയെ ആകെ ഉലയ്ക്കുന്നു. ഈ ദുസ്സഹജീവിതത്തിൽനിന്നു മോചനം നേടാൻ ആത്മഹത്യ ചെയ്താലോ എന്നുപോലും ആലോചിക്കാറുണ്ട്.

പകൽ മുഴുവൻ പട്ടിണി കിടന്ന ശരീരത്തിൽ വിചാരങ്ങളുടെ ചിതലുകൾ അരിച്ചു നടന്നു കടിച്ചു നോവിച്ചു. മംഗല എപ്പോഴോ വന്നു രണ്ടു റൊട്ടിയുണ്ടാക്കി ഒരു മുട്ടയും പൊരിച്ചു തന്നിട്ടു പോയി. അത് എടുത്തുതിന്നാൻ തുടങ്ങുമ്പോൾ സുരഞ്ജൻ കടന്നുവന്നു. ആകെ ക്ഷീണിച്ചിരിക്കുന്നു. എന്തെങ്കിലും കഴിക്കുന്നുണ്ടോടാ എന്നു ചോദിച്ചതും കഴിക്കാമെന്നു പറഞ്ഞു. മംഗല ഉണ്ടാക്കിവച്ചിരുന്ന റൊട്ടിയും മുട്ടയും അവനു വച്ചുകൊടുത്തു.

"എന്തു പറ്റി, ചോറില്ലേ? എന്താണു മുട്ടയും റൊട്ടിയും?"

സുരഞ്ജന്റെ ചോദ്യത്തിന് ഉത്തരമൊന്നും പറഞ്ഞില്ല. റൊട്ടിയും മുട്ടയും സുരഞ്ജൻ പെട്ടെന്നു തിന്നുതീർത്തു. ഉണ്ടെങ്കിൽ ഇനിയും തിന്നേനെ. കിരൺമയി ചായയുണ്ടാക്കി കുടിച്ചു. ഒരു പിടി പൊരിയും വാരിത്തിന്നു.

"എന്തെങ്കിലും ചെയ്യണം. സുരഞ്ജൻ ഇങ്ങനെ പോയാൽ പറ്റില്ല."

കിരൺമയി പറയാൻ തുടങ്ങി.

"എങ്ങനെ പോകുന്നു എന്ന് ആദ്യം അറിയട്ടെ."

"ഈ ഭാഗത്തു മാന്യന്മാർ ആരെങ്കിലും ഉണ്ടോ? ടൗണിനകത്ത് കുറഞ്ഞ വാടകയ്ക്കുള്ള വീടു വല്ലതും കിട്ടുമോ"

"ഇവിടെയും മനുഷ്യരില്ലേ. ഇവിടെയുള്ളവരെ മാന്യൻമാരായിട്ടു കണക്കാക്കുകയില്ലേ."

"നിന്റെ ബാബാ ഒരു ഡോക്ടറായിരുന്നില്ലേ?. ഈ ഭാഗത്ത് ഒരു ഡോക്ടർ ഫാമിലി ഉണ്ടോ."

"ബാബ ജീവിച്ചിരിപ്പില്ലല്ലോ. ഞാൻ ഇപ്പോൾ ട്യൂഷൻ എടുത്തു ജീവിക്കുന്നു. അമ്മ വീട്ടിൽത്തന്നെയിരുന്നു സാരിക്കച്ചവടം നടത്തുന്നു. അങ്ങനെയുള്ളവർ ഇതിലും വലിയ സ്റ്റാൻഡേർഡ് ആഗ്രഹിക്കരുത്."

"നല്ല എന്തെങ്കിലും ജോലി ചെയ്യ്. നല്ല ജോലി കിട്ടുമോ എന്നു നോക്ക്."

"ചെയ്യുന്നുണ്ടല്ലോ. ട്യൂഷൻ എടുക്കുന്നില്ലേ. അതു നല്ലതല്ലേ. നിങ്ങളുടെ കണ്ണിൽ അതിനു വില ഒന്നുമില്ലേ? പണം ഒരുപാടുണ്ടാക്കിയാൽ മാത്രമേ വിലയുള്ളോ? എനിക്കെന്താ ഒന്നും കിട്ടുന്നില്ലേ. ഞാൻ വെറുതെ ഒരു പണിയും ഇല്ലാതെ ഇരിക്കുകയല്ലല്ലോ. ചെലവു കഴിയുന്നില്ലേ?"

കിരൺമയി ഇതുകേട്ടപ്പോൾ തിളയ്ക്കുന്ന എണ്ണയിലിട്ട വഴുതിനങ്ങ പോലെ ഇരച്ചു പൊങ്ങി.

"എന്ത്? ചെലവ് കഴിയുന്നില്ലേ എന്നോ. രണ്ടായിരം രൂപ വാടക ഞാൻ തന്നെ കൊടുക്കുന്നു. കഴിഞ്ഞ മൂന്നുമാസമായി കടം മേടിച്ചാണു കൊടുക്കുന്നത്. നീ ഇതു വല്ലതും അറിയുന്നുണ്ടോ. ശ്രദ്ധിക്കുന്നുണ്ടോ."

"അതിനെന്താ കൊടുത്തുകൂടേ. നിങ്ങൾ ബിസിനസ്സ് ചെയ്യുന്നു. കൊടുത്താലെന്താ."

"ബിസിനസ്സ്. പറയാൻ നിനക്കു നാണമില്ലല്ലോ. നീ ബിസിനസ്സിന് ഇതുവരെ എന്തെങ്കിലും സഹായം ചെയ്തിട്ടുണ്ടോ. എനിക്കു വയസ്സായി. എന്നാലും വെയിലുംകൊണ്ട് ഓരോരുത്തരുടെയും വീട്ടിൽ ഓടിച്ചെല്ലണം. നീ ദേഹത്തു കുപ്പായവുമിട്ടു നടക്കുകയല്ലേ. മുസൽമാന്മാരുടെ അക്രമം കൊണ്ടാണു കുടുംബത്തിൽ എല്ലാവരും നശിച്ചത്. ബാബ മരിച്ചു. മായയുടെ ജീവിതത്തിൽ എന്തെങ്കിലും ശാന്തി ഉണ്ടോ. ചത്തതിനൊക്കുമേ ജീവിച്ചിരിക്കിലും എന്നപോലെയാണവൾ. നിന്റെ മുഖം നോക്കിയാണു ഞാൻ സമാധാനിക്കുന്നത്.

എന്നിട്ടു നീയോ, എന്റെ കൺമുമ്പിൽ വച്ച് ഒരു മുസ്ലീം പെണ്ണുമായി തോന്നിയതൊക്കെ ചെയ്തു നടക്കുന്നു. നീ അവളെയും കൊണ്ടു ചുറ്റിക്കറങ്ങാൻ പോയി. എത്ര നാളായി എന്നെ ഒന്നു ജഗന്നാഥപുരിയിൽ കൊണ്ടുപോകാൻ പറയുന്നു. നീ കൊണ്ടുപോയോ. അമ്മ പറഞ്ഞത് ഒരിക്കൽപോലും വില വച്ചിട്ടില്ല. മായയുടെ കഷ്ടപ്പാടിലേക്കു നീ തിരിഞ്ഞു നോക്കിയിട്ടുണ്ടോ." പറഞ്ഞു തീർന്നപ്പോഴേക്കും കിരൺമയി വാവിട്ടു നിലവിളിച്ചു തുടങ്ങി.

സുരഞ്ജൻ കുറച്ചുനേരം ചിന്താകുലനായി കിടന്നിട്ട് ഏങ്ങലടിച്ചു കരയുന്ന അമ്മയെ തനിച്ചാക്കിക്കൊണ്ടു പുറത്തേയ്ക്കു പോയി. അവന് ഇതൊന്നും ഇഷ്ടമാകുന്നില്ല. ആരെ കുറ്റപ്പെടുത്തും. തന്നെത്തന്നെയോ അതോ കിരൺ മയിയെയോ. മനസ്സിലാകുന്നില്ല.

അന്നു സുലേഖയെ തേടിപ്പോവുകയോ ഏതെങ്കിലും കൂട്ടുകാരുടെ കൂടെ വർത്തമാനം പറഞ്ഞിരിക്കുകയോ ഉണ്ടായില്ല. പാർക്ക്സർക്കസിലെ ഒരു ബാറിൽ കയറി ഒന്നൊന്നായി പല ഗ്ലാസ്സുകൾ കുടിച്ചു തീർത്തു. സുലേഖയുടെ ഫോൺ വന്നപ്പോൾ എടുത്തു കട്ടു ചെയ്തു. മറ്റു ചിലരുടെ ഫോൺ വന്നപ്പോൾ എടുത്തതു തന്നെയില്ല. നാലു പെഗ്ഗു കഴിഞ്ഞപ്പോൾ സോബ്ഹാന് ഫോൺ ചെയ്തു.

"എന്തു വിശേഷം."

"വിശേഷിച്ച് എന്താ, ഒന്നുമില്ല."

"സുഖമല്ലേ."

"ഈ ജീവിതത്തെ സുഖമെന്നു പറയാമോ? അറിഞ്ഞുകൂടാ."

"അമ്മയ്ക്ക് വിശേഷമൊന്നും ഇല്ലല്ലോ."

"എല്ലാവരും ഒരുപോലെത്തന്നെ. സുഖം വരുന്നു. സുഖം പോകുന്നു. ദുഃഖം വരുന്നു. ദുഃഖം പോകുന്നു."

"വളരെ നാളായല്ലോ ഫോണിൽ കിട്ടിയിട്ട്. ഫോൺ ഓഫ് ചെയ്യാറാണോ പതിവ്?"

"ഫോൺ ചെയ്യൽ ഗുലുമാലു പിടിച്ച പണിയായിത്തോന്നുന്നു."

അങ്ങേത്തലയ്ക്കൽ സോബ്ഹാൻ ചിരിച്ചു.

"നിന്നെ തീരെ കിട്ടുന്നില്ലല്ലോ."

"എന്തിന്"

"ഫോൺ ചെയ്തുകൂടെ."

"ഫോണിൽ വിളിച്ചു വിവരം പറയുന്നതൊക്കെ വെറും പുറംപൂച്ച് എന്നു തോന്നുകയാണ്. നേർക്കുനേരെ നോക്കിയിരുന്നു തൊട്ടുകൊണ്ടു പറയണം."

"നീ എവിടെയുണ്ട്? ഞാൻ വരാം."

"വരൂ."

സോബ്ഹാൻ ധർമ്മതലായിലാണുണ്ടായിരുന്നത്. ബേൽഘാഡിയായിലേക്കു പോകേണ്ടെന്നുവച്ച് പാർക്ക്സ്ട്രീറ്റിലേക്കു വന്നു. രണ്ടുപേരും മുഖത്തോടുമുഖം

നോക്കിയിരുന്നു. അനേകം നാളുകൾക്കുശേഷം. അതായതു രണ്ടു മാസത്തിനു ശേഷം. രണ്ടുമാസം എന്നതു സുരഞ്ജനു രണ്ടു വർഷമായിത്തോന്നി.

സോബ്ഹാൻ മദ്യം കഴിക്കുകയില്ല.

"നിങ്ങൾ മുസൽമാന്മാരുടെ ഒരു കാപട്യമാണിത്. മദ്യം കഴിക്കുകയില്ല. പശുക്കളെത്തിന്നും. ഞങ്ങളുടെ ദേവതകളെയൊക്കെത്തിന്ന് എല്ലാം നശിപ്പിക്കുന്നു."

സോബ്ഹാൻ ഉറക്കെയുറക്കെ ചിരിച്ചുപോയി.

"മുസൽമാന്മാർ എന്നെ ആകെ നശിപ്പിച്ചു സോബ്ഹാൻ. സ്വന്തം രാജ്യം നഷ്ടപ്പെട്ടു. എന്റെ നാട്ടിൽ എനിക്ക് ഒരു ജീവിതം ഉണ്ടായിരുന്നു. എന്റെ കാമുകി, എന്നോടു കൂറുള്ള സ്നേഹിതർ, എല്ലാം നഷ്ടപ്പെട്ടു. ഇപ്പോൾ എവിടെയാണ്. എങ്ങനെയാണ്. അറിഞ്ഞുകൂട. ഇതെന്തു ജീവിതമാണു പറയൂ. ഇതു നിങ്ങളുടെ രാജ്യമാണ്. എന്റെ രാജ്യമല്ല. നീ ഈ ദേശത്തിൽ ജനിച്ചു. നിന്റെ പതിന്നാലു തലമുറ പൂർവ്വപുരുഷന്മാർ ഇവിടെ പിറന്നു. എന്റെ ആരും ഇവിടെ ജനിച്ചിട്ടില്ല. ഈ മണ്ണിൽ എനിക്ക് ആരുമില്ല. ഈ രാജ്യത്ത് നിനക്കു ബന്ധുക്കളുണ്ട്. ശത്രുക്കളുണ്ട്. ഈ ദേശം, ഈ മണ്ണ് നിന്റേതാണ്. ഞാൻ നിന്റെ മാതൃഭൂമിയെ എന്റെ മാതൃഭൂമി എന്നു കരുതുകയാണ്. മുസൽമാന്മാർ കാരണമാണ് എനിക്ക് ഈ നാശമൊക്കെ ഉണ്ടായത്. അവർ കാരണം എനിക്ക് ഇന്നു മരണവും ജീവിതവും തമ്മിൽ ഭേദമില്ലാതായി. എന്റെ കുടുംബം മുഴുവൻ ഒടുങ്ങി. എന്റെ ബാബ മരിച്ചു. പെങ്ങൾ നശിച്ചു. അമ്മ തീർന്നുകൊണ്ടിരിക്കുന്നു. ഞാൻ പിന്നെ..."

"നീ പിന്നെ എന്തായി."

"ഞാൻ എപ്പോഴേ നശിച്ചു കഴിഞ്ഞു. നീ ഈ കാണുന്ന ഞാൻ ഞാനല്ല. എന്റെ ശവമാണ്."

സുരഞ്ജൻ ഒരു ലാർജ് റോയൽ സ്റ്റേറ്റിനുകൂടി ഓർഡർ കൊടുത്തു. സോബ്ഹാൻ തണുത്ത വെള്ളം കൊണ്ടുവരാൻ പറഞ്ഞു.

"സോബ്ഹാൻ നീ ഇടയ്ക്കിടയ്ക്ക് കാണുന്നില്ലേ. അച്ഛൻ മകളെയും ഭാര്യയെയും കൊന്നിട്ട് ആത്മഹത്യ ചെയ്യുന്നു. ഇത്തരം വാർത്തകൾ കാണാറില്ലേ."

"വായിക്കാറുണ്ട്."

"എസ്കേപ്പിസ്റ്റായ എന്റെ ബാബ അതു ചെയ്തില്ല. മനസ്സിലായോ. എന്റെ ബാബ ജീവിതത്തിൽ നിന്ന് ഒളിച്ചോടി. ഒറ്റയ്ക്ക് ഒറ്റയ്ക്ക് ഒളിച്ചോടി. ഷർട്ടിന്റെ കോളറിൽ പിടിച്ചുകൊണ്ടു വന്നു, പാർക്ക് സർക്കസിലെ ഡ്രെയിനേജ് കനാലിലോ, സചിൻ സെൻനഗറിലെ ഓടയിലോ അല്ല, മറ്റേതോ ഒരിടത്തേയ്ക്ക് ഒളിച്ചോടി. നാലാം നമ്പർ പാലത്തിന്റെ ചുവട്ടിൽ കൊണ്ടു ചെന്നു തള്ളിയാൽ മതിയായിരുന്നു. എങ്കിൽ വാർത്തപോലും ഇല്ലാതായേനെ. ആ മനുഷ്യൻ ഒളിച്ചോടി. ഇത്രയും കാലം സെക്കുലറിസം, കമ്മ്യൂണിസം, സോഷ്യലിസം, എക്സിസ്റ്റ്യൻഷ്യലിസം, പേട്രിയോട്ടിസം, ആയിസം ഈയിസം എന്നൊക്കെ കേൾപ്പിച്ചു

ബോറടിപ്പിച്ചു കടന്നു കളഞ്ഞില്ലേ. വെറും തൻകാര്യക്കാരൻ. എന്റെ ബാബ ഒരു കുഞ്ഞിനെപ്പോലെയായിരുന്നു. പക്ഷേ ചെയ്ത്താനെപ്പോലെയുമാണ്."

സോബ്ഹാൻ, സുരഞ്ജൻ പറയുന്നതു കേട്ടുകൊണ്ടിരുന്നു. സുരഞ്ജനോടു മദ്യം കഴിക്കരുതെന്ന് ഉപദേശിച്ചുകൊണ്ടുമിരുന്നു. വീട്ടിലേക്കു പോകാൻ എത്രവട്ടം പറഞ്ഞിട്ടും അന്നു വീട്ടിലേക്കില്ല എന്നു സുരഞ്ജൻ പറഞ്ഞു. ആ വീട്ടിലേക്ക് ഇനി പോകാൻ അവന് ഇഷ്ടമില്ല. അതു കിരൺമയിയുടെ വീടാണ്. വകയ്ക്കു കൊള്ളാരുതാത്ത മകനെ അവർക്ക് ഇനി സഹിക്കാൻ വയ്യ. പണംകൊടുക്കാൻ മകനു കഴിവില്ലാതായാൽ അവൻ പിന്നെ മകനല്ല.

"മനസ്സിലായോ സോബ്ഹാൻ. നിന്നെപ്പോലെ ഒരു എൻജിനീയറായിരുന്നെങ്കിൽ, പണം ഉണ്ടാക്കിക്കൊടുക്കാൻ കഴിഞ്ഞിരുന്നെങ്കിൽ വിലയുണ്ടായേനെ. നിനക്ക് ഇനി കാർത്തിക പൂജയ്ക്കു പിരിവു കൊടുക്കേണ്ടി വരും. ഹാ ഹാഹാ! ഞാനായിരുന്നെങ്കിൽ എന്തു ചെയ്യുമായിരുന്നെന്നോ? അവന്മാരിൽ ഒരുത്തന്റെ പെങ്ങളെ ബലാൽസംഗം ചെയ്തിട്ടു വന്നേനെ. എനിക്കു റേപ്പു ചെയ്യാൻ ശരിക്കറിയാം. ആരോടെങ്കിലും കോപം തോന്നിയാൽ അവന്റെ പെങ്ങളെയോ ഭാര്യയെയോ റേപ്പു ചെയ്യും. മനസ്സിലായോ. റേപ്പു ചെയ്യും. ബംഗ്ലാദേശിൽ ഞാൻ ഒരു മുസൽമാൻ പെണ്ണിനെ റേപ്പു ചെയ്തു. ആ വിവരം അറിയാമോ. ലോകത്തിൽ എല്ലാവർക്കും അറിയാം. ഒരു ഹിന്ദു ചെറുപ്പക്കാരൻ മുസൽമാൻ പെണ്ണിനെ ബലാൽസംഗം ചെയ്തു പക വീട്ടിയെന്ന്. ഞാൻ ഒരു റേപ്പിസ്റ്റാണെടാ. ആ പേരിന്റെ അർത്ഥം നടപ്പിലാക്കിക്കൊണ്ടു നടക്കുകയാണു ഞാൻ. ഹിന്ദുപ്പെണ്ണുങ്ങളുമായി ഞാൻ ചെയ്യുന്നതൊക്കെ ലൗ മേക്കിംഗ്. മുസൽമാൻ പെണ്ണുങ്ങളോടു ചെയ്യുന്നതൊക്കെ റേപ്പ്. എനിക്ക് ഇപ്പോൾ ഒരു മുസ്ലിം പെണ്ണിനോടു ബന്ധമുണ്ട്. മനസ്സിലായോ, ബന്ധം."

സോബ്ഹാൻ തല ഇളക്കി. സോബ്ഹാന് അതറിയാം.

"ഞാൻ വാസ്തവത്തിൽ അവളെ പറ്റിക്കുകയാണ്. എനിക്ക് അവളുമായുള്ള ബന്ധം ബലാൽസംഗത്തിന്റെ ബന്ധമാണ്. മറ്റൊന്നുമല്ല മനസ്സിലായോ. മുസൽമാനോടുള്ള എന്റെ ക്ഷോഭം തീർന്നിട്ടില്ല. മുസൽമാൻമാർ എന്റെ ബാബയെ കൊന്നു. എന്റെ പെങ്ങളുടെ ജീവിതം നശിപ്പിച്ചു. അമ്മയുടെ ജീവിതം ദയനീയാവസ്ഥയിലാക്കി. എല്ലാത്തിനും കാരണം മുസൽമാൻ."

സോബ്ഹാൻ വീണ്ടും സാന്ത്വനം ചെയ്തുകൊണ്ടു പറഞ്ഞു:

"സുരഞ്ജൻ. അടങ്ങൂ സുരഞ്ജൻ."

"എങ്ങനെ അടങ്ങും. മടുത്തു. സുരഞ്ജൻ മുസ്ലീം വിരോധിയാണെന്നു പറഞ്ഞോ. അതു ലോകം മുഴുവൻ അറിയാവുന്ന കാര്യമാണ്. റേപ്പിസ്റ്റ് മുസ്ലീം ഹേയ്റ്റർ. ഞാൻ ഹിന്ദു ഫൺഡമെന്റലിസ്റ്റാണ്, അറിഞ്ഞില്ലേ. അതാണു ഞാൻ. എന്നാലും അചിന്ത്യന്റെ മുഖത്തു ഞാൻ കാർക്കിച്ചു തുപ്പും. മനസ്സിലായോ, അചിന്ത്യന്റെ മുഖത്തു ഞാൻ മൂത്രമൊഴിക്കും."

"അതൊക്കെ ഇരിക്കട്ടെ സുരഞ്ജൻ."

സോബ്ഹാൻ പറഞ്ഞു.

"പാർക്ക്സർക്കസിലാണു ഞാൻ താമസിക്കുന്നത്. മുസൽമാന്റെ ജീവിതം നീ മനസ്സിലാക്കിയിട്ടുണ്ടോ. ദാരിദ്ര്യരേഖയുടെ താഴെയാണ് എല്ലാവരും. പുഴുക്കളെപ്പോലെ ജീവിക്കുന്നു. മൂട്ടകളെപ്പോലെ. പക്ഷേ നമസ്കരിക്കാൻ ഓടുന്നു. വെളിയാഴ്ച റോഡു തന്നെ ബ്ലോക്ക് ചെയ്തു കൊണ്ടു പാവപ്പെട്ടവർ ഫുട്പാത്തിൽ നിസ്കാരം ചെയ്യുന്നു. അറബി ഭാഷയിൽ പിറുപിറുക്കുന്നു. എന്താണു പറയുന്നതെന്നു മടയന്മാർക്ക് അറിഞ്ഞു കൂടാ. ഒരുപാടു മുസൽമാന്മാരുടെ കൂടെ ഞാൻ കൂടിയിട്ടുണ്ട്. അവരുടെ കൂടെക്കൂടി വേണമെങ്കിൽ ജിഹാദു നടത്താമായിരുന്നു. സ്വവർഗ്ഗരതി ഇഷ്ടമായിരുന്നെങ്കിൽ എനിക്കവരെ അതും ചെയ്യാമായിരുന്നു."

"ഇനി എഴുന്നേല്ക്കൂ. സുരഞ്ജൻ, മതി. ഒരുപാടായി."

"ഇല്ല. എഴുന്നേല്ക്കാറായില്ല. ഞാൻ കുടിക്കും. ഇനിയും കുടിക്കും. വിശക്കുന്നു. തിന്നുകയും വേണം."

സോബ്ഹാൻ തിന്നാനുള്ള സാധനങ്ങൾക്ക് ഓർഡർ കൊടുത്തു. ചപ്പാത്തിയും തന്തൂരി ചിക്കനും.

സുരഞ്ജൻ വീണ്ടും ഒരു പെഗ്ഗിന് ഓർഡർ കൊടുത്തു. സോബ്ഹാന്റെ എതിർപ്പു മാനിച്ചില്ല.

"എടാ എന്നെപ്പറ്റി ഒട്ടും വിഷമിക്കേണ്ട. വിസ്കി കുടിച്ചിട്ടു ഞാൻ എപ്പോഴെങ്കിലും ലക്കു കെട്ടിട്ടുണ്ടോ.. ഒരിക്കലും ഇല്ല. മനസ്സിലായോ. നിന്നെപ്പോലെ ഒരുപാടു കൂട്ടുകാർ ബംഗ്ലാദേശിൽ എനിക്കുണ്ടായിരുന്നു. എല്ലാവന്റെയും മുഖത്തു തുപ്പിയിട്ടു ഞാൻ പോന്നില്ലേ. നീ ഇന്ന് എന്റെ ഏറ്റവും അടുത്ത സുഹൃത്ത്. എടാ നാളെ നീ എന്നോടു വക്രത കാണിച്ചാൽ നിന്നെ ഞാൻ വച്ചേക്കില്ല."

"പേടിപ്പിക്കുകയാണോ."

"അതെ. പേടിപ്പിക്കുമ്പോൾ എന്നെ ആരും പേടിക്കുന്നില്ല. എനിക്ക് എന്തു ചെയ്യാൻ കഴിയും എന്ന് അറിഞ്ഞുകൂടാ. മുസ്ലീങ്ങൾ ഭീകരപ്രവർത്തകരാണ്. ഞാൻ ഹിന്ദുവല്ലേ. ആഢ്യൻ. പതിന്നാലു തലമുറ ശുദ്ധഹിന്ദു. എനിക്കു ബോംബിടാൻ കഴിയും. ഖിദർപൂരും പാർക്ക് സർക്കസു മുഴുവനും ബോംബിട്ടു തകർത്തുകളയും ഞാൻ, നോക്കിക്കോ."

"സുരഞ്ജൻ ഇനി കുടിക്കരുത്. നിർത്ത്."

സോബ്ഹാൻ കൈനീട്ടി ഗ്ലാസ്സു തട്ടിപ്പറിക്കാൻ നോക്കി. സുരഞ്ജൻ ഒരു കൈകൊണ്ടു സോബ്ഹാന്റെ കൈ ബലമായി പിടിച്ചു, മറ്റേ കൈയിൽ ഗ്ലാസ് എടുത്തു മൊത്തി.

"എന്നെ മനസ്സിലായോ സോബ്ഹാൻ. ഒരു തരത്തിൽ ഞാൻ ഒരു ബുദ്ധിജീവിയാണ് എന്നു പലരും വിചാരിക്കുന്നു. ഹാ.ഹാ.ഹാ! ഒരു മാതിരി അഴകൊഴമ്പൻ വാക്യം പറയുന്നവരെപ്പറ്റി അങ്ങനെയാണു പറയുന്നത്. പക്ഷേ ഞാൻ ഒരു മടയനാണ്. നിനക്കതറിയാം. അറിഞ്ഞുകൂടേ സോബ്ഹാൻ."

തന്തൂരി ചിക്കനും ചപ്പാത്തിയും വന്നു.

“ഭക്ഷണം കഴിക്കൂ. സുരഞ്ജൻ. ഇനി കുടിക്കേണ്ട. കുടി നിർത്താൻ നോക്ക്.”

“എടാ എന്നെ നിലനിർത്തുന്നതു മദ്യമാണ്. എന്നു പറഞ്ഞാൽ അതു വേദവാക്യം പോലെ സത്യം. സാധാരണ മനുഷ്യർ കുടിച്ചാൽ വലിയ ആളുകളെപ്പോലെ തത്ത്വശാസ്ത്രം പറയാൻ തുടങ്ങും. വലിയവർ കൊലപാതകം നടത്തുകയാണെങ്കിൽ വർഗ്ഗശത്രുവിനെ തുരത്തുകയാണെന്നു പറയും. ഇല്ല സോബ്ഹാൻ, എനിക്കു പക വീട്ടണം. എനിക്ക് എന്തുകൊണ്ട് ഒന്നും ഇല്ലാതായി. അവർക്ക് എന്തുകൊണ്ട് എല്ലാം ഉണ്ടായി. ഞാൻ വലിയ ആളായാൽ ഇപ്പോഴത്തെ എന്നെപ്പോലെയുള്ള തെണ്ടികളെയൊക്കെ വെടിവച്ചുകൊല്ലും. വെടിവയ്ക്കും, മനസ്സിലായോ.”

സുരഞ്ജൻ സോബ്ഹാന്റെ നെഞ്ചിനു നേരെ ചൂണ്ടുവിരൽ നിവർത്തി നീട്ടി. അദൃശ്യമായ ഒരു തോക്ക് കൈയിലുള്ളതുപോലെ.

സോബ്ഹാൻ ശ്രദ്ധയോടെ ഭക്ഷണം കഴിച്ചു. സുരഞ്ജനോടും കഴിക്കാൻ പറഞ്ഞുകൊണ്ടിരുന്നു. എന്നാൽ സുരഞ്ജൻ മദ്യത്തിൽ താണുകൊണ്ടിരുന്നു. ഇനി കൊടുക്കരുതെന്നു വെയ്റ്ററോടു പറഞ്ഞു. ബില്ലുകൊടുത്തിട്ടു സുരഞ്ജനെ താങ്ങിപ്പിടിച്ച് എഴുന്നേല്പിച്ചു. കാറിൽ കയറ്റിക്കൊണ്ടു പറഞ്ഞു:

“വീട്ടിലേക്കു പോകാം അല്ലേ.”

“ഇല്ല വീട്ടിലേക്കില്ല.” സുരഞ്ജൻ പറഞ്ഞു.

“പിന്നെ എങ്ങോട്ടു പോകും.”

“നീ എങ്ങോട്ടു പോകുമോ അങ്ങോട്ട്.”

“ഞാൻ വീട്ടിൽ പോകുന്നു.”

“എന്നാൽ നിന്റെ കൂടെ ഞാനും വരും”

“നീ എന്താ നിന്റെ വീട്ടിൽ പോകാത്തത്.”

“ഐ ഹെയ്റ്റ് മൈ മദർ.”

“വിഡ്ഢിത്തം പറയാതെ. വീട്ടിൽ പോ.”

“അത്ര നല്ല പിള്ളയാകാതെടാ സോബ്ഹാൻ.”

“നീയുമായി എനിക്കു ഫ്രെണ്ട്ഷിപ്പുണ്ട്. എന്നാൽ നിന്റെ കുടുംബത്തോടു മുഴുവൻ സൗഹാർദ്ദം ആയിട്ടില്ല.”

“എന്നെ നോക്കിക്കോ. കുടുംബം പോയി തുലയട്ടെ.”

“ചിറ്റമ്മയ്ക്ക് ഫോൺ ചെയ്തു വീട്ടിൽ ചെല്ലുകയില്ലെന്നു പറഞ്ഞിട്ടു പോകാം.”

“വീട്ടിൽ ഫോണില്ല.”

“എന്നാൽ ആലോചിക്ക്.”

“നീ ആലോചിച്ചോ. ഐ കുഡ്നോട്ട് അദർവൈസ്. എന്നെക്കൊണ്ടു ഒന്നും പറ്റുകയില്ല.”

സോബ്ഹാൻ കുറെക്കൂടി നിർബന്ധിച്ചു നോക്കി. എന്തായാലും ഇന്നു സുരഞ്ജൻ വീട്ടിൽ പോവുകയില്ല. ഡൺലപ് സീറ്റിൽ അമർന്നിരുന്നു കൊണ്ട് സുരഞ്ജൻ ഡ്രൈവറോട് പറഞ്ഞു:

“ടാക്സി ആ വഴിക്കു പോകേണ്ട. ശ്യാംബസാർ വരെ പോട്ടെ. അതുമതി.” ശ്യാംബസാറിൽ നിന്നു വേറെ വണ്ടി വിളിച്ചു വീട്ടിൽ പോകാം. സുരഞ്ജനെ സോബ്ഹാൻ ഒരു കൈകൊണ്ടു താങ്ങിപ്പിടിച്ചിരുന്നു, വീണു പോകാതിരിക്കാൻ. ഇതിനു മുൻപും കുടിച്ചു വെളിവില്ലാതെ പിച്ചും പേയും പറയുന്നതു കണ്ടിട്ടുണ്ട്. പക്ഷേ ഇന്ന് അതിരു കടന്നു.

“കേട്ടോ സോബ്ഹാൻ. നിന്നോടു ഞാൻ ഒരു കാര്യം പറയാം. രഹസ്യമാണ്. ആരോടും പറയരുത്. ആരോടും. സീക്രട്ട്. മനസ്സിലായോ”.

“മനസ്സിലായി, പറയ്.” സോബ്ഹാൻ പറഞ്ഞു.

“തസ്ലീമ നസ്റിൻ എന്നു കേട്ടിട്ടില്ലേ.”

“പിന്നെ. കേട്ടിട്ടുണ്ട്.”

“അവർ ഞാനുമായി പ്രേമത്തിലായിരിക്കുകയാണ്.”

“ഉവ്വോ.”

“അതെ ഉവ്വ്. അവർ വിചാരിച്ചിരിക്കുന്നത് ഞാൻ എന്തോ ആണെന്നാണ്. ഞാൻ ഒന്നിനും കൊള്ളാത്തവനാണെന്ന് അറിയില്ല. ധാക്കയിൽ വച്ചു ഞാൻ ഒരു തുമ്പും കൊടുത്തില്ല. എന്നിട്ടും എന്നെപ്പററി പുസ്തകം എഴുതി. ഇപ്പോൾ കടുത്ത പ്രേമത്തിലാണ്. ഞാൻ കൈവെടിഞ്ഞു എന്നും പറഞ്ഞു കരഞ്ഞു നടക്കുന്നു.”

“പ്രേമത്തിലായി എന്ന് എങ്ങനെ അറിഞ്ഞു.”

“ഒരാൾ നിന്നെ പ്രേമിച്ചാൽ നീ അറിയുകയില്ലേ സോബ്ഹാൻ. അറിയും. കണ്ണു കണ്ടാൽത്തന്നെ അറിയും. ഞാൻ തസ്ലീമയുടെ കണ്ണിൽനിന്ന് അതറിഞ്ഞു. ഇത്ര മനുഷ്യരുണ്ടായിട്ടും അവർക്ക് എന്നെ ഇഷ്ടമായതെന്തു കൊണ്ടാണ്. വലിയ മനുഷ്യരുടെ ഒരു തരം വട്ട്. ഞാൻ അത്ര വേഗം പിടികൊടുക്കുകയില്ല. അവരെ ഇട്ട് ഒന്നു കളിപ്പിക്കണം. അവർ എന്നെ എടുത്തിട്ടു കളിച്ചതു കടലാസ്സിലല്ലേ. ഞാൻ അവളെ എടുത്തിട്ടു കളിക്കുന്നതു ജീവിതത്തിലാണ്.”

“എങ്ങനെ കളിക്കും?”

“ഇപ്പോഴും അറിഞ്ഞുകൂടാ. നീ എനിക്ക് നല്ല ഒരു ഉപദേശം തരണം. ഞാൻ നല്ല കളിക്കാരനല്ല. ധാക്കയിലെ ഹിന്ദുവോ മുസ്ലീമോ ക്രിസ്ത്യനോ ആയ ഒരു പെണ്ണിനും എന്നെ വേണ്ടായിരുന്നു. സുദേഷ്ണപോലും വന്നതുപോലെ തിരികെപ്പോയി. അങ്ങേ വീട്ടിലും ഇങ്ങേ വീട്ടിലും ഒക്കെയിരുന്ന് അടുപ്പം കാണിച്ച സെക്സ് സ്റ്റാർവ്ഡ് ചേട്ടത്തിമാർക്കും എന്നെ വേണ്ടായിരുന്നു. ഐ

ഫക്ക്ഡ് ദെം. ദാറ്റ്സ് ആൾ. നോ ബഡി ലവ്ഡ് മി. സുലേഖ എന്നെ പ്രേമിക്കുന്നു. എന്തുകൊണ്ട്. അവൾക്കു സുഖം നല്കാൻ ഒരൊറ്റ മുസ്ലിമും ഇല്ല എന്നു ബോധ്യമായതുകൊണ്ട്. ഒരു ഹിന്ദു യുവാവും ഒരു മുസ്ലീം പെണ്ണിന്റെ കൂടെ കിടക്കുകയില്ല. അതുകൊണ്ടു സുരഞ്ജൻ എന്ന ജാതിയും മതവും ഇല്ലാതെ ചാകാൻ നടക്കുന്ന ഒരുത്തന്റെ കഴുത്തിൽ വന്നു തൂങ്ങി എന്നു മാത്രം. അതാണു നല്ലത്. സോബ്ഹാൻ. സെക്സ് എനിക്കു നന്നായി അറിയാം. എന്തുമാകട്ടെ. റേപ്പ് ചെയ്യാൻ എനിക്കറിയാം. ഇന്നത്തെ കാലത്തു സെക്സ് ഫ്രീ ആയിട്ടു മാർക്കറ്റിൽ കിട്ടുമോ. ചേട്ടത്തിമാർ അതുകൊണ്ട് എനിക്കു അല്പസ്വല്പം പോക്കറ്റുമണിയും തരാറുണ്ട്."

സോബ്ഹാൻ ശാസിച്ചു:

"നിർത്ത്. കൊറേ നേരമായല്ലോ തുടങ്ങീട്ട്."

"തസ്ലീമ ആകെ ഒറ്റപ്പെട്ടുപോയല്ലേ. അല്ലെങ്കിൽ എന്നെപ്പോലെ ഒരുത്തനെ കേറി പ്രേമിക്കുമോ. എനിക്കെന്താണുള്ളത്. ഒന്നുമില്ല. റേപ്പ് ചെയ്യാൻ മാത്രം കഴിയും. അവർക്കതറിയാം. അവളെക്കാൾ നന്നായി ആർക്കാണതറിയാവുന്നത്. ഞാൻ റേപ്പ് ചെയ്ത കാര്യം പുസ്തകങ്ങളിൽ എഴുതിയതല്ലേ. കേട്ടോ സോബ്ഹാൻ എനിക്ക് ഒരു തവണ അവളെ ശരിക്കൊന്നു റേപ്പ് ചെയ്യാൻ മോഹമുണ്ട്."

സോബ്ഹാൻ വീണ്ടും അവനെ ശാന്തനാക്കാൻ ശ്രമിച്ചു: "അടങ്ങ് സുരഞ്ജൻ."

സുരഞ്ജൻ പറഞ്ഞു:

"അതെയെടാ. എനിക്കാഗ്രഹമുണ്ട്. ശരിക്ക് റേപ്പ് ചെയ്ത്... റേപ്പ് എന്താണെന്ന് അവളെ മനസ്സിലാക്കിക്കണം. എന്നെ റേപ്പിസ്റ്റ് ആക്കിയവളെ ഞാൻ റേപ്പു ചെയ്യാതെ വിടുന്നതെങ്ങനെ സോബ്ഹാൻ. നീയ് ഒരു റേപ്പിസ്റ്റാണ് എന്ന് ഒരുത്തി ലോകത്തോടു മുഴുവൻ പറഞ്ഞാൽ നീ അവളെ റേപ്പ് ചെയ്യാതെ വെറുതെ വിടുമോ. ആ പുലയാടിയെ."

"ലോകം മുഴുവൻ നിന്നെ അറിയുകയില്ല സുരഞ്ജൻ."

സോബ്ഹാൻ പറഞ്ഞു:

"വേണ്ട. എന്നെ പരിചയമുള്ളവർക്കൊക്കെ അറിയാം. സുദേഷ്ണയ്ക്കറിയാം. സുലേഖയ്ക്ക് അറിയാം. എന്റെ അമ്മയ്ക്കും ബാബയ്ക്കും മായയ്ക്കും അറിയാം. എനിക്ക് ഒരു ലോകമുണ്ട്. ആ ലോകത്തുള്ളവർ ഒക്കെ അറിഞ്ഞിരിക്കുന്നു. ഈ ലോകം വെടിഞ്ഞു വേറൊരു ലോകത്തു ചെന്നാൽ അവിടെയും അറിയും. എനിക്ക് ഇതിൽ നിന്നു മോചനം കിട്ടുമോ."

ടാക്സി ഹുഹു ശബ്ദത്തിൽ വേഗതയിൽ ഓടുകയാണ്. സുരഞ്ജൻ പറയുന്നതു മുഴുവൻ സോബ്ഹാന് കേൾക്കാൻ കഴിയുന്നില്ല. കഴുത്തു നീട്ടി കാതു കൂർപ്പിച്ചു കേൾക്കുകയാണ്. കുനിഞ്ഞു മടിയിൽ നോക്കിക്കൊണ്ടു പറഞ്ഞു:

"ഐ ക്യാൻ ഫക് ദാറ്റ് ബിച്ച് എനി ടയിം."

"ഷട്അപ്." സോബ്ഹാൻ കനത്ത ശബ്ദത്തിൽ പറഞ്ഞു.

"എന്റെ വായടപ്പിച്ചിട്ട് കാര്യമില്ല. ഞാൻ വിട്ടുകൊടുക്കുകയില്ല. ഞാൻ റേപ്പ് ചെയ്തിട്ടുണ്ട്. അത് എന്റെ പേഴ്സണൽ കാര്യം. മായ റേപ്പ് ചെയ്യപ്പെട്ടു. അത് ഒരു പേഴ്സണൽ കാര്യം. എനിക്ക് എന്നെപ്പറ്റി ഓരോ നിമിഷവും റേപ്പിസ്റ്റ് എന്നു തോന്നുകയാണ്. ലജ്ജയിലെ ഓരോ അക്ഷരവും എന്നെ വേട്ടയാടുന്നു. മായയെ വേട്ടയാടുന്നു. മായ സ്വന്തം ശരീരത്തെ വെറുക്കുന്നു. അങ്ങനെ അവൾ ജീവിച്ചേനെ. നിങ്ങളുടെ ആ ഡൺലപ് ജങ്ഷന്നരികിൽ അവൾ കാത്തുനില്ക്കുന്നത് ഒരിക്കൽ ഞാൻ കണ്ടു. അവിടെനിന്നു പിടിച്ചു വീട്ടിൽക്കൊണ്ടു പോയി തല്ലി നോക്കി. എന്നിട്ടോ. ഒരു ഫലമുണ്ടായില്ല. നിന്നെപ്പറ്റി നിനക്ക് അഭിമാനമില്ലെങ്കിൽ നീ ഒരു പോക്കു കേസ്സാണ്. ഗോൺ കെയ്സ്."

സുരഞ്ജന്റെ വായിൽനിന്ന് ഇങ്ങനെ അശ്ലീലവും അമംഗളകരവും അപരിഷ്കൃതവുമായ വാക്കുകൾ ഒഴുകിക്കൊണ്ടിരുന്നു. സോബ്ഹാന് മടുത്തു. പിന്നെ ഒന്നും പറഞ്ഞില്ല. പാഠാൻപൂരിൽ തന്റെ വീട്ടിൽ കൂട്ടിക്കൊണ്ടു വന്നു. സ്വച്ഛമായ ഒരു മുറിയിൽ നല്ല വെളുത്ത ഷീറ്റ് വിരിച്ച കിടക്കയിൽ താങ്ങിപ്പിടിച്ചു കിടത്തി. കട്ടിലിനടുത്തു ടീപോയിയിൽ, ടേബിൾലാമ്പിന്റെ വെളിച്ചത്തിൽ, ഫ്ളവർവാസിൽ ചുവന്ന ഒരു റോസപ്പൂങ്കുല. മുറി നിറയെ നനുത്ത സുഗന്ധം. ജനാലയിലൂടെ പൂച്ചെടികളിൽ നിന്നുള്ള സുഗന്ധവും അതോടൊപ്പം, മുറിയിലേക്ക് എത്തുന്നു. ഇതെന്തൊരു സ്വർഗ്ഗലോകം എന്നു തോന്നി. മുറിയിൽ മദ്യം കിട്ടുമോ എന്നു ചോദിച്ചു. സോബ്ഹാൻ ഇല്ല എന്ന് ഉത്തരവും പറഞ്ഞു. ഒരു കുപ്പി തണുത്ത വെള്ളവും ഒരു ഗ്ലാസ്സും കൊണ്ടുചെന്നു വച്ചു.

"എല്ലാത്തിനോടും നിനക്കു വലിയ ദേഷ്യമാണല്ലോ. എന്താണിത്ര ദേഷ്യം?" സോബ്ഹാൻ ചോദിച്ചു. ഷർട്ടൂരി സ്റ്റാൻഡിലിട്ടുകൊണ്ടു സുരഞ്ജൻ ഉച്ചത്തിൽ ചിരിച്ചു. കട്ടിലിന്റെ തലയ്ക്കലുള്ള മരച്ചായ്പിൽ രണ്ടു തലയിണ വച്ചു സോബ്ഹാൻ ചാരിയിരുന്നു. പകുതിയിരിപ്പും പകുതി കിടപ്പുമായിട്ട്. സുരഞ്ജൻ നെഞ്ചു തലയിണയിലമർത്തി കൊടുംകൈ കുത്തിക്കിടന്നു. മുറിയിൽ എ.സി. ഇട്ടിട്ടുണ്ട്. അലസഭാവത്തിൽ കണ്ണു പകുതി അടച്ചുകൊണ്ടു സോബ്ഹാന്റെ ചോദ്യത്തിനു മറുപടി പറഞ്ഞു:

"കോപം വേറെ ആരോടുമല്ല സോബ്ഹാൻ, എന്നോടു തന്നെ. അതിലപ്പുറം ഒരു സത്യവും എനിക്കറിഞ്ഞുകൂടാ. ഐ നോ നതിംഗ് മോർ."

"ഉറങ്ങ് സുരഞ്ജൻ, നീ ഉറങ്ങ്."

സോബ്ഹാൻ സുരഞ്ജന്റെ തലമുടിയിൽ പതുക്കെ തലോടി താലോലിച്ചു. സുരഞ്ജൻ സോബ്ഹാന്റെ കൈ തന്റെ കൈക്കുള്ളിൽ ഒതുക്കിക്കൊണ്ടു പറഞ്ഞു:

"ഐ വിഷ് ഐ കുഡ് ക്വിറ്റ് ഇറ്റ്."

"എന്താണു പറഞ്ഞത്."

"പറഞ്ഞത്, ഐ വിഷ് ഐ കുഡ് ക്വിറ്റ് ഇറ്റ്."

"എന്താണങ്ങനെ പറഞ്ഞത്. കിറ്റ് ചെയ്യാനാണെങ്കിൽ കിറ്റ് ചെയ്തു കൂടെ."

"ചെയ്യാം."

"പിന്നെ എന്തിനാണങ്ങനെ പറഞ്ഞത്."

സുരഞ്ജൻ ക്ഷീണസ്വരത്തിൽ പറഞ്ഞു.

"അത് ഒരു സിനിമയിലെ ഡയലോഗാണ്."

"ഓഹോ."

ഉറങ്ങുന്ന സുരഞ്ജന്റെ മുഖത്തേക്കു തന്നെ കുറേ നേരം നോക്കി നിന്നിട്ട് സോബ്ഹാൻ ഡ്രോയിംഗ് റൂമിലേയ്ക്കു പോയി. വീട്ടിൽ ഭാര്യയും കുട്ടിയും അമ്മയും. എല്ലാവരുടെയും മുഖത്ത് അത്ഭുതം. രാത്രി ഇത്ര വൈകി ഒരു കുടിയനെയും കൊണ്ടു വീട്ടിൽ വന്നിരിക്കുന്നു. ബാബയോടും അമ്മയോടും പറഞ്ഞു. കൂട്ടുകാരൻ ആപത്തിൽപ്പെട്ടതാണ്. ഏതു കൂട്ടുകാരൻ, എന്താണു പേര്, എന്താണ് ആപത്ത് എന്നൊന്നും പറഞ്ഞില്ല. ഡ്രോയിംഗ് റൂമിൽ സോഫയിൽ കിടന്നു. ഭാര്യ കുഞ്ഞിനെയുംകൊണ്ടു മറ്റൊരു മുറിയിലും കിടന്നു.

പതിമൂന്ന്

സുരഞ്ജൻ ഉച്ചയോടെ വീട്ടിലെത്തി. മായ അവളുടെ രണ്ടു കുട്ടികളെയും കൊണ്ടു വീട്ടിൽ വന്നു കയറിയത് അപ്പോഴായിരുന്നു. രണ്ടു വലിയ സ്യൂട്ട്കേസും കൈയിലുണ്ട്. അവൾ ഇനി ഭർത്തൃഗൃഹത്തിലേക്കു പോകുന്നില്ല. അമ്മയുടെയും ജ്യേഷ്ഠന്റെയും കൂടെ ഇവിടെ താമസിക്കും. കുട്ടികൾ രണ്ടും ഇവിടെനിന്നും സ്കൂളിൽ പോകും.

എന്തുകൊണ്ടാണ്, ഭർത്തൃഗൃഹത്തിൽ എന്തു സംഭവിച്ചു എന്നൊന്നും സുരഞ്ജനോ കിരൺമയിയോ ചോദിച്ചില്ല. രണ്ടു മുറിയിൽ അഞ്ചുപേർക്ക് എങ്ങനെ സ്ഥലമുണ്ടാക്കും എന്നറിഞ്ഞുകൂടാ. മായ ഇങ്ങനെ ഭർത്തൃഗൃഹത്തിൽ നിന്നു പോരുന്നത് ഇതാദ്യമല്ല. ഇനി അങ്ങോട്ടില്ല, ആ നരകത്തിൽ ഇനി ജീവിക്കില്ല എന്നു പറയുമെങ്കിലും ഏഴു ദിവസം ആകുംമുമ്പുതന്നെ വന്നതു പോലെ സ്യൂട്ട്കേസും എടുത്തുകൊണ്ടു തിരികെപ്പോകും. അപ്പോൾ അവൾ പറയും. ഒരിക്കൽ വിവാഹംകഴിച്ചാൽ പിന്നെ ഭർത്താവിനെ അയാളെങ്ങനെയുള്ള ആളായാലും സഹിച്ചേ പറ്റൂ എന്ന്. ഈ ബുദ്ധി അവൾക്ക് ഉപദേശിച്ചതാരാണെന്നു സുരഞ്ജന് അറിഞ്ഞുകൂട. കിരൺമയിക്കും അറിഞ്ഞുകൂട. ഭർത്താവിന്റെ വീട്ടിലേയ്ക്കു പോകാമെന്നോ, ഭർത്താവു ചട്ടനായാലും പൊട്ടനായാലും വട്ടനാ യാലും അയാളെ മാനിക്കണമെന്നോ ആരും അവൾക്കു പറഞ്ഞുകൊടുത്തിട്ടില്ല. ഭർത്താവാണു സ്ത്രീകൾക്കു ദൈവം എന്ന് അവളെ ആരും ഉപദേശിച്ചിട്ടില്ല.

മനസ്സമാധാനമില്ലെങ്കിൽ ശരീരം മെലിയും. മായയുടെ ശരീരം നന്നെ മെലിഞ്ഞു. പിടലി ഒടിഞ്ഞതുപോലെ. നിതംബം വരെ കിടന്നിരുന്ന കറുത്തിട തൂർന്ന തലമുടി തോളോളം വച്ചു വെട്ടിയിരിക്കുകയാണ്. സൗകര്യത്തിനുവേണ്ടി

ജോർജിയറ്റ് ഷിഫോൺ സാരിയാണുടുക്കുന്നത്. എംബ്രോയിഡറിയും അലങ്കാരത്തയ്യലും ഒന്നുമില്ല. മെട്രോട്രെയിനിലും ബസ്സിലും റിക്ഷയിലും ഓടിക്കയറാൻ ഒരു ബുദ്ധിമുട്ടുമില്ല. മായ സ്വന്തം കാര്യം സ്വയം നോക്കുന്നു. രണ്ടു കുട്ടികളില്ലെങ്കിൽ അവൾക്കു സുഖമായി ജീവിക്കാമായിരുന്നു. എന്തിനാണ് ഈ സ്ത്രീകൾ കുടിയന്മാരുടെ കൂടെ കിടന്നു കുഞ്ഞുങ്ങളെ ജനിപ്പിക്കുന്നത്.

മായ വന്നതോടെ വീട്ടിൽ കളകള ശബ്ദം മുഴങ്ങി. വീടു വീടായി. പക്ഷേ അഞ്ചുപേർ ആ രണ്ടു മുറിയിൽ എങ്ങനെ കഴിയും. മായ പല തവണ പറഞ്ഞു, ഭർത്തൃവീട്ടിൽ രണ്ടു കുട്ടികളെയും വച്ച് അവൾ കഴിഞ്ഞിരുന്ന മുറി ഇതിനേക്കാൾ എത്രയോ ചെറുതാണെന്ന്. സുരഞ്ജൻ ഒരു സോഫ മേടിച്ചു കൊണ്ടുവന്നു. അതു വിടർത്തിയിട്ടാൽ രാത്രിയിൽ ഒരാൾക്കു കിടക്കാം. ആ ഒരാൾ സുരഞ്ജൻ തന്നെ. സുരഞ്ജന്റെ കട്ടിലും കിടക്കയും കുട്ടികൾക്കു കൊടുത്തു. കിരൺമയിയുടെ കട്ടിലിൽ അവരും മായയും കിടന്നു. അമ്മയും മകളും. സുരഞ്ജനു ശബ്ദവും ബഹളവും ഒന്നും ഇഷ്ടമല്ല. പക്ഷേ മായയുടെ ഈ വരവും ഈ വീട്ടിൽ ഒന്നിച്ചു താമസിക്കാനുള്ള തീരുമാനവും അവനു വളരെ പ്രശാന്തി നല്കി. ആ പഴയ ജീവിതം, കൗമാരവും യൗവ്വനവും തിരികെ കിട്ടിയതുപോലെ. കുട്ടിക്കാലത്തെ ഉത്സാഹത്തിമർപ്പും ആനന്ദവും തിരികെ കിട്ടി. സ്നേഹം നിറഞ്ഞ ദിവസങ്ങൾ. കിരൺമയിയുടെ ജീവിതത്തിലും വലിയ മാറ്റം വന്നു. പേരക്കുട്ടികൾ അവരിൽ വലിയ മാറ്റം വരുത്തി. പക്ഷേ ഈ വീടു പോരാ. വലിയ ഒരു വീടു വാടകയ്ക്ക് എടുക്കണം. എന്നാൽ കിരൺമയി സമ്മതിച്ചില്ല. മായ തീരുമാനം മാറ്റിയാലോ? ഭർത്തൃഗൃഹത്തിൽനിന്നു ഭർത്താവോ ശ്വശുരനോ വന്നു കൂട്ടിക്കൊണ്ടു പോവുകയോ, മായ സ്വയം പെട്ടിയുമെടുത്തു വന്നതുപോലെ തിരിച്ചു പോവുകയോ ചെയ്താൽ വലിയ വീടു കൊണ്ടുനടക്കേണ്ട കാര്യമില്ല. മായ ആരു പറഞ്ഞാലും കേൾക്കുകയില്ല. നാൾതോറും അവൾ ഒരു എടുത്തുചാട്ടക്കാരിയായി വരുകയാണ്. ഇടുങ്ങിയ തെരുവിലെ ഈ പൂപ്പൽ പിടിച്ച കൊച്ചുവീട്ടിൽ അവൾ താമസിക്കുകയില്ലെന്നു വിചാരിച്ചു, കിരൺമയി മറ്റൊരു വീടു കണ്ടുപിടിച്ചു. കുറച്ചുകൂടെ വലിയ കിടപ്പുമുറികളും അടുക്കളയും കുളിമുറിയും കക്കൂസും, മുറികളുടെ കൂടെ കൂട്ടിച്ചേർത്ത വിശാലമായ വരാന്തയും മുറ്റവും ഉള്ള ഒരു വീട്. വാടക കൂടുതലാണ്. കൂടുതൽ വരുന്ന വാടക മായ കൊടുത്തുകൊള്ളുമെന്നു പ്രതീക്ഷിച്ചു. ബേഗ്ബാഗാനിലെ ഈ പ്രദേശത്തും മുസൽമാന്മാരാണ് കൂടുതൽ. എന്നാലും ജനനം മുതൽ മുസ്ലീം അയൽക്കാരുടെ ഇടയിൽ ജീവിച്ചു ശീലിച്ചവർക്ക് അതുകൊണ്ടു വിഷമമൊന്നും ഉണ്ടാവുകയില്ല. വീടുപണിക്കു വരുന്നവരൊക്കെ മുസ്ലീങ്ങളാണെന്നതിലും വിഷമം തോന്നുകയില്ല. ഈ ഭാഗത്തു ചെളിയും വെള്ളവും കുറവാണ്. തിരക്കും കുറവാണ്. തെരുവ് അത്ര ഇടുങ്ങിയതല്ല. അതൊക്കെ കാരണം വാടക മുമ്പത്തെക്കാൾ എണ്ണൂറുരൂപ കൂടുതലാണ്. സാധനങ്ങളൊക്കെ കൊണ്ടുവന്നു. കൈയിലുണ്ടായിരുന്ന ഇത്തിരി മിച്ചമൊക്കെ സ്വരുക്കൂട്ടി ഒരു സ്റ്റീൽ അലമാര മേടിച്ചു. ഒരു കട്ടിൽ മേടിച്ചു. ജനലിനും കതകിനും നല്ല കർട്ടൻ. നാലു ചൂരൽക്കസേര. എല്ലാം തനിയെ ചെയ്തു. കിരൺമയിയോ സുരഞ്ജനോ അല്ല. മായ തന്നെ. ഇത് അവളുടെ

കുടുംബമാണ്. ചേട്ടനെയും അമ്മയെയും അവൾ കൂടെ നിർത്തിയിരിക്കുകയാണ്. ജോലിയിൽ അവൾക്കു ശമ്പളം കൂടിയിട്ടുണ്ട്. മായ പിന്നെ തിരിഞ്ഞു നോക്കുമോ, രണ്ടാമതൊന്നാലോചിക്കുമോ? പക്ഷേ പെട്ടെന്നങ്ങനെ സാമൂഹ്യാചാരങ്ങൾ ഭഞ്ജിക്കുന്നവളല്ല മായ. അവളുടെ ബുദ്ധിയും വിവേചനശക്തിയും എല്ലാം നാട്ടിൽ നടപ്പുള്ള ആചാരങ്ങളുടെ മുമ്പിൽ ചോർന്നുപോവുകയായിരുന്നു. അത്തരമൊരു ഭർത്താവിന്റെ കൂടെ താമസിക്കുന്നില്ല എന്നും പറഞ്ഞു ഭർത്തൃഗൃഹം വെടിഞ്ഞു പോന്നിരിക്കുകയാണ്. എന്നാൽ സീമന്തരേഖയിൽ കുങ്കുമം പുരട്ടും, കൈയിൽ വളയും കാലിൽ വെള്ളിമോതിരവും ഇടും. ഇതൊന്നും ഉപേക്ഷിച്ചിട്ടില്ല.

സുരഞ്ജൻ ചിരിച്ചുകൊണ്ടു ചോദിച്ചു:

"ഇതെന്താടീ, ഭർത്താവുമായി ഒരു ബന്ധവുമില്ല. പിന്നെ ഇതൊക്കെ അണിയുന്നതെന്തിന്. ഭർത്താവിനു മംഗളം വരാൻ വേണ്ടിയാണോ?"

മായ ഒന്നും മിണ്ടിയില്ല.

സുരഞ്ജൻ ഉറക്കെ ഉറക്കെ ചിരിച്ചു.

മായ ആ ചിരിക്കു നേരെ ക്രോധത്തോടെ നോക്കിനിന്നു. ശരീരം ചെറുതായി വിറച്ചു. കണ്ണ് ഈറനായി. മായ വായ തുറന്നു:

"ചേട്ടാ ഈ ലോകം ആണുങ്ങളുടേതാണ്. അറിയാമോ. ഇതു നിങ്ങളുടെ ലോകമാണ്. ഞാൻ ഈ കുങ്കുമം മായ്ച്ചു കളഞ്ഞാൽ നിങ്ങളെപ്പോലെയുള്ള തെമ്മാടികൾ എന്റെ പുറകേ കൂടും. എന്തു മോഹിച്ച്? എന്റെ ശരീരം മോഹിച്ച്. സിന്ദൂരമുണ്ടെങ്കിൽ നിങ്ങളെപ്പോലെയുള്ളവരിൽനിന്നു രക്ഷ നേടാൻ അതൊരു സെക്യൂരിറ്റിയായിരിക്കും, വേറെ ഒന്നിനും അല്ല."

രാവിലെ ആനന്ദബസാർ പത്രിക മുഖത്തിനു നേരെ നിവർത്തിപ്പിടിച്ചു കൊണ്ടിരുന്ന സുരഞ്ജനെ മായയുടെ വാക്കുകൾ നിശ്ശബ്ദനാക്കിക്കളഞ്ഞു. എന്താണു പറയേണ്ടത് എന്ന് അവനു നിശ്ചയമില്ല. വീട്ടിൽ നിന്ന് ഇറങ്ങി പ്പോകാൻ താൻ ആഗ്രഹിക്കുന്നതായി അവനു തോന്നി. ഇത്തരം സന്ദർഭങ്ങളിൽ മിണ്ടാതെ ഇറങ്ങിപ്പോകുന്നതു ഭീരുത്വമാണ്. പലായനസ്വഭാവമാണ് എന്നു സുരഞ്ജൻ പറയാറുണ്ട്. പക്ഷേ ഇവിടെ അത് ഒഴിവാക്കാൻ കഴിയുന്നില്ല. സുരഞ്ജൻ ഒന്നും മിണ്ടാനാവാതെ ആനന്ദബസാറിൽ മിഴിയും തറച്ച് ഇരുന്നുപോയി. പുരുഷന്മാർ എന്നു പറയുന്നതിനു പകരം നിങ്ങളെപ്പോലെയുള്ള എന്ന വാക്കുതന്നെ മായ ഉപയോഗിച്ചത് എന്തുകൊണ്ടാണെന്നു സുരഞ്ജൻ ആലോചിച്ചു. സുലേഖയുമായി സുരഞ്ജനുള്ള അടുപ്പത്തിന്റെ മൂലകാരണം വല്ലതും മായ അറിഞ്ഞിട്ടുണ്ടാകുമോ. സുലേഖയുടെ പക്ഷത്തുനിന്നു മായ ഒന്നും പറയാനിടയില്ല. മായ സുലേഖയെ എതിരാളിയായി കാണുന്നു. മുസ്ലീം പെൺ കുട്ടിയോടുള്ള പെരുമാറ്റമൊക്കെ ശരിയായി, അവളെ ഓമനിക്കാൻ തുടങ്ങിയതു മാത്രം അനുചിതമായി എന്നാണ് അവൾ പറയേണ്ടിയിരുന്നത്. നിങ്ങളെപ്പോലെ, നിന്നെപ്പോലെ എന്നൊക്കെ പറഞ്ഞതിന്റെ അർത്ഥമെന്ത്? സുരഞ്ജൻ

തെമ്മാടിയാണ്. അവനെപ്പോലുള്ളവർ ചീത്തയാണ്. അവരുടെ കൈയിൽനിന്നു സ്ത്രീകളെ രക്ഷപ്പെടുത്തേണ്ടിയിരിക്കുന്നു. അവർ സ്ത്രീകളുടെ ശരീരത്തെ കൊതിക്കുന്നു. സ്ത്രീകളുടെ ജീവൻ അപകടപ്പെടുത്തുന്നു. താൻ ഏതെങ്കിലും സ്ത്രീയിൽ ആശ വച്ചോ, ആരെയെങ്കിലും നശിപ്പിച്ചോ എന്നു സുരഞ്ജൻ സ്വയം ആലോചിച്ചു. ജീവിതത്തിൽ താൻ ബന്ധപ്പെട്ടിട്ടുള്ള എല്ലാ സ്ത്രീകളെയും കുറിച്ച് ഓർക്കാനും സ്ത്രീയുടെ നിലയിൽ നിന്നുകൊണ്ട് ഓരോ സംഭവവും കാണാനും ശ്രമിച്ചു. സുദേഷ്ണയുടെ കാര്യം പറയാൻ മായ ഉദ്ദേശിച്ചിരുന്നോ? മായയ്ക്ക് അനുകൂലമായ നിലപാട് എടുത്തതുകൊണ്ടാണ് ആ ബന്ധം കയ്പേറിയതായിത്തീർന്നത്. സുദേഷ്ണയുടെ കാര്യത്തിൽ മാംസക്കൊതിയുടെ പ്രശ്നമേ ഇല്ലായിരുന്നു. അവൾ കാരണം മായയുടെ ജീവിതത്തിൽ ഒരു പ്രശ്നവും ഉണ്ടായിട്ടില്ല. മാംസക്കൊതി, തെമ്മാടിത്തം, നാശം എല്ലാത്തിനും ഇരയായതു സുലേഖയാണ്. സ്ത്രീകളുടെ പേരിൽ സഹതാപമുള്ള മായയ്ക്ക് സുലേഖയുടെ പേരിൽ മാത്രം ഒരു സഹതാപവും ഇല്ല. തന്നെ രക്ഷിക്കാനുള്ള ആഗ്രഹംകൊണ്ടു മായ ശരം വിട്ടതൊക്കെ ശരിയായ സ്ഥാനത്തേയ്ക്കാണോ. തീർച്ചയായും അവൾ വേദനിച്ചിട്ടുണ്ട്. ആ വേദനയിൽ നിന്നാണു ക്ഷോഭം ഉണ്ടായത്. ക്ഷോഭമല്ലേ കാണാൻ പറ്റൂ. വേദന ആരും കാണുകയില്ലല്ലോ.

വളരെ നാളുകൾക്കുശേഷമാണ് സുലേഖയുടെ കാര്യം ആലോചിക്കുന്നത്. അവളെക്കുറിച്ച് അന്വേഷിക്കാറില്ല. അന്വേഷണവും ഇല്ല, വിവരവും ഇല്ല. കുറച്ചുനാൾ കാണാതിരുന്നാൽ അവൾ ഇങ്ങോട്ടു വന്നു കാണാറുള്ളതാണ്. അതും ഉണ്ടായില്ല. മുൻപത്തെ വീട്ടിൽ വന്നിരുന്നതു പോലെ ഈ വീട്ടിൽ വരുക എളുപ്പമല്ല. അവളുടെ മാമന്റെ വീട്ടിൽ സുരഞ്ജൻ ചെല്ലുക എന്നതും വിഷമം തന്നെ. വീടിനു പുറത്തു മൈതാനത്തും മരച്ചോട്ടിലും ചായക്കടയിലും ഫുട്പാത്തിലും വാഹനത്തിലും ഒക്കെ വച്ചു മാത്രമേ തമ്മിൽ കാണാൻ പറ്റുകയുള്ളൂ. കാണാനുള്ള മുട്ട് ആർക്കുമില്ല. അല്ലെങ്കിൽ കാണാൻ കൊതിയുള്ള ആൾ പരിഭവം ഉള്ളിൽ വച്ചുകൊണ്ടിരിക്കുന്നു. സുരഞ്ജനിൽ പ്രവർത്തിച്ചത് മടിയാണ്. ഇനി തനിക്കു ലോകത്തിൽ ഒന്നിനോടും ഇണങ്ങിക്കഴിയാൻ സാധിക്കുകയില്ലെന്ന ബോധം ഇടയ്ക്കിടയ്ക്ക് അവനെ വിഴുങ്ങുന്നു. സുലേഖയ്ക്ക് അവളുടെ ജോലിയുടെ തിരക്ക് ആയിക്കൊള്ളട്ടെ. സുരഞ്ജനെക്കൊണ്ട് അവളുടെ ജീവിതത്തിൽ ഒരു പ്രയോജനവുമില്ല. ജീവിതത്തിൽ അന്നം, വസ്ത്രം, പാർപ്പിടം ഇവ മൂന്നും ഉറപ്പില്ലെങ്കിൽ മനസ്സ് പ്രേമത്തിൽ ഉറച്ചിരിക്കുകയില്ല. സുലേഖയ്ക്കും കുറെ നാളായി താത്പര്യം ഇല്ലാത്തതുപോലെ. എന്തായാലും ഇത്രയും കാലം സ്വന്തം കാലിൽ ഉറച്ചു നിന്നു. ഇപ്പോൾ ഏതെങ്കിലും വർക്കിംഗ് വിമെൻസ് ഹോസ്റ്റലിൽ ചേരാം എന്നു വിചാരിക്കുകയാണ്. ഓടി നടക്കുകയാണ്, ഒന്നിനും സമയമില്ല. അതോ സുരഞ്ജന്റെ താത്പര്യമില്ലായ്മയും, നിഷ്പ്രയോജകത്വവും നിമിത്തം മടുപ്പും പരിഭവവും തോന്നിയതാണോ. സ്നേഹിക്കാൻ മറ്റാരുമില്ല. എന്നിട്ടും സുലേഖയുടെ മേൽ ഇത്ര താത്പര്യമില്ലാതായത് എന്തുകൊണ്ട്? രണ്ടുപേരും ഒന്നിച്ചു കഴിയുമ്പോൾ എത്രയെത്ര സ്വപ്നങ്ങൾ കണ്ടു. സ്വപ്നം വലിയ ഒരു ഭാരമാണ്. യാഥാർത്ഥ്യത്തിന്റെ വഴിയിൽ സ്വപ്നത്തിന്റെ

കാല്പാടുകൾ വീഴാതിരിക്കില്ല. കാലം എന്നതു സ്വപ്നം കാണലാണ്. മുന്നിൽ ഒരു സ്വപ്നവുമില്ലെങ്കിൽ, പ്ലാനും പ്രോഗ്രാമും ഒന്നും ഇല്ലെങ്കിൽ ജീവിതത്തിനു ഭാരമില്ലാതാകും. രണ്ടുപേരും ഒന്നിച്ചു താമസിക്കും. ഒരു വീട്, ഒരു മുറ്റം, ഒരുമിച്ചു ഭക്ഷണം, ഒരുമിച്ച് ചായ, ഒരുമിച്ച് കിടപ്പ്, ആഹ്ലാദം, കുട്ടികൾ, പേരക്കുട്ടികൾ, മരണം. കൺമുമ്പിൽ ഉള്ളത് ആ ജീവിതമാണ്. സുഖമുള്ള ജീവിതം. അതിനെക്കുറിച്ചാലോചിക്കുമ്പോൾ ശരീരം വിറയ്ക്കും. ഹിമാലയതാഴ്‌വരയിലെ റീഷോപിൽ രണ്ടുപേരും ഒന്നിച്ചു താമസിച്ച ദിവസങ്ങളിൽ കൊടുംതണുപ്പത്ത് ഒട്ടിച്ചേർന്നു കിടന്നുകൊണ്ട് എത്രയെത്ര സ്വപ്നങ്ങൾ നെയ്തു. രാത്രി ഉറങ്ങിയതേ ഇല്ല. ജനലിലൂടെ ആകാശം കാണാം. ആകാശം നിറയെ നിലാവ്. നിലാവു കാഞ്ചൻജംഗയിൽ വീഴുമ്പോൾ എന്തെല്ലാം വടിവുകളാണ് കൈക്കൊള്ളുന്നതെന്നു കണ്ടാൽപോലും വിശ്വസിക്കാൻ കഴിയുകയില്ല. സുലേഖയുമൊത്തു കഴിച്ചുകൂട്ടിയ ഏറ്റവും മധുരദിനങ്ങൾ ആ റീഷോപ് ദിനങ്ങൾ തന്നെയായിരുന്നു. ഒരു ജന്മത്തേയ്ക്ക് അതു പോരേ. ആ ഓർമ്മകളിൽ ബാക്കി കാലം കഴിച്ചുകൂട്ടാം. സുലേഖ സുഖമായി കഴിയട്ടെ. സുഖമായി കഴിയുകയാണല്ലോ വേണ്ടത്. ഈ സ്വപ്നങ്ങൾ മുമ്പിലുണ്ടെങ്കിൽ സുഖമായി കഴിയാം. സ്വപ്നം കാണുന്നതൊക്കെ നടന്നാൽ പിന്നെ ഒന്നും സ്വപ്നമായി അവശേഷിക്കുകയില്ല. സുഖമായി കഴിയുന്നതിനെക്കാൾ സുരഞ്ജന് ഇഷ്ടം സുഖത്തെക്കുറിച്ചുള്ള സ്വപ്നങ്ങളുമായി കഷ്ടപ്പെട്ടു കഴിയുന്നതാണ്. അതിൽ ഒരുതരം ഉത്തേജനം ഉണ്ട്. അതില്ലെങ്കിൽ നിരാശയെയും അന്ധകാരത്തെയും കൂട്ടുപിടിച്ചുകൊണ്ടു മരണം പോലെ തണുത്തുറഞ്ഞ ജീവിതം ജീവിക്കേണ്ടി വരും. ചുരുണ്ടു കൂടിയിരുന്ന് നാളുകൾ കഴിക്കേണ്ടി വരും. സുരഞ്ജൻ അങ്ങനെയിരിക്കുമ്പോൾ, സുലേഖ ഉത്സാഹപൂർവ്വം വന്ന് ഏതാനും തിരമാലകൾ ഉയർത്തി വിടും. അവൾ അടുത്തുനിന്നു മാറിയാൽ ആ തരംഗങ്ങൾ അടങ്ങി ശാന്തതയിൽ ലയിക്കും. ഒരുപക്ഷേ അവൾക്കിപ്പോൾ അവനെ മുൻനിർത്തി സ്വപ്നങ്ങൾ കാണാൻ കഴിയാതായിക്കാണും. ഇപ്പോൾ ഇടയ്ക്കിടെ എസ്.എം.എസ് അയയ്ക്കാറുണ്ട്.

എവിടെ?

സെൽഫോണിന്റെ കൊച്ചുചതുരത്തിൽ ഉത്തരം തെളിയും.

വീട്ടിൽ.

കഴിഞ്ഞു. പിന്നെ ഒന്നുമില്ല. സുരഞ്ജൻ ഒരിക്കൽ ഐ മിസ് യു എന്നെഴുതി; അയച്ചില്ല. സത്യത്തിൽ സുലേഖയെ അവനു കൈമോശം വന്നുവോ. ഇല്ല. അങ്ങനെ ഒരു നഷ്ടബോധം ഇല്ല. ഒരു പുസ്തകം നിവർത്തി നോക്കിക്കൊണ്ടു കിടക്കുന്നതാണ് അവളെ പ്രേമിക്കുന്നതിനെക്കാൾ സുഖം. അല്ലെങ്കിൽ സോബ്ഹാനുമായി വർത്തമാനം പറഞ്ഞുകൊണ്ടിരിക്കുന്നതാണ് ആ പ്രേമത്തെക്കാൾ രസം. ഇപ്പോൾ മായയുടെ മകനെയും മകളെയും ലാളിക്കുന്നതാണ് ആനന്ദം അനുഭവിക്കാനുള്ള വഴി. സുരഞ്ജന്റെ നിസ്സംഗത കാരണമാണു സുലേഖയുമായുള്ള പ്രേമം അയഞ്ഞുപോയത്. ചില തെറ്റായ കൂട്ടുകെട്ട്,

മേൽവിലാസം മാറൽ, ചില പ്രവൃത്തി ദോഷങ്ങൾ, ഒരു പുതിയ ജീവിതത്തിന്റെ തുടക്കം എല്ലാം കൂടി ഒരുക്കിയെടുത്തത് ഈ ശൂന്യതയിലാണ്. പ്രായശ്ചിത്തം ചെയ്യുവാനാണ് സുലേഖയെ ജീവിതത്തിലേക്കു കൊണ്ടുവന്നത്. പ്രായശ്ചിത്തം ചെയ്തില്ല. സംഭവിച്ചതു സംഭവിച്ചു. സുലേഖയെ തട്ടിക്കൊണ്ടുവന്നു മാനഭംഗപ്പെടുത്തിയ സംഭവം ജീവിതത്തിൽനിന്നു മായ്ച്ചുകളയാൻ കഴിയുന്നതല്ല. ആ വേദനിപ്പിക്കുന്ന ഓർമ്മ മായ്ച്ചുകളയാൻ കഴിയുകയില്ല. അക്രമകാരികളെ മുഴുവൻ കഴുവിലേറ്റിക്കൊന്നാലും സുലേഖ ജീവിച്ചിരിക്കുന്നത്രയും കാലം ആ വേദനിക്കുന്ന ഓർമ്മ അവളോടൊപ്പം ജീവിക്കും.

വീടു കാണാൻ മുൻപെന്നത്തെക്കാളും ഭംഗിയുണ്ട്. മായയുടെ സ്വപ്നമനുസരിച്ചുള്ള കുടുംബമായിത്തീർന്നിരിക്കുന്നു. ഭർത്താവിന്റെ വീട്ടിലുള്ളവർ ഇതുവരെ വിവരം അന്വേഷിച്ചിട്ടുപോലുമില്ല. ദിവസവും വേദനകൾ സമ്മാനിക്കുന്ന ദാമ്പത്യത്തിൽനിന്നു മോചനം നേടാൻ മായ തീരുമാനിച്ചതിൽ കിരൺമയിക്കു സന്തോഷമുണ്ട്. പക്ഷേ മോചനം നേടുമോ? ഏതെങ്കിലും കാരണത്താൽ ആരുടെയെങ്കിലും പെരുമാറ്റത്തിൽ അതൃപ്തി തോന്നി ഭാണ്ഡം കെട്ടി പുറപ്പെടുന്നത് എപ്പോഴാണ് എന്നറിയില്ല. കിരൺമയിക്കു പേടി അതാണ്. സുരഞ്ജന്റെ പെരുമാറ്റം എങ്ങനെ എന്ന് കിരൺമയിക്കു തീർച്ചയാക്കാൻ കഴിയുന്നില്ല. അവൻ അവന്റെ കാര്യങ്ങളിൽ മുഴുകിയിരിക്കുകയാണ്. വീട്ടിൽ ഉള്ള സമയം കുട്ടികളുടെ കൂടെ, ബാക്കി സമയം വായനയും ട്യൂഷനും ഒക്കെയായി കഴിയും. സുലേഖയെ ഇപ്പോൾ തീരെ കാണുന്നില്ല. അവർ തമ്മിൽ മനസ്സുകൊണ്ട് അകന്നോ. വല്ല കാരണത്താലും സ്വരച്ചേർച്ചയില്ലാതായോ. എന്തുണ്ടായാലും കിരൺമയി വിചാരിച്ചിട്ടെന്തു കാര്യം. ഭഗവാൻ ചെയ്യുന്നതൊക്കെ മംഗളത്തിനായിരിക്കും. മായയുടെ സാന്നിദ്ധ്യം സുലേഖയുടെ അസാന്നിദ്ധ്യത്തിനു കാരണമാണെങ്കിൽ അതു മംഗളകരമായിരിക്കും. മായ പെങ്ങളാണ്. പെങ്ങൾ എന്നും കാണും. കാമുകി ഇന്നുണ്ട് നാളെയില്ല. സുദേഷ്ണ വന്നു, സുലേഖ വന്നു. വന്നതുപോലെ പോയി. ഇതുവരെ കുടുംബം ഉണ്ടാകാത്തയാൾക്ക്, ഇനി ഉണ്ടാവുകയില്ല. സുരഞ്ജന് ഇനിയും ഒരു കുടുംബമുണ്ടാകാനുള്ള കാലം ഉണ്ടെന്നോ, സത്യത്തിൽ അവന് അതിനുള്ള ഉത്സാഹമുണ്ടെന്നോ കിരൺമയിക്കു തോന്നുന്നില്ല. എത്രയോ പുരുഷന്മാർ അവിവാഹിതരായി ജീവിക്കുന്നു. സുരഞ്ജന്റെ തലയിലെഴുത്ത് അങ്ങനെയായിരിക്കും. മരിച്ചു കഴിഞ്ഞാൽ ആരു തിന്നും അനുഭവിക്കും എന്നു വേവലാതിപ്പെടാൻ മാത്രം വസ്തുവകകളോ സമ്പാദ്യമോ അവനൊട്ടില്ലതാനും. എങ്ങനെയോ ജീവിക്കുന്നത്രയും കാലം ജീവിച്ചുപോകും എന്നു മാത്രം. അതുകൊണ്ടു കുടുംബത്തിൽ അംഗങ്ങൾ അധികമാകേണ്ട ഒരു കാര്യവും ഇല്ല. നല്ല ഒരു ഭാവിയെപ്പറ്റി സങ്കല്പിക്കാനുള്ള വരുമാനവും ആർക്കും ഇല്ല. ഇങ്ങനെത്തന്നെ ട്യൂഷൻ എടുത്തും ചെറിയ ജോലി ചെയ്തും രണ്ടും മൂന്നും സാരി കൊണ്ടുനടന്നു വിറ്റും നഗരത്തിലെ മുസ്ലീങ്ങൾ തിങ്ങിപ്പാർക്കുന്നിടത്ത്, ഇടുങ്ങിയ തെരുവിന്റെ വക്കത്തു, വാടകവീട്ടിൽ ജീവിതം ജീവിച്ചുതീർക്കേണ്ടി വരും. ഇതിനിടയ്ക്ക് കുടുംബത്തിൽ ഇത്തിരി സുഖവും സ്വസ്ഥതയും കിട്ടുമെങ്കിൽ അതിനു ശ്രമിക്കണം. സുരഞ്ജന് ഇപ്പോൾ,

പെങ്ങളുടെ രണ്ടു കുട്ടികളെ വിദ്യാഭ്യാസം ചെയ്യിക്കാൻ കഴിഞ്ഞാൽ കുടുംബവും കുട്ടികളും ഇല്ലാത്തതിന്റെ വിഷമം കുറച്ചൊക്കെ മറക്കാൻ പറ്റിയേക്കും. കിരൺമയിയും മായയും അങ്ങനെ വിചാരിക്കുന്നുണ്ട്. അവന്റെ ഉള്ളിലും അതു കാണാതിരിക്കുകയില്ല.

മായ കുടുംബത്തിലെ എല്ലാവരെയും ഒന്നിപ്പിച്ചിരിക്കുകയാണ്. കുടുംബത്തിൽ രണ്ട് അംഗങ്ങൾ കൂടി. സുലേഖയും മായയുടെ ഭർത്താവും ആ കുടുംബത്തിലെ അംഗങ്ങളല്ല. സുരഞ്ജനു് ഒന്നിലും വലിയ അനിഷ്ടമില്ല. അവന് ഒരുതരം ആനന്ദമാണ്. ഇഷ്ടപ്പെട്ടാലും ഇല്ലെങ്കിലും ഇതൊക്കെ അവന്റെ ജീവിതത്തിൽ തിരകൾ ഉയർത്തിയിട്ടുണ്ട്.

മായ ഇതിനിടെ ഒരു ദിവസം മകളുടെ പിറന്നാൾ ആഘോഷിച്ചു. നല്ല ഭക്ഷണം പാകം ചെയ്തു. മായയുടെ മനസ്സും നന്നായി തെളിഞ്ഞു. സുരഞ്ജൻ പറഞ്ഞു, ഒരു കൂട്ടുകാരനെ ക്ഷണിക്കുമെന്ന്.

“ഒരാളെയാക്കുന്നതെന്തിന്? നൂറുപേരെ വേണമെങ്കിൽ വിളിച്ചോ. പക്ഷേ മുസൽമാന്മാരെ ആരെയും വിളിക്കരുത്.”

മായ സുലേഖയുടെ കാര്യം ഓർത്തിട്ടാണോ പറഞ്ഞത്, ആർക്കറിയാം.

“ആരെയാണു വിളിച്ചിരിക്കുന്നത്. പേരു പറഞ്ഞേ.”

“നീ അറിയുകയില്ല.”

“അറിയുകയില്ല. പക്ഷേ പേരു പറഞ്ഞുകൂടേ?”

“ശോഭൻ.”

സോബ്ഹാൻ എന്നത് ശോഭൻ എന്ന് ഉച്ചരിച്ചു. തെറ്റാണു ചെയ്യുന്നതെന്നറിഞ്ഞുകൊണ്ടുതന്നെയാണ് ചെയ്തത്.

ഫോൺ ചെയ്തു സോബ്ഹാനോട് അവരുടെ പുതിയ വീട്ടിലേക്കു വരാൻ പറഞ്ഞു. മൂന്നു നിലയുള്ള കെട്ടിടത്തിന്റെ ഒരു നിലയിലാണു വീട്. മേൽവിലാസവും ഫോൺനമ്പരും കൊടുത്തു. ഈ വീട്ടിൽ അവന്റെ പേര് ശോഭൻ എന്നായിരിക്കും എന്നു പ്രത്യേകം പറഞ്ഞു മനസ്സിലാക്കി.

“എന്താണു പറഞ്ഞത്.” സോബ്ഹാൻ ചോദിച്ചു.

“നീ ശോഭൻ ആയിരിക്കുമെന്ന്.”

“അതു പിന്നെ അങ്ങനെയാണല്ലോ.” സോബ്ഹാൻ ചിരിച്ചു.

“എന്താ ചിരിച്ചത്.”

“എന്നെ ഇതിനു മുൻപും പല തവണ ഹിന്ദുവാക്കിയിട്ടുണ്ട്. അപ്പോഴൊക്കെ എന്റെ പേര് ശോഭൻ എന്നായിരുന്നു.”

“കൊള്ളാം. അതു നന്നായി.”

“നിന്റെ വീട്ടിലും ഇങ്ങനെ വേണ്ടിവരും എന്നു വിചാരിച്ചിരുന്നില്ല.”

“ഞാനും വിചാരിച്ചിരുന്നില്ല. പക്ഷേ ഇന്ന് അതല്ലാതെ മറ്റൊരു വഴിയുമില്ല.”

"എന്തിനാണു വിളിച്ചിരിക്കുന്നത്, പറയൂ."

"വീട്ടിൽ ചെറിയ ഒരു ചടങ്ങുണ്ട്."

"അതിന് ഒരുപാടു പേരു വരും അല്ലേ."

"ഇല്ല. വീട്ടിലുള്ളവർക്കുപുറമേ പുറത്തുനിന്ന് ഒരാളേ ഉള്ളൂ. നീ മാത്രം."

"എന്തിനാണു പുറത്തുനിന്നൊരാളെ വിളിച്ചത്. വീട്ടുകാർ മാത്രം ചേർന്നു നടത്തിയാൽ പോരേ."

"വളരെ ദുരെനിന്നു വരണമല്ലോ എന്നോർത്താണോ."

"അതല്ല."

"പിന്നെ എന്താണ്."

"സദ്യയുണ്ണാൻ ഇത്ര ദൂരത്തുനിന്ന്? എനിക്കു സദ്യയിൽ വലിയ താത്പര്യമില്ല. അതിനേക്കാൾ..."

"ഒരു കാര്യം തീർച്ച പറയട്ടെ." സുരഞ്ജന്റെ ശബ്ദം കനത്തു.

"ഏതു കാര്യം."

"എനിക്കു നിന്നെക്കാണാൻ വളരെ ആഗ്രഹമുണ്ട്. അതുകൊണ്ടാണു വിളിക്കുന്നത്. ഉണ്ണാനല്ല."

കുറച്ചു സമയം മിണ്ടാതിരുന്നിട്ടു സോബ്ഹാൻ ചോദിച്ചു:

"എത്ര മണിക്കാണു വരേണ്ടത്."

"ഇഷ്ടമുള്ളപ്പോൾ."

പാർട്ടി എന്നു പറയാൻ ഇല്ല. രണ്ടുമൂന്നു ബലൂൺ തൂക്കി 'ഹാപ്പി ബർത്ത്ഡേ' എഴുതി വച്ചു. കടലാസ് നാട തൂക്കി. ഒരു കേക്കും മുറിച്ചു. മുതിർന്നവർക്ക് ഊണ്, പരിപ്പുകറി, ചെമ്മീൻ, കരിമീൻ, കാതൾ മീൻ, വഴുതിനങ്ങ - എല്ലാം പൊരിച്ചത്. കുട്ടികൾക്ക് ഫ്രൈഡ് റൈസും ചില്ലി ചിക്കൻ ഫ്രൈയും. വളരെ ലഘുവായ ചടങ്ങ്. എന്നാലും എന്തു മാത്രം വിഭവങ്ങൾ. സോബ്ഹാൻ അത്ഭുതപ്പെട്ടുപോയി.

"മോനേ ശോഭൻ, ഞങ്ങൾ പൂർവ്വബംഗാളിലെ മനുഷ്യരല്ലേ. അവിടെ ഭക്ഷണം വളരെ കേമമാണ്. ധാരാളം ഐറ്റങ്ങൾ ഉണ്ടാക്കും. അതിഥികളെ നന്നായി ഊട്ടും. ഇപ്പോൾ സുരഞ്ജന്റെ ബാബ മരിച്ചതിനുശേഷം ഒന്നും പഴയതുപോലെ ആയിട്ടില്ല. എങ്ങനെയൊക്കെയോ കഴിയുന്നു. അത്രയേ ഉള്ളൂ. മോളുടെ വാശികൊണ്ടു ജന്മനക്ഷത്രം ചെറുതായി കൊണ്ടാടി എന്നു മാത്രം."

ഇങ്ങനെ സന്തോഷം നിറഞ്ഞ കുടുംബാന്തരീക്ഷത്തിലേക്ക് സോബ്ഹാനെ ക്ഷണിക്കാൻ കഴിഞ്ഞതിൽ സുരഞ്ജനു സന്തോഷം തോന്നി. സോബ്ഹാൻ കുട്ടികളോടൊത്ത് എത്ര നന്നായി കളിച്ചു. കുട്ടികൾക്കു പുതിയ ഒരു അങ്കിളിനെ കിട്ടി എന്ന സന്തോഷം മായയ്ക്കും ഉണ്ടായി. പിറന്നാൾ ആണെന്നറിഞ്ഞതിനാൽ, ഒരു ഗ്ലോബ്, ചിത്രകഥാപുസ്തകം, കളർ ബോക്സ് എന്നിവയൊക്കെ സോബ്ഹാൻ സമ്മാനിച്ചു. ചിത്രകഥാപുസ്തകം മറിച്ചുനോക്കിക്കൊണ്ടു മായയും പറഞ്ഞു:

"ശോഭനേട്ടാ, താങ്ക്യു സോ മച്ച്. പുസ്തകം അസാധാരണമാം വിധം നന്നായിരിക്കുന്നു."

വീട്ടിൽ ഡൈനിംഗ് ടേബിൾ ഇല്ല. കട്ടിലിൽ ഇരുന്നാണ് എല്ലാവരും ഭക്ഷണം കഴിച്ചത്. കട്ടിലിൽ പത്രം വിരിച്ച് അതിനു മുകളിൽ പ്ലേറ്റുകൾ നിരത്തി ഒരേ ഒരു അതിഥിയായ ശോഭന് മായ വളരെ ശ്രദ്ധയോടെ ഭക്ഷണം വിളമ്പിക്കൊടുത്തു.

"ശോഭന്റെ വീടെവിടെയാണ്."

"ബേൽഘാഡിയാ"

"ബേൽഘാഡിയായിൽ എവിടെയാണ്? ഞങ്ങൾ ബേൽഘാഡിയായിലുണ്ടായിരുന്നു."

സുരഞ്ജൻ പറഞ്ഞു: "ഫീഡർ റോഡിൽ"

കിരൺമയി തലകുലുക്കി. ആയിരിക്കും, ആ ഭാഗത്തു ധാരാളം ധനികന്മാർ താമസിക്കുന്നുണ്ട്. ശോഭന്റെ വീട്ടിൽ ആരൊക്കെയുണ്ട്. എന്തു ചെയ്യുന്നു. എന്തു ബിസിനസ്സാണ്. ഇതൊക്കെ കിരൺമയി ചോദിച്ചറിഞ്ഞു. സുരഞ്ജന്റെ കൂട്ടുകാരിൽ ഏറ്റവും നല്ലയാൾ ശോഭനാണ്. ഇത്രയും നല്ല ആൾ സുരഞ്ജന്റെ കൂട്ടുകാരായി വന്നിട്ടില്ലെന്നു മായയും കിരൺമയിയോടു പറഞ്ഞു. ഇത്ര നല്ലയാൾ സുരഞ്ജനെപ്പോലെ മടിയനും ഹോപ്ലസ്സുമായ ഒരാളുടെ ചങ്ങാതിയായത് എങ്ങനെ എന്നവൾക്കറിഞ്ഞുകൂടെന്നും പറഞ്ഞു. മായയുടെ ഈ കമന്റ് സുരഞ്ജന് തലയ്ക്ക് ഒരടിയായി. സുരഞ്ജൻ പുരുഷനായതുകൊണ്ടു സുരഞ്ജനിൽനിന്നു പലരും പലതും പ്രതീക്ഷിക്കുന്നുണ്ടെന്ന് അവനറിയാം. എന്നാൽ ഇപ്രകാരമൊരു കുറ്റപ്പെടുത്തലിന്റെ ആഘാതത്തിൽനിന്നു രക്ഷനേടാൻ സുരഞ്ജൻ ശരിക്കും ബദ്ധപ്പെട്ടു. എന്തുകൊണ്ടാണ് ഇത്ര പ്രായമായിട്ടും ട്യൂഷൻ മാസ്റ്ററായി നടക്കുന്നത്, നല്ല ജോലി ചെയ്തു പണം സമ്പാദിക്കാത്തത് എന്തുകൊണ്ട്, എന്നൊക്കെ സ്വയം ചോദിച്ച് അതിന്റെ കാരണം കണ്ടുപിടിക്കേണ്ടിയിരിക്കുന്നു. സുരഞ്ജൻ ദീർഘശ്വാസം വിട്ടു. ദരിദ്രരാജ്യത്തിലെ പണക്കാർ നല്ലവരായിരിക്കുകയില്ല എന്നു ചെറുപ്പകാലം മുതൽ അവൻ പഠിച്ചുവച്ചിരിക്കുന്നു. കുറച്ചു പണം കൊണ്ടും നന്നായി ജീവിക്കാം. മനുഷ്യൻ എന്ന നിലയിൽ വലിയ ആളാകുകയാണു പ്രധാനകാര്യം. പണം ഇല്ല എന്നതു മാത്രമാണു സുരഞ്ജന്റെ കുറവ്. മനുഷ്യൻ എന്ന നിലയിൽ വലിയ ആളാകാൻ കഴിഞ്ഞിട്ടുണ്ടോ എന്നതിന്റെ ഉത്തരം അവന് അറിയില്ല. ചുഴിഞ്ഞ് ആലോചിക്കുമ്പോൾ അവന് ഉത്തരം കിട്ടുന്നു. സോബ്ഹാന്റെ മുമ്പിൽ നില്ക്കുമ്പോൾ, സോബ്ഹാന്റെ കണ്ണിൽ നോക്കുമ്പോൾ ഉത്തരം കിട്ടുന്നു. കിരൺമയിയും മായയും സോബ്ഹാനെ തന്റെ കൂട്ടുകാരനെ പ്രശംസിച്ചതിൽ സുരഞ്ജനു സന്തോഷം തോന്നി. എന്നാൽ അസൂയയും തോന്നി. തന്നെ ഇവർ എപ്പോഴെങ്കിലും ഇതുപോലെ പ്രശംസിച്ചിട്ടുണ്ടോ. പഠിപ്പിലും കാഴ്ചയ്ക്കും പെരുമാറ്റത്തിലും എല്ലാം അടിമുടി മാന്യനായ ഈ യുവാവ്, സോബ്ഹാൻ, എന്തിന് ഈ വകയ്ക്കു കൊള്ളാത്ത സുരഞ്ജനുമായി ചങ്ങാത്തം കൂടി എന്നാണവൾ ചോദിച്ചത്. തന്നെപ്പോലെ നിസ്സംഗനാണ് സോബ്ഹാനും. ഒന്നും അങ്ങനെ ഗൗരവത്തിലെടുക്കുന്നില്ല എന്നു സുരഞ്ജനു തോന്നി. സുരഞ്ജൻ പറഞ്ഞു:

"അന്നു ഞാൻ പറഞ്ഞതൊക്കെ മദ്യപിച്ചതുകൊണ്ടു പറഞ്ഞു പോയതാണ്. സാരമില്ല."

"കുടിച്ചില്ലെങ്കിൽ അതൊക്കെ പറയുമായിരുന്നോ."

സുരഞ്ജൻ തലയാട്ടി. പറയുകയില്ലായിരുന്നു.

"പറയണമെന്നു കരുതി കുടിച്ചതാണോ, കുടിച്ചതുകൊണ്ടു പറഞ്ഞുപോയതാണോ."

സുരഞ്ജൻ ചിരിച്ചുകൊണ്ടു പറഞ്ഞു: "രണ്ടും ആണ്."

"എനിക്കും അങ്ങനെ തോന്നി." സോബ്ഹാൻ പറഞ്ഞു.

"നീ എന്താ കുടിക്കാത്തത്."

"കുടിക്കുന്നില്ല."

"മതപരമായ വല്ല വിലക്കുമുണ്ടോ."

"ഒട്ടും ഇല്ല."

"പിന്നെ എന്താ."

"ശീലമില്ല, അത്ര മാത്രം. കുടിച്ചാൽ ലഹരി ഉണ്ടാക്കുന്നതൊന്നും കുടിക്കാൻ ഇഷ്ടമില്ല. ഞാൻ ഇതുവരെ ഒരിക്കൽപോലും സിഗരറ്റു വലിച്ചിട്ടില്ല."

"സ്കൂളിലെ കണ്ണട വച്ച നല്ല പിള്ളകളുടെ കൂടെയായിരിക്കും നീയ്. എല്ലാവരും നല്ലവൻ എന്നു പറഞ്ഞുകാണും. നിന്നെപ്പോലെ നല്ലവൻ വേറെ കാണുകയില്ല."

"അങ്ങനെ അധികമാളുകൾ പറഞ്ഞില്ല. പൊക്കക്കാരൻ, കണ്ണടക്കാരൻ, തല നന്നായി വകയുന്ന സിംപ്ളൻ എന്നൊക്കെ പറഞ്ഞിരുന്നു. ഗുണ്ടായിസം തീരെ കുറവായിരുന്നു."

"നിനക്കു ഗുണ്ടായിസം അറിയാമോ"

"നന്നായി അറിയാം."

"എന്താ അതു പറയാത്തത്. ഇപ്പോൾ വേണ്ടെന്നു വച്ചു നല്ല പിള്ളയായോ"

"തീരെ ഇല്ല."

"എന്നിട്ട് അന്ന് അചിന്ത്യനെ ഒന്നും പറഞ്ഞതുപോലുമില്ല."

"നാറിയെ തല്ലി കൈ നാറ്റിക്കണ്ട എന്നു വച്ചു."

സോബ്ഹാൻ ചായ മൊത്തിക്കുടിച്ചുകൊണ്ടു ചിരിച്ചു.

സുരഞ്ജനു ശരീരത്തിനു ഭാരം കൂടിയതുപോലെ. ഉള്ളിൽ ഒരു കുറ്റബോധം.

സോബ്ഹാൻ അന്നു സ്വന്തം വണ്ടി കൊണ്ടുവന്നിരുന്നു. അവൻ പോയിക്കഴിഞ്ഞപ്പോൾ സുരഞ്ജൻ പലവിധത്തിലും അവനെക്കുറിച്ച് ആലോചിച്ചു. ആ മനുഷ്യൻ എന്തിനായിരിക്കും തന്നോടു കൂട്ടുകൂടുന്നത്. ഇങ്ങനെയുള്ള ബന്ധത്തിന്റെ പിന്നിൽ എന്തെങ്കിലും ഉദ്ദേശ്യം കാണും. ആ സംശയം സുരഞ്ജനെ സോബ്ഹാനിൽനിന്ന് അകറ്റിക്കൊണ്ടിരുന്നു.

പതിന്നാല്

റീഷോപിൽനിന്നു വന്നതിനുശേഷം സുരഞ്ജനെ കേന്ദ്രീകരിച്ചു സ്വപ്നം കണ്ടു തുടങ്ങിയതു ശരിയല്ല എന്നു സുലേഖയ്ക്കു തോന്നി. ആരോടാണു താൻ ബന്ധം സ്ഥാപിച്ചിരിക്കുന്നത്. തന്റെ ജീവിതത്തിൽ ഏറ്റവും അധികം ചിന്താക്കുഴപ്പം പിടിച്ച സമയത്തു കൂടെ നില്ക്കാത്ത ഒരാളോട്. തന്റെ കാമുകനായ സുരഞ്ജനോട് അന്തിമമായി അവൾ പറഞ്ഞു: "അമ്മാവന്റെ വീട്ടിൽ ഇനി താമസിക്കുകയില്ല. നാളെ അവിടെ നിന്നിറങ്ങും. പാർക്കിലെ ബഞ്ചിലോ മരച്ചുവട്ടിലോ എവിടെ കിടക്കേണ്ടി വന്നാലും കിടക്കും. അവിടെ നിന്നിറങ്ങും. അതല്ലാതെ മറ്റൊരു വഴിയും ഇല്ല."

ഇതു കേട്ടിട്ടും സുരഞ്ജൻ നിർവ്വികാരനായിരുന്നു.

"ഇതെന്താണ് ഒന്നും മിണ്ടാത്തത്."

"എന്തു പറയും? നീ തന്നെ പറയ്"

"സുരഞ്ജന് ഒന്നും പറയാനില്ലേ."

സുരഞ്ജൻ ഒന്നും മിണ്ടാതെതന്നെയിരുന്നു. ഒന്നും സംഭവിക്കാത്തതു പോലെയിരുന്നു. തന്റെ കാമുകനായിട്ടും അവന് ഇത്ര നിർവ്വികാരനായിരിക്കാൻ എങ്ങനെ കഴിയുന്നു എന്നു സുലേഖ അത്ഭുതപ്പെട്ടു. അവന്റെ ഈ നിർവ്വികാരത സുലേഖയെ തീയിലേയ്ക്കെടുത്തിട്ടു. ഒരു തവണ അവൾ പറഞ്ഞു:

"നിങ്ങളുടെ വീട്ടിൽ? നിങ്ങളുടെ വീട്ടിൽ എനിക്കു താമസിച്ചുകൂടെ?"

സുരഞ്ജൻ മിണ്ടിയില്ല. ആ മുഖത്തേയ്ക്ക് ഏറെ നേരം നോക്കിയിരുന്നപ്പോൾ അപമാനം കൊണ്ടും ലജ്ജകൊണ്ടും സുലേഖയുടെ കണ്ണു നിറഞ്ഞു. കരയുന്നത് അവൾക്ക് ഇഷ്ടമല്ല. പക്ഷേ കരഞ്ഞുപോയി. ചായക്കടയിലെ വാദപ്രതിവാദവും കണ്ണിൽ വരുന്ന കണ്ണീരും എത്രനേരം പിടിച്ചുനിർത്താൻ കഴിയും. അന്നു വൈകുന്നേരമാകുമ്പോഴേക്കും സുലേഖയ്ക്കു താമസിക്കാനുള്ള ഒരു സ്ഥലം കണ്ടുപിടിച്ച് ഏർപ്പാടാക്കിയിട്ട് ഫോൺ ചെയ്യാമെന്നു പറഞ്ഞു സുരഞ്ജൻ പിരിഞ്ഞു. സുലേഖയെ അവൻ ഫോണിൽ വിളിച്ചില്ല. അവൾ ഫോൺ ചെയ്തിട്ടു ഫോൺ എടുത്തതുമില്ല. സുലേഖയ്ക്ക് അവൻ മൂന്നു എസ്.എം.എസ് അയച്ചു. മൂന്നിലും ഒരേ വാക്യം. ഐ ലവ് യു. ഈ "ഐ ലവ് യൂ" എന്ന വാക്യം സുഖത്തെക്കാളേറെ ദുഃഖമാണുണ്ടാക്കിയത്. അവളുടെ ആപത്തും ദുഃഖവും കണ്ട് ഒളിച്ചോടിയ അവൻ അവളെ പ്രേമിക്കുന്നു എന്ന് എങ്ങനെ വിശ്വസിക്കും. സുലേഖ, എനിക്ക് ഒരു തരത്തിലും നിന്നെ കൂടെ താമസിപ്പിക്കാൻ കഴിയുകയില്ല എന്നു തുറന്നു പറയുന്നതിൽ എന്തായിരുന്നു കുഴപ്പം. സുരഞ്ജന് ഹൃദയം ഇല്ല എന്നു വിചാരിക്കാൻ കഴിയുന്നില്ല. ആ കൂട്ടബലാൽസംഗം നടന്ന അന്ന് ദയയോടെ അടുത്തുവന്നുനിന്ന ആ നില്പ് ഹൃദയമില്ലാത്ത ഒരാൾക്കും ചെയ്യാൻ കഴിയുന്നതല്ല. എന്നാൽ ഹൃദയാലുത്വത്തെക്കാളേറെ കുറ്റബോധവും പാപബോധവും കൊണ്ടാണ് സുരഞ്ജൻ അന്ന് അങ്ങനെ നിന്നത്. ഹൃദയമില്ലെങ്കിൽ അപരാധബോധവും ഉണ്ടാവുകയില്ല.

എത്രയോ പേർ മനുഷ്യരെ കൊല്ലുകയും ഉപദ്രവിക്കുകയും ചെയ്തുകൊണ്ടിരിക്കുന്നു. അവർക്ക് അപരാധബോധം ഒട്ടുമില്ല. പശ്ചാത്തപിക്കുന്നതും പ്രേമിക്കുന്നതും രണ്ടും രണ്ടാണ്. അപരാധബോധം ഉണ്ടെങ്കിൽ പ്രായശ്ചിത്തം ചെയ്തു മോചനം നേടാം. പ്രേമം ഉണ്ടെങ്കിൽ ആ പ്രേമം നിലനില്ക്കുക തന്നെ ചെയ്യും. സുരഞ്ജനു തന്നോടു പ്രേമം ഉണ്ടെന്നു സുലേഖയ്ക്കു തോന്നുന്നില്ല. അവന്റെ ഐ ലൗ യൂ എന്ന മൂന്നു വാക്കുകളിൽ പ്രേമത്തെക്കാൾ കൂടുതൽ പശ്ചാത്താപമാണുള്ളത്.

ആരും സഹായിച്ചില്ലെങ്കിലും ഭാഗ്യഹീനയാണെങ്കിലും സുലേഖയ്ക്ക് പാർപ്പിടം കിട്ടി. രണ്ടുമൂന്നു ഹോസ്റ്റലുകളിൽ ചെന്നു നോക്കിയശേഷം ഒരു ഹോസ്റ്റൽ ഏർപ്പാടാക്കി അവിടെ താമസം തുടങ്ങിക്കഴിഞ്ഞു. സുരഞ്ജനെ വിളിച്ചു: "പേടിക്കേണ്ട, ഇനി എന്റെ ആപത്തിന്റെ അടുക്കൽ വന്നു നില്ക്കേണ്ടി വരുകയില്ല. ഞാൻ താമസം ഏർപ്പാടാക്കി. ആപത്തു ഞാൻ തന്നെ തരണം ചെയ്തു."

ശബ്ദം കേട്ടപ്പോൾത്തന്നെ നല്ല വാർത്ത അറിഞ്ഞ സന്തോഷത്താൽ, ഉത്സാഹം നിറഞ്ഞ ശബ്ദത്തിൽ സുരഞ്ജൻ പറഞ്ഞു: "ഇവിടെ ആഘോഷം നടക്കുകയാണ്. പിറന്നാൾ."

"എവിടെയാണ്?" സുലേഖ ചോദിച്ചു.

"ബേഗ്ബാഗാനിൽ"

"ആരുടെ വീട്ടിൽ."

"ഓ അതു നീ അറിഞ്ഞില്ല. ഞങ്ങൾ വീടു മാറി. ഇപ്പോൾ ബേഗ്ബാഗാനിലാണു താമസം."

"അതു ഞാൻ അറിഞ്ഞിരുന്നില്ല."

"നിന്നെ അറിയിച്ചില്ല."

"എങ്ങനെയുണ്ട് വീട്"

"വളരെ നല്ല വീട്."

ഫോൺ താഴെ വയ്ക്കാനുള്ള ഉത്സാഹം സുരഞ്ജന്റെ ശബ്ദത്തിൽ തെളിഞ്ഞു.

"ബൈ ദ ബൈ ഒരു റിയൽ ജന്റിൽമാൻ ഇവിടെയുണ്ട്. സംസാരിപ്പിക്കട്ടെ." സുരഞ്ജൻ ചോദിച്ചു.

"ആരെപ്പറ്റിയാണു പറയുന്നത്."

"ശോഭൻ. യു മസ്റ്റ് മീറ്റ് ശോഭൻ."

സുലേഖ പറഞ്ഞു:

"സുരഞ്ജൻ വെറുതെ ചളുപളാ വർത്തമാനം പറയേണ്ട. നിങ്ങൾ വലിയ തിരക്കിലാണ് അല്ലേ."

"അതെ."

"ശരി ആനന്ദിക്കുക. ഞാൻ ഫോൺ വയ്ക്കുന്നു."

സുലേഖ ഫോൺ താഴെ വച്ചു. കണ്ണീർ തടയാൻ കഴിഞ്ഞില്ല. കണ്ണും കരളും ഉരുകി കണ്ണീരായി ഒഴുകി. പലവട്ടം കണ്ണു തുടച്ചു. വേറെ എങ്ങോട്ടെങ്കിലും നോക്കണമെന്നുണ്ട്. മറ്റെന്തെങ്കിലും ആലോചിക്കണം. ഒരു മാസിക എടുത്തു നിവർത്തിനോക്കിക്കൊണ്ടു കിടന്നു. എന്നിട്ടും കണ്ണീർ നില്ക്കുന്നില്ല. കുളിക്കാൻ കയറി. കുറെ ഏറെ നേരം കുളിച്ചു.

വലിയ സ്വപ്നങ്ങളുണ്ടായിരുന്നു. പർവ്വതത്തിൽ നിന്നിറങ്ങിയതു പർവ്വതത്തെക്കാൾ വലിയ സ്വപ്നവും കൊണ്ടാണ്. പക്ഷേ തണുത്തുറഞ്ഞ മനസ്സുമായിട്ടാണു സുരഞ്ജനെ കാണാനിടയായത്. അവളുടെ ആപത്തിൽ ഒരിക്കലും സുരഞ്ജൻ അടുത്തു വന്നുനിന്നില്ല. ഒരു കാമുകനും തന്റെ കാമുകിയോട് ഒരിക്കലും ഇങ്ങനെ ചെയ്യുകയില്ല. നഗരത്തിൽ അയാൾക്കു വീടുണ്ട്. എത്രയോ തവണ അവളുമൊത്ത് അയാൾ കിടന്നിട്ടുള്ള ആ കട്ടിലിൽ, ആ മുറിയിൽ അവൾക്കും ഒരു സ്ഥാനം നല്കേണ്ടതല്ലേ. ബാക്കി ജീവിതകാലം മുഴുവൻ വേണ്ട, ചുരുങ്ങിയതു കുറച്ചു ദിവസത്തേക്കെങ്കിലും ഇടംകൊടുക്കാൻ സുരഞ്ജനു കഴിയുമായിരുന്നില്ലേ. വലിയ ആപത്തിൽ, കാമുകി എന്ന നിലയിൽ വേണ്ട സുഹൃത്ത് എന്ന നിലയിലെങ്കിലും സുരഞ്ജൻ എന്തെങ്കിലും ചെയ്തോ. ആ സുരഞ്ജനുമായുള്ള ബന്ധം തുടർന്നുകൊണ്ടുപോകാൻ സുലേഖയ്ക്ക് എങ്ങനെ തോന്നും. മൊഹബ്ബത് അവളെ സ്നേഹിച്ചിരുന്നില്ല. മൊഹബ്ബത്തിന്റെ അശ്ലീലമായ പെരുമാറ്റവും ചീത്ത വാക്കുകളും ശകാരങ്ങളും സുരഞ്ജന്റെ ഈ മരവിച്ച മനസ്സിനേക്കാൾ എത്രയോ ഭേദമായിരുന്നു. ഇതാണു കൂടുതൽ അപമാനജനകം. സുരഞ്ജനോട് അവൾക്കുള്ളതു പ്രേമബന്ധമാണ്. മൊഹബ്ബത്തുമായി പ്രേമം ഇല്ല. സ്നേഹിക്കുന്ന മനുഷ്യൻ കൂടെ നിന്നില്ലെങ്കിൽ, സഹായത്തിനു വിളിച്ചാൽ വന്നില്ലെങ്കിൽ, പരിഭവിക്കുമ്പോൾ ആ പരിഭവം തീർക്കാൻ മുന്നോട്ടു വന്നില്ലെങ്കിൽ, തനിയെ ദുഃഖിക്കാൻ വിട്ടിട്ടു മാറി നില്ക്കുകയാണെങ്കിൽ പിന്നെ അവനുമായി പ്രേമനാടകം കളിക്കേണ്ട കാര്യമില്ല.

എന്നും രാവിലെയും വൈകിട്ടും ഉച്ചയ്ക്കും അന്തിക്കും സുരഞ്ജൻ ഫോൺ ചെയ്യും എന്നു വിചാരിക്കും. വിളിക്കും, വിവരങ്ങൾ അന്വേഷിക്കും. പക്ഷേ സുരഞ്ജൻ വിളിച്ചില്ല. അവൾ സുരഞ്ജൻ വിളിക്കാത്തതിനു കാരണം കണ്ടെത്തും. എവിടെയെങ്കിലും തിരക്കു പിടിച്ച പണിയിൽ മുഴുകിയിരിക്കുകയാവും. തിരക്കിൽനിന്നു തലയൂരിയാൽ ഉടൻ ഓടി എത്തും. വെറുതെ അങ്ങനെ ആശിച്ചു.

സുലേഖ തുടരെ വെള്ളം ഒഴിച്ചുകുളിച്ചുകൊണ്ടും കണ്ണീർ തുടച്ചുകൊണ്ടും ആലോചിച്ചു. പുതിയ ഒരു ജീവിതം ആരംഭിക്കണം. ഹജറാർമോഡിലെ ബി.കെ.ബി. ലേഡീസ് ഹോസ്റ്റലിൽ ഒരു മുറി കിട്ടുക എന്നു പറഞ്ഞാൽ സ്വർഗ്ഗം കിട്ടുന്നതിനു തുല്യമാണ്. അതിലപ്പുറം ഒന്നും മോഹിക്കാനില്ല. ലാൻഡ്സ്ഡൗണിൽ ഗിരിബാലാ ഹോസ്റ്റൽ ഉണ്ട്. അവിടെ മുറി ഒഴിവില്ല. ഭാഗ്യത്തിനു ബി.കെ.ബിയിൽ കിട്ടി. രണ്ടുപേർക്ക് ഒരു മുറി. മുർഷിദാബാദിൽനിന്നുള്ള മുസ്ലീം യുവതിയാണു കൂടെയുള്ളത്. അവർക്കു ബാങ്കിലാണു ജോലി. കല്ക്കത്തയിൽ

താമസിക്കാൻ സ്ഥലമില്ല. ബന്ധുക്കളാരുമില്ല. അതുകൊണ്ടു ഹോസ്റ്റലിൽ നില്ക്കാമെന്നു വച്ചു. അവരുമായി തമ്മിൽ കണ്ടു സംസാരിച്ചു. അവിവാഹിതയാണ്. പേര് മയൂര. പേരു കേട്ടപ്പോൾ ഇഷ്ടം തോന്നി. അവരോടു പ്രത്യേക ദയയും തോന്നി. വിവാഹിതയാണോ എന്നു സുലേഖയോടു ചോദിച്ചു. അല്ലെന്നാണു പറഞ്ഞത്. മകന്റെ കാര്യം ഒരിക്കൽ ഓർത്തു. പിന്നെ തീരുമാനിച്ചു. മകൻ തന്റേതല്ല മൊഹബ്ബത്തിന്റെതാണ്. ജന്മം കൊടുത്തതും മൊഹബ്ബത്താണ്. അത്ര മാത്രം. ജനിച്ച ശേഷം കഷ്ടപ്പെട്ടതെല്ലാം താനാണ്. മലവും മൂത്രവും വാരിക്കളഞ്ഞു വൃത്തിയാക്കി. മുല കൊടുത്തു വളർത്തി. തുണികൾ അലക്കി. നില്ക്കാനും നടക്കാനും പഠിപ്പിച്ചു. കളിപ്പിച്ചു. കുളിക്കാനും ഉണ്ണാനും പഠിപ്പിച്ചു. അവൻ വളർന്നതു പൂർണ്ണമായും ബാബയെപ്പോലെയാണ്. പതുക്കെപ്പതുക്കെ അമ്മയെ മറക്കാൻ അവനു മടിയില്ല. കാഴ്ചയിലും അവൻ ബാബയെപ്പോലെയാണ്. ഒരമ്മയ്ക്കു പകരം അവനു മറ്റൊരമ്മയെ കിട്ടി. അതുകൊണ്ട് അമ്മയുടെ അഭാവവും അനുഭവപ്പെടുകയില്ല. മുമ്പത്തെ അമ്മയായിരുന്നു വളരെ നല്ലത്. പക്ഷേ ഈ അമ്മയെ അംഗീകരിച്ചുജീവിക്കുന്നതാണു ബുദ്ധി. ഈ ചെറുപ്രായത്തിൽത്തന്നെ അവൻ അതു മനസ്സിലാക്കിയിരിക്കുന്നു. സുലേഖയ്ക്ക് ഇപ്പോൾ രക്തബന്ധത്തിന്റെ ആകർഷണത്തിൽ നിന്നും തന്നെ ഊരി എടുക്കുകയല്ലാതെ മറ്റൊന്നും ചെയ്യാനില്ല. അവൾ ഇപ്പോൾ പൂർണ്ണമായും ഒറ്റയ്ക്കാണ്. ബന്ധുക്കളോ മറ്റു സ്വജനങ്ങളോ സുഹൃത്തുക്കളോ ഇല്ല. തന്നെ പീഡിപ്പിച്ചവനെത്തന്നെ തന്റെ കാമുകനായി കാണേണ്ട അവസ്ഥയിലാണ്. അത്രമേൽ നിസ്സഹായത. ആ സാഹസംകൊണ്ടും പ്രയോജനമുണ്ടായില്ല. കാമുകനായി നടിച്ച അയാൾ യഥാർത്ഥത്തിൽ കാമുകനായിരുന്നില്ല.

തന്നെ കുറെക്കൂടി ഒറ്റപ്പെടുത്തി, വേർപെടുത്തി, കൂടുതൽ ഏകാകിയാക്കേണ്ടിയിരിക്കുന്നു. മറ്റൊരു ലോകത്ത് എത്തിക്കണം. ആ ലോകത്തു പുതിയ ഏതെങ്കിലും സുഹൃത്തു വരുമെങ്കിൽ വരട്ടെ. ഇല്ലെങ്കിൽ വേണ്ട. ജീവിതം അതിന്റെ വഴിക്കു വരട്ടെ. ഈ ജീവിതത്തിൽ ദൗർഭാഗ്യമുണ്ട്. ദുര്യോഗമുണ്ട് എന്നുവച്ചു മരിക്കാനോ ആത്മഹത്യ ചെയ്യാനോ കരഞ്ഞു നടക്കാനോ അവൾ തയ്യാറല്ല. ചീത്ത ആളുകൾ ചീത്ത പ്രവൃത്തികൾ ചെയ്യും. വഞ്ചകന്മാർ വഞ്ചിക്കും എന്നു വച്ച് അവൾ എന്തിനു സ്വന്തം ജീവിതം സ്വയം നഷ്ടപ്പെടുത്തണം. ഒന്നുകൂടി നന്നായി കണ്ണീർ തുടച്ചു. ഇക്കഴിഞ്ഞ രണ്ടു ദിവസങ്ങളിലായി ശരീരം നന്നായി മെലിഞ്ഞു. മുഖത്തു ക്രീം പുരട്ടി കണ്ണാടിയുടെ മുമ്പിൽ നില്ക്കുമ്പോൾ അതു ശ്രദ്ധയിൽപ്പെട്ടു. ഇപ്പോൾ മുഖത്തിനു മുമ്പത്തെക്കാൾ ഭംഗി വച്ചതുപോലെ. ഈ ലേഡീസ് ഹോസ്റ്റലിൽ മാസം ആയിരത്തി ഇരുന്നൂറുരൂപയ്ക്ക് ഭക്ഷണവും താമസവും കഴിയും. മാമന്റെ വീട്ടിലെ താമസത്തെക്കാൾ ഭേദമാണ്. അവിടെ, മാമന്റെ വീട്ടിൽ ഒരു ആശ്രിതയുടെ പരിവേഷമായിരുന്നു. അവർ ബന്ധുക്കളായിരുന്നോ. അതോ രക്തം കുടിക്കുന്ന അട്ടകളോ. മകനെ കാണാൻ സൗകര്യമുണ്ടല്ലോ എന്നു കരുതിയാണ് മാമന്റെ വീട്ടിലെ മൂട്ടകടി കൊണ്ടത്. എന്നാൽ ആ വീടു തന്നെ കൂടുതൽ കടിച്ചു കാർന്നു തുടങ്ങിയപ്പോഴാണു മകനോടുള്ള കെട്ടുകൂടി പൊട്ടിച്ചു പുറത്തു ചാടിയത്. താനിപ്പോൾ സ്വന്തം

കാലിൽ ഉറച്ചു നില്ക്കുന്നു. അന്വേഷിക്കാനോ ചോദിക്കാനോ ആരുമില്ല. ലോകത്തിൽ തന്നെപ്പോലെ സ്വജനങ്ങളില്ലാത്ത ഒരാളുണ്ടെന്നു സുലേഖയ്ക്കു തോന്നുന്നില്ല. ആർക്കായാലും ആരെങ്കിലും ഒരാൾ വല്ലപ്പോഴുമെങ്കിലും അന്വേഷിക്കാൻ കാണും. സുലേഖ മരിച്ചിരിക്കുന്നു. പരിചയമുള്ളവർ അവളെ ഓർമ്മിക്കുന്നു. ഈ ജീവൻ ഇപ്പോൾ പുത്തനായി ആരംഭിച്ചതാണ്. അത് അവളുടെ മാത്രം ജീവിതമാണ്. അതിനെ വിലയില്ലാത്തതായിക്കാണാൻ അവൾ തയ്യാറല്ല. മുഖത്തു ക്രീം തിരുമ്മിത്തിരുമ്മിക്കൊണ്ടു കണ്ണാടിയിൽ വീണ്ടും വീണ്ടും തന്റെ രൂപം നോക്കി. ഒട്ടും ഉചിതമല്ലാത്തിടത്തു പാടുകൾ ഉണ്ട്. മറുക് ഉണ്ടെങ്കിൽ കൊള്ളാം എന്നുള്ളിടത്തു മറുക് ഇല്ല. കണ്ണുകൾ വലുത്. പുരികം ചെറുത്. മൂക്കു ലേശംകൂടി ഉയർന്നിരുന്നെങ്കിൽ നന്നായിരുന്നേനെ. തലമുടി ഇടതൂർന്നതാണ്. പക്ഷേ തീരെ തിളക്കമില്ല. കീഴ്ച്ചുണ്ട് അതിസുന്ദരം. അതിസുന്ദരമായ ഈ അധരത്തിൽ സുരഞ്ജൻ എത്രവട്ടം അമർത്തി ചുംബിച്ചിട്ടുണ്ട്. കൈകൾ മെലിഞ്ഞതായിരുന്നെങ്കിൽ ഭംഗിയായിരുന്നേനെ. സുലേഖയ്ക്ക് കൈയിൽ മേദസ്സ് അധികമുണ്ട്. ഏതാണു ഭംഗി ഏതാണ് അഭംഗി? അത് ആരു പറഞ്ഞുകൊടുക്കും. അവൾ കണ്ണാടിയുടെ മുമ്പിൽ നില്ക്കുമ്പോൾ മയൂര പറഞ്ഞു:

"താങ്കൾ സുന്ദരിയാണ്."

"ഞാനോ"

"അതേ താങ്കൾ"

"കൊള്ളാം, നിന്റെ പേരെന്താ മയൂര എന്നായത്."

"അതെന്റെ ചേച്ചി ഇട്ട പേരാണ്. ചേച്ചി ഒരിക്കൽ അജ്മീറിൽ പോയിരുന്നു. അവിടെനിന്നു ജയ്പൂരിൽ. ജയ്പൂരിൽ മയൂരങ്ങളെക്കണ്ടു ശരിക്കും ഇളകിപ്പോയി."

"ആയിടയ്ക്കാണു ഞാൻ ജനിച്ചത്. ചേച്ചി എനിക്കു മയൂര എന്നു പേരിട്ടു. എന്താ, പേരു നല്ലതല്ലേ."

"വളരെ നല്ല പേര്. ഞാൻ ഇത്ര നല്ല പേര് ഇതുവരെ കേട്ടിട്ടില്ല."

മയൂരയുടെ കൂടെയുള്ള ജീവിതം തനിക്ക് ഒരിക്കലും അസഹ്യമാവുകയില്ലെന്നു സുലേഖ വിചാരിച്ചു. ഹോസ്റ്റൽ ജീവിതം ആരും ആഗ്രഹിക്കുന്നതല്ല. എല്ലാവരും സ്വജനങ്ങളുടെ നടുക്കു ജീവിക്കാനാണ് ആഗ്രഹിക്കുന്നത്. എന്നാൽ സുലേഖയ്ക്ക് ഈ ഹോസ്റ്റൽ ജീവിതം പ്രാർത്ഥിച്ചു കിട്ടിയതാണ്. സുരഞ്ജനെപ്പോലെ പേടിത്തൊണ്ടനും തീരുമാനമെടുക്കാൻ കഴിയാത്തവനുമായ ഒരുത്തന്റെ കൂടെ ജീവിച്ചിട്ട് ഒരു കാര്യവുമില്ല. ഇത്ര കൺഫ്യൂഷനുള്ള ഒരാളെ സ്ഥിരബുദ്ധിയുള്ള ഒരാളും ജീവിതപങ്കാളിയാക്കുകയില്ല.

ഉദ്യോഗം, ബോറടി ഉണ്ടാക്കുന്ന ഉദ്യോഗമാണ്. പിടിച്ചു നില്ക്കണം. ഇടപാടുകാർ വരുമ്പോൾ സുന്ദരമായി ചിരിച്ചുകൊണ്ടു സംസാരിക്കണം. സഹായത്തിന് ഇംഗ്ലീഷുണ്ട്. ഇംഗ്ലീഷും ഹിന്ദിയും ബംഗാളിയും ഈ മൂന്നു ഭാഷയും അറിയാവുന്നതുകൊണ്ടാണ് ജോലി കിട്ടിയത്. ശമ്പളം അയ്യായിരം

രൂപ. ജീവിതത്തിൽ ഇതുവരെ പണം സ്വന്തം കൈകൊണ്ടു ചെലവഴിച്ചിട്ടില്ല. ഇനിയങ്ങോട്ടു ജീവിതത്തിലെ തീരുമാനങ്ങൾ സ്വയം എടുക്കുന്നു. സ്വന്തം കാലിൽ നില്ക്കുന്നു. ആരുടെയും തല്ലു കൊള്ളേണ്ട. പഴി പറച്ചിൽ കേൾക്കേണ്ട. അവജ്ഞയും അപമാനവും സഹിക്കേണ്ട. ആരുടെയും ദയയും കരുണയും കൊണ്ടു ജീവിക്കേണ്ട. ഈ ജീവിതം ദി ബെസ്റ്റ് അല്ലെങ്കിൽ പിന്നെ ഏതാണ് ദി ബെസ്റ്റ്? ഉദ്യോഗം ബോറടിക്കുന്നതാണ് എന്നു പറയുമ്പോലെ വിവാഹ ജീവിതവും പൊല്ലാപ്പുകൾ നിറഞ്ഞതാണ്. വീട് അടിച്ചു തുടയ്ക്കുക, ചോറും കറികളും വയ്ക്കുക, പലഹാരം ഉണ്ടാക്കുക, വീട് അലങ്കരിക്കുക ഇതൊക്കെ ചെയ്താലും അതിനു ചില്ലിക്കാശു പ്രതിഫലം കിട്ടുകയില്ല. ഒരു വയറു ചോറിന്നായി ഈ പണിയെല്ലാം ചെയ്യാറില്ലേ. അതുപോലെ വേതനമില്ലാത്ത ഈ ജോലി മൊഹബ്ബത്തിന്റെ വീട്ടിൽ ചെയ്തിരുന്നു. സുരഞ്ജൻ കുറെ സ്വപ്നങ്ങൾ കാണിച്ചുതന്നു. എല്ലാം കള്ളസ്വപ്നങ്ങളായിരുന്നു. സത്യസന്ധമായ സ്നേഹം കിട്ടാനുള്ള തലയിലെഴുത്തുമായല്ല സുലേഖ ജനിച്ചിരിക്കുന്നത്. ഈ സത്യം അംഗീകരിക്കുവാൻ വേദനയുണ്ട്. പക്ഷേ അംഗീകരിച്ചേ പറ്റൂ. മറ്റ് ഉപായങ്ങളൊന്നുമില്ല. സ്വന്തം ഉയരം അഞ്ചടി നാല് ഇഞ്ച് എന്നത് അംഗീകരിക്കുന്നതുപോലെ ഇതും അംഗീകരിക്കണം. നിരാശപ്പെട്ടതു കൊണ്ടോ ഹാഹാ എന്നു വിളിച്ചു കരഞ്ഞതുകൊണ്ടോ ഉയരം കൂടുകയില്ല. ലോകത്തിൽ എത്രയോ സ്ത്രീകൾ ഒട്ടും സ്നേഹം കിട്ടാതെ നിരന്തരം കഷ്ടതകളും പീഢനങ്ങളും സഹിച്ചു ജീവിക്കുന്നു. സുലേഖ ഇപ്പോൾ അവളുടെ ജീവിതത്തിലുണ്ടായിട്ടുള്ള സകല ദുഃഖാനുഭവങ്ങളോടും നന്ദിയുള്ളവളാണ്. ആ അനുഭവങ്ങളാണ് ഇന്നത്തെ ഈ ലോകത്തിൽ അവളെ എത്തിച്ചത്. അവളെ തട്ടിക്കൊണ്ടുപോയത്, ഭർത്താവിന്റെ വീട്ടിൽ വച്ചു സുരഞ്ജനുമായി ലൈംഗികബന്ധം പുലർത്തിയത്, ഭർത്താവ് അതു കണ്ടുപിടിച്ചത്, മർദ്ദനം, ഭർത്താവിന്റെ രണ്ടാം വിവാഹം, ജന്മഗൃഹത്തിൽ ബാബയുടെ നിന്ദനം, സ്വജനങ്ങളുടെ നിന്ദ, രബിഉലും സുലതയും നിന്ദിച്ചത്, മാമന്റെ വീട്ടിൽ വച്ചു കൈയേറ്റങ്ങൾ അനുഭവിച്ചത് - ഇതെല്ലാം അവൾക്കു ജീവിതത്തെപ്പറ്റി ഒത്തിരി കാര്യങ്ങൾ പഠിപ്പിച്ചുകൊടുത്തു. ജീവിതം മിനുപ്പും മാർദ്ദവമുള്ളതു മായിരുന്നെങ്കിൽ ഇന്നു നില്ക്കുന്ന സ്ഥലത്തു താൻ വന്നു ചേരുകയില്ലായിരുന്നു. മനുഷ്യന്റെ ക്രൂരത, ഹിംസിത, നിഷ്ഠുരത, മതാന്ധത, സ്വാർത്ഥത, ഇതൊന്നും ഇല്ലായിരുന്നെങ്കിൽ താൻ ഇന്ന് ഈ ലോകത്തിൽ വന്നു നില്ക്കുകയില്ലായിരുന്നു.

ദുർബ്ബലയും നിസ്സഹായയും പരാശ്രയിയും ആവുകയല്ലാതെ മറ്റൊരു വഴിയും ഇല്ലെന്ന് അവൾക്കറിയാമായിരുന്നു. ഭർത്താവു കഴുത്തിനു പിടിച്ചു തള്ളി പുറത്താക്കിയില്ലെങ്കിൽ തന്റെ ഉള്ളിലുള്ള ധൈര്യവും കഴിവും തിരിച്ചറിയുക യില്ലായിരുന്നു. സുരഞ്ജൻ പ്രേമിക്കുകയും തലോടുകയും ശരീരബന്ധം പുലർത്തുകയും ചെയ്തതിനല്ല, പീഡിപ്പിക്കണമെന്ന ഉദ്ദേശ്യത്തോടെ തട്ടി ക്കൊണ്ടു പോയതിനാണ് അവനോടു നന്ദിയും കടപ്പാടും ഉള്ളത്. ആ ദുരന്തമാണ് അവളുടെ ജീവിതത്തെ മാറ്റിമറിച്ചത്. ആ ദുരന്തത്തോടും അതു സമ്മാനിച്ച സുരഞ്ജനോടും ജീവിതകാലം മുഴുവൻ കൃതഞ്ജതയുണ്ടായിരിക്കും. രാവിലെ

ജോലിക്കു പോവുക, ജോലി കഴിഞ്ഞു തിരികെ വന്നു ഹോസ്റ്റലിലെ പെൺകുട്ടികളുമായി പരിചയപ്പെടുക, പഴയ അന്തേവാസികളിൽനിന്ന് അവരുടെ ജീവിതത്തെപ്പറ്റി കൂടുതൽ അറിയുക, കോമൺഹാളിലിരുന്ന് ടിവി കാണുക, സുഖമായി ഉറങ്ങുക ഇങ്ങനെയാണിപ്പോൾ സുലേഖയുടെ ജീവിതം. സുരഞ്ജന് ഫോൺ ചെയ്യാനായി കൈ തരിക്കുന്നു. നൊമ്പരപ്പെടുത്തുന്ന ഏകാകിത്വം ഒഴിവാക്കാൻ മറ്റെന്തിലേക്കോ മനസ്സ് തിരിക്കാമെന്നു തീരുമാനിച്ചു. കൈകളെ, കൈവിരലുകളെ പിൻതിരിപ്പിച്ചു.

ഒരുദിവസം സുരഞ്ജന്റെ ഫോൺ വന്നു.

"വൈകുന്നേരം വരാമോ"

"എവിടെ."

"കലാമന്ദിരത്തിന്റെ മുമ്പിൽ വന്നുനിന്നാൽ മതി. അവിടെനിന്നു എങ്ങോട്ടെങ്കിലും പോകാം."

"എങ്ങോട്ട്."

"എങ്ങോട്ടെങ്കിലും"

"എങ്ങോട്ടെങ്കിലും എന്നു പറഞ്ഞാൽ"

"എന്താ ഇങ്ങനെ? നിനക്കു വേണമെന്നു തോന്നുന്നില്ലേ."

"വേണമെന്നു തോന്നാൻ വല്ല കാരണവുമുണ്ടോ."

"വരൂ. ഇന്നു ചില പുതിയ കാര്യങ്ങൾ നടക്കും."

"എന്താണു പുതിയ കാര്യം."

"കാണാം. ഇപ്പോൾ പറയുകയില്ല. സർപ്രൈസ്."

ഈ സർപ്രൈസ് പ്രയോഗം സുലേഖയുടെ ഹൃദയത്തെ തുടിപ്പിച്ചു. പകൽ ജോലികളിൽ മനസ്സു നില്ക്കുന്നില്ല. ക്യാഷിൽ ഇരുന്നുകൊണ്ടു മെഷീന്റെ സ്വിച്ച് ഇടേണ്ടതാണ്. മനസ്സു മറ്റെവിടെയോ ആണ്. വിരലുകൾക്കു തെറ്റു പറ്റുന്നു. കണ്ണുകൾക്കു തെറ്റു പറ്റുന്നു. എന്തായിരിക്കും ആ സർപ്രൈസ്?

പോകാം. വിവാഹം കഴിക്കാം എന്നു പറയുമോ.

ഇനി മുതൽ ഒന്നിച്ചു താമസിക്കാം എന്നു പറയുമോ.

ഇത്രയും നാൾ കൊണ്ട്, നിന്നെ പിരിഞ്ഞിരിക്കാൻ കഴിയുകയില്ലെന്നു മനസ്സിലായി എന്നു പറയുമോ.

നിന്നെ എത്രമാത്രം സ്നേഹിക്കുന്നു എന്നു മനസ്സിലായി എന്നു പറയുമോ.

നിന്നെക്കൂടാതെ സുഖമായി ജീവിക്കുക എന്നത് ഉണ്ടാവുകയില്ലെന്നു പറയുമോ.

അതോ, വാ വീട്ടിലേക്കു പോകാം. മായയുടെ എതിർപ്പ് എന്ന പ്രശ്നം തീർന്നു. അവൾക്ക് എന്റെ വിഷമം മനസ്സിലായി എന്നു പറയുമോ. അല്ലെങ്കിൽ സുരഞ്ജനു നല്ല ശമ്പളമുള്ള വലിയ ഒരു ജോലി കിട്ടിയോ. മാസം ഇരുപതിനായിരം രൂപ

ശമ്പളം, നീ എന്നെ റീഷോപിൽ കൊണ്ടു പോയല്ലോ. നിന്നെ ഞാൻ സിംലയിൽ കൊണ്ടുപോകാം എന്നു പറയുമോ. രണ്ടുപേർക്കും കൂടി മന്ദാരമണിയിൽ രണ്ടു ദിവസം താമസിച്ചിട്ട് വരാം, അല്ലെങ്കിൽ ആന്തമാനിൽ പോയി വരാം എന്നു പറയുമോ. ഇങ്ങനെ എന്തെങ്കിലും. സുരഞ്ജന് ഇതല്ലാതെ വേറെ എന്താണു സർപ്രൈസ്.

രണ്ടു മണിക്കൂർ കഴിഞ്ഞു വീണ്ടും ഫോൺ.

"നോക്കൂ കലാമന്ദിരത്തിനടുത്ത് ജിനിഷ് കിച്ചൺ ടിഫിൻ ഹാളിൽ വന്നാൽ മതി."

"ശരി."

ആറുമണിയോടടുത്തു വീണ്ടും ഫോൺ.

"മാർക്കോപോളോ റസ്റ്റാറന്റിൽ പാർക്ക് സ്ട്രീറ്റ്." സുലേഖാ മാർക്കോ പോളോയിലേക്കു ചെന്നു. അങ്ങനെ കൂടുതൽ ഒരുങ്ങിയില്ല. വെളുത്ത ബ്ലൗസും നീല ഹാൻഡ്‌ലൂം സാരിയും. മുഖത്തു സാധാരണ ക്രീമിനു മുകളിൽ ഒന്നും ചെയ്തില്ല. ചുണ്ടിൽ വളരെ ലോലമായി ലിപ്സ്റ്റിക്കിട്ടു. എന്നും കാണാറുള്ള ആളെ കഴിഞ്ഞ രണ്ടാഴ്ചയായി കണ്ടിട്ടില്ല. സുലേഖയുടെ പിടയ്ക്കുന്ന മനസ്സ് സുരഞ്ജനെ കണ്ടപ്പോൾ ശാന്തമായി. എന്നാൽ പെട്ടെന്നുതന്നെ കൂടുതൽ അശാന്തമായി. അവനും കാണാൻ സുന്ദരനായിരിക്കുന്നു. ചന്ദനക്കളർ പാന്റ്, നീലഷർട്ട്. അല്പം ഉലഞ്ഞ തലമുടി. അതു ഭംഗി വർദ്ധിപ്പിച്ചു. കഴുത്തിലെ മറുക് അതുപോലെ. എത്ര വട്ടം അവൾ ഉമ്മ വച്ചതാണതിന്മേൽ. അതിലേയ്ക്കു തന്നെ നോക്കിനില്ക്കാൻ ഇഷ്ടം തോന്നി. കണ്ണുകൾ രണ്ടും ചിരിച്ചു. പിന്നെ ചുണ്ടുകളും ചിരിച്ചു. അല്പം അകന്നാണിരുന്നത്, മുഖാമുഖം തന്നെ. പെട്ടെന്നു നോട്ടം പിൻവലിച്ചു.

"വാഹ്!" സുരഞ്ജൻ പറഞ്ഞു.

"എന്താണ് വാഹ്"

"വളരെ നന്നായിരിക്കുന്നു."

"എന്ത്"

"നിന്നെക്കാണാൻ."

സുരഞ്ജന്റെ ശൈലി ഒന്നു വേറെയാണ്. സാധാരണ ആളുകൾ പറയും:

ഈ സാരി നന്നായിരിക്കുന്നു. സുരഞ്ജൻ പറയും: ഈ സാരിയുടുത്തപ്പോൾ നീ കൂടുതൽ സുന്ദരിയായിരിക്കുന്നു.

സുലേഖ പറഞ്ഞു:

"താനും കാണാൻ കൂടുതൽ സുന്ദരനായിരിക്കുന്നു."

"ഉവ്വോ."

"കൂടുതൽ സ്മാർട്ടായിരിക്കുന്നു."

"സ്മാർട്ട് അല്ലായിരുന്നോ."

"ഇത്രയ്ക്ക് സ്മാർട്ട് അല്ലായിരുന്നു."

"അപ്പോൾ കൊള്ളാം. ഉയരുകയാണ്. താഴുകയല്ലല്ലോ."

"അതല്ല. തന്റെ സെൽഫ് എസ്റ്റിമേറ്റു വളരെ കൂടുതലാണ്. എന്റേതു പോലെയല്ല. അതുപോട്ടെ, പെട്ടെന്ന് ഓർക്കാൻ എന്താണു കാരണം? മറന്ന ആളെ മറന്നേക്കണം. വിളിച്ചതെന്തിന്? സർപ്രൈസ് ഉണ്ടാകുമെന്നു പറഞ്ഞതെന്ത്?"

"കാണാം."

"കാണാം. ശരി, അതു പറയൂല്ലേ."

"കാണാം"

"കാണിക്കൂ."

"നില്ക്ക്, ഇത്തിരി കാത്തിരിക്കൂ."

ഇങ്ങനെത്തന്നെ സംസാരിച്ചുകൊണ്ട് അല്പനേരം കഴിഞ്ഞു. സുരഞ്ജൻ വിസ്കി ഓർഡർ ചെയ്തു. സുലേഖ ബ്ലഡിമേരിയും. ഒരിക്കലും കഴിച്ചിരുന്നില്ല. റീഷോപ്പിൽ പോയി ആദ്യമായി ബ്ലഡിമേരി കുടിച്ചുകൊണ്ടാണു കാപ്പുകെട്ടി ഹരിശ്രീ കുറിച്ചത്. രണ്ടുപേരുടെയും ഗ്ലാസ് ഏറക്കുറെ കാലിയായി. അപ്പോഴാ യിരുന്നു സോബ്ഹാന്റെ ആഗമനം.

"എന്റെ കൂട്ടുകാരൻ ശോഭൻ. ശരിക്കു പറഞ്ഞാൽ സോബ്ഹാൻ. മൊഹമ്മേദ് സോബ്ഹാൻ."

സുലേഖ ഒന്നു തല ഉയർത്തി നോക്കിയിട്ടു വീണ്ടും മുഖം താഴ്ത്തി ഗ്ലാസ്സെടുത്തു, സോബ്ഹാൻ സുരഞ്ജന്റെ അടുത്തുള്ള കസേരയിലിരുന്നു. തനിക്കു വേണ്ടി ഒരു സ്പ്രായിട്ടർ ഓർഡർ ചെയ്തു.

"ഇവരുടെ കാര്യമാണു ഞാൻ പറഞ്ഞിരുന്നത്. സുലേഖ. വളരെ നല്ല പെൺകുട്ടി. പൂജ്യത്തിൽനിന്നു സ്വയം ഉയർന്നു വന്നു. ഇപ്പോൾ നല്ല ഒരു ജോലിയുണ്ട്. നല്ല മനോബലം. ആലോചിക്കാൻപോലും വയ്യ. എനിക്കാണെങ്കിൽ ഒരിക്കലും ഇത്ര തന്റേടം ഉണ്ടാവുകയില്ല. സുലേഖ, ഇത് സോബ്ഹാൻ. മനോബലത്തിന്റെ പർവ്വതം. ഇപ്പോൾ വെൽ എസ്റ്റാബ്ലിഷ്ഡ്. നിങ്ങൾ രണ്ടുപേരു ടെയും രീതികൾ തമ്മിൽ അത്രമാത്രം സാമ്യം ഉണ്ട്. നിങ്ങളെ പരിചയപ്പെടുത്താം എന്നു വിചാരിച്ചു."

ഇതിനുശേഷം സുലേഖ സുരഞ്ജനോടു കുറച്ചേ സംസാരിച്ചുള്ളൂ. കൂടുതൽ സംസാരിച്ചതു സോബ്ഹാനോടായിരുന്നു. എവിടെയാണു വീട്, എവിടെയാണു ജോലി, എന്തു ബിസിനസ്സാണ്, ഫീഡർ റോഡിൽ സ്വന്തം ഫ്ളാറ്റാണോ, വാടകയ്ക്കാണോ. സോബ്ഹാന്റെ ഗുണങ്ങൾ കേട്ട് അത്ഭുതപ്പെട്ടു.

അപ്പോഴേക്കും സുരഞ്ജൻ പറഞ്ഞു: "തീർന്നില്ല. കാറുണ്ട്. സ്വയം കാറോടിച്ചാണ് വന്നിരിക്കുന്നത്. എവിടെയെങ്കിലും പാർക്കിംഗ് കിട്ടിയോ."

സോബ്ഹാൻ തലയാട്ടി. സുലേഖയോടു സോബ്ഹാനും ആകർഷണം തോന്നി. ചോദ്യങ്ങൾക്ക് ഉത്തരം പറഞ്ഞേ ഉള്ളൂ. സ്വയം ഒന്നും ചോദിച്ചില്ല. സുരഞ്ജനിൽനിന്നു കേട്ടതു തന്നെ ധാരാളം മനസ്സിൽ ഉണ്ട്.

സുലേഖ ഓരോ കാര്യവും പറഞ്ഞുവന്നപ്പോൾ ആവർത്തിച്ചു കൊണ്ടിരുന്നു.

"ഞാൻ വളരെ ചെറിയ ഒരു ജോലിയാണു ചെയ്യുന്നത്. ജോലി ചെയ്യാൻ ആഗ്രഹമില്ലായിരുന്നു. ഭർത്താവിനെയും കുട്ടികളെയും ശുശ്രൂഷിച്ചു ജീവിക്കാനായിരുന്നു മോഹം. പെട്ടെന്നുണ്ടായ ഒരു ദുരനുഭവം നിമിത്തം എല്ലാം കുഴഞ്ഞു മറിഞ്ഞു. കഷ്ടകാലത്തു കൂടെ നില്ക്കുന്നവരാണ് കൂട്ടുകാർ. എനിക്കു ജീവിതത്തിൽ കൂട്ടുകാർ ആരും തന്നെ ഇല്ല. ആകെ ഉണ്ടായിരുന്നത് സുരഞ്ജൻ ആയിരുന്നു. മൂന്നുലകത്തിലും വേറെ ആരുമില്ല. എന്റേതുപോലെയാണ് സുരഞ്ജന്റെ ജീവിതവും. അപ്പപ്പോൾ വരുന്നതിനെ നേരിടുക തന്നെ. ജീവിതം എനിക്കു തരുന്നതെന്തായാലും എത്രയൊക്കെയായാലും അതൊക്കെ സ്വീകരിക്കുക തന്നെ. താങ്കൾ?"

സോബ്ഹാൻ കാണാൻ സുരഞ്ജനെക്കാൾ വളരെ നന്ന്. ആധുനികൻ. ബുദ്ധിമാൻ. ടിപ്ടോപ്. നേരെ വിപരീതപ്രകൃതിയുള്ള സുരഞ്ജനുമായി ഈ ആൾക്ക് ചങ്ങാത്തം ഉണ്ടായതെങ്ങനെ എന്നു മനസ്സിലാക്കുക എളുപ്പമല്ല. കാണാൻ ഭംഗിയുള്ളതു വലിയ ഒരു കാര്യമല്ലെന്നു സുലേഖയ്ക്കറിയാം. മനസ്സ് എങ്ങനെ എന്നതാണു മുഖ്യം. സംസാരിച്ചിരുന്നപ്പോൾ സോബ്ഹാന്റെ സൗഹൃദം വളരെ നല്ലതാണെന്നു തോന്നി. സജ്ജനഭാവവും സംസ്കാരവും ഒത്തിണങ്ങിയ ഒരു വ്യക്തിത്വം. മൊത്തത്തിൽ അങ്ങനെയേ തോന്നുകയുള്ളൂ. പിന്നെ വാസ്തവം എന്താണെന്ന് ചുരുങ്ങിയത് ഒരു കൊല്ലംകൊണ്ട് അറിയാം. അതെന്തുമാകട്ടെ, സോബ്ഹാൻ എത്ര തങ്കമാണെങ്കിലും അതുകൊണ്ടു സുലേഖയ്ക്ക് എന്തു പ്രയോജനം. പരമാവധി സുരഞ്ജന് നല്ല ഒരു സുഹൃത്തുണ്ടെന്നു വിചാരിക്കാം. ബന്ധുഭാഗ്യമുള്ളതുകൊണ്ട് ആരുടെയും മര്യാദയും മഹത്ത്വവും ഉയരുകയില്ല. സുലേഖയ്ക്ക് കണ്ണുകളിൽ കൂടുതൽ വെളിച്ചം ഉണ്ടായാൽ കൊള്ളാം എന്നു തോന്നി. ഓർമ്മകളെ ബ്ലഡിമേരികൊണ്ടു തളച്ചിടാൻ നോക്കി.

"താങ്കൾ വളരെ കുറച്ചേ സംസാരിക്കുന്നുള്ളൂ."

"പരിചയപ്പെടുന്നന്നു കൂടുതലൊന്നും സംസാരിക്കാൻ ആർക്കും കഴിയുകയില്ല."

"പ്രേമിച്ചാണോ വിവാഹം കഴിച്ചത്."

ചോദ്യം കേട്ടപ്പോൾ ഒന്നു പകച്ചുപോയി. ഉത്തരം പറയാൻ അല്പസമയമെടുത്തു.

"വേണ്ട, ഉത്തരം പറയേണ്ട. പ്രേമം എന്നു കേട്ടപ്പോൾത്തന്നെ താങ്കൾക്ക് അസ്വസ്ഥത ഉണ്ടായതുപോലെ."

"താങ്കൾക്ക് അസ്വസ്ഥത ഉണ്ടാകില്ലേ."

"ഒട്ടും ഇല്ല."

"എന്റെ ജീവിതത്തിൽ ഒരിക്കലേ പ്രേമം ഉണ്ടായിട്ടുള്ളൂ."

"ചിലരുടെ ജീവിതത്തിൽ ഒരിക്കലേ പ്രേമം ഉണ്ടാകൂ."

"എന്തുകൊണ്ട്. ഹൃദയത്തിന്റെ വാതിൽ അടച്ചു വയ്ക്കുമോ."

"അടച്ചു വച്ചിട്ടില്ല. അടയ്ക്കുന്ന കാര്യം ആലോചിക്കുകയാണ്. താങ്കളോ? അടച്ചിരിക്കുകയാണോ."

സോബ്ഹാൻ വീണ്ടും ചുണ്ട് ഒട്ടിച്ചു ലജ്ജയോടെ ചിരിച്ചു. ഒരു സ്ത്രീയോട് ഇങ്ങനെയൊക്കെ സംസാരിക്കാൻ തക്ക ശീലമില്ല. സുരഞ്ജനുമായിട്ടാണെങ്കിൽ സംസാരിക്കാം.

"താങ്കൾ സിനിമയിൽ കാണുന്ന നല്ല മനുഷ്യരെപ്പോലെയാണ്."

"ഞാൻ അധികം സംസാരിക്കാത്തതുകൊണ്ടു നല്ല മനുഷ്യനാണെന്ന് ആളുകൾക്കു തോന്നുന്നതാണ്. യഥാർത്ഥത്തിൽ നല്ല മനുഷ്യനല്ല."

"താങ്കൾക്കു പണം ഉണ്ട്. പക്ഷേ അതിന്റെ അഹങ്കാരം ഒട്ടുമില്ല. അതു കൊണ്ടും നല്ല മനുഷ്യനാണെന്നു പറയും. താങ്കളും സുരഞ്ജനുമായി നല്ലവണ്ണം ചേരും."

"എങ്ങനെ? ഞങ്ങൾ തമ്മിൽ സാമ്യം തീരെ കുറവാണെന്ന് എനിക്കു തോന്നുന്നു. എന്താണു സാമ്യം. രണ്ടുപേരും മദ്യം കുടിക്കുന്നതാണോ. ഞാനാണെങ്കിൽ ജീവിതത്തിൽ ഇതു രണ്ടാം തവണയാണ് കുടിക്കുന്നത്."

"അതല്ല. നിങ്ങൾ രണ്ടുപേരും എന്നെക്കുറിച്ചു വളരെ കുറച്ചു മാത്രം അറിഞ്ഞുകൊണ്ടു വളരെ കൂടുതൽ പ്രശംസിക്കുന്നു."

സുലേഖയും സോബ്ഹാനും തമ്മിലുള്ള സംഭാഷണം സുരഞ്ജൻ നല്ലവണ്ണം ആസ്വദിച്ചു. സുലേഖ മേശയ്ക്കരുകിൽ സുരഞ്ജൻ ഉണ്ടെന്ന കാര്യം മനഃപൂർവ്വം മറക്കാൻ ആഗ്രഹിക്കുകയാണോ. അതോ ഇത്ര വേഗം സോബ്ഹാനുമായി പ്രേമത്തിലായോ? സുരഞ്ജനു മനസ്സിലാകുന്നില്ല.

സംഭാഷണത്തിൽ രാഷ്ട്രീയം, സാമ്പത്തികം, സാമൂഹ്യനീതി, അന്നം, വെള്ളം ഒന്നും കടന്നു വന്നില്ല. ആദ്യന്തം പ്രേമം, വികാരം, സ്നേഹം, വിരഹം തുടങ്ങിയ വിഷയങ്ങൾ മാത്രം. സുരഞ്ജന് അതുതന്നെയായിരുന്നു ഇഷ്ടപ്പെട്ടത്. മറ്റു വിഷയങ്ങൾ, വിശേഷിച്ച് രാഷ്ട്രീയം, സാമ്പത്തികം മുതലായവയെക്കുറിച്ചു പറഞ്ഞിരുന്നെങ്കിൽ മടുപ്പു തോന്നി എഴുന്നേറ്റു വല്ല വഴിക്കും പോയേനേ. ഈ കഠിനവിഷയങ്ങളൊന്നും എനിക്കു മനസ്സിലാവുകയില്ല എന്നാണ് അവൻ പറയാറ്. പിന്നെ വേണമെങ്കിൽ കളികളുടെ കാര്യം പറയാം. പിന്നെന്തു കാര്യം. ചരിത്രം, ഭൂഗോളം? ചരിത്രം ഒട്ടും വേണ്ട. ഭൂഗോളം പിന്നെയും തമ്മിൽ ഭേദം. കുടുംബകാര്യം? ഛെ. പുസ്തകങ്ങൾ. ബോറിംഗ്. പാട്ടു പാടുകയാണെങ്കിലോ? അതു കൊള്ളാം. നാടകമോ? വേണ്ട. പിന്നെ എന്താണ് ഇഷ്ടം? തമാശ. ആരുടെ കൂടെ? തനിയെ തന്നെ. ഇങ്ങനെ സുരഞ്ജൻ മനസ്സിൽ സ്വയം ചോദ്യങ്ങൾ ചോദിച്ച് ഉത്തരം പറഞ്ഞുകൊണ്ടിരുന്നു.

കഥോപകഥകൾ പറഞ്ഞു പറഞ്ഞ് സമയം മുന്നോട്ടു നീങ്ങി. രാത്രി വളർന്നുകൊണ്ടിരുന്നു. സോബ്ഹാൻ ബില്ലു കൊടുത്തു. സുരഞ്ജന് തീരെ ലക്കില്ല. സുലേഖയ്ക്ക് ഒരു കുഴപ്പവുമില്ല. സോബ്ഹാന്റെ വെള്ളക്കുപ്പായത്തിൽ കറുത്ത ഒരു കുത്തുപോലുമില്ല. നന്നായി ചീകിവച്ച തലമുടി. താടി നീണ്ടിട്ടില്ല. മുഖത്തു പാടോ കുഴിയോ ഇല്ല. നല്ല വെളുത്ത പല്ല്. കൂനില്ല. ഞെളിവില്ല. തടിച്ചിട്ടില്ല. മെലിഞ്ഞിട്ടില്ല. ആറടി പൊക്കം, ഒത്ത ശരീരം. സുരഞ്ജനെക്കാൾ ഏതാനും വയസ്സിന് ഇളയതാണ്. ഇങ്ങനെയുള്ള ഒരു യുവാവിനെയാണ് സുലേഖ ആഗ്രഹിക്കേണ്ടത്. സോബ്ഹാൻ കാറിൽ സുരഞ്ജനെ ബേഗ്ബാഗാനിലും പിന്നെ സുലേഖയെ ഹാജറായിലും കൊണ്ടു ചെന്നു വിട്ടു.

രാത്രിയിൽ സുരഞ്ജൻ സുലേഖയെ ഫോണിൽ വിളിച്ചു. അപ്പോഴേക്കും കൈയും മുഖവും കഴുകി, ഭക്ഷണവും പല്ലുതേയ്പ്പും കഴിഞ്ഞു സുലേഖ നിശാവസ്ത്രങ്ങളിൽ കയറിക്കൂടിയിരുന്നു. ഹോസ്റ്റലിൽ എല്ലാവരും കിടന്നു കഴിഞ്ഞിരുന്നു. സുരഞ്ജൻ ചോദിച്ചു:

"എങ്ങനെയുണ്ടായിരുന്നു."

"നന്നായിരുന്നു."

"ഗംഭീരമായില്ലേ."

"ഓ, ഗംഭീരമായി"

"ഞാൻ പറഞ്ഞിരുന്നില്ലേ."

"വാസ്തവത്തിൽ വളരെ ദിവസങ്ങളായി നല്ല ഭക്ഷണം കഴിച്ചിട്ട്. മാമന്റെ വീട്ടിലെ തിന്നാൻ കൊള്ളാത്ത ഭക്ഷണവും ഹോസ്റ്റലിലെ ഭക്ഷണവും കൊണ്ടു മടുത്തിരിക്കുമ്പോൾ ഇത്ര നല്ല ഭക്ഷണം, ഹൊ. ഗംഭീരം."

"ആട്ടെ! ഞാൻ ചോദിച്ചതു സോബ്ഹാനെ ഇഷ്ടമായോ എന്നാണ്."

"ഓ, സോബ്ഹാൻ. നല്ലയാൾ."

"വളരെ ഹാൻഡ്സം അല്ലേ."

"അതെ."

സുലേഖ അപ്പോൾ റസ്റ്റോറന്റിൽ വച്ചു തന്നെ ചോദിച്ചു തുടങ്ങിയിരുന്ന കാര്യം വീണ്ടും ചോദിച്ചു:

"ഇന്ന് എനിക്ക് ഒരു സർപ്രൈസ് കാണിച്ചുതരുമെന്നു പറഞ്ഞില്ലേ. തന്നില്ലല്ലോ."

"സർപ്രൈസ് തന്നല്ലോ."

സുലേഖ പറഞ്ഞു: "എപ്പോൾ, എന്തു സർപ്രൈസ്. മദ്യപിച്ചു മദ്യപിച്ചു നിങ്ങൾ നശിക്കാൻ പോകുന്നു എന്നതല്ലാതെ ഞാൻ ഒന്നും കണ്ടില്ല. ഒന്നും ഓർക്കുന്നുമില്ല."

"എന്റെ സർപ്രൈസ് സോബ്ഹാനാണ്. മോഹമ്മേദ് സോബ്ഹാൻ." ഒരു രഹസ്യം പുറത്താക്കുന്ന സ്വരത്തിൽ സുരഞ്ജൻ പറഞ്ഞു.

"അതെങ്ങനെ സർപ്രൈസാകും. അയാൾ നിങ്ങളുടെ കൂട്ടുകാരനല്ലേ."

"തന്നെ കാണിച്ചത്..."

"നന്നായി. നിങ്ങളുടെ റേപ്പിസ്റ്റു കൂട്ടുകാരെ ആദ്യദിവസം തന്നെ കാണിച്ചു തന്നല്ലോ. റേപ്പിസ്റ്റ് ഇല്ലാതെയുള്ള കൂട്ടുകാർ നിങ്ങൾക്കുള്ളതായി അറിഞ്ഞിരുന്നില്ല. ഇയാൾ റേപ്പിസ്റ്റല്ല എന്നു ഞാൻ എങ്ങനെ അറിയും."

"കൊള്ളിവാക്കു പറയല്ലേ. അന്നത്തെ സംഭവത്തിനു ഞാൻ എത്ര പ്രാവശ്യം മാപ്പുചോദിച്ചു. പ്ലീസ് അതിനിയും പറയരുത്."

"എന്നാൽ എന്താണു പറയേണ്ടതെന്നു പറഞ്ഞുതന്നേക്ക്. എന്തൊക്കെയാണു നിങ്ങൾക്കു കേൾക്കാൻ ഇഷ്ടമുള്ളത് എന്നും പറഞ്ഞേക്ക്."

"സോബ്ഹാനെ ഇഷ്ടമായോ എന്നു പറയൂ."

"സോബ്ഹാനെ ഞാൻ ഇഷ്ടപ്പെടുന്നുണ്ടോ എന്നറിഞ്ഞിട്ടു നിങ്ങൾക്കെന്തു വേണം?"

"ആൾ കമ്പ്യൂട്ടർ എൻജിനീയറാണ്. ജോലിയല്ല. സ്വന്തം ബിസിനസ്സാണ്. ചിലപ്പോൾ സാൾട്ടുലേക്കിൽ സ്വന്തം കമ്പനി തുടങ്ങും."

"കൊള്ളാം. ശ്രമിച്ചു നോക്കൂ, നിങ്ങൾക്കു ചിലപ്പോൾ ആ കമ്പനിയിൽ ഒരു ജോലി കിട്ടിയേക്കും. നിങ്ങൾ ആവശ്യപ്പെട്ടാൽ തരും, തീർച്ച. വളരെ ഉദാരൻ, ബില്ലു കൊടുത്തല്ലോ."

"അതെ വളരെ ഉദാരൻ."

"നല്ല കൂട്ടുകാരൻ ആരെന്നു നിങ്ങൾക്കറിയില്ല സുരഞ്ജൻ. ആപത്തിൽ ഉപകരിക്കുന്നവനാണു നല്ല കൂട്ടുകാരൻ. നമ്മൾ ബന്ധുക്കൾ ബന്ധുക്കൾ എന്നു പറഞ്ഞു മരിക്കുന്നു. ജീവിതകാലം മുഴുവൻ സഹായമായി നില്ക്കുന്ന ഒരു കൂട്ടുകാരനും ഇല്ലെന്നു കാണാം. എനിക്ക് അമ്മാവന്റെ വീട്ടിൽനിന്ന് ഇറങ്ങേണ്ടി വന്ന അന്ന് എന്നെ സഹായിക്കാം എന്നു പറഞ്ഞിട്ടു നിങ്ങൾ മുങ്ങിയില്ലേ. എനിക്കു പരിചയമുള്ള ഒരു പെൺകുട്ടി ഏതാനും ദിവസം എന്നെ അവരുടെ വീട്ടിൽ താമസിപ്പിച്ചു. പരിചയമേ ഉള്ളൂ കൂട്ടുകാരി ആയിരുന്നില്ല. എന്റെ കൂടെ ജോലി ചെയ്യുന്ന ഒരു പെൺകുട്ടി. അത്ര കുറഞ്ഞ പരിചയമേ ഉള്ളൂ എങ്കിലും അത്ര വലിയ ഉപകാരം ചെയ്തു. കൂട്ടുകാരന്റെ കർത്തവ്യം ചെയ്യാൻ നിങ്ങൾക്കു കഴിഞ്ഞില്ല. വളരെ നാളായി ചങ്ങാത്തമുള്ള ഒരാൾ സത്യത്തിൽ നിങ്ങളുടെ ചങ്ങാതി അല്ലെന്നു വരും. രണ്ടു ദിവസം മാത്രം പരിചയമുള്ള ഒരാൾ ആപത്തിൽ സഹായിക്കുന്ന കൂട്ടുകാരനായെന്നും വരും."

പറഞ്ഞുകൊണ്ടിരിക്കുമ്പോൾ സുലേഖ വീണ്ടും വീണ്ടും കണ്ണു തുടച്ചു. എന്നാൽ തൊണ്ട ഉണങ്ങി വരണ്ടുകൊണ്ടിരുന്നു. ഉണങ്ങിയ തൊണ്ടയിലെ ശബ്ദം ആരു കേട്ടാലും സുരഞ്ജൻ കേൾക്കാൻ പാടില്ല.

"സോബ്ഹാനെ കാണുക."

"എന്തു കാണാൻ."

"ഒരു ബന്ധം സ്ഥാപിക്കാൻ കഴിയുമോ എന്നു നോക്ക്."

"എന്നു പറഞ്ഞാൽ"

"എന്നു പറഞ്ഞാൽ ഞാൻ പറയുന്നതു ഞാനുമായി ഒരു ബന്ധം ഉണ്ടാകുന്നതിനെക്കാൾ നല്ലത് സോബ്ഹാനുമായി ഒരു ബന്ധം ഉണ്ടാകുന്നതല്ലേ."

"നിങ്ങൾ എന്താണു പറയുന്നത്. നിങ്ങളുടെ തലയ്ക്കു ഭ്രാന്തു പിടിച്ചോ."

"ഇല്ല. തല തണുപ്പോടുകൂടിത്തന്നെയാണിരിക്കുന്നത്."

"ഇന്നു നിങ്ങളുടെ തലയ്ക്കു ലവലില്ല. നാളെ സംസാരിക്കാം. ഞാൻ ഫോൺ വയ്ക്കുന്നു."

സുരഞ്ജൻ അരുത് അരുത് എന്നു പറഞ്ഞുകൊണ്ടു തുടർന്നു: "ഇന്നു തന്നെ പറയണം."

"തനിക്ക് എന്തു വേണം." സുലേഖ ശബ്ദം ഉയർത്തി.

സുരഞ്ജൻ പതുക്കെപ്പതുക്കെ നിർത്തിനിർത്തിപ്പറഞ്ഞു:

"സോബ്ഹാനുമായി തനിക്ക് ഒരു ബന്ധം ഉണ്ടാകട്ടെ."

"എന്തുകൊണ്ടാണ് അങ്ങനെ ആഗ്രഹം തോന്നുന്നത്."

"എനിക്കു തോന്നുന്നു എന്നെക്കാൾ സോബ്ഹാനാണു നിങ്ങൾക്കു യോജിച്ച ആൾ."

"എന്തിനു യോജിച്ച ആൾ? എന്തു തരം ബന്ധം. എത്ര തരത്തിലുള്ള ബന്ധം ഉണ്ട്. സഹോദരൻ, കൂട്ടുകാരൻ, ഏതു തരത്തിലുള്ള ബന്ധമാണു നിങ്ങൾ ഉദ്ദേശിക്കുന്നത്, കേൾക്കട്ടെ."

"അവനെ കാമുകനായി സ്വീകരിക്കണം. അവനെ വിവാഹം കഴിക്കണം."

"വിവാഹമോ."

"അതെ വിവാഹം."

"ഞാനും നിങ്ങളും തമ്മിൽ വിവാഹം കഴിക്കും എന്നല്ലേ പറഞ്ഞിരുന്നത്."

"ഇല്ല, അതു ശരിയാവുകയില്ല."

"സുരഞ്ജൻ, നിങ്ങൾ കാമുകനാകുന്നില്ലെങ്കിൽ വേണ്ട, ദല്ലാൾ പണി ഒന്നും നിങ്ങളെ ഞാൻ ഏല്പിച്ചിട്ടില്ലല്ലോ."

"ഏല്പിക്കേണ്ട. ഞാൻ സ്വയം ഏറ്റെടുത്തതാണ്. നിങ്ങളോടു സ്നേഹമുള്ളതുകൊണ്ട് നിങ്ങൾക്ക് ഇങ്ങനെ ഉപദേശം തന്നതാണ്. ഞാൻ സ്ത്രീലമ്പടനും വ്യഭിചാരിയും റേപ്പിസ്റ്റും ഒക്കെയാണ്. ജീവിതത്തെപ്പറ്റി എനിക്ക് നിരാശയല്ലാതെ ഒന്നും ബാക്കിയില്ല. നിങ്ങളുമായി എനിക്കുണ്ടായിരുന്നതു ക്ഷണികബന്ധമാണ്. അല്പം കഴിഞ്ഞാൽ വീണ്ടും പഴയ ആളാകും. ഞാൻ ഒരു പാഴ്‌വസ്തുവാണ്. ഒരു ഹിന്ദു."

"എന്നു പറഞ്ഞാൽ നിങ്ങൾ എന്താ അർത്ഥമാക്കുന്നത്. നിങ്ങൾക്ക് എന്നാണ് ഹിന്ദു-മുസൽമാൻ വിചാരം തുടങ്ങിയത്. സോബ്ഹാനെ നിങ്ങൾ വിളിച്ചു കൊണ്ടുവന്നതു മുസൽമാൻ ആയതുകൊണ്ടാണോ."

സുലേഖയുടെ മതവിശ്വാസത്തെ മുറിപ്പെടുത്താൻ അവൻ ആഗ്രഹിക്കുന്നില്ല.

"അവനുമായി നിനക്കു നല്ല ചേർച്ചയായിരിക്കും."

"എന്തുകൊണ്ട്? മുസ്ലീം ആയതുകൊണ്ടോ."

"അതെ."

"കഷ്ടം സുരഞ്ജൻ. അങ്ങനെയായിരുന്നെങ്കിൽ ഞാൻ മതത്തിൽ വിശ്വസിച്ചേനെ. മുസൽമാൻ എന്നു കേട്ടാൽ എനിക്കു യാതൊരു വികാരവുമില്ല. ഉണ്ടെന്നു തോന്നിയിരുന്നെങ്കിൽ നിങ്ങൾക്ക് ഇങ്ങനെ പറയാമായിരുന്നു. നിങ്ങളുടെ അലസത, മദ്യപാനം, ചീത്ത കൂട്ടുകെട്ട്, ഉദാസീനത, ഉത്തവാദിത്തമില്ലായ്മ, അതിനെപ്പറ്റിയൊക്കെ ഞാൻ വിമർശിച്ചിരുന്നു. നിന്ദിച്ചിരുന്നു. എന്നാൽ ഒരിക്കൽ പോലും നിങ്ങളുടെ മതത്തെപ്പറ്റി ഞാൻ ഒന്നും പറഞ്ഞിരുന്നില്ല. "

"എന്റെ മതം എന്റെ മതം എന്നു പറയല്ലേ. എനിക്ക് ഒരു മതത്തിലും വിശ്വാസമില്ല."

"മതത്തിൽ വിശ്വാസമില്ലെങ്കിൽ സോബ്ഹാൻ മുസ്ലീം ആയതുകൊണ്ടു നിങ്ങൾ അയാൾക്കെന്നെ ദാനം ചെയ്യാൻ തയ്യാറാകുമായിരുന്നോ."

"അവനോടൊപ്പം നിനക്കു സുഖമായിരിക്കും."

"എങ്ങനെ അറിയാം."

"എനിക്കറിയാം. ആരുടെ കൂടെ സുഖമുണ്ടായാലും എന്റെ കൂടെ നിനക്കു സുഖം ഉണ്ടായിരിക്കുകയില്ല."

"നിങ്ങളെന്താ ജ്യോത്സ്യനാണോ? ജ്യോതിഷത്തിലും കൈവച്ചിട്ടുണ്ടോ? എന്റെ വിവാഹത്തെപ്പറ്റി നിങ്ങൾ എന്തിനിത്ര തല പുണ്ണാക്കണം. എന്നെ ഉടൻ തന്നെ വിവാഹം കഴിക്കണമെന്ന് എപ്പോഴെങ്കിലും ഞാൻ പറഞ്ഞിട്ടുണ്ടോ."

"അതു നിങ്ങൾക്ക് ആവശ്യമാണ്."

"അതെനിക്കറിയാം. നിങ്ങളുമായി എനിക്കുള്ള ബന്ധം നിങ്ങൾ വിച്ഛേദിച്ചില്ലേ."

"ഉവ്വ്."

"നന്നായി." വേദനയുടെ ഇടയ്ക്കും സുലേഖ ചിരിച്ചു: "സോബ്ഹാൻ മാരീഡ് ആണ്. മകനും ഉണ്ട്. അതു മറന്നുപോയോ."

"അതിനെന്താ."

"അതിനെന്താണെന്നു ചോദിച്ചാൽ നിങ്ങളെന്താണ് ഉദ്ദേശിക്കുന്നത്."

"നിങ്ങളുടെ ഇടയിൽ പുരുഷന്മാർക്ക് ഒന്നിലധികം ഭാര്യമാർ ആകാമല്ലോ."

"നിങ്ങൾ എന്താണു പറഞ്ഞത്. ഞങ്ങളുടെ ഇടയിൽ എന്നു പറഞ്ഞാൽ എന്താണർത്ഥം. മുസൽമാന്മാരുടെ ഇടയിൽ എന്നോ."

"അതിപ്പോഴും മനസ്സിലായില്ലേ."

"ഛി! ഛി! നിങ്ങൾ ഇത്ര തരംതാണുപോയോ. അധഃപതിച്ചുപോയോ."

സുലേഖ ഒന്നു നിർത്തി. കുറച്ചു സമയത്തേക്ക് ചുണ്ടു രണ്ടും കൂട്ടിപ്പിടിച്ചു. സ്വയം നിയന്ത്രിച്ചു. തന്നോട് ഇപ്പോൾ സംസാരിക്കുന്ന ആൾ ഒരിക്കലും തന്നെ സ്നേഹിച്ചിട്ടില്ല. വഞ്ചിച്ചു കാര്യം സാധിക്കുകയായിരുന്നു. ആദ്യ ദിവസം മുതൽ തന്നെ ഇങ്ങനെ തിരിച്ചറിയാൻ കഴിഞ്ഞിരുന്നെങ്കിൽ തൊണ്ടയിൽ വേദന ഇല്ലാതാകുമായിരുന്നു. കുറച്ചു നേരം അങ്ങനെ വിചാരിച്ചിരുന്നിട്ട് പതുക്കെ ചുണ്ടു വിടർത്തി. എന്നിട്ടു വളരെ സാവധാനം പറഞ്ഞു:

"കേട്ടോ സുരഞ്ജൻ എന്റെ ജീവിതത്തെപ്പറ്റിയുള്ള ഹെഡ്ഏയ്ക്ക് എനിക്കു മാത്രമായാൽ നന്നായിരുന്നു. നിങ്ങളെ അതിന്റെ ബാധ്യതയിൽ നിന്നും കുറ്റത്തിൽ നിന്നും മോചിപ്പിച്ചിരിക്കുന്നു. പ്രായശ്ചിത്തം കഴിഞ്ഞിരിക്കുന്നു. നിങ്ങളുടെ ഭഗവാൻ നിങ്ങൾക്കു ശിക്ഷ തരുകയില്ല. പാപത്തിൽനിന്നു, ബാധ്യതയിൽ നിന്നു നിങ്ങൾ മോചനം നേടിയിരിക്കുന്നു. സോ ഗോ ഓൺ. നല്ല ഒരു ഹിന്ദു പെൺകുട്ടിയെ കണ്ടുപിടിച്ച് എന്താണെന്നു വച്ചാൽ ചെയ്യ്. ഈ പിഴച്ച പെണ്ണ് മറ്റൊരു പിഴച്ച പുരുഷനെ കണ്ടെത്തിക്കൊള്ളും. അതിൽ സംഭ്രമിക്കേണ്ട."

സുലേഖ ഇടത്തെ കൈകൊണ്ടു കണ്ണു തുടച്ചു. കണ്ണിൽ ഇരുട്ടു കയറിയിറങ്ങുന്നതുപോലെ.

"ഇങ്ങനെ പറയരുത് സുലേഖ. എനിക്ക് ഇപ്പോൾത്തന്നെ തന്റെ അടുത്തേക്കു വരാൻ ആഗ്രഹം തോന്നുന്നു. താൻ കരയുകയാണോ."

"അല്ലല്ല. ഞാൻ എന്തിനു കരയണം. ആശ്ചര്യമായിരിക്കുന്നു. ഞാൻ എന്തിനു കരയണം. കരയാൻ എന്തുണ്ടായി. ഹിന്ദുവും മുസൽമാനും തമ്മിൽ വിവാഹം കഴിച്ചാൽ സമുദായം മുഴുവൻ ബഹളം വയ്ക്കും. കുടുംബം നഷ്ടപ്പെടും. ജീവൻ തന്നെ അപകടത്തിലാവും. അത്രയേറെ കുഴപ്പങ്ങൾക്കും വെറുപ്പുകൾക്കുമിടയിൽ ആരു ജീവിക്കും, എങ്ങനെ ജീവിക്കും. നിങ്ങൾ നല്ല സുഹൃത്തിനെപ്പോലെ നല്ല ഉപദേശം നല്കിയിരിക്കുന്നു. കരയാനുള്ള ഒരു കാരണവും ഉണ്ടായിട്ടില്ല. നിങ്ങളോട് എനിക്കു നന്ദിയുണ്ട്. വളരെ നന്ദി. ഞാൻ ഫോൺ വയ്ക്കട്ടെ. എനിക്കു രാവിലെ എഴുന്നേല്ക്കണ്ടതാണ്."

സുലേഖ ഫോൺ വിച്ഛേദിച്ചു. കിടന്നുറങ്ങാൻ ശ്രമിച്ചു. ഉറക്കം വന്നില്ല. എഴുന്നേറ്റിരുന്നു. മൊബൈൽ ഫോണിലുള്ള എസ്.എം.എസ് സന്ദേശങ്ങൾ എടുത്തു വായിച്ചുനോക്കി. ആ ദിവസങ്ങൾ കൺമുമ്പിൽ വന്നു. ഇത്ര നാൾ തെറ്റായ ഒരാളെയാണു സ്നേഹിച്ചിരുന്നത്. അത് ഒരു സത്യമാണ്. പീഡിപ്പിച്ചവനാണെന്നറിഞ്ഞിട്ടും അയാളെ സ്നേഹിച്ചു. ഹിന്ദു ആണെന്നറിഞ്ഞിട്ടും, ബന്ധുക്കളും സ്വജനങ്ങളും ഒരിക്കലും തന്റെ മുഖത്തു നോക്കുകയില്ലെന്നറിഞ്ഞിട്ടും സ്നേഹിച്ചു. മൊഹബ്ബത്ത് ഇതിനിടെ നഗരത്തിൽ സുലേഖയെ അറിയുന്നവരും അറിയാത്തവരുമായ ബന്ധുക്കളോടും സ്വജനങ്ങളോടുമെല്ലാം സുലേഖയുടെ കഥ പറഞ്ഞു കേൾപ്പിച്ചു. അവൾ പതിതയാണ്. വേശ്യയാണ്. അവളെപ്പറ്റി ആരും അന്വേഷിക്കണ്ട. സോനാഗച്ചിയിൽ വില്ക്കപ്പെട്ട പെൺകുട്ടികളെ ആരും അന്വേഷിക്കാറില്ലാത്തതുപോലെ. സുരഞ്ജൻ അവൾക്കയച്ചതും

അവൾ സുരഞ്ജനയച്ചതുമായ എസ്.എം.എസ്സുകളൊക്കെ ഇറേയ്സു ചെയ്തു കളഞ്ഞു. വളരെ നാളായി നിലനിന്നിരുന്ന ഒരു ബന്ധം ജീവിതത്തിൽ നിന്നു തന്നെ മായ്ച്ചുകളഞ്ഞിരിക്കുന്നു. ഒരു ബട്ടൺ അമർത്തലോടെ. നേരം വെളുക്കും. നാളെ മുതൽ മറ്റൊരു ജീവിതം ആരംഭിക്കും. പുതിയ ജീവിതത്തിന്റെ ആദ്യത്തെ പുതിയ ദിവസത്തിലേക്ക് അവൾ ഉണരും. അവിടെ കൂട്ടുകാരൻ, കാമുകൻ എന്നൊക്കെ പറയാൻ ആരും കാണുകയില്ല. കോപമോ പരിഭവമോ ഉണ്ടായിരിക്കുകയില്ല. അവൾ ഒറ്റയ്ക്കായിരിക്കും. ഒരു മരം പോലെ, ഒരു ചേരുമരം പോലെ തികച്ചും ഒറ്റത്തടി. സുലേഖയ്ക്ക് ഇനി ഒരു കെട്ടും പൊട്ടിക്കാനില്ല.

പിറ്റേന്നു രാവിലെ മുന്നിലുള്ള ജീവിതത്തിന്റെ നേരെ നോക്കി ഒരു തീരുമാനമെടുത്തു. പഠനം തുടരുകയാണ്. പ്രൈവറ്റായി എം.എ. പരീക്ഷയ്ക്കു പഠിക്കാം. അല്ലെങ്കിൽ യോഗമായാദേവീ കോളേജിൽ നൈറ്റ് ക്ലാസ്സിനു ചേരും. ബിഎഡ്ഡിനു പഠിക്കും. മയൂര ചെയ്യുന്നതുപോലെ. സുലേഖ വളരെ നാളുകൾക്കു ശേഷം തന്നിലേക്കു തന്നെ നോക്കി. നോക്കിയപ്പോൾ ഒരു കാര്യം മനസ്സിലായി. തന്റെ ജീവിതത്തിലേക്കു നോക്കിയാൽ, തന്റെ ജീവിതകഥ കുറച്ചൊന്ന് ആലോചിച്ചാൽ പുരുഷന്മാരെക്കുറിച്ചുള്ള വിചാരത്തിൽ നിന്നു മോചനം കിട്ടും.

പതിനഞ്ച്

വളരെ ദിവസങ്ങളായി അവർ ആരുടെയും ഒരു വിവരവും ഇല്ല. ജാൻനഗറിൽ അവർ താമസിച്ചിരുന്ന വീട്ടിൽ രണ്ടു തവണ പോയിട്ട് ഞാൻ തിരിച്ചു പോന്നു. ഞാൻ ശരിക്കും അവരെ തിരയുകയായിരുന്നു. സുരഞ്ജൻ ഫോൺ എടുക്കുന്നില്ല. ഇതിനിടെ ഒരിക്കൽ എനിക്കു സുലേഖയുടെ ഫോൺ കിട്ടി. മുൻപു പരിചയമില്ലാത്ത നമ്പർ. സാധാരണയായി പരിചയമില്ലാത്ത നമ്പരിൽനിന്നുള്ള ഫോൺ ഞാൻ എടുക്കാറില്ല. ഇടയ്ക്കിടയ്ക്ക് അതു മറന്നുപോകും.

സുലേഖയ്ക്ക് എന്നെ ഒന്നു കാണണമെന്നാഗ്രഹം. എന്താണ് പെട്ടെന്നു അങ്ങനെ ഒരു മോഹം തോന്നിയത് എന്ന് ഊഹിക്കാൻ കഴിഞ്ഞില്ല. സുരഞ്ജന്റെ കാര്യം അന്വേഷിച്ചപ്പോൾ നന്നായിരിക്കുന്നു, വളരെ സുഖമായിരിക്കുന്നു എന്നു സുലേഖ പറഞ്ഞു.

"വളരെ സുഖം?"

"വളരെ സുഖം?"

വളരെ സുഖം എന്നു പറയുന്നതിൽ സുലേഖയ്ക്ക് ഇത്തിരി പരിഭവമോ ദേഷ്യമോ ഉണ്ട്. എന്റെ ശബ്ദം ശാന്തമായിരുന്നു. കൗതൂഹലം മാത്രം. ദേഷ്യമില്ല. പരിഭവവും ഇല്ല. "ഫോൺ എടുക്കുന്നില്ലല്ലോ എന്താ."

"ഫോൺ വലിച്ചെറിഞ്ഞു."

"വലിച്ചെറിഞ്ഞോ എവിടെ."

"വേറെ എവിടെ? ബാലിഗഞ്ചു തടാകത്തിൽ."

"തടാകത്തിലോ? വെള്ളത്തിൽ?"

സുലേഖ പടപടാ പറഞ്ഞുകൊണ്ടിരുന്നു. കൂടുതലും അവളുടെ കാര്യം തന്നെ. എം.എയുടെ കാര്യം, ബി.എഡ്ഡിന്റെ കാര്യം, അവളുടെ മുറിയിലെ മയൂരയുടെ കാര്യം, മയൂരയുടെ കൈയക്ഷരം, ഹോസ്റ്റലിലെ അനുഭവങ്ങൾ അങ്ങനെ. ഇതിനിടയ്ക്ക് പൊടുന്നനെ എന്റെ ചോദ്യം:

"കിരൺമയിക്കു, സുരഞ്ജന്റെ അമ്മയ്ക്കു സുഖമാണോ."

"ആണ്."

"മായയുടെ വിവരം എന്തുണ്ട് ?"

"സുഖമായിരിക്കുന്നു. അവർ എല്ലാവരും ഒരുമിച്ചാണ് ഇപ്പോൾ താമസം."

"ഒരുമിച്ചു താമസമായി?"

"അതിന്റെ കാര്യങ്ങൾ ഒരുപാടുണ്ട്. ഫോണിൽ പറഞ്ഞാൽ ശരിയാവുകയില്ല. അങ്ങോട്ടു വരാം. നേരിൽ വിശദമായി പറയാം."

സുരഞ്ജനോട് അത്യാവശ്യമായി ഒരു കാര്യം പറയാനുണ്ടെന്നു സൂചിപ്പിച്ചപ്പോൾ സുലേഖ തന്നെയാണ് ബേഗ്ബാഗാനിലെ, സുരഞ്ജന്റെ പുതിയ വീട്ടിലെ ഫോൺ നമ്പരും മേൽവിലാസവും തന്നത്. അതോടൊപ്പം എന്റെ വീട്ടിലേക്ക് അവൾ വരുകയാണെന്നും പറഞ്ഞു. ഏതെങ്കിലും ദിവസം ഉച്ചകഴിഞ്ഞു വരാൻ പറഞ്ഞു. ഫോൺ നമ്പർ കിട്ടിയെങ്കിലും സുരഞ്ജനെ വിളിക്കുന്നതിനെപ്പറ്റി രണ്ടു തരത്തിലും തോന്നി. വിളിക്കണമെന്നും, വിളിക്കേണ്ടെന്നും. ഇത്രയും നാൾ എന്നെപ്പറ്റി ഒന്നും അന്വേഷിക്കാത്ത അയാളെ ഞാൻ നാണംകെട്ടു തേടിച്ചെല്ലുന്നതെന്തിന്. അതിലും ഭേദം കിരൺമയിയെ കാണുന്നതാണ്. അവരുടെ മോളേ, മോളേ എന്ന നീട്ടിവിളി മാത്രം അത്ര പിടിക്കാറില്ല.

ഒരു വെള്ളിയാഴ്ചയാണു സുലേഖ വന്നത്. സന്ധ്യ ആയിക്കൊണ്ടിരിക്കുന്നു. മുറ്റത്തെ ചെറിയ പൂന്തോട്ടത്തിൽ രണ്ടുപേരും ഇരുന്നു. സുലേഖ അന്നത്തെപ്പോലെയല്ല. വളരെ വിനയാന്വിതയായിരുന്നു. വന്നപ്പോഴേ പറഞ്ഞു:

"ഞാൻ താങ്കളുടെ വിലയേറിയ സമയം നഷ്ടപ്പെടുത്തുന്നതു ശരിയല്ല എന്നറിയാം."

എന്നെക്കാൾ വയസ്സിൽ ചെറിയവൾ. അതുകൊണ്ടു നീ എന്നു തന്നെ വിളിച്ചു:

"നീ എന്തു കുടിക്കും? ചായയോ?"

"ബ്ലഡിമേരി ഉണ്ടെങ്കിൽ അതുമതി."

അല്പം അമ്പരന്നു. സുരഞ്ജന്റെ അടുത്തുനിന്നായിരിക്കും ഇവൾ മദ്യപാനം പഠിച്ചത്. ബ്ലഡിമേരി ഇല്ലായിരുന്നു. അബ്സല്യൂട്ട് ഉണ്ടായിരുന്നു. അതിൽ നാരങ്ങാനീരും സോഡയും ചേർത്ത് ഒരു ഗ്ലാസ് കൊടുത്തു.

"ബ്ലഡിമേരി ഇല്ല. ഇതു കഴിക്കൂ."

"താങ്കൾ ഒന്നും കഴിക്കുന്നില്ലേ."

"ഞാൻ ചായ കുടിക്കാം."

"ഇത്തരം ഒരു ഗ്ലാസു കുടിക്കൂ. ചായ കുടിക്കാറുള്ളതല്ലേ. വീട്ടിൽ ഇരിക്കുമ്പോൾ വോഡ്ക കുടിച്ചാൽ നന്നായിരിക്കും."

"ഒറ്റയ്ക്ക് കുടിക്കുന്നതിൽ ഒരു രസവുമില്ല. ഞാൻ വിദേശത്തുനിന്നു വരുമ്പോൾ കൂട്ടുകാർക്കുവേണ്ടി വിസ്കി, വോഡ്ക ഇതെല്ലാം കൊണ്ടുവരും. കല്ക്കത്തയിൽ എല്ലാവരും കുടിക്കുമെന്നാണു തോന്നുന്നത്. നീ തീർച്ചയായും സുരഞ്ജനെ കാണാറുണ്ടായിരിക്കുമല്ലോ."

"എല്ലാവരും കുടിക്കുന്നവരല്ല. സോബ്ഹാൻ കുടിക്കുകയില്ല."

ഞാൻ എനിക്കുവേണ്ടി ഗ്ലാസ്സിൽ വോഡ്ക എടുത്തു. നല്ല അടുപ്പമുള്ള കൂട്ടുകാരൻ വന്നാൽ, നല്ല രീതിയിൽ ഒത്തുചേരൽ ഉണ്ടായാൽ, വളരെ നല്ല റെഡ് വൈൻ കിട്ടിയാൽ ഞാൻ കുടിക്കാറുണ്ട്. ഇല്ലെങ്കിൽ കുടിക്കുകയില്ല. ഇതു സുലേഖയെ അറിയിക്കേണ്ട. ഞങ്ങൾ തമ്മിൽ അത്ര അടുപ്പമില്ല. അത്ര നല്ല ഒരു ഒത്തുചേരലും ഉണ്ടായിട്ടില്ല. അതു സുലേഖയോടു പറയാവുന്നതല്ല. അതുകൊണ്ട് അല്പം വോഡ്ക എടുത്തു നിറയെ തണുത്ത വെള്ളം ഒഴിച്ചു ഒരിറക്കു കുടിച്ചു. ഇതിനിടെ സുലേഖ മൂന്നാലിറക്കു കുടിച്ചു കഴിഞ്ഞിരുന്നു.

"പറയൂ. എങ്ങനെ സുഖമല്ലേ."

"സുഖംതന്നെ."

"പെട്ടെന്ന് എന്നെ കാണണമെന്നു തോന്നിയത്."

"വളരെ വലിയ കാരണമൊന്നും ഇല്ല."

"ഇപ്പോൾ ഞാൻ പോയിക്കൊണ്ടിരിക്കുന്ന വഴിയെക്കുറിച്ചു താങ്കൾക്കു ശരിക്കും അറിയാം. താങ്കൾക്കു മനസ്സിലാകും എന്നു തോന്നി."

"പറയൂ."

"സുരഞ്ജൻ ഞാനുമായി ബന്ധം തുടരാൻ ആഗ്രഹിക്കുന്നില്ല."

"എന്താണു കാരണം?"

സുലേഖ പറഞ്ഞുതുടങ്ങിയില്ല. ഗ്ലാസ്സു കാലിയാക്കിക്കൊണ്ടിരിക്കുകയാണ്. ഞങ്ങൾ രണ്ടു പേർ രണ്ടു കസേരയിലാണ്. ശരിക്കും നേർക്കു നേരെയല്ല. ഇടയ്ക്ക് ആകാശത്തിലേക്കു നോക്കാൻ സൗകര്യം കിട്ടി. ആകാശത്തിൽ ചേക്കേറാൻ ഉള്ള പക്ഷികൾ കൂട്ടം കൂട്ടമായി പറക്കുന്നു. പക്ഷിക്കൂട്ടത്തിൽനിന്ന് എന്റെ കണ്ണുകൾ പിൻതിരിയുന്നില്ല. എത്രമാത്രം പക്ഷികൾ. ഇവയ്ക്കോരോന്നിനും വേറെ വേറെ കൂടുണ്ടോ. "സുരഞ്ജനുമായുള്ള ബന്ധം നഷ്ടപ്പെടാൻ എന്താണു കാരണം."

"കാരണം അയാൾക്കു മാത്രം അറിയാം. എന്റെ പക്ഷത്തുനിന്നു ഒന്നുമില്ല. എല്ലാം പൂർണ്ണമായും അയാളുടെ തീരുമാനം."

"പെട്ടെന്ന് ഇങ്ങനെ ഒരു തീരുമാനം? അന്നു നിങ്ങൾ റീഷോപിൽ നിന്നു മടങ്ങിയ അന്ന് എന്നോടു പറഞ്ഞതാണല്ലോ നിങ്ങൾ ഒന്നിച്ചു താമസിക്കാൻ പോവുകയാണെന്ന്."

"അതെ. വിവാഹം കഴിക്കുന്ന കാര്യവും അയാൾ തന്നെ പറഞ്ഞതാണ്. അത് ഒരാളുടെ ആഗ്രഹമല്ലായിരുന്നു. രണ്ടുപേരും ആഗ്രഹിച്ചതാണ്."

"എന്നിട്ടോ."

"എന്നിട്ടു പുള്ളിക്കാരൻ പെട്ടെന്നങ്ങു പിൻമാറി. എന്നെ കാണാതായി. ഒത്തു കൂടാതായി. ഫോൺ നമ്പർ പോലും മാറ്റി. ഫോൺ നമ്പർ അറിയില്ല. അമ്മയുടെ കൈയിലാണ് ഫോൺ എന്നു പറഞ്ഞു. എല്ലാം തന്നെ അത്യസാധാരണം."

"ഇതൊക്കെ എന്നോടു പറയുന്നതെന്തിന്. ഞാൻ വിചാരിച്ചാൽ നിനക്കു വേണ്ടി..."

"എന്തുചെയ്യാൻ കഴിയും. താങ്കൾക്ക് ഒന്നും ചെയ്യാൻ കഴിയുകയില്ല."

"എന്നിട്ട് സുരഞ്ജൻ എന്റെ പുറകെ ഒരു യുവാവിനെ കൊണ്ടുവിടാൻ ആഗ്രഹിക്കുന്നു. അയാൾ മുസൽമാനാണ്. ഞാനയാളെ വിവാഹം കഴിക്കണ മെന്ന്."

ഇക്കുറി കൂടുതൽ ആശ്ചര്യം തോന്നി. കൈയിലിരുന്ന വോഡ്കാ ചൂരൽ കസേരയിലേക്ക് മറിഞ്ഞുവീണു. അത് ഒഴുകിപ്പോകുന്നതിൽ ശ്രദ്ധ നിന്നില്ല. ശ്രദ്ധ കാണിക്കാനായി, മുസൽമാൻ യുവാവിനെ പ്രേമിക്കാം എന്നു ഞാൻ വിചാരിച്ചു. ഞാൻ ഒട്ടും മതവിശ്വാസിയല്ല. സുരഞ്ജൻ ഒരിക്കലും പൂജയോ അർച്ചനയോ ചെയ്തു കണ്ടിട്ടില്ല. ഒരിക്കലും ദേവന്മാരെ നമസ്കരിക്കുന്നതു കണ്ടിട്ടില്ല. ഇതൊന്നും പറയാറില്ല. പക്ഷേ മായയെ വളരെ നിന്ദിക്കാറുണ്ട്. മായ അമ്മയെയും കൊണ്ട് ദേവാലയങ്ങളിൽ ചെന്നു കിടക്കുകയാണെന്നു പറഞ്ഞു കളിയാക്കും. പക്ഷേ ഇത്ര ഭയം നിറഞ്ഞതാണ് മനസ്സെന്നു വിചാരിക്കുമ്പോൾ കഷ്ടം തോന്നുന്നു.

"നിനക്ക് എപ്പോഴും പ്രേമിച്ചുകൊണ്ടിരിക്കണോ സുലേഖ. ഒരുവൻ പോയാൽ ആ ക്ഷണം തന്നെ മറ്റൊരുത്തനെ അത്യാവശ്യമുണ്ടോ."

സുലേഖ പെട്ടെന്ന് പകച്ചുപോയി. എന്തു പറയണമെന്നറിയാതെ തലയിളക്കി ക്കൊണ്ടു പറഞ്ഞു: "ഇല്ല".

"എങ്കിൽ ഇപ്പോൾത്തന്നെ തീരുമാനമൊന്നും എടുക്കേണ്ട. കുറച്ചു കൂടി സമയമെടുത്ത് ആലോചിക്ക്."

സുലേഖ ചിരിച്ചു. ചിരിച്ചുകൊണ്ടു പറഞ്ഞു:

"ഒരുപാട് ആലോചിച്ചാൽ കുഴപ്പമാണ്. എന്റെ ജീവിതത്തിലെ നല്ല തീരുമാന ങ്ങളെല്ലാം ശടേന്ന് എടുത്തവയാണ്."

"അതെങ്ങനെ, കേൾക്കട്ടെ. നിന്റെ അഭിപ്രായത്തിൽ ഏതു തീരുമാനമാണ് നല്ലത്. എതാണു ചീത്ത."

"വിവാഹം കഴിക്കാം എന്നു വളരെ ആലോചിച്ചതിനുശേഷമാണു തീരുമാ നിച്ചത്. അതൊരു ചീത്ത തീരുമാനമായിരുന്നു. ഒരുപാട് ആലോചിച്ചതാണ് സുരഞ്ജനെ പ്രേമിക്കണോ വേണ്ടയോ എന്ന്. തികച്ചും തെറ്റായ ഒരു തീരുമാനം എന്നു വ്യക്തമായി. അന്വേഷിച്ചു ജോലി നേടിയതും ഹോസ്റ്റലിൽ താമസ മാക്കിയതും പഠിക്കാൻ തുടങ്ങിയതും നല്ല തീരുമാനങ്ങളായിരുന്നു. അവ എടുത്തതു പെട്ടെന്നായിരുന്നു."

“സുലേഖ നീ വളരെ ഡിസിപ്ലിൻഡ് ആണ്. സുരഞ്ജൻ നേരെ വിപരീതവും.”

“പുറമേ തോന്നുന്നതാണ്. ഡിസ്പ്ലിൻ എന്നെക്കാൾ സുരഞ്ജനാണു കൂടുതലുള്ളത്.”

“എന്താണ് പറയുന്നത്. ഒരുപക്ഷേ ശരിയായിരിക്കാം. എന്നെക്കാൾ കൂടുതൽ സുരഞ്ജനുമായി ഇടപെട്ടിട്ടുള്ളത് നീയാണ്. എന്നെക്കാൾ കൂടുതൽ അറിയാം നിനക്ക്.”

“താങ്കൾ അവനെ കഥാപാത്രമാക്കി എഴുതിയല്ലോ. സംഗതി അതുപോലെയൊന്നുമല്ല. രാഷ്ട്രീയ നിലപാടിനെപ്പറ്റി താങ്കൾ എഴുതിയതു സുരഞ്ജനെ അനുകൂലിച്ചാണ്. എനിക്ക് അങ്ങനെ തോന്നുന്നില്ല.”

“ഇപ്പോൾ അല്ലായിരിക്കാം. അന്നത്തെ കഥയാണു ഞാൻ എഴുതിയത്.”

“പിന്നീട്?”

“വാസ്തവത്തിൽ അവനും ഞാനുമായുള്ള ഇടപെടലുകളൊക്കെ യാദൃച്ഛികമായി സംഭവിച്ചതാണ്. ആക്സിഡന്റ്സ്. അവനെപ്പറ്റി എനിക്ക് ഫീലിംഗ്സ് ഉണ്ട്.”

“ഉണ്ടാകാതിരിക്കുന്നതെങ്ങനെ. എന്നാൽ അവയെ അംഗീകരിക്കാൻ ഞാൻ യാതൊരു കാരണവും കാണുന്നില്ല.”

“നീ പറഞ്ഞതുപോലെ ശടേന്ന് ആരെയും മനസ്സിൽനിന്നു മായ്ച്ചു കളയരുത്. മനസ്സ് ചുളുചുളെക്കുത്തും.”

സുലേഖയ്ക്ക് കുറച്ചു വോഡ്ക വേണമായിരുന്നു. അതു ഒഴിച്ചുകൊടുത്തു കൊണ്ടു ഞാൻ പറഞ്ഞു:

“നീ പക്ഷേ അവനെപ്പോലെ ആകരുത്. ഇനി നിനക്കു ഞാൻ വോഡ്ക തരുകയില്ല.”

“ഇല്ല ബൂബൂ, സുരഞ്ജനെപ്പോലെയാവുകയില്ല. പ്രോമിസ്.”

“സുരഞ്ജനെന്താ ഒരു ഗുണവും ഇല്ലേ?”

സുലേഖയ്ക്ക് സോബ്ഹാനുമായി കാണണം. കൂടിക്കാഴ്ച എന്റെ വീട്ടിൽ.

ഞാൻ പറഞ്ഞു: “ഞാൻ അയാളെ അറിയുകയില്ല. പരിചയവുമില്ല. പിന്നെ ഞാൻ എങ്ങനെ അയാളെ വിളിക്കും.”

സുലേഖ പറഞ്ഞു: “വേണം, ഇന്നു തന്നെ.”

എനിക്ക് അത്ഭുതം തോന്നി. സുലേഖയുടെ വർത്തമാനവും പെരുമാറ്റവും അത്ഭുതകരമായി. എന്റെ വീട്ടിലിരുന്നുകൊണ്ട് എന്റെ സമ്മതം ചോദിക്കാതെ അവൾ സോബ്ഹാനോട് എന്റെ വീട്ടിൽ വരാൻ ആവശ്യപ്പെടുന്നു. എന്നോടു വഴിയും മേൽവിലാസവും കൊടുക്കാൻ പറയുന്നു. എനിക്കു സത്യത്തിൽ ദേഷ്യം വന്നിരുന്നു. ഇതിനൊക്കെ ഇരുന്നു കൊടുക്കുന്നതു പുലിവാലാണ്. എഴുത്തിന്റെ പണി ധാരാളം. ഒരു വർഷത്തോളമായി വീട്ടിൽ കൂടിക്കാഴ്ചകളും ഒത്തു

ചേരലുകളും വേണ്ടെന്നു വച്ചിരിക്കുകയാണ്. ഒന്നാമതു സമയമില്ല. ആ നേരത്ത് ഒരു പുസ്തകം വായിക്കുകയോ, വല്ലതും എഴുതുകയോ ചെയ്യാം. ഇല്ലെങ്കിൽ ഇരുന്നു പകൽക്കിനാവു കാണാം. വല്ലതും ഗൗരവപൂർവ്വം ആലോചിക്കാം. അല്ലെങ്കിൽ മിനുവിന്റെ കൂടെ കളിക്കാം. അവൾ ഫുട്ബോളും മുമ്പിൽ വച്ചുകൊണ്ടു എപ്പോഴും കളിക്കും. എതിർവശത്ത് ആളില്ലെങ്കിൽ അവൾ പന്തടിക്കുകയില്ല. വരാന്തയിൽനിന്നു ഫോൺ ചെവിയിൽ വച്ചുകൊണ്ടു സുലേഖ ഉറക്കെ 'സോബ്ഹാൻ പ്ലീസ് സോബ്ഹാൻ പ്ലീസ്' എന്നു പറഞ്ഞുകൊണ്ടിരിക്കുന്നു. ആകെ വൃത്തികെട്ട സമ്പ്രദായമായി തോന്നി. ഇതൊക്കെ കണ്ടുകൊണ്ടു കൂടുതൽ ഇരിക്കാൻ കഴിയാതെ ഞാൻ തുറന്നു പറഞ്ഞു:

"നോക്കൂ സുലേഖാ. ആരെയും നിർബന്ധിച്ച് ഇങ്ങോട്ടു വിളിച്ചുകൊണ്ടു വരരുത്. ഞാൻ അയാളെ അറിയുകയില്ല. എന്തിനാണ് ഇങ്ങോട്ടു വിളിക്കുന്നത്? അതിനെക്കാൾ."

"അതിനെക്കാൾ?"

"അതിനെക്കാൾ നല്ലത് നിനക്കു വേറെ എവിടെയെങ്കിലും വച്ചു കണ്ടുകൂടെ. എനിക്കു ധാരാളം എഴുതാനും വായിക്കാനുമുണ്ട്. ഇവിടെ വെറുതെ ആൾക്കൂട്ടം ഉണ്ടാക്കേണ്ട കാര്യമില്ല. പിന്നെ ആരെയാണ് ഇവിടേയ്ക്കു വിളിക്കുന്നത്. അയാൾ നിന്റെ ആരാണ്?"

"എന്റെ കൂട്ടുകാരൻ."

"നിന്റെ കൂട്ടുകാരനോ." ഞാൻ പുരികം ചുളിച്ചു, സംശയം പ്രകടിപ്പിച്ചു.

"അതെ."

"അതോ സുരഞ്ജന്റെ കൂട്ടുകാരനോ. നീ പറഞ്ഞത് അവൻ നിന്നെ ഒരു യുവാവിന്റെ കൂടെ ചേർക്കാൻ ആഗ്രഹിക്കുന്നു എന്നാണ്. വാസ്തവത്തിൽ നീയാണു നിന്നെ ഒരു യുവാവിന്റെ കൂടെ ചേർക്കാൻ ആഗ്രഹിക്കുന്നത്."

സുലേഖ തലകുനിച്ചുകൊണ്ടു പറഞ്ഞു:

"താങ്കൾ എന്നെ തെറ്റിദ്ധരിച്ചിരിക്കുന്നു."

"വാസ്തവത്തിൽ ഞാൻ എന്താണു മനസ്സിലാക്കേണ്ടത്. ഒരാൾ വരാൻ ആഗ്രഹിക്കുന്നില്ല. നീ വീണ്ടും വീണ്ടും നിർബന്ധിക്കുന്നു. ഇതൊക്കെ സുരഞ്ജന് അറിയാമോ."

"അയാളാണ് ഇതൊക്കെ ആഗ്രഹിക്കുന്നത്."

"നീയും ആഗ്രഹിക്കുന്നു."

"ഞാനോ."

"എന്താ നീ ആഗ്രഹിക്കുന്നില്ലെന്നാണോ."

സുലേഖ ദീർഘശ്വാസം വിട്ടുകൊണ്ടു പറഞ്ഞു:

"ആളുകളെന്തും പറയട്ടെ. ഞാൻ താങ്കളെ പുരുഷവിദ്വേഷിയായി കണക്കാക്കുന്നില്ല."

വളരെ മിടുക്കുള്ള അല്ലെങ്കിൽ ബുദ്ധിയും നയവുമുള്ള ഒരാളുടെ ഉത്തരമാണ് അതെന്ന് എനിക്കു തോന്നി. സുലേഖ മാന്യമല്ലാത്ത വിധം മോഡേൺ ആണെന്നെനിക്കു തോന്നി. വല്ലാതെ മോഡേൺ ആകാൻ ശ്രമിക്കുന്നു. പളപളാ മിന്നുന്ന റോസ് സാരി. കാതിൽ വലിയ തൂക്കുകൾ. നെറ്റിയിൽ വലിയ ഒരു ഒട്ടിപ്പൊട്ട്. ആ പൊട്ടെടുത്തു കളയാൻ പറയണമെന്നു പലവട്ടം തോന്നി. പക്ഷേ പറഞ്ഞില്ല. അവൾക്കതൊക്കെ ഇഷ്ടമാണെങ്കിൽ തടയാൻ ഞാനാര് എന്നു വിചാരിച്ചാണു പറയാത്തത്. തടഞ്ഞില്ലെങ്കിലും എന്റെ അഭിപ്രായം പ്രകടിപ്പിച്ചു. അഭിപ്രായം എന്നതിനെക്കാളേറെ കോപം പ്രകടിപ്പിച്ചു.

"നീ വളരെ കൂടുതൽ ഒരുങ്ങുന്നുണ്ട്."

"ഒരുങ്ങുന്നുണ്ട്."

"ശരിയായി പറഞ്ഞാൽ നീ വല്ലാതെ അനുകരിക്കുന്നുമുണ്ട്."

"ഉണ്ടോ."

"മിക്കവാറും സുരഞ്ജൻ ചെയ്യുന്നതുപോലെ."

"അയാൾ ചെയ്യുന്നതുപോലെയോ. ഞാൻ അനുകരിക്കുന്നില്ല."

സുലേഖ പെട്ടെന്ന് എഴുന്നേറ്റു. "എനിക്കൊന്നു ബാത്റൂമിൽ പോകണം." ഇതു പറഞ്ഞുകൊണ്ട് എന്റെ സ്റ്റഡിറൂമിലേക്കു നടന്നു. പരിചയമില്ലാത്ത ഒരാളിന്റെ ബാത്റൂമിൽ പോലും ഇത്ര സ്വാതന്ത്ര്യമോ. ഇങ്ങനെ അകത്തേക്കു കയറുന്നതു ഞാനിഷ്ടപ്പെട്ടില്ല. അത് അമാന്യമായി തോന്നി. ബാത്റൂം ഞാൻ കാണിച്ചുകൊടുത്തേനെ. വീട്ടിൽ മൂന്നു ബാത്റൂമുണ്ട്. എന്റെ പേഴ്സണൽ ബാത്റൂമിൽ അന്യർ കയറുവാൻ പാടില്ല. അതുമല്ല അങ്ങനെ കയറാൻ അനുവദിച്ചാൽ പിന്നെ നോക്കുമ്പോൾ എന്റെ ചില സാധനങ്ങൾ ഒന്നും അവിടെ കണ്ടില്ലെന്നു വരും. സ്വന്തം എന്നു ഞാൻ വിചാരിക്കുന്നവർ അറിഞ്ഞോ അറിയാതെയോ മുമ്പു പലതും പോക്കറ്റിലിട്ടു കൊണ്ടുപോയിട്ടുണ്ട്. ആരുടെയൊക്കെ മേൽ എനിക്കു സംശയം തോന്നും?

സുലേഖ തനിച്ചിരുന്നു മായയെ ദുഷിക്കുകയായിരുന്നു. മായ കാരണമാണു സുരഞ്ജൻ ഭാര്യയെ ഉപേക്ഷിച്ചത്. മായ കാരണമാണു സുലേഖയെ ഉപേക്ഷിച്ചത്. ആ പെണ്ണുങ്ങൾ ഉള്ളത്രയും കാലം സുരഞ്ജനു ശാന്തി ലഭിക്കുകയില്ല. സുലേഖയുടെ സംസാരത്തിന്റെ ഗതി എനിക്കിഷ്ടമായില്ല. സുലേഖയും സുരഞ്ജനുമായുള്ള അടുപ്പം ആദ്യം മുതലേ തന്നെ ഞാൻ ഇഷ്ടപ്പെട്ടിരുന്നില്ല. ആ അടുപ്പം സ്നേഹത്തിന്റെ ഉറപ്പുള്ള അടിത്തറമേലല്ല നില്ക്കുന്നതെന്ന് എനിക്കു തോന്നിയിരുന്നു. ആ അടിത്തറ എന്താണെന്നു രണ്ടുപേരും എന്നോടു പറഞ്ഞിട്ടില്ല. എങ്കിലും മിക്കവാറും എനിക്ക് ഊഹിക്കാൻ കഴിയും. പക്ഷേ ഊഹിച്ചെടുക്കേണ്ട ആവശ്യം ഉണ്ടെന്നു തോന്നിയില്ല. സുലേഖയോടു ഒരുതവണ ഞാൻ പറഞ്ഞു:

"നോക്കൂ പഴയ ഒരു ബന്ധം അവസാനിച്ചു. പുതിയ ഒരു ബന്ധം തുടങ്ങുന്നു. എന്നു വച്ചു പഴയതിനെ നിന്ദിക്കുന്നതിന്റെ കാരണം?"

“കാരണം താങ്കളുടെയത്ര ഉദാരമനസ്കയാകാൻ എനിക്കു കഴിവില്ല.”

“ഇതിൽ ഉദാരതയുടെ പ്രശ്നമൊന്നുമില്ല. സ്വഭാവമാണു പ്രശ്നം. ഓരോരുത്തർക്കും ഓരോ സ്വഭാവമായിരിക്കും.”

“താങ്കൾ പറയാനാഗ്രഹിക്കുന്നത് അന്യരെ നിന്ദിക്കുന്നത് എന്റെ സ്വഭാവമാണെന്നല്ലേ.”

സുലേഖ സുരഞ്ജനുമായുള്ള ബന്ധത്തെച്ചൊല്ലി പരദൂഷണം പറയാൻ എന്റെ അടുത്തു വന്നതാണോ. ഹോസ്റ്റലിൽ താമസിക്കുന്ന പെൺകുട്ടിക്കു കാമുകനുമായി കണ്ടുമുട്ടാൻ സ്ഥലമില്ലാത്തതിനാൽ അതിന് എന്റെ വീട് ഉപയോഗിക്കുകയും ചെയ്യാം. മറ്റു കാരണങ്ങളും കണ്ടേക്കാം. സുരഞ്ജനോട് എനിക്ക് അതിയായ സ്നേഹമുണ്ട്. അവനുമായുള്ള സമ്പർക്കം തുടർന്നു കൊണ്ടുപോവാൻ കഴിയാതെ വന്നപ്പോൾ ഇവിടെ വന്ന് ഇതൊക്കെ ചെയ്യുന്നത് അതുകൊണ്ടാകാം.

മനുഷ്യൻ രാഷ്ട്രീയ സാമൂഹിക കുടുംബകാര്യങ്ങളിലൊക്കെ മുഴുകിയിരിക്കുമ്പോൾ പ്രേമവും മറ്റും അപ്രധാനമാകും. അതോ മറിച്ചാണോ?

ബാത്റൂമിൽനിന്നു തിരിച്ചുവന്നപ്പോൾ അവൾ പറഞ്ഞു, ഇനിയും വോഡ്ക വേണമെന്ന്. പറ്റുകയില്ല എന്നു പറയാൻ എനിക്ക് ആഗ്രഹമുണ്ടായിരുന്നു. ഇതുപോലെ അമാന്യമായി പെരുമാറുന്ന സുലേഖയെ പറഞ്ഞുവിടണമെന്നു തോന്നി. നിന്റെ പുത്തൻ കാമുകനെയുംകൊണ്ട് എവിടെയ്ക്കെങ്കിലും പോ. ഇത് അങ്ങനെയുള്ളവർക്കു ഒത്തുചേരാനുള്ള ഇടമല്ല. ഇങ്ങനെ പറയാൻ കഴിഞ്ഞില്ലെങ്കിലും എന്റെ പെരുമാറ്റത്തിൽ ഒരു അടുപ്പക്കുറവും പാരുഷ്യവും കലർന്നിരുന്നു.

അപ്പോഴേക്കും ഒരു സുന്ദരൻ, പുരുഷൻ, വന്നു ബെല്ലടിച്ചു. സോബ്ഹാൻ സുലേഖയെ അന്വേഷിച്ചു വന്നതാണ്. അവരെ സംസാരിക്കാൻ വിട്ടിട്ടു ഞാൻ സ്റ്റഡി റൂമിലേക്കു പോയി. മിനതി അവർക്കു ചായ കൊടുത്തു. കുറെ കഴിഞ്ഞു സുലേഖ എന്റെ മുറിയിലേക്ക് നേരെ കടന്നു വന്നു.

“വരൂ ദീദീ, അയാളുമായി ശരിക്കു പരിചയപ്പെട്ടില്ലല്ലോ.”

“നിങ്ങൾക്ക് ഒരുപാടു പറയാൻ കാണും. അതൊക്കെ പറഞ്ഞുതീർക്ക്”

“എന്താണിനി പറയാൻ. പറയുന്നതു ഫോണിലും ആകാമല്ലോ. വളരെ ദൂരെ നിന്നു താങ്കളുടെ വീട്ടിൽ വന്നിരിക്കയല്ലേ. നിങ്ങളോട് സംസാരിച്ചില്ലെങ്കിൽ ആളുകളെന്തു പറയും. എത്രയോ മഹത്ത്വമുള്ള താങ്കൾ ഇങ്ങനെ പെരുമാറുന്നതു ഭംഗിയല്ല.”

“ആശ്ചര്യം. ഞാൻ എങ്ങനെയാണു പെരുമാറിയത്?”

“താങ്കൾ എന്നെ ഒട്ടും ഇഷ്ടപ്പെടുന്നില്ല. പിന്നെ...”

രണ്ടുപേർക്കും അഭിമുഖമായി ഇരുന്നു. എന്റെ വീട്ടിൽ മുസൽമാന്മാരുടെ വരവും പോക്കും എളുപ്പമല്ല. ആരുടെ മനസ്സിൽ എന്താണെന്നു പറയാൻ കഴിയുകയില്ല. രണ്ടു പോലീസുകാർ ഇരിപ്പുണ്ട്. വീട്ടിൽ വരുന്നവരെ

നിയന്ത്രിക്കാനുള്ള അവകാശം എനിക്കല്ല. അവർക്കാണ്. ഒരു നിസ്സഹായത തോന്നി. വീട്ടിലേക്ക് മറ്റൊരാളെ വിളിച്ചുവരുത്തിയ സുലേഖയെത്തന്നെ എനിക്ക് എത്രമാത്രം അറിയാം?

"സോബ്ഹാനെപ്പോലെയുള്ള മനുഷ്യർ കാണുകയില്ല ദീദീ."

"എങ്ങനെ അറിയാം. അയാളെ നീ എത്ര പ്രാവശ്യം കണ്ടിട്ടുണ്ട്."

"രണ്ടു പ്രാവശ്യം." സുലേഖ നന്നായി ചിരിച്ചു. ഈ ചിരി ആശ്രയത്തിന്റെയോ സുജനഭാവത്തിന്റെയോ?

സോബ്ഹാൻ പറഞ്ഞു: "സുരഞ്ജനിൽനിന്നു താങ്കളുടെ കാര്യങ്ങൾ ഞാൻ കേട്ടിട്ടുണ്ട്."

"സുരഞ്ജനു സുഖമല്ലേ."

"സുഖം തന്നെ."

"എന്തു ചെയ്യുന്നു."

"പഴയതുപോലെ ട്യൂഷൻ. അത് അവന് ഇഷ്ടമാണ്. അവന്റെ സ്റ്റുഡന്റ്സിനൊക്കെ വലിയ ആരാധനയാണ് അവനോട്. ഒരിക്കൽ അവന്റെ വീട്ടിൽ വച്ചു രണ്ടു പെൺകുട്ടികളെക്കണ്ടു. ആറാം ക്ലാസ്സിൽ പഠിക്കുന്നു. അവരോടൊപ്പം അവനും കളിക്കുന്നു."

"ചിലപ്പോൾ വളരെ മൂഡി ആയിട്ടുണ്ടാകും. എന്റെ അടുത്ത് വന്നിട്ട് ഒരുപാടു നാളായി."

"താങ്കളുടെ കാര്യം പറയാറുണ്ട്. പാർക്ക്സർക്കസിലെ ഒരു റസ്റ്റോറന്റിൽവച്ച് ഭക്ഷണം കഴിച്ച അന്ന് ഒരുപാടു നേരം താങ്കളെപ്പറ്റിയാണു പറഞ്ഞുകൊണ്ടിരുന്നത്".

"എന്താണു പറഞ്ഞത്."

"താങ്കൾ വളരെ നല്ലയാളാണ്. ഉദാരമനസ്കയാണ്. താങ്കളുടെ അടുത്ത് ഉടൻ വരുന്നുണ്ട്. എന്നൊക്കെ പറഞ്ഞു."

സോബ്ഹാന്റെ മുഖത്തു നോക്കിയാൽത്തന്നെ എല്ലാം ഉണ്ടാക്കിപ്പറയുന്നതാണെന്നു മനസ്സിലാകും. ക്ലീൻ ഷേവ് ചെയ്ത ക്ലീൻ മനുഷ്യൻ. ചായ കുടിച്ചുകൊണ്ടു സോബ്ഹാൻ തുടർന്നു: "ഈയിടെ വെള്ളത്തോടു കമ്പം കൂടുതലാണ്. വൈകുന്നേരമാകുമ്പോഴേക്കും ലേകിന്റെ കരയിൽ എത്തും."

"ജോഗിംഗ് ചെയ്യുന്നുണ്ടോ."

"ജോഗിംഗ് ചെയ്തു ശീലമില്ല. ഇനി പുതിയതായി ശീലിക്കുമെന്നും തോന്നുന്നില്ല."

എന്റെ മനസ്സ് ലേകിന്റെ തീരത്തായി.

"അവിടെ സുരഞ്ജൻ എന്തു ചെയ്യും. ആട്ടെ, അവന്റെ ബാബ എങ്ങനെയാണു മരിച്ചതെന്നറിയാമോ."

ഞാൻ അപ്രതീക്ഷിതമായി ആ ചോദ്യം എടുത്തിട്ടു.

രണ്ടുപേരോടുമായാണു ചോദിച്ചത്.

സോബ്ഹാൻ പറഞ്ഞു:

"ഞാൻ കേട്ടത് ശങ്കർഘോഷ് എന്നയാൾ, അവരുടെ ഒരു ബന്ധു, അടിച്ചു കൊന്നു തടാകത്തിൽ ഇട്ടു എന്നാണ്."

സുലേഖ പറഞ്ഞു:

"എനിക്കു തോന്നുന്ന കാരണം വേറെയാണ്. സത്യത്തിൽ ഇക്കാര്യം അവർ രഹസ്യമാക്കി വച്ചിരിക്കുകയാണ്. ഞാൻ അറിഞ്ഞിടത്തോളം വീടിനടുത്തുള്ള ഒരു തടാകത്തിൽ ആത്മഹത്യ ചെയ്യുകയായിരുന്നു. അന്നു കറുത്ത വാവ് ദിവസം. മായയെ സംബന്ധിച്ച് എന്തോ ചില പ്രശ്നങ്ങൾ ഉണ്ടായി."

"എന്താ ഉണ്ടായത്." എനിക്ക് ആകാംക്ഷ വർദ്ധിച്ചു.

"സുരഞ്ജൻ പറഞ്ഞത്, ഇങ്ങനെയാണെന്നു തോന്നുന്നു. മായ കാരണം ഞങ്ങൾ എല്ലാവരും അനുഭവിക്കുകയാണ്. നാട് ഉപേക്ഷിച്ചു. ഇപ്പോൾ ബാബയും ഞങ്ങൾക്കു നഷ്ടമായി."

സുലേഖ ഓർമ്മകളിൽ നിന്നു പറഞ്ഞത് എന്നെ ചിന്തയിൽ ആഴ്ത്തി. ഞാൻ ചിന്തിക്കുന്നതുപോലെ സുധാമൊയ്ദത്തിന്റെ മരണത്തെപ്പറ്റി അവർ ചിന്തിക്കുന്നില്ലെന്നു മനസ്സിലായി. അവരെ സംബന്ധിച്ചു പല മരണവാർത്തയുംപോലെ ഇതും ഒരു മരണവാർത്ത. അവരാരും അയാളെ അറിയുകയില്ല. സുധാമൊയ്ദത്തിന്റെ സ്വപ്നങ്ങളുടെ വേദനകൾ നേരിട്ടു കണ്ടിട്ടില്ല. അയാളുടെ തിളക്കമേറിയ ശൈശവവും കൗമാരവും കണ്ടവർ ആരുമില്ല. "സോബ്ഹാൻ വിവാഹിതനാണോ?"

എന്റെ ചോദ്യം കേട്ടു സുലേഖ കുറെക്കൂടി നിവർന്നിരുന്നു. ആ ചോദ്യത്തിൽ നിന്നൊഴിഞ്ഞു പോകാനുള്ള ആഗ്രഹം പുറത്തു വന്നില്ലെങ്കിലും മനസ്സിൽ തെളിഞ്ഞു.

സോബ്ഹാൻ തലകുലുക്കി.

"അതെ വിവാഹിതനാണ്."

"കുട്ടികളുണ്ടല്ലോ."

"ഒരു മകൾ"

"എത്ര വയസ്സായി മോൾക്ക്"

"മൂന്ന്"

"പേര്"

"ദിൽരൂപാപാരബിൻ"

"താങ്കളുടെ ഭാര്യ എന്തു ചെയ്യുന്നു. ജോലിയുണ്ടോ?"

"ഇല്ല"

സോബ്ഹാൻ മ്ലാനമായ ചിരിയോടെ പറഞ്ഞു.

"എന്താ ഇല്ലാത്തത്. സ്ത്രീകൾ വീട്ടിൽ ഇരുന്നാൽ മതി എന്ന അഭിപ്രായക്കാരനാണോ താങ്കൾ? അവർ പഠിച്ചിട്ടില്ലേ?"

"പഠിച്ചിട്ടുണ്ട്. പക്ഷേ പുറത്തുപോയി ജോലി ചെയ്യാൻ ആഗ്രഹമുണ്ടെന്നു തോന്നുന്നില്ല."

"അതു വെറും തോന്നലാണ്." എന്റെ ശബ്ദത്തിൽ ഒരു ദ്വയാർത്ഥം ഉണ്ടായിരുന്നു.

സുരഞ്ജൻ അവളെ സോബ്ഹാന്റെ പിന്നിൽ കൊളുത്തിവിട്ടു എന്നാണു സുലേഖ വിചാരിക്കുന്നത്. സുരഞ്ജനോടുള്ള പ്രതികാരം അവൾക്കു വെളിച്ചമായി. സോബ്ഹാനെക്കുറിച്ചുള്ള മോഹം അവളുടെ കാൽച്ചുവട്ടിൽ മണ്ണിട്ടുകൊടുത്തിരിക്കുന്നു. ഇപ്പോൾ ആഹ്ലാദത്തിന്റെ വഴിയിലാണവൾ. ബംഗാളി സമൂഹത്തിൽ വിവാഹം തുറന്ന രീതിയിലുള്ള സ്ത്രീപുരുഷ ബന്ധത്തെ സാധാരണമാക്കുന്നു. മുസൽമാനാണെങ്കിലും അവർ ഈ സമൂഹത്തിലെ അംഗങ്ങളാണ്. പൂജ ചെയ്യുന്നില്ല, സിന്ദൂരം തൊടുന്നില്ല, പുരുഷമേധാവിത്തമുള്ള സമൂഹത്തിൽ ജനനംകൊണ്ട് ഈ സമൂഹത്തിനിണങ്ങുന്ന മാനസികഭാവമാണവരുടേത്. എല്ലാ പുരുഷന്മാരും വിവാഹത്തിനു മുമ്പ് കാമുകിയായി പരിചയപ്പെടുന്ന സ്ത്രീയെ വിവാഹം കഴിച്ചാൽ പിന്നെ കാമുകിയായി പരിഗണിക്കുകയില്ല. അവൾ ഇപ്പോൾ ഭാര്യയാണ്. കാമുകി വേറൊരു സ്ത്രീയായിരിക്കും. ആ കാമുകി മറ്റൊരാളുടെ ഭാര്യയായിരിക്കും ചിലപ്പോൾ; അതോടൊപ്പം കാമുകിയും. ഞാൻ ധാരാളമായി കണ്ടിട്ടുണ്ട് ഈ സമ്പ്രദായം. എന്റെ സുഹൃത്തുക്കളെ ഞാൻ ഇതു കാണിച്ചുകൊടുത്തിട്ടുമുണ്ട്. പക്ഷേ അത് അങ്ങനെ മനസ്സിലാക്കാൻ അവർ തയ്യാറല്ല.

സോബ്ഹാൻ എന്നോട് ഒന്നും ചോദിച്ചില്ല. ഞാൻ ചോദിച്ചതിനൊക്കെ ഉത്തരം പറഞ്ഞതേ ഉള്ളൂ. ഒന്നും അറിയാനില്ല. മനുഷ്യനെ വിശ്വസിച്ചു പല ആപത്തിലും ചെന്നുപെട്ടതിനുശേഷവും അതേ മനുഷ്യനെ വിശ്വസിക്കുക എന്നത് എന്റെ സ്വഭാവമാണ്. സോബ്ഹാന് പത്തിൽ പത്തു മാർക്ക് കൊടുക്കാനൊന്നും എനിക്ക് ഇഷ്ടമില്ല. എങ്കിലും അനേകം സ്ത്രീപുരുഷന്മാർ ആദരിക്കുന്നയാളാണ് സോബ്ഹാൻ. അതിന്റെ ആഹ്ലാദം സോബ്ഹാനിലുണ്ട്. ആദരവ് ഇഷ്ടപ്പെടാത്തവർ ആരുണ്ട്. പക്ഷേ സുരഞ്ജനുമായി സോബ്ഹാന് എങ്ങനെ സൗഹൃദമുണ്ടായി? അതിന്റെ കാരണം എനിക്കു പിടികിട്ടിയില്ല. കണ്ടേടത്തോളം പുതിയ ചങ്ങാതി ആണെങ്കിലും സുരഞ്ജൻ സോബ്ഹാന്റെ ഏറ്റവും അടുപ്പമുള്ള കൂട്ടുകാരനാണ്. സുരഞ്ജൻ അയാളുടെ ഏറ്റവും അടുപ്പമുള്ള സുഹൃത്ത് മുസൽമാൻ ആണെന്ന് എന്നെ കാണിക്കാൻ ആഗ്രഹിക്കുന്നുണ്ടോ? കാരണം അവൻ കടുത്ത ഹിന്ദുവായി എന്നു ഞാൻ പറഞ്ഞല്ലോ. എന്നെ കളിപ്പിക്കുകയാണോ സ്വയം കളിക്കുകയാണോ?

അന്നു വെളുപ്പിന് എഴുന്നേറ്റു നേരെ ബേഗ്ബാഗാനിലേക്കു പോയി. അപ്പോൾ രാവിലെ ആറുമണി. കടകൾ അടഞ്ഞു കിടക്കുന്നു. വഴിയരികിലും കടത്തിണ്ണകളിലും ചപ്രത്തലമുടിയുള്ള തെണ്ടികളും ഭ്രാന്തന്മാരും കിടന്നുറങ്ങുന്നു. രണ്ടുപേർ

കഞ്ചാവു വലിക്കുന്നു. സുലേഖയിൽ നിന്നു കിട്ടിയ മേൽവിലാസമുള്ള വീടു കണ്ടുപിടിച്ചു ചെന്നു കതകിൽ മുട്ടി, അകത്തു കർക്കശമായ പുരുഷശബ്ദം. കതകു തുറന്നില്ലെങ്കിൽ അതു സുരഞ്ജന്റെ ശബ്ദമാണ് എന്നറിയുകയില്ലായിരുന്നു. ലുങ്കി ഉടുത്തിട്ടുണ്ട്. ഷർട്ടില്ല. അകത്ത് അസഹ്യമായ ചൂട്. ഒരു ഫാൻ കറങ്ങുന്നു. ഒരു ക്യാൻവാസ് കട്ടിലിൽ ചെറിയ ഒരു കുട്ടി ഉറങ്ങുന്നു. മറ്റു രണ്ടു കട്ടിലിലും കൊതുകുവല. സുരഞ്ജൻ കണ്ണു ചിമ്മി നോക്കി. മുമ്പിൽ നില്ക്കുന്നതു ഞാനാണെന്നു മനസ്സിലായില്ല.

"പോകാം."

"പോകാം എന്നു പറഞ്ഞാൽ" സുരഞ്ജന് ഒരു മടുപ്പ്.

"പാന്റും ഷർട്ടും ഇട്ടുകൊണ്ടു വാ."

"എന്തിന്."

"ആദ്യം ഡ്രസ്സിട്ടു വാ. പിന്നെ പറയാം."

സുരഞ്ജൻ വരാൻ എടുത്ത സമയത്തിന്റെ കാൽഭാഗം കൊണ്ടു ഞാൻ പുറത്തിറങ്ങി. സുരഞ്ജനെ വണ്ടിയിൽ കയറ്റി അരികിൽ ഇരുത്തി. വിക്ടോറിയാ മെമ്മോറിയൽ കടന്നു, വിദ്യാസാഗർ സേതുവിനു മുകളിൽ കൂടി വണ്ടി ഓടുന്നു. സുരഞ്ജൻ ചോദിച്ചു:

"എങ്ങോട്ടാണു പോകുന്നത്."

കാറിൽ രമാമണ്ഡലിന്റെ ഗാനം ഒഴുകുന്നു.

തെരഞ്ഞെടുത്ത അത്യസാധാരണ ഗാനങ്ങൾ.

ഒന്നൊന്നായി കേട്ടുകൊണ്ടിരുന്നു.

നമിനമിചിരമംഗൾ, മിചിരൊസംസൽ...

രവീന്ദ്രനാഥിന്റെ പൂജാഗാനങ്ങൾ എനിക്ക് ഒരിക്കലും പൂജാഗാനങ്ങൾ ആയി തോന്നാറില്ല. എല്ലാത്തിലും നിറഞ്ഞു നില്ക്കുന്നതു പ്രേമം തന്നെയായിരുന്നു. ഞാൻ അവയെ പ്രേമഗാനങ്ങളായി മാത്രം പരിഗണിച്ചിരുന്നു.

എവിടേയ്ക്കു പോകുന്നു എന്നു ചോദിച്ചപ്പോൾ രണ്ടു കണ്ണുകളും ചെല്ലുന്നിടത്തേക്ക് എന്നായിരുന്നു എന്റെ ഉത്തരം.

"പക്ഷേ എനിക്കു കണ്ണുകൾ രണ്ടും ചെല്ലുന്നിടത്തേക്ക് പോകേണ്ടെങ്കിലോ?"

"എങ്ങോട്ടാണ് പോകേണ്ടത് എന്നു പറയ്. എങ്ങോട്ടു പോകേണ്ട എന്നല്ല. ബേഗ്ബാഗാനിലെ ആ വീട്ടിന്റെ അകത്തു കുത്തിയിരിക്കണം. അല്ലെങ്കിൽ മദ്യം കുടിച്ചു ലക്കില്ലാതെ എവിടെയങ്കിലും കിടക്കണം. അതല്ലേ വേണ്ടൂ."

"അതാണ് എനിക്ക് ഇഷ്ടമെങ്കിലോ."

"എനിക്ക് ഇഷ്ടമല്ല എന്നു ഞാൻ പറയുന്നില്ല. ഇന്ന് എനിക്കിഷ്ടം നിന്നെയുംകൊണ്ടു രണ്ടു കണ്ണുകളും ചെല്ലുന്നിടത്തേക്ക് പോകാനാണ്."

"നിങ്ങൾക്കു ഭ്രാന്തു പിടിച്ചോ?"

"നേരത്തെ തന്നെ ഭ്രാന്തായിരുന്നല്ലോ." ഞാൻ ചിരിച്ചുകൊണ്ടു പറഞ്ഞു.

സുരഞ്ജൻ കാവിനിറമുള്ള ഒരു പാന്റും കറുത്ത ഷർട്ടും ഇട്ടിരുന്നു. കാലിൽ കറുത്ത ചപ്പൽ. വണ്ടിക്കകത്ത് ഏസി ഇട്ടിരുന്നു. അവൻ ഏതോ സുഗന്ധം പൂശിയിട്ടുണ്ട്. അതോ ലക്സ് സോപ്പിട്ടു മുഖം കഴുകിയതിന്റെ മണമോ?

"എന്തു പറയുന്നു."

"ഒന്നും പറയുന്നില്ല."

സുരഞ്ജൻ ചിരിച്ചുകൊണ്ടു തന്നെ പറഞ്ഞു.

"ഞാൻ ഇങ്ങനെയൊക്കെ ആലോചിക്കാറുണ്ട്."

"പുരുഷന്മാർ മാത്രമല്ല, സ്ത്രീകളും ഇങ്ങനെ ആലോചിക്കുമെന്ന് ഇപ്പോൾ മനസ്സിലായി."

ഞാനും ചിരിച്ചുകൊണ്ടു പറഞ്ഞു:

"അപ്പോൾ സമത്വമാണല്ലോ വിഷയം."

രണ്ടുപേരുടെയും ചിരി അന്തരീക്ഷത്തെ കനംകുറച്ച് രഹസ്യമുക്തമാക്കി. സുരഞ്ജൻ നിശ്ചിന്തമായി ശ്വസിച്ചുകൊണ്ടിരുന്നു.

"അത്ഭുതകരമായ സുന്ദരപ്രഭാതം. അത്ഭുതകരമായ സുന്ദരഗാനം. ഇത്രയും നാൾ പ്രഭാതം കണ്ടിരുന്നില്ല. ഗാനം കേട്ടിരുന്നില്ല."

"എന്തുകൊണ്ട്, നിനക്ക് എന്തുപറ്റി."

സുരഞ്ജൻ ചുണ്ടിൽ ചിരിവിരിയിച്ചുകൊണ്ടു പറഞ്ഞു: "എനിക്കറിഞ്ഞുകൂട."

'ചിരസഖേ എന്നെ വെടിഞ്ഞിടൊല്ലേ...' എന്ന ഗാനം ഉയർന്നപ്പോൾ അതു ഞങ്ങൾ രണ്ടുപേരെയും ഒരു തരത്തിൽ സ്തംഭിപ്പിച്ചുകളഞ്ഞു.

ഈ ഗാനം കണികയും പാടിയിട്ടുണ്ട്. രമയും പാടിയിട്ടുണ്ട്. ഒന്നും മോശമായിരുന്നില്ല.

സുരഞ്ജനെ ഞാനിങ്ങനെ പൊക്കിക്കൊണ്ടു വന്നതിനു പല കാരണങ്ങളുണ്ട്. അവൻ തടാകത്തിന്റെ കരയിൽ ചെന്നിരിക്കുന്നുണ്ട് എന്ന വിവരം എന്നെ അസ്വസ്ഥയാക്കി. പ്രേമത്തിൽ ഉൾപ്പെട്ട യുവാക്കൾ കാമുകിയെപ്പറ്റി ഓർത്തു ധാരാളം സമയം ഇരിക്കുകയും സ്വപ്നം കാണുകയും ചെയ്യുന്ന കാലത്തു കാമുകിയെ നിസ്സംഗതയോടെ ഉപേക്ഷിക്കുന്ന പക്ഷം തുടർന്നുണ്ടാകുന്ന ആ നിരാശ അസുഖമായി ഡിപ്രഷനായി മാറും. അയാൾ ഏതെങ്കിലും സമയത്ത് ആത്മഹത്യയിൽ അഭയം പ്രാപിക്കാൻ ഇടയുണ്ട്. മനസ്സിന് ഒരു അവലംബവുമില്ല. തടാകത്തിന്റെ കരയിൽ അങ്ങനെ ചെന്നിരിക്കുന്നതു നല്ല ലക്ഷണമല്ല. സുലേഖയും അവനുമായുള്ള ബന്ധം നിലനിർത്തിക്കൊണ്ടു പോയാലും അവന്റെ ഡിപ്രഷൻ ഇല്ലാതാകുമെന്ന് പ്രതീക്ഷയില്ല. എന്റെ ഉദ്ദേശ്യം ഇപ്പോഴത്തെ അവന്റെ മാനസികാവസ്ഥയിൽ നിന്ന് ഒരു മോചനം കൊടുക്കുകയാണ്. പോകെപ്പോകെ എന്തെല്ലാം സംഭവിക്കാം. ഡിപ്രഷൻ ഇല്ലാതാക്കാം എന്നു പറഞ്ഞാൽ ഉടൻ ഡിപ്രഷൻ ഇല്ലാതാക്കാനൊന്നും

കഴിയുകയില്ല. എങ്ങനെയായാലും ജീവിതത്തിന് ഒരു ഊഷ്മളത വേണം. ആഗ്രഹിക്കുന്നത് കുറച്ചൊക്കെ നടക്കണം. ചിലർ നിസ്വാർത്ഥമായി സ്നേഹിക്കുന്നു. ചിലർ ഒരു മുദ്രയും പതിക്കുകയില്ല സ്നേഹത്തിന്റെ മുദ്രപോലും. അവർക്കും എന്തെങ്കിലും കിട്ടണം. പിടിച്ചു നില്ക്കാൻ അത്തരം എന്തെങ്കിലും ഒരു സമ്പർക്കം, മോചനത്തിന്റെ സമ്പർക്കം, സുരഞ്ജനു കൊടുക്കാനാണു ഞാൻ വന്നത്. എല്ലാ കുറ്റങ്ങളും കുറവുകളും വിഷമങ്ങളും കളയാനുള്ള സമയവും സ്ഥലവും നല്കണം. എന്റെ ആഗ്രഹം എന്റെ പ്രവൃത്തിയിൽ എത്ര മാത്രം പ്രകടമായി എന്നാർക്കറിയാം.

എട്ടുമണിയോടടുത്ത് ഒരു ചായക്കടയുടെ അടുത്തു വണ്ടി നിർത്തി, ചായ കുടിച്ചു. മുമ്പിൽ വിസ്തൃതമായ പച്ചവിരിച്ച വയൽ. ഈ പ്രദേശത്തു ധാരാളം കരിമ്പനകൾ ഉണ്ട്; തെങ്ങുകളും ഉണ്ട് എന്നു പറയാം. അധികമില്ല. എനിക്കു വളരെക്കാലമായി അറിയാവുന്ന ഈ ഗ്രാമം എന്നെ ഇങ്ങോട്ടു പിടിച്ചു വലിക്കാറുണ്ട്. നിർജ്ജനമായ പച്ചപ്പരപ്പുകൾ കാണുമ്പോഴൊക്കെ ഇവിടേയ്ക്ക് വീണ്ടും വീണ്ടും വരണം എന്നു തോന്നും. നടക്കാറില്ല. നടന്നില്ല. ഇങ്ങനെ എത്രയെത്ര 'നടക്കായ്മ'കളുടെ ഇടയിലാണു നമുക്കു ജീവിക്കേണ്ടി വരുന്നത്. നടക്കുകയാണെങ്കിൽ ഇങ്ങനെ വേണം നടക്കാൻ. ഏഴു പ്രഭാതങ്ങളുടെ തുടിപ്പ്. വാ പോകാം. കണ്ണുകൾ പോകുന്നിടത്തേക്കു ചെല്ലാം., ചെറുപ്പകാലം മുതൽ എന്റെ ഒരു ലഹരിയാണു രണ്ടു കണ്ണുകൾ ചെല്ലുന്നിടത്തേക്കു പോവുക എന്നത്. കോളേജിൽ നിന്നും ഇയാസ്മിനെ റിക്ഷയിൽ കൂട്ടിക്കൊണ്ടു പോരാറുണ്ട്. റിക്ഷക്കാരൻ ചോദിക്കും എങ്ങോട്ട്? പോയ്ക്കൊള്ളൂ എന്നു മറുപടി. എങ്ങോട്ട്? നിങ്ങൾക്ക് ഇഷ്ടമുള്ളിടത്തേക്ക് പോയ്ക്കൊള്ളൂ. റിക്ഷക്കാരന് അത്ഭുതം. അയാൾ ചോദിക്കും. എന്നു പറഞ്ഞാൽ?

അപ്പോൾ പറയും:

"രണ്ടു കണ്ണുകൾ ചെല്ലുന്നിടത്തേക്കു പോകൂ." അപ്പോൾ റിക്ഷക്കാരന്റെ പാദം പെഡലിൽ അമരും. റിക്ഷക്കാരനും ആ പ്രയോഗം ഇഷ്ടമാകും. സ്വന്തം ഇഷ്ടം അനുസരിച്ച് എങ്ങോട്ടു വേണമെങ്കിലും പോകാം എന്നത് അവരുടെ മനസ്സിലും ഒരു പുത്തൻ അന്തരീക്ഷം ഉണ്ടാക്കും.

'ബിദായ് ദാ ഓ ഖേലേർസാഥി' എന്ന ഗാനത്തിന്റെ ഒടുവിലത്തെ വരികൾ മുഴങ്ങുമ്പോൾ മുമ്പിൽ അനന്തമായ പാതയും ഓരങ്ങളിൽ പച്ചവിരിച്ച പാടങ്ങളും മാത്രം.

വിട നല്കിയാലും കളിക്കൂട്ടുകാരാ.

പിരിയേണ്ട നേരമായി നമ്മൾ എന്നോർത്തുപോയി. വേർപിരിയേണ്ട നേരമായി. സുരഞ്ജനോടു ഞാൻ പറഞ്ഞു:

"സംസാരിക്കൂ."

"എന്തു വിഷയം?"

"നല്ലതെന്നു തോന്നുന്നത്. ഇഷ്ടമുള്ള വിഷയം."

സുരഞ്ജൻ ഒന്നും പറഞ്ഞില്ല.

"ഇഷ്ടമുള്ളതു പറയൂ."

"രാഷ്ട്രീയകാര്യം ആവട്ടെ." സുരഞ്ജൻ പൊട്ടിച്ചിരിച്ചുകൊണ്ടു പറഞ്ഞു: "വേണ്ട, സാമ്പത്തികശാസ്ത്രം."

"ഇല്ല."

"ഹിന്ദുമുസ്ലീം വിഷയം."

"ഒട്ടും ഇല്ല." എന്നു പറഞ്ഞുകൊണ്ടു സുരഞ്ജൻ ശക്തിയായി തലയാട്ടി.

"ബാബയെപ്പറ്റി. അമ്മയെപ്പറ്റി. സഹോദരിയെപ്പറ്റി."

"ഇല്ല."

"കൂട്ടുകാരെപ്പറ്റി"

"ഇല്ല"

"സുലേഖയെപ്പറ്റി"

തലയാട്ടി. ഇല്ല.

"പുതിയ ചങ്ങാതി സോബ്ഹാൻ"

സുരഞ്ജൻ ചിരിച്ചു: "ഇല്ലേ ഇല്ല."

"ബേഗ്ബാഗാൻ, ബേൽഘാഡിയ, ട്യൂഷൻ, സ്റ്റുഡന്റ്സ്"

"ഇല്ല."

"ബംഗ്ലാദേശ്"

"ഇല്ല"

"എന്നാൽ ജീവിതത്തിൽ സംസാരിക്കേണ്ടി വരുകയില്ല."

ഒന്നിനോടും താത്പര്യമില്ല. അതുകൊണ്ട് ഒന്നിനെപ്പറ്റിയും സംസാരിക്കുകയില്ല. ഒടുവിൽ എന്നോടു സീറ്റ് ബെൽറ്റിനെപ്പറ്റി സംസാരിക്കാനിട വന്നു. സീറ്റ് ബെൽറ്റു ധരിക്കണം എന്ന് എന്നെ ഓർമ്മിപ്പിക്കേണ്ടി വന്നു. അതു കഴിഞ്ഞ് അരമണിക്കൂറിനകം വീണ്ടും സംസാരിക്കേണ്ടി വന്നു. സുരഞ്ജനു സിഗററ്റു വലിക്കാൻ മോഹം. വണ്ടിക്കുള്ളിൽ സിഗററ്റു വലിക്കാൻ പാടില്ല. അതിനാൽ അരമണിക്കൂർ കൂടുമ്പോൾ വണ്ടി നിർത്താൻ പറയേണ്ടിവന്നു.

പഞ്ചാബിധാബയിൽ പ്രഭാതഭക്ഷണം. വർദ്ധമാനിനടുത്തു വച്ച് ഉച്ചഭക്ഷണം. അതിനിടയിൽ ഭക്ഷണത്തെപ്പറ്റിപോലും ഒന്നും ഞങ്ങൾ സംസാരിച്ചില്ല. എന്തു മുന്നിൽ കിട്ടിയോ അതു തിന്നു. കാണുകയും കേൾക്കുകയും ചെയ്തു. ഭൂതകാലമില്ല. ഭാവിയില്ല. ഞങ്ങൾക്ക് അപ്പോൾ വർത്തമാനകാലം മാത്രം. ഞങ്ങൾ രണ്ടു മനുഷ്യർ ഇന്നു രാവിലെ ആറുമണിക്കു ജനിച്ചതാണ്. അപ്പോൾ മുതൽ ജീവിക്കുന്നു. സുരഞ്ജനുവേണ്ടി മാത്രമോ. ഈ ഇറങ്ങിത്തിരിച്ചതിനു പിന്നിൽ എന്റെ ആവശ്യം ഒന്നും ഇല്ലേ? ഉണ്ട്.

പതിവുവഴി മറന്നിട്ട് പുതിയ വഴികൾ ചോദിച്ചു ചോദിച്ചു ശാന്തിനികേതനത്തിൽ തിരികെ വന്നു. റോഡുവക്കിലൂടെ രണ്ടുപേരും നടന്നു. മരമോ തടാകമോ

കണ്ടാൽ അവിടെ നിന്നു. വളരെ നേരം കാത്തുനിന്നു സൂര്യാസ്തമയം കണ്ടു. മനസ്സു നിറഞ്ഞു. അതു കഴിഞ്ഞു രംഗാമാട്ടിയിലെ വഴിയരുകിലൂടെ മെയ്യുരുമ്മി നടന്നു. പാടിക്കൊണ്ടാണു നടന്നത്. ഗാനങ്ങൾ ഉള്ളിൽ ഒതുക്കി. ഉറവപോലെ അവ പുറത്തു വന്നിരുന്നില്ല. സാന്താൾ ആദിവാസി മേഖലയിലും ഇറങ്ങി നടന്നു. മൺകുടിലുകൾക്കകത്തു കയറി അവരുടെ ജീവിതം കണ്ടു. സുരഞ്ജൻ ഒരിക്കലും ഇത്തരം ആദിവാസി കുടിലുകൾക്കുള്ളിൽ കയറിയിട്ടില്ല. കുടിലുകൾക്കുള്ളിലെ ജീവിതം കണ്ട് അത്ഭുതാധീനനായി. ഝോനാപുരി വനത്തിലൂടെ സാധാരണ വർത്തമാനങ്ങൾ പറഞ്ഞുകൊണ്ടു നടന്നു. നടന്നുകൊണ്ടോ ഇരുന്നുകൊണ്ടോ ആകാശം നോക്കിക്കിടന്നുകൊണ്ടോ വർത്തമാനം പറഞ്ഞിട്ട് എത്ര കാലമായി. നിശ്ശബ്ദത ചിലപ്പോൾ മധുരവും സുന്ദരവും ആകാം. രണ്ടുപേരും ഇരുന്നുകൊണ്ടു പക്ഷികളുടെ ശബ്ദം കേട്ടു. പക്ഷികളുടെ കളകളം മാത്രം. പിന്നെ പതുക്കെപ്പതുക്കെ ഇരുട്ടു പരക്കുന്നതുപോലെ വെളിച്ചം ഞങ്ങളുടെ മേൽ ഒരുമിച്ചു വന്നു നിറഞ്ഞു. ഇതെന്ത്? ആകാശം ഞങ്ങൾ ഇരിക്കുന്നിടത്തേക്ക് അതീവസ്നേഹത്തോടെ നോക്കിനിന്നു. ആകാശം നിറയെ ചന്ദ്രൻ നിറഞ്ഞുനില്ക്കുംവിധം നിലാവ്. ഇന്നു പൗർണ്ണമിയാണെന്ന് അറിഞ്ഞിരുന്നില്ല. സോനാഝുരി വനത്തിൽ സാന്താൾ യുവതികൾ അഗ്നികുണ്ഡം ജ്വലിപ്പിച്ച് അതിനു ചുറ്റും മദോന്മത്തകളായി ചുവടുവച്ചു. അവരുടെ കൈയിൽ നിന്ന് മദ്യം മേടിച്ചു കുടിച്ചിട്ട് സുരഞ്ജൻ അവരുടെ കൂടെ നൃത്തം ചെയ്തു. കൈപിടിച്ചു വലിച്ച് എന്നെ അഗ്നികുണ്ഡത്തിനടുത്തു കൊണ്ടുചെന്നു നിർത്തിക്കൊണ്ടു പറഞ്ഞു:

"നീ നൃത്തം ചെയ്യൂ."

ഇതു മദ്യമാണ്. വീര്യമേറിയ ഹാഡിയാ മദ്യം. സുരഞ്ജൻ എന്നെ നീ എന്നു പറയുകയില്ല. "എന്ത്, എന്നെ ഇങ്ങനെ വിളിക്കാറില്ലല്ലോ."

"പ്രതികാരം. എന്നെ നീ അങ്ങനെ വിളിച്ചില്ലേ."

സാന്താൾപ്പെണ്ണുങ്ങളോടൊപ്പം അതേപോലെ ചുവടുവച്ചു കൊണ്ടാണു സുരഞ്ജൻ അങ്ങനെ പറഞ്ഞത്. പൊട്ടിപ്പൊട്ടിച്ചിരിച്ചുകൊണ്ടിരുന്നു. ഉള്ളിന്റെ ഉള്ളിൽനിന്ന് ഉയർന്നുവന്ന അട്ടഹാസം. എനിക്കു വളരെ ഇഷ്ടമായി. സോനാഝുരി വനത്തിനു നടുക്ക് ആകാശത്തിലേക്കു നോക്കി നില്ക്കുമ്പോൾ ഈ ലോകത്തിലാണു നില്ക്കുന്നതെന്നു തോന്നുകയില്ല. ആരുടെയോ ചിറകിൽ കയറി മറ്റൊരു സുന്ദരലോകത്തിൽ എത്തിയതുപോലെ. സുരഞ്ജൻ ഒരു സാന്താൾ യുവതിയോട് ഒട്ടിച്ചേർന്നു. അവന് ആരെയെങ്കിലും ചുംബിക്കണോ. ഇന്ന് ഈ അസാധാരണരാത്രിയിൽ. എന്താണ് ഇഷ്ടം അവൻ അതു ചെയ്യട്ടെ. രാത്രി ചിറകൊതുക്കിയതുപോലെ ശാന്തമാവുകയാണ്. നൃത്തം അവസാനിപ്പിച്ച് അവരൊക്കെ വീടുകളിലേക്കു മടങ്ങി. ഞാനും സുരഞ്ജനും ആ തുറന്ന മൈതാനത്തു ചേർന്നു കിടന്നു. ചന്ദ്രന്റെ പ്രകാശവും ചുളുചുളെ വീശുന്ന കാറ്റും ഞങ്ങളെ പൊതിഞ്ഞു. ആരും വീട്ടിലേക്കു പോകുന്ന കാര്യം പറഞ്ഞില്ല. ഇതല്ലാതെ ഇതിനുപരി മറ്റൊരു ജീവിതം ഞങ്ങൾക്കില്ല എന്ന മട്ടിൽ. കണ്ണു

തുറന്നപ്പോൾ നേരം വെളുത്തു വരുന്നു. അപ്പോൾത്തന്നെ വീട്ടിലേക്കു യാത്ര തിരിച്ചു. സോനാദ്ധുരിയിൽ നിന്നു രംഗാമാട്ടി വഴി കല്ക്കത്തയിലേക്കുള്ള വഴിയിൽ വച്ചായിരുന്നു സൂര്യോദയം. പച്ചപ്പരപ്പിനു മേൽ ചുവന്ന പ്രകാശം വന്നു വീഴുന്നു, ആ മനോഹരദൃശ്യത്തിനു സാക്ഷിയായി. വഴിയിൽ വച്ച് ഒരിക്കൽപോലും എന്തിനാണ് അവനെ വിളിച്ചുകൊണ്ടു വന്നതെന്നോ, അത്യാവശ്യകാര്യം എന്തെന്നോ സുരഞ്ജൻ ചോദിച്ചില്ല.

ഇപ്രകാരം കല്ക്കത്തയ്ക്കു പുറത്തു, മലിനീകരണത്തിനു വെളിയിൽ, ബഹളത്തിനു വെളിയിൽ ചെന്നുനിന്നു തുറന്ന വായു, ശുദ്ധവായു ശ്വസിച്ചു. ഒരുദിവസംകൊണ്ടു ജീവിതം ആകെ മാറിപ്പോയി എന്നർത്ഥമില്ല. ജീവിതത്തിനു മേൽ നല്ല ഒരു കാറ്റു വീശി. സുരഞ്ജന് സുഖം നല്കിയിട്ട്, ഈ പുതിയ ശ്വാസം നല്കിയിട്ട് എനിക്കെന്തു ലാഭം എന്നു ചോദിച്ചേക്കാം. സ്വയം ചോദിക്കുകയുമാവാം. എന്തിനു വേണ്ടി. ആ എന്തിനുവേണ്ടിയുടെ ഉത്തരം വളരെ ലളിതമാണ്. സുരഞ്ജൻ എന്നെ അത്രമാത്രം സ്വന്തമായിക്കാണുന്നു. എന്തുകൊണ്ടാണത്. സുരഞ്ജൻ ഞാൻ സൃഷ്ടിച്ച ഒരു കഥാപാത്രമല്ല. അവനു തനതായ ഒരുഅസ്തിത്വമുണ്ട്. എനിക്ക് അവന്റെ വരവും പോക്കും വാക്കും വിചാരവും നിയന്ത്രിക്കാനുള്ള കഴിവില്ല. എന്നിട്ടും മനസ്സു പറയുന്നു. എനിക്ക് അവന്റെ മേൽ അധികാരമുണ്ടെന്ന്. നോവൽ എഴുതിയതിൽനിന്നും ജനിച്ച അധികാരം. അതു സുരഞ്ജനെ ബോധ്യപ്പെടുത്താനുള്ള, ആ സ്നേഹവും പക്ഷപാതവും പ്രയോഗിക്കാനുള്ള, പരിശ്രമം ഉപേക്ഷിച്ചുകൂടാ.

കല്ക്കത്തയിലേക്കു വരുക എന്നു പറഞ്ഞാൽ മലിനീകരണത്തിലേക്കു വരുകയാണ്. വായുമലിനീകരണം, ശബ്ദമലിനീകരണം, അവിഹിത ബന്ധങ്ങളുടെ ആൾക്കൂട്ടം, ഇവയുടെ നടുവിലേക്ക് സ്വയം എടുത്തെറിയുക എന്നാണ്. അവിടെ ശുദ്ധവായു കടക്കാൻ ഇടമില്ല. ബേഗ്ബാഗാനിൽ സുരഞ്ജനെ ഇറക്കിയിട്ടു പറഞ്ഞു:

"ഒരു ദിവസം നമുക്കു രണ്ടുപേർക്കുംകൂടി ബാലിഗഞ്ജ് തടാകതീരത്തേക്കു പോകണം. എന്താ പോകാമല്ലോ."

"ശരി പോകാം."

പെട്ടെന്നു തടാകത്തിലേക്ക് എന്ന് തോന്നൽ. അതെ തടാകത്തിൽ. "അവിടെ മുങ്ങാംകുഴി ഇടാൻ മേലേ. മുങ്ങാംകുഴിയിടാം."

"മുങ്ങാംകുഴിയോ."

"അതെ"

സുരഞ്ജൻ തലയാട്ടി. ആട്ടെ എന്നോ വേണ്ട എന്നോ. എന്തുമാകട്ടെ ഞാൻ കൂടുതൽ അറിയാൻ ശ്രമിച്ചില്ല. വണ്ടി തിരിച്ചു. ജീവിതം സുന്ദരമാണ് ഞാൻ ജീവിക്കുന്നു. എന്തിനാണു തടാകക്കരയിൽ പോയി ഇരിക്കുന്നത്? മരിക്കാൻ വേണ്ടിയാണോ? എന്നൊക്കെ ചോദിക്കുന്നത് എന്തിന് ? ഇതൊക്കെ പറഞ്ഞ് ഒരു പ്രശ്നത്തിനും പരിഹാരം കാണാൻ പറ്റുകയില്ല. എനിക്കും ഇടയ്ക്കിടയ്ക്ക്

മരിക്കണം എന്നു തോന്നാറുണ്ട്. ജീവിതം എനിക്കൊരു വിശിഷ്ടവസ്തുവായി തോന്നി. ആത്മഹത്യയ്ക്കുള്ള മോഹവു അതുപോലെത്തന്നെ എന്നെ കൊതിപ്പിക്കാറുണ്ട്. അപ്പോൾ മമതയുള്ള ആരെങ്കിലും വന്നു സ്നേഹത്തോടെ തോളിൽ കൈ വയ്ക്കും. ആ സ്നേഹം എന്നെ വികാരാധീനയാക്കും. ജീവിതം എത്ര സുന്ദരം എന്നു തോന്നും. ആ സമയത്തു സ്നേഹത്തിന്റെ ആ മൃദുസ്പർശനം ലഭിച്ചില്ലെങ്കിൽ അതെനിക്കു ബോദ്ധ്യമാകുമായിരുന്നില്ല.

ആ യാത്ര കഴിഞ്ഞു കുറെ ദിവസത്തേക്കു ഞാൻ സുരഞ്ജനുമായി സംസാരിച്ചില്ല. കണ്ടതുമില്ല.

ഒരു ദിവസം ഞാൻ സുരഞ്ജനെപ്പറ്റിയുള്ള വിവരം തിരക്കി സുലേഖയുടെ അടുത്തു ചെന്നു. അവളിൽ നിന്നറിഞ്ഞത് സുരഞ്ജൻ ബംഗ്ലാദേശിലേക്ക് തിരികെ പോയിരിക്കുന്നു എന്നാണ്. ബാംഗ്ലാദേശിലുള്ള ആരുടെയോ രണ്ടു കിഡ്നി നഷ്ടപ്പെട്ടുപോയി എന്നു കേട്ട ഉടൻ ബസ്സു കയറിയതാണത്രെ. സുരഞ്ജന് ആ വാർത്ത എങ്ങനെ കിട്ടി എന്നു സുലേഖയ്ക്കും അറിയില്ല. സുരഞ്ജൻ ബംഗ്ലാദേശിൽ ആശുപത്രിയിലാണ്. ആരുടെയാണു കിഡ്നി നഷ്ടമായത്? എന്താണ് ആളിന്റെ പേര്?

എന്റെ തൊണ്ട ഉണങ്ങി, ശബ്ദം വിറയ്ക്കുന്നു.

സുലേഖയ്ക്ക് കൂടുതൽ ഒന്നും അറിഞ്ഞുകൂട. ഈ വിവരങ്ങൾ സോബ്ഹാനിൽ നിന്നാണു സുലേഖ അറിഞ്ഞത്.

"ആ കൂട്ടുകാരൻ പുളക് ആയിരിക്കുമോ?"

"അല്ല."

കാജൾ ആയിരിക്കുമോ?

"അല്ല, ആ പേരല്ല."

"രത്നാ ?"

"ഊഹും."

"അഞ്ജൻ സുഭാഷ് ?"

ഫോണിൽ സുലേഖയുടെ മറുപടി.

"ഞാൻ സോബ്ഹാനോടു അന്വേഷിച്ചറിഞ്ഞിട്ടു പറയാം."

പത്തുമിനിട്ടിനുശേഷം അവൾ വിളിച്ചു.

"ഹായ്ദാർ"

"ഹായ്ദാറോ"

"അതെ" സുലേഖയുടെ ശാന്തമായ ശബ്ദം: "ഹായ്ദാർ"

ഫോൺ വച്ചതിനുശേഷം വളരെ നേരം ഞാൻ അവിടെത്തന്നെ ഇരുന്നു. വരാന്തയിൽ അങ്ങനെ ഇരുന്നുനോക്കുമ്പോൾ വിശാലമായ ആകാശമല്ലാതെ മറ്റൊന്നും കൺമുമ്പിൽ ഉണ്ടായിരുന്നില്ല.

പതിനേഴ്

സുരഞ്ജൻ തന്നെ പ്രേമത്തിൽപ്പെടുത്താൻ ശ്രമിച്ചു എന്നു സോബ്ഹാനു ശരിക്കും മനസ്സിലായി. പക്ഷേ ആർക്കെങ്കിലും മറ്റൊരാളെക്കൊണ്ടു പ്രേമിപ്പിക്കാൻ കഴിയുമോ. സുരഞ്ജനെ സോബ്ഹാന് മനസ്സിലായി. ചിലപ്പോൾ മനസ്സിലായില്ലെന്നു തോന്നും. ഒരു അത്ഭുതകഥാപാത്രം. മനസ്സിലാക്കാൻ ശ്രമിക്കുന്തോറും പിടിതരാതെ ഉഴറി നീങ്ങുന്ന കഥാപാത്രം. ആ മനസ്സിലാകായ്ക ഏറുംതോറും ആകർഷണവും ഏറുന്നു. സുരഞ്ജന്റെ വീട്ടിൽ ചെന്നാൽ തിരിച്ചുപോരാൻ തോന്നുകയേ ഇല്ല. ഏങ്ങോട്ടു തിരികെ പോകും. ദാമ്പത്യത്തിന് ഒരു ലഹരിയില്ല. ബാബയും അമ്മയും കൂടി ചിറ്റപ്പന്റെ മകളുടെ മകളെ വിവാഹം കഴിപ്പിച്ചു. അവൾ തന്നെക്കാൾ ഇരുപതു വയസ്സിന് ഇളയതാണ്. നായല. അത്ര ചെറിയ കുട്ടിയായതുകൊണ്ട് അടുപ്പമില്ലെന്നോ, സൗഹാർദ്ദമില്ലെന്നോ അല്ല. ആ ബന്ധം അങ്ങോട്ടു ശരിക്കു ക്ലിക്കു ചെയ്യുന്നില്ല. രണ്ടുപേരും രണ്ടു ലോകത്തിലെ മനുഷ്യരാണ്. അങ്ങനെ രണ്ടു ലോകത്തിലെ ആളുകളാണെങ്കിലും രണ്ടുപേർക്കും ഒരുപാട് ആലോചിക്കാനൊക്കെക്കാണും. രണ്ടുലോകത്തിലെ അനുഭവങ്ങൾ പങ്കുവയ്ക്കാമല്ലോ. പക്ഷേ നായയുമായി വളരെ യാഥാസ്ഥിതികമായ കാര്യങ്ങള ല്ലാതെ മറ്റൊന്നും പറയാൻ കഴിയുകയില്ല. അതുകൊണ്ടു നായല അരസികയാ ണെന്ന് അർത്ഥമില്ല. ഭർത്താവ്, കുട്ടികൾ, ഭർത്തൃഗൃഹത്തിലെ ജോലികൾ എന്നിവ ഏറ്റവും പ്രധാനമായി കാണുന്നു. സിനിമ കാണാൻ പോകാം, ഒരു റസ്റ്റാറന്റിൽ പോകാം എന്നൊക്കെ സോബ്ഹാൻ പറഞ്ഞാൽ അതിലൊന്നും നായലയ്ക്ക് ആഗ്രഹമില്ല. അതൊക്കെ പുരുഷന്മാരുടെ ഏർപ്പാടാണ് എന്നു നായല വിചാരിക്കുന്നു. പുറത്തിറങ്ങണമെങ്കിൽ ബോർഖ ധരിച്ചേ ഇറങ്ങൂ. സോബ്ഹാൻ ബോർഖ അണിഞ്ഞ സ്ത്രീയെയുംകൊണ്ടു പുറത്തുപോകുക എന്നതു നടപ്പുള്ള കാര്യമല്ല. ബോർഖ അയാൾക്കു സഹിച്ചുകൂടാത്ത ഒരു സാധനം. സോബ്ഹാൻ വീട്ടിൽ കഴിച്ചു കൂട്ടുന്നത്ര സമയം ഒന്നും ചെയ്യാനില്ല. നായലയ്ക്ക് കുട്ടിയെ ശുശ്രൂഷിക്കുന്നതിന്റെ തിരക്കാണ്. അവൾക്ക് അല്പം പോലും സമയമില്ല. സമയം ഉണ്ടെങ്കിൽത്തന്നെ ആ സമയംകൊണ്ടു സോബ്ഹാൻ എന്തുചെയ്യാനാണ്. സാരി ഉടുത്തൊരുങ്ങുന്നതിലാവും നായലയ്ക്കു ശ്രദ്ധ. സോബ്ഹാൻ പറയാറുണ്ട്. എത്ര സാരി മേടിക്കും, ആഭരണ ങ്ങളിടും, മേക്കപ്പ് ചെയ്യും. എന്നിട്ടു എല്ലാംകൂടി പർദ്ദയ്ക്കകത്തു പൊതിഞ്ഞു വയ്ക്കും. എന്തു പ്രയോജനം.

"ഇതൊക്കെ ഞാൻ ആളുകളെക്കാണിക്കാനാണോ ചെയ്യുന്നത്."

"പിന്നെ"

"നിങ്ങൾ കണ്ടില്ലേ, അതുമതി."

സോബ്ഹാൻ എത്രനേരം കാണും. കണ്ടിട്ടെന്തു കാര്യം. ഒരു പെണ്ണ് ആഭരണങ്ങളണിഞ്ഞു ഒരുങ്ങിയിട്ടുണ്ട്. അതു കണ്ടിട്ടെന്തു ലാഭം. കുഞ്ഞിനെ മടിയിൽ വച്ചു ലാളിക്കുകയോ നായലയുമായി മധുരമുള്ള സംഭാഷണം വല്ലതും നടത്തുകയോ ചെയ്താൽ കൊള്ളാം. പുറത്ത് എന്തൊക്കെ നടക്കുന്നു,

നടക്കാതിരിക്കുന്നു എന്നതിൽ സോബ്ഹാന് ഒരു ഉത്സാഹവുമില്ല. അതുകൊണ്ടു കമ്പ്യൂട്ടറിൽ എന്തെങ്കിലും ചെയ്യും. ഓഫീസിൽ ചെന്നാൽ മുഴുവൻ സമയം കമ്പ്യൂട്ടറിലാണ്. വീട്ടിൽ വന്നാൽ കമ്പ്യൂട്ടർ. അതുകൊണ്ടു സുരഞ്ജന്റെ വീട്ടിൽ വിളിച്ചാൽ അവിടെ പാഞ്ഞെത്തും. സോബ്ഹാനു വിശേഷിച്ചു കൂട്ടുകാർ ആരുമില്ല. ഇല്ലാത്തതിൽ വിഷമവും ഇല്ല. ഒരു നൂറു ചീത്തകൂട്ടുകാരുള്ള തിനെക്കാൾ ഭേദം നല്ല ഒരു കൂട്ടുകാരനുള്ളതാണെന്നു സോബ്ഹാൻ കരുതുന്നു. സുരഞ്ജൻ നല്ല ഒരു കൂട്ടുകാരനാണെന്നു സോബ്ഹാൻ വിശ്വസിക്കുന്നു.

കുടുംബത്തിൽ സോബ്ഹാൻ വളരെ നല്ല ഒരു യുവാവാണ്. ബാല്യം മുതല്ക്കേ പുസ്തകങ്ങളിൽ വലിയ കമ്പമായിരുന്നു. മുൻബഞ്ചിലിരിക്കുന്ന കണ്ണട വച്ച നല്ല കുട്ടി. പെൺകുട്ടികളുടെ നേരെ നോക്കുകയേ ഇല്ല. പ്രേമത്തിൽ ഉൾപ്പെടാനുള്ള സന്ദർഭം ഒരിക്കലും ഉണ്ടായിട്ടില്ല. ഖഡക്പൂർ ഐ.ഐ.ടി.യിൽ പഠിച്ചു ജയിച്ചു. വീടിനു പുറത്തുള്ളവർക്കിടയിൽ, ശോഭൻ എന്നാണറിയുന്നത്. ശോഭൻ അവർക്കൊരു താമരപ്പൂവായിരുന്നു. സോബ്ഹാന്റെ മുത്തച്ഛൻ മേദിനീപൂരിൽനിന്നു വന്നതാണ്. ഹിന്ദുസ്ത്രീയെ വിവാഹം കഴിച്ചതുകൊണ്ട് അവിടെ നില്ക്കാൻ മേലാതായി. ബേൽഘാഡിയായിലെ ഫോതുല്ലാപൂരിൽ വന്നു താമസം ആരംഭിച്ചു. മുത്തച്ഛനും അച്ഛനും ജൗളിക്കട നടത്തിയിരുന്നു. സോബ്ഹാൻ മാത്രമേ പഠിക്കാൻ പോയുള്ളൂ. പിന്നെയൊക്കെ സഹോദരി മാരായിരുന്നു. പതിനേഴുപതിനെട്ടു വയസ്സായപ്പോഴേക്കും അവരെ വിവാഹം കഴിച്ചുകൊടുത്തു. ഇപ്പോൾ മാതാപിതാക്കളുടെ കൂടെ സോബ്ഹാൻ മാത്രമേ ഉള്ളൂ. സാൾട്ലേക്കിലെ കമ്പ്യൂട്ടർ കമ്പനിയിൽ നിന്നു നല്ല ശമ്പളമുണ്ട്. ഫീഡർറോഡിൽ ഒരു ഫ്ളാറ്റു മേടിച്ചു. ഫ്ളാറ്റിന്റെ താഴത്തെ നിലയിൽ കമ്പ്യൂട്ടർ കടയുണ്ട്. സാൾട്ടുലേക്കിൽ സ്വന്തം കമ്പ്യൂട്ടർ കട തുടങ്ങാനുള്ള പണികൾ മുന്നോട്ടു പൊയ്ക്കൊണ്ടിരിക്കുന്നു. സോബ്ഹാനെക്കൊണ്ടു വിവാഹം കഴിപ്പിച്ചു. നായലയെ ഇതിനു മുമ്പു മൂന്നു തവണ കണ്ടിട്ടുണ്ട്. സാധാരണ സന്ദർശനത്തി ന്നായി വന്നതാണ്. പിന്നെ മേദിനീപൂരിൽ നിന്നു കൊണ്ടുവന്നു വീട്ടിൽ താമസി പ്പിച്ചു. ചടങ്ങനുസരിച്ചുള്ള വിവാഹം. നായല ഉറുമാലിട്ടു മുഖംമൂടി സമ്മതം പറഞ്ഞു. സോബ്ഹാൻ ഉറുമാലിട്ടു മൂടാതെ തന്നെ സമ്മതം പറഞ്ഞു. ബാബയും അമ്മയും ഈ വിവാഹം നേരത്തെ നിശ്ചയിച്ചിരുന്നതാണെന്ന് വിവാഹത്തിനു പതിനഞ്ചു ദിവസം മുമ്പാണ് അറിഞ്ഞത്. പെൺകുട്ടിയെ വളരെ നിർബന്ധിച്ചു കൈയും കാലും പിടിച്ചു വിവാഹം കഴിപ്പിച്ചതാണ്. അവളും കൈയും കാലും ഇട്ടടിച്ചു കരഞ്ഞിരുന്നു. സഹോദരനെപ്പോലെ കരുതിയ ഒരാളെ എങ്ങനെ കല്യാണം കഴിക്കും. നാണം കൊണ്ട് അവൾക്കു കണ്ണു തുറക്കാൻ കഴിഞ്ഞില്ല. സോബ്ഹാൻ ദിവസത്തിൽ ഇരുപത്തിനാലിൽ ഇരുപതുമണിക്കൂറും സ്വന്തം കാര്യത്തിൽ മുഴുകിയിരുന്നു. ജീവിതത്തിൽ എപ്പോഴായാലും വിവാഹം കഴിക്കണം. എന്നാൽപ്പിന്നെ അതിനുള്ള പ്രായമാകുമ്പോൾത്തന്നെ കഴിച്ചേക്കുന്ന താണ് നല്ലത്. ഒരു കിടക്കയിൽ കിടക്കുന്നു. ഒരു ഇളംമേനിയുടെ സുഗന്ധം. ശരീരം ശരീരത്തിനു കൈനീട്ടി. ഏതോ ഒരു ദിവസം സന്താനം ജനിച്ചു.

വീട്ടിൽ ശോഭൻ, ശോഭൻ ദാ, ശോഭൻ ബാബു. സുലേഖയുമായി കൂട്ടി ഘടിപ്പിച്ചെങ്കിലും അതു കൂട്ടിപ്പിടിച്ചില്ല. സോബ്ഹാന് അറിയാം. സുരഞ്ജനെയാണ് അവൾ സ്നേഹിക്കുന്നതെന്ന്. അവനെയാണ് അവൾക്കു വേണ്ടത്. തീവ്രമായ ആഗ്രഹത്തിന്റെ ആഘാതത്തിനു മുമ്പിൽ പിടിച്ചുനില്ക്കാൻ കഴിയുകയില്ല. അവൾക്കു പരിഭവമുണ്ട്. സുരഞ്ജന്റെ ആ പരിഭവത്തിനു നേരെ തിരിഞ്ഞു നോക്കിയില്ല. അവൻ കല്ലുപോലത്തെ ഒരു പുരുഷൻ, ഇപ്പോൾ പറയുന്നു നദിയായി ഒഴുകുമെന്ന്. സോബ്ഹാനു യഥാസമയം വീട്ടിൽ പോകുന്നതിനെക്കാൾ കൂടുതൽ സമയം കൂട്ടുകാരുമായി കഴിച്ചുകൂട്ടുന്നതാണ് ഇഷ്ടം. അങ്ങനെയാണ് ഏകാന്തമായ ജീവിതത്തിൽ നിന്നു കൂടുതലും മോചനം നേടുന്നത്. മോചനം എന്ന സങ്കല്പവും പുതിയതാണ്. ജീവിതത്തെ സംബന്ധിച്ചു വളരെ വിചിത്രമായ ധാരണകളാണു സുരഞ്ജനുള്ളത്. സുരഞ്ജനും ഏകാന്തതാ ബോധമുണ്ട്. പുറംലോകത്ത് ചിലതിനെപ്പറ്റിയൊക്കെ സോബ്ഹാന് ആഗ്രഹങ്ങളുണ്ട്. സുരഞ്ജനാകട്ടെ എല്ലാത്തിനെ സംബന്ധിച്ചും അസാധാരണമാംവിധം നിർമ്മമനാണ്. സോബ്ഹാൻ പതുക്കെപ്പതുക്കെ തോടിനുള്ളിൽ നിന്നു തല പുറത്തേക്കു നീട്ടിത്തുടങ്ങി. സുരഞ്ജൻ ഓരോ ദിവസം ചെല്ലുന്തോറും കൂടുതൽക്കൂടുതൽ അന്തർമുഖനാകുന്നു. രണ്ടുപേരും തമ്മിൽ സൗഹൃദം ഉണ്ടാകാൻ ഒരു സാധ്യതയുമില്ലാത്തതാണ്. പക്ഷേ ഉണ്ടായി. ഒരുപക്ഷേ രണ്ടുപേരും അവനവന്റെ ഭൂതകാലത്തെ കൺമുമ്പിൽ കാണുന്നതുകൊണ്ടാകാം. അതുകൊണ്ട് ഒരുതരം സുരക്ഷിതത്വബോധം ഉണ്ടാകുന്നു. താൻ സ്വന്തം കൈയിൽ സുരക്ഷിതനായിരിക്കുന്നതുപോലെ. അപരിചിതരായ ആരുടെയും അടുത്ത് അങ്ങനെ സുരക്ഷിതനല്ല.

സുലേഖയുടെ മേൽ സോബ്ഹാനുള്ള സഹതാപംകൊണ്ടു പ്രയോജനമുണ്ടായി. കാണുകയും കേൾക്കുകയും ചെയ്തിടത്തോളം, ആത്മവിശ്വാസം നിറഞ്ഞ ആ യുവതിയോട് സോബ്ഹാനു ബഹുമാനം തോന്നി. അന്നു തസ്ലീമയുടെ വീട്ടിലേക്കു ചെല്ലാൻ വിളിച്ചപ്പോൾ സംശയം കൊണ്ടും ഭയംകൊണ്ടും ആദ്യം അങ്ങോട്ടു പോകാൻ തോന്നിയില്ല. മുസ്ലീങ്ങൾ അവരോടു ചെയ്ത ക്രൂരത കാരണം മുസൽമാൻ പേരുള്ള ഒരുത്തനോട് അവർക്കു വെറുപ്പായിരിക്കുമോ എന്ന ഭയം, ഇതുവരെ ഇതുപോലുള്ള വലിയ എഴുത്തുകാരുടെയൊന്നും അടുത്തുചെന്നു സംസാരിച്ചിട്ടില്ലാത്തതുകൊണ്ട് അവരോടെങ്ങനെ സംസാരിക്കും എന്ന സംശയം. പക്ഷേ ആ ഭയമൊക്കെ ഇല്ലാതായി തസ്ലീമയെക്കണ്ടപ്പോൾ. അത്ര ഭയങ്കരി ആണെന്നൊന്നും തോന്നിയില്ല. സാധാരണ മനുഷ്യരെപ്പോലെ ചായ തന്നു, സംസാരിച്ചു. മറ്റുള്ളവരുടെ വിഷമങ്ങൾ വേഗം മനസ്സിലാകുന്ന ശീലം. സുരഞ്ജനെപ്പറ്റി അന്വേഷിച്ച രീതിയിൽനിന്ന് അതു മനസ്സിലാക്കി. തസ്ലീമ, സുരഞ്ജനെ എത്രമാത്രം ശ്രദ്ധിക്കുന്നുവെന്ന് അവൻ അറിയുന്നില്ല. ആ ശ്രദ്ധ പ്രേമത്തിന്റേതാണ്, സ്നേഹത്തിന്റേതാണ്. സുരഞ്ജൻ മനുഷ്യനെ തെറ്റിദ്ധരിക്കുന്നതിൽ അതിസമർത്ഥൻ. ആത്മാഭിമാനം സംരക്ഷിക്കാനും സ്വന്തം കാലിൽ നില്ക്കാനും വേണ്ടി അത്യദ്ധ്വാനം ചെയ്യുന്ന യുവാക്കന്മാരോടും യുവതികളോടും സോബ്ഹാനു വലിയ ബഹുമാനമാണ്.

സ്വന്തം സഹോദരിമാരെ ഭാരം ഒഴിവാക്കാനെന്നവണ്ണം വിവാഹം ചെയ്തു കൊടുത്തപ്പോൾ അതു തടയാൻ കഴിഞ്ഞില്ല. ഒരു സഹോദരിക്കു പെൺകുട്ടി ജനിച്ചു എന്നു പറഞ്ഞ് അവളുടെ ഭർത്താവ് കുറ്റപ്പെടുത്തുന്നു. അയാൾ വേറെ വിവാഹം കഴിക്കുമെന്നു ഭീഷണിപ്പെടുത്തുന്നു. മറ്റൊരുത്തിയുടെ ഭർത്താവ്, നിന്റെ ജ്യേഷ്ഠൻ ഇപ്പോൾ വലിയ പണക്കാരനല്ലേ, പോയി കുറേ രൂപ മേടിച്ചു കൊണ്ടു വാ എന്നു പറഞ്ഞ് എല്ലാ രാത്രിയും അവളെ തല്ലുന്നു. എല്ലാവരും പരാശ്രയത്തിലാണ്. കൂടെക്കൂടെ എല്ലാവരോടും ഇങ്ങോട്ടു പോരാൻ പറയാറുണ്ട്. പക്ഷേ ഭർത്താവിനെ വെടിഞ്ഞുപോരാൻ അവർക്കു സമ്മതമല്ല. ബാബയും അമ്മയും സമ്മതിക്കുകയില്ല. മിണ്ടാതെ എല്ലാം സഹിക്കുകയാണ് സ്ത്രീകൾക്കു നല്ലതെന്നാണവരുടെ ഉപദേശം. മായയെക്കണ്ടപ്പോൾ തന്റെ പെങ്ങന്മാർക്കും മായയെപ്പോലെ ചെയ്യാമായിരുന്നു എന്നു തോന്നി. മായ ഭർത്താവിന്റെ വീട് ഉപേക്ഷിച്ചുപോന്നു. അതു നിഷ്ഠുരതയല്ല. മായ നിഷ്ഠുരയല്ല. സോബ്ഹാൻ, സുരഞ്ജനെ കാണാൻ ചെല്ലുമ്പോൾ ശോഭൻദാ, എന്തെങ്കിലും ഭക്ഷണം കഴിച്ചിട്ടു പോകാം എന്നു പറയാത്ത ഒരു രാത്രിപോലും ഇല്ല. സോബ്ഹാൻ അപ്പോൾ പറയാറുണ്ട്. ബംഗ്ലാദേശുകാർ ഭക്ഷണം കഴിച്ചും കൊടുത്തും ആനന്ദിക്കുന്നു എന്നു കേട്ടിട്ടേയുള്ളൂ. ഇപ്പോൾ അതിന്നിരയായി, അതു നേരിട്ടു കണ്ട് അനുഭവിച്ചു.

"ഇരയായിട്ടോ" മായ മിഴിച്ചുപോയി.

സോബ്ഹാൻ കൈകൂപ്പിക്കൊണ്ടു പറഞ്ഞു:

"ക്ഷമിക്കണം അതിനു ഭാഗ്യമുണ്ടായി എന്നു പറയാനാണു വന്നത്."

"അങ്ങനെ പറയൂ." മായ നന്നായി ചിരിച്ചു.

മായ പാകം ചെയ്ത ആഹാരം പല ദിവസം കഴിച്ചിട്ടുണ്ട്. അവളുടെ ശോഭൻ ഹിന്ദുവല്ലെന്ന് മായയ്ക്ക് ഇപ്പോഴും അറിഞ്ഞുകൂട. ഒരിക്കൽ അബദ്ധം പിണഞ്ഞേനെ. ഒരു ദിവസം മായ പറഞ്ഞു: "അടുത്ത വെള്ളിയാഴ്ച താങ്കൾക്കു മാംസം തരാം. എന്തു മാംസമാണ് ഇഷ്ടം."

സോബ്ഹാൻ പറഞ്ഞു: "എല്ലാം കഴിക്കും. ചിക്കൻ, മട്ടൻ, ബീഫ്."

"ബീഫ്?"

മായ ഓടി പുറത്തേക്കു വന്നു. ഒപ്പം തന്നെ സുരഞ്ജൻ പറഞ്ഞു:

"ഇപ്പോൾ എല്ലാവരും ബീഫ് തിന്നുന്നതു കാണാറുണ്ട്. നിന്നെപ്പോലെ ചില മതാന്ധർ മാത്രമേ ബീഫ് തിന്നില്ല എന്നു പറഞ്ഞിരിക്കുന്നുള്ളൂ. ഞാൻ തിന്നുകയില്ല. ബാബ തിന്നാറില്ല. നാട്ടിൽ വച്ചു നീ തിന്നാറുണ്ടായിരുന്നു. വീട്ടിൽ ബീഫ് വയ്ക്കാറുണ്ട്. അമ്മ തിന്നാറില്ല. ഞങ്ങൾ ഒക്കെ ബീഫ് കഴിക്കാറുണ്ടായിരുന്നു."

മായ അത് അംഗീകരിച്ചു.

"ആയിരിക്കും."

സോബ്ഹാനു പറയാതെ പറ്റില്ല എന്ന സന്ദർഭങ്ങളിലൊഴിച്ച് എല്ലായിടത്തും ശോഭൻ എന്നാണു സ്വയം പരിചയപ്പെടുത്താറ്. ശോഭൻദാ, ശോഭൻ ബാബു

എന്നൊക്കെ കേൾക്കുന്നതു സൗകര്യമായിത്തുടങ്ങി. അതുകൊണ്ടു സുരഞ്ജന്റെ വീട്ടിൽ ഹിന്ദുവാണെന്നു പറഞ്ഞ് കയറിച്ചെന്നു എന്ന തോന്നലുണ്ടാകാറില്ല. സുരഞ്ജനോടു ഞാൻ എന്റെ ശരിയായ പേരു പറയട്ടെ എന്നു ചോദിച്ചപ്പോൾ അവൻ പറഞ്ഞു. എന്നാൽ പിന്നെ ഈ വീട്ടിൽ കയറേണ്ടി വരുകയില്ല. കതക് അടഞ്ഞുപോകും. മായ അടയ്ക്കും.

സുരഞ്ജൻ അതു വേണ്ടെന്നു പറഞ്ഞതുകൊണ്ടു സോബ്ഹാനും വേണ്ടെന്നു വച്ചു. അവർക്കു പുറത്തുവച്ചു കാണുകയും ഒന്നിച്ചിരിക്കുകയും ചെയ്യാം. പക്ഷേ റസ്റ്റോറന്റിൽ തന്നെ ഇരിക്കുകയും ഭക്ഷണം കഴിക്കുകയും വേണ്ടിവരും. സുരഞ്ജന് ബില്ലുകൊടുക്കാൻ കഴിവില്ല. ഒന്നോ രണ്ടോ ദിവസം സോബ്ഹാൻ ഭക്ഷണത്തിന്റെ ബില്ലുകൊടുത്തുവെങ്കിലും അതൊരു പതിവാക്കാൻ സുരഞ്ജൻ ഇഷ്ടപ്പെടുന്നില്ല. അവന് ഒരു പ്രത്യേകമര്യാദ ഉണ്ട്. അതുപേക്ഷിക്കാൻ സുരഞ്ജൻ തയ്യാറല്ല. അതിനെ വിടാതെ പിടിച്ചിരിക്കുന്നു.

ആദ്യമൊക്കെ സുരഞ്ജൻ സോബ്ഹാനെ വിളിച്ചു വരുത്തുകയായിരുന്നു പതിവ്. ഇപ്പോൾ സ്വയം വരും. കമ്പ്യൂട്ടർ സെന്റർ ഫീഡർ റോഡിൽ നിന്നു പാർക്ക് സർക്കസിലേക്കു കൊണ്ടുവരും എന്നു പറഞ്ഞിരിക്കുകയാണ്. സുരഞ്ജൻ അതു കൈയടിച്ചു പ്രോത്സാഹിപ്പിച്ചിരിക്കുന്നു.

പുറത്തുവച്ചും മായ സോബ്ഹാനെ കാണാറുണ്ട്. ഒരിക്കൽ മായ സാൾട്ട് ലേക്കിൽ പോയിരുന്നു. അവിടന്നു സോബ്ഹാന് ഫോൺ ചെയ്തു.

"ശോഭൻദാ ഞാൻ സാൾട്ട്ലേക്കിലാണ്. കമ്പ്യൂട്ടർ ഓഫീസ് എവിടെയാണ്."

"താൻ ഇപ്പോൾ എവിടെയുണ്ട്?"

മായ പറഞ്ഞു:

"റിത്താസ്കിൻ ഫൗണ്ടേഷന്റെ മുമ്പിൽ, ഡോക്ടർ സുബ്രതാ മാലാകാറിന്റെ ക്ലിനിക്കിൽ."

"ശരി. അവിടെത്തന്നെ നിന്നോ. ഞാൻ പത്തുമിനിറ്റിനകം വന്നേക്കാം."

"ശരി. ശോഭൻദാ."

മായയെ അവളുടെ പ്രിയപ്പെട്ട ശോഭൻദാ കാറുംകൊണ്ടു ചെന്നു കമ്പ്യൂട്ടർ സെന്ററിലേക്കു കൂട്ടിക്കൊണ്ടുവന്നു. ഡി.ടി.സെന്ററിന്റെ പേരു കേട്ടിട്ടുണ്ടെങ്കിലും ഒരിക്കലും ഇവിടെ വന്നിട്ടില്ല. അത്ഭുതംകൊണ്ടു കുട്ടികളുടേതുപോലെയായി ശ്വാസോച്ഛ്വാസം. എവിടെയെങ്കിലും പോയിരുന്നു സംസാരിക്കണമെന്നു തോന്നി. കഫേലാ എന്ന റസ്റ്റോറന്റിൽ ചെന്നു, ഭക്ഷണം കഴിച്ചുകൊണ്ടു സംസാരിച്ചിരുന്നു. തിരികെ ചെല്ലാൻ താമസിക്കുമെന്ന് സോബ്ഹാൻ ഓഫീസിലേക്കു വിളിച്ചു പറഞ്ഞു.

മായയുടെ ജീവിതത്തെപ്പറ്റി കേട്ടപ്പോൾ വേദന തോന്നി. മിക്കവാറും സോബ്ഹാന്റെ സഹോദരിമാരുടെ ജീവിതം പോലെത്തന്നെ. മായയെ ഭർത്താവ് എന്നും രാത്രിയിൽ തല്ലാറുണ്ട്. അയാൾ കുടിച്ചു ലക്കില്ലാതെ വഴിയിൽ കിടക്കാറുണ്ട്. പുറത്തു മറ്റു സ്ത്രീകളുടെ കൂടെ കഴിയാറുണ്ട്. ഇതിന്റെയൊക്കെ

വിവരങ്ങൾ അവിടെയിരുന്നുകൊണ്ടു കേട്ടു. മായ ഭർത്തൃഗൃഹം വിട്ടു പോന്നതിനുശേഷം ഭർത്താവെന്നു പറയുന്ന ആൾ ഒരിക്കൽപോലും അവളുടെ വിവരം അന്വേഷിച്ചിട്ടില്ല. സോബ്ഹാനോടു അവൾ പറഞ്ഞു:

"ഇനി ഒരിക്കലും തിരിച്ചങ്ങോട്ടു പോവുകയില്ല."

"കുട്ടികളെ രണ്ടുപേരെയും അവർക്കു കൊടുത്തേക്ക്."

"അതു പറ്റുകയില്ല. അവർ അതുങ്ങളെ തല്ലിക്കൊല്ലും. നോക്കാൻ ആരെങ്കിലും ഉണ്ടെങ്കിൽ കൊടുക്കാമായിരുന്നു?"

"തനിക്ക് അയാളെ ഡൈവോഴ്സ് ചെയ്തുകൂടെ. എന്തിനാണ് ഈ വളയും സിന്ദൂരവും കൊണ്ടുനടക്കുന്നത്."

മായ അതിന് ഉത്തരമൊന്നും പറഞ്ഞില്ല.

"നീ എത്ര കരുത്തുള്ളവളാണ്. എന്തിനാണ് ഈ അപമാനം സഹിക്കുന്നത്. വളയുടെയും സിന്ദൂരത്തിന്റെയും മുമ്പിൽ വന്ന് ഇരുന്നതെന്തിന്? ഈ ഭർത്താവ് ഉണ്ടായിട്ടെന്തു കാര്യം? എന്റെ സഹോദരിമാർ നിന്നെക്കാൾ ഭീരുക്കളാണ്. ഞാൻ അവരോടു പറയാറുണ്ട്. കേസുകൊടുത്ത് എല്ലാം അവസാനിപ്പിക്കാൻ. അവർ അതു ചെയ്യുന്നില്ല."

മായയുടെ കണ്ണുകൾ ഈറനായി. താൻ അധികം പറയുന്നതു ശരിയല്ലെന്നു സോബ്ഹാനു തോന്നി. പറയേണ്ടത് എന്ത്, പറയേണ്ടാത്തത് എന്ത് എന്ന് അവന് അറിഞ്ഞുകൂടാ. താൻ വല്ല ദോഷവും പറഞ്ഞോ എന്ന ശങ്കയിൽ സോബ്ഹാൻ ക്ഷമ ചോദിച്ചു.

ഇത്ര മൃദുവായി, ഇത്ര ഹൃദയത്തിൽ തട്ടി സംസാരിക്കുന്ന ആരെയും സോബ്ഹാൻ കണ്ടിട്ടില്ല. മായ ധൈര്യവും അമർഷവും കോപവും അസന്തുഷ്ടിയുമുള്ള ഒരു യുവതിയാണ് എന്നു സോബ്ഹാനു മനസ്സിലായി. എന്നാൽ ഉള്ളിന്റെയുള്ളിൽ എല്ലാ രാത്രികളിലും അമ്മയെയും ജ്യേഷ്ഠനെയും അച്ഛനെയും ഓർത്ത് ഏങ്ങിക്കരയാറുണ്ട്. തനിക്കുവേണ്ടിയും ഒരുപാടു കരഞ്ഞു. ഇനി ആർക്കുവേണ്ടിയും മായ കരയുകയില്ല.

സോബ്ഹാന് മായയോടു പലതും ചോദിച്ചറിയണമെന്നുണ്ട്. എവിടെയാണ് ഓഫീസ്. എന്തു ജോലിയാണ് ചെയ്യുന്നത്. ഈ ചോദ്യം സുരഞ്ജൻ പോലും അവളോട് ഒരിക്കലും ചോദിച്ചിട്ടില്ല.

ഓഫീസ് ബൺഡേൽ ഗേറ്റിൽ. ബാലിഗഞ്ചിൽനിന്ന് ആട്ടോയിൽ കുഷ്ടിയായിൽ ഇറങ്ങിയിട്ടു റിക്ഷയിൽ പോകാം. അസിസ്റ്റന്റു ഡെപ്പോ മാനേജരായി ജോലി ചെയ്യുന്നു. ഗോഡൗൺ ആണു ഞാൻ നോക്കുന്നത്. എന്തൊക്കെ സാധനങ്ങൾ വരുന്നു. എന്തൊക്കെ പോകുന്നു. ഇടയ്ക്കിടയ്ക്ക് മാർക്കറ്റിംഗ് കാര്യവും നോക്കണം.

"കൊള്ളാം. ധാരാളം ജോലിയുണ്ട്. കഠിനജോലിയല്ലതാനും."

മായ ചിരിച്ചു.

"ഒട്ടും കഠിനമല്ല. എനിക്കു കഠിനജോലികൾ ചെയ്യാൻ ഇഷ്ടമാണ്. ചിലപ്പോഴൊക്കെ കരച്ചിൽ വരും. ഒറ്റയ്ക്ക് ഇത്രയൊക്കെ കഷ്ടപ്പെടണമല്ലോ. ഒരിക്കലും ഭയപ്പെടാൻ പാടില്ല. ഭയപ്പെട്ടാൽ പിന്മാറേണ്ടി വരും. മറ്റാരുമില്ലെങ്കിൽ സഹിക്കാമായിരുന്നു. രണ്ടു കുട്ടികളുടെ ഉത്തരവാദിത്തങ്ങൾ ഞാൻ തന്നെ വഹിക്കേണ്ടേ. ഇടയ്ക്കിടയ്ക്ക് കരച്ചിൽ വരും. സ്വന്തം ആനന്ദം തേടി ഉല്ലാസയാത്ര ചെയ്യേണ്ട സമയത്ത് ഉത്തരവാദിത്തങ്ങളുമായി പണം ഉണ്ടാക്കാൻ അലയുകയല്ലേ. മനസ്സിൽ വിഷമം തോന്നുകയില്ലേ."

മായ മുഗ്ദ്ധമായ കണ്ണുകളോടെ സോബ്ഹാന്റെ നേരെ നോക്കി. ഇതുപോലെ ആരും തന്നെക്കുറിച്ച് അന്വേഷിച്ചിട്ടില്ല. സോബ്ഹാനെ വളരെ അടുപ്പമുള്ള സ്വജനമായിത്തോന്നി.

ഭക്ഷണം കഴിച്ചുകൊണ്ടു തന്നെ സോബ്ഹാൻ ചോദിച്ചു:

"പൂജയ്ക്ക് ഇത്തവണ എന്താണു പരിപാടി."

"വിശേഷിച്ചെന്ത്? കുഞ്ഞുങ്ങൾക്കു കുപ്പായം മേടിച്ചുകൊടുക്കും."

"തനിക്കോ"

"എനിക്കോ"

"അതെ, തനിക്കുവേണ്ടി"

മായ ചിരിച്ചു: "എനിക്ക് ഒന്നും മേടിക്കില്ല."

"എന്താണ് ഒന്നും മേടിക്കാത്തത്. എന്തെങ്കിലും വേണം മായേ തനിക്കു വേണ്ടിയും."

സോബ്ഹാന്റെ വാക്കുകളിൽ അത്ര മാത്രം സ്നേഹം നിറഞ്ഞിരുന്നു. മായയുടെ കണ്ണുകളിൽ വീണ്ടും കണ്ണീർ പൊടിഞ്ഞു. കണ്ണീർ തുടച്ചുകൊണ്ടു പറഞ്ഞു:

"എന്റെ കാര്യം നോക്കാൻ മറന്നുപോയി, ശോഭൻദാ."

സോബ്ഹാൻ പറഞ്ഞു:

"കുട്ടികളെ മുത്തശ്ശിയുടെ അടുത്താക്കിയിട്ട് ഇന്നു സമുദ്രതീരത്തു പോകാം. ആകാശം സമുദ്രത്തിലേക്ക് വന്നിറങ്ങുന്നതു കൺമുമ്പിൽ കാണാം. ഇവിടെ അടുത്താണ്. കാറിൽ പോകാം. മൂന്നാലു മണിക്കൂർ കൊണ്ടെത്തും."

മായയ്ക്ക് ഹൃദയകവാടം തുറന്നിട്ടതുപോലെ തോന്നി. ആനന്ദത്തിന്റെ കാലൊച്ച. ശോഭൻദാ, എന്റെ സ്വന്തം ജ്യേഷ്ഠൻ ഇത്രയും നാളായിട്ടും നിനക്കു സുഖമാണോ എന്നു എന്നോടു ചോദിച്ചിട്ടില്ല. അറിയാൻ ആഗ്രഹിച്ചിട്ടില്ല. ഞാൻ ഒരു യന്ത്രമനുഷ്യനെപ്പോലെ ജീവിക്കുകയാണ്. രാവിലെ ഓഫീസിൽപ്പോകും, വൈകുന്നേരം തിരികെ വരും. ചേട്ടൻ ഒരിക്കൽപോലും എവിടെയെങ്കിലും നിന്നെ കൊണ്ടുപോകാം എന്നു പറഞ്ഞിട്ടില്ല. ചെറുപ്പകാലത്ത് എത്രമാത്രം സ്നേഹിച്ചിരുന്നു. യഥാർത്ഥത്തിൽ സ്നേഹിച്ചിരുന്നോ എന്നറിയില്ല.

സുലേഖയുടെ കാര്യം പറയാൻ സോബ്ഹാൻ ആഗ്രഹിച്ചെങ്കിലും സാധിച്ചില്ല. മായയ്ക്ക് സുലേഖയെ ഒട്ടും ഇഷ്ടമല്ലെന്നറിയാം. ഇത്ര ഹൃദയാലുവായ ഈ പെൺകുട്ടിയിൽ എങ്ങനെ മുസ്ലീം വിദ്വേഷം ജനിച്ചു.

ലോകത്തിലെ മനുഷ്യരൊക്കെ ഒന്നാണ്. അവരുടെ സുഖദുഃഖങ്ങളും ഒന്നാണ്. ഇതു മായയ്ക്കു മനസ്സിലാകാത്തതു എന്തുകൊണ്ടായിരിക്കും. മനസ്സിലാക്കാൻ ഒന്നുമില്ല. സ്നേഹമില്ല. കലഹവും വെറുപ്പും അസഭ്യവും അശ്ലീലവും എന്താണെന്ന് ആരും ആർക്കും ചൂണ്ടിക്കാണിച്ചു കൊടുക്കേണ്ടതില്ല.

കഫേല ഹോട്ടലിലെ ഡൈനിംഗ് റൂമിൽ വച്ചു സോബ്ഹാൻ മായയോടു പറഞ്ഞു: ഞാൻ ഹിന്ദുവല്ല. എന്റെ പേര് ശോഭൻ ചാറ്റർജി എന്നല്ല. സോബ്ഹാൻ എന്നാണ്. മൊഹമ്മേദ് സോബ്ഹാൻ എന്നാണ്.

പതിനെട്ട്

നഗരത്തിലേക്കിറങ്ങിയാൽ ആർക്കും അക്ഷമയുണ്ടാകും. ഒരടി മുന്നോട്ടു നീങ്ങാനാകാതെ നാലാം നമ്പർ പാലത്തിലോ ബൈപാസ്സിലോ തന്നെ രണ്ടോ മൂന്നോ മണിക്കൂർ കഴിയേണ്ടി വരും. ഈ നഗരം ഓരോ ദിവസം ചെല്ലുന്തോറും എന്തായിത്തീരുന്നു എന്നു മനസ്സിലാക്കാനുള്ള കഴിവ് എനിക്കില്ല. മനുഷ്യരുടെ കൈയിൽ പണം ഉണ്ടായാൽ വണ്ടി വരും. വണ്ടി വരുമ്പോൾ റോഡ് വേണം. പക്ഷേ കല്ക്കത്തയിൽ റോഡുകളില്ല. ഇത്ര കുറച്ചു റോഡുകളിൽ ഇത്രയേറെ വണ്ടികൾക്കു ഗതാഗതം സാധ്യമല്ല. അതുകൊണ്ട് എല്ലാം ഗതിമുട്ടി നിന്നു പോകും. അത്ര ദോഷം നിറഞ്ഞതാണു കല്ക്കത്ത. പക്ഷേ ആ കല്ക്കത്തയാണ് എന്റെ പ്രിയ നഗരം.

മലിനീകരണത്തിന്റെ ഈ നഗരം എന്റെ പ്രിയ നഗരം. ക്ഷമ നശിപ്പിക്കുന്ന ചൂടുള്ള നഗരം. എങ്കിലും എനിക്കു പ്രിയനഗരം. ഈ നഗരത്തിൽ എനിക്ക് എന്റെ സ്വന്തം ഭാഷയിൽ സംസാരിക്കാം. അത് എനിക്കു വലിയ ഒരു കാര്യമാണ്. ഇവിടത്തെ മനുഷ്യർക്ക് അതു മനസ്സിലാവുകയില്ല. യൂറോപ്പു വെടിഞ്ഞു മരിക്കാൻ വേണ്ടി എന്തുകൊണ്ടു ഞാൻ ഇവിടെ വന്നു എന്ന് ഇവിടത്തെ മനുഷ്യരെ ബോധ്യപ്പെടുത്തണം. അല്ലെങ്കിൽ യൂറോപ്പിൽ എനിക്കു വലിയ ബുദ്ധി മുട്ടായിരുന്നു എന്നവർ വിചാരിക്കും. അവിടെ നല്ല നിലയിൽ ജീവിച്ചിരുന്നവരും അവിടം വെടിഞ്ഞ് ഇവിടെ വരാനിടയുണ്ടെന്ന കാര്യം പലർക്കും അറിയുകയില്ല.

ബന്ധുക്കളില്ല. മറ്റു സ്വജനങ്ങളില്ല. ഭാഷ ഇല്ല. സംസ്കാരം ഇല്ല. അങ്ങനെയുള്ള വിദേശരാജ്യത്തു ഞാൻ എങ്ങനെ ജീവിക്കും. ഇവയ്ക്കൊക്കെ വേണ്ടി ഞാൻ എത്രമാത്രം തേങ്ങൽ അനുഭവിക്കുന്നു എന്നു പലർക്കും അറിഞ്ഞുകൂട. എന്റെ സ്വപ്നങ്ങളുടെ ഔന്നത്യത്തെപ്പറ്റി ആർക്കും ഒരു ധാരണയും ഇല്ല.

എന്റെ ജീവിതത്തിൽ സുഹൃത്തുക്കളാണ് എനിക്കു സ്വജനങ്ങൾ. എന്നെ സ്നേഹിക്കുന്നവർ. എന്റെ ബന്ധുക്കൾ. ഇപ്പോൾ കിരൺമയി എനിക്ക് അമ്മയെപ്പോലെ. മായ അനുജത്തിയെപ്പോലെ, സുരഞ്ജൻ സഹോദരനെപ്പോലെ. സ്വജനങ്ങളില്ലാതെയുള്ള ജീവിതം നയിച്ചു നയിച്ച് ആരെയെങ്കിലുമൊക്കെ എന്റെ ഉപബോധമനസ്സ് ബന്ധുക്കളാക്കി എടുക്കുകയാണ്. അവരാകട്ടെ ഇതൊട്ട് അറിയുന്നുമില്ല.

സുരഞ്ജൻ ബംഗ്ലാദേശിലേക്കു പോവുകയാണെന്ന വിവരം എന്നെ അറിയിക്കണമെന്ന് അവനു തോന്നിയില്ല. മനുഷ്യർ ഇത്ര മമതയില്ലാത്തവരാകുന്നത് എങ്ങനെ എന്ന് എനിക്കു മനസ്സിലാകുന്നില്ല. അത് എന്റെ ജന്മദേശമാണ്. സുരഞ്ജന്റെ ജന്മദേശമാണ്. സുരഞ്ജന് അങ്ങോട്ടു പോകാം. എനിക്ക് അങ്ങോട്ടു പോകാൻ പാടില്ല. ആ ദേശവുമായുള്ള ബന്ധം വിച്ഛേദിച്ചിട്ടും, അവിടത്തെ പൗരത്വം ഉപേക്ഷിച്ചിട്ടും, സുരഞ്ജന് ആ ദേശത്തിലേക്കു പോകാൻ അനുമതി ലഭിച്ചു. ഞാൻ ഇപ്പോഴും ആ ദേശത്തിലെ പൗരിയാണ്. ഇവിടെ വന്നതിനുശേഷം ഒരു യുഗം ശ്രമിച്ചിട്ടും എനിക്കവിടെ കാലുകുത്താൻ കഴിഞ്ഞില്ല. സുരഞ്ജന് എന്നോടൊരു സഹതാപം വേണ്ടതല്ലേ. ചുരുങ്ങിയത് ബംഗ്ലാദേശിലേക്കു പോവുകയാണ് എന്ന് അവന് ഒരു തവണ വായ തുറന്നു പറഞ്ഞുകൂടായിരുന്നോ.

അകലെനിന്ന് ആദരിക്കുകയല്ലാതെ ആരും എന്നെ സ്നേഹിക്കുന്നില്ല എന്നു ഞാൻ മനസ്സിലാക്കുന്നു. എന്നെ വെറുക്കുന്നവർ ദൂരെ നിന്നും വെറുക്കുന്നു, അടുത്തു വന്നും വെറുപ്പു കാണിക്കുന്നു. സ്നേഹം കിട്ടാനുള്ള യോഗം എന്റെ ജീവിതത്തിലില്ല. ചിലരുടെയൊക്കെ വിധിയിൽ എല്ലാം ഉണ്ടായിരിക്കുകയില്ല. എനിക്കു പലതും കിട്ടിയിട്ടുണ്ട്. സ്നേഹം മാത്രം കിട്ടിയിട്ടില്ല. കിട്ടിയിരുന്നെങ്കിൽ സുരഞ്ജൻ ബംഗ്ലാദേശിൽ നിന്നു തിരികെ വന്ന വിവരം ഞാൻ അറിഞ്ഞേനെ. ആ വിവരവും ഞാൻ സുലേഖയിൽ നിന്നാണറിഞ്ഞത്. എന്നെ അറിയിക്കാത്തതിന്റെ കാരണവും അറിഞ്ഞതു സുലേഖയിൽ നിന്നുതന്നെ. അവനെ കേന്ദ്രകഥാപാത്രമാക്കി ഞാൻ മറ്റൊരു നോവൽ എഴുതുമെന്ന് അവനു സംശയമുണ്ടെന്ന്. അതുകൊണ്ടാണ് ഞാൻ അവനെ അന്വേഷിക്കുന്നതെന്ന്. അവനെ എനിക്ക് അത്യാവശ്യം അതിനാണെന്ന്.

എനിക്ക് അതു കേട്ടപ്പോൾ വലിയ ഒരടി കിട്ടിയതുപോലെയായി. എഴുത്തുമുറിയുടെ ജനാലയിലൂടെ മുകളിലേക്കു നോക്കി, കാണാവുന്ന ആകാശഭാഗം മുഴുവൻ കണ്ടു. ആ വിശാലതയിലേക്ക്, അനന്തതയിലേക്ക് എന്റെ നിസ്സാരമായ അസ്തിത്വത്തെ ഒരു തൂവൽപോലെ പറപ്പിച്ചുവിട്ടു. തുച്ഛമായ, നിസ്സാരമായ, ക്ഷുദ്രമായ ഒരു ഭാവവും എന്നെ സ്പർശിക്കുകയില്ല. സുരഞ്ജനെപ്പറ്റി ഞാൻ എന്തെങ്കിലും ചീത്തയായി എഴുതിയോ? അവന്റെ നന്മയ്ക്കു വേണ്ടിയല്ലേ എഴുതിയുള്ളൂ. അവന്റെ മാത്രമല്ല എല്ലാവരുടെയും നന്മയ്ക്കുവേണ്ടി മാത്രം. മനുഷ്യൻ മറ്റൊരു മനുഷ്യനെ മനുഷ്യനായി മാത്രം കാണാൻ വേണ്ടിയാണ് എഴുതിയത്. മനുഷ്യനെ മനുഷ്യനെന്നല്ലാതെ ഹിന്ദു, ക്രിസ്ത്യൻ, മുസ്ലീം, ജൈനൻ, ബുദ്ധൻ എന്നൊക്കെ വിശേഷിപ്പിക്കാതിരിക്കാൻ വേണ്ടി. എഴുതിയതൊക്കെ മനുഷ്യത്വത്തിനുവേണ്ടിയും മനുഷ്യാവകാശങ്ങൾക്കു വേണ്ടിയും ആണ്. എന്തു ചെയ്യുമ്പോഴും സുരഞ്ജനും നന്മ വരണമെന്നാണ് ആഗ്രഹിച്ചിരുന്നത്. ഒരു പ്രവൃത്തിയും സുരഞ്ജന്റെ സുരക്ഷിതത്വത്തെ അപകടപ്പെടുത്തുന്നതായിരുന്നില്ല. ഭാവിയിൽ ഒരു സുരഞ്ജനും ഇതുപോലെ നാടുവിട്ട് ഓടിപ്പോയി ജീവൻ രക്ഷിക്കേണ്ട സ്ഥിതി ഉണ്ടാകാതിരിക്കാൻ വേണ്ടിയാണ്. ഒരുപാടു കാര്യങ്ങൾ മനസ്സിലാക്കിയ ആ കുട്ടിക്ക് ഇതുമാത്രം മനസ്സിലാകാത്തതെന്ത്. ഞാൻ അവനെപ്പറ്റി നോവൽ തന്നെ എഴുതുന്നു

എന്നിരിക്കട്ടെ. അവൻ അതിനെ എന്തിന് എതിർക്കണം. എന്റെ നോവലിൽ അവനെ കഥാപാത്രമാക്കാൻ എനിക്ക് അവകാശമില്ലേ. തീർച്ചയായും കഥാപാത്രമാകാതിരിക്കാൻ ശ്രമിക്കാൻ അവനും അവകാശമുണ്ട്. എന്നെ ഉപേക്ഷിക്കാനും അവന് അവകാശമുണ്ട്. ഞാനുമായി അവർക്കാർക്കും ഇനി ഒരു ബന്ധവും ഉണ്ടായിരിക്കുന്നതല്ല. അവർ ആഗ്രഹിച്ചാലും ഞാൻ അതനുവദിക്കുകയില്ല. അഭിമാനം എന്നത് എനിക്കുമില്ലേ. ഞാൻ എത്രമാത്രം സ്നേഹിച്ചു. ആരെങ്കിലും ആ സ്നേഹം എനിക്കു തന്നോ. ഞാൻ എവിടെ താമസിക്കുന്നു എന്നും എന്റെ ഫോൺ നമ്പർ എത്രയാണെന്നുമൊക്കെ കിരൺമയിക്കും അറിയാം. അവരും ഒരിക്കൽപോലും എന്നെക്കുറിച്ച് അന്വേഷിച്ചില്ല. പിന്നെ അവർക്കു സുഖമാണോ, സുഖമല്ലേ എന്നൊക്കെ അന്വേഷിച്ചറിയാൻ എനിക്ക് എന്ത് കടമയാണുള്ളത്. എങ്ങനെയെങ്കിലും ഏത് അവസ്ഥയെയും അംഗീകരിച്ചേ പറ്റൂ. എന്നെ നോക്കി ആളുകൾ പറയും, കഷ്ടം, പാവം, നാടുവിട്ടു വിദേശത്തുവന്ന് വളരെ വേദന സഹിക്കുന്നു! അവർ വിചാരിക്കുന്നത്ര കഷ്ടസ്ഥിതിയിലൊന്നുമല്ല ഞാൻ. സ്നേഹം ഉള്ളവർക്കേ സഹതാപം ഉണ്ടാകൂ. മറ്റൊരുത്തന്റെ ദുഃഖത്തിൽ വേദനിക്കാനുള്ള മനസ്സ് എനിക്കു മാത്രമേയുള്ളൂ എന്നുണ്ടോ. ഞാൻ ഇങ്ങനെയൊക്കെ വിചാരിച്ചു. മാസങ്ങൾ ഒന്നൊന്നായി പിന്നിട്ടു.

ഇതിനിടെ യൂറോപ്പിൽ ചുറ്റിക്കറങ്ങി തിരികെ വന്നു. സുരഞ്ജൻ ഇനിയും ഏതെങ്കിലും തടാകത്തിന്റെ കരയിൽ ചെന്നിരുന്നു ജലത്തെ സ്നേഹിച്ചു സ്നേഹിച്ച് ഒടുവിൽ ജലത്തിന്റെ അഗാധതയിലേക്ക് സ്വയം തിരുകിക്കൊടുക്കുമോ എന്നോർത്തു പലവട്ടം ഹൃദയം വിറച്ചു. ആത്മഹത്യാ പ്രവണത തലമുറകളിലൂടെ പകരും എന്നാണ് എന്റെ ധാരണ. ആത്മഹത്യ കണ്ടാൽ ആത്മഹത്യ ചെയ്യാനുള്ള മോഹം ഉണ്ടാകും. സുരഞ്ജൻ ജീവിച്ചിരിക്കുന്നുണ്ടോ എന്നറിയാൻ കൊതി തോന്നി. സുരഞ്ജന്റെ പഴയ ഫോൺ നമ്പർ മായയാണ് ഉപയോഗിക്കുന്നത്. അതിനാൽ മായയെ പ്രകോപിപ്പിക്കേണ്ടെന്നു കരുതി സുലേഖയുടെ നമ്പറിൽ വിളിച്ചു. എന്റെ ഫോൺ കിട്ടിയപ്പോൾ സുലേഖയ്ക്കു വളരെ സന്തോഷമായി. അവൾ പറഞ്ഞു, പഴയ സ്ഥലത്തു തന്നെയാണു ജോലി. പഴയ ഹോസ്റ്റലിൽത്തന്നെ താമസിക്കുന്നു. ജീവിതം പഴയതിനേക്കാൾ വളരെ നന്നായിരിക്കുന്നു. പ്രൈവറ്റായി എം.എ പരീക്ഷയ്ക്ക് എഴുതാൻ തയ്യാറെടുക്കുകയാണവൾ..

“മകനോ.”

“മകൻ ബാബയുടെ അടുത്തുതന്നെ. സുഖമാണ്. സുഖമായിരിക്കട്ടെ. അവൻ വളർന്നു വലുതാകുമ്പോൾ എപ്പോഴെങ്കിലും അമ്മയുടെ അടുത്തു വരാൻ തോന്നുന്നെങ്കിൽ വരട്ടെ.”

“അവിടത്തെ മറ്റു വിശേഷങ്ങൾ? അവിടെ വിശേഷങ്ങൾ ഇല്ലേ?”

സുലേഖ ചിരിച്ചു: “സുരഞ്ജൻ പഴയതുപോലെത്തന്നെയിരിക്കുന്നു. ഹോപ്‌ലസ് അവസ്ഥ. ഞാൻ ബന്ധപ്പെടാറുണ്ട്. മറ്റ് അനേകം കൂട്ടുകാരുമായി ബന്ധപ്പെടുന്നതുപോലെത്തന്നെ.”

"എന്താ പ്രേമമൊക്കെ പൊലിഞ്ഞുപോയോ."

സുലേഖ ചിരിച്ചുകൊണ്ടു തന്നെ പറഞ്ഞു:

"സംഭവിച്ചതൊക്കെ നല്ലതു തന്നെ. എനിക്ക് ഇണങ്ങുമായിരുന്നോ."

ഇപ്പോൾ പ്രേമത്തിന്റെ കാര്യത്തിലും ഇണങ്ങുമോ ചേരുമോ എന്നൊക്കെ നോക്കിത്തുടങ്ങിയിരിക്കുന്നു. ഞാനും ചിരിച്ചുകൊണ്ടുതന്നെ ചോദിച്ചു:

"അത്തരം കാഴ്ചപ്പാട് എല്ലാത്തിലും കാണും. ബന്ധം പുലർത്തുന്ന സമയത്തും അത് ഉള്ളിൽ കാണും, അല്ലേ. അതിരിക്കട്ടെ, സോബ്ഹാൻ എങ്ങനെ. അയാളുമായുള്ള പ്രേമച്ചരടു കൊളുത്തിക്കെട്ടിയോ?"

സുലേഖ കൂടുതൽ ചിരിച്ചുകൊണ്ടു പറഞ്ഞു:

"ആൾ എന്നെയും സുരഞ്ജനെയും കൂട്ടി റസ്റ്റോറന്റിൽ പോകാറുണ്ട്. എന്നാൽ ആൾക്ക് ഇപ്പോൾ അതിനൊക്കെ സമയം എവിടെ. ആൾ മായയെയും കൊണ്ടു നടക്കുന്ന തിരക്കിലാണ്."

"എന്നു വച്ചാൽ?" ഞാൻ ആകാശത്തുനിന്നു വീണു.

സുലേഖ പറഞ്ഞു:

"മായയും സോബ്ഹാനും തമ്മിലുള്ള വിവാഹം ഉണ്ട്. അടുത്ത മാസം ആറാം തീയതി."

സുലേഖ പറഞ്ഞു. അവളും മായയും നേരിട്ടു കണ്ടു. മായ സ്വയം അവളുടെ കല്യാണത്തിന്റെ ക്ഷണക്കത്തുംകൊണ്ട് എന്റെ വീട്ടിലേക്ക് വരുന്നുണ്ടെന്ന്.

"വാസ്തവമാണോ പറയൂ."

സുലേഖ വളരെ ശാന്തസ്വരത്തിൽ പറഞ്ഞു:

"വാസ്തവമല്ലാത്തതു ഞാൻ പറയുന്നതെന്തിന്."

"മായയും സോബ്ഹാനും തമ്മിലുള്ള വിവാഹം എങ്ങനെ നടക്കും. മായയ്ക്ക്?"

"മായയ്ക്ക് എന്ത്."

"മായ എങ്ങനെ മാറിപ്പോയി എന്നോർത്തിട്ടാണ്. നിനക്കറിഞ്ഞുകൂടേ."

സുലേഖ പറഞ്ഞു, മായ എങ്ങനെ മാറി എന്നൊന്നും അവൾക്കറിഞ്ഞുകൂടാ. അവൾ കണ്ടിട്ടുള്ളിടത്തോളം മായ മുഗ്ധയാണ്. സ്മിതമുഖി. സുന്ദരി. വളരെ ലളിതമായ രീതികൾ. സരളസ്വഭാവിയും ഉദാരമനസ്കയുമാണ്. ഇൻഡിപെൻഡന്റ്, കോൺഫിഡന്റ്, ഹാർഡ് വർക്കിംഗ്, സ്പൊൺടേനിയസ്.

"സത്യമാണോ പറയുന്നത്?"

"അതെ..."

"നിനക്കു തോന്നുന്നതാണ്. അവൾ ഉള്ളിൽ മറ്റൊരു തരത്തിലാണ്."

"മറ്റൊരു തരത്തിൽ എന്നു പറഞ്ഞാൽ ഏതു തരത്തിൽ?"

"മുസ്ലീം വിദ്വേഷി."

"മുസ്ലീം വിദ്വേഷിയോ? അങ്ങനെ ഒരു പ്രശ്നമേയില്ല. എന്താ അങ്ങനെ പറഞ്ഞത്?"

"സത്യം പറഞ്ഞാൽ അവളുടെ മേൽ ഒരു അത്യാചാരം നടന്നിട്ടുണ്ട്."

"അതൊക്കെ എനിക്കറിയാം. ഞാൻ വായിച്ചിട്ടുണ്ട്. താങ്കൾ എഴുതിയിട്ടുണ്ടല്ലോ. പക്ഷേ ഒരു പെണ്ണിന്റെ കാര്യം നിങ്ങൾ അങ്ങനെ എഴുതിയതു ശരിയായില്ല. ഉചിതമായില്ല."

"എന്തുകൊണ്ട്? ഉചിതമാകാതിരിക്കാൻ എന്താണു കാരണം. ഞാൻ കള്ളമൊന്നും എഴുതിയില്ലല്ലോ."

"എല്ലാ സത്യവും പ്രസിദ്ധപ്പെടുത്താനുള്ളതല്ല."

"അവൾ അതിനെപ്പറ്റി വല്ലതും പറഞ്ഞോ."

"ഇല്ല. അവൾ പറഞ്ഞില്ല. അതു ഞാൻ പറഞ്ഞതാണ്. എന്നെ ആരെങ്കിലും ബലാൽസംഗം ചെയ്തതായി നിങ്ങൾ എഴുതിയെന്നു വിചാരിക്കൂ. എനിക്കത് ഇഷ്ടമാകുമോ. എന്റെ നേരെ ആരെങ്കിലും നോക്കിയാൽ ആ വിവരം അറിഞ്ഞതുകൊണ്ടാണയാൾ നോക്കുന്നത് എന്ന് എനിക്കു തോന്നും. പീഡിപ്പിക്കപ്പെട്ടവൾ എന്നല്ലാതെ മറ്റൊരു വിശേഷണവും എനിക്കില്ല എന്നു തോന്നും."

"ഞാൻ സത്യമായ കാര്യം എഴുതാൻ പാടില്ലേ."

"സത്യമായ കാര്യം പറയാവുന്ന ഒരു സമുദായമാണോ ഇത്."

"സമുദായത്തിന് അനുസരിച്ചു നമ്മൾ ജീവിക്കണോ. സമുദായത്തെ നാം കെട്ടിപ്പടുക്കണോ? ഏതാണു വേണ്ടത്."

"താങ്കൾക്കു തനിയെ, ഒരു സമുദായത്തെ കെട്ടിപ്പടുക്കാൻ സാധിക്കുമോ. താങ്കളുടെ കൂടെ എത്ര പേരുണ്ട്. സമുദായത്തെ മാറ്റുക, കെട്ടിപ്പടുക്കുക, തുടങ്ങിയ മുദ്രാവാക്യങ്ങളുടെ കാര്യം, അയാം സോറി ടു സേ ദാറ്റ്, ഇതൊക്കെ വെറും റൊമാന്റിക് സ്വപ്നങ്ങളാണ്. ഇതൊന്നും സത്യത്തിൽ നടക്കുകയില്ല."

ഞാൻ അത്ഭുതപ്പെട്ടു വായ പൊളിച്ചിരുന്നു പോയി. സുലേഖ മായയുടെ ആളായി എന്നോടു വാദിക്കുന്നു. മായ ഒരു മുസൽമാൻ യുവാവിനെ വിവാഹം കഴിക്കാൻ പോകുന്നു. എല്ലാം അവ്യക്തമാകുന്നു. എല്ലാത്തിന്റെയും ഫോർമുല മാറിപ്പോകുന്നു. അതോ ഞാൻ ഒന്നും മനസ്സിലാകാത്ത മടയി ആണോ?

"അവർ വിവാഹം കഴിക്കാൻ പോകുന്നു. വിശ്വാസമാകുന്നില്ലേ. അവർ വളരെ സന്തോഷത്തോടെ ഉത്സാഹത്തോടെ വിവാഹം കഴിക്കുകയാണ്. നിങ്ങൾ വിവാഹത്തിനു വരുകയും വേണം."

"സുലേഖ, നീ സത്യം പറയുകയാണോ."

അവൾ വീണ്ടും ഉറക്കെ ചിരിച്ചു: "എന്തിനു കള്ളം പറയണം?"

അങ്ങനെയാകട്ടെ. സുലേഖ എന്തിനു കള്ളം പറയണം?

"സുലേഖ, നിന്നിൽ നിന്നു തന്നെ ഞാൻ അവരുടെ കഥകൾ കേൾക്കട്ടെ. ഒരു ദിവസം വരൂ."

"തീർച്ചയായും വരാം."

"നിനക്കുവേണ്ടി ഞാൻ വിദേശത്തുനിന്നു നല്ല വോഡ്കാ കൊണ്ടു വന്നിട്ടുണ്ട്."

"കൊള്ളാം."

ഞാൻ ക്ഷണിച്ചതുകേട്ടു സുലേഖ ആനന്ദം കൊണ്ടു തുള്ളിച്ചാടി. നാളെ ത്തന്നെ വരാം എന്നു പറഞ്ഞു.

അങ്ങനെ ആ മരം തലകുത്തിനിന്നു.

സോബ്ഹാനും മായയും വിവാഹം കഴിച്ചു, അവർ സുഖമായും ശാന്തമായും ജീവിച്ചു. ഇപ്രകാരം പറഞ്ഞവസാനിപ്പിക്കാവുന്ന മുത്തശ്ശിക്കഥയല്ലേ ഇത്. അങ്ങനെ സംഭവിക്കുമെന്നു ഞാൻ വിശ്വസിക്കുന്നുമില്ല. രണ്ടുപേർക്കും ശക്തിയായി പ്രേമിക്കാം. വിവാഹം കഴിക്കാൻ തീരുമാനമെടുക്കാം. പക്ഷേ സോബ്ഹാന്റെ ഭാര്യയും കുട്ടിയും എന്തു ചെയ്യും. നായല സ്വയം കാര്യങ്ങൾ നോക്കാൻ കഴിയുന്ന തന്റേടിയായിരുന്നെങ്കിൽ ഭർത്താവിന്റെ കീർത്തിയും മാന്യതയും രക്ഷിക്കാനായി മിണ്ടാതെ ത്യാഗം അനുഷ്ഠിച്ചേനെ. നായല സുലേഖയല്ല. എല്ലാവർക്കും സുലേഖയാകാൻ കഴിയുകയില്ല.

അന്നത്തെ ദിവസം എന്റെ മനസ്സു മറ്റൊന്നിലും ചെന്നില്ല. സുരഞ്ജനുമായി നേരിൽക്കാണാനുള്ള മോഹം മനസ്സിൽ ശക്തമായി. പരിഭവവും പിണക്കവും എപ്പോഴോ ഉരുകി ഒലിച്ചുപോയി. ഇതുവരെ സുരഞ്ജൻ ചെയ്തതുപോലെ ആരും എന്നെ അപമാനിച്ചിട്ടില്ല. ഒന്നിനു പുറകേ ഒന്നായി പല ദിവസം എന്നെ അപമാനിക്കാൻ അവനു ധൈര്യമുണ്ടായി. എനിക്ക് അവനെ വേർപിരിയാൻ കഴിയില്ല. എന്നാൽ അവനെ മുൻനിർത്തി അധികസമയം ചെലവഴിക്കാനും സാധിക്കുകയില്ല. സുരഞ്ജൻ വളരെയധികം മാറിപ്പോയി. ഒരാൾ തന്നെ വ്യത്യ സ്ത സാഹചര്യങ്ങളിൽ എങ്ങനെയൊക്കെ മാറും എന്നതിന് ഉദാഹരണമായി സുരഞ്ജന്റെ കാര്യം തന്നെ പറയാൻ കാരണം ഞാൻ അവനെ കേന്ദ്രമാക്കി ലജ്ജ എഴുതിയതു തന്നെയാണ്. നോവലിലെ ഓരോ കഥാപാത്രത്തിന്റെയും ഉള്ളു കണ്ടെത്തി വ്യാഖ്യാനിക്കാം. എന്നാൽ സുരഞ്ജനെ വ്യാഖ്യാനിക്കാൻ കഴിയുകയില്ല. അതുകൊണ്ടുതന്നെ എനിക്ക് അതിനുള്ള ആഗ്രഹം കുറഞ്ഞിട്ടും ഇല്ല. മുസൽമാൻ വിദ്വേഷി ആയിരുന്ന മായ ഒരു മുസൽമാനുമായി പ്രേമബന്ധ ത്തിൽ എത്തി എന്നത് ഒരു അത്ഭുതവാർത്തയാണ്. ഒരു കമ്മ്യൂണിസ്റ്റുകാരൻ മതതീവ്രവാദിയായി എന്നു കേൾക്കുന്നതുപോലെ ഒരത്ഭുതം. ഒരു കൊടുമുടിയിൽനിന്നു നിലത്തിറങ്ങാതെ മറ്റൊരു കൊടുമുടിയിലേക്കു ചാടുന്നതുപോലെ. സുരഞ്ജൻ എന്നെ ഒട്ടും അത്ഭുതപ്പെടുത്തിയില്ല. അവന്റെ ഉള്ളിൽ ഇതിനു മുൻപും എത്രയോ സ്ഫോടനങ്ങൾ ഉണ്ടായിട്ടുണ്ട്. സാധാരണ ക്കാരൻ എന്ന് ആർക്കും പറയാനാകാത്ത ഒരു യുവാവാണു സുരഞ്ജൻ. വ്യക്തിജീവിതത്തിൽ തീരെ ഉദാസീനനായ ഇങ്ങനെയൊരു കഥാപാത്രത്തെ

ഞാൻ കണ്ടിട്ടില്ല. ഇങ്ങനെയൊരു സ്വഭാവം ആരിലും ഞാൻ കണ്ടിട്ടില്ല. സുരഞ്ജൻ ഏതെങ്കിലും തടാകത്തിൽ ചാടി ആത്മഹത്യ ചെയ്യും എന്നു തോന്നിയിരുന്നു. പെട്ടെന്ന് എന്റെ ആശങ്ക അസ്ഥാനത്താണെന്നു തോന്നി. മറ്റാരെങ്കിലും ആത്മഹത്യ ചെയ്യുമായിരിക്കും. ആത്മഹത്യാപ്രവണത ഒരാളിൽ നിന്നു മറ്റൊരാളിലേക്കു പകരും എന്നാണ് എന്റെ വിശ്വാസം. ഡോക്ടർ സുധാമൊയ്ദത്ത ആത്മഹത്യ ചെയ്തു. അതിനു സാക്ഷിയായവർ, അതുകൊണ്ട് ഒറ്റപ്പെട്ടവർ ഇവർക്കൊക്കെ തീരാദുഃഖമുണ്ടാകും. അവർ തടാകക്കരയിൽ ഇരിക്കുമ്പോഴാണെങ്കിൽ എന്തിനു ജീവിച്ചിരിക്കണം എന്ന തോന്നൽ മൂലം അവരിൽ ആരെങ്കിലും ആത്മഹത്യ ചെയ്യാൻ ഇടയുണ്ട്. സുധാമൊയ്ദത്തിന്റെ മരണത്തെപ്പറ്റി ഓർക്കുമ്പോൾ ശരീരം വിറയ്ക്കുന്നു. എന്തിനാണ് അദ്ദേഹം ആത്മഹത്യ ചെയ്തതെന്ന് ഇപ്പോഴും നിശ്ചയമില്ല. പല കാരണങ്ങളും പറയുന്നുണ്ട്. ഏതാണ് സത്യം എന്ന് ആർക്കറിയാം.

സുരഞ്ജനെ കാണാനുള്ള ആഗ്രഹത്തെ എങ്ങനെ തടഞ്ഞു നിർത്തും എന്ന് എനിക്കറിഞ്ഞുകൂടാ. ഒരാളുടെ മസ്സിൽ ഒരു മോഹം ഇങ്ങനെ അനേകകാലം നിലനില്ക്കുമോ. സുരഞ്ജനും കിരൺമയിയും മായയും എവിടെയാണ്. അവർക്കു സുഖമാണോ എന്ന് അറിയാൻ ആഗ്രഹമില്ലാത്ത ഒരു ദിവസം എന്നെങ്കിലും ഉണ്ടാകുമോ എന്ന് എനിക്കറിയില്ല. അതുകൊണ്ട് അവർ എങ്ങനെ ജീവിച്ചാലും അവർക്കു സുഖമായിരിക്കണേ എന്നു ഞാൻ ആഗ്രഹിക്കുന്നു. അവരെക്കുറിച്ച് എനിക്ക് എന്തോ ഉത്തരവാദിത്തം ഉണ്ടെന്നു തോന്നുന്നു. അവർ എന്റെ ബന്ധുക്കളാണെന്നതുപോലെ. അഥവാ ബന്ധുക്കൾ എന്നതിലുപരി അവർ സ്വന്തക്കാരാണ്. അങ്ങനെ തോന്നുന്നതു ശരിയല്ലെങ്കിലും ഇടയ്ക്കിടയ്ക്കു അവർ ഞാൻ സൃഷ്ടിച്ച കഥാപാത്രങ്ങളാണെന്നു തോന്നാറുണ്ട്. എന്റെ സുരഞ്ജൻ ആത്മഹത്യ ചെയ്യുകയില്ല എന്റെ കിരൺമയി മക്കളെയും കൊണ്ടു സുഖമായിരിക്കുന്നു. എന്റെ മായയ്ക്ക് ഒരു ദുഃഖവുമില്ല.

എവിടെ താമസിച്ചാലും, ഫൂൽബാഗാൻ, ബേഗ്ബാഗാൻ, ബേൽഘാഡിയാ എവിടെയായാലും അവർക്കെല്ലാം സുഖമാണ്. അവരെയാരെയും ഞാൻ ഇനി ഒരിക്കലും കാണുകയില്ല എന്നു വിചാരിക്കാനേ കഴിയുന്നില്ല. ഒരേ നഗരത്തിൽ താമസിക്കുന്നതിനാൽ നഗരത്തിലെ മൈതാനത്തിലോ, തിയേറ്ററിലോ വച്ചു കാണാൻ ഇടയുണ്ടല്ലോ. സുഖാന്വേഷണം എന്ന നിലയ്ക്ക് എവിടെപ്പോയിരുന്നു എന്നോ മറ്റോ ചോദിക്കുന്നതിലപ്പുറം ഒന്നും ഉണ്ടാവില്ലെങ്കിലും.

പത്തൊമ്പത്

ജീവിതം എന്നത് ആരെയെങ്കിലും കാണുന്നതിലോ കാണാതിരിക്കുന്നതിലോ ഒതുങ്ങി നില്ക്കുന്നതല്ല. ജീവിതം അതിനെക്കാളൊക്കെ വലുതാണ്. അതെങ്ങനെയുള്ളതായാലും ഒരു തോന്നൽകൊണ്ട് ഒക്കെ ശരിയായെങ്കിൽ ജീവിതം എത്രയോ വേഗം തീർന്നുപോയേനെ. മായ ആരേയും ഒരിക്കലും പ്രേമിച്ചിട്ടില്ല. ബംഗ്ലാദേശിൽ രണ്ടുമൂന്നു പുരുഷന്മാരെ ഇഷ്ടപ്പെട്ടതാണ്.

അവരിലൊരാളെ വിവാഹം കഴിക്കാൻ ആഗ്രഹവുമുണ്ടായിരുന്നു. പക്ഷേ കൂട്ടുകാരെപ്പോലെ ഒത്തുകൂടാനല്ലാതെ പ്രേമത്തിൽ ഏർപ്പെടാൻ ആരും തയ്യാറായിരുന്നില്ല. ആ രാജ്യത്ത് ഹിന്ദു-മുസൽമാൻ വിവാഹം നടക്കാഞ്ഞിട്ടല്ല. ധാരാളം നടക്കാറുണ്ട്. എന്നാൽ അവളുടെ ഭാഗ്യംകൊണ്ട് അതു നടന്നില്ല. സുരഞ്ജന്റെ കൂട്ടുകാരെ എല്ലാം അവൾക്കിഷ്ടമായിരുന്നു. അവരെല്ലാം മുസൽമാന്മാരായിരുന്നു. ഹായ്ദാറിനെ അവൾക്കു വളരെ ഇഷ്ടമായിരുന്നു. മായ ഈ കാര്യം ആരും അറിയാൻ ഇടയാക്കിയില്ല. ഹായ്ദാറിനെപ്പോലും അറിയിച്ചില്ല. എന്നാൽ ഹായ്ദാർ മായയെ തന്റെ അനിയത്തി എന്നപോലെയാണ് വളരെക്കാലം നോക്കിയിരുന്നത്. ഇടയ്ക്കിടയ്ക്ക് മായയെ നോക്കി ഹായ്ദാർ പറയാറുണ്ട്:

"എന്താടീ കേമീ നീ വളർന്ന് ഇത്ര വലുതായോ. ഇതെങ്ങനെ?"

ഇതുകേട്ടാൽ മായയ്ക്ക് ഇഷ്ടമാകാറില്ല. മായ കണ്ടിട്ടുള്ളിടത്തോളം ഹിന്ദുക്കളുടെ മുഖത്തു സംശയത്തിന്റെ വടുക്കളുണ്ട്. അത്രമാത്രം ഭീരുക്കളാണ്. എന്തും വരട്ടെ എന്നു വിചാരിച്ചു പ്രവർത്തിക്കാൻ ധൈര്യമുള്ള ആരെയും അവൾ കണ്ടിട്ടില്ല. ആകർഷിച്ചു മോഹിപ്പിക്കുന്ന സ്വഭാവമുള്ളവരെയും കണ്ടിട്ടില്ല. അതായതു ശരിക്കിണങ്ങിയ മനുഷ്യരുമായി ശരിയായ സമയത്തു കണ്ടിട്ടില്ല. കാജൾ ദേവനാഥനെ ഇഷ്ടമായി. അയാൾ വിവാഹിതനായിരുന്നു. ആരെ യെങ്കിലും കണ്ട് ഇഷ്ടപ്പെട്ടാൽ അയാൾക്ക് എന്തെങ്കിലും പ്രശ്നമുള്ളതായി മായ കണ്ടു. വിവാഹിതനാണ്, പ്രേമമുണ്ട്, പഠിക്കുകയാണ്, പഠിപ്പ് തീരെയില്ല അങ്ങനെ എന്തെങ്കിലുമൊന്ന്. ശുദ്ധസുന്ദരനായ ആരെയും കണ്ടില്ല. മായയ്ക്കു വിശ്വസിക്കാൻ പറ്റിയ ഒരാളെ എത്ര തിരഞ്ഞിട്ടും കണ്ടില്ല. മായ സോബ്ഹാനെ ഇഷ്ടപ്പെട്ടപ്പോൾ അയാൾ ശോഭൻ എന്ന ഹിന്ദുവാണോ സോബ്ഹാൻ എന്ന മുസ്ലീം ആണോ എന്നൊന്നും നോക്കിയില്ല. അങ്ങനെ നോക്കുന്നതിൽ അർത്ഥമില്ലെന്ന് അവൾക്കു തോന്നി. മനുഷ്യൻ എന്ന നിലയിൽ ഒരുവൻ നല്ലയാളാകാം ചീത്തയാളാകാം. നല്ലയാളാകലും ചീത്തയാളാകലും അയാളുടെ മതവിശ്വാസത്തെ ആധാരമാക്കിയല്ല. മായ പൂജ, അർച്ചന, നാമജപം ഇതൊന്നും നിർത്തിയില്ല. എന്തിനാണതൊക്കെ ചെയ്യുന്നതെന്നു സോബ്ഹാൻ ചോദിച്ചില്ല. സോബ്ഹാൻ തന്റെ ഇസ്ലാം മതത്തെ മാനിക്കുന്നതായി മായയ്ക്കു തോന്നിയില്ല. മാനിച്ചാലും മായയ്ക്ക് അതിൽ അതൃപ്തി തോന്നുമായിരുന്നില്ല. വാസ്തവത്തിൽ സോബ്ഹാൻ നല്ലവണ്ണം മതത്തെ മാനിച്ചു ജീവിച്ചിരുന്നെങ്കിൽ എങ്ങനെ യാകുമായിരുന്നു എന്നു മായയ്ക്കു നിശ്ചയമില്ല. മതത്തെ അനുസരിക്കുക എന്നതു സംബന്ധിച്ചു മുസൽമാനായാലും ഹിന്ദുവായാലും മായയ്ക്കു വിസ്മയമുണ്ടാകേണ്ട കാര്യമില്ല. ബംഗ്ലാദേശിൽ അവൾ മതത്തിന്റെ നടുക്കാണു വളർന്നത്. അവളുടെ അടുത്ത കൂട്ടുകാർ എല്ലാവരും തന്നെ മുസൽമാൻ മതക്കാരായിരുന്നു. അവൾ കണ്ടിടത്തോളം മുസൽമാൻ മതം എന്നു പറഞ്ഞാൽ രണ്ടു പെരുന്നാളിനും പുതിയ വസ്ത്രങ്ങൾ അണിയുക, നല്ല നല്ല ആഹാര സാധനങ്ങൾ കഴിക്കുക, ബന്ധുക്കളുടെ വീടുകളിൽ സന്ദർശനത്തിനു പോവുക, നൊയമ്പുകാലത്തു ഒന്നോ രണ്ടോ നൊയമ്പ് ഒരു കൗതുകത്തിനെന്നവണ്ണം-

കഴിഞ്ഞു. അത്രയേയുള്ളൂ മായയുടെ കൂട്ടുകാരുടെ മതാചാരം. അത്രയേ കണ്ടിട്ടുള്ളൂ. അവളുടെ കൂട്ടുകാർ ആരും നമാസു ചെയ്യുന്നതോ, പർദ്ദ ധരിക്കുന്നതോ സാരിത്തുമ്പു വലിച്ചിട്ടു തല മൂടി നടക്കുന്നതോ ഒന്നും കണ്ടിട്ടില്ല. ഇത്രയൊക്കെയേ ആചാരം ഉള്ളെങ്കിലും അവർ സ്വയം മുസൽമാന്മാർ എന്നാണു പറയാറ്. ആ കൂട്ടുകാരികൾ ഹിന്ദു, മുസൽമാൻ, ബൗദ്ധൻ, ക്രിസ്ത്യാനി ഇവരോടൊക്കെ തുല്യരീതിയിൽ ആണ് പെരുമാറിയിരുന്നത്. മായയും അങ്ങനെത്തന്നെയായിരുന്നു. ഒരിക്കലും വേർതിരിവു കാണിച്ചിരുന്നില്ല. വേർതിരിവു കാണിക്കാൻ കഴിയുന്ന മനസ്സോടെയല്ല വളർന്നത്. മതം ഒരു വിഷയമേ ആകാത്ത അന്തരീക്ഷമാണു വീട്ടിൽ ഉണ്ടായിരുന്നത്. മനുഷ്യനെപ്പോലെയുള്ള മനുഷ്യനാവുക എന്നതാണു പ്രധാനം. മായ അങ്ങനെയായിരുന്നുതാനും. പക്ഷേ അവൾക്ക് എന്താണ് തിരിച്ചുകിട്ടിയത്. ബാബുലു രത്തോൻ, ബാദൽ, കബീർ, സുമോൻ, ഇമോൻ, ആസാദ് തുടങ്ങിയ മുസൽമാൻ കുട്ടികൾ എന്താണ് അവൾക്കു കൊടുത്തത്. എല്ലാവരെയും അവൾക്ക് അറിയാം. അയൽപക്കക്കാരായിരുന്നു. മായയുടെ ശരീരം കൊണ്ട് അവർ അവർക്കു തോന്നിയതൊക്കെ ചെയ്തു. അവൾക്കു ജീവൻ തന്നെ ഇല്ലാതായി. ആ മുസൽമാന്മാർക്കു കൈയിൽ കിട്ടിയ ഒരു ഇറച്ചിപ്പൊതി മാത്രമായി അവൾ. നാണം കൊണ്ടും വെറുപ്പുകൊണ്ടും മരവിച്ചു ചുരുണ്ടുപോയി. പിന്നെ എങ്ങനെയോ ജീവൻ വച്ചപ്പോൾ അവരെ ഓരോരുത്തരെയും കൊല്ലണം എന്നു തോന്നി. ബലാൽസംഗം, കൂട്ട ബലാൽസംഗം. ലോകത്ത് എല്ലായിടത്തും നടക്കുന്നു. ബംഗ്ലാദേശിലും ഉണ്ട്. ഭാരതത്തിലും ഉണ്ട്. പുരുഷൻ തെമ്മാടിയും ബലവാനും ആണ്. സ്ത്രീ പാവവും ദുർബലയുമാണ്. പീഡനത്തിന്റെ കാരണം ഇതു തന്നെ. പക്ഷേ മായയെ പീഡിപ്പിച്ച സംഭവം ശക്തിയുടെയും ശക്തിഹീനതയുടെയും ഫലമല്ല. ഹിന്ദുവും മുസൽമാനും കൂടി ഉണ്ടാക്കിയ സംഭവമാണ്. മായയുടെ സ്ഥാനത്ത് അന്നു മായയെക്കാൾ ശക്തികുറഞ്ഞ പാവമായ റബേക്കയോ റോക്കിയായോ ആയിരുന്നെങ്കിൽ ഇങ്ങനെ പീഡിപ്പിക്കപ്പെടുമായിരുന്നില്ല. അവർ ഒരു പെണ്ണിനെ പീഡിപ്പിക്കയില്ലായിരുന്നു. ഒരു ഹിന്ദു പെണ്ണിനെയാണു പീഡിപ്പിച്ചത്. ഹിന്ദു എന്നത് അവളുടെ കാര്യത്തിൽ ഒരു വിഷയമേ ആയിരുന്നില്ല. അവരാണ് അവളുടെ പേരിന്റെ കൂടെ അത് സ്വർണ്ണലിപിയിൽ എഴുതിച്ചേർത്തത്. മായയെ സംബന്ധിച്ചിടത്തോളം അതു വെറും വാക്കല്ല. ലജ്ജ, വെറുപ്പ്, ക്ഷോഭം, അപമാനം, പീഡനം, മരണം, രക്തം, ഹാഹാ ശബ്ദം, വേദന ഇതൊക്കെയാണ്. ഇതൊക്കെ മാത്രം. മായ ഒരു മനുഷ്യസ്ത്രീയായിരുന്നു. ആ മുസ്ലീംയുവാക്കൾ അവളെ അടിമുടി ഹിന്ദുവാക്കി. ഹിന്ദു മാത്രമാക്കി. അതിൽനിന്നു ഹിന്ദുത്വത്തിന്റേതായി ലോകത്തിൽ എന്തൊക്കെയുണ്ടോ അതൊക്കെ മായ ഉൾക്കൊണ്ടു. മായ ഹിന്ദുവായി ജനിച്ചില്ല. ആ പീഡനം നടന്ന ദിവസമാണ് അവൾ ഹിന്ദുവായത്. ഒരു ഹിന്ദുദേശത്തിൽ ശൈശവകൗമാരങ്ങൾ പിന്നിട്ടവളെപ്പോലെയാകാൻ അവൾ ശ്രമിച്ചു. തന്റെ നല്ല കൂട്ടുകാരായിരുന്ന മുസൽമാന്മാരെയെല്ലാം ബലാൽസംഗക്കാരും കൊലയാളികളുമായി കാണാൻ ശ്രമിച്ചു. ഹിന്ദു വിദ്വേഷികളായിക്കണ്ടു. തന്റെ ദേശത്തെ

സ്വദേശമായിക്കണ്ടില്ല. മുസൽമാൻ ദേശമായിക്കണ്ടു. മായയ്ക്കു മറ്റെന്താണു ചെയ്യാൻ കഴിയുക. മുറിവുകളിൽ മറ്റൊരു മരുന്നു പുരട്ടാനില്ലായിരുന്നു. ആ മുറിവുകൾ ഉണങ്ങാനുള്ളവയല്ല. മനസ്സു നൂറുശതമാനം പൊള്ളിയാൽ ലോകത്തിൽ പിന്നെ അതിനു ഒരു ചികിത്സയുമില്ല. കത്തിത്തീർന്ന മനസ്സിനെ എങ്ങനെ പുനർനിർമ്മിക്കാം എന്നാണു നോക്കേണ്ടത്. മനസ്സിന്റെ ചാരം ബംഗ്ലാദേശിലെ ആകാശത്തിൽ പറന്നു കഴിഞ്ഞു. അത് അവിടെ ഉപേക്ഷിച്ചു. ഇനി ഈ നരകത്തിലേക്ക് ഒരിക്കലും തിരിച്ചു വരികയില്ല എന്നു ശപഥം ചെയ്തിട്ടാണു പോന്നത്. കുത്തിപ്പിളർന്ന ജീവിതമാണവളുടേത്. പിന്നീടുള്ള ജീവിതം പുനർജന്മമാണ്. ഹിന്ദുദേശത്തിൽ, സ്വന്തം ദേശത്തിൽ എത്തി. ഹൃദയം പിടഞ്ഞു. ഇതുവരെ ചമഞ്ഞുവന്ന അമ്മയെ പെറ്റമ്മയെന്നു കണക്കാക്കി. ബുദ്ധി തെളിഞ്ഞപ്പോൾ തന്റെ പെറ്റമ്മ മറ്റെവിടെയോ ആണെന്നു മനസ്സിലായി. ആ പെറ്റമ്മയുടെ മടിയിലേക്കു പോന്നു. കൃത്രിമച്ചമയങ്ങൾ പോലെ അതുവരെയുണ്ടായിരുന്ന ധാരണകളെയെല്ലാം പുറംകാൽകൊണ്ടു തട്ടിയെറിഞ്ഞു. ആദ്യമായി ഭാരതത്തിന്റെ മണ്ണിൽ ചവിട്ടിയപ്പോൾ പ്രശാന്തികൊണ്ട് കണ്ണ് അടഞ്ഞുപോയി.

ആ മായ ഇപ്പോഴെവിടെ. സോബ്ഹാൻ മുൻപിൽ നില്ക്കുന്നു. ഭാരതത്തിൽ സോബ്ഹാനെക്കാൾ നല്ല ഒരു യുവാവിനെ മായ കണ്ടിട്ടില്ല. ഹിന്ദുയുവാക്കളുമായി അവൾ കണ്ടുമുട്ടിയില്ല എന്നത് അവരുടെ കുറ്റമല്ല. അവളുടെ ദോഷവുമല്ല. പൂർണമായും യോജിക്കുന്ന ആളെ കണ്ടുപിടിച്ചില്ല എന്നതിന് ആരെയും കുറ്റം പറയേണ്ട കാര്യമില്ല. മായ വിധിയിൽ വിശ്വസിക്കുന്നില്ല. അതു തന്റെ തലയിലെഴുത്താണ് എന്നു സമാധാനിച്ചാൽ പല ദുഃഖങ്ങളും സഹിക്കാൻ എളുപ്പമായിരുന്നു. ഉത്തരവാദിത്തമൊക്കെ തലവരയിൽ അർപ്പിച്ചു ശാന്തമായിരിക്കാം. സോബ്ഹാനെ അവൾ ഇഷ്ടപ്പെടുന്നു. ആദ്യം തന്നെ ശോഭൻ സോബ്ഹാനാണ് ശോഭനല്ല എന്നറിഞ്ഞിരുന്നെങ്കിൽ ശോഭനെ ഇത്രമേൽ ഇഷ്ടപ്പെടുമായിരുന്നില്ല. ഇഷ്ടപ്പെടാതിരുന്നാൽ കൂടുതൽ മംഗളകരമാകുമായിരുന്നോ. അതും അറിഞ്ഞുകൂട. തന്റെ ജീവിതത്തിൽ ഇനി എന്താണുള്ളത്. സ്ത്രീകളുടെ ജീവിതത്തിൽ ഭർത്താവും കുടുംബവുമാണ് വലിയ ധനം. ആ ധനം സ്വന്തം ഇഷ്ടമനുസരിച്ച് ഉപേക്ഷിക്കാൻ അവൾ ബാധ്യസ്ഥയായിരിക്കുന്നു. കാരണം ആ ധനത്തിൽ നിന്ന് അവളുടെ മനസ്സ് എങ്ങനെയോ പൂർണ്ണമായും വേർപെട്ടു കഴിഞ്ഞു. സ്വബോധമുള്ള ആർക്കും ജീവിതത്തിൽ കൊണ്ടു നടക്കാൻ കൊള്ളാത്തതായിപ്പോയി അത്.

മായയുടെ സ്വബോധം നഷ്ടമായിത്തുടങ്ങിയതാണ്. പക്ഷേ മുഴുവൻ തിരിച്ചറിവും നഷ്ടപ്പെടുംമുൻപ് അവൾ സ്വയം രക്ഷിച്ചെടുത്തു. ഇത് ഒരുപക്ഷേ ജീവിതത്തിലെ അവസാനപരീക്ഷണമായിരിക്കും. എത്രയെങ്കിലുമാവട്ടെ, അമ്മയുടെയും ജ്യേഷ്ഠന്റെയും അടുത്തല്ലേ വന്നിരിക്കുന്നത്. സ്വന്തം കുഞ്ഞുങ്ങളെയുംകൊണ്ട്, ശംഖുവളയും സിന്ദൂരവും അണിഞ്ഞുകൊണ്ടു, വന്നു കയറിയത്, ഒടുവിൽ പെട്ടിയും കിടക്കയും എടുത്തുകൊണ്ട് ഇവിടെ വന്നു താമസിക്കുവാനുമായി, എന്നാൽ അവൾക്കുള്ള ഈ അധികാരം സമുദായം അനുവദിച്ചുകൊടുക്കുകയില്ല. മായ ഏതു വീട്ടിൽ താമസിക്കണം, എവിടെ

താമസിച്ചാലാണ് അവൾക്കു മാന്യത എന്നൊക്കെ സമുദായം അവൾക്കു ചൂണ്ടിക്കാണിച്ചുകൊടുത്തിട്ടുണ്ട്. പക്ഷേ അതൊന്നും അവൾ ചെവിക്കൊള്ളുന്നില്ല. ആര് എന്തുവേണമെങ്കിൽ പറഞ്ഞുകൊള്ളട്ടെ, അവൾ വിവാഹബന്ധം വേർപെടുത്തുകയാണ്. ഭയാവഹമായ മരണത്തിൽനിന്നു മോചനം നേടാനാണ് അങ്ങനെ ചെയ്യുന്നത്. അല്ലാതെ സോബ്ഹാനുമായി വിവാഹം കഴിക്കാൻ വേണ്ടിയല്ല.

സോബ്ഹാനെ അവൾ ക്ഷണനേരംകൊണ്ടു മന്ത്രം ജപിച്ചു ഹിന്ദുവാക്കിയേനെ. യഥാർത്ഥ ശോഭനാക്കിയേനെ. അവളുടെ ഉള്ളിലുണ്ടായ ക്ഷോഭത്തെ അങ്ങനെ അടക്കിയേനെ. സോബ്ഹാനുമായുള്ള ബന്ധം ഇങ്ങനെ മുന്നോട്ടു കൊണ്ടുപോയാൽ ഏതു ഗുഹയിലെത്തിച്ചേരുമെന്ന് അവൾക്കുതന്നെ അറിഞ്ഞുകൂടാ. സോബ്ഹാൻ ഇത്രമാത്രം നല്ലയാളല്ലായിരുന്നെങ്കിൽ സാരമില്ലായിരുന്നു എന്നു തോന്നി മായയ്ക്ക്. സോബ്ഹാനിൽനിന്നു മോചനം നേടാൻ അവൾ സോബ്ഹാനെ അപമാനിച്ചു. അന്നത്തെ ഓരോ വാക്കും അവൾ ഓർത്തു.

“നിങ്ങൾ വിവാഹം കഴിച്ചതല്ലേ? ഭാര്യയെ സ്നേഹിക്കുകയും ചെയ്യുന്നു. സ്നേഹിക്കുന്നില്ലേ.”

സോബ്ഹാൻ മിണ്ടാതിരുന്നതേയുള്ളൂ.

“എല്ലാ ദിവസവും രാത്രി ഭാര്യയുടെ അടുത്തേക്കു പോകേണ്ടേ. ഞാൻ പറഞ്ഞാൽ പോകാതിരിക്കാൻ കഴിയുമോ.”

സോബ്ഹാൻ മിണ്ടിയില്ല.

“ഇന്നു ഭാര്യയുടെ അടുത്തു പോകാതെ എന്റെ അടുത്തു വന്നിരിക്കുന്നു. എന്നെ ഒരു ദിവസം കണ്ടില്ലെങ്കിൽ പറ്റുകയില്ല എന്നായില്ലേ.. എന്നെ വിവാഹം കഴിച്ചു കഴിയുമ്പോൾ ഇതുപോലെ വേറാരെയെങ്കിലും സ്നേഹിച്ചു തുടങ്ങും. അവളെ ഒരു ദിവസം കണ്ടില്ലെങ്കിൽ പറ്റുകയില്ല എന്ന അവസ്ഥയിലാകും.”

സോബ്ഹാൻ മിണ്ടാതെ എല്ലാം കേട്ടുകൊണ്ടിരുന്നു.

സോബ്ഹാന്റെ ശരീരത്തിൽ തട്ടിക്കൊണ്ടു പറഞ്ഞു:

“നിങ്ങളുടെ ഭാര്യ എന്നെക്കാൾ ചെറുപ്പമാണ്. വയസ്സു കുറഞ്ഞവളെ വെടിഞ്ഞിട്ട് ആരെങ്കിലും വയസ്സു കൂടിയവളുടെ അടുത്തേക്കു പോകുമോ. പുരുഷന്മാർ സാധാരണ ഇങ്ങനെയല്ല. ഭാര്യയ്ക്ക് വയസ്സാകുമ്പോൾ ചെറുപ്പക്കാരികളെ തേടിപ്പോകും. അവളുടെ അവയവങ്ങൾക്കു വിശ്രമം വേണ്ടേ?”

സോബ്ഹാനു ദേഷ്യം വന്നു.

“താൻ ഒന്നു നിർത്തുന്നുണ്ടോ.”

“എന്തിനു നിർത്തണം.”

“നിർത്തണം. നീ ലക്കില്ലാത്ത അളിപിളി വർത്തമാനം പറയുന്നു.”

“ലക്കില്ലാത്തതൊന്നുമല്ല. സത്യമാണു പറഞ്ഞത്.”

“അല്ല. ഇതൊന്നും സത്യമല്ല.”

"എന്നാൽ സത്യമെന്താണ്. എനിക്കു കുറെ സത്യങ്ങൾ കേട്ടാൽ കൊള്ളാം എന്നുണ്ട്."

"അതെന്താ."

"കാരണം സത്യം എങ്ങും കേൾക്കാനില്ല. ആരും സത്യം പറയുന്നുമില്ല."

"താൻ പറയുന്നുണ്ടോ."

"ഞാൻ പറയുന്നുണ്ട്."

"എങ്ങനെ, കേൾക്കട്ടെ."

"സത്യം കേൾക്കുമോ."

"എന്താ കേൾക്കാത്തത് ?"

"ഞാൻ മായയാണ്."

"അതെനിക്കറിയാം. താൻ മായയാണ്."

"എന്നെ അഞ്ചു മുസൽമാൻ യുവാക്കൾ ബലാൽസംഗം ചെയ്തിട്ടുണ്ട്. നിങ്ങളുടെ ജാതിയിൽപ്പെട്ട അഞ്ചുപേർ. ഞാൻ മരിച്ചതായിരുന്നു. എങ്ങനെയോ ജീവിച്ചു. എങ്ങനെ എന്നറിയില്ല. അന്നു മുതൽ ലോകത്തുള്ള എല്ലാ മുസൽ മാന്മാരെയും ഞാൻ വെറുക്കുന്നു. ഇതു സത്യമാണ്."

"എന്നെയും വെറുക്കുന്നുണ്ടോ." സോബ്ഹാൻ ശാന്തമായി ചോദിച്ചു.

"താൻ മുസ്ലീം ആണെന്നറിഞ്ഞ അന്നുമുതൽ തന്നെയും വെറുക്കാൻ ശ്രമിക്കുന്നു. കഴിയുന്നില്ല. കഴിഞ്ഞിട്ടില്ല."

"എന്തുകൊണ്ടാണ് കഴിയാത്തത്."

"എന്തുകൊണ്ടാണെന്നറിയില്ല. ഇനിയും കേട്ടോളൂ. ഞാൻ ആരെയും തടയാറില്ല. എന്തുകൊണ്ട്. ഭയം നിമിത്തം. ഞാൻ ഭീരുവാണ്. തളർന്ന കെല്പി ല്ലാത്ത ഒരാൾ മറ്റെല്ലാവരെയും ഭയപ്പെടും. ആരെയും തടയാൻ അങ്ങനെയുള്ള ആൾക്കു കഴിയുകയില്ല."

സോബ്ഹാൻ തലകുനിച്ച് എല്ലാം കേട്ടുകൊണ്ടിരുന്നു.

"ഇനിയും കേട്ടോളൂ."

മായയുടെ ശബ്ദം ഉയർന്നുകൊണ്ടിരുന്നു. കിതയ്ക്കുന്നതുപോലെ ശ്വാസവേഗം കൂടി. കണ്ണ് എരിഞ്ഞു കത്തി ഉരുകി കണ്ണീര് ഒഴുകി. തൊണ്ടയിൽ വേദനയുടെ പാറക്കല്ലുകൾ തടഞ്ഞു. ശബ്ദം വിറച്ചു.

ഇനിയും കേട്ടോളൂ: "വേശ്യകൾ ഒളിഞ്ഞും മാറിയും നില്ക്കുന്നതുപോലെ ഞാൻ വഴിയരുകിൽ നിന്നിട്ടുണ്ട്. അതിനു കാരണമുണ്ട്. എന്റെ ശരീരം തെമ്മാടികൾക്കും ചെയ്ത്താന്മാർക്കും മുഠാളന്മാർക്കും കടിച്ചുകീറിത്തിന്നാനു ള്ളതാണ്. എനിക്കവരെ തടയാൻ കഴിവില്ല. എങ്കിൽ പിന്നെ ഈ ശരീരം ആഗ്രഹി ക്കുന്നവർക്കു വിറ്റുകൂടേ. പണത്തിനുവേണ്ടി. കുടുംബം മുഴുവൻ വിഷമിക്കുന്നു. അമ്മയ്ക്കും അച്ഛനും താത്പര്യമില്ല. സഹോദരൻ ഉള്ളതും ഇല്ലാത്തതും തുല്യം. ഒന്നിനും കൊള്ളാത്ത ഒരാൾ. അപദാർത്ഥം. അതുകൊണ്ടാണ് ശരീരം

വില്ക്കേണ്ടി വരുന്നത്. എന്തുകൊണ്ടു വിറ്റുകൂടാ. ഈ ശരീരം ഞാൻ പാവനവും പരിശുദ്ധവും ആക്കി സൂക്ഷിക്കുന്നത് ആർക്കുവേണ്ടി? അല്ലെങ്കിൽ പരിശുദ്ധം എന്നു പറഞ്ഞാൽ എന്താണർത്ഥം. സ്ത്രീകളെ കണ്ടാൽ ചാടി വീഴുന്നവരും തൊട്ടും തോണ്ടിയും സുഖിക്കുന്നവരും ആണ് എന്റെ ശരീരം ആരും തൊടാതെ കിട്ടണമെന്നു കൊതിക്കുന്നവർ. ഇതെന്തു കഥ. ഇതെന്തൊരു എടപാടാണ്. മൊഹമ്മേദ് സോബ്ഹാൻ നിങ്ങളുടെ പക്കൽ ഇതിന്റെ ഉത്തരമുണ്ടോ."

സോബ്ഹാൻ മിണ്ടാതിരുന്നു. നെറ്റി കൈയിൽ താങ്ങിപ്പിടിച്ചുകൊണ്ട്.

"എന്താണ് കൂട്ടുകാരാ. തലവേദന തുടങ്ങുന്നതേ ഉള്ളൂ. എന്നിൽ നിന്നു ദൂരെപ്പോയി രക്ഷപ്പെട്ടോളൂ. അല്ലെങ്കിൽ വേദനിച്ചു വേദനിച്ചു തല തന്നെ ഒരു ദിവസം പൊട്ടിത്തെറിക്കും. ജീവിക്കാൻ ആഗ്രഹമുണ്ടെങ്കിൽ പീഡിത വേശ്യ, മുസ്ലീം വിദ്വേഷി, ഹിന്ദു തീവ്രവാദി ഇതൊക്കെയായ എന്റെ അടുത്തുനിന്നു വേഗം രക്ഷപ്പെട്ടുകൊള്ളുക. സോബ്ഹാൻ നിങ്ങൾ സുഖമായി ജീവിക്കൂ. എപ്പോഴാണ് ആ ബലാൽസംഗക്കാരോടു പ്രതികാരം ചെയ്യാനായി ഞാൻ മുസ്ലീമായ നിങ്ങളെ കൊല്ലുന്നതെന്ന് എനിക്കു തന്നെ അറിയാൻ വയ്യ. മുസ്ലീം ബ്രദറിന്റെ കർമ്മങ്ങളുടെ ശിക്ഷ മറ്റൊരു ബ്രദർ അനുഭവിക്കും. ഭാരതത്തിലെ ഹിന്ദുക്കൾ ബാബറി മസ്ജിദ് തകർത്തു. അതിന്റെ ശിക്ഷ ബംഗ്ലാദേശിലെ മുസ്ലീങ്ങൾ അവിടത്തെ ഹിന്ദുക്കളായ ഞങ്ങൾക്കു നല്കിയില്ലേ. ബലാത്സംഗം ചെയ്യപ്പെട്ടു, തല്ലുകൊണ്ട് ഒളിച്ചോടി രക്ഷപ്പെട്ടു ജീവിക്കുന്നു. ഇങ്ങനെയുള്ള ഒരുത്തിയെ സംരക്ഷിക്കുന്നതെങ്ങനെ, ഓടിപ്പോകട്ടെ, മരിക്കട്ടെ."

മായ, സോബ്ഹാന്റെ ശിരസ്സു പിടിച്ചുയർത്തി ചുണ്ടിൽ അമർത്തി ചുംബിച്ചു കൊണ്ടു ചോദിച്ചു:

"എന്തിനാണു നിങ്ങൾ ഒരു ഹിന്ദുപ്പെണ്ണിനെ പ്രേമിച്ചത് എന്നു പറയൂ. നിങ്ങൾ പ്രേമിച്ചൊന്നുമില്ല. അങ്ങനെയങ്ങനെ അതിൽ അങ്ങു രസിച്ചതേയുള്ളൂ. നിങ്ങൾ ഇത്ര മാത്രം ഇതിനുമുമ്പ് രസിച്ചിട്ടില്ല. പർദ്ദയിട്ടു മൂടിയ അക്ഷരാഭ്യാസമില്ലാത്ത മുസൽമാൻ പെണ്ണുങ്ങളെയേ നിങ്ങൾ കണ്ടിട്ടുള്ളൂ. വിദ്യാഭ്യാസം നേടിയാൽത്തന്നെ അങ്ങേയറ്റം അവർ മാമൂൽപ്രിയരും അന്ധവിശ്വാസികളും. അതുകൊണ്ടാണു സുരഞ്ജൻ മുഖേന ഹിന്ദു സൊസൈറ്റിയിൽ കടന്നു വന്നത്. പുരുഷന്മാരോട് സമഭാവത്തിൽ പെരുമാറുന്ന സ്വാതന്ത്ര്യബോധമുള്ള പെൺകുട്ടിയെക്കണ്ടു. സ്വന്തം കാര്യം സ്വയം തീരുമാനിക്കുന്നവൾ. ഒരു നൊടിക്കു ഭർത്താവിനെ ഉപേക്ഷിച്ചവൾ. നിങ്ങൾക്ക് അവൾ വളരെ സ്മാർട്ടാണെന്നു തോന്നി. ഒട്ടും സ്മാർട്ടല്ലാത്ത പാവകളെപ്പോലെയുള്ള മുസൽമാൻ പെണ്ണുങ്ങളുടെ കൂടെ കഴിയുന്നതിനെക്കാൾ രസകരമായിത്തോന്നി ഹിന്ദുപ്പെണ്ണിന്റെ സാമീപ്യം. മറ്റു പ്രയോജനങ്ങളും ഉണ്ട്. ഈ പെണ്ണിനു വയ്ക്കാനും വിളമ്പാനും അറിയാം. ശാസ്ത്രത്തെപ്പറ്റിയും ചരിത്രത്തെപ്പറ്റിയും ഭൂഗോളത്തെപ്പറ്റിയും സംസാരിക്കാനറിയാം. അതല്ലേ. അതിൽ ആനന്ദിക്കാനും രസിക്കാനും ഉള്ള വകയുണ്ട്. രസിക്കുന്നു അത്രയേ ഉള്ളൂ. അല്ലാതെ സ്നേഹിക്കുന്നില്ല. നിങ്ങൾ സ്നേഹിക്കുന്നതു നിങ്ങളുടെ ജാതിയിലെ പെണ്ണുങ്ങളെ മാത്രമായിരിക്കും. ഞാൻ എന്റെ ജാതിയിൽപ്പെട്ടവരെ മാത്രമേ

മനുഷ്യരായി കണക്കാക്കുന്നുള്ളൂ. അതുപോലെത്തന്നെ ഒരു കാര്യം തീർത്തു പറയുന്നു, എന്നെ വിവാഹം കഴിച്ച ആ കൊള്ളരുതാത്തവനെ ഞാൻ വെറുക്കുന്നു. എന്നെ മാനഭംഗപ്പെടുത്തിയ റേപ്പിസ്റ്റുകളായ മുസൽമാന്മാരെ വെറുക്കുന്നതുപോലെത്തന്നെ ഞാൻ അയാളെ വെറുക്കുന്നു. ഞാൻ ഇങ്ങനെ അയാളോടു പറഞ്ഞിട്ടില്ല. ഹിന്ദു ആയതുകൊണ്ടാണ് പറയാത്തത്. ഏതെങ്കിലും തരത്തിൽ ഞാൻ ഹിന്ദുക്കളെ സംരക്ഷിക്കേണ്ടേ. സംരക്ഷിക്കണം."

സോബ്ഹാന്റെ കണ്ണുകൾ ചുവന്നു. അത്യത്ഭുതത്തോടെ അയാൾ മായയെ നോക്കി. മായ പറഞ്ഞുകൊണ്ടേ ഇരുന്നു:

"മുസൽമാന്മാർ എന്തിനാണ് ഈ രാജ്യത്തു താമസിക്കുന്നത്. ഞങ്ങളെ തല്ലിയോടിക്കാനും ചുട്ടുകൊല്ലാനും വേണ്ടി. അവർക്കായി രണ്ടു രാജ്യം കൊടുത്തില്ലേ. എല്ലാ മുസൽമാന്മാരും എന്താ അവിടെ പോയി താമസിക്കാത്തത്. ഹിന്ദു മെജോറിറ്റിയുള്ള ഒരു രാജ്യത്തു മൈനോറിറ്റി ആയി താമസിച്ചാൽ എന്തു സന്തോഷമാണുള്ളത്. തീർച്ചയായും സന്തോഷം ഉണ്ട്. ഇല്ലെങ്കിൽ ഇവിടെ താമസിക്കുന്നതെന്തിന്. അവരുടെ ആ സന്തോഷം എനിക്കു സഹിക്കാൻ പറ്റുന്നില്ല. അതുകൊണ്ടു യാഥാർത്ഥ്യം എന്താണെന്നു മനസ്സിലാക്കിക്കോ. പുരുഷന്മാർ ഹിന്ദുവായാലും മുസൽമാനായാലും ഒരുപോലെയാണ്. ഒരുപോലെ ശെയ്ത്താന്മാരാണ്. സ്ത്രീകളെ അവർ വേദന അനുഭവിപ്പിക്കുമെന്നു തീർച്ച. നിങ്ങളുടെ ഭാര്യ മുസൽമാന്റെ ഭാര്യയായി വേദനിക്കുന്നു. ഞാൻ ഹിന്ദുവിന്റെ ഭാര്യയായി വേദനിക്കുന്നു. നിങ്ങൾ വേദനിക്കുന്നില്ല. എന്റെ ജ്യേഷ്ഠൻ സുരഞ്ജൻ ഒന്നും സംസാരിക്കുന്നില്ല. അവനും ഒരു ഹിന്ദു ഭാര്യയെ ഉപേക്ഷിച്ചിട്ട് ഒരു മുസ്ലീം പെണ്ണിന്റെ കൂടെ ഉല്ലസിച്ചു നടക്കുകയാണ്. നിങ്ങളും അവന്റെ ആ വഴി പിൻതുടരുന്നു. മുസൽമാൻ ഭാര്യയെ വെടിഞ്ഞിട്ടു ഹിന്ദുപെണ്ണിന്റെ കൂടെ വിളയാടി നടക്കുന്നു. എന്റെ ജ്യേഷ്ഠനും സന്തോഷം അനുഭവിക്കുന്നു. ജ്യേഷ്ഠനു സെക്കുലർ എന്ന പേരുണ്ട്. നിങ്ങൾക്കും ഉണ്ട്. ഇവിടത്തെ മുസ്ലീം യുവാക്കൾ വളരെ സെക്കുലർ ആയിട്ടു ഹിന്ദു പെൺകുട്ടികളെ വിവാഹം കഴിക്കുന്നു. ഒരാളുടെ പേര് അബ്ദുൾറഹിമാൻ എന്നാണ്. അയാൾ പേരു പറയുംമുമ്പ് തന്റെ ഭാര്യയുടെ പേര് മൗസുമിത്ര എന്നാണെന്നു പറയുന്നു. ഭാര്യയുടെ പേരു പറഞ്ഞ് ഉയർന്ന ജാതിയായിത്തീരുന്നു. ജാതിയിൽ ഉയർന്നാലും സ്ത്രീയോടുള്ള പെരുമാറ്റം അതുതന്നെ. ഉയർന്നാലും താഴ്ന്നാലും പുരുഷൻ പുരുഷൻ തന്നെയല്ലേ. നിങ്ങൾക്കു ജാതിയിൽ എന്തുയർച്ചയാണു വേണ്ടത്. നിങ്ങൾ പഠിച്ചു പരീക്ഷകൾ പാസ്സായി, നല്ല ജോലി, നല്ല കച്ചവടം ഒക്കെ കിട്ടിയില്ലേ. ഇനി എന്തുയർച്ചയാണു നേടേണ്ടത്. നിങ്ങൾക്ക് എന്തിനാണ് ഇനി ഒരു ഹിന്ദു കല്യാണം. അതുകൊണ്ട് അയാം നോട്ട് ഗോയിംഗ് ടു മാരി എ മുസ്ലീം. ഭീകരന്മാരുടെ ജാതിയിൽ ഒരുത്തനെ വിവാഹം കഴിച്ചു ഞാൻ നശിക്കണോ. അതിനെക്കാൾ ഭേദം വേശ്യയായി പോകുന്നതല്ലേ. അല്ലെങ്കിൽ മരിച്ചു കളയുന്നതല്ലേ."

സോബ്ഹാൻ വേഗം എഴുന്നേറ്റു പുറത്തേക്കു പോയി. അകത്തെ മുറിയുടെ ജനലിലൂടെ കിരൺമയി സോബ്ഹാൻ പോകുന്നതുകണ്ട് അടുത്തു വന്നു മായയോടു ചോദിച്ചു:

"എന്താ സോബ്ഹാൻ പോയത്. ചായ കുടിച്ചില്ലല്ലോ."

"ഇല്ല."

"എന്താ അത്? ചായ കൊടുക്കാമായിരുന്നു."

"ഇല്ലമ്മേ, അയാൾ ഇനി ഈ വീട്ടിൽ ഒന്നും കഴിക്കാൻ വരുകയില്ല. ഇത് അവസാനത്തെ വരവാണ്. ഇനി ഇവിടെ വരുകയില്ല."

"അതെന്താ."

"അതുമിതും പറയാതെ പോകുന്നുണ്ടോ."

മായ കിരൺമയിയെ ഉറക്കെ ശാസിച്ചു പറഞ്ഞുവിട്ടു.

രാത്രി രണ്ടുമണി മുപ്പതുമിനിട്ട്. ഒരു എസ്.എം.എസ് സന്ദേശം; തലയിണ യ്ക്കരുകിൽ മൊബൈൽ. മായ ഉറക്കമായിരുന്നു. ശബ്ദം കേട്ട് എഴുന്നേറ്റ് എസ്.എം.എസ്. വായിച്ചു. സോബ്ഹാനാണ് അയച്ചത്.

"ഞാൻ സ്നേഹിക്കുന്നു. സ്നേഹിക്കുന്നു. സ്നേഹിക്കുന്നു."

മൊബൈൽ മാറോടടുക്കിപ്പിടിച്ചു മായ കണ്ണു തുടച്ചു. കണ്ണിൽ നിന്നും വെള്ളം ചാലിട്ട് ഒഴുകുന്നുണ്ടായിരുന്നു.

ഇരുപത്

സുരഞ്ജന്റെ കൂടെ വീണ്ടും നഗരത്തിൽ നിന്നു പുറത്തേക്കു പോയപ്പോൾ ഞാൻ ചോദിച്ചു: "വിവാഹം കഴിക്കാൻ ആരാണ് ആഗ്രഹിക്കുന്നത് മായയോ സോബ്ഹാനോ?"

സുരഞ്ജന്റെ ഉത്തരം: "മായ"

"മായയോ. എന്താണീ പറയുന്നത്. മായയ്ക്ക് മുസൽമാന്മാരെ കണ്ണെടു ത്താൽ കണ്ടുകൂടാ."

"പിന്നേ, അവളും എന്നെപ്പോലെയാണ്. എന്റെ പെങ്ങളല്ലേ. ക്ഷോഭം വളരെ കൂടുതലാണ്. പുറമേ മാത്രമേ ഉള്ളൂ."

"അങ്ങനെയാണോ." പെട്ടെന്നു വണ്ടി നിർത്തിയിട്ടു ചോദിച്ചു: "എന്താ പറഞ്ഞത്. നിനക്ക് എല്ലാം വളരെ കൂടുതലാണെന്നോ. പുറമേ മാത്രമേ ഉള്ളെന്നോ?"

നദിയുടെയും സമുദ്രത്തിന്റെയും തീരത്തെന്നവണ്ണം എനിക്കു നില്ക്കേണ്ടി വന്നു. കാറിൽ ചാരി നിന്നുകൊണ്ടു ഫുട്പാത്തിലെ തട്ടുകടയിൽനിന്നു ചായ കുടിക്കുകയായിരുന്നു. പാലും പഞ്ചസാരയും ചേർത്തു നാടൻ മൺകോപ്പയിൽ തരുന്ന ചായ. ഞാൻ പാലും പഞ്ചസാരയും ചേർത്തു ചായ കുടിക്കാറില്ല. പക്ഷേ അനിഷ്ടം തോന്നിയില്ല.

വെള്ളം വെയിലേറ്റു പളപളാ മിന്നുന്നു. രൂപാലി നദിയിലെ തിരയടിക്കുന്ന വെള്ളത്തിലേക്കു നോക്കിനില്ക്കെ മനസ്സിലും തിരയിളക്കമുണ്ടായി. സുരഞ്ജനെ

ഇന്നു സ്വന്തം ആളായി ഏറെ തോന്നി. പുറമേ ദേഷ്യക്കാരനും ഉള്ളിൽ വളരെ നല്ല മനുഷ്യനും ആണ് താനെന്നു സുരഞ്ജൻ ഇന്നു സമ്മതിച്ചിരിക്കുന്നു. എങ്കിലും എനിക്കു പിന്നെയും സംശയം അവശേഷിച്ചിരുന്നു. ആ സംശയം തീർക്കാനായി ചോദിച്ചു:

“എന്നിട്ടു സുലേഖയുമായുള്ള ബന്ധം ഉപേക്ഷിച്ചതെന്തിന്?”

“ആരുടെയും കുറ്റമല്ല അതിനു കാരണം.”

“പിന്നെ എന്തു കാരണം.”

“ഒരു മനുഷ്യനും മറ്റൊരു മനുഷ്യനും തമ്മിൽ യോജിക്കാത്തതിന്റെ കാരണം പോലെത്തന്നെയുള്ള കാരണം.”

“നീ പറഞ്ഞതു ശരിയല്ല.”

സുരഞ്ജൻ മിണ്ടിയില്ല.

“ആ ബന്ധം അവസാനിപ്പിക്കത്തക്കവിധം ഒന്നും തന്നെ നീയും സുലേഖ യുമായി സംഭവിച്ചിട്ടില്ല.”

“ഞാൻ അവൾക്കു യോജിച്ചവനല്ല.”

“കള്ളം. ഉള്ളിൽ നീ അങ്ങനെ വിചാരിക്കുന്നില്ല.”

“എങ്കിൽ പിന്നെ ഞാൻ എന്തു വിചാരിക്കുന്നു എന്നു പറയൂ.”

“അതു നീ പറഞ്ഞാൽ മതി.”

“വിചാരിക്കാത്ത ഒരു കാര്യം വെറുതെ പറയാനേ കഴിയൂ.”

“അതു പറയാൻ കഴിഞ്ഞെങ്കിൽ എന്തു വിചാരിക്കുന്നു എന്നും പറയാമാ യിരുന്നു.”

“അങ്ങനെ ഒരു കാര്യമില്ല.”

“കാര്യമുണ്ട്.”

“ഏതു പെൺകുട്ടിയോടുള്ള ബന്ധവും അറുത്തുകളയാൻ കഴിയും. അതു ജൂലിയയോ സുലേഖയോ ജയയോ ആരുമാകട്ടെ. വാസ്തവത്തിൽ പെൺകുട്ടി എന്നു പറയാനില്ല. പുരുഷന്മാരോടുള്ള ബന്ധവും മുറിച്ചു കളയാം. ബേൽ ഘാഡിയായിൽ എനിക്കുണ്ടായിരുന്ന കൂട്ടകാർ ആരെങ്കിലും ഇപ്പോഴുണ്ടോ.”

“ഒരുമിച്ചു വിനോദയാത്രയ്ക്കു പോയില്ലേ?”

“ഉവ്വ്. പോയി. അതുകൊണ്ട്”

“അങ്ങനെ ഒരുവളോടുള്ള ബന്ധം മുറിച്ചുകളയാൻ പറ്റുമോ.”

“അതെന്റെ വ്യക്തിപരമായ കാര്യമാണ്.” സുരഞ്ജൻ ഉദാസീനഭാവത്തിൽ പറഞ്ഞു.

“അത് അങ്ങനെത്തന്നെ. വ്യക്തിപരമായ കാര്യമാണ്. എനിക്കത് അറിയാൻ ആഗ്രഹമുണ്ട്.”

“ഊഫ്” സുരഞ്ജൻ പുച്ഛിച്ചു തള്ളി.

ആ ഊഫ് പറച്ചിലിനുശേഷം ഞങ്ങൾ രണ്ടു കപ്പു ചായ കുടിച്ചു. വണ്ടിയിൽ ചാരി നിന്ന്, രൂപാലി ജലത്തെ സാക്ഷി നിർത്തിക്കൊണ്ടു സംസാരം തുടർന്നു. സുരഞ്ജൻ എത്ര കോപിച്ചാലും പുച്ഛിച്ചാലും സുരഞ്ജനെ ഞാൻ ഇപ്പോഴും സ്വന്തം ആളായി കരുതുന്നു.

ഇക്കുറി സുരഞ്ജനാണ് പറയാൻ തുടങ്ങിയത്:

“നിങ്ങൾക്ക് ഇപ്പോൾ മുസ്ലീം പ്രേമം കൂടുതലാണ്. “

“എന്നു പറഞ്ഞാൽ?”

“എന്നു പറഞ്ഞാൽ എന്താണെന്നു മനസ്സിലാകുന്നില്ലേ?”

“ഇല്ല മനസ്സിലാകുന്നില്ല.”

“മനസ്സിലാകുന്നുണ്ട്. നിങ്ങൾ ഞാൻ എന്തു വിചാരിക്കുന്നു, എന്തു വിചാരിക്കുന്നില്ല എന്നറിയാൻ വേണ്ടി മനസ്സിലാകുന്നില്ലെന്നു നടിക്കുകയാണ്. ഈ ഭാരതത്തിൽ വന്നതിനുശേഷം നിങ്ങൾക്കു മുസ്ലീങ്ങളോടുള്ള പ്രേമം വളരെ കൂടുതലായിട്ടുണ്ട് എന്നു ഞാൻ വിചാരിക്കുന്നു.”

അത്ഭുതത്തോടെ അവന്റെ നേരെ നോക്കിക്കൊണ്ടു ഞാൻ പറഞ്ഞു: “മുസ്ലീം പ്രീതിയോ. അതെന്തൊരു വാക്കാണ്. ഭാരതവർഷത്തിൽ വരും മുൻപ് എനിക്കു ഹിന്ദുപ്രീതി ആയിരുന്നു കൂടുതൽ എന്നാണോ പറയാൻ ആഗ്രഹിക്കുന്നത്.”

“അതെ. അതു തന്നെയാണു പറയുന്നത്.”

“എന്തുകൊണ്ട്? ലജ്ജ എഴുതിയതുകൊണ്ടോ.”

“അതെ. അതുകൊണ്ടു തന്നെ.”

“നീ ഏതായാലും സുരഞ്ജൻ അല്ലേ.”

കുറച്ചു സമയം നിന്നു നിശ്വസിച്ചുകൊണ്ടു ഞാൻ പറഞ്ഞു:

“എന്റെ വിചാരം എന്താണെന്നു നിനക്ക് അറിയാം. ഇങ്ങനെ പറയുന്നത് എനിക്കു വിഷമം ഉണ്ടാക്കും എന്നറിഞ്ഞുകൊണ്ടുതന്നെയാണു നീ പറയുന്നത്. എന്നെ വിഷമിപ്പിച്ചാൽ നിനക്ക് സന്തോഷം ഉണ്ടാകുമോ.”

“ഇതൊരു പാഴ്വാക്ക്.”

“പാഴ്വാക്കല്ല. നീ എന്നെ ഓരോ ദിവസവും അപമാനിക്കുകയാണ് അല്ലേ. എല്ലാ ബന്ധങ്ങളും സഹവാസവും ഉപേക്ഷിച്ചിരിക്കുകയാണ്. നീ എന്നെ പരിഗണിക്കുന്നില്ല എന്ന് എന്നെ അറിയിക്കാൻ ആഗ്രഹിക്കുകയാണ്. നിന്റെ ഒരു ഫോൺ കാളിനുവേണ്ടി കാത്തിരിക്കുന്ന ഒരാളെ, നീ അയാളെ ഉപേക്ഷിച്ചിരിക്കുന്നു എന്നറിയിക്കാനാണു നോക്കുന്നത്. ഒരു നേട്ടവും ഉണ്ടായിട്ടില്ല. നീ സാഡിസ്റ്റാണ്. മറ്റുള്ളവരെ ദുഃഖിപ്പിക്കുന്നതിൽ നീ രസിക്കുന്നു.”

സുരഞ്ജൻ ഉറക്കെ ചിരിച്ചു.

എന്നിട്ട് എന്റെ വിഷാദപൂർണ്ണമായ മുഖത്തേക്കു നോക്കിക്കൊണ്ടു പറഞ്ഞു:

“നിങ്ങൾക്കും കുറച്ചു വേദനയുണ്ടെന്നോ.”

“എന്താ ഞാൻ മനുഷ്യനല്ലേ.”

“സുലേഖയ്ക്കുപോലും എന്നെപ്പറ്റി ഇത്ര ഭ്രമം ഇല്ല. എന്നെപ്പറ്റി അത്രയ്ക്കു വലിയ കമ്പം ഉണ്ടോ നിങ്ങൾക്ക്.”

“ഇനിയും പറയ്. എനിക്കു നിന്നോടു കലശലായ പ്രേമമാണ്. നിന്നെ കിട്ടിയില്ലെങ്കിൽ ഞാൻ മോഹനാനദിയിൽ ചാടി ആത്മഹത്യ ചെയ്തുകളയും എന്നൊക്കെ പറയ്.”

സുരഞ്ജൻ മിഴികൾ ഇളക്കിക്കൊണ്ടു പറഞ്ഞു:

“അതും ചെയ്തെന്നു വരാം. ചിരിക്കല്ലേ.”

“നോക്കൂ. നിന്നെ പ്രേമിക്കാൻ ഞാൻ ആഗ്രഹിച്ചാൽ നീ പ്രേമിക്കുമോ.”

സുരഞ്ജൻ തലയാട്ടി. ഇല്ല. പ്രേമിക്കുകയില്ല.

“എന്തുകൊണ്ട്? അഹങ്കാരം കൊണ്ട്. അല്ലേ. എന്നെ നിരസിക്കാൻ എന്തു കാരണമാണുള്ളത്.”

“ഒരു കാരണവും ഇല്ല എന്നതിനാൽത്തന്നെ ഞാൻ നിരസിക്കും.”

“ഇനിയും കുറച്ചുകൂടി കേൾക്കട്ടെ. നിന്നോടാരെങ്കിലും പറഞ്ഞു തന്നതാണോ ഇതൊക്കെ.”

ആരും പറഞ്ഞിട്ടില്ല. അവന് അറിയാം. ഇതൊക്കെ എന്നതുകൊണ്ടു ഞാൻ ഉദ്ദേശിച്ചതെന്താണെന്ന്. കടുംപിടുത്തക്കാർക്ക് ഒന്നും മനസ്സിലാവുകയില്ല.

“ഒബ്സെഷൻ; വീണ്ടും അതേ ഒബ്സെഷൻ. പണം പണം. സമ്പത്തും പ്രതാപവും. ഇതല്ലാതെ നിനക്ക് ഒന്നും മനസ്സിലാവുകയില്ല. നീ എത്രമാത്രം ധനമോഹിയാണ് എന്ന് ആലോചിച്ചു നോക്കൂ.”

“ഞാൻ പണത്തിന്റെ കാര്യമൊന്നും പറഞ്ഞില്ലല്ലോ.”

“പിന്നെ നീ എന്താണർത്ഥമാക്കിയത്. എനിക്ക് ഉണ്ട്, നിനക്കില്ല എന്നു പറയാവുന്നതെന്താണ്?”

“ഹൃദയം.”

“നിനക്കില്ലേ?”

സുരഞ്ജൻ നെടുവീർപ്പിട്ടു. ദിഗന്തം വരെ പ്രതിഫലിക്കുന്ന തടാകത്തിലെ അഗാധജലത്തിലേക്കു നോക്കിക്കൊണ്ടു പറഞ്ഞു:

“സുലേഖ എന്നെ സ്നേഹിച്ചതുപോലെ അങ്ങോട്ടു സ്നേഹിക്കാൻ എനിക്കു കഴിഞ്ഞില്ല, കഴിയുകയുമില്ല. പിന്നെ ഉണ്ടായതു ശാരീരിക ബന്ധം മാത്രമായിരുന്നു. മനസ്സുകൊണ്ടു തമ്മിൽ ബന്ധപ്പെട്ടില്ല എന്ന് എനിക്കു ബോധ്യമായി. മനസ്സു ദൂരെയായിരുന്നു.”

“നിന്റെ മനസ്സോ അവളുടെ മനസ്സോ.”

“രണ്ടുപേരുടെയും.”

എന്നിട്ടു മനസ്സു ദൂരെ പോകാത്ത വേറെ ആരെയെങ്കിലും നിനക്കു കിട്ടിയോ.”

“ഞാൻ ആരെയും തേടിയില്ല.”

"എന്തുകൊണ്ട്."

"എന്താ എപ്പോഴും ജോടിയായിരിക്കണം എന്നുണ്ടോ. പ്രേമം ഇല്ലാതെ, സെക്സ് ഇല്ലാതെ ജീവിച്ചുകൂടെ. ഞാൻ മിക്കവാറും അങ്ങനെയാണല്ലോ. ഒട്ടും ബോറടിക്കുന്നില്ല. നിങ്ങളുടെ ജീവിതത്തിലും അതൊന്നും ഇപ്പോഴില്ലല്ലോ. അല്ലേ?"

ഞാൻ തലകുലുക്കി. ഇല്ല.

"എന്നിട്ടു നിങ്ങൾക്കു വേദന തോന്നുന്നുണ്ടോ. നിലവിളിച്ചു ചാകാൻ പോകുന്നുണ്ടോ. വികാരം നിങ്ങൾക്കു കുറവൊന്നുമല്ല. എന്നുവച്ചു നിങ്ങൾ മരിച്ചു കളയുമോ."

"പലതും നമുക്കു വേണം. എന്നാൽ ആ പലതും ഇല്ലാതെയും നമ്മൾ ജീവിക്കും. വാസ്തവത്തിൽ ആഹാരമല്ലാതെ മറ്റൊന്നും നമുക്കു വേണ്ട. വസ്ത്രവും പാർപ്പിടവും പോലും അത്യാവശ്യമല്ല. വല്ലതും തിന്നില്ലെങ്കിൽ മരിക്കും. അതുകൊണ്ടു തിന്നേ പറ്റൂ. വസ്ത്രം ധരിച്ചില്ല എന്നു വച്ച് ഈ ഉഷ്ണരാജ്യത്ത് ആരും മരിക്കുകയില്ല. വലിയ തണുപ്പു വരുമ്പോൾ തീ കത്തിച്ച് അതിന്റെ അടുത്തിരുന്നു കഴിച്ചുകൂട്ടാം. ആകാശത്തിന്റെ ചുവട്ടിൽ കഴിയാം. പാർപ്പിടം വേണ്ട."

"കായ്കളും കിഴങ്ങുകളും തിന്നാം. പാകം ചെയ്തു തിന്നണമെന്നില്ല." ഞാൻ പറഞ്ഞതു ശരിക്കും വ്യക്തമായി മനസ്സിലാക്കിക്കൊണ്ടു സുരഞ്ജൻ പറഞ്ഞു: "മരവുരി ഉടുത്തുകൊണ്ടു മനുഷ്യൻ പണ്ടു നടന്നിരുന്നില്ലേ. ആ ആദികാലത്തേക്കു തിരിച്ചു പോകണം. ആദിമനുഷ്യനെപ്പോലെ ജീവിക്കണം അല്ലേ."

അവൻ പറഞ്ഞതു ഞാൻ സമ്മതിച്ചു കൊടുക്കില്ലെന്നു സുരഞ്ജന് ഇപ്പോഴും ബോധ്യമായില്ല.

"നീ എന്തു വേണമെങ്കിൽ പറഞ്ഞോ. എനിക്കു വികാരങ്ങളുണ്ട്. എന്നിട്ടും പ്രേമം ഇല്ലാതെ ഞാൻ ജീവിക്കുന്നു. നിനക്ക് വികാരങ്ങളില്ല. അതുകൊണ്ടു നീ കൂടുതൽ സുഖമായി ജീവിക്കുന്നു."

ഞാൻ പറഞ്ഞു നിർത്തി.

"ശരി."

"ശരി."

രണ്ടുപേരും കാറിൽക്കയറി. പിന്നെ മുന്നോട്ടു പോകാതെ വണ്ടി തിരിച്ചു, റായ്ചോക്കിലേക്ക് ഓടിച്ചു. അവിടെ റേഡിസൺ ഹോട്ടലിലെ റസ്റ്റോറന്റിൽ ചെന്ന് ഊണു കഴിക്കാം എന്നു പറഞ്ഞു. ഒന്നുമില്ലെങ്കിലും ചായയെങ്കിലും. റേഡിസണിൽ ചെന്നു കയറുമ്പോൾ സുരഞ്ജൻ പറഞ്ഞു:

"നിങ്ങൾ ഒരുപാടു പണം ചെലവഴിക്കുന്നുണ്ട്. അതു നിർത്തണം."

"ഇഷ്ടപ്പെട്ട ആളുകളുമൊത്ത് ഇഷ്ടപ്പെട്ട സ്ഥലത്ത് കുറെ സമയം ഇരുന്നാൽ ഇമോഷണൽ ആയിപ്പോകും. നിന്നെയും കൂട്ടി കുറേ നേരം

ഇരുന്നില്ലേ. അതിനു കുറച്ചു പണം ചെലവായെങ്കിലും അതിലേറെ ആനന്ദം കിട്ടി."

"വലിയ ആളുകൾ എപ്പോഴും ഇങ്ങനെയാണ് പറയാറ്. അവർ പണം ചെലവു ചെയ്ത് അന്തരീക്ഷം മേടിക്കാൻ ആഗ്രഹിക്കുന്നു."

"സ്നേഹമുണ്ടെങ്കിൽ ആ ഫുട്പാത്തിലെ ചായ കുടിക്കുമ്പോഴും സന്തോഷം തോന്നിയേനെ."

"നിങ്ങൾ എന്നെ സ്നേഹിക്കുന്നു എന്നു പണം ചെലവാക്കിക്കൊണ്ടു ബോധ്യപ്പെടുത്തേണ്ട കാര്യം ഇല്ല. അതു തനിയെ മനസ്സിലാക്കിക്കൊള്ളും."

"നീ എന്താണു മനസ്സിലാക്കിയത്, കേൾക്കട്ടെ."

"നിങ്ങൾ എന്നെ ഒരുപാടു സ്നേഹിക്കുന്നു എന്നു മനസ്സിലാക്കി."

എന്റെ മനസ്സ് നൊടിയിടയ്ക്കുള്ളിൽ ശരിക്കും തണുത്തു.

"സുലേഖ സ്നേഹിക്കുന്നതിനെക്കാൾ സ്നേഹിക്കുന്നു."

"അതു ശരിയല്ല. സുലേഖയ്ക്ക് പലപ്പോഴും നിന്നെ കിട്ടാതെ വന്നിട്ടുണ്ട്. നിയുമായുള്ള ബന്ധം പഴയതുപോലെ ആകണം എന്നാണു ഞാൻ ആഗ്രഹിക്കുന്നത്."

"നിങ്ങളുടെ മുസൽമാൻ പ്രീതി ഉപേക്ഷിക്കൂ എന്നു ഞാൻ വീണ്ടും പറയുന്നു."

"അർത്ഥമില്ലാതെ പറയരുത്. മനുഷ്യപ്രേമം എന്നു പറയൂ. എനിക്കു ഹിന്ദു, മുസൽമാൻ എന്ന നോട്ടം ഇല്ല. എനിക്കു മതമില്ല. ഒരു മതവും ഇല്ല. എനിക്കെതിരെ ഫത്വാ ഉണ്ട്. എനിക്കു മുസൽമാനോടു പ്രീതിയൊന്നും ഇല്ല. ഇപ്പോൾ ഒരു ഫത്വാ കൂടി തന്നിരിക്കുന്നു. ഞാൻ സ്ത്രീകളുടെ കാര്യമാണ് ആലോചിക്കുന്നത്. സുലേഖ പീഡിതയായ പെണ്ണാണ്. മായയും. ഞാൻ എങ്ങനെ അവരെ രണ്ടുപേരെയും രണ്ടുതരത്തിൽ കാണും. എന്തിന്? നീ ഈ പറഞ്ഞതൊന്നും എന്റെ സങ്കല്പത്തിൽപോലും വരില്ല. നിന്റെ സങ്കല്പത്തിൽ വരുന്നതുകൊണ്ടാണു നീ അങ്ങനെ ആലോചിച്ചത്. ഇപ്പോഴും സത്യത്തിൽ മതേതരമാവുക എന്നാൽ എന്താണെന്നു തൊണ്ണൂറ്റൊമ്പതു ശതമാനത്തിനും അറിഞ്ഞുകൂട. ഞാൻ എത്രയോ തവണ നീ മതനിരപേക്ഷനാണെന്നു വിചാരിച്ചു. പക്ഷേ നീ അങ്ങനെയല്ല."

"ഈ നഗരത്തിൽ മതനിരപേക്ഷന്മാർ ധാരാളമില്ലേ. അവരുടെ കൂടെ സമയം ചെലവഴിക്കൂ. എന്തിനാണ് എന്നെ കൂടെ കൂട്ടുന്നത്? എന്തിനാണ് ഈ കൊള്ളരുതാത്തവനിൽ താത്പര്യം കാണിക്കുന്നത്? ഞാൻ തികച്ചും അയോഗ്യൻ."

"അതു ശരിയാണ് സുരഞ്ജൻ. ഞാനും ഇടയ്ക്കിടയ്ക്ക് അങ്ങനെ വിചാരിക്കാറുണ്ട്. എന്താണിങ്ങനെ ചെയ്യുന്നതെന്ന്. മതനിർമ്മുക്തനാണെങ്കിലും എന്നോടു മറ്റു പല കാര്യങ്ങളിലും പൊരുത്തപ്പെടുന്നവർ ഇല്ലാഞ്ഞിട്ടാകാം. മതത്തിന് അതീതമായി ചിന്തിക്കുന്നവർ പലരും പുരുഷാധിപത്യസ്വഭാവമുള്ളവരാണ്."

"ഞാനും അതെ. ഞാൻ ഭയങ്കര പുഷാധിപത്യസ്വഭാവിയാണ്." സുരഞ്ജൻ പറഞ്ഞു.

"ശരിയാണ്. നീ മതനിർമ്മുക്തനല്ല, പുരുഷാധിപത്യപ്രിയനാണ്. ഇതൊക്കെ യായിട്ടും എനിക്കു നിന്നെ ഇഷ്ടമാണ്."

ചായ കുടിച്ചുകൊണ്ടു, ഗംഗയിലേക്കു നോക്കിക്കൊണ്ടു, സുരഞ്ജൻ പറഞ്ഞു:

"എനിക്ക് ധാരാളം ഉപദേശം തരാമല്ലോ. അതുകൊണ്ടാണ് എന്നെ ഇഷ്ട പ്പെടുന്നത്:"

"ശരിയാണ്. നീയുമായി കണ്ടുമുട്ടിയാൽ ഉടൻ ഉപദേശം തന്നു തുടങ്ങുക യല്ലേ."

"പക്ഷേ ഇങ്ങനെ ഉപദേശം തരുമ്പോൾ അത് എന്റെ ഈഗോയിൽ വല്ലാതെ തട്ടുന്നു. മറ്റുള്ളവരുടെ ഉപദേശം സ്വീകരിക്കത്തക്ക ഉദാരതയൊന്നും എനിക്കില്ല."

"റൈറ്റ്"

"റൈറ്റ്."

ഒരുമിച്ച് റൈറ്റ് പറഞ്ഞപ്പോൾ രണ്ടുപേരും ചിരിച്ചുപോയി. സുരഞ്ജന്റെ ചിരിയിൽ തിളങ്ങുന്ന മുഖകാന്തി നോക്കിക്കൊണ്ട് ഞാൻ നിന്നു. എന്റെ കണ്ണിലെ മുഗ്ധഭാവം ആസ്വദിച്ചുകൊണ്ടു സുരഞ്ജൻ പറഞ്ഞു:

"നോക്കൂ എന്നെ പ്രേമിച്ചേക്കല്ലേ."

കൂടുതൽ ചിരിച്ചുകൊണ്ടു ഞാൻ ചോദിച്ചു:

"പ്രേമിച്ചുപോയാൽ നീ എന്തുചെയ്യും, കേൾക്കട്ടെ."

"അത് ഒരുവശത്തു മാത്രമുള്ള പ്രേമമായിരിക്കും. ഞാൻ പ്രേമിക്കുകയില്ല."

"എന്താ അയോഗ്യയായതുകൊണ്ടോ."

"അതു വിനയം."

"അതുകൊണ്ട്?"

"ബംഗ്ലാദേശിൽ നമ്മൾ ജീവിച്ചിരുന്ന കാലത്തു നിങ്ങൾ സുന്ദരിയായിരുന്നു. അതിലുപരി ജനപ്രിയ ലേഖിക. അതിലുമുപരി ഡോക്ടർ. എല്ലാ പുരുഷന്മാരും അത്യത്ഭുതത്തോടെയാണു നിങ്ങളെ നോക്കിയിരുന്നത്. നിങ്ങൾ സ്വപ്നറാണി യായിരുന്നു. ഇപ്പോൾ എത്ര മാറിപ്പോയി. ആ നിങ്ങൾ ഈ നിങ്ങളാണെന്നു വിചാരിക്കാനേ കഴിയുന്നില്ല. ഫെമിനിസ്റ്റുകൾ ശരീരം നോക്കാറില്ല. കാണാൻ ഭംഗിയില്ലാത്തതുകൊണ്ടു പുരുഷന്മാർ തിരിഞ്ഞു നോക്കാത്ത പല സ്ത്രീകളും പുരുഷവിരോധംകൊണ്ടു ഫെമിനിസ്റ്റുകളായിത്തീരാറുണ്ട്."

"യൂ ആർ എ മിസോജിനിസ്റ്റ്. നീ എന്റെ കൂടെ ഇടപഴകുകയില്ലെന്നു വിചാരി ക്കുന്നു. കാരണം നീ ഒരു മാമൂൽ പ്രിയനാണ്. ചിലപ്പോൾ ഒരു ഇടപാടുമില്ലാതെ കഴിയാം എന്നു ഞാൻ വിചാരിക്കാറുണ്ട്."

"കമ്മ്യൂണലാകുന്നതെങ്ങനെ. നിങ്ങളും ഒരു കമ്മ്യൂണിറ്റിയിൽ പെട്ടതല്ലേ."

“നീ ഹിന്ദു കമ്മ്യൂണിറ്റിയിൽപെടുന്നു എന്നറിയാം.”

“നിങ്ങളോ.”

“ഞാൻ മുസൽമാൻ കമ്മ്യൂണിറ്റിയിൽ പെടുന്നു എന്നു നീ വിചാരിക്കുന്നുണ്ടാവാം. എന്റെ കമ്മ്യൂണിറ്റി മതേതരഹ്യൂമനിസ്റ്റു കമ്മ്യൂണിറ്റിയാണ്. അവിടെ മതത്തിനു സ്ഥാനമില്ല. മതത്തിന് അതീതമായ മനുഷ്യത്വത്തിനേ സ്ഥാനമുള്ളൂ.”

സുരഞ്ജൻ തല കുനിച്ചു. ഹും എന്നു പറഞ്ഞു. എന്നിട്ടു പൊടുന്നനെ എന്നെ അത്ഭുതപ്പെടുത്തിക്കൊണ്ടു പറഞ്ഞു:

“ശരി. ഇന്നു രാത്രി ഈ ഹോട്ടലിൽ കഴിയാം. നല്ല മുറികളാണെന്നു തോന്നുന്നു.”

“കാറുണ്ട്. വീട്ടിലേക്കു പോകാൻ വിഷമം ഒന്നുമില്ല. ഇതു കാടുമല്ല, നിലാവത്തു കിടന്നു രാത്രി കഴിച്ചുകൂട്ടാൻ.”

“എന്തുകൊണ്ടു കൂട്ടുകാരെപ്പോലെ സംസാരിച്ചുകൊണ്ടു രാത്രി കഴിച്ചു കൂട്ടിക്കൂട.”

“നല്ല അഭിപ്രായം.”

“എന്നാൽ ആകട്ടെ.” സുരഞ്ജന്റെ കണ്ണിൽ കണ്ണീർത്തിളക്കം.

“വേണ്ട.”

“എന്തുകൊണ്ട്.”

“ആദ്യമേ സ്ത്രീകളെ ബഹുമാനിക്കാൻ പഠിക്ക്. എന്നിട്ട് എത്ര രാത്രി വേണമെങ്കിലും കഴിച്ചുകൂട്ടാം.”

“ഞാൻ ബഹുമാനിക്കുന്നുണ്ടല്ലോ. അമ്മയെ ബഹുമാനിക്കുന്നില്ലേ.”

“അതു എത്രമാത്രമെന്നെനിക്കറിയാമല്ലോ. പക്ഷേ എന്റെ കാര്യത്തിൽ, സുലേഖയുടെ കാര്യത്തിൽ, മറ്റു സ്ത്രീകളുടെ കാര്യത്തിൽ ഒന്നും ആദരവു കാണിക്കുന്നില്ല.”

“നിങ്ങളെ ബഹുമാനിക്കുന്നതെന്തിന്. എന്നെക്കാൾ പ്രായം കൂടുതലായതുകൊണ്ടോ.”

“വയസ്സ് ഒട്ടും പ്രധാനമല്ല. സ്ത്രീകളുടെ മേൽ മനുഷ്യൻ എന്ന നിലയിൽ കാണിക്കേണ്ട ആദരവും നിനക്കില്ല. നിന്നെപ്പോലുള്ള യുവാക്കൾ ആർക്കുമില്ല. അതുതന്നെയാണ് ഏറ്റവും വലിയ പ്രശ്നം. സുലേഖയോട് ഒട്ടും ആദരവു കാണിക്കുന്നില്ല.”

“അവളെ എന്തിന് ആദരിക്കണം. എന്റെ കാമുകി. അവളെ ഞാൻ സ്നേഹിക്കുന്നു.”

“ആദരിക്കുന്നില്ലെങ്കിൽ ഒന്നും ചെയ്യാൻ കഴിയുകയില്ല. ആദരവില്ലെങ്കിൽ സ്നേഹം വളരുകയില്ല. പരസ്പരമുള്ള ആദരവാണ് അടിത്തറ. ആ അടിത്തറയിൽ വേണം ബന്ധങ്ങൾ പടുത്തുയർത്താൻ. ആദരവില്ലെങ്കിൽ എല്ലാം കൃത്രിമം, താത്ക്കാലികം.”

സുരഞ്ജന് അലോസരം ഉണ്ടാക്കിക്കൊണ്ട് ഞാൻ എഴുന്നേറ്റു. എന്നിട്ടു നീങ്ങിക്കൊണ്ടു പറഞ്ഞു:

"അതുകൊണ്ടു, സോബ്ഹാനുമായുള്ള മായയുടെ വിവാഹം നടക്കും."

"എന്നു ഞാൻ വിശ്വസിക്കുന്നില്ല. എന്തു സംഭവിക്കും എന്നറിഞ്ഞുകൂടാ. മായയ്ക്ക് വിവാഹം വളരെ അത്യാവശ്യമായിരിക്കുന്നു. അവൾക്ക് ഒരു ഇമോഷണൽ സപ്പോർട്ട് ആവശ്യമായിരിക്കുന്നു. അവളുടെ ജീവിതത്തിൽ സംഭവിച്ചതെന്തൊക്കെയാണ്. ആരെങ്കിലും കൂടെ ഇല്ലെങ്കിൽ അവൾക്കു മുന്നോട്ടു പോകാൻ കഴിയുകയില്ല. രണ്ടു കുട്ടികളുണ്ട്. അവരെ നോക്കുമോ, ജീവിതം നോക്കുമോ. സോബ്ഹാൻ നോക്കിയും കണ്ടും ഈ തെറ്റു ചെയ്യുമോ. സോബ്ഹാൻ പെട്ടുപോയി." സുരഞ്ജൻ ചിരിച്ചു.

"കൂട്ടുകാരൻ എന്ന നിലയിൽ നിന്റെ അഭിപ്രായം എന്താണ്? സോബ്ഹാന് എന്ത് ഉപദേശം കൊടുക്കും."

"വിവാഹം കഴിക്കരുതെന്നു പറയും."

"എന്താണു പറയുന്നത്? നിന്റെ പെങ്ങൾ അത് ആഗ്രഹിക്കുന്നു."

"പെങ്ങൾക്കു വേണമെന്നുവച്ചു ഞാൻ മറ്റൊരു ചെറുപ്പക്കാരന്റെ സർവ്വനാശം വരുത്തണോ."

"അത്ര മിസോജനിസ്റ്റാണു നീ."

"സോബ്ഹാന്റെ ജീവിതം തുലയും. അവനു കുടുംബത്തിൽ ആരുടെയും കൂടെ ജീവിക്കാൻ കഴിയുകയില്ല. മായയുടെ കൂടെയും ജീവിക്കാൻ പറ്റുകയില്ല. മായ ഏറ്റവും ആദ്യം നോക്കുന്നത് തന്റെ രണ്ടു കുട്ടികളുടെ കാര്യമായിരിക്കും. സോബ്ഹാനുമായുള്ള ബന്ധം അവൾ ആഗ്രഹിക്കുന്നത് പണത്തിനു വേണ്ടിയാണ്. മറ്റൊന്നിനും വേണ്ടി ആയിരിക്കുമെന്ന് എനിക്കു തോന്നുന്നില്ല."

"പ്രേമവും ട്രേമവും ഒന്നും ഇല്ലേ."

"ഉണ്ട്, സോബ്ഹാനുണ്ട്. അവന്റെ ജീവിതത്തിലെ ആദ്യത്തെ പ്രേമമാണ്. അവൻ സുലേഖയുമായി പ്രേമിക്കണം എന്നാണു ഞാൻ ആഗ്രഹിച്ചിരുന്നത്."

"എന്തുകൊണ്ട്, രണ്ടുപേരും മുസ്ലീം ആയതുകൊണ്ടോ."

"അതെ."

"സുരഞ്ജൻ നീ എപ്പോൾ മനുഷ്യനാകും?"

സുരഞ്ജൻ നദിയിലേക്കു നോക്കിക്കൊണ്ടു നിന്നു. ചൂളമടിച്ചു വീശിയ കാറ്റ് അവന്റെ തലമുടി പറത്തിക്കൊണ്ടിരുന്നു. ആ കാറ്റിൽ നേർത്തുപോയ സ്വരത്തിൽ അവൻ പറഞ്ഞു:

"എനിക്ക് ഈ ജീവിതത്തിൽ ഇനി മനുഷ്യനാകാൻ കഴിയുകയില്ല."

"നിനക്ക് ഒരു ഇൻഫീരിയോരിറ്റി കോംപ്ലക്സ് ഉണ്ട്. നോക്കൂ പെട്ടെന്നെങ്ങും ചെന്ന് ആത്മഹത്യ ചെയ്തുകളയരുത്."

"ചെയ്തെന്നു വരാം."

"ബന്ധങ്ങൾക്കൊന്നും വിലയില്ലെന്ന തോന്നലുണ്ടാകുമ്പോൾ ചിലപ്പോൾ ആരെയെങ്കിലും കൊന്നു എന്നു വരാം. ആത്മഹത്യ ചെയ്തു എന്നും വരാം."

സുരഞ്ജൻ മധുരമായി ചിരിച്ചുകൊണ്ടു പറഞ്ഞു:

"നിങ്ങളെ ഏതായാലും കൊല്ലുകയില്ല, മൈ ഡിയർ. കൊല്ലുകയാണെങ്കിൽ എന്നെത്തന്നെയേ കൊല്ലൂ."

"ഡോൺട് ഡു ദാറ്റ്."

"വാട്സ് യുവർ പ്രോബ്ലം. വേണ്ട എന്നു പറയാൻ നിങ്ങൾ ആരാണ്."

"ഞാൻ പലതും ആണ്. കോംപ്ലക്സ്, ഫ്രസ്ട്രേഷൻ ഇതൊക്കെ ദൂരെ കളയൂ. ഇല്ലെങ്കിൽ നിനക്ക് ആപത്തായിരിക്കും ഫലം."

സുരഞ്ജൻ പറഞ്ഞു: "എന്നെക്കുറിച്ചു വളരെ കുറച്ചു വിചാരിക്കൂ, പ്ലീസ്. ഞാൻ ആരാണ്. ഞാൻ ആരുമല്ല. എന്റെ ജീവിതത്തിന് ഒരു വിലയുമില്ല. ഏറ്റവും താഴ്ന്ന സാധാരണക്കാരൻ. നിങ്ങൾ അസാധാരണമഹത്ത്വമുള്ള ആൾ. നിങ്ങൾ എന്നെപ്പറ്റി ഓർത്തു നിങ്ങളുടെ വിലയേറിയ സമയം നഷ്ടപ്പെടുത്തുകയാണ്. അതുകൊണ്ടാണ് ഞാൻ നിങ്ങളെ കാണാത്തത്."

മുമ്പിലുള്ള വൃത്തികെട്ട ദരിദ്രരുടെ പാതയിൽക്കൂടി മുന്നോട്ടു പോകവേ ഞാൻ പറഞ്ഞു:

"അതാണു നിന്നെ ഈയിടെ തീരെക്കാണാത്തത് അല്ലേ."

"ഇപ്പോൾത്തന്നെ വീട്ടിലേക്കു പോകാൻ തോന്നുന്നില്ല."

"പിന്നെ എവിടെ പോകണം."

"സുന്ദർവൻ"

"വഴി അറിഞ്ഞുകൂട."

"ചോദിച്ചു പോകണം."

"ഇഷ്ടം തോന്നുന്നില്ല."

"നിങ്ങൾ വീണ്ടും ഇഷ്ടത്തിന്റെ ദാസിയായോ."

സുരഞ്ജന്റെ ഈ വാക്ക് എന്റെ ചുണ്ടിൽ നേരിയ ഒരു ചിരി ഉണ്ടാക്കി.

"നോക്കൂ സുരഞ്ജൻ, അന്യന്റെ ഇഷ്ടത്തിന്റെ ദാസിയാകുന്നതിനേക്കാൾ സ്വന്തം ഇഷ്ടത്തിന്റെ ദാസിയാകുന്നതാണു നല്ലത്."

"എനിക്കു കാറുണ്ടായിരുന്നെങ്കിൽ, സ്റ്റിയറിംഗ് എന്റെ കൈയിലായിരുന്നെങ്കിൽ നിങ്ങൾക്ക് എന്റെ ഇഷ്ടത്തിന്റെ ദാസിയാകേണ്ടിവന്നേനെ. സുന്ദർവനത്തിൽ ചെന്നു കരടികളുടെ ഇടയിൽ കിടക്കേണ്ടി വന്നേനെ."

"കരടി വന്നാലോ."

"കരടി വന്നാൽ നിങ്ങൾ വീണുപോകും. ഞാൻ മരത്തിൽ കയറി രക്ഷപ്പെടും."

സുരഞ്ജൻ ചിരിച്ചില്ല. ഞാൻ ചിരിച്ചുകൊണ്ടു പറഞ്ഞു:

"ഇതാണ് സത്യമായും നിന്റെ സ്വഭാവം."

"സത്യമാണ്. ഇതാണെന്റെ സ്വഭാവം. ഇല്ലെങ്കിൽ സുലേഖയെ ഇങ്ങനെ കൊണ്ടുചെന്നു തള്ളുമായിരുന്നില്ല. നിങ്ങൾ ഈ സ്വഭാവത്തിൽനിന്ന് ഒഴിഞ്ഞു പോകണം. നിങ്ങളെ കൊണ്ടുചെന്നു തള്ളാൻ ഈ ജന്മം എനിക്കു കഴിയുകയില്ല. അതിനെക്കാൾ ഭേദം ഇതാണ്. വർഷത്തിൽ മൂന്നോ നാലോ പ്രാവശ്യം കാണുക. ഇഷ്ടങ്ങളുടെ ദാസ്യം പരസ്പരം സഹിക്കുക. മതി മതി. നാളെ മുതൽ ഒരു ബന്ധവും വേണ്ട."

"റൈറ്റ്"

"റൈറ്റ"

വണ്ടി ഓടിക്കൊണ്ടിരിക്കുമ്പോൾ പിന്നെയും മായയുടെ കാര്യം സംസാര വിഷയമായി. സുരഞ്ജൻ വിവാഹം തടയും. അവളുടെ തലയ്ക്കു സുഖമില്ല. സൈക്യാട്രിസ്റ്റിനെ കാണിക്കണം. ദാമ്പത്യസുഖം കിട്ടാൻ അവൾ അതിയായി മോഹിക്കുന്നു. കൗമാരപ്രായത്തിൽ കണ്ട സ്വപ്നങ്ങൾ സഫലമാക്കാൻ അവ ളുടെ ഉള്ളിൽ അടങ്ങാത്ത മോഹം.

"പക്ഷേ അത് ഒരു ദിവസംകൊണ്ടു സഫലമാക്കാനാവില്ലെന്ന് അവൾക്ക് ആരു പറഞ്ഞുകൊടുക്കും."

"സോബ്ഹാൻ മായയെ ബംഗ്ലാദേശിൽ റേപ്പ് ചെയ്തില്ല. ചെയ്തോ."

"ഇല്ല."

"പിന്നെന്ത്?"

"എല്ലാ മുസൽമാന്മാരെയും ഒരുപോലെ കാണാനുള്ള സഹിഷ്ണുത ഹിന്ദു ക്കൾക്കും ഉണ്ട്."

"എല്ലാ ഹിന്ദുക്കളെയും ഒരുപോലെ കാണാനുള്ള സഹിഷ്ണുത മുസൽമാ ന്മാർക്കും ഉണ്ട്."

"അരുത്. മന്ദബുദ്ധികളാകരുത്".

"മിടുക്കന്മാരും ബുദ്ധിമാന്മാരും യാഥാസ്ഥിതികരായിരിക്കും!"

ഞാൻ മിണ്ടാതിരുന്നു. സുരഞ്ജന്റെ മനസ്സ് ഏതു വഴിക്കാണ് നീങ്ങുന്ന തെന്നു കൃത്യമായി പിടികിട്ടുകയില്ല. ചിലപ്പോൾ തോന്നും അവനെ എനിക്കു നന്നായി അറിയാമെന്ന്. അടുത്ത നിമിഷം തോന്നും അവനെപ്പറ്റി ഒന്നും അറി യില്ലെന്ന്. എന്റെ സങ്കല്പം, വിചാരം, സ്വപ്നം ഇവയെപ്പറ്റി അവന് ഒരു ധാരണയും ഇല്ലെന്ന് ഇതിനകം മനസ്സിലായി. ലജ്ജയും മറ്റു രണ്ടുമൂന്നു പുസ്തകങ്ങളും അവൻ വായിച്ചിട്ടുണ്ട്. അതൊന്നും ഇഷ്ടപ്പെട്ടില്ല എന്നാണു പറഞ്ഞത്. ഗുജറാത്തിലും പലസ്തീനിലും ഇറാക്കിലും അഫ്ഗാനിസ്ഥാനിലു മുള്ള മുസ്ലീങ്ങളുടെ പക്ഷത്തും ബംഗ്ലാദേശിലെ ഹിന്ദുക്കളുടെ പക്ഷത്തും പാക്കിസ്താനിലെ ക്രിസ്ത്യാനികളുടെ പക്ഷത്തും യൂറോപ്പിലെ യഹൂദന്മാരുടെ പക്ഷത്തും എവിടെയൊക്കെ മനുഷ്യൻ മതത്തിന്റെ പേരിൽ പീഡിപ്പിക്ക പ്പെടുന്നുവോ അവിടെയൊക്കെ ഞാൻ പീഡിപ്പിക്കപ്പെടുന്നവരുടെ പക്ഷത്തു

ചേരുന്നു. എന്റെ വിശ്വാസം മതവിശ്വാസത്തിന്റെ പേരിലല്ല. മനുഷ്യൻ എന്ന നിലയിലാണ് മനുഷ്യൻ മനുഷ്യനെ അറിയേണ്ടത്.

എല്ലാം കേട്ടിട്ടും സുരഞ്ജൻ നിസ്സംഗനായിരുന്നു. അവൻ അവന്റെ ധാരണ മാറ്റാൻ തയ്യാറല്ല. ഇതു കാര്യങ്ങളെ പറഞ്ഞു ലളിതമാക്കുകയാണ്. ഓവർ സിംപ്ലിഫിക്കേഷൻ. സാന്മാർഗ്ഗികപാഠങ്ങൾ പോലെ. ഈസോപ്പിന്റെ കഥകൾ പോലെ. ആക്രമണകാരിയുടെ പക്ഷം പിടിക്കുക, അവനെ തല്ലുകയും ചെയ്യുക. സുരഞ്ജൻ പറയുന്നത് മനുഷ്യരുടെ ഇടയിൽ നല്ല ആളുകളും ഉണ്ട് ചീത്ത ആളുകളും ഉണ്ട്. മൗലികവാദികളുടെ ഇടയിലും നല്ലവരുണ്ട്. ഹിന്ദുക്കളും ക്രിസ്ത്യാനികളും മുസ്ലീങ്ങളുടെ അത്ര കഠോരന്മാരാവുകയില്ല.

"അതുകൊണ്ട്?" ഞാൻ ചോദിച്ചു.

സുരഞ്ജൻ ഊന്നൽ കൊടുത്തുകൊണ്ടു പറഞ്ഞു:

"അതുകൊണ്ട് എന്റെ ഉള്ളിൽ ഹിന്ദുപ്രേമം ഒളിഞ്ഞിരിക്കുന്നുണ്ട് എന്നു നിങ്ങൾ വിചാരിക്കരുത്. അതാണു ഞാൻ പറഞ്ഞത്. അതു സത്യവുമാണ്. ഏകദൈവമതവിശ്വാസികൾ അനേകദൈവമതവിശ്വാസികളെക്കാൾ ഹിംസാശീലരായിരിക്കും. എല്ലാ മതങ്ങളെയും ഒരുപോലെ കാണുക, എല്ലാ മത മൗലികവാദികളെയും ഒരേ തട്ടിൽ വയ്ക്കുക എന്നത് നിങ്ങളുടെ ഹ്യൂമനിസ്റ്റ് രാഷ്ട്രീയവാദത്തിനു പറ്റും. ചരിത്രത്തിനു പറ്റുകയില്ല. അവിടെ നിങ്ങൾക്കു പൂജ്യം മാർക്കു കിട്ടും."

സുരഞ്ജന്റെ ആദ്യകാലത്തെ സംസാരരീതിയും ഇപ്പോഴത്തേതും തമ്മിൽ വളരെ വ്യത്യാസമുണ്ട്. ഇപ്പോൾ വളരെ ആത്മവിശ്വാസത്തോടെ സംസാരിക്കുന്നു. ശബ്ദത്തിൽ ഒട്ടും സങ്കോചമില്ല. ഞങ്ങൾ തമ്മിൽ വളരെക്കാലമായി സംസാരിക്കാറുള്ളതുപോലെ.

"ഡയ്മൺഡ് ഹാർബറിൽ എന്റെ രണ്ടു കൂട്ടുകാരുണ്ട്. പോകാം."

"ആരൊക്കെയാണ് അവർ."

"ഷക്കീർ, അഹമ്മദ്"

"മുസൽമാൻ"

"ഷട്അപ്"

"ഹിന്ദു"

"ഷട്അപ്"

"അത്ര മാത്രം. ഷട്അപ് ഷട്അപ് പറയേണ്ട. ഹിന്ദു-മുസൽമാൻ വിഷയത്തിൽ ഇത്ര ആവേശം കൊള്ളുകയും വേണ്ട. കൊള്ളിക്കയും വേണ്ട. അതിനെക്കാൾ മറ്റു വല്ലതും പറയാം. പ്രേമത്തിന്റെ കാര്യം പറയാം."

"അതാണല്ലോ രാപകൽ പറയുന്നത്. സ്നേഹിക്കുന്നതുകൊണ്ടല്ലേ മനുഷ്യനെ മനുഷ്യനായി കാണുന്നത്."

"ഹോ."

"എന്താ ഹോ? സുരഞ്ജന് അറിയാമോ നിന്നോടു ഞാൻ എത്രമാത്രം ക്ഷമിക്കുന്നു എന്ന്. നിനക്ക് എന്നോട് എന്തു വേണമെങ്കിലും ചെയ്യാം എന്ന മട്ടിൽ നിന്നെ ഞാൻ തലയിലേറ്റി ലാളിക്കുന്നു. നിനക്ക് ഇഷ്ടമുള്ളതു ചെയ്യാം. അന്യായത്തെപ്പോലും ഉറക്കെ പറഞ്ഞു ന്യായീകരിക്കാം."

"അതൊക്കെ ആവാം. അതുകൊണ്ട് ഇനിമേൽ തലയിൽ കയറ്റേണ്ട. തലയിൽ നിന്നു താഴെ ഇറക്കിവച്ചേക്ക്."

"സമ്മതിച്ചു."

കാർ ഒരു വീടിന്റെ മുമ്പിൽ ചെന്നു നിന്നു. സുരഞ്ജൻ ചോദിച്ചു. "ഇത് ആരുടെ വീടാണ്."

"മനുഷ്യന്റെ വീട്."

സുരഞ്ജൻ തലചായ്ച്ചിട്ടു പറഞ്ഞു.

"നിങ്ങൾ കുറുക്കന്റെയും കഴുകന്റെയും വീട്ടിലേയ്ക്കല്ല വന്നതെന്നു മനസ്സിലായി."

സുരഞ്ജന്റെ ആ പിടലിവെട്ടിക്കൽ എനിക്കു തീരെ ഇഷ്ടമായില്ല. സുരഞ്ജൻ ഒരു പാവമാണെന്നു തോന്നിയിരുന്നു. അങ്ങനെയല്ല. കുറച്ചു ദിവസങ്ങൾ അടുത്തു പെരുമാറിയപ്പോൾ സുരഞ്ജനിൽ നിന്ന് ഒരു പാമ്പ് ചുരുൾ നിവർന്നു പുറത്തിറങ്ങി. ഞാൻ അവന്റെ ഉള്ളം കണ്ടതുപോലെ സുലേഖയും ഒരുപക്ഷേ അവന്റെ ഉള്ളം കണ്ടുകാണും. എന്നെപ്പോലെയല്ലെങ്കിലും അവളുടെതായ രീതിക്ക് അവനെ മനസ്സിലാക്കിക്കാണും. ഫോണിൽ വിളിച്ച ഉടൻ തന്നെ അകത്തു നിന്നു മനുചൗധുരി പുറത്തേക്കു വന്നു. ഇരുപത്തിരണ്ട് ഇരുപത്തിമൂന്നു വയസ്സു പ്രായം തോന്നിക്കുന്ന കിളിരം വച്ച ഒരു യുവതി. ഒറ്റ നോട്ടത്തിൽ സുന്ദരി എന്നു പറയാം. ജീൻസാണു വേഷം. ഇറക്കം കുറഞ്ഞ ഷർട്ടും. കാറിന്റെ അടുത്തേക്കു വന്ന ഉടൻ തന്നെ എന്നെ കൈയിൽ പിടിച്ചു വലിച്ചുകൊണ്ടു വീടിനകത്തേയ്ക്കു കൊണ്ടുപോകാൻ ആഗ്രഹിച്ചു. കാറിൽ നിന്നിറങ്ങി ഫുട്പാത്തിൽത്തന്നെ നിന്നുകൊണ്ടു അല്പനേരം സംസാരിച്ചു. വരൂ അകത്തേക്കു വരൂ, സുഖമല്ലേ, എത്ര നാളായി കണ്ടിട്ട്, നിങ്ങൾ വന്നിട്ടുണ്ടെന്നറിഞ്ഞാൽ ആളുകൾ ഓടിക്കൂടും, അഞ്ചുമിനിട്ട് വീട്ടിൽ ഇരുന്നിട്ടു പോകാം എന്നൊക്കെ.

"ഇതുവഴി പോയപ്പോൾ ഒന്നു വിളിച്ചു കണ്ടിട്ടു പോകാം എന്നു കരുതി. ഇതു സുരഞ്ജൻ, എന്റെ ഒരു കൂട്ടുകാരൻ."

"കവിത ചൊല്ലുന്ന പരിപാടികൾ ഭംഗിയായി നടക്കുന്നു. അടുത്ത് ഒരു പ്രോഗ്രാം ഉണ്ട്. വ്രതതി നന്നായി പഠിക്കുന്നുണ്ട്. നിങ്ങൾ ഗോൾഫ്ഗ്രീനിൽ അവരുടെ വീട്ടിലേക്കു ചെല്ലുമോ."

ഇങ്ങനെ അങ്ങോട്ടും ഇങ്ങോട്ടും ക്ഷേമാന്വേഷണം നടത്തിയപ്പോഴേക്കും ഡയമണ്ട് ഇലീഷ് കവിതാസമിതിയിലെ അംഗങ്ങളൊക്കെ വിവരം അറിഞ്ഞു ചുറ്റും വന്നുകൂടി. എല്ലാവരോടും കുശലാന്വേഷണം നടത്തി, കെട്ടിപ്പിടിച്ചു സൗഹൃദം പുതുക്കിയിട്ടു യാത്ര പറഞ്ഞു പിരിഞ്ഞു.

സുരഞ്ജൻ ആദ്യം ചോദിച്ചത് ഇങ്ങനെയായിരുന്നു:

"എന്തിനാണ് അതിനെ വിളിച്ചത്."

"അതിനെയോ. ഏതിനെ?"

"ആ പെണ്ണിനെ."

"പെൺകുട്ടി എന്നു പറഞ്ഞുകൂടെ? അത് ഇത് എന്നൊക്കെ പറയുന്ന തെന്തിന്."

"ഞാൻ സാധനത്തിനെ എന്നു പറഞ്ഞേനെ. എന്തിനാണ് ആ സാധനത്തിനെ വിളിച്ചത് എന്നു ചോദിച്ചേനെ."

"രക്ഷപ്പെട്ടു. നീ അങ്ങനെ പറയാത്തതുകൊണ്ടു പാവത്തിനു രക്ഷയായി!"

സുരഞ്ജൻ ഖൊഖൊഖൊ എന്നു ചിരിച്ചപ്പോൾ പിടലിക്ക് ഒരടി കൊടുക്കണ മെന്നു തോന്നി.

കാറിലെ 'സ്റ്റീരിയോ' ഉറക്കെ വച്ചുകൊണ്ടു വായുവേഗത്തിൽ ഓടിച്ചു. അവനോടു സംസാരിക്കാൻ ഇഷ്ടമല്ലാതായി. അഞ്ചുമിനിറ്റു കഴിഞ്ഞു. പാട്ടിന്റെ ശബ്ദം കുറച്ചുകൊണ്ടു സുരഞ്ജൻ പറഞ്ഞു: "നിങ്ങളെ ഇങ്ങനെ പ്രകോപിപ്പി ക്കാൻ മാത്രം ചീത്ത മനുഷ്യനല്ല ഞാൻ."

"എന്നെ പ്രകോപിപ്പിക്കുന്നതെന്തിന്? അതുകൊണ്ടു നിനക്കെന്തു നേട്ടം? പ്രകോപനം എന്ന പ്രശ്നം തന്നെ ഇവിടെ ഉദിക്കുന്നില്ല."

"കോപിച്ചിട്ടില്ലെങ്കിൽ കാമുകിയെപ്പോലെത്തന്നെയേ പെരുമാറൂ. കോപിച്ചാൽ നിങ്ങൾ വലിയ സ്ത്രീവാദിയായിപ്പോകും."

ഉള്ളിൽനിന്ന് നിർത്തൂ എന്ന ശബ്ദം പുറത്തു വന്നു.

കാറിൽനിന്ന് അവനെ വലിച്ചു വഴിയിലേക്കിട്ടിട്ട് ഒറ്റയ്ക്ക് ഓടിച്ചുപോകാൻ തോന്നി. ആൺകോയ്മക്കാരൻ പന്നി എന്നു വിളിച്ചു പറയേണ്ടതാണ്. പക്ഷേ ഒന്നും പറഞ്ഞില്ല.

"അവളുടെ ഫോൺനമ്പർ തരാമോ."

"എന്തിനാ പ്രേമിക്കാനാണോ."

"അതേ."

"എങ്ങനെ പ്രേമിക്കും. അവൾ മുസൽമാനാണ്."

"മുസൽമാൻ."

"അതെ"

"എന്നിട്ടു പേരു മനുചൗധുരി എന്നാണല്ലോ."

"അതെ മുസൽമാന് ഇങ്ങനെ പേരിട്ടുകൂടെ. അവൾ ബംഗ്ലാദേശിലാണ് ജനിച്ചത്. ഇക്കാലത്തു പെൺകുട്ടികൾക്ക് ഖദീജാ, റഹിമാ, ആയിഷാ എന്നൊക്കെ പേരിടാറുണ്ട്."

സുരഞ്ജൻ തലകുലുക്കി. "മനുചൗധുരി എന്നതു മുസൽമാൻ പേരായി രിക്കാം. ചൗധുരി എന്നു മാത്രമല്ല വിശ്വാസ്, മജുംദാർ, സർക്കാർ, മണ്ഡൽ എന്നൊക്കെ മുസ്ലീങ്ങളുടെ പേരിന്റെ കൂടെ ചേർത്തു കണ്ടിട്ടുണ്ട് അറബി

പേരുപേക്ഷിച്ചു ബംഗാളി പേരുകളാണ് ഇപ്പോൾ കുട്ടികൾക്ക് ഇടുന്നത്. അതുകൊണ്ടു പേരിന്റെ കാര്യത്തിലുള്ള പൈതൃകം നഷ്ടമായേക്കും."

"നിങ്ങൾ ഇടയ്ക്കിടയ്ക്ക് മുസൽമാനെപ്പോലെത്തന്നെ പെരുമാറുന്നുണ്ട്." സുരഞ്ജൻ പറഞ്ഞു. ഞങ്ങളുടെ സംഭാഷണത്തിൽ ഹിന്ദു, മുസൽമാൻ എന്നീ വാക്കുകൾ ഇങ്ങനെ ആവർത്തിച്ചു വരുന്നത് എന്നിൽ ഭയം ഉളവാക്കി. സമുദ്രം വെടിഞ്ഞു കിണറിന്റെ വക്കത്തുചെന്നു ബാക്കി ജീവിതം നയിക്കേണ്ടി വരുമോ എന്ന ഭയം.

"ഞാൻ മതേതര രീതിയിൽ പെരുമാറുന്നു."

"തനി നാസ്തികനെപ്പോലെ ജീവിക്കുന്നു. പക്ഷേ ഹിന്ദുവായോ മുസ്ലീമായോ മാത്രമേ മനുഷ്യനെ കാണുന്നുള്ളൂ. അങ്ങനെ അല്ലാതെ കഴിയുമായിരുന്ന കണ്ണിൽ പൊടി വീണിരിക്കുന്നു."

ഞാൻ പറഞ്ഞു കൊണ്ടിരുന്നു.

"ഭാരതവിഭജനം ഒഴിവാക്കേണ്ടതായിരുന്നു. ഒഴിവാക്കാൻ കാര്യമായ ശ്രമമൊന്നും നടന്നില്ല. വിഭജനത്തിന്റെ ഒരാവശ്യവും ഇല്ലായിരുന്നു. ചുറ്റും കാണുന്ന സാമുദായിക പ്രശ്നങ്ങൾ കാണുമ്പോൾ എനിക്കു തോന്നുന്നത് മതത്തിന്റെ അടിസ്ഥാനത്തിൽ വിഭജിച്ച നിലയ്ക്ക് എന്തുകൊണ്ടാണ് ശരിക്കും അങ്ങനെ വിഭജിക്കാഞ്ഞത്? എല്ലാ മുസൽമാനും പാക്കിസ്താനിലേക്കു പോവുക. എല്ലാ ഹിന്ദുക്കളും പെട്ടിയും കിടക്കയും എടുത്തു ഭാരതത്തിലേക്കു വരുക. അങ്ങനെയാണു വേണ്ടിയിരുന്നത്. ഇങ്ങനെ ഒരു ഏർപ്പാടു നിർബന്ധമാക്കിയിരുന്നെങ്കിൽ ഇന്നു കാണുന്ന അശാന്തി ഉണ്ടാകുമായിരുന്നില്ല. ഇവിടെ ജാതി, വർണം തുടങ്ങിയവയുടെ അടിസ്ഥാനത്തിൽ കലഹിച്ചുകൊണ്ടേനെ. അവിടെ മുസൽമാന്മാർ തമ്മിൽത്തമ്മിൽ അടിച്ചേനെ. സുന്നി, ഷിയാ, അഹമ്മദി, കാദിയാനി തുടങ്ങി കുറച്ചു വല്ലതുമാണോ മുസ്ലീംജാതികൾ! ഒരു കൂട്ടർ മറ്റൊരു കൂട്ടരുടെ ശത്രുക്കളാണ്. രണ്ടു രാജ്യത്തിലും ജീവിച്ചിരിക്കുന്നവർ തമ്മിൽ അയൽരാജ്യക്കാർ എന്ന നിലയ്ക്കുള്ള സ്നേഹം ഉണ്ടായേനെ. എല്ലാം നഷ്ടമായില്ലേ."

സുരഞ്ജൻ മൃദുസ്വരത്തിൽ പറഞ്ഞു:

"നിങ്ങളുടെ മനസ്സിൽ തോന്നിയ കാര്യങ്ങളല്ലേ. നിങ്ങൾ ദേശീയ അതിർത്തികളിൽ വിശ്വസിക്കുന്നില്ല. മതത്തിൽ വിശ്വസിക്കുന്നില്ല. പിന്നെ വിഭജനം വിഭജനം എന്നു പറഞ്ഞു തല പുണ്ണാക്കുന്നതെന്തിന്. ഞാൻ എവിടെയോ വായിച്ചല്ലോ നിങ്ങൾ പറഞ്ഞതായിട്ട് - മനുഷ്യൻ ഭൂമിയുടെ സന്താനമാണ്. ആർക്ക് എവിടെ ജീവിക്കാൻ ഇഷ്ടമോ അവിടെ ജീവിക്കാൻ അനുവദിക്കണം എന്ന്. പൃഥ്വി എല്ലാവരുടെയും ആണ് എന്ന്."

സുരഞ്ജൻ അന്നും എന്റെ വീട്ടിൽ നിന്ന് അത്താഴം കഴിക്കണമെന്നു പറഞ്ഞു. വീട്ടിൽ അങ്ങനെ കാര്യമായി ഒന്നും ഇല്ലായിരുന്നു. മിഡിൽടൺ ബോറിലെ റസ്റ്റോറന്റിൽ ചെന്നു ഭക്ഷണം കഴിച്ച ശേഷം സുരഞ്ജനെ അവന്റെ വീട്ടിൽ കൊണ്ടു ചെന്നു വിട്ടിട്ട് ഞാൻ എന്റെ വീട്ടിലെത്തിയപ്പോൾ സമയം രാത്രി പന്ത്രണ്ടു മണി.

ഇരുപത്തൊന്ന്

ഒടുവിൽ സുലേഖയെ മായ നേരിട്ടു വന്നു കണ്ടു. അവളുടെ ആവശ്യം: സുലേഖ സോബ്ഹാനെ വെറുക്കരുത്. കൂട്ടുകാരൻ എന്ന നിലയിൽ നല്ല ബന്ധം പുലർത്തണം. സോബ്ഹാനെ സുലേഖ വിട്ടുകൊടുത്താൽ അവർ തമ്മിലുള്ള ബന്ധത്തിനു പിന്നെ തടസ്സങ്ങൾ ഒന്നും ഇല്ല.

സുലേഖ മായയെ ഹോസ്റ്റലിലെ അവളുടെ മുറിയിൽ കൂട്ടിക്കൊണ്ടുപോയി. മുറിയിൽത്തന്നെ ചായയുണ്ടാക്കി രണ്ടു പേരും കുടിച്ചു. മായയുടെ ചോദ്യം, അപേക്ഷ, തർക്കം, തടസ്സം ഇതൊക്കെ കേട്ടുകഴിഞ്ഞപ്പോൾ സുലേഖ പറഞ്ഞു:

"കേട്ടോ മായേ, നീ ജീവിതം കണ്ടിട്ടുണ്ട്. ഞാനും കണ്ടിട്ടുണ്ട്. എനിക്കു തോന്നുന്നത് കുട്ടികളെയുംകൊണ്ടു തലതല്ലുന്നതിനേക്കാൾ വലുതായി ചിലതൊക്കെ നമുക്കു ചെയ്യാനാകും എന്നാണ്. ഞാൻ ഇപ്പോൾ സോബ്ഹാൻ, സുരഞ്ജൻ ഇവരെയൊന്നുംപറ്റി ചിന്തിക്കാറേ ഇല്ല. എന്റെ കാൽചുവട്ടിലെ മണ്ണ് ഉറപ്പിക്കുന്ന കാര്യത്തിലാണ് ഞാൻ മുഴുകിയിരിക്കുന്നത്. ഏതെങ്കിലും പുരുഷനെ ഓർത്തു എന്റെ കാര്യങ്ങൾക്കു ഞാൻ തടസ്സം ഉണ്ടാക്കുകയില്ല. പ്രേമം, സ്നേഹം, അനുരാഗം ഇതിന്റെ പേരിൽ ഞാൻ കണ്ടിട്ടുള്ള നാടകവും കവിതയും പാട്ടും എല്ലാം ക്ഷണനേരത്തേക്കേ ഉള്ളൂ. സുരഞ്ജനുമായുള്ള ബന്ധം അറ്റുപോകുമെന്ന് ഒരിക്കലും ഞാൻ വിചാരിച്ചിരുന്നില്ല. ഏറ്റവും അത്ഭുതം ഞങ്ങളുടെ ബന്ധം ഇല്ലാതാകാൻ ഒരു കാരണവും ഇല്ലായിരുന്നു എന്നതാണ്. പരസ്പരം പ്രേമം അത്യുച്ചാവസ്ഥയിലെത്തി നില്ക്കുമ്പോഴാണു പൊലിഞ്ഞുപോയത്. ടോപ്ലവലിൽ നില്ക്കുന്ന കളിക്കാരൻ പിരിഞ്ഞുപോകുന്നതുപോലെ."

സുലേഖ എല്ലാത്തിൽനിന്നും അകന്നുപോകാനാണ് ആഗ്രഹിക്കുന്നതെന്നു മായയ്ക്കു മനസ്സിലായി. സുലേഖയുമായി സുരഞ്ജന് ഒരു സമ്പർക്കവുമില്ല. മൊബൈൽ ഫോൺ ഇല്ല. ഉണ്ടെങ്കിൽ ഇടയ്ക്കിടെ ഫോണിൽ സംസാരിക്കാമായിരുന്നു. ബന്ധം വീണ്ടും കെട്ടിപ്പടുക്കാൻ പ്രയോജനപ്പെടുത്താവുന്നവിധം യാതൊന്നും അവശേഷിച്ചിട്ടില്ല. മായയോടുള്ള കാരുണ്യംകൊണ്ടാകാം അല്ലെങ്കിൽ ഒരു കാരണവും ഇല്ലാതെയുമാകാം ആ ബന്ധം തകർത്തത്. മായയും ഭർത്താവിന്റെ വീട് സ്വയം ഉപേക്ഷിച്ചുപോരുകയായിരുന്നുവല്ലോ.

സുലേഖ ജോലിയിലും പഠനത്തിലും മനസ്സ് അർപ്പിച്ചിരിക്കുകയാണ്. മയൂരയുടെ കൂടെ താമസം. മയൂരയെപ്പോലുള്ള യുവതികളുമായുള്ള ബന്ധം കൂടുതൽ വളർന്നിട്ടുണ്ട്. ഹോസ്റ്റലിൽ സാഹസിനി എന്ന പേരിൽ ഒരു സഭ രൂപീകരിച്ചു. എന്നും രാത്രിയിൽ സഭയുടെ മീറ്റിംഗ് നടക്കുന്നു. സാഹസിനിയിലേക്ക് അംഗങ്ങള ചേർക്കുവാനുള്ള ലീഫ്‌ലെറ്റ് അച്ചടിച്ചിട്ടുണ്ട്. അംഗത്വം ദിനംപ്രതി വർദ്ധിക്കുന്നു. സ്ത്രീകൾ പരസ്പരം സഹായിച്ചു ശക്തകളാകാൻ സാഹസിനി ആഹ്വാനം ചെയ്യുന്നു. ഒരാൾക്കുണ്ടാകുന്ന വിപത്തിൽ മറ്റൊരാൾ ചാടി വീഴുന്നു. ഒരാൾക്ക് അപമാനമേറ്റാൽ മറ്റൊരാൾ പകരം ചോദിക്കുന്നു. അസാധാരണമായ പെണ്ണൊരുമ. അതില്ലെങ്കിൽ ഒന്നുമില്ല. അതുള്ളതുകൊണ്ട് ഒറ്റപ്പെട്ടവർക്കും പുറത്താക്കപ്പെട്ടവർക്കും അപമാനിതകൾക്കും ഏകാകിത്വം തോന്നുകയില്ല.

തന്നെ സഹായിക്കാൻ കെല്പുള്ളവർ തന്നോടൊപ്പം ഉണ്ട് എന്ന ധൈര്യം ഉണ്ടാകും. കൂടെ നില്ക്കുന്നവർ പടുകുഴിയിൽ നിന്നു കൈപിടിച്ചു കരേറ്റും എന്ന പ്രതീക്ഷയുണ്ടാകും. ജോലിസ്ഥലത്തു മേലധികാരിയോ, മുതലാളിയോ ചീത്ത വാക്കുകൾ പറഞ്ഞാൽ സാഹസിനിയിൽ നിന്നു നിയമനടപടികൾക്കുള്ള നോട്ടീസ് ചെല്ലും. നിയമസഹായത്തിന് മൂന്നു വക്കീലന്മാർ ഉണ്ട്. പരീക്ഷാ ഫീസടയ്ക്കാൻ ഒരാൾക്കു കഴിവില്ലെങ്കിൽ മറ്റുള്ളവർ പിരിവെടുത്തു ഫീസട യ്ക്കും. സംഘത്തിൽ നാലു ഡോക്ടർമാരുണ്ട്. അംഗങ്ങൾക്ക് അസുഖമുണ്ടാ യാൽ ഫീസില്ലാതെ പരിശോധിച്ചു ചികിത്സ നല്കും. ആലിപൂർ കോടതിയിലെ വക്കീൽ വൃത്തികാഗുഹയും, സുലേഖയുമാണു സാഹസിനിക്കു തുടക്കം കുറി ച്ചത്. പിന്നീടു വന്നുചേർന്ന ഉത്സാഹികളായ അംഗങ്ങൾ പുതിയ പുതിയ പദ്ധതികൾ ആവിഷ്കരിച്ചു. സുലേഖയുടെ പ്രായമുള്ളവരും മയൂരയുടെ പ്രായ മുള്ളവരുമൊക്കെ സഭയിലുണ്ട്. എന്നും രാത്രി എട്ടു മണിക്കാണ് സഭ ചേരുന്നത്. ആദ്യമൊക്കെ സുലേഖയുടെയോ വൃത്തികയുടെയോ മുറിയിലായിരുന്നു യോഗം. കൂടുതൽ അംഗങ്ങൾ ചേർന്നതോടെ യോഗം ഡൈനിംഗ് ഹാളിലായി.

സുലേഖ പറഞ്ഞ്, സാഹസിനിയുടെ വിവരങ്ങൾ മായ അറിഞ്ഞു. സുലേഖ യ്ക്ക് സോബ്ഹാന്റെ മേലോ സുരഞ്ജന്റെ മേലോ യാതൊരു ആഗ്രഹവും ഇപ്പോഴില്ല. മായ ചോദിച്ചു:

"ജീവിതത്തെപ്പറ്റിയുള്ള നിങ്ങളുടെ പരികല്പന എന്താണ്?"

"ഞാൻ സ്ത്രീയാണ്. സ്ത്രീകളുടെ ജീവിതം ഞാൻ കണ്ടിട്ടുണ്ട്. എനിക്കു നല്ല ഒരു കാമുകൻ ഉണ്ടായിരുന്നു. കൂട്ടുകാരനുണ്ടായിരുന്നു. എന്തു ചെയ്യാനും എവിടെ പോകാനും ഒക്കെ കൂടെയുണ്ടാകും. അങ്ങനെ പ്രേമം കൊടുമ്പിരി ക്കൊണ്ടിരിക്കുമ്പോൾ വലിയ ഒരു ഉത്തരവാദിത്തം ഏറ്റെടുക്കാനുള്ള ഭയം നിമിത്തം കാമുകൻ ഒളിച്ചോടുന്നു. പിന്നെ ജീവിതത്തിൽ അയാളെ വിശ്വസി ക്കാമോ. എന്റെ ഭർത്താവിനെയും ഞാൻ മനസ്സിലാക്കിയിട്ടുണ്ട്. ഞാൻ ഒരു മനുഷ്യസ്ത്രീയാണെന്ന് അയാൾ അംഗീകരിച്ചിട്ടില്ല. സത്യം പറയട്ടെ. ഞാൻ ഒരു പുരുഷനെയും വിശ്വസിക്കുന്നില്ല. പുരുഷൻ കൂട്ടുകാരനാകും, ഹൊയ് ഹൊയ് വിളിക്കും, നൃത്തം ചെയ്യും, പാടും. കഴിഞ്ഞു. അതിലപ്പുറം ഒന്നും ചെയ്യുകയില്ല. പ്രേമബന്ധത്തിലാവുക എന്ന വിഡ്ഢിത്തം ഞാൻ മുൻപു ചെയ്തിട്ടുണ്ട്. ഇനി ചെയ്യുകയില്ല.

ഇനി സോബ്ഹാന്റെ കാര്യം. മായ കഴുത്തു നീട്ടി കാതു കൂർപ്പിച്ചിരുന്നു. ചായ തീർന്നപ്പോൾ സുലേഖ വീണ്ടും ചായ ഇട്ടു. സത്യം പറഞ്ഞാൽ സോബ്ഹാനെ ഞാൻ അധികദിവസം കണ്ടിട്ടില്ല. അയാളെപ്പറ്റി അധികമൊന്നും പറയാൻ എനിക്കറിഞ്ഞുകൂടാ. ഞാനും സോബ്ഹാനുമായിട്ട് ഒരു ബന്ധം ഉടലെടുക്കണം എന്നു സുരഞ്ജൻ ആഗ്രഹിച്ചിരുന്നു. അതുതന്നെ ഒരത്ഭുതം. ആരെങ്കിലും മറ്റൊരാളോട് ആവശ്യപ്പെടുമോ ഇന്നാരുടെ പുറകേ ചെന്നു പ്രേമിക്കണം എന്ന്. ഒരു സ്റ്റുപ്പിഡിന് അല്ലേ ഇങ്ങനെ പറയാൻ കഴിയുകയുള്ളൂ. സ്വന്തം കാമുകിയോടു വേറൊരുത്തനെ ചെന്നു പ്രേമിക്കാൻ പറയുന്ന ഒരുത്തൻ എത്ര ഇമ്പിളിയാണ്ടനായിരിക്കണം, പറയൂ. സോബ്ഹാൻ എനിക്കു ചേരുമെന്ന്,

മുസൽമാനു മുസൽമാനോടു പ്രേമം ഉണ്ടാകുമെന്ന് ഒരാൾ കണ്ടുപിടിച്ചു. എന്റെ ഭർത്താവു പുരുഷനായിരുന്നു. എന്നിട്ടെന്തായി. പുരുഷൻ എന്നും പുരുഷനാണു മായേ. ഹിന്ദുവാകട്ടെ, ക്രിസ്ത്യാനിയാകട്ടെ, മുസ്ലീം ആകട്ടെ, ബൗദ്ധനാകട്ടെ, യഹൂദനാകട്ടെ പുരുഷൻ പുരുഷൻ തന്നെ. പുരുഷനു സർവ്വാധികാരമുള്ള സമൂഹത്തിൽ നിന്നുകൊണ്ട് എല്ലാ സുഖങ്ങളും അവൻ അനുഭവിക്കുന്നു. ഞാൻ എന്റെ ഇന്നത്തെ നിലയിലെത്തിച്ചേരാൻ എന്തുമാത്രം വേദനകൾ സഹിച്ചിട്ടുണ്ടെന്നറിയാമോ.

മായ വളരെ പേടിച്ചാണു സുലേഖയുടെ അടുത്തു വന്നത്. സുലേഖ അവളെ കാണുമ്പോഴേ ചീത്ത പറഞ്ഞ് അടിച്ചിറക്കും എന്നാണു വിചാരിച്ചിരുന്നത്. എന്നാൽ അവൾ നേരെ പിടിച്ചിരുത്തി ചായ തന്നിട്ടു സ്നേഹപൂർവ്വം സംസാരിക്കുന്നു. വിചാരിച്ചതിനു നേരെ വിപരീതം. സുലേഖ പറയുന്നതിൽ പുരുഷൻ ഒരു വിഷയമാണെന്നേ തോന്നിയില്ല. പറഞ്ഞതെല്ലാം സ്ത്രീകളുടെ കാര്യം. സാഹസിനിയിൽ എത്ര അംഗങ്ങളുണ്ട്. ഓരോരുത്തരും എന്തൊക്കെ ചെയ്യുന്നു.... മായ വിഷയത്തിലേക്കു കടന്നു.

"സോബ്ഹാനെ ഞാൻ വിവാഹം കഴിക്കുന്നതിനെപ്പറ്റി എന്താണഭിപ്രായം. നിനക്ക് എതിർപ്പുണ്ടോ?"

സുലേഖ ചിരിച്ചു.

"എനിക്കെന്തിന് എതിർപ്പ്. ഞാൻ അയാളുടെ ആരാണ്? താൻ ചെന്നു സോബ്ഹാന്റെ ഭാര്യയോട് ചോദിക്ക്, അവൾക്ക് അനിഷ്ടമുണ്ടോ എന്ന്. മുസൽമാനു മറ്റൊരു വിവാഹം കഴിക്കാൻ തടസ്സമില്ല. മുസൽമാനു നാലു ഭാര്യമാർ വരെയാകാം."

ഇതും പറഞ്ഞിട്ട് സുലേഖ ഉറക്കെയുറക്കെ ചിരിച്ചു.

"പണ്ടുപണ്ടുള്ള നിയമം ഇപ്പോഴും തുടരുന്നു. ആളുകൾ എന്നിട്ടും ഇതെല്ലാം നന്ന് നന്ന് എന്നു പറഞ്ഞുകൊണ്ടു നൃത്തം ചെയ്യുന്നു. ഹിന്ദുക്കളും നൃത്തം ചെയ്യുന്നു. എന്നാലല്ലേ സെക്കുലർ എന്ന ബഹുമതി കിട്ടുകയുള്ളൂ. ഇതൊക്കെ കാണുമ്പോൾ വെറുപ്പു തോന്നുന്നു."

"താൻ ശരിക്കു തസ്ലീമാ നസ്റീനെപ്പോലെയാണല്ലോ സംസാരിക്കുന്നത്."

"എങ്ങനെ."

"പുരുഷാധിപത്യസമൂഹം, സെക്കുലർ എന്നൊക്കെ".

"അതെ. ഞാൻ അവരുടെ ആരാധികയാണ്. ഞാൻ കൂടെക്കൂടെ അവരോടു സംസാരിക്കാറുണ്ട്."

"അവർ ചേട്ടന്റെ കൂടെ ധാരാളം ചുറ്റിക്കറങ്ങുന്നുണ്ട്."

"അതു കാണും. അവർ ഒരു നോവൽ എഴുതുന്നുണ്ടെന്നു തോന്നുന്നു. നിങ്ങൾ തമ്മിൽക്കാണാറില്ലേ?"

"ഇല്ല. ഞാൻ നേരിട്ടു പോയി കല്യാണത്തിനു ക്ഷണിക്കുന്നുണ്ട്."

"ഞാനും വിചാരിക്കുന്നുണ്ട്, സാഹസിനിയുടെ അടുത്ത പരിപാടിക്ക് അവരെ ക്ഷണിക്കണമെന്ന്."

"വാഹ്."

"പക്ഷേ എളുപ്പമല്ല. ഹോസ്റ്റലിൽ അവരെ ഒട്ടും സഹിക്കാൻ കഴിയാത്ത കുറെ മുസ്ലീം സ്ത്രീകൾ ഉണ്ട്."

"അതെന്താണു മുസൽമാന് മുസൽമാനെ സഹിക്കാൻ വയ്യാത്തത്."

സുലേഖ അത്ഭുതത്തോടെ മായയുടെ നേരെ നോക്കിക്കൊണ്ടു ചോദിച്ചു.

"ഹേ സ്ത്രീയേ. താൻ ഏതു ലോകത്താണു ജീവിക്കുന്നത്."

മായയ്ക്കു കൂടുതൽ അത്ഭുതമായി.

"മുസൽമാന്മാർ ഫത്വാ പുറപ്പെടുവിച്ചിട്ടുണ്ട്. തസ്ലീമയ്ക്ക് സ്വന്തം നാട്ടിൽ, ബംഗ്ലാദേശിൽ ജീവിക്കാൻ കഴിയുന്നില്ല. ഇൻഡ്യൻ മുസ്ലീങ്ങളും തസ്ലീമയുടെ തലയ്ക്ക് അഞ്ചുലക്ഷം രൂപ വില പറഞ്ഞിരിക്കുകയാണ്. അവരുടെ തലവെട്ടിക്കൊണ്ടു ചെല്ലുന്നവർക്ക് അഞ്ചുലക്ഷം രൂപ കൊടുക്കുമെന്ന്."

മായ ചുണ്ടു മലർത്തി നിസ്സഹായത പ്രകടിപ്പിച്ചു.

"ഈ മുസൽമാന്മാരുടെ ചെയ്തികൾ ഒന്നും എനിക്കു മനസ്സിലാകുന്നില്ല."

"മനസ്സിലാക്കരുത്. മനസ്സിലാക്കാൻ ശ്രമിക്കരുത്. അഥവാ മനസ്സിലായാലും മനസ്സിലായി എന്നു നടിക്കരുത്."

മായയ്ക്കു മനസ്സിൽ എന്തോ വിഷമം തോന്നിയതു മുഖത്തു പ്രകടിപ്പിച്ചുകൊണ്ടിരുന്നു.

സുലേഖ മായയെ പറഞ്ഞു ബോധ്യപ്പെടുത്തി.

"ഹിന്ദുക്കൾക്കും മുസൽമാന്മാർക്കും വേറെ വേറെ നിയമങ്ങളാണ്. ഹിന്ദു സ്ത്രീകൾക്ക് ഹിന്ദു നിയമം അനുസരിച്ച് അവകാശം കിട്ടും. എന്നാൽ മുസൽമാൻ സ്ത്രീകൾക്കു മുസൽമാൻ നിയമം അനുസരിച്ച് അവകാശങ്ങൾ കിട്ടുമോ? അതില്ല. സംസ്കാരമുള്ള ഒരു രാജ്യത്ത് ഇങ്ങനെ നടക്കാമോ? എല്ലാവർക്കും ഒരേ സിവിൽ നിയമമല്ലേ വേണ്ടത്?"

മായ ചോദിച്ചു.

"എന്തുകൊണ്ടാണു മുസ്ലീംനിയമങ്ങളെ എതിർക്കുന്നത്? താൻ മുസ്ലീമല്ലേ?"

"അതുകൊണ്ടെന്ത്. അന്യായത്തെ എതിർക്കുന്നതിനു ഹിന്ദുവും മുസ്ലീമും ഒന്നും ആകേണ്ടതില്ല. ബോധവും ബുദ്ധിയുമുള്ള മനുഷ്യനായാൽ മതി."

"മുസൽമാന്മാർ നിയമം മാറ്റാൻ സമ്മതിക്കുകയില്ലെന്നു കേട്ടിട്ടുണ്ട്."

"മുസ്ലീം മതമൗലികവാദികൾ സമ്മതിക്കുന്നില്ലെന്നു പറയ്."

"ഇവിടത്തെ ഹിന്ദുക്കൾക്കു മുസ്ലീങ്ങളെയും മുസ്ലീം മതമൗലിക വാദികളെയും തമ്മിൽ തിരിച്ചറിയാൻ കഴിയുന്നില്ല. അവർ എല്ലാവരെയും മുസ്ലീം എന്നു വിളിക്കുന്നു. ഹിന്ദുമതമൗലികവാദികളെ യാഥാസ്ഥിതികർ എന്നു മൃദുലമായി

വിളിക്കുന്നു. മുസ്ലീം മതമൗലികവാദികളെ ന്യൂനപക്ഷം എന്നു വിളിക്കുന്നു. അങ്ങനെ വിളിച്ച് ആനുകൂല്യങ്ങൾ കൊടുത്തു മുസ്ലീങ്ങളെ കൂടുതൽ അന്ധകാരത്തിലാക്കുന്നു. കൂടുതൽ മൗലികവാദികളാക്കുന്നു."

മായ, സുലേഖയുടെ കണ്ണുകളിലേക്കു നോക്കി. കണ്ണിൽ മഷി എഴുതിയിരിക്കുന്നു. പുരികം പ്ലക്കു ചെയ്തു നേർപ്പിച്ചിരിക്കുന്നു. സുന്ദരമായ മുഖം, മായയ്ക്ക് സുലേഖയോടു പ്രത്യേകിച്ചു മമത തോന്നി. സുലേഖ സാരിത്തലപ്പ് തോളിലൂടെ മുന്നോട്ട് ഇട്ടുകൊണ്ടു. പെട്ടെന്നു ചോദിച്ചു:

"താൻ എന്തിനാണ് വളയും സിന്ദൂരവും അണിയുന്നത്. ഡിവോഴ്സ് ആയതല്ലേ."

"ഇല്ല. ആയിട്ടില്ല. കടലാസു കൈയിൽ കിട്ടാൻ കുറച്ചുകൂടി താമസം ഉണ്ടാകും."

സുലേഖ അത്ഭുതഭാവത്തിൽ ചോദിച്ചു.

"താൻ പുതിയ ഒരു വിവാഹത്തിനുള്ള ഏർപ്പാടൊക്കെ ചെയ്തു. എന്നിട്ടും പഴയ ഭർത്താവിന്റെ അടയാളങ്ങളൊക്കെ കൊണ്ടുനടക്കുന്നു."

"ഞാൻ സോബ്ഹാനെ വിവാഹം ചെയ്തുകഴിഞ്ഞാലും സിന്ദൂരവും വളയും ഉപേക്ഷിക്കില്ലെന്നാണു വിചാരിക്കുന്നത്."

സുലേഖ തൊട്ടുമുമ്പിൽ കിടന്ന കസേരയിലേക്ക് ധപോ എന്നിരുന്നുകൊണ്ട് ചോദിച്ചു:

"അതെന്തിന്."

"ഇതൊക്കെ അണിഞ്ഞു ശീലമായിപ്പോയി."

സുലേഖ വലിയ ഒരു നെടുവീർപ്പോടെ പറഞ്ഞു: "സുരഞ്ജനിൽ നിന്നു തന്നെപ്പറ്റി കേട്ടപ്പോൾ ബുദ്ധിമതിയും ധീരയും യുക്തിബോധമുള്ളവളുമായ ഒരു സ്ത്രീയാണെന്നു വിചാരിച്ചു. തന്നെപ്പോലെ ഭീരുവും ദുർബ്ബലയുമായ ഒരു സ്ത്രീയെ ഞാൻ കണ്ടിട്ടില്ല."

മായയുടെ കണ്ണിൽ പെട്ടെന്നു കണ്ണീർത്തിളക്കം.

"ഒരുത്തനെ വിടാൻ ആകുന്നില്ല. മറ്റൊരുത്തനെ ഉപേക്ഷിക്കാനും വയ്യ. ദുർബ്ബലകളായ സ്ത്രീകൾക്കാണു പുരുഷന്മാർ അത്യാവശ്യമാകുന്നത്."

കണ്ണീർ തുടച്ചുകൊണ്ടു മായ പറഞ്ഞു:

"വളയും സിന്ദൂരവും വെടിയാൻ പേടിയാകുന്നു. സോബ്ഹാൻ പറഞ്ഞു, അനിഷ്ടമൊന്നുമില്ലെന്ന്."

സന്ദർഭത്തിൽനിന്നു വിട്ടു സുലേഖ പറഞ്ഞു:

"മായേ, നിന്നേക്കാൾ കുറഞ്ഞ ശമ്പളമേ എനിക്കു കിട്ടുന്നുള്ളൂ. നിനക്ക് എത്ര കിട്ടുന്നുണ്ടെന്ന് എനിക്കറിയാം. സുരഞ്ജൻ പറഞ്ഞിട്ടുണ്ട്. അതിനെക്കാൾ വളരെ കുറവാണ് എനിക്ക്."

മായ അപ്പോൾ തറപ്പിച്ചുകൊണ്ടു പറഞ്ഞു:

"തനിക്ക് കുട്ടിയും മുട്ടിയുമൊന്നുമില്ലല്ലോ."

സുലേഖ പല്ലുകളുരുമ്മി ചിരിച്ചുകൊണ്ടു തന്നെ പറഞ്ഞു:

"ഉണ്ട്. വംശാങ്കുരമായി ഒരെണ്ണമുണ്ട്."

"അപ്പോൾ കുഞ്ഞിനെ ഉപേക്ഷിച്ചിട്ടാണോ ഇവിടെ വന്നു സുഖമായി താമസിക്കുന്നത്? സാഹസിനി സഭയും ഉണ്ടാക്കി കറങ്ങി നടക്കുന്നത്? താൻ ഒരമ്മയാണോ?"

"ഒരു കുട്ടിയെ വളർത്തുന്നതിനെക്കാൾ വലിയ കാര്യമാണിത്."

"ഏതാണു വലിയ കാര്യം, സാഹസിനി സഭയോ?"

"അതെ. പുരുഷൻ കഴുത്തിനു പിടിച്ചു പുറത്തു തള്ളിയപ്പോൾ ജീവിക്കാൻ വേറെ ഒരു പുരുഷനെയും ആശ്രയിക്കുന്നില്ല എന്നതു വലിയ കാര്യമാണ്."

"എനിക്കു കുട്ടികളെ എങ്ങും ആക്കിയിട്ടു പോരാൻ പറ്റില്ല."

"അപ്പോൾ നിങ്ങൾക്കു വേണ്ടത് കുട്ടികൾക്ക് ഒരച്ഛനെയാണ്. അച്ഛൻ എന്ന നിലയിൽ സോബ്ഹാൻ നന്നായിരിക്കും. അതുകൊണ്ടാണ് അയാളെ പിടിക്കാൻ നോക്കുന്നത്. എന്തൊക്കെ ചെയ്തു? കൂടെ കിടന്നോ?"

"ഛീ, അതൊന്നുമില്ല."

മായയുടെ നേരെ തറച്ചുനോക്കിക്കൊണ്ടു ചോദിച്ചു:

"കൂടെ കിടക്കാതെ എങ്ങനെയാണ് അയാൾക്കു കരുത്തുണ്ടോ എന്നറിയുന്നത്. അയാൾക്ക് ഉദ്ധരണശേഷി ഉണ്ടോ എന്നെങ്കിലും അറിയേണ്ടേ. അല്ലെങ്കിൽ കുറെ കഴിഞ്ഞ് അയാളെയും ഉപേക്ഷിക്കേണ്ടി വരും. പിന്നെ വേറൊരാളെ തേടണം. ഒറ്റയ്ക്കു കഴിയാൻ വയ്യ. ഒരുത്തനല്ലെങ്കിൽ മറ്റൊരുത്തനെ കൂടിയേ കഴിയൂ."

"താൻ ഒറ്റയ്ക്കു കഴിയുമോ....? മനസ്സിൽ ആരെങ്കിലും ഉണ്ടോ. തീർച്ചയാണ്. കുറെ കഴിയുമ്പോൾ വിവാഹം കഴിക്കും."

"വിവാഹം" സുലേഖ കാതു രണ്ടും പൊത്തിക്കൊണ്ടു പറഞ്ഞു: "ഈ ജന്മം ഇല്ല. പുതുജന്മത്തിൽ വിശ്വാസമില്ല. അതല്ലെങ്കിൽ പറഞ്ഞേനെ, പുനർജന്മത്തിലും വേണ്ട എന്ന്."

മായ പറഞ്ഞു, അവൾ പോവുകയാണ്. കുട്ടികൾ കാത്തിരിക്കുന്നു. സുലേഖ മായയെ ഗേറ്റു വരെ കൊണ്ടുചെന്നാക്കി. നടക്കുമ്പോൾ മായ ചോദിച്ചു:

"സോബ്ഹാൻ ആളെങ്ങനെ. നല്ലയാളാണോ."

"അതെ, കൂട്ടുകാരൻ എന്ന നിലയിൽ നല്ല ആളാണ്."

"ഭർത്താവ് എന്ന നിലയിൽ എങ്ങനെയായിരിക്കും"

സുലേഖ ചിരിച്ചുകൊണ്ടു പറഞ്ഞു:

"ഭർത്താവ് എന്ന നിലയിൽ എങ്ങനെ ആയിരിക്കുമെന്ന് എനിക്കറിഞ്ഞുകൂടാ. അയാൾ ഒരിക്കലും എന്റെ ഭർത്താവായിരുന്നിട്ടില്ല. അതുകൊണ്ട് അയാളുടെ

ഭാര്യയോടു തന്നെ ചോദിക്കണം, ഭർത്താവ് എന്ന നിലയ്ക്ക് സോബ്ഹാൻ എങ്ങനെയുണ്ട് എന്ന്."

മായ തലകുനിച്ച് ആലോചനയിൽ മുഴുകിക്കൊണ്ടു നടന്നു.

മായ വീട്ടിൽ ചെന്നപ്പോൾ സുരഞ്ജൻ കുട്ടികളെ പഠിപ്പിക്കുകയായിരുന്നു. അതിനിടയ്ക്കു തന്നെ പറഞ്ഞു:

"സുലേഖയെ കണ്ടിരുന്നു."

സുരഞ്ജൻ മുറിയിലേക്കു ചെന്നു ചോദിച്ചു:

"എന്നിട്ടോ, എന്നെപ്പറ്റി വല്ലതും പറഞ്ഞോ."

മായ ചുണ്ടു കൂർപ്പിച്ചു നീട്ടി ഇല്ല എന്നു പറഞ്ഞു.

"എങ്ങനെയുണ്ട്."

"അതൊരു പിശാചാണ്. ശരി പിശാച്."

"നിനക്കങ്ങനെയാണോ തോന്നിയത്."

മായ കോപം അടക്കിക്കൊണ്ടു പറഞ്ഞു: "അവൾക്കു ഞാൻ സോബ്ഹാനെ വിവാഹം കഴിക്കുന്നത് ഇഷ്ടമല്ല. സോബ്ഹാനെ അവൾ തന്നെ വിവാഹം കഴിക്കും."

"എന്നു പറഞ്ഞോ."

"അവൾക്ക് എന്റെ വിവാഹം ഇഷ്ടമല്ല."

മായ പൊട്ടിക്കരഞ്ഞു.

സുരഞ്ജൻ മായയുടെ തല മാറത്തു ചേർത്ത് ആശ്വസിപ്പിച്ചു: "നീ ഇങ്ങനെ കരയുന്നതെന്തിന്. നിനക്കു വിവാഹം കഴിക്കണമെങ്കിൽ കഴിക്ക്. ഒരാൾ അങ്ങനെ പറഞ്ഞു എന്നുവച്ച് അതുകൊണ്ടെന്തു സംഭവിക്കാൻ."

"ആ പിശാചിനെയും കൊണ്ടു നിങ്ങൾ എങ്ങനെ കഴിഞ്ഞു ചേട്ടാ. ഒരുപാടു കഷ്ടപ്പെടുത്തിക്കാണും." മായ കരഞ്ഞുകൊണ്ടു തന്നെ പറഞ്ഞു.

സുരഞ്ജൻ വീണ്ടും ആശ്വസിപ്പിച്ചു.

"നിന്നോടു ഞാൻ പറഞ്ഞതല്ലേ പോകരുതെന്ന്. ശാഠ്യം പിടിച്ച് പോയി. അതൊക്കെ പോകട്ടെ, സോബ്ഹാൻ എട്ടുമണിക്കു വരും. നിന്നെയുംകൊണ്ട് എവിടെയോ പോകാനുണ്ടെന്ന്. പൊയ്ക്കോ."

മായ കണ്ണീർ തുടച്ചുകൊണ്ടു കുളിമുറിയിലേക്കു ചെന്നു. കിരൺമയി, മായയുടെ കുട്ടികളെയുംകൊണ്ടു മൈതാനത്തേക്കു പോയി. അവരെ കളിപ്പിച്ചും അവരുടെ കൂടെ കളിച്ചും കുറച്ചുസമയം പോക്കിയശേഷം തിരികെ വരും. കിരൺമയി ആഗ്രഹിച്ചാലും ഇല്ലെങ്കിലും അവരുടെ ജീവിതം കുട്ടികളെ ചുറ്റിപ്പറ്റിയുള്ളതുമാത്രമായിത്തീരുകയാണ്. മായ പുറംലോകത്തേക്കു ഒന്നും രണ്ടും ചുവടുകൾ വീതം വച്ച് അകന്നകന്നു പോയ്ക്കൊണ്ടിരിക്കുന്നു. വീടും ഓഫീസും അല്ലാതെ അവളുടെ ലോകത്തിൽ മറ്റൊന്നും മുമ്പ് ഇല്ലായിരുന്നു. ഇപ്പോൾ മായ

അതെപ്പറ്റിയൊന്നും ചിന്തിക്കുന്നേ ഇല്ല. സുലേഖയുടെ വാക്കുകൾ മാത്രമേ ഇപ്പോൾ അവളുടെ മനസ്സിലുള്ളൂ. മിടുക്കിയായ പിശാചിന്റെ വാക്കുകൾ., അപമാനം മനസ്സിൽ ചുളുചുളെ കുത്തുന്നു. ഷവറിലെ വെള്ളം ശരീരം മുഴുവൻ കഴുകി കാൽവരെ തണുപ്പിച്ചു. കണ്ണീർ കഴുകിക്കളഞ്ഞു. അത്രമാത്രം കണ്ണീർ എന്തുകൊണ്ടു വന്നുകൂട. ജീവിതത്തിൽ എടുത്ത അനവധി തീരുമാനങ്ങൾ തുടച്ചു നീക്കിയതുപോലെ സുലേഖയെ കണ്ട കാര്യവും തുടച്ചു നീക്കുകയാണ്. സുലേഖയുടെ നിഷ്ഠുരവും ക്രൂരവും കടുത്തതുമായ വാക്കുകൾ കേൾക്കേണ്ട വല്ല കാര്യവും ഉണ്ടായിരുന്നോ. ജീവിതത്തിൽ വേണ്ടത്ര അപമാനം സഹിച്ചില്ലേ. ഇനി വല്ലതും ബാക്കിയുണ്ടോ സഹിക്കാൻ. സോബ്ഹാൻ, സോബ്ഹാൻ, സോബ്ഹാൻ. ആ വാക്ക് മനസ്സിൽനിന്നു മായ്ച്ചുകളയാൻ കഴിയുന്നില്ല. ആ മനുഷ്യൻ അവളുടെ ജീവിതത്തെ മുറുകെപ്പുണർന്നു പിടിച്ചുനിർത്തിയിരിക്കുകയാണ്. ചൂടുള്ള ആ കൈകൊണ്ടു സോബ്ഹാൻ മായയുടെ കൈയിൽ ഒന്നു തൊടുമ്പോൾ ഹൃദയത്തെ തഴുകുന്ന വലിയ അനുഭൂതിയാണ് അവളിലാകെ നിറഞ്ഞു തുളുമ്പുന്നത്. പീഡനം സഹിച്ചു മിക്കവാറും മരിച്ചു കഴിഞ്ഞ മായ ഇന്ന് ആത്മവിശ്വാസത്തോടെ തല ഉയർത്തി നില്ക്കുന്നത്, കാൽച്ചുവട്ടിൽ മണ്ണുണ്ട് എന്ന തോന്നൽ അവൾക്കുണ്ടായത്, സോബ്ഹാൻ എന്ന ആൾ മാത്രം കാരണമാണ്. ആരും ഒരു സഹായവും ചെയ്തിട്ടില്ല. പക്ഷേ ഇന്നു മായ ഭീരുവാണെന്നും പുരുഷനെ ആശ്രയിച്ചു നില്ക്കുന്നവളാണെന്നും കേൾക്കേണ്ടി വന്നു. വേറെന്തൊക്കെ സത്യമായാലും സുലേഖയുടെ ഈ വിചാരം സത്യമല്ലെന്ന് അവളെ എങ്ങനെ ബോധ്യപ്പെടുത്തും. സുലേഖയ്ക്ക് മായയുടെ കറുത്ത ഭൂതകാലത്തെപ്പറ്റി യാതൊന്നും അറിഞ്ഞുകൂട. താൻ ആകെ തകർന്നു പോയത്. വീണടിഞ്ഞു മണ്ണിൽ ചേരത്തക്കവിധം പൊടിഞ്ഞു പോയത്. അതൊന്നും സുലേഖയ്ക്ക് അറിഞ്ഞുകൂട. അത്രമേൽ തകർന്നുപോയതിനു ശേഷം ഒരു ജോലി നേടുക, പ്രസവിക്കുക, കുട്ടികളെ വളർത്തുക, ഇതിനിടയ്ക്ക് ആ ജോലി കളയാതെ നോക്കുക, കുട്ടികളെ നല്ല സ്കൂളിൽ വിട്ടു വിദ്യാഭ്യാസം ചെയ്യിക്കുക, ഭർത്താവിനെ ഉപേക്ഷിച്ചിട്ടു കുഴിമടിയനായ ആങ്ങളയുടെയും, 'മകനാണ് എല്ലാം' എന്നു പറഞ്ഞു നടക്കുന്ന അമ്മയുടെയും കൂടെ, ഒരാൾക്കല്ല മൂന്നുപേർക്കു ജീവിക്കാൻ ഇടം കണ്ടെത്തുക ഇതൊക്കെ സുലേഖയ്ക്കു ചെയ്യാൻ കഴിയുമായിരുന്നോ. ഒരിക്കലുമില്ല. സുലേഖ വാസ്തവത്തിൽ ആരാണ്? ഭർത്താവ് അറിയാതെ മറ്റൊരാളെ പ്രേമിച്ച ഒരുത്തി. വിവരം അറിഞ്ഞു ഭർത്താവ് ഉപേക്ഷിച്ചു വീട്ടിൽ നിന്ന് അടിച്ചിറക്കി. തുടർന്ന് ഒരു ബന്ധുവിന്റെ വീട്ടിൽ പാർപ്പ്. അതുകഴിഞ്ഞ് വലിയ വിഷമമില്ലാതെ ഒരു ജോലി. ഇപ്പോൾ ഹോസ്റ്റലിൽ സുരക്ഷിതമായ താമസം. കൂട്ടുകാരികളുമൊത്തു പൊതുപ്രവർത്തനം. മായയുടെ ജീവിതത്തെക്കാൾ എത്രയോ എളുപ്പമുള്ള ജീവിതം. ഒരിക്കൽ തന്റെ ജീവിതത്തെപ്പറ്റി സുലേഖ ഒന്നറിയട്ടെ, എത്ര വലിയ കൊടുങ്കാറ്റിന്റെ നടുക്കാണ് താൻ ജീവിതം കെട്ടിപ്പടുക്കുന്നതെന്ന് അവൾ കാണട്ടെ. സോബ്ഹാനെ താൻ സ്നേഹിക്കുന്നു എന്ന കാര്യം സുലേഖയെ അറിയിക്കാൻ കഴിഞ്ഞില്ല. സ്നേഹം എന്ന വാക്കുതന്നെ സുലേഖയ്ക്ക് ഇപ്പോൾ അപരിചിതമായിക്കഴിഞ്ഞു.

മനുഷ്യനു മനുഷ്യനെ സ്നേഹിക്കാൻ കഴിയും എന്ന കാര്യം തന്നെ അവൾ മറന്നിരിക്കുന്നു. സ്നേഹത്തോടെ ഒന്നിച്ചു താമസിക്കാം എന്നു സ്വപ്നം കാണാൻ അവൾക്കു കഴിയുന്നില്ല. അവൾക്ക് ഇപ്പോൾ പുരുഷൻ പീഡകനും സ്ത്രീ പീഡിതയും മാത്രമാകുന്നു. മായ അതു തള്ളിക്കളയുന്നില്ല. പക്ഷേ എല്ലാ പുരുഷന്മാരും സ്ത്രീകളെ പീഡിപ്പിക്കുന്നവരല്ല. ചില പുരുഷന്മാർക്കു ഹൃദയാലുക്കളായ കാമുകന്മാരായിരിക്കാൻ കഴിയും. ചില പുരുഷന്മാർ ഇപ്പോഴും പ്രേമത്തിനുവേണ്ടി ആത്മഹത്യ ചെയ്യുന്നതുപോലും ഇല്ലേ. പുരുഷനും സ്ത്രീയും രണ്ടു ജാതി ജന്തുക്കളൊന്നുമല്ല. മനുഷ്യർ തന്നെയാണ്. എല്ലാ ജാതിയിലും നല്ല പുരുഷന്മാരും നല്ല സ്ത്രീകളും ഉണ്ട്. ചീത്ത പുരുഷന്മാരും ചീത്ത സ്ത്രീകളും ഉണ്ട്. സോബ്ഹാൻ നല്ല തരത്തിൽപ്പെട്ട പുരുഷനാണ്. സോബ്ഹാൻ അവളെ ചുംബിക്കുമ്പോൾ മേലാകെ ആ ചുംബനം വ്യാപിക്കുന്നു. ജീവിതത്തിൽ ഒരിക്കലും കിട്ടിയിട്ടില്ലാത്തമാതിരി ചുംബനം. ഇങ്ങനെ ശക്തമായ ഒരു സ്നേഹം ഉണ്ട് എന്നുതന്നെ മായ അറിഞ്ഞിരുന്നില്ല. സോബ്ഹാൻ പറഞ്ഞിട്ടുണ്ട്. മായയുമായിട്ടല്ലാതെ ശരീരംകൊണ്ടും മനസ്സുകൊണ്ടും ഇനി വേറൊരു ബന്ധമില്ലെന്ന്. ജാതിയും മതവും നോക്കുന്നില്ല, എല്ലാവരെയും താൻ മനുഷ്യരായി കാണുന്നു എന്ന്. മായയെപ്പോലെ മായാവിയായി മറ്റൊരാളെ സോബ്ഹാൻ കണ്ടിട്ടില്ല. ലോകത്തിൽ ആരെന്തു പറയും, എന്തു വിചാരിക്കും, ആരൊക്കെ അവനെ പുറന്തള്ളും, ഒറ്റപ്പെടുത്തും എന്നൊന്നും സോബ്ഹാൻ നോക്കുന്നില്ല. മുഴുവൻ ജീവിതത്തിലേക്കുമായി സോബ്ഹാന് മായയെ കിട്ടണം. സുഹൃത്തായി, ചിരകാല ജീവിതപങ്കാളിയായി, സന്താനങ്ങളുടെ മാതാവായി, കാമുകിയായി, ഭാര്യയായി സോബ്ഹാന് മായയെ കിട്ടണം. മായയെ ഇതുവരെ ആരും ഇതുപോലെ സ്നേഹിച്ചിട്ടില്ല. സ്നേഹിക്കപ്പെടാനുള്ള ദാഹം ജീവിത കാലം മുഴുവൻ ഉണ്ടായിരുന്നു. സോബ്ഹാനാണ് അതു ശമിപ്പിച്ചത്. സോബ്ഹാന് ഭാര്യയുണ്ട്. മായയ്ക്ക് ഭർത്താവ് ഉണ്ടായിരുന്നു. ഈ ബന്ധമൊക്കെ ഇപ്പോൾ അർത്ഥശൂന്യമാണ്. അവർ രണ്ടുപേർക്കും, വിവാഹം കഴിക്കാനുള്ള ആളെ തെരഞ്ഞെടുത്തതിൽ മുമ്പ് തെറ്റുപറ്റിപ്പോയി. തെറ്റുപറ്റിയെന്നു തിരിച്ചറിഞ്ഞ് ശരിയായ ആളെ ഇപ്പോൾ കണ്ടെത്തി. ഇനി തെറ്റിന്റെ ബന്ധനത്തിൽനിന്ന് എത്രവേഗം മോചനം നേടുന്നോ അത്രയും നല്ലത്. സോബ്ഹാനെ ക്കൂടാതെ യുള്ള ജീവിതം ദുസ്സഹമായിരിക്കും എന്ന് മായ തിരിച്ചറിഞ്ഞിരിക്കുന്നു. നിരാശ നിറഞ്ഞ ജീവിതത്തെ സുഖവും സ്വപ്നവും ഭാവനയും നല്കി ഉണർത്തിയതു സോബ്ഹാനാണ്. ഇനി ഒരുപക്ഷേ, സോബ്ഹാൻ മായയെ വെടിഞ്ഞുപോയാൽ മായ ജീവിച്ചെന്നു വരാം. ആ ജീവിക്കലിൽ ആനന്ദത്തിന്റെ കണികപോലും കാണുകയില്ല. ജീവിച്ചിരിക്കാൻ വേണ്ടി മാത്രം ജീവിച്ചിരിക്കും. വെറും ശൂന്യതയുടെ നേരെ, ശൂന്യമായ മിഴികളോടെ നോക്കിക്കൊണ്ടു ജീവിച്ചിരിക്കുക. അസ്തമയം കാണുക. മരണത്തെ മാത്രം കാത്തിരിക്കുക. തന്നെയുമല്ല ഈ പ്രായത്തിൽ രണ്ടു കുട്ടികളുടെ അമ്മയായ അവർക്ക് ആരുടെയെങ്കിലും നിസ്വാർത്ഥവും നിഷ്കളങ്ക വുമായ പ്രേമം ലഭിക്കുമോ. സോബ്ഹാനെ മുസൽമാനായിക്കാണുന്നില്ല. മറ്റ് ഏതൊരു മനുഷ്യനെയും പോലെ മനുഷ്യനായി മാത്രം കാണുന്നു. മായ ജീവിത ത്തിൽ കിട്ടാൻ കൊതിച്ചതുമാതിരിയുള്ള ഒരു കാമുകനാണ് സോബ്ഹാൻ.

മായ വളരെ സമയമെടുത്തു കുളിച്ചു തോർത്തി പുറത്തുവന്നപ്പോഴേക്കും സോബ്ഹാനുണ്ട് സുരഞ്ജന്റെ മുറിയിൽ ഇരിക്കുന്നു. സുരഞ്ജൻ വസ്ത്രം മാറി പുറത്തേക്കു പോകുന്നു. അവന് എന്തൊക്കെയോ ജോലികളുണ്ട്. ഈയിടെ യായി സോബ്ഹാൻ വീട്ടിൽ വരുമ്പോൾ സുരഞ്ജൻ പുറത്തേക്കു പോകുന്നു. മായയ്ക്കു മുറി ഒഴിഞ്ഞുകൊടുത്തിട്ട് സുരഞ്ജൻ മാറിനില്ക്കുകയാണെന്ന് മായയ്ക്കു മനസ്സിലായി. അതുകൊണ്ടു കതകു ചാരിയിട്ടു മുറിക്കുള്ളിൽ സ്വൈര മായി പ്രേമകാര്യങ്ങളിൽ മുഴുകാം. കതകു ചാരിയാലും ഇല്ലെങ്കിലും സോബ്ഹാനുമൊത്തു മണിക്കൂറുകൾ ആ മുറിയിൽ കഴിച്ചുകൂട്ടാം. നാലുദിവസം മാത്രമേ വാതിൽ അകത്തുനിന്നു തഴുതിട്ടുള്ളൂ. വാതിൽ തുറന്നപ്പോൾ കിരൺമയി, നാലുദിവസത്തിനിടെ രണ്ടുദിവസം, പറഞ്ഞു. സോബ്ഹാൻ നല്ല ആളാണ്. വിവാഹം കഴിക്കുന്നെങ്കിൽ കഴിക്ക്. പരിസരത്തുള്ളവർ അറിഞ്ഞാൽ വിഷമമായിരിക്കും. ഇവൻ മുസ്ലീം അല്ലേ. അവരറിഞ്ഞാൽ വച്ചേക്കുകയില്ല. മറ്റു രണ്ടു ദിവസങ്ങളിൽ കിരൺമയി ഒന്നും പറഞ്ഞില്ല. കുട്ടികൾ അമ്മയെ തിരഞ്ഞു വന്നു മുറിയുടെ വാതിലിൽ മുട്ടാൻ ഇടയാകാത്തവിധം കിരൺമയി അവരെ കൂടെ നിർത്തിക്കൊണ്ടിരുന്നു.

മായയുടെ തലമുടി ബാത്ത് ടൗവലിൽ പൊതിഞ്ഞു വച്ചിരുന്നു. ഒരു നൈറ്റി യാണു ധരിച്ചിരുന്നത്. കവിളത്തുകൂടി താടിയുടെ അടുത്തേക്കു തൂങ്ങുന്ന കറുത്ത തലമുടിയിലൂടെ വെള്ളത്തുള്ളികൾ ഇറ്റിറ്റു വീണുകൊണ്ടിരുന്നു. സോബ്ഹാൻ മോഹം കലർന്ന മിഴികളോടെ നോക്കിക്കൊണ്ടിരുന്നു. അവളെ പിടിച്ച് അടുപ്പിച്ചു ചുണ്ടിലും കൺപോളകളിലും പുരികങ്ങളിലും താടിയിലും ഉമ്മ കൊടുത്തു. മായ പെട്ടെന്നു കിരൺമയിയുടെ മുറിയിലേക്കു കടക്കുന്ന വാതി ലിന്റെ കതക് അടച്ചിട്ടു ചോദിച്ചു: "ഇതെന്താണീ ചെയ്തത്."

"എന്താ"

"അമ്മ എന്തു വിചാരിക്കും."

"ചിറ്റയ്ക്കറിയാമല്ലോ. നമ്മൾ വിവാഹം കഴിക്കാൻ പോവുകയാണെന്ന്."

"എന്നാലും"

"എന്താണ് എന്നാലും, ഇഷ്ടമില്ലേ."

"ഇഷ്ടമുണ്ട്. പക്ഷേ"

"ഇഷ്ടമുണ്ടെങ്കിൽ എന്തിനാണ് ഇനി വച്ചു താമസിപ്പിക്കുന്നത്."

മായ സ്വയം സോബ്ഹാനെ വലിച്ചു കട്ടിലിലേക്കു കിടത്തി. അവന്റെ മാറി ലേക്കു ചാഞ്ഞു, ചുണ്ടുകളിൽ അമർത്തി ചുംബിച്ചു. സോബ്ഹാൻ സുഖലഹരി യിൽ കണ്ണടച്ചു. മായയെ മാറിലേക്കു വലിച്ചിട്ടു അമർത്തി കെട്ടിപ്പിടിച്ചുകൊണ്ടു പറഞ്ഞു:

"നിന്നെക്കൂടാതെ എനിക്കു ജീവിതമില്ല മായേ."

മായ സോബ്ഹാന്റെ മൂക്കിൽ പിടിച്ചു കിണുങ്ങിക്കൊണ്ടു പറഞ്ഞു:

"നീ ജീവിക്കും മോനേ."

സോബ്ഹാൻ പറഞ്ഞു: "ജീവിച്ചാൽ നിന്റെ കൂടെ ജീവിക്കും. മരിച്ചാൽ നിന്റെ കൂടെ മരിക്കും. എല്ലാം നിന്റെ കൈകൊണ്ടായിരിക്കും."

മായയ്ക്ക് വളരെ ഇഷ്ടമായി. സുലേഖ ഈ രംഗം കണ്ടാൽ അസൂയപ്പെടും എന്നു വിചാരിച്ചു. സ്നേഹം കിട്ടാൻ ആഗ്രഹമില്ലാത്തത് ആർക്കാണ്. സുലേഖയ്ക്കു നിഷേധിക്കാൻ പറ്റുമോ? എനിക്കു സ്നേഹം വേണ്ട, സ്നേഹം കിട്ടാൻ ആഗ്രഹമില്ല എന്നു സുലേഖ പറയുമോ. മായയ്ക്കു തോന്നുന്നില്ല. അസൂയയുടെ ജ്വാല സുലേഖയുടെ കണ്ണുകളിൽ മായ കണ്ടതാണ്. ആരും സുഖമായി ജീവിക്കുമ്പോൾ സന്ന്യാസം സ്വീകരിക്കാറില്ല. അതിനു നിവൃത്തിയില്ലാതാകുമ്പോഴാണ് സന്ന്യാസം സ്വീകരിക്കുക. സോബ്ഹാനെപ്പോലെ ആരെയെങ്കിലും കിട്ടിയാൽ എല്ലാം ഉപേക്ഷിച്ചിട്ട് അയാളെ സ്വീകരിക്കും.

അന്നു സിനിമ കാണാൻ പോകാനുള്ള പരിപാടി ഉപേക്ഷിച്ചു. സോബ്ഹാന്റെ മാറിൽ തല ചായ്ച്ചുകൊണ്ട് വെളുത്ത ഭിത്തിയിലേക്കു നോക്കി ചിന്തിച്ചുകൊണ്ടിരുന്നു. കണ്ണുകൾ വീണ്ടും നിറഞ്ഞു. സുലേഖ പറഞ്ഞതൊക്കെ മനസ്സിൽ തേട്ടി വന്നു.

സോബ്ഹാൻ കൈവിരലുകൾ കൊണ്ടു മായയുടെ കൈത്തണ്ടയിൽ കളംവരച്ചുകൊണ്ടു ചോദിച്ചു:

"എന്തുപറ്റി മോളേ, പെട്ടെന്നു മിണ്ടാതായതെന്ത്."

"ഇന്നു നിങ്ങളുടെ സുലേഖയെ ചെന്നു കണ്ടു."

"എവിടെ."

"അവരുടെ ഹോസ്റ്റലിൽ പോയിരുന്നു."

"എന്നിട്ട്"

"നമ്മൾ വിവാഹം കഴിക്കണമെന്ന് അവൾ ആഗ്രഹിക്കുന്നില്ല."

"എന്താണു കാരണം."

"എനിക്കു തോന്നുന്നു, അസൂയയാണെന്ന്. "

"എന്തിനാണ് അസൂയപ്പെടുന്നത്."

"അവളുടെ ബന്ധങ്ങൾ അറ്റുപോയില്ലേ."

"അവൾക്ക് ഒരു സുഖവുമില്ല, അറിയാമോ. ആരുടെയും സുഖം അവൾക്കിപ്പോൾ സഹിക്കുകയില്ല. അവൾ ഇപ്പോൾ ജോലിയിലും പഠിത്തത്തിലുമൊക്കെ മുഴുകിയിരിക്കുകയാണ്. വളരെ അംബീഷ്യസ് ആയ പെൺകുട്ടി. സ്ത്രീകൾക്കു വേണ്ടി പ്രവർത്തിക്കാൻ ഒരു സംഘടനയുണ്ടാ ക്കിയിട്ടുണ്ട്. വലിയ സ്ത്രീവാദിയാണ്."

"തസ്ലീമയുടെ ഇൻഫ്ളുവൻസാണ്."

"ഉം."

"ആട്ടെ, ഒരു കാര്യം ചോദിച്ചാൽ സത്യം പറയണം. നിങ്ങൾ തമ്മിൽ എന്തെങ്കിലും പ്രേമം ഉണ്ടായിരുന്നോ."

"ഏയ്. ഓർഡിനറി ഫ്രണ്ട്ഷിപ്പല്ലാതെ ഒന്നും ഉണ്ടായിരുന്നില്ല. നമ്മൾ നാലു ദിവസം തമ്മിൽ കണ്ടാൽ ഫ്രണ്ട്ഷിപ്പായി എന്നു പറയാറില്ലേ? വാസ്തവത്തിൽ അത്രയെളുപ്പം യഥാർത്ഥസുഹൃത്തുക്കളായിത്തീരാനാകുമോ."

"നിങ്ങൾക്ക് ആരെങ്കിലും യഥാർത്ഥസുഹൃത്തുക്കളുണ്ടോ."

"സുരഞ്ജൻ."

"അവൻ ആരുടെയും ഫ്രണ്ടല്ല. ഇന്റഗ്രിറ്റി ഇല്ല."

"അവനു ശ്രദ്ധയില്ല, ഉത്സാഹമില്ല. പക്ഷേ ആത്മാർത്ഥത ഇല്ല എന്നു പറയരുത്."

സിനിമയ്ക്കു പോകേണ്ട സമയവും അത്താഴത്തിന്റെ സമയവും ഒക്കെ കടന്നുപോയതു രണ്ടുപേരും അറിഞ്ഞില്ല. സുരഞ്ജൻ പുറത്തുപോയി തിരികെ വന്നു മുറിയുടെ വാതില്ക്കലെത്തി ബല്ലടിച്ചപ്പോൾ രണ്ടുപേരും പിടഞ്ഞ് എഴുന്നേറ്റു.

ഇരുപത്തിരണ്ട്

കല്ക്കത്തയ്ക്കു സ്വന്തമായി ഒരു ഗന്ധമുണ്ട്. വിദേശത്തെവിടെയെങ്കിലും പോയി തിരികെ കല്ക്കത്ത വിമാനത്താവളത്തിൽ ഇറങ്ങുമ്പോൾ എനിക്ക് ആ ഗന്ധം കിട്ടുന്നു. അതു ശരീരത്തിൽ മുഴുവൻ വ്യാപിക്കുന്നു. ബംഗ്ലാ ഭാഷയെയും ബംഗാളിനെയും സ്നേഹിച്ചുകൊണ്ടു യൂറോപ്പിലെ സുഖങ്ങൾ ഉപേക്ഷിച്ചുകൊണ്ടു ഞാൻ ഇവിടെ വന്നു താമസിക്കുന്നു. ആദ്യമൊക്കെ കല്ക്കത്തയിലെ ചില കൂട്ടുകാരുടെ കൂടെ താമസിച്ചിരുന്നു. അതു ബുദ്ധിമുട്ടല്ലേ. കല്ക്കത്തയിലെ ഒരു ഹോട്ടലിലും കയറുകയില്ലെന്നു പ്രതിജ്ഞ ചെയ്തിരുന്നു. അതുകൊണ്ട് ഒരു ഫർണിഷ്ഡ് അപ്പാർട്ടുമെന്റ് വാടകയ്ക്കെടുത്തു. പൂർണ്ണാദാസ് റോഡിലുള്ള ആ അപ്പാർട്ടുമെന്റിലെ താമസം പ്രശ്നപൂർണ്ണമായിരുന്നു. അമ്മ തന്ന മാല കാണാതായി. പണം കളവുപോയി., വീട്ടുടമസ്ഥരുമായി വാക്കേറ്റം. ഒരു മാസത്തിനകം ഒരു ലക്ഷം രൂപയോളം നഷ്ടം. അതൊക്കെ നിസ്സാരമായിക്കണ്ടു സഹിക്കത്തക്കവിധം സുഹൃത്തുക്കൾ വന്നുകൊണ്ടിരുന്നു. മിക്ക ദിവസവും വീടു നിറയെ സുഹൃത്തുക്കളുണ്ടായിരുന്നു. ഇക്കുറി വാടകയ്ക്കു കിട്ടിയ വീട്ടിൽ ഫർണിച്ചർ ഒന്നുമില്ല. വെറും അപ്പാർട്ടുമെൻറ് മാത്രം. ഒന്നോ രണ്ടോ മാസത്തേയ്ക്കൊന്നുമല്ല. വിമാനത്താവളത്തിൽ ഇറങ്ങുമ്പോൾ പോലും ഏതു വീട്ടിൽ ചെന്നു കയറും എന്ന ഉറപ്പില്ലായിരുന്നു. പെട്ടി കാറിന്റെ ഡിക്കിയിൽ വച്ചുകൊണ്ട് ഒഴിവുള്ള വീടിന്റെ ഉടമസ്ഥനെ ഫോണിൽ വിളിച്ചു സംസാരിച്ചു. പറഞ്ഞ വാടകയ്ക്കു സമ്മതിച്ച് മേൽവിലാസം തിരക്കിപ്പിടിച്ചു നേരെ ഇങ്ങോട്ടു പോന്നു. വീട് ആകെ പൊടി നിറഞ്ഞു കിടക്കുകയായിരുന്നു. എങ്കിലും വിശാലമായ മുറിയും ഗ്രിൽ ഇല്ലാത്ത ജനലും തുറന്ന വരാന്തയും,

വായനമുറിയാക്കാൻ നിശ്ചയിച്ച മുറിയിൽ ഇരുന്നാൽ ആകാശം കാണുന്ന ജനാലയും, പഴയ തച്ചുശാസ്ത്രമനുസരിച്ചുള്ള രൂപകല്പനയും എല്ലാം കൂടി എനിക്കു വളരെ ഇഷ്ടപ്പെട്ടു. ഈ വീട് ഓർമ്മകളെ തൊട്ടുണർത്തി. അതിനാൽ പറഞ്ഞ വാടകയ്ക്കു സമ്മതിച്ചു. സമ്മതിച്ചതിൽ ഒട്ടും വിഷമം തോന്നിയില്ല.

നോക്കിയിരിക്കെ ഒരു വർഷം കടന്നുപോയി. ബംഗാളി ഭാഷ കേൾക്കുന്നു, ബംഗാളി സംസാരിക്കുന്നു, ബംഗാളിൽത്തന്നെയാണെന്നു വിചാരിക്കുന്നു - ഇതൊക്കെയാണു കാലം കടന്നുപോയത് അറിയാതിരിക്കാനുള്ള കാരണം. രാവിലെ ഒരു കെട്ടു ബംഗാളിപ്പത്രവും ഒരു കപ്പു ചായയുമായി ജനാലയ്ക്കടുത്തു വന്നിരിക്കും. കാറ്റു വന്നു തലോടുന്നു, പക്ഷികൾ ചിലച്ചുകൊണ്ടുയരുന്നു. അത്ഭുതകരമായ സന്തോഷം. ഈ ബംഗാളിനെ ഉപേക്ഷിച്ചിട്ടു ഞാൻ ഏതു വിദേശത്തേയ്ക്കാണു പോവുക? എന്തിനു പോകണം?

ബംഗാളിയെയും ബംഗാളികളെയും സ്നേഹിച്ചുകൊണ്ടാണു ഞാൻ ഇവിടെ വന്നത്. എത്ര തവണ അങ്ങനെ വന്നിട്ടുണ്ട്. ഞാൻ കാണാൻ കൊതിച്ച മനുഷ്യർ എവിടെ? കഴിഞ്ഞ ആറുമാസമായി ഒരു മുഖവും കാണുന്നില്ല. എന്നെ പതുക്കെ പ്പതുക്കെ ഒറ്റയ്ക്കാക്കിയിട്ട് എല്ലാവരും അകന്നകന്നുപോയി. ഇപ്പോൾ ഓരോ ദിവസവും ശൂന്യമായിത്തോന്നുന്നു.

സ്നേഹമില്ലാത്ത എത്രയോ പേരെ ഞാൻ സ്നേഹിതരായി കണക്കാക്കി യിരുന്നു. എല്ലാ ദിക്കിലും വ്യാപിച്ചു കിടക്കുന്ന വിശാലമായ സ്നേഹിതവലയം എനിക്കുണ്ട്. ഞാൻ ഏകാകിയല്ല എന്നും പറയാറുണ്ട്. മനസ്സുകൊണ്ട് ഞാൻ ഏകാകിത്വത്തെ ഭയന്നു മൈലുകൾക്കപ്പുറത്തേക്കു പോവുകയാണോ? സ്നേഹി തരാരും ഇല്ലാത്തത് എന്റെ സ്വഭാവദൂഷ്യം കൊണ്ടാണെന്ന് ആളുകൾ പറഞ്ഞാ ലോ എന്ന് പേടികൊണ്ടാണോ?

ലോകത്തിന്റെ ഏതു കോണിലായാലും എന്റെ സ്നേഹിതർ വന്ന് എനിക്കു ജീവിതം തരും എന്നു ഞാൻ എത്രവട്ടം പറഞ്ഞിരിക്കുന്നു, എന്നെ സ്വയം സാന്ത്വനപ്പെടുത്താൻ. ഇന്ന് ഒരാളെ പരിചയപ്പെടുന്നു. നാളെ അയാളെ കാണുമോ എന്നു പോലും തീർച്ചയില്ല. എങ്കിലും അയാളുടെ പേരുകൂടി എഴുതിച്ചേർത്തുകൊണ്ട് സ്നേഹിതന്മാരുടെ പട്ടിക നീട്ടിക്കൊണ്ടിരുന്നു. എത്രയോ ശത്രുക്കളെ സ്നേഹിതർ എന്നു വിചാരിച്ചു സുഖിച്ചിട്ടുണ്ട്. അങ്ങനെ തിരമാലകളുയർത്തിയില്ലെങ്കിൽ ഈ തണുത്ത ജലപ്പരപ്പിനുമേൽ എങ്ങനെ ജീവിക്കും. സ്വജനം എന്നു പറയാൻ ഒരാൾ. സ്വദേശം എന്നു പറയാൻ ഒരിടം. സ്നേഹം തരാൻ, സാന്ത്വനം തരാൻ, പനി വരുമ്പോൾ ഉദ്വേഗത്തോടെ നെറ്റിയിൽ തൊട്ടുനോക്കാൻ സ്നേഹിതർ. ബാബയും അമ്മയും സഹോദരിയും എല്ലാം സ്നേഹിതർ തന്നെയാണ്. സ്നേഹിതരല്ലാത്തവരെ പോലും സ്നേഹിതർ എന്നു വിചാരിക്കുകയും വിളിക്കുകയും ചെയ്യാതെ വയ്യ. ഞാൻ ഏകയാണ്, എനിക്ക് ആരുമില്ല, ബന്ധുക്കളില്ല, സ്നേഹിതരില്ല എന്ന വാക്യത്തെ ഞാൻ അങ്ങേയറ്റം വെറുക്കുന്നു, ചുറ്റും നിറഞ്ഞുനില്ക്കുന്ന ബന്ധുക്കൾ നിമിത്തം എനിക്കു പരമസുഖമാണ് എന്നു പറയാനാണു മോഹം. അതുകൊണ്ടു ജീവിതം പൊള്ള യാകാതിരിക്കാൻ കള്ളം പറഞ്ഞുകൊണ്ടേ ഇരിക്കുന്നു.

എന്റെ നിലപാടുകളോടു പൊരുത്തപ്പെടാത്ത എത്രയോ പേരോട് ഇടപെടുക എന്നത് ആവശ്യമായി വരുന്നു. മനുഷ്യരോടു ബന്ധപ്പെടാതെ എങ്ങനെ ജീവിക്കും. ഞാൻ ഒരു മുറിയിൽ തടവിലാക്കപ്പെട്ടിരിക്കുന്നു. പുറത്തേക്ക് ഇറങ്ങണമെങ്കിൽ പോലീസിന്റെ കൂടെ വേണം. പോലീസിനെ കബളിപ്പിച്ച് രണ്ടുമൂന്നു തവണ പുറത്തു പോയിട്ടുണ്ട്. ആദ്യമാദ്യമൊക്കെ പോലീസുകാർ എന്റെ കാര്യത്തിൽ വളരെ ജാഗരൂകത പാലിച്ചിരുന്നു. പിന്നെപ്പിന്നെ അതു കുറഞ്ഞു വന്നു. ഞാൻ പോലീസ് എസ്കോർട്ടില്ലാതെ പുറത്തു പോയിത്തുടങ്ങി. അവരും അതേപ്പറ്റി കാര്യമായി ശ്രദ്ധിക്കാതായി.

സുരഞ്ജന്റെ കൂടെ പോയത് അങ്ങനെയാണ്, പോലീസ് എസ്കോർട്ടില്ലാതെ. എന്തിനങ്ങനെ പോയി. സുരഞ്ജനെപ്പറ്റി നോവൽ എഴുതിയതിനാൽ. സുരഞ്ജൻ എന്റെ ലജ്ജ നോവലിലെ കേന്ദ്രകഥാപാത്രമായതുകൊണ്ട് അവന്റെ മേൽ എനിക്ക് എന്തോ അധികാരമോ ബാധ്യതയോ ഉണ്ടെന്നു തോന്നിയതിനാൽ. ആ വികാരം ഇല്ലാതായാൽ മറ്റ് ഏതൊരു യുവാവിനെയും പോലെയാണു സുരഞ്ജനും. കുറച്ച് ആധുനികത, കുറച്ചു വിധേയത്വം, കുറച്ച് ഉദാസീനത, കുറച്ച് ഉദാരത, കുറച്ച് സങ്കീർണ്ണത ഇതെല്ലാം കൂടിക്കലർന്ന ഒരു യുവാവ്. തന്നോടൊപ്പം ദൂരേയ്ക്കു പോകുന്നതിന് അവൻ ആഗ്രഹിച്ചിട്ടുണ്ട്. എങ്കിലും മുഖ്യമായും ഞാൻ ആഗ്രഹിച്ചിട്ടാണ് പോയത്. ചുരുങ്ങിയ പക്ഷം അങ്ങനെ ഒരു സാന്ത്വനം ഉണ്ട്. എന്റെ ഇഷ്ടം അനുസരിച്ചു ഞാൻ ചെയ്തതാണല്ലോ.

സുരഞ്ജനെ കണ്ടില്ലായിരുന്നെങ്കിൽ കല്ക്കത്തയിൽ സുരഞ്ജൻ എങ്ങനെ കഴിയുന്നു, അവന്റെ അമ്മയും സഹോദരിയും ജന്മദേശം വിട്ടു പോന്നിട്ട് എങ്ങനെ ജീവിക്കുന്നു എന്നും മറ്റും അറിയുമായിരുന്നില്ല. ഞാൻ എപ്പോഴും ഏതെങ്കിലും കഥാപാത്രത്തിന്റെ പിന്നാലെ അലഞ്ഞുകൊണ്ടിരിക്കുകയാണ്. ഞാൻ അവരെ സ്വന്തമെന്നു കരുതുന്നതുപോലെ മായയോ കിരൺമയിയോ സുരഞ്ജനോ എന്നെ കരുതുന്നില്ല. എന്നിട്ടും അവരെ ഞാൻ സ്വജനങ്ങളായി കരുതുന്നതിന് ഒരു കാരണം കൂടിയുണ്ട്. അവർ എന്റെ സ്വന്തം ദേശമായ ബംഗ്ലാദേശിലെ മനുഷ്യരാണ്. നാട്ടിൽ ഞാൻ ജീവിച്ചിരുന്ന കാലത്ത് എനിക്കു പരിചയമുണ്ടായിരുന്നവരായി അവർ മാത്രമേ ഭാരതത്തിലുള്ളൂ. അതുകൊണ്ട് അവർ ആഗ്രഹിക്കുന്നില്ലെങ്കിലും ഞാൻ അവരെ സ്വജനങ്ങളായിക്കാണുന്നു. കിഴക്കൻ ബംഗാളിലെ ധാരാളം ആളുകൾ ചുറ്റുമുണ്ട്. പക്ഷേ അവരും സുരഞ്ജന്റെ കുടുംബവും എനിക്ക് ഒന്നല്ല. ഒരുപോലെയല്ല. സുരഞ്ജന്റെ കുടുംബത്തിനും, എനിക്കും ഏറക്കുറെ അടുത്തടുത്ത കാലത്താണ് നാടുവിടേണ്ടിവന്നത്. വളരെ സങ്കീർണ്ണതകളുള്ള അവരുടെ ജീവിതവുമായി പൊരുത്തപ്പെട്ടു മുന്നോട്ടുപോകാൻ എനിക്കു കഴിയുന്നില്ല. ഞാൻ വിഡ്ഢിയായിത്തീർന്നതുപോലെ. സത്യം പറഞ്ഞാൽ സുരഞ്ജനെ എനിക്കു മനസ്സിലായി എന്നു തോന്നുന്നതിന്റെ പിറ്റേന്നു തന്നെ ഞാൻ അവനെ ഒട്ടും മനസ്സിലാക്കിയിട്ടില്ല എന്നും തോന്നും.

മായ വീട്ടിൽ വന്നതിനുശേഷം കിരൺമയിക്ക് എന്നോടു പഴയതുപോലെയുള്ള ആഭിമുഖ്യമില്ല. വീട്ടിൽ ജോലികൾ കൂടി. മായയ്ക്ക് എന്നെ സഹിക്കാൻ കഴിയുന്നില്ല. കിരൺമയിക്ക് എന്നെ ബന്ധപ്പെടാൻ എളുപ്പവുമല്ല. അവരുടെ

പരിഭവം അവരിൽത്തന്നെ ഇരിക്കട്ടെ. അവരുടെ നിലപാടിൽ നിന്നുകൊണ്ട് അവരെ കാണാൻ ഞാൻ എപ്പോഴും ശ്രമിക്കാറുണ്ട്. അങ്ങനെ നോക്കുമ്പോൾ എന്റെ പരിഭവവും പിണക്കവും കാറ്റത്തു പറന്നുപോകുന്നു. ഏതു പ്രവൃത്തിയുടെ പിന്നിലും ഒരു യുക്തിയുണ്ട്. ഞാൻ മതമൗലികവാദികളുടെ പക്ഷത്തുനിന്നു നോക്കുമ്പോൾ അവർ എന്നെ ആക്രമിക്കുന്നത് അവരുടെ യുക്തി അനുസരിച്ചാണെന്നു ബോധ്യമാകും.

കിരൺമയി പിന്നീട് ഒരിക്കലും എനിക്കുവേണ്ടി ഭക്ഷണം പാകം ചെയ്തു ടിഫിൻ കാരിയറിൽ കൊടുത്തയച്ചില്ല. ഫോൺ ചെയ്തതു പോലുമില്ല. വീട്ടിലേക്കു ക്ഷണിച്ചില്ല. എന്റെ വീട്ടിലേക്ക് ഓടിവന്ന് എന്നെ കണ്ടിട്ടു വളരെ നാളായി, കാണാൻ മോഹം തോന്നി എന്നു പറഞ്ഞില്ല. ഒരുപക്ഷേ അവരുടെ മനസ്സിൽ എനിക്കുണ്ടായിരുന്ന സ്ഥാനം മായ വന്നു കൈയടക്കിക്കാണും. എങ്കിലും എനിക്കു മായയുടെ നേരെ കോപം തോന്നേണ്ട കാര്യമില്ല. മായയ്ക്ക് ആ നിലപാടിൽനിന്ന് എന്നെ നോക്കിയാൽ എന്നോടു ദേഷ്യമേ തോന്നുകയുള്ളൂ. ഞാൻ മായയുടെ സ്ഥാനത്തായിരുന്നെങ്കിൽ എന്നോടു ക്ഷമിക്കുമായിരുന്നില്ല. എന്റെ നിലപാടിൽനിന്നു നോക്കുമ്പോൾ ഞാൻ തെറ്റുചെയ്തതായും എനിക്കു തോന്നുകയില്ല. എന്നാൽ ഈ രീതിയിൽ പരസ്പരം മനസ്സിലാക്കുക നമുക്കു പരിചിതമായ ഒന്നല്ല. നമ്മൾ മറ്റൊരാളുടെ നിലപാടിൽനിന്ന് അയാളെ മനസ്സിലാക്കാൻ ശ്രമിക്കാറില്ല. സ്വന്തം നിലപാടിൽ നിന്നുകൊണ്ടു മാത്രം ലോകത്തെ മുഴുവൻ കാണുന്നു. സ്വന്തം മാത്രം, സ്വന്തം മാത്രം. ഞാൻ ചിലപ്പോൾ സമുദ്രം കാണുമ്പോൾ, അല്ലെങ്കിൽ വനത്തിൽ കയറുമ്പോൾ എന്റെ അമ്മയുടെ നിലപാടിൽനിന്ന് അവയെ കാണാറുണ്ട്. അമ്മയ്ക്ക് എന്തു കൊതിയായിരുന്നു സമുദ്രം കാണാനും, പർവ്വതത്തിൽ പോകാനും മറ്റും. പക്ഷേ അതിനൊന്നും അമ്മയ്ക്കു ഭാഗ്യം ഉണ്ടായില്ല. അതുകൊണ്ട് അമ്മ സ്വപ്നം കണ്ടിരുന്ന തെന്തെങ്കിലും ശ്രദ്ധയിൽപ്പെടുമ്പോൾ ഞാൻ ഒരു കണ്ണുകൊണ്ട് എന്റെ നിലയ്ക്കും മറ്റൊരു കണ്ണുകൊണ്ട് അമ്മയുടെ നിലയ്ക്കും അതു നോക്കും. ആ കണ്ണുകളിൽ അപ്പോൾ മുഗ്ദ്ധതയും നിർമ്മമത്വവും ആനന്ദക്കണ്ണീരും മാറിമാറി തിളങ്ങും.

കല്ക്കത്ത ക്രമേണ എനിക്കു മരുഭൂമിയായിത്തീരുകയാണ്. എന്റെ പരിചയക്കാരും സ്നേഹിതരുമായ കവികളെയും മറ്റു സാഹിത്യകാരന്മാരെയും കല്ക്കത്തയിൽ വച്ചു കാണാം എന്ന് ആഗ്രഹിച്ചിരുന്നു. അവരാരെയും കണ്ടില്ല. അവരാരും എന്നോടു ബന്ധപ്പെട്ടതു തന്നെയില്ല. ചിലരാകട്ടെ എന്റെ 'ദ്വിഖണ്ഡിത' എന്ന പുസ്തകം നിരോധിക്കാൻ ശ്രമിക്കുകപോലും ഉണ്ടായി. അക്കാലത്തെ പത്രങ്ങളിൽ എന്നെ നിസ്സാരയാക്കിക്കൊണ്ട്, എന്നെ കുറ്റപ്പെടുത്തിക്കൊണ്ട്, എന്റെ പുസ്തകം നിരോധിച്ചതിനെ അനുകൂലിച്ചുകൊണ്ട് വലിയ വലിയ ബുദ്ധിജീവികൾ എഴുതിയ ലേഖനങ്ങൾ അച്ചടിച്ചുവന്നിരുന്നു. ഞാൻ അതൊക്കെ വായിച്ചിട്ടുണ്ട്. വായിച്ചപ്പോഴൊക്കെ എനിക്ക് എന്റെ കണ്ണുകളെ വിശ്വസിക്കാൻ കഴിഞ്ഞില്ല. ലജ്ജ എഴുതിയപ്പോൾ കല്ക്കത്തയിലെ കുറെപ്പേർ എനിക്കെതിരായി. ദ്വിഖണ്ഡിത എഴുതിയപ്പോൾ ബാക്കിയുള്ളവർ കൂടി

എതിരായിക്കഴിഞ്ഞു. എഴുത്തുകാർ ഒത്തുകൂടി ഒരെഴുത്തുകാരിയുടെ പുസ്തകം നിരോധിക്കാൻ സർക്കാരിനോട് അപേക്ഷിക്കുക. ഇങ്ങനെയൊരു സംഭവം എന്റെ അറിവിൽ ലോകത്തിൽ ഒരിടത്തും ഉണ്ടായിട്ടില്ല.

ഞാൻ ആകെ അസ്വസ്ഥയായി. ഒരു തരം നിസ്സംഗത നീർനായയെപ്പോലെ എന്നെ കടിച്ചുകാർന്നു. അതെന്നെ വിട്ടുപോകാതെ പിൻതുടർന്നു. അലക്ഷ്യമായി ഞാൻ നഗരത്തിൽ അലഞ്ഞുനടന്നു. സിനിമാ തിയേറ്ററിലും നാടകശാലയിലും കയറിയിറങ്ങി. റസ്റ്റോറന്റുകളിൽ ചെന്നു പണം ധൂർത്തടിച്ചുതീർത്തു. എനിക്ക് എന്താണു വേണ്ടത്, ആരെയാണു വേണ്ടത് എന്നതിനെപ്പറ്റി എനിക്കുതന്നെ ഒരു സങ്കല്പവുമില്ല. പൊള്ളയായ മനസ്സുമായി ഇവിടെ, അവിടെ, മറ്റൊരിടത്ത് എന്ന മട്ടിൽ അലഞ്ഞുതിരിഞ്ഞു. ഈ കല്ക്കത്തയല്ലാതെ മറ്റേതു നഗരമാണുള്ളത് എന്റെ മനസ്സിനെ ഒന്നു ശാന്തമാക്കാൻ. ഇല്ല. അങ്ങനെ ഒരിടമില്ല. മറ്റൊരു ദേശത്ത് അല്ലെങ്കിൽ മറ്റൊരു നഗരത്തിൽ വേറെ ചില സ്വഭാവങ്ങൾ കാണും. മനുഷ്യ സ്വഭാവത്തിൽ നിന്നാണല്ലോ നഗരസ്വഭാവം ഉണ്ടാകുന്നതും, മനസ്സിലാകുന്നതും. ഈ നഗരത്തിൽ ഒരു സ്നേഹിതൻപോലും ഇല്ലെങ്കിൽ എത്ര നാൾ എനിക്ക് ഈ നഗരത്തെ സ്നേഹിക്കാൻ സാധിക്കും. ഒരു ദിവസമല്ലെങ്കിൽ മറ്റൊരു ദിവസം എനിക്കു ശ്വാസംമുട്ടി മരിക്കേണ്ടി വരും.

സുരഞ്ജൻ പതിവുപോലെ മാളത്തിൽ ഒളിച്ചു. മാളത്തിൽനിന്ന് അവനെ പുറത്തുകൊണ്ടുവരാൻ വിഷമമാണെന്നു തോന്നി. അവൻ അങ്ങനെയുള്ള ഒരു ഗർത്തത്തിൽത്തന്നെ വസിക്കട്ടെ. അവൻ ഇഷ്ടമുള്ള കുളത്തിൽ പോയി ചാടിക്കൊള്ളട്ടെ. ആ വെള്ളത്തിൽ നീന്തിത്തുടിക്കട്ടെ. തന്റെ ജീവിതംകൊണ്ടു തനിക്കിഷ്ടമുള്ളതു ചെയ്യട്ടെ. എനിക്ക് എന്റെ എഴുത്തും വായനയും തുടരണം. അതിൽത്തന്നെ ശ്രദ്ധ കേന്ദ്രീകരിക്കണം. ഞാൻ അതിനുള്ള ശ്രമങ്ങളിൽ മുഴുകി. വിദേശങ്ങളിൽനിന്നു പണ്ടത്തെപ്പോലെയുള്ള ക്ഷണങ്ങൾ വരുന്നില്ല. വന്നാലും ക്ഷണം സ്വീകരിച്ചു പോകാൻ മനസ്സു വരുന്നില്ല. വിമാനത്തിൽ കറങ്ങി നടക്കാൻ താത്പര്യമില്ല. ഒരു കാലത്ത് ഏറെ സമയവും വിമാനത്തിലാണ് എന്ന മട്ടിലായിരുന്നു. താഴ്ന്ന അന്തരീക്ഷമർദ്ദത്തിൽ കൂടുതൽ സമയം കഴിഞ്ഞുകൂടി ശരീരം വീർത്തു പൊട്ടുന്നതുപോലെയായിട്ടുണ്ട്. യൂറോപ്പിലെ ഹ്യൂമനിസ്റ്റുകളും ഫെമിനിസ്റ്റുകളും സാംസ്കാരികപ്രവർത്തകരും വിവിധ പരിപാടികൾക്കു ക്ഷണിച്ചു. പക്ഷേ ദിവസം മുഴുവൻ വിമാനത്തിൽ കഴിച്ചുകൂട്ടുന്നതിനെപ്പറ്റി ഓർത്തപ്പോൾ ത്തന്നെ പനിച്ചു വിറക്കുന്നതുപോലെ തോന്നി. ആ ക്ഷണം നന്ദിയോടെ നിരസിച്ചു. ഈ രാജ്യത്തു ജീവിച്ചുകൊണ്ടു തന്നെ എഴുത്തും വായനയും തുടരണം. അതിൽ മുഴുകണം. തിരക്കിട്ട പ്രവർത്തനങ്ങളിൽ മുഴുകിയാൽ ഏകാന്തതയുടെ പല്ലുകൾ ശരീരത്തിൽ തുളഞ്ഞുകയറുകയില്ല. അതുകൊണ്ടു ജോലിത്തിരക്കു തന്നെയായിരിക്കും എന്റെ രക്ഷകൻ. മനുഷ്യൻ മനുഷ്യൻ എന്ന് ഉരുവിട്ടുകൊണ്ട് മനുഷ്യനെയും മനുഷ്യത്വത്തെയും ഭ്രാന്തമായ ഉത്സാഹത്തോടെ അന്വേഷിച്ചു. മനുഷ്യനെ മാത്രം കിട്ടിയില്ല. ഇത്രമാത്രം മനുഷ്യപ്പെരുവെള്ളത്തിൽ യഥാർത്ഥമനുഷ്യനെ ഞാൻ എവിടെനിന്ന് എങ്ങനെ കണ്ടെടുക്കും?

സുരഞ്ജനുമായി തമ്മിൽക്കണ്ടിട്ട് ആറുമാസം കഴിഞ്ഞു. ഇതിനിടെ ഒരിക്കൽ പോലും ബന്ധപ്പെടാൻ ശ്രമിച്ചില്ല. അവനു മൊബൈൽ ഫോണില്ല. തടാകത്തിലെ വെള്ളത്തിൽ ജീവനൊടുക്കിയോ, ആ കുടുംബത്തിലെ ആരൊക്കെ എങ്ങനെ കഴിയുന്നു, ജീവിച്ചിരിപ്പുണ്ടോ എന്നുപോലും അറിഞ്ഞുകൂടാ. ചുരുങ്ങിയത് അക്കാര്യമെങ്കിലും അറിയാൻ എനിക്ക് ആഗ്രഹമുണ്ട്. ഒടുവിൽ ഒരാളെ കണ്ടുമുട്ടി. സുരഞ്ജന്റെ കുടുംബത്തിലെ ആരുമല്ല. ആകാനിടയുണ്ടായിരുന്ന ആൾ.

എലോഷിൻ റോഡിലെ സിനിമാഹാളിൽനിന്നു സിനിമ കഴിഞ്ഞിറങ്ങുമ്പോൾ സുലേഖയും ഒപ്പം ഇറങ്ങിവന്നു. അവൾക്ക് ഒഴിവുദിവസമായിരുന്നു. സുലേഖ എന്നെക്കണ്ട് അമ്പരപ്പോടെ അടുത്തു വന്നു. എന്തായാലും അവൾക്ക് എന്നെ ഹോസ്റ്റലിൽ കൂട്ടിക്കൊണ്ടുപോകണം. എനിക്കു തടഞ്ഞുനിർത്താൻ കഴിയാത്തത്ര ഉള്ളിൽ തട്ടിയ താത്പര്യമാണ് സുലേഖയ്ക്കുണ്ടായിരുന്നത്. വേറെ എന്ത് അത്യാവശ്യജോലി ഉണ്ടെങ്കിലും അതൊക്കെ ഇട്ടിട്ടു ഞാൻ ഹൃദയബന്ധമുള്ളിടത്തേക്ക് ഓടിച്ചെല്ലും. ഹൃദയബന്ധത്തെക്കാൾ അത്യാവശ്യമായി എനിക്ക് ഈ ലോകത്ത് വേറൊന്നും ഇല്ല.

സുലേഖയെ എനിക്ക് ഒരിക്കലും ഇഷ്ടമായിരുന്നില്ല. ഒരാളെ വ്യക്തിപരമായി ഇഷ്ടമില്ലെങ്കിൽ അങ്ങനെയുള്ള ഒരാളെ ഞാൻ കണ്ടുമുട്ടാറില്ല. കഴിവതും അവരെ ഒഴിവാക്കിപ്പോകും. സുലേഖ പലപ്പോഴും ഫോൺ ചെയ്തു സുരഞ്ജന്റെ വീട്ടിലെ വിവരങ്ങൾ എന്നെ അറിയിക്കാറുണ്ട്. കുറെ നാളായി അവൾ അവരെ ആരെയും കാണാറില്ലത്രെ. കുറെ നാളായി ഫോണിൽ ബന്ധപ്പെടാറുമില്ല. ഹോസ്റ്റലിന്റെ ഭാഗത്തേക്കു പോകുന്ന ബസ്സിൽക്കയറി, സുലേഖ പറഞ്ഞു തുടങ്ങി:

"തമ്മിൽക്കാണാനുള്ള ചുമതല എനിക്കാണെന്നു ഭാവിച്ചതുകൊണ്ടു ഞാൻ ഒഴിവാക്കി. ഞാൻ എത്ര തവണ ഫോൺ ചെയ്തു. മിക്കവാറും എന്നും വിളിക്കാറുണ്ട്. നിങ്ങൾ എന്നെ എത്ര തവണ വിളിച്ചിട്ടുണ്ട്. ഒരിക്കൽപോലും വിളിച്ചിട്ടില്ല. ഒരു ബന്ധവും ഒരുവശത്തുനിന്നു മാത്രം നടന്നു മുന്നേറുകയില്ല. ഞാൻ നിങ്ങളെ വളരെ സ്നേഹിക്കുന്നു. ഇതിനോടകം നിങ്ങളുടെ എല്ലാ പുസ്തകങ്ങളും വായിച്ചു. അതുകൊണ്ടു സ്നേഹം മുമ്പത്തെക്കാൾ വളരെ കൂടി."

ഞാൻ പെട്ടെന്ന് ഒന്നു പകച്ചുപോയി.

"അങ്ങനെ അധികം ഫോൺ ചെയ്യാറില്ല" എന്നു പറഞ്ഞ് ഒപ്പിച്ചു.

സുലേഖ സമ്മതിച്ചില്ല: "അതു ശരിയല്ല. സ്നേഹം ഉള്ളവരെ വിളിക്കും. സുരഞ്ജന് ഫോണുണ്ടായിരുന്നെങ്കിൽ ഫോൺവിളി വരാൻ കാത്തിരിക്കുമായിരുന്നോ. നിങ്ങൾ തന്നെ അവനെ വിളിച്ചേനെ. ഇല്ലേ."

ഞാൻ ഒന്നും പറഞ്ഞില്ല. സുലേഖയുടെ ചോദ്യത്തിന്റെ ഉത്തരം എന്റെ പക്കൽ ഇല്ലായിരുന്നു. ശരിയായാലും തെറ്റായാലും.

"എന്നിട്ട് അവരുടെ വർത്തമാനം എന്തൊക്കെ."

"അവരുടെ വർത്തമാനം, അവരുടെ വർത്തമാനം, അവരുടെ വർത്തമാനം. സുരഞ്ജൻ എങ്ങനെ, മായ എങ്ങനെ, ചിറ്റ എങ്ങനെ. ബുബു ഒരിക്കലെങ്കിലും

എനിക്കു സുഖമാണോ എന്നു ചോദിച്ചില്ല. ഞാൻ ജീവിതത്തിൽ ഇങ്ങനെ സ്ട്രഗിൾ ചെയ്യുന്നത് ഒരിക്കലും അപ്രീഷിയേറ്റു ചെയ്തിട്ടില്ല. ഒരിക്കലും എനിക്ക് ഇൻസ്പിരേഷൻ തരാൻ ശ്രമിച്ചിട്ടില്ല. പക്ഷേ നിങ്ങൾ തന്നില്ലെങ്കിലും എനിക്കു വേണ്ട. ഇൻസ്പിരേഷനൊക്കെ നിങ്ങളുടെ ലേഖനങ്ങൾ എനിക്കു തന്നു."

സുലേഖ പറഞ്ഞുകൊണ്ടിരുന്നു. ഞാൻ ഉറയ്ക്കാത്ത നോട്ടങ്ങൾ ജനാലയിലേക്ക് എറിഞ്ഞുകൊണ്ടിരുന്നു. വഴിയരുകിൽ നല്ല മേൽത്തരം ഷോപ്പിംഗ് സെന്ററുകളും താണതരം തെരുവുവാണിഭക്കടകളും ഉണ്ടായിരുന്നു. ദരിദ്രനും ധനികനും ഇങ്ങനെ ഇടകലർന്നു ജീവിക്കുന്നതു മുമ്പു ഞാൻ കണ്ടിട്ടില്ല. കുടിലിന്റെ മെയ്യുരുമ്മിക്കൊണ്ടു കൊട്ടാരങ്ങൾ. അതിനെക്കാളൊക്കെ അത്ഭുതം ചെറ്റക്കുടിലുകളിലുള്ളവരോടു ചോദിച്ചാൽ സുഖമാണ് എന്ന് അവർ പറയുന്നതാണ്. വഴിയാധാരമാക്കപ്പെട്ടവരാണു തങ്ങളെന്ന് അവർക്കു തോന്നുന്നേ ഇല്ല. ഫുട്പാത്തുകളിൽ കഴിഞ്ഞതുകൊണ്ടു തങ്ങളുടെ സുരക്ഷിതത്വത്തിന് ഒരു കുറവും ഇല്ലെന്നു അവർ പറയുന്നു.

സുലേഖ എന്റെ ചെവിയുടെ വളരെ അടുത്തു വന്നു പറഞ്ഞു:

"ഇസ്ലാമിനെപ്പറ്റി നിങ്ങൾ എഴുതിയതൊക്കെ ശരിയാണ് കേട്ടോ."

എനിക്കു ലേശം അത്ഭുതം തോന്നി. ഇസ്ലാമിനെപ്പറ്റി പറഞ്ഞതൊക്കെ ശരിയാണ് എന്ന് എന്തിനാണ് എന്റെ ചെവിയിൽ രഹസ്യമായി പറയുന്നത്. മറ്റു കാര്യങ്ങൾ പറഞ്ഞതുപോലെത്തന്നെ ഇതും പറഞ്ഞുകൂടായിരുന്നോ. സുലേഖ സാധാരണ രീതി അവലംബിച്ചതേയുള്ളൂ. തീർച്ചയായും അത് ഉറക്കെ പറഞ്ഞാൽ അപകടം സംഭവിച്ചേക്കാം എന്ന് അവൾ ഭയപ്പെടുന്നു. ഞാൻ സുലേഖയോടു പറഞ്ഞു, ഇസ്ലാം അല്ല എന്റെ വിഷയം. സ്ത്രീകളുടെ അവകാശങ്ങളെപ്പറ്റി, മനുഷ്യാവകാശങ്ങളെപ്പററി എഴുതാൻ തുടങ്ങിയപ്പോൾ അതിനോടു ബന്ധപ്പെട്ട ഒരു വിഷയമായി ഇസ്ലാം വന്നുചേർന്നതാണ്. ഇതേപോലെത്തന്നെ മറ്റു മതങ്ങളും ദുരാചാരങ്ങളും ചർച്ച ചെയ്യപ്പെടുന്നുണ്ട്. ഞാൻ ജനനം മുതൽ തന്നെ മതാന്ധത, മതവിശ്വാസം ഇതിൽ നിന്നൊക്കെ വളരെ അകലെയാണ്. ഇതൊന്നും എന്നെ ഒരിക്കലും ആകർഷിച്ചിട്ടില്ല. ബുദ്ധി ഉറച്ചപ്പോൾ മുതൽ എന്നെ വേട്ടയാടിക്കൊണ്ടിരുന്നതു സമുദായത്തിൽ സ്ത്രീകൾക്കു സ്വാതന്ത്ര്യമില്ലാത്തത് എന്തുകൊണ്ട് എന്ന ചോദ്യമാണ്. സ്ത്രീകൾ എന്തുകൊണ്ടാണ് ഹ്യൂമൻ ബീംഗ്സ് ആയി പരിഗണിക്കപ്പെടാത്തത്?

സംസാരത്തിനിടയ്ക്ക് ഇങ്ങനെ ഇംഗ്ലീഷ് വാക്കു പറയുമ്പോൾ എനിക്ക് എന്നോടു തന്നെ ദേഷ്യം തോന്നുന്നു. സ്വന്തം ഭാഷ പഠിക്കാത്തവളാണെന്നു തോന്നും. കല്ക്കത്തയുടെ സ്വാധീനമായിരിക്കുമോ. ഇവിടെ ഉയർന്ന വിദ്യാഭ്യാസം കിട്ടിയവർക്ക് ഇംഗ്ലീഷ് കൂട്ടിക്കലർത്തിയല്ലാതെ സംസാരിക്കാനേ കഴിയുകയില്ല. അതുകേട്ടു കേട്ട് എനിക്കും ശീലം അങ്ങനെയായി. ഞാൻ ഇംഗ്ലീഷ് പറയണമെന്നു തോന്നുമ്പോൾ ഇംഗ്ലീഷും ബംഗാളി പറയണമെന്നു തോന്നുമ്പോൾ ബംഗാളിയും പറയുന്നു. പന്ത്രണ്ടു വർഷത്തോളം ഇംഗ്ലീഷ്

സംസാരഭാഷയല്ലാത്ത യൂറോപ്യൻ രാജ്യങ്ങളിൽ കഴിച്ചുകൂട്ടി. ഇംഗ്ലീഷും ഫ്രഞ്ചും ഇപ്പോൾ അന്താരാഷ്ട്രഭാഷയായിരിക്കുന്നു എന്നു സമ്മതിക്കാതെ വയ്യ. വലിയ തോതിൽ അന്യരാജ്യങ്ങളെ കോളണികളാക്കിയിരുന്നവരുടെ ഭാഷയാണ് ഇപ്പോൾ ലോകത്തിന് പരസ്പരം ആശയവിനിമയം ചെയ്യാനുള്ള ബന്ധഭാഷ. ഇംഗ്ലീഷറിയാവുന്ന ആളുകൾ ഒറ്റ ഇംഗ്ലീഷ് വാക്കുപോലും കലരാതെ ബംഗാളി സംസാരിക്കുന്നതു ഞാൻ കണ്ടിട്ടുണ്ട്. ഒരു ഭാഷയിൽ സംസാരിക്കുമ്പോൾ മറ്റുള്ള ഭാഷയിലെ വാക്കുകൾ കലർത്താതിരുന്നാൽ ഖിച്ചടിയുടെ അന്തരീക്ഷം ഉണ്ടാവുകയില്ല. അരിയും ചൊവ്വരിയും പരിപ്പും പച്ചക്കറിയും കൂട്ടിക്കലർത്തി വേവിച്ചു ഖിച്ചടി ഉണ്ടാക്കിത്തിന്നുന്നവരുടെ ഭാഷയിലും ആ ഖിച്ചടി സമ്പ്രദായം കടന്നുവന്നതായിരിക്കും.

ഇങ്ങനെ ഭാഷയെപ്പറ്റിയുള്ള ആലോചനകൾ പൊട്ടിച്ചതു സുലേഖയുടെ വാക്കുകളാണ്.

"സുരഞ്ജൻ വളരെ സുഖമായിരിക്കുന്നു. ഇപ്പോൾ ഒരു ഡോക്യുമെന്ററി ഫിലിം നിർമ്മിക്കുന്നതിന്റെ ജോലി കിട്ടിയിട്ടുണ്ട്."

"അയാൾ എന്നെങ്കിലും ഫിലിം നിർമ്മിച്ചിട്ടുണ്ടോ?"

"നിർമ്മിച്ചിട്ടില്ല. എന്നാലും എങ്ങനെയോ ജോലി കിട്ടിയിരിക്കുന്നു. ഒരു കൂട്ടുകാരനും കൂടെയുണ്ട്. ഒരു മാസം ആൻഡമാനിലായിരുന്നു. അവിടത്തെ ആദിവാസികളെപ്പറ്റിയുള്ള ഫിലിമിന്റെ ഷൂട്ടിംഗ്."

"സുരഞ്ജൻ വീടിനു വെളിയിൽ വന്നു മതിപ്പുളവാക്കുന്ന എന്തെങ്കിലും പ്രവൃത്തി ചെയ്യുന്നു എന്നത് എനിക്കു വളരെ ഇഷ്ടപ്പെട്ടു. വീട്ടിനുള്ളിലിരുന്നു പിന്നെയും പിന്നെയും ട്യൂഷൻ എടുക്കുന്നതുപോലെ പരമബോറ് വേറെ ഇല്ല. സുരഞ്ജൻ ആ മഹാഹോപ്ലസ് അവസ്ഥയിൽ നിന്നു രക്ഷപ്പെട്ടു രണ്ടു കാലിൽ നില്ക്കാറായി എന്നതിനേക്കാൾ നല്ല വാർത്ത വേറെ എന്തുണ്ട്."

സുലേഖ സുരഞ്ജനെപ്പറ്റി നിർത്താതെ പറഞ്ഞുകൊണ്ടിരുന്നു. സുരഞ്ജന്റെ വിവരങ്ങൾ എനിക്കു തരുകയാണ് ഉദ്ദേശ്യം.

ഒരു സാധാരണ നീല ജോർജിയറ്റ് സാരിയാണ് സുലേഖ ഉടുത്തിരുന്നത്. മുഖത്ത് ഒരു മേക്കപ്പും ഇല്ല. കാതിലും കഴുത്തിലും ആഭരണങ്ങളൊന്നുമില്ല. സുലേഖ മുൻപു വളരയെധികം അണിഞ്ഞൊരുങ്ങിയിരുന്നു എന്നു ഞാൻ ഓർമ്മിച്ചു. പ്രേമത്തിൽപ്പെട്ടാൽപിന്നെ ഒരു പാവ കണക്കിനു കെട്ടിയൊരുങ്ങുന്ന പെൺകുട്ടികളെ കാണുമ്പോൾ സഹതാപം തോന്നും. അവർ പിന്നെ ആ അണിഞ്ഞൊരുങ്ങലിന്റെ അടിമയായിത്തീരുന്നു. എത്രമാത്രം നിസ്സഹായരാണ് ആ പെൺകുട്ടികളപ്പോൾ. ഞാൻ ഇത് എന്റെ ജീവിതത്തിൽനിന്നുതന്നെ കണ്ടെടുത്തതാണ്. പ്രേമം ആരംഭിച്ചാൽ കണ്ണാടിയുടെ മുമ്പിൽ നില്ക്കുക, പല പോസ്സിലും സ്ഥാനത്തും കണ്ണാടി നോക്കുക ഒക്കെത്തുടങ്ങും. തന്റെ സ്വന്തം കണ്ണിലൂടെയല്ല കാമുകന്റെ കണ്ണിലൂടെയാണ് അപ്പോൾ തന്നെ കാണുന്നത്. ഞാൻ പിന്നെ ഞാനല്ല. കാമുകനാണ്. എന്നെത്തന്നെ വിമർശിക്കുന്നു.

നിന്ദിക്കുന്നു. കുറ്റം കണ്ടുപിടിക്കുന്നു. ഞാൻ പിന്നെ എന്നെ സ്നേഹിക്കുന്നില്ല. സ്വയം വെറുക്കുന്നു. ഓരോ അവയവത്തെയും അതിന്റെ കാന്തിയെയും വെറുക്കുന്നു. കുട്ടികളുണ്ടാകുന്ന കാര്യം, കാന്തന്റെ കണ്ണിൽ ആകർഷണീയ യായിരിക്കാനുള്ള കാര്യം ഇതൊക്കെ മാത്രമാകും ആലോചന. കാമുകൻ സ്നേഹിക്കണം, ഇട്ടിട്ടു പോകരുത് എന്ന വിചാരം കൊണ്ടു തന്റെ ശരീരത്തെ അണിയിച്ചൊക്കുന്നു. മറ്റുകാര്യങ്ങളൊന്നും ശ്രദ്ധിക്കുകയേ ഇല്ല. സ്ത്രീകളുടെ ഈ ദൗർബല്യം കാമുകന്മാർ ശരിക്കും ആസ്വദിക്കും.

"സുരഞ്ജൻ ഇപ്പോൾ ട്യൂഷൻ എടുക്കുന്നില്ലേ."

"ഇപ്പോൾ അയാൾക്ക് അതിനൊന്നും നേരമില്ല. വലിയ തിരക്കിലാണ്. സർക്കാരിന്റെ ഡിപ്പാർട്ടുമെന്റിനുവേണ്ടിയും ഡോക്യുമെന്ററി ഫിലിം ചെയ്യു ന്നുണ്ട്."

"ധാരാളം പൈസയും ഉണ്ടാക്കുന്നുണ്ടോ."

"ഉണ്ട്. സാന്താൾ ആദിവാസികളെപ്പറ്റിയുള്ള ഡോക്യുമെന്ററി വളരെ പ്രസിദ്ധമാണ്. ഞാൻ അതു കണ്ടിട്ടുണ്ട്. ശാന്തിനികേതനത്തിൽ ഒരു സാന്താൾ ഊരില്ലേ. അവിടെയും ഷൂട്ടിംഗ് നടത്തിയിട്ടുണ്ട്. പൗർണ്ണമി രാത്രിയിൽ സോനാ ഝൂരി വനത്തിൽ ആദിവാസികളുടെ നൃത്തമില്ലേ അതു ഗംഭീരമാണ്."

അത് അങ്ങനെത്തന്നെയാണ്. ഞാൻ അതുകണ്ട് അമ്പരന്നു പോയിട്ടുണ്ട്.

"ശരിയാണ് കേട്ടോ മതിമറന്നുപോകും."

ഹോസ്റ്റലിനു മുന്നിൽ ബസ്സിൽനിന്നും ഇറങ്ങവേ ഞാൻ പറഞ്ഞു.

എന്റെ കൺമുമ്പിൽ അന്നത്തെ രാത്രി തെളിഞ്ഞു വന്നു. അതിനുശേഷം എത്ര വർഷം കടന്നു പോയി എന്നു കണക്കുകൂട്ടി നോക്കി. എനിക്ക് ഒന്നും തന്നെ കണക്കുകൂട്ടാൻ കഴിയുകയില്ല. വിശേഷിച്ചും കാലം.

"എങ്ങനെയാണ് ഫിലിം കണ്ടത്. എവിടെയെങ്കിലും പോയിരുന്നോ. നന്ദനത്തിലോ മറ്റോ."

"ഇല്ല. മായയാണു കാണിച്ചുതന്നത്."

"മായയോ, ഏതു മായ"

"സുരഞ്ജന്റെ പെങ്ങൾ മായ."

ഓടുന്ന വണ്ടി പെട്ടെന്നു നിന്നുപോയാൽ എന്നവണ്ണം അത്ഭുതംകൊണ്ടു സ്തംഭിച്ചുപോയി.

"മായയുമായിട്ടു നീ... ?"

"അതെ ബുബു. മായയുമായിട്ട് എനിക്ക് ഒരുപാട് ബന്ധമുണ്ട്."

"അതെങ്ങനെ. അവൾക്കു മുസൽമാന്മാരെ കണ്ണെടുത്താൽ കണ്ടുകൂടല്ലോ. സോബ്ഹാനുമായുള്ള അവളുടെ വിവാഹം നടന്നോ. ഞാൻ അതറിഞ്ഞപ്പോൾ ത്തന്നെ ശരിക്കും അത്ഭുതപ്പെട്ടുപോയി. അവൾ എന്തുമാത്രം മാറിപ്പോയി."

എന്റെ കണ്ണുകൾ സുലേഖയിലായിരുന്നു. അവൾ ഹോസ്റ്റലിന്റെ ഗേറ്റിലേക്കു കണ്ണുകളോടിക്കുകയായിരുന്നു. പെട്ടെന്നു നോട്ടം പിൻവലിച്ചു എന്റെ നേരെ നോക്കിക്കൊണ്ടു പറഞ്ഞു:

"നിങ്ങൾ ഒരു വിവരവും അറിയുന്നില്ലേ. ഞാൻ വിചാരിച്ചത് നിങ്ങൾ വിവരം എല്ലാം അറിയുന്നുണ്ടെന്നായിരുന്നു."

"ഞാൻ എങ്ങനെ അറിയും? എന്തു വിവരം."

"സോബ്ഹാനുമായുള്ള മായയുടെ വിവാഹം നടന്നില്ല."

"എന്നു പറഞ്ഞാൽ."

"എന്നു പറഞ്ഞാൽ ഒന്നുമില്ല. വിവാഹം കഴിക്കേണ്ട എന്നു മായ തീരുമാനിച്ചു. അവൾ ഞങ്ങളുടെ ഹോസ്റ്റലിൽ വന്നു താമസിക്കുകയാണ്."

"നീ എന്താണീ പറയുന്നത്."

"സത്യം തന്നെ."

"മായ നിന്റെ ഈ ഹോസ്റ്റലിൽ താമസിക്കുന്നെന്നോ."

"ഹോസ്റ്റലിൽ താമസിക്കുന്നു എന്നു മാത്രമല്ല, ഞങ്ങളുടെ സാഹസിനി സംഘത്തിൽ ചേർന്നിട്ടും ഉണ്ട്."

"നിങ്ങളുടെ സംഘമോ."

"അതെ, സാഹസിനി"

"സാഹസിനിയോ."

"അതെ. സാഹസിനി. സ്ത്രീകളുടെ നന്മയ്ക്കു വേണ്ടി സ്ത്രീകൾ തന്നെ രൂപംകൊടുത്ത സംഘടന. എനിക്കറിയാം. നിങ്ങൾക്ക് അതിഷ്ടമാകും. ഹോസ്റ്റലിൽ എത്തി നിങ്ങൾക്ക് ഒരു സർപ്രൈസ് തരണം എന്നു വിചാരിച്ചിരിക്കുകയായിരുന്നു ഞാൻ. നേരത്തെ പറഞ്ഞുപോയി."

"മായ എന്താ വിവാഹം കഴിക്കാത്തത്. അവൾ വിവാഹക്കാര്യത്തിൽ പ്രാന്തുപിടിച്ചതുപോലെ നടക്കുകയായിരുന്നല്ലോ."

"ആയിരുന്നു."

"പിന്നെ എന്തുപറ്റി? സുരഞ്ജൻ എതിർത്തോ? അവന് എതിർപ്പായിരുന്നുവല്ലോ"

"ഇല്ല ഇല്ല. അയാൾ പിന്നെ സമ്മതിച്ചു. പക്ഷേ മായതന്നെ വേണ്ടെന്നു വച്ചു. ഒരു കാരണവശാലും അവൾ വിവാഹം കഴിക്കുകയില്ല. മായ ഹോസ്റ്റലിൽ വന്ന് എന്നോടു പറഞ്ഞു. സോബ്ഹാൻ അവളെ സ്നേഹിക്കുന്നു. വിവാഹം കഴിഞ്ഞാൽ പിന്നെ ഭർത്താവാകും. ഭർത്താവായാൽ സ്നേഹിക്കുകയില്ല. എല്ലാ പുരുഷന്മാരും പിന്നെ ഭാര്യമാരെ ഭരിക്കും. അത് അയാളും ചെയ്യും. സോബ്ഹാന്റെ ഭാര്യ വേദനകൾ സഹിക്കുന്നുണ്ട്. ഞാനും അയാളുടെ ഭാര്യയായാൽ വേദന സഹിക്കേണ്ടി വരും."

"പക്ഷേ അയാൾ പ്രേമിച്ചിരുന്നു."

"പ്രേമം. മായ അതിനെ പ്രേമം എന്ന് ഒട്ടും കരുതുന്നില്ല."

"അത് ഒരുതരം.... നിങ്ങൾ എനിക്കു ചില സാധനങ്ങൾ തന്നു. ഞാൻ അതിനു പകരമായി ചില സാധനങ്ങൾ നിങ്ങൾക്കും തരുന്നു."

"എക്സ്പെക്ടേഷൻ കാണും. കണ്ടീഷൻ അല്ലല്ലോ. വേറെയും കാരണമുണ്ട്."

"എന്തു കാരണം. സോബ്ഹാൻ മുസ്ലീം ആണെന്നതോ."

സുലേഖ ശക്തിയായി തലയാട്ടി.

"ഒരിക്കലും അല്ല. അവൾ മുസ്ലീം വിദ്വേഷിയായി നടിച്ചതാണ്. അവൾ എല്ലാവരെയും ഒരുപോലെ കാണുന്നു."

"ആശ്ചര്യം."

"എന്താണ് ആശ്ചര്യം."

"അതിനു ഞാൻ ഉത്തരം തരുന്നില്ല."

സുലേഖ എന്നെ ഹോസ്ററൽ മുറിയിലേക്കു കൂട്ടിക്കൊണ്ടുപോയി. ചെറിയ മുറി നന്നായി ഒതുക്കി ഒരുക്കിയിരിക്കുന്നു.

ജനാലയ്ക്കൽ രണ്ടു ഫ്ളവർവേസുണ്ട്. ഭിത്തിയിൽ ചില ചിത്രങ്ങൾ. കിടക്കയിൽ ശാന്തിനികേതൻ വിരിപ്പ്. സാഹസിനി അംഗങ്ങളുടെ ഗ്രൂപ്പ് ഫോട്ടോ.

"ഹായ് ഇതൊരു വിമൻസ് വാർഡു തന്നെ."

"മിക്കവാറും അങ്ങനെത്തന്നെ."

ഭിത്തിയിൽ ചെറുതും വലുതുമായി വേറെയും ഫോട്ടോകളുണ്ട്. സുലേഖ അവളുടെ റൂംമേറ്റ് മയൂരയുടെ ഫോട്ടോ കാണിച്ചുതന്നു. മായയെയും ഫോട്ടോയിൽ കാണിച്ചു തന്നു. വലിയ കണ്ണുകൾ, മധുരമായ ചിരി. ഞാൻ ഫോട്ടോയിലെ മായയെത്തന്നെ നോക്കി നിന്നുപോയി.

മായ ഹോസ്റ്റലിൽ താമസിക്കുന്നതെന്തിന്. അവളുടെ കുട്ടികളെവിടെ? എനിക്ക് ഇതൊക്കെ അറിയാൻ കൗതുകമുണ്ടെന്നു സുലേഖയ്ക്കു മനസ്സിലായി.

സുലേഖ പറഞ്ഞു:

"മായ ആഴ്ചയിലൊരിക്കൽ അമ്മയെക്കാണാൻ പോകും. കുട്ടികളെ ബോർഡിംഗ് സ്കൂളിൽ ആക്കിയിരിക്കുന്നു. അവിടെയും കുട്ടികളെ കാണാൻ പോകുന്നു. കുട്ടികളെ അച്ഛന്റെ അടുത്തേയ്ക്കു വിടാൻ മൂത്ത കുട്ടി പറഞ്ഞു. അയാൾ കൊണ്ടുപോയില്ല. മായ അമ്മയോടും ചേട്ടനോടും സ്നേഹമായിത്തന്നെ കഴിയുന്നു. എങ്കിലും ഹോസ്റ്റൽ ജീവിതത്തിൽ കൂടുതൽ സ്വതന്ത്രയാണെന്നു മായയ്ക്കു തോന്നുന്നു."

"പക്ഷേ ഈ ജീവിതം എത്ര കാലം."

"വേണ്ടത്ര പണം ഉണ്ടെങ്കിൽ ഒരു ഫ്ളാറ്റ് മേടിക്കാം."

“പണം എങ്ങനെയുണ്ടാക്കും.”

“കുട്ടികളെ ബോർഡിംഗിലാക്കുന്നതിനുതന്നെ മൂന്നാലുദിവസം ചുറ്റിത്തിരിയേണ്ടി വന്നു. മായയോട് ഏൺഡ് ലീവെടുക്കണം, ശമ്പളം കൊടുക്കില്ല എന്നൊക്കെ അധികൃതർ പറഞ്ഞു. സാഹസിനി ഓഫീസിൽനിന്നു കത്തയച്ചു. പരസ്യപ്രസ്താവന നടത്തിക്കൊണ്ടു ഞങ്ങൾ സമരത്തിനു ചെല്ലും എന്നു പറഞ്ഞു. അപ്പോൾ എല്ലാം ശരിയായി.”

സുലേഖ കൈയുംകാലും ഇളക്കി സംസാരിച്ചുകൊണ്ടിരുന്നു. മുഖത്ത് കളറോ ക്രീമോ ഒന്നും പുരട്ടിയിട്ടില്ല. എന്നാലും അവൾ കൂടുതൽ സുന്ദരിയായിരിക്കുന്നു. ഞാനും ചിലപ്പോൾ ഇതുപോലെ ഒരു ക്രീമും പുരട്ടാതിരുന്നിട്ടുണ്ട്. ഒക്കെ നിർത്തി. പ്രേമത്തിന്റെ കാലത്തേ നിറംപിടിപ്പിക്കലും മേക്കപ്പും മാത്രമേ ഉണ്ടായിരുന്നുള്ളൂ. പിന്നെ ഒക്കെ ഉപേക്ഷിച്ചു. അപ്പോൾ എനിക്കു തോന്നി. മേക്കപ്പു ചെയ്ത് ഒരുങ്ങുന്നതൊക്കെ സ്വയം വില്പനച്ചരക്കാക്കാൻ വേണ്ടിയാണ്. അതു ശരിയാണ്. പക്ഷേ വലിയ യുക്തിവാദിയായ എനിക്കും ഇടയ്ക്കിടയ്ക്ക് ചുണ്ടിൽ ഇത്തിരി ലിപ്സ്റ്റിക്കിട്ടാൽ നന്നായിരിക്കും എന്നു തോന്നാറുണ്ട്. ഇതു പുരുഷന്മാരെക്കാണിക്കാൻ വേണ്ടിയല്ല. സ്വന്തം സുഖത്തിന്. ചിലപ്പോൾ മാല ഇടും. സ്വയം കണ്ടു രസിക്കാൻ തന്നെ. ഇങ്ങനെ മേക്കപ്പ് വസ്തുക്കൾ സ്ത്രീകളുടെ മേൽ ആധിപത്യം ഉറപ്പിക്കുന്നതിനെ എങ്ങനെ അംഗീകരിക്കും?

സുലേഖ പറഞ്ഞുകൊണ്ടിരിക്കുകയാണ്. നിർത്താതെ പറയുന്നു. അത് ഒരു ഗുണമാണ്. എനിക്കാണെങ്കിൽ എന്തു കാര്യവും രണ്ടോ മൂന്നോ വാചകങ്ങളിൽ പറഞ്ഞു തീർന്നുപോകും. അതിലപ്പുറം പറയാൻ ഒന്നും കാണുകയില്ല. സുലേഖ സാഹസിനി സംഘടനയുടെ നേട്ടങ്ങളെപ്പറ്റി വാ തോരാതെ സംസാരിച്ചുകൊണ്ടിരുന്നു.

“സാഹസിനിയെന്ന് എന്തിന്, സാഹസി എന്നു പോരേ?” അപ്പോൾത്തന്നെ ചോദിച്ചു.

സുലേഖ പറഞ്ഞു:

“അങ്ങനെ ഇട്ടു എന്നു മാത്രം. സാഹസിനി നല്ല പേരല്ലേ?” സാഹസി എന്നാക്കണോ.”

“വേണ്ട അങ്ങനെത്തന്നെയിരിക്കട്ടെ. പല കാര്യങ്ങളും ഈ പേരിൽത്തന്നെ ചെയ്തില്ലേ. പേരിൽ എന്തിരിക്കുന്നു. പ്രവൃത്തിയാണു പ്രധാനം. നിങ്ങൾ വളരെ നല്ല കാര്യങ്ങൾ ചെയ്തില്ലേ.”

സുലേഖ അപ്പോൾ പറഞ്ഞു:

“ബുബു താങ്കളെ സംഘടനയുടെ ഉപദേഷ്ടാവായി ക്ഷണിക്കണം എന്നു ഞങ്ങൾ തീരുമാനിച്ചിരിക്കുകയാണ്.”

“എന്തിന്? ഞാൻ എന്ത് ഉപദേശം തരാനാണ്? നിങ്ങൾ സ്വയം ചെയ്യുന്നതൊക്കെ വലിയ കാര്യങ്ങളാണല്ലോ. നിങ്ങളിൽനിന്ന് എനിക്കാണ് ഉപദേശങ്ങൾ കിട്ടേണ്ടത്. എനിക്കാണു പഠിക്കാനുള്ളത്. നിങ്ങൾ പറയുന്നതുകേട്ട്

അനുഭവങ്ങൾ പങ്കുവയ്ക്കാൻ ആഗ്രഹമുണ്ട്. ഇവിടെ വലുപ്പച്ചെറുപ്പം ഒന്നും വിചാരിക്കരുത്. എല്ലാവർക്കും തുല്യാവസരവും തുല്യപ്രാധാന്യവും നല്കണം."

സുലേഖയ്ക്കു വലിയ സന്തോഷം തോന്നി.

ഞാൻ നേരത്തെ കണ്ടിട്ടുള്ള സുലേഖ ഈ സുലേഖ അല്ല. സുലേഖ പറഞ്ഞു, ഞാൻ കണ്ടിട്ടുള്ള മായയും അടിമുടി മാറിപ്പോയി. എന്നു കരുതി മായ ധാക്കയിൽവച്ച് അവളെ ബലാത്ക്കാരം ചെയ്ത മുസ്ലീം മത മൗലികവാദികളോടു ക്ഷമിച്ചു എന്നു വിചാരിക്കുന്നതു ശരിയല്ല. ഏതു മതത്തിൽപ്പെട്ടവനായാലും മായ അത്തരം പുരുഷന്മാർക്ക് എതിരായിരിക്കും. സ്ത്രീ വിദ്വേഷികളോട്, അവർ ഏതു മതക്കാരനായാലും അവൾക്ക് എതിർക്കാതെ പറ്റുകയില്ല.

സുലേഖ അതിനെപ്പറ്റി പറഞ്ഞു: "എല്ലാ മതത്തിൽപ്പെട്ട പുരുഷന്മാരും ഒന്നു തന്നെ എന്നാണ് മായയുടെ അഭിപ്രായം."

"അവൾക്ക് ആ തിരിച്ചറിവ് ഇത്ര വേഗം ഉണ്ടായതെങ്ങനെ. ഇതേ മായയ്ക്കു ഇക്കഴിഞ്ഞ ദിവസംവരെ വിവാഹം നടത്താൻ എന്തൊരു ആവേശമായിരുന്നു."

സുലേഖ ഉടൻ തന്നെ പറഞ്ഞു:

"ആവേശം കൂടുതലുള്ളവർക്കാണു തിരിച്ചറിവും വേഗം വരുന്നത്."

"എനിക്കങ്ങനെ തോന്നുന്നില്ല. മതത്തെപ്പറ്റി ആവേശം ഉള്ളവർക്കു വിവേകം ഉദിക്കാറില്ല. എന്തെങ്കിലും ഒന്നിന്റെ പേരിൽ ആവേശം ഉണ്ടെങ്കിൽ നേരു കാണാതിരിക്കാനാണ് സാധ്യത കൂടുതൽ. വിവാഹം, കുടുംബം എന്നിവയിലൊക്കെ വലിയ ഭ്രമമുള്ളവർക്കു വളരെ വലിയ അടി കിട്ടിയാലേ ഇത്തരം ബോധം ഉണ്ടാവുകയുള്ളൂ."

"മായ, കുറച്ചൊന്നുമല്ല സഹിച്ചിട്ടുള്ളത് ബുബു. എത്ര രാത്രികളിൽ മായ അവളുടെ ദുഃഖകഥകൾ എന്നോടു പറഞ്ഞിട്ടുണ്ട്. മയൂര പോയാൽ ഞാൻ മായയെ എന്റെ റൂംമേറ്റായിക്കൊണ്ടുവരാമെന്നു വച്ചിരിക്കുകയാണ്."

"എന്നുവച്ച് ഇനി ആരും വിവാഹം കഴിക്കുകയില്ലേ."

"നിങ്ങൾ ഒറ്റയ്ക്കു കഴിയാനല്ലേ നിശ്ചയിച്ചത്. ഞങ്ങളെ വിവാഹം കഴിക്കാൻ പ്രേരിപ്പിക്കുന്നതെന്തിന്. ഒറ്റയ്ക്കു ജീവിക്കാൻ ഞങ്ങൾക്കു ധൈര്യം തരുകയല്ലേ വേണ്ടത്."

"ഹോസ്റ്റലിലല്ലേ. ശമ്പളം എന്തുണ്ട്. ഫ്ളാറ്റെടുത്തു താമസിക്കാൻ പറ്റുമോ?"

സുലേഖ രണ്ടുപേർക്കും ചായ ഉണ്ടാക്കി. മുറിയിൽ അതിനുള്ള ഹീറ്റർ ഉണ്ട്. എന്റെ കൈയിൽ ചായ തന്നുകൊണ്ടു പറഞ്ഞു:

"അങ്ങനെയാണെങ്കിൽ ഞങ്ങൾ കുറച്ചു പെൺകുട്ടികൾ ഒന്നിച്ചു താമസിക്കും."

"അറുപതുകളിലെ കമ്മ്യൂൺ പോലെ"

"എന്താണ് പറഞ്ഞത്."

“ഹിപ്പിക്കാലത്ത് ആൺകുട്ടികളും പെൺകുട്ടികളും ഒരു കമ്മ്യൂൺ ആയി താമസിച്ചിരുന്നു അതുപോലെ ഒരു വീടോ അപ്പാർട്ടുമെന്റോ വാടകയ്ക്കെടുക്കുന്നു.”

“അല്ലല്ല. അതുപോലെയല്ല.”

സുലേഖ അവരുടെ ചായയിൽ പഞ്ചസാര ചേർത്തു; ബിസ്ക്കറ്റെടുത്ത് എന്റെ കൈയിൽ തന്നുകൊണ്ട് വീണ്ടും പറഞ്ഞു:

“അങ്ങനെയല്ല.”

ഞാൻ പറഞ്ഞു: “എനിക്കു ബിസ്ക്കറ്റു വേണ്ട.”

സുലേഖ ബിസ്ക്കറ്റു കടിച്ചുകൊണ്ടു പറഞ്ഞു:

“ഞങ്ങളുടെ കമ്മ്യൂണിൽ ആണുങ്ങളാരും കാണുകയില്ല.”

ഞാൻ ചിരിച്ചു. ചിരിച്ചപ്പോൾ ചായ എന്റെ ശിരസ്സിൽ കയറി.

“നീ പുരുഷവിരോധിയാണോ.”

“നിങ്ങളെന്താ വിചാരിക്കുന്നത്. ഇഫ് വി അലൗ എനി വൺ ടു ലിവ് വിത്ത് അസ്സ് ഹി വിൽ ഫക്ക് ആൾ ഓഫ് അസ്സ്. അവൻ ഞങ്ങളെയൊക്കെ ഭോഗിക്കും.”

“അതു മറിച്ചും സംഭവിക്കാമല്ലോ.”

“എങ്ങനെ.”

“യു ആൾ ക്യാൻ ഫക് ഹിം.”

സുലേഖ ചിരിച്ചു തലതല്ലിക്കൊണ്ടു പറഞ്ഞു:

“വി വുഡ് ഫക് ഹിം ടു ഡെത്ത്. ഞങ്ങളവനെ ഭോഗിച്ചു കൊല്ലും!”

സുലേഖയുടെ കൂടെ മായയുടെ മുറിയിൽ ചെന്നു, മായയെയും കണ്ടു. അവളെ മാറോടണച്ചു. കെട്ടിപ്പിടിച്ചു. സുരഞ്ജനോടും കിരൺമയിയോടും ഉണ്ടായിരുന്ന അതേ സ്നേഹം മായയോടും കാണിച്ചു. അവരുടെ അന്നത്തെ എട്ടുമണിയോഗത്തിന് ഞാൻ പോയില്ല. അടുത്ത ആഴ്ച ചെല്ലാമെന്നു വാക്കു കൊടുത്തു. മായയും സുലേഖയുംകൂടി അടുത്ത വെള്ളിയാഴ്ച എന്റെ അടുക്കൽ വരാനും നിശ്ചയിച്ചു. അവരെയുംകൊണ്ടു ഞാൻ ദീഘായിൽ പോകും. കുറേ നാളായി ദൂരെ എങ്ങോട്ടും പോകാൻ കഴിഞ്ഞിരുന്നില്ല. ശരീരം തുരുമ്പെടുത്തു തുടങ്ങി. ■

ഗ്രീൻ ബുക്സ്

തസ്ലീമ നസ്റിന്റെ കൃതികൾ മലയാളത്തിൽ

എന്റെ പെൺകുട്ടിക്കാലം (ആത്മകഥ)

വിടർന്ന കണ്ണുകളുമായി കടന്നുപോയ ഒരു പെൺകുട്ടിക്കാലത്തിന്റെ അസന്തുഷ്ടമായ ഓർമ്മകൾ. തസ്ലീമയുടെ ആത്മകഥ ഒന്നാംഭാഗം. *വിവർത്തനം: ലീലാ സർക്കാർ*

യൗവ്വനത്തിന്റെ മുറിവുകൾ (ആത്മകഥ)

അശ്ലീലമെന്ന് ഒരുപക്ഷേ നാം പറഞ്ഞേക്കാവുന്ന ഭാഷാസംജ്ഞകളിൽ തെളിഞ്ഞുനിൽക്കുന്നത് എഴുത്തിന്റെ നിറഞ്ഞ ആത്മാർത്ഥതയാണ്. തസ്ലീമയുടെ ആത്മകഥയുടെ ഓരോ താളും സ്ത്രീയുടെ ദുരന്തജീവിതത്തിന്റെ അർത്ഥതലങ്ങളിലൂടെയാണ് കടന്നുപോകുന്നത്. ആത്മകഥയടെ രണ്ടാംഭാഗം. *വിവർത്തനം: എം.കെ.എൻ. പോറ്റി*

ലജ്ജ (നോവൽ)

തസ്ലീമയുടെ ലോകപ്രശസ്തമായ നോവൽ.ബംഗ്ലാദേശിലെ ലഹളയിൽ ഏറെ വിഷമിക്കേണ്ടി വന്ന ഒരു കുടുംബത്തിന്റെ പതിമൂന്നു ദിവസങ്ങളാണ് ലജ്ജയിലെ പ്രമേയം. *വിവർത്തനം: കെ.പി. ബാലചന്ദ്രൻ*

അന്തസ്സുള്ള നുണകൾ (നോവൽ)

ഒരു സ്ത്രീ എന്തൊക്കെ പഠിച്ചാലും അവൾക്ക് എന്തൊക്കെ സിദ്ധികളുണ്ടായാലും ഇതൊന്നുമില്ലാത്തൊരു പുരുഷനേക്കാൾ എത്രയോ താഴെക്കിടയിലാണ് തന്റെ സ്ഥാനമെന്ന് അവൾ തിരിച്ചറിയുന്നു. തസ്ലീമയുടെ ശക്തമായ ഫെമിനിസ്റ്റ് നിലപാടുകൾ ഈ നോവലിനെ ശ്രദ്ധേയമാക്കുന്നു.

കല്യാണി (നോവൽ)

രാഷ്ട്രീയവും വംശീയവുമായ കലാപങ്ങളിലൂടെ കൃത്രിമമായി അടിച്ചേൽപ്പിക്കുന്ന അതിർവരമ്പുകൾ. സ്ഥാനഭ്രംശം സംഭവിക്കുന്ന മനുഷ്യജീവിതങ്ങളുടെ പ്രതീകമാണ് കല്യാണി. *വിവർത്തനം: എം.കെ.എൻ. പോറ്റി*

ദ്വിഖണ്ഡിത-പൂച്ചെണ്ടുകളുടെ കാലം (ആത്മകഥ)

സമൂഹത്തിലെ ദുഷിച്ച നിയമങ്ങൾക്കെതിരെ കലഹിക്കുന്ന തസ്ലീമയെ ആത്മകഥയുടെ ഈ മൂന്നാം ഭാഗം പരിചയപ്പെടുത്തുന്നു. *വിവർത്തനം: എം.കെ.എൻ. പോറ്റി*

ദ്വിഖണ്ഡിത-നിഷ്ക്കാസിത (ആത്മകഥ)

സ്ത്രീ പുരുഷന്നു വിത്തിറക്കാൻ ഉള്ള വയലാണെന്നും പുരുഷന് ഇഷ്ടം പോലെ അതിലേക്കിറങ്ങാമെന്നുമുള്ള വിശ്വാസത്തെ തസ്ലീമ ചോദ്യം ചെയ്യുന്നു. സാമൂഹികവും സാമ്പത്തികവും രാഷ്ട്രീയവും ലൈംഗികവുമായ നിയമങ്ങളുടെ പീഡനത്തിൽനിന്ന് തസ്ലീമ മോചനം പ്രഖ്യാപിക്കുന്നു. *വിവർത്തനം: എം.കെ.എൻ. പോറ്റി*

ഫ്രഞ്ച്ലവർ (നോവൽ)

പ്രണയിക്കുമ്പോഴും ആന്തരികമായി രണ്ട് സംസ്കാരങ്ങൾ തമ്മിൽ നടക്കുന്ന മാനസികയുദ്ധം അതിമനോഹരമായി ഈ നോവലിൽ ഇഴ ചേർത്തിരിക്കുന്നു. തസ്ലിമയുടെ എല്ലാ കൃതിയിലുമെന്ന പോലെ ഫ്രഞ്ച് ലവറിലും സ്ത്രീയുടെ സ്വാതന്ത്ര്യ പ്രഖ്യാപനം തന്നെയാണ് ഇതിലെയും കേന്ദ്ര പ്രമേയം. *വിവർത്തനം: ലീലാസർക്കാർ*

www.ingramcontent.com/pod-product-compliance
Lightning Source LLC
LaVergne TN
LVHW060436051026
849518LV00002B/490
9788184231311